D1680800

அமிதபா பக்சி *3 நாவல்கள் எழுதியுள்ளார். முதல் நாவலான 'அபோவ் ஆவரேஜ்' (Above Average) விற்பனையில் முன்னணி வகித்தது. இரண்டாவது நாவலான 'தி ஹௌஸ் ஹோல்டர்' (The Householder) விமர்சகர்களின் வரவேற்பைப் பெற்றது. மூன்றாவது நாவலான 'திஸ் ப்ளேஸ்' (This Place)* 2014இல் ரேமண்ட் க்ராஸ்வேர்ட் புக் விருதின் இறுதிப் பட்டியல் வரை சென்றதோடு, 2015இல் டப்ளின் ஐஎம்பிஏசி (IMPAC) இலக்கிய விருதிற்கும் பரிந்துரைக்கப்பட்டது. பக்சி, மனைவி மற்றும் மகனோடு டெல்லியில் வசிக்கிறார்.

இல.சுபத்ரா, ஆங்கில இலக்கியத்தில் ஆய்வியல் நிறைஞர் பட்டம் பெற்றிருக்கிறார். தற்போது பள்ளிக் கல்வித்துறையில் பணியாற்றி வருகிறார். இது இவரது முதல் மொழிபெயர்ப்பு நூல் ஆகும். இவரது கட்டுரைகள் மற்றும் மொழியாக்கங்கள் தமிழினி, கனலி ஆகிய இலக்கிய இணைய இதழ்களில் வெளிவந்துள்ளன. கணவர் மற்றும் இரு குழந்தைகளுடன் திருப்பூரில் வசித்து வருகிறார்.

பாதி இரவு கடந்துவிட்டது

அமிதபா பக்சி

தமிழில்

இல. சுபத்ரா

எதிர் வெளியீடு

பாதி இரவு கடந்துவிட்டது
அமிதபா பக்சி

தமிழில்: இல. சுபத்ரா
முதல் பதிப்பு: பிப்ரவரி 2021

எதிர் வெளியீடு,
96, நியூ ஸ்கீம் ரோடு, பொள்ளாச்சி – 642 002.
தொலைபேசி: 04259 – 226012, 99425 11302.

விலை: ரூ. 450

Half the Night Is Gone
Amitabha Bagchi

Translated by: L. Subathra
First Edition: February 2021

Published by
Ethir Veliyeedu, 96, New Scheme Road. Pollachi – 2.
email: ethirveliyedu@gmail.com
www.ethirveliyedu.in

ISBN: 978-93-90811-03-8

Printed at Jothy Enterprises, Chennai.
Cover Design: Santhosh Narayanan

Copyright © Amitabha Bagchi

First Published in the English Language in India by Juggernaut Books 2018

All rights reserved. No part of this book may be reprinted or reproduced or utilised in any form or by any electronic, mechanical or other means, now known or hereafter invented, including Photocopying and recording, or in any information storage or retrieval system, without permission in writing from the Publisher.

இந்தப் பயணம் எப்படி நிறைவுறும் என நான் சமயங்களில் வியப்பதுண்டு
மனிதர்கள் கண்ணாடியால் ஆனவர்களாயிருக்கிறார்கள், பாதையோ பாறைகளால் நிரம்பியிருக்கிறது.

முஜஃபர் வார்சி

இந்திரா, ரத்திகா மற்றும் கிஷோவிற்கு...

மொழிபெயர்ப்பாளர் முன்னுரை

சுதந்திரத்திற்குப் பிறகான இந்தியாவின் முகம் என்ன, அது தன்னை என்னவாக அடையாளப்படுத்திக்கொள்ள விழைகிறது? என்கிற கேள்விக்கு இந்நாவலின் மூலம் பதில் கண்டறிய முயல்கிறார் ஆசிரியர் அமிதபா பக்சி. அந்தத் தேடலானது குடும்பம், ஆன்மீகம், இலக்கியம், அரசியல், வர்க்கபேதம், ஊழல் போன்ற பல்வேறு அலகுகளினூடாகப் பயணிக்கிறது.

ஜமீன்களின் கைகளிலிருந்து வணிகர்களின் கைக்கு செல்வம் இடம் மாறிய காலத்தினைச் சேர்ந்த லாலா மோதிசந்த் மற்றும் அவரது சந்ததியினரின் வாழ்வினூடாக, ஆங்கிலேயரின் கைகளிலிருந்து இந்தியரின் கைகளுக்கு ஆட்சி மாறிய காலத்தினைச் சேர்ந்த எழுத்தாளர் ஒருவரது எண்ணவோட்டங்கள் குறுக்கு வெட்டாகக் கிளை பரப்புகின்றன. இந்த அதிகாரப் பெயர்வு தனிமனித வாழ்வில் எங்கனம் ஊடுபாவுகின்றது, அடுத்தடுத்த சந்ததிகள் அதை எங்கனம் எதிர்கொள்கின்றன அல்லது தடுமாறுகின்றன என்பதே நாவலின் கதை.

இவையனைத்திற்கும் மைய இழையாக, சாமான்யர்களின் ராமாயணம் எனப்படுகிற 'ராமசரிதமானஸ்' (துளசிதாசர் இயற்றியது) மற்றும் நிஜமான ராமராஜ்ஜியம் குறித்த ஏக்கம் பிணைந்திருக்கிறது.

இது ஒரு ஆன்மீக நாவலா, வர்க்க பேதம் பற்றிய சமூக நாவலா, இலக்கியம் பற்றியதா, அரசியல் விமர்சனமா, அல்லது இந்த எல்லா அலகுகளின் பாரபட்சங்களிலிருந்து தன்னை விடுவித்துக் கொள்ள மூச்சிரைக்க ஓடும் ஒரு தனிமனிதனின் கதையா என எந்தக் கேள்வியை முன்வைத்தாலும் அவை எல்லாவற்றிற்கும்

ஆம் எனப் பதிலளிக்கிற கூறுகளை உள்ளடக்கியிருப்பதே இதன் சிறப்பு எனக் கருதுகிறேன். இந்தியா போன்ற ஒரு நாட்டின் பன்முகத்தன்மையை அப்படியே பிரதிபலிப்பதாக அமைந்திருப்பதுதான் *DSC Prize for South Asian Literature*ஐ 2019ல் இது வெல்லக் காரணமாயிருந்திருக்க வேண்டும்.

இந்த நாவலை மொழிபெயர்க்க முடியுமா என எதிர் வெளியீட்டிற்காக நண்பர் கார்த்திகைப் பாண்டியன் அவர்கள் கேட்டது கடந்த பிப்ரவரியில். இப்போது நாம் இந்த பிப்ரவரியில் இருக்கிறோம். முழுவதுமாக வாசித்து உள்வாங்குவது, சிறுசிறு பகுதிகளாக முதல் வரைவை எழுதுவது, திருத்திய வரைவாக தட்டச்சுவது, கால இடைவெளிவிட்டு தட்டச்சியவற்றுள் திருத்தங்கள் செய்வது, ஒட்டுமொத்தமாக பிழைதிருத்தம் செய்வது என இதற்கு இந்தக் காலம் தேவைப் படத்தான் செய்தது. எல்லாக் காலங்களிலும் ஒரே மாதிரியாகச் செயல்பட முடிந்திருக்கவில்லை, என்றாலும், சிறிய சிறிய காலக் கெடுக்கள் நிர்ணயித்து அவற்றின்படி செயல்பட்டது பலனளித்ததாகவே தோன்றுகிறது.

70களில் இருக்கக்கூடிய ஒரு முதிய எழுத்தாளரது மீள்பார்வையாக நாவல் விரிவதாலோ ஏனோ, நீள் வாக்கியங்களையே ஆசிரியர் அதிகம் பிரயோகித்திருக்கிறார். தமிழிலும் அதே தொனியில் அவற்றின் பொருளைக் காட்சிப்படுத்துவதே மூல எழுத்துக்குச் செய்யும் நியாயமாய் இருக்க முடியும். அங்கனமே முயன்றிருக்கிறேன்.

ராம சரித மானஸ் உள்ளிட்ட கவிதைகள் சார்ந்த பகுதிகள், மாங்கேராம், மாஸ்டர் மக்கன்லால், திவான்சந்த், ராம்தாஸ் போன்றோரின் வாழ்க்கை பற்றிய பகுதிகள் ஆகியவற்றை மொழிபெயர்ப்பதில் மனம் மிகுந்த விருப்பத்துடன் ஈடுபட்டது. ஆனால் விளைவில் திருப்தியுற மறுத்து, மீண்டும் மீண்டும் அவற்றுக்குள் நுழைந்து கொண்டே இருந்தது. நாவலில் வரும் கடிதங்கள் உள்ளிட்ட சில பகுதிகளை மொழிபெயர்க்கையில் மனம் அதிலிருந்து வெளியேறிக் கொண்டே இருந்தது. அதை இழுத்துப் பிடித்து அமர வைத்து மொழிபெயர்க்க வேண்டியிருந்தது. ஆனால் இந்த நொடியில் ஒட்டு மொத்த மொழிபெயர்ப்பு குறித்துமே திருப்தியாகவே உணர்கிறேன்.

நாவலின் வாக்கிய அமைப்புகள் குறித்து திருத்தங்கள் சொல்லி உதவிய நண்பர்கள் லட்சுமி சரவணகுமார், சரவணன் சந்திரன், மு.வித்யா, சோஃபியா உள்ளிட்டோருக்கு நன்றி. கலைச் சொற்கள் சார்ந்து உதவிய நண்பர்கள் இளங்கோ கிருஷ்ணன், கே.என். செந்தில், பிரியா சரவணன், லயா ஆகியோருக்கு நன்றி.

ஏறக்குறைய 65000 வார்த்தைகள் கொண்ட புத்தகம். மொழிபெயர்க்கையில் இயந்திரகதியான ஒரு செயல்பாடாக அது மாறுவதற்கான சாத்தியங்கள் அதிகம் இருந்தன. அதுபோன்ற சமயங்களில் வார்த்தைகளுக்காகப் போராடுவது போலாகிவிடும். ஆனால், கதை நிகழ்வுகளைச் சம்பவமாக உள்வாங்கி அதன் பின் எழுத்தாக வெளிப்படுத்துகிற உத்தி காரியத்தை மிகவும் எளிதாகவும் நிறைவாகவும் ஆக்கித் தந்தது. இந்த உத்தியை அதன் முக்கியத்துவத்தை உரையாடல்களினூடாக அவ்வப்போது நினைவூட்டிக் கொண்டே இருந்த நண்பர் திருச்செந்தாழைக்கு நன்றி.

எழுத்து சார்ந்து ஏதேனும் உருப்படியாகச் செய்கிற இடம் நோக்கி நான் நகர்ந்திருக்கிறேனென்றால் அதற்கு நண்பர் போகன் சங்கரே முதற்காரணம். அவருக்கு வணக்கமும் நன்றியும்.

எப்போதும் உடனிருக்கிற நண்பர் சமஸ்-ற்கு நன்றி.

அலுவலக நண்பர்கள் மற்றும் முகநூல் நண்பர்களுக்கு நன்றி.

நமது கனவுகள் குறித்து நம்மைக் காட்டிலும் அதிகம் சிந்திக்கவும் உழைக்கவும் சித்தமாயிருக்கிற ஒருவர் கிடைப்பது அரிது. அப்படிப்பட்ட நண்பர் மால்மருகனுக்கு நன்றி.

மொழிபெயர்க்கையில், பத்திகளின் சாரம் குறித்து உரையாடித் தெளிவுற எப்போதும் உடனிருந்ததோடு, குழந்தைகளையும் கவனித்துக் கொண்ட அன்புக்கணவர் லட்சுமிகாந்தனுக்கு நன்றி.

மொழிபெயர்ப்பை சமர்ப்பிக்க முடியுமா தெரியவில்லை. முடியுமெனில், எனது எல்லா பராக்குப் பார்த்தல்களையும் தாண்டி கல்வி எனும் பாதையில் வம்படியாக எனைச் செலுத்திய அம்மாவிற்கும் அப்பாவிற்குமே அதைச் செய்ய விரும்புகிறேன்.

இந்த மொழிபெயர்ப்பிலிருக்கிற ஒவ்வொரு வார்த்தைக்கும் அவர்களே பொறுப்பு.

21ம் நூற்றாண்டில் வசிக்கிற இந்தியர்களாகிய நாம் 20ம் நூற்றாண்டு இந்தியாவின் பரிமாணங்களுக்குள் பயணம் செய்ய வாய்ப்பளிக்கிற இந்நூலை மொழிபெயர்க்க வாய்ப்பளித்த எதிர்வெளியீட்டிற்கு நன்றி.

இல. சுபத்ரா,
பிப்ரவரி 2021
subathralakshmanan@gmail.com

முகவுரை

மாங்கே ராம், மாவட்டத்தின் புகழ்பெற்ற மல்யுத்த வீரன். டெல்லியின் செழிப்பான வணிகர்களில் ஒருவரான லாலா நெமிசந்த் ஜமீன்தார் நவாப் மன்சூர் அலியிடமிருந்து கடன்களுக்குப் பதிலாகக் கையகப்படுத்திய நிலத்தில் அவனது தந்தை குத்தகைக்கு விவசாயம் செய்துவந்தார். அவனது அண்டை வீட்டில் வசிப்பவரும் நவாபின் மன்றத்தில் பல ஆண்டுகள் மல்யுத்த வீரனாக இருந்து ஓய்வுபெற்றவருமாகிய குதா பக்ஷ், மாங்கே ராமிடம் சிறு வயதிலேயே மல்யுத்த வீரனுக்கான வலிமையும் வேகமும் இருப்பதைக் கண்டுகொண்டார். முறையான பயிற்சியும் சத்தான உணவும் கிட்டுமாயின் மாங்கே ராமால் ஒரு தலைசிறந்த வீரனாக உருப்பெற முடியும் என்பதை அவனது தந்தையிடம் எடுத்துச் சொன்ன குதா பக்ஷ் தானே பயிற்சி வழங்கவும் முன்வந்தார். ஆனால் சத்தான உணவுகளை வழங்குவதற்கான வசதி அவனது தந்தையிடம் இல்லாதிருந்தது. மேலும் இன்னொருவர் நிலத்தில் உழுவதையும் திருமணம் செய்து குழந்தைகள் பெற்று பின் மடிந்து போவதையும் தாண்டி தனது சந்ததியில் பிறக்கும் எந்தக்குழந்தையும் வேறெதையும் சாதிக்க முடியும் என அவர் எதிர்பார்க்கவுமில்லை.

நவாபின் மாளிகையிலிருந்து மாதாமாதம் கிடைத்துவந்த ஓய்வூதியத்தின் ஒரு பகுதியை மாங்கே ராமிற்குத் தேவையான பாதாம் மற்றும் பால் வாங்குவதற்காக ஒதுக்கிய குதா பக்ஷ் தான் சிறுவயதில் குருவிடமிருந்து கற்றுக்கொண்ட உடற்பயிற்சிகளையும் அவனுக்குக் கற்றுத்தர ஆரம்பித்தார். இவ்விரண்டின் விளைவாய் அவன் ஒரு திறன்மிக்க வீரனாய் வளர்ந்துவந்த போதும் குதா பக்ஷ் அவனை வெளி உலகிலிருந்து மறைத்தே வைத்திருந்தார். ஒரு வேளை மாங்கே ராம் சரியாகச் சோபிக்கா விட்டால் அவன்பொருட்டு அவர் கொண்டிருந்த

பெருந்தன்மையனைத்தும், புகழுக்குத் திரும்ப விரும்பும் பேராசையென- ஒரு வகையில் அது உண்மைதான் என்ற போதும் – எதிரிகளால் நகைக்கப்படும் என்னும் அச்சமே அவரை அவ்வாறு செய்ய வைத்தது. மாறாக மாங்கே ராம் ஒரு சிறப்பான வீரனாக வெளிப்பட்டானாயின் அவனது குருவை நோக்கி எழவிருந்த கேலிகளெல்லாம் காணாமலாகிவிடும். வெற்றியின் சக்தி அத்தகையது- ஒரு தத்துவவாதியின் மந்திரச்சொல் போல தவறை சரியானதாக்கவல்லதும், விஷம் தோய்த்த அம்புகளை எய்தவர் நெஞ்சிலேயே தைக்க வல்லதும் ஆகும்.

குதா பக்ஷ் தனது பழைய எதிரிகள்பாற் கொண்டிருந்த அச்சமும் அவர்களை வெற்றிகொள்ள வேண்டுமெனக் கொண்டிருந்த தீவிரமும், திறன்மிக்க தன் சீடனை உலகிற்கு அறிமுகப்படுத்த வேண்டும் என்கிற ஒரு பயிற்சியாளரின் இயல்பான ஆவலைத் தாமதப்படுத்தியதால், அவன் போட்டிகளால் உண்டாகும் மன அழுத்தங்களின் தாக்கமின்றி உரமிக்கவனாகத் தொடர்ந்து உருப்பெற்றான். மாவட்ட அளவில் வெற்றியாளன் ஆகவும் மாகாண அளவில் பரிமளிக்கவும் தேவையான திறன் மற்றும் வலிமையினை மாங்கே ராம் பெற்றுவிட்டதாக குரு குதா பக்ஷிற்கு திருப்தி ஏற்பட்டபோது அவனுக்கு பத்தொன்பது வயதாகியிருந்தது. பல போட்டிகளில் கலந்துகொண்டு காயங்கள் ஏற்பட்ட அவனது சகவயது மற்றும் மூத்த வீரர்களைவிடவும் அவன் போட்டிகளுக்குத் தயாரானவனாக இருந்தான். போட்டிகளில் ஏற்படும் காயங்கள் குறிப்பிட்ட காலத்தில் ஆறிவிடுவது போல் தோன்றினாலும் அவை வீரர்களின் வாழ்நாளைக் குறைக்கவும் அவர்களது இறுதி நாட்களை நரகமாக்கவும் வல்லவை. பலமிக்க எதிரிகளை மக்கள் கூட்டத்தின் முன் வீழ்த்தி கர்வம் கொண்ட நினைவுகள் மட்டுமே துயர்மிகுந்த அந்த இறுதிநாட்களின் சித்ரவதையிலிருந்து அவர்களைக் கொஞ்சமேனும் மீட்க உதவுகின்றன. மைதானத்திற்குள் எதிரிகளை வெற்றிகொள்ளச் சொல்லி மேலும் மேலும் வெறியூட்டும் மக்கள் கூட்டங்கள், சித்ரவதையான அந்த இறுதி ஆண்டுகளில் அவர்களுக்குத் துணையிருப்பதில்லை.

தயங்குவதற்கு அவசியமில்லை என அவரது புத்தி பலமுறை சொல்லியிருந்தபோதும், கடும் தயக்கத்திற்குப்பின், மல்யுத்த ஆதரவாளரும் கட்டுமஸ்தான உடல்களை ஆராதிப்பவருமான நவாப் மன்சூர் அலி ஆண்டுதோறும் நடத்திவந்த மல்யுத்தப்போட்டியில் மாங்கே ராமை அந்த ஆண்டு குதா பக்ஷ் களமிறக்கினார். போட்டியின் விதிகள் எளிதானவை: போட்டியாளர்களின் எண்ணிக்கை பத்தாகக் குறையும்வரை வீரர்கள் தொடர்ந்து தோப்புக்கரணம் இட வேண்டும். போட்டியாளர் எண்ணிக்கை ஒன்றே ஒன்றாகக் குறையும் வரை அந்தப் பத்துப் பேரும் தண்டால் எடுக்க வேண்டும்.

நவாபின் தந்தையால் நிறுவப்பட்டு ஆண்டுதோறும் நடத்தப்பட்டு வந்த இந்த மல்யுத்தப் போட்டியானது, ஜமீன் சபையின் கவனிப்பிற்குத் தகுதியானவராகவும் நவாபால் நடத்தப்பெற்று வந்த சிறிய படையின் (1857 முதலான இந்த ஐம்பது ஆண்டுகளாக பாக்ச் பிரிட்டானிக்கா அனைத்து மாகாணங்களிலும் வலுக்கட்டாயமாக நடைமுறைப்படுத்தப் பட்டிருந்தபோதும்) கௌரவத்தலைவனாகவும் இருக்கப் போகிறவரைத் தேர்ந்தெடுக்கும் வழிமுறையாக இருந்தது. இவ்வாறு தேர்ந்தெடுக்கப்படும் கௌரவத்தலைவர் நவாபின் கடன்களை வசூலிக்கும் வேலையிலோ சுற்று வட்டாரத்தில் ஏற்படும் சிறிய கலவரங்களைத் தணிக்கும் பணியிலோ ஈடுபட்டு தன்னைத் தாழ்த்திக்கொள்ள மாட்டார். மாறாக தனது கட்டுமஸ்தான உடலினை மெருகூட்டி மல்யுத்தக்கலையின் நுணுக்கங்களில் தேர்ச்சி பெற்று மைல்களுக்கப்பால் உள்ள அனைவரது மரியாதையையும் அச்சத்தையும் சம்பாதிப்பதில் கவனம் செலுத்துவார். இதற்கெனவே விஷேசமாக அமைக்கப்படும் மேடைகளில் மனித உடலின் எல்லையில்லா சாத்தியங்களையும் மல்யுத்தக்கலையின் சாகசங்களையும் நவாபின் எல்லைக்குட்பட்ட கிராம மக்களுக்கு விருந்தாகப் படைப்பார். போதுமான உணவிற்கே கூட வழியின்றி சிரமப்படுபவர்களான, மேடையில் காணும் வீரனைப்போல தங்களது உடலை ஒருபோதும் உருமாற்ற வாய்ப்பில்லாத இந்த மக்கள் கூட்டத்திற்கு இது பெரும் வசீகரத்தைத் தந்தது.

நிரந்தரமற்ற ஒரு தகுதியின் மூலம் அதிகாரத்தை அடைகிற ஒவ்வொருவரும் குறிப்பிட்ட கால இடைவெளியில் தனது

தகுதியினைப் புதுப்பிக்கவும் நிரூபிக்கவும் வேண்டியது அவசியம். இல்லையெனில் எல்லா நிலையற்ற பொருட்களையும் போல இந்தத் தகுதியும் சிதைந்து அழிவுறக் கூடும் என்பதை நவாபின் தந்தை நன்கு உணர்ந்திருந்தார். எனவே வெற்றிபெற்று கௌரவத்தலைவராக இருக்கக்கூடிய வீரனானவன் அடுத்த ஆண்டு நடைபெறும் போட்டியிலும் கலந்துகொண்டு தனது தகுதியை நிரூபிக்கவோ தோற்கும் பட்சத்தில் வேறொருவருக்குத் தன் பட்டத்தை சூட்டவோ வேண்டும் என்னும் விதிமுறையை வகுத்திருந்தார். இவ்விதிமுறை பல ஆண்டுகளுக்கு ஒரே வீரனே வெற்றிபெற வழிவகுத்தது என்றபோதிலும் போட்டி குறித்த வசீகரத்தைப் பார்வையாளர்களிடம் அதிகரிக்கவும் செய்தது. போட்டியைக் கண்டுகளித்து வீடு திரும்பும் கிராம மக்கள் போட்டி குறித்த அனைத்தையும் பேசிப்பேசிச் சலித்து பின் இறுதியில் அவர்களுள் ஒருவர் “ஆனா குதா பக்ஷ்கிட்டருந்து பட்டத்தை யூசுஃப் முகம்மது பறித்தானே! போட்டின்னா அதுதான்ப்பா போட்டி” எனச் சொல்லுவார்.

மாங்கே ராம் முதன்முதலில் கலந்துகொண்ட போட்டியும் கூட அதற்கடுத்து போட்டி நடந்த ஒவ்வொரு ஆண்டும் மட்டுமின்றி, போட்டிகளை நடத்தத் தேவையான நிதியின்றி மன்சூர் அலி அதைக் கைவிட்ட பல ஆண்டுகளுக்குப் பின்பும் பலராலும் பேசப்பட்டது. பட்டம் கைமாறியது மட்டுமல்ல, விதிவசமான அந்த மாற்றம் ஏற்பட்ட விதமும் கூட அதற்குக் காரணம். அந்த நாளின் துவக்கத்தில் நிகழ்ந்த பெரும்பாலான சம்பவங்கள் நினைவிலிருந்து மறைந்துவிட்ட போதும் குறிப்பிட்ட சம்பவம் எல்லோர் நினைவிலும் இருந்தது: மாலை ஆறுமணி ஆன போது இரண்டே இரண்டு போட்டியாளர்கள் – மாங்கே ராமும், ஒருசமயம் நவாபின் சபையில் முதன்மை பயில்வானாக இருந்துவந்த குதா பக்ஷிடமிருந்து பட்டத்தைத் தட்டிப்பறித்த யூசுஃப் முகம்மதுவும் - மட்டுமே களத்திலிருந்தனர். இதே யூசுஃப் முகம்மதுதான் பல ஆண்டுகளுக்கு முன்பு குதா பக்ஷை வெற்றி கொண்டவுடன் அவரது காலில் விழுந்து தன்னை சீடனாக ஏற்றுக் கொள்ளச் சொல்லி வேண்டியவன். குதா பக்ஷ் ஆரம்பத்தில் அவனைத் தன் சீடனாக ஏற்று வித்தைகள் பயிற்றுவித்த போதும், ஒரு உண்மையான குருவாக அவனை இதயப்பூர்வமாக நேசித்தபோதும், அவன் அவரைத் தோற்கடித்த

நொடியை மனதிலிருந்து அகற்றமுடியாமல் சில காலம் கழித்து அவனிடமிருந்து விலகிவிட்டார்.

காலையில் முதல் தோப்புக்கரணம் போட்டபோது இருந்த அதே பலத்துடன் மாங்கே ராம் தொடர்ந்து தண்டால்கள் எடுத்துக்கொண்டிருக்க, யூசுஃப் முகம்மதுவின் பலம் ஆட்டம்காணத் தொடங்கியது. சிரமப்பட்டு அவன் எடுத்த தண்டால்களின்போது பிரம்மாண்டமான அவனது கரங்கள் புயலால் மரத்திலிருந்து கீழே விழும் இலை தனது கடைசி நொடிகளில் படபடப்பதைப்போல நடுங்கத்தொடங்கின. ஒரு வீரனாக தனது வாழ்வு இத்தனை குறுகிய காலத்திலேயே-கிட்டத்தட்ட பதினைந்து ஆண்டுகள் ஆகியிருந்தன, எனினும் இறுதிக்காலத்தில் இருக்கும் எவரும் தனது காலம் போதுமானதாக இருந்ததெனக் கருதுவதில்லையே - முடிவுக்கு வருவதை அவன் உணர்ந்த போது நெற்றியிலிருந்து இறங்கிய வியர்வை கண்களில் துளிர்த்த கண்ணீரோடு கலந்து வழிந்தது. இறுதியாக நவாபின் அனுமதி பெற்று அவனிடம் பேசிய குதா பக்ஷ்," யூசுஃப், நீ எனது சொந்த மகனைப் போன்றவன். நீ இப்படி வலியில் வருந்துவதை என்னால் காணமுடியவில்லை. நான் சொல்வதைக் கேள். நீ ஒரு சிறந்த வீரனாகவே இருந்து வந்திருக்கிறாய். என்றாலும் தற்போது உனது காலம் முடிந்துவிட்டது. உன் உடலைத் தரையில் கிடத்து. அதற்குத் தேவையான ஓய்வினைக் கொடு" என்றார்.

உடலை சிரமத்துடன் உந்தி மேலெழுப்பியவாறே குருவின் கண்களை நோக்கினான் யுசுப் முகம்மது. அவனது மன உறுதியைக் குலைத்து தோல்வியைத் துரிதப்படுத்தவே குதா பக்ஷ் அவ்வாறு பேசினார் என்று பின்னர் பேசிக்கொண்ட யாரும் அவர்களிருவரின் கண்கள் சந்தித்துக்கொண்டதைப் புரிந்துகொள்ளவில்லை. அப்பார்வையின் வாயிலாக குதா பக்ஷிடமிருந்து யூசுஃப் முகம்மதுவிற்குக் கடத்தப்பட்ட அன்பினை உணர்ந்து கொள்ளுமளவிற்கு அவர்களுக்குப் பெருந்தன்மை இருந்திருக்கவில்லை. ஒரு குருவிடம் தன்னை முழுமையாக ஒப்படைத்துக்கொள்ளாத அவர்களால் யூசுஃப் முகம்மதுவின் உடலின் ஒவ்வொரு செல்லிலும் குதா பக்ஷின் மீதான நம்பிக்கை வெளிப்பட்டதையும் உணரமுடியவில்லை. யுசுஃப் முகம்மது தரையில் சாய்ந்தான்.

அவனருகில் சென்ற குதா பக்ஷ் அவனது தலையைத் தனது கரங்களோடு சேர்த்து ஆறுதல் கூறினார். இதைக் கண்ட பார்வையாளர்களில் பெரும்பாலானோர் கண்கலங்குகையில், யூசுஃப் முகம்மதுவின் தோல்வி தனக்கு சில அடிகள் அருகில் நிகழ்ந்துகொண்டிருப்பதை அறியாதது போல் மாங்கே ராம் தொடர்ந்து தண்டால் எடுத்துக் கொண்டிருந்ததையும் சிலர் கவனித்தனர்.

குதா பக்ஷும் அவர் கேட்டுக்கொண்டதன்படி யுசூப் முகம்மதுவும் சேர்ந்து பயிற்சியளிக்க, நவாப் மன்சூர் அலியின் கவனிப்பில் சபை பயில்வானாக இருந்த அந்த மூன்று ஆண்டுகள்தான் தன் வாழ்விலேயே மிகவும் மகிழ்ச்சியான காலம் என்பதை மாங்கே ராம் அப்போது அறிந்திருக்கவில்லை. வாழ்வைக் குறித்துத் தீவிரமாகச் சிந்திக்கவெல்லாம் அறிந்திராத அவன், தனது இரு குருமார்களின் வழிகாட்டுதலில் உடலும் மனமும் ஒருங்கிணைந்து ஒரு சிறந்த மல்யுத்த வீரனாக உருவாவதை நோக்கிச் செயல்பட்ட அந்தக் காலம் மட்டும்தான் அவனுக்குள் இருந்த மேன்மையான குணங்கள் வெளிப்பட வாய்ப்பிருந்த காலம் என்பதையும் உணர்ந்திருக்கவில்லை. அவனது வாழ்வையே முற்றிலும் வேறுவிதமாக மாற்றிவிடக்கூடிய ஒரு செய்தி வந்தடைந்த போது மாவட்ட அளவிலான போட்டிகளில் அவன் வெற்றிபெற ஆரம்பித்திருந்தான். அதாவது, மன்சூர் அலிக்கு நீண்ட காலமாகக் கடன் தந்து வரும் ஏதோ லாலா மோதிசந்த் என்பவன் இவர்களது ஊருக்கு வருகிறான் என்பதே அந்தச் செய்தி.

மோதிசந்தின் இந்த வருகை நவாபின் நில ஆளுகையில் என்னவிதமான பாதிப்பை ஏற்படுத்தப் போகிறதோ என்பது பற்றிய ஊராரின் பரபரப்பான உரையாடல்கள் மாங்கே ராமை ஈர்க்கவில்லை. நிஜத்தில் அவை அபகரிக்கப்படவுள்ளன. மாறாக, வரவிருக்கும் இருபது வயது இளைஞனுக்கு மல்யுத்தத்தில் ஆர்வமுண்டு என்பதும் அவன் நவாபின் மல்யுத்தக்களத்தைப் பார்வையிட்டு வாய்ப்பிருந்தால் ஏதேனும் ஒரு வீரனுடன் மோத விருப்பம் தெரிவித்திருக்கிறான் என்பதிலுமே அவன் கவனம் நிலைத்தது. உண்மையில், நவாபும் அவரது தந்தையும் மல்யுத்தக் கலையை மிகுந்த விருப்பத்துடன் வளர்ப்பவர்கள் என்றும் அவர்களது

பயில்வான் சுற்றுப்புறத்திலுள்ள எல்லோராலும் பெரிதும் மதிக்கப்பட்டான் என்றும் மல்யுத்தத்தில் ஆர்வமுள்ள மோதிசந்த் கேள்விப்பட்டிருந்தான். நவாபின் வீரனைச் சந்தித்து அவனிடமிருந்து சில நுணுக்கங்களைக் கற்றுக் கொள்வதும் அவன் விளையாடுவதை ரசிப்பதும் மட்டுமே முதலில் அவனது நோக்கமாயிருந்தது. ஆனால் நாட்களின் போக்கில் இந்த எளிமையான விருப்பமானது அந்த வீரனுடன் மோதிப் பார்த்தால் என்னவென்கிற வீம்பாய் மாறியது. முன்னது, ஒரு பணிவான துவக்கநிலை வீரனாக தொழில்முறை வீரனைச் சந்திக்கவேண்டும் என்கிற ஆர்வம். பின்னது, கடனாளியைச் சந்திக்கச் செல்லும் செல்வந்தனின் கர்வம். முன்னதைப் பின்னது தோற்கடித்திருந்தது.

பாதுகாத்து வந்த அத்தனையையும் இழக்கப்போகிறோமே என்னும் துக்கத்தில் இருந்த நவாப் மன்சூர் அலி உதவியாளர்களை வைத்து மல்யுத்தக் களத்தைத் தயார்படுத்தினான். மோதிசந்த் மல்யுத்தத்தில் தலைசிறந்த வீரனாக இல்லாதபட்சத்தில்- அதற்கான வாய்ப்புகள் ஏதும் இருந்ததாகத் தெரியவில்லை, அவன் பெயரையே நவாப் இதுவரை கேள்விப்பட்டதில்லை – போட்டியின் முடிவு என்னவாக இருக்கும் என்பதை இப்போதே அவரால் உறுதியாய்க் காண முடிந்தது. மோதிசந்தின் வருகைக்கான நாள் நெருங்க நெருங்க மன்சூர் அலியின் உறக்கம் தொலைந்த மனதினுள் கடன் குறித்த அச்சங்களும் போட்டி குறித்த குழப்பங்களும் ஒன்றை ஒன்று விடாமல் துரத்தத் தொடங்கின. இறுதியாக, வீட்டிற்கு வந்த லாலா மோதிசந்தின் வடிவில் ஒரு பேரழிவை உணர்ந்த மன்சூர் அலி, போட்டிக்கு முந்தைய தினம் மாங்கே ராமை வரவழைத்தார்.மோதிசந்த் வெற்றி பெற்றால் அவனுடன் நடத்தும் பேச்சுவார்த்தை தனக்குச் சாதகமாக அமையும் என்னும் நம்பிக்கையில், மோதிசந்திடம் தோற்குமாறு மாங்கே ராமை அறிவுறுத்துவதே அவரது நோக்கமாயிருந்தது. இந்த மாளிகையும் சில ஏக்கர் நிலங்களும் விட்டுக்கொடுக்கப்பட்டால் அவரும் அவரது குடும்பமும் ஓரளவிற்கு வசதியான வாழ்க்கையை வாழ்ந்துகொள்ள முடியும் என நம்பினார். ஆனால் மாங்கே ராமை, நன்றியுணர்வில் மின்னும் அவனது கண்களை, நேரில் கண்ட நொடியில்

இவனைத் தோற்கச் சொல்வதை விட ஒரு குடிசையில் வாழ்வதே மேல் என்கிற முடிவிற்கு வந்தார்.

நட்பு ரீதியில் ஒரு தொழில்முறை வீரனிடமிருந்து மல்யுத்தத்தின் நுணுக்கங்களைக் கற்றுக் கொள்ளவும், தான் இதுவரை சுய ஆர்வத்தில் முயன்று கற்றுக் கொண்ட சில திறமைகளை அவரிடம் காட்சிப்படுத்தவும் விரும்பி மோதிசந்த் எதிர்பார்த்த போட்டியானது, நாள் நெருங்கியபோது தன் நிறத்தையே மாற்றிக் கொண்டது. திருப்பிச் செலுத்தமுடியாத கடன்களால் தங்களது ஜமீனை நசுக்கும் டெல்லி செல்வந்தனை, உள்ளூர் மல்யுத்த வீரன் எதிர்கொள்ளப் போகும் போட்டி குறித்த சேதி பரவியதில் சுற்றுவட்டார கிராம மக்கள் அனைவரும் மைதானத்தில் குழுமி விட்டனர். சாப்பாட்டுக்கடைகளும் வளையல் கடைகளுமெல்லாம் தோன்றி நிகழ்வுக்கு ஒரு திடீர்த் திருவிழாவின் வண்ணத்தைக் கொடுத்து விட்டன. எண்ணெய் பூசி மின்னும் தனது மெலிந்த சிவந்த தேகத்தோடு உதவியாளர்களால் மசாஜ் செய்து தயார்படுத்தப்பட்டவாறே களத்தில் நுழைந்த மோதிசந்த்தைப் பார்த்த மக்கள்திரள், அவனது அழகைக்குறித்து ஒப்புக்கொண்ட போதும், தங்கள் ஊரின் கருத்த புஜபலமிக்க மாங்கே ராமிற்கு இவன் இணையாகவே முடியாது என்பதையும் பெருமிதத்துடன் நினைத்துக்கொண்டனர்.

“துணை நிற்பாயாக அலியே” என்றவாறே குனிந்து மண்ணைத்தொட்டு வணங்கியபின் மல்யுத்த வளையத்துள் நுழைந்தான் மோதிசந்த். மாங்கே ராமைப் போட்டியில் தோற்கும்படி நவாப் பணித்திருக்கிறார் என்று தவறாகக் கருதிய பெரும்பாலான பார்வையாளர்களுள் ஒருவர் அருகிலிருந்தவரிடம் “இவன் யாரைத் துணைக்கழைக்கிறான்! ஹஸ்ரத் அலியையா அல்லது யூசுஃப் அலியையா” எனக் குறும்பாக வினவினார். அறிவாற்றலில் குறைந்தவனாகவே இருந்தாலும், மோதிசந்த் போன்ற பணக்காரனைப் போட்டியில் தோற்கடிப்பது அவ்வளவு சரியாக இருக்காது என்பது மாங்கே ராமிற்கு உரைக்கத் தொடங்கியது. போட்டிக்குச் சில நொடிகளுக்கு முன் யூசுஃப் அலி மாங்கே ராமிடம், “*தன்னைத் தாழ்த்திக்கொள்கிறவனே உயர்ந்தவனாகிறான்*” என்பது தெய்வ வாக்கு என்றான். இந்தச் சிறிய வாக்கியத்தின் பொருளை

உடனடியாக உள்வாங்கிக்கொள்ள முடியாத மாங்கே ராம் மூத்த குருவான குதா பக்ஷை நோக்கினான். அவர் சங்கடத்தில் முகத்தைத் திருப்பிக் கொண்டார். யூசுஃப் அலி என்ன சொன்னான் என்பதும் நவாப் நிஜமாகத் தன்னிடம் என்ன சொல்ல விரும்பினார் என்பதையும் மாங்கே ராம் இப்போது புரிந்து கொண்டான்.

இதுவரையில் தான் வெற்றி பெறுவதை மட்டுமே கண்டிருக்கும் மக்கள்முன் முதன்முறையாகத் தோற்க வேண்டியிருப்பது குறித்து குழப்பம் ஏற்பட்டாலும், அவர்களது ஆரவாரமும் உற்சாகமூட்டலும் அவனுள்ளிருந்த வீரனைத் தூண்டிவிடவே செய்தன. என்ன நடந்தது என்பதைப் பிற்பாடு சொல்லும்போதெல்லாம் தான் தோற்கவே விரும்பினேன் என்பதை ஒவ்வொருவரிடமும் விளக்க நேர்ந்தது மாங்கே ராமிற்கு. அவன் சொன்னதை ஒருவரும் நம்பவில்லை என்றபோதும் அவன் நிஜமாகவே தோற்கத்தான் விரும்பியிருந்தான். ஆனால் உடல் சார்ந்த விளையாட்டுக்களுக்கும் தொழில்களுக்குமெனத் தயார்படுத்தப்படும் எல்லா உடல்களையும்போல, ஆண்டுக்கணக்கில் தான் மேற்கொண்ட பயிற்சியினடிப்படையிலேயே இவனது உடலும் செயல்பட்டது. களத்தில் அவனது மனதால் கட்டுப்படுத்தப்படும் கட்டத்தையெல்லாம் அது எப்போதோ கடந்துவிட்டது. ஒருவேளை முதன்முதலாக இருவரும் பிடிக்குள் வந்தபோது மோதிசந்த் ஒரு மல்யுத்த வீரனுக்குரிய சாயலையோ வலிமையையோ சிறிதேனும் காட்டியிருந்தால் கூட போட்டியின் முடிவுகள் வேறுமாதிரி அமைந்திருக்கக் கூடும். மாறாக போட்டி துவங்கிய சில நொடிகளிலேயே மோதிசந்த் தரையோடு தரையாக வீழ்த்தப்பட்டிருக்க அவன் மேல் ஏறி அமர்ந்திருந்தான் மாங்கே ராம்.

தோல்வியிலும் பெருந்தன்மை காட்டிய மோதிசந்த், மாங்கே ராமிற்கு ஒரு தங்க நாணயத்தைப் பரிசளித்ததோடு, நவாபிடம் "மாங்கே ராமால் டெல்லிக்கு மட்டும் வர முடிந்தால் அவனால் இன்னும் இன்னும் புகழ் பெற முடியும்" எனக் கூறினார். இதற்கிடையே நவாபின் சொத்துக்கள் குறித்த பேச்சுவார்த்தைகள் முடிவுற்று நவாபிற்கு அவரது மாளிகையும்

சில பழத்தோட்டங்களும் விட்டுக்கொடுக்கப்பட்டன. பருவமழையில் குழப்பங்கள் ஏற்படாத பட்சத்தில் அவருக்கும் அவரது குடும்பத்திற்கும் தேவையான வருவாயில் பிரச்சனை ஏதும் இருக்காது. துப்பாக்கியால் சுடப்பட்டு உயிரிழக்க இருந்தவனுக்கு வெறும் கைகள் மட்டும் வெட்டப்பட்டது போன்ற ஆசுவாசத்திலும் வலியிலும் இருந்த நவாபிற்கு, மாங்கே ராமின் டெல்லி வருகை பற்றி மோதிசந்த் குறிப்பிட்டது உண்மையில் தனக்கு இடப்பட்ட கட்டளை என்பது புரிந்தது.

நவாப் மன்சூர் அலி மாங்கே ராமை டெல்லிக்கு அனுப்பியபோது அவனது தகுதிக்குகந்தவாறு விளையாட்டு அமைப்பில் சேர்க்கப்படுவதற்குப் பதிலாக வீட்டிற்கு வெளியே, திருமணமாகாத வேலைக்காரர்கள் தங்கியிருந்த, ஒரு சிறிய அறையின் மூலைக்கு அனுப்பிவைக்கப்பட்டான். தான் வீட்டின் தலைவனுடைய சிறப்பு விருந்தினன் என்று மாங்கே ராம் சொன்னதையோ, எப்போது அவரைச் சந்திக்க முடியும் எனக் கேட்டதையோ காதிலேயே போட்டுக்கொள்ளாத மூத்த வேலைக்காரன் கணேஷி நாள் முழுவதும் அடுக்கடுக்காக அவனுக்கு வேலைகளைத் தந்துகொண்டே இருந்தான். மோதிசந்தின் ஏதேனும் ஒரு கடையிலோ சரக்குக்கிடங்கிலோ பொருட்களை ஏற்றி இறக்கவும், வீட்டில் சமையலுக்கான காய்கறிகளை உரித்தும் நறுக்கியும் தரவேண்டியிருந்தது எப்போதும். திடீரென மாறிவிட்ட தனது வாழ்க்கைமுறை குறித்த அதிர்ச்சியிலும் தான் வாழ்ந்தாக வேண்டியிருக்கும் நகரத்து வாழ்முறையின் தாக்கத்திலும் கணேஷியின் ஆதிக்கத்திலும் சிறுமைப்படுத்தப்பட்ட மாங்கே ராம் முதல் சில நாட்களுக்கு இயந்திரத்தனமாக வேலைகளைச் செய்து வந்தான். அடுத்ததாக அவனுக்குத் தன்னுடைய உடல் குறித்த வருத்தம் ஏற்பட்டது. இதுநாள் வரையில் அவனது நாட்களின் பெரும்பகுதியை ஆக்கிரமித்திருந்த உடற்பயிற்சிகளில் ஒரு சிலதையேனும் செய்யலாமென அதிகாலையில் எழுந்து முயன்ற நாட்களில் யாரேனும் ஒருவர் வந்து அவனை ஏதேனும் வேலை சொல்லி அழைத்துச் சென்றார்கள்.

இதற்குமுன் எந்த தண்டால்களுக்காக அவன் கொண்டாடப்பட்டானோ, அதே தண்டால்களை இங்கிருந்தவர்கள் கேலி செய்தனர். “பயில்வான் மாங்கே

ராம், நீ இப்படி சூரியனை வணங்கிக் கொண்டிருந்தால் அந்த உருளைக்கிழங்குகளுக்கெல்லாம் தானாகவே ஒன்றும் தோல் உரிந்துவிடாது” என்று ஒருவன் சொல்லிக் கொண்டிருக்கையிலேயே இன்னொருவன் மாங்கே ராமின் பின்னால் சென்று குதிகாலில் உதைத்து சமநிலை குலையச் செய்து அவன் முகம் தரையில் வீழுமாறு செய்வான். சமயங்களில் சிலமணிநேரங்கள் தனித்துவிடப்பட்ட போதும் இதுவரையில் வெகு இயல்பாக செய்துவந்த உடற்பயிற்சிகளைத் தற்போது அவனால் செய்யமுடியவில்லை. நாள்முழுதும் செய்யவேண்டியிருந்த கடினமான வேலைகள் இதுநாள் வரையில் கொண்டாடப்பட்ட அவனது தாங்கும் திறனை கேலிக்குள்ளாக்குவதாகவும் சிரமப்பட்டு அவன் கட்டமைத்த உடலமைப்பைக் கொஞ்சம் கொஞ்சமாக சிதைத்து வருவதாகவும் எண்ணினான். அவனுக்குத் தரப்பட்ட குறைந்த எண்ணிக்கையிலான ரொட்டிகளும் எப்போதேனும் பெரியவீட்டில் மிச்சமானதால் கிடைத்த உணவுகளும் முன்பு நவாப் அலி தாராளமாக வழங்கிவந்த பாலிற்கும் உலர்பருப்புகளுக்கும் முட்டைகளுக்கும் கொஞ்சமும் ஈடாகவில்லை.

சிலவாரங்களுக்குச் சிரமப்பட்டு நாட்களைக் கடத்திய மாங்கே ராம் பின்பு தைரியத்தை வரவழைத்துக்கொண்டு கணேஷியிடம் அடம்பிடித்து வற்புறுத்தி மோதிசந்தைச் சந்திப்பதற்கான வாய்ப்பை ஏற்படுத்தித் தரச் செய்தான்.

தன்னிடம் அழைத்துவரப்பட்ட மாங்கே ராமை நோக்கிய மோதிசந்த், “நீ எனது வீட்டில் சிறப்பாகக் கவனிக்கப்படுகிறாய் என நம்புகிறேன். சரிதானே பயில்வான் மாங்கே ராம்?” என வினவினான்.

கடந்த சில வாரங்களில் ஒரே ஒரு கனிவான வார்த்தையைக் கூடக் கேட்டிராத மாங்கே ராமிற்கு இவ்வார்த்தைகள் கண்ணீரை வரவழைத்தன. அழுகையில் தொண்டை அடைக்க “முதலாளி, நீங்களே எனது தாயும் தந்தையும் போன்றவர். எனக்கு நீதி கிடைக்கச் செய்யுங்கள்” எனத் தேம்பினான்.

“யார் உனக்கு அநீதி இழைத்தது?” பதிலுக்கு வினவினான் மோதிசந்த்.

மாங்கே ராமைக் காட்டிலும் புத்தி குறைவான ஒருவன் கூட இந்த வாய்ப்பைப் பயன்படுத்தி தனது மோசமான நிலையை மாற்ற வேண்டுகோள் விடுத்திருந்திருப்பான். இதுவரையில் அவன் பட்டுவந்த சிரமங்களும் திடீரென மாறிவிட்ட வாழ்க்கை முறையும் சேர்ந்து, வேலைக்காரர்கள் தன்னைத் தவறாக நடத்துவதையும் தனக்கு வழங்கப்படும் உணவு ஒரு பயில்வானுக்குக் கொஞ்சமும் பொருத்தமில்லாமல் இருப்பதையும் உடற்பயிற்சிகள் செய்வதற்கு நேரமே இல்லாமல் இருப்பதையும் குறித்து அவனையும் புகார் செய்யத் தூண்டின. மோதிசந்தின் அமைதியைச் சாதகமாக எடுத்துக்கொண்ட மாங்கே ராம், கணேஷியின் முறைப்புகளைக் கண்டுகொள்ளாமல், அழுகைக்கும் தேம்பல்களுக்குமிடையே, தனக்கு நிகழ்ந்த இன்னல்களையெல்லாம் விரிவாக வரிசைப்படுத்தினான்.

மைதானத்தில் தன்னை ஒரே ஒரு அடியில் வீழ்த்திவிட்ட பயில்வான் மாங்கே ராம் தன் முன்னே ஒரு குழந்தையைப்போல் தேம்பி அழுவதைக் கவனித்த மோதிசந்திற்கு சற்று நேரத்தில் கொஞ்சம் இரக்கம் தோன்றியது. இவன் போதுமான அளவிற்குத் துயரப்பட்டுவிட்டான், தன்னிடம் புகார் அளித்ததற்காக மூத்த வேலைக்காரர்களால் இனியும் துயர்படப்போகிறான் என்று கருதிய மோதிசந்த், மாங்கே ராம் பேசி முடிக்கும் வரை காத்திருந்துவிட்டு, கணேஷியிடம் திரும்பி, "நாளையிலிருந்து மாங்கே ராம் எனது அந்தரங்க வேலைக்காரனாக இருப்பான். காஷிராமிற்கு உதவியாக இருந்து அவரிடமிருந்து கற்றுக்கொள்வான்" என்று உத்தரவிட்டான். பிறகு தன்முன்னே அடுக்கிவைக்கப்பட்டிருந்த கணக்குப் பதிவேடுகளைக் கவனிக்க ஆரம்பித்து விட்டான். ஏதோ எதிர்பார்ப்புடனே அங்கேயே நின்றிருந்த மாங்கே ராம், கிளம்பும்படி கணேஷி சைகை காட்டிய பின்பே அங்கிருந்து அகன்றான்.

அன்றைய இரவு உறக்கத்தினிடையே நான்கு வேலைக்காரர்களால் பலவந்தமாக எழுப்பப்பட்டான் மாங்கே ராம். மூவர் அவனை அழுத்திப் பிடித்துக்கொள்ள நான்காவது ஆளான கணேஷி, "இனியொருமுறை எங்களைப் பற்றி முதலாளியிடம் புகார் செய்தாயானால், உன்னை உயிரோடு விடமாட்டேன்" என்றவாறே ஒரு தடியை வைத்து அவனை விடாமல் அடிக்கத்துவங்கினான். மாங்கே ராம் மயக்கமடைந்த

பின்புதான் அவர்கள் அங்கிருந்து அகன்றனர். மறுநாள் காலை தனது புதிய பணிக்காக வீட்டின் உட்பகுதிக்கு இடம்பெயர்ந்தான் மாங்கே ராம்.

லாலா மோதிசந்தின் அந்தரங்க வேலையாளான காஷிராம் மிகவும் கனிவான மனிதர். லாலா நெமிசந்த் முன்பு நடத்திவந்த ஒரு சிறிய மளிகைக்கடையில் உதவியாளராகத் தன் பணியைத் துவங்கியவர். லாலா மோதிசந்த் பள்ளிக்கல்வியை முடித்து முழுவீச்சில் தந்தையுடன் வியாபாரத்தில் ஈடுபடத் துவங்கியதும், அவனை கவனித்துக் கொள்ளவும் அவன் குறித்த விஷயங்களைத் தன்னிடம் கொண்டு சேர்க்கவும் வேண்டி தன் நம்பிக்கைக்குப் பாத்திரமான காஷிராமை மோதிசந்தின் உதவியாளராக நியமித்தார் நெமிசந்த். காஷிராமை தன் தந்தையை நேசித்தது போலவே நேசித்த மோதிசந்த் அவர் தன் குறித்த செய்திகளைத் தந்தையின் கவனத்திற்கு எடுத்துச் செல்கிறார் என்பதையும் அறிந்திருந்தான். தந்தையின் இந்தச் செயல் குறித்து மோதிசந்திற்கு வருத்தம் எதுவும் இல்லை. மாறாக, தானும் தன் குழந்தைகளுக்கு அவர்களது இளமைப்பருவத்தில் இதே போன்ற ஒரு உதவியாளனை நியமிக்கவேண்டும் என மனதிற்குள் குறித்துக் கொண்டான். தான் தொழில்ரீதியாக சரியான முடிவுகள் எடுக்க வேண்டும் என்பதுவும் தனிப்பட்ட பிரச்சனைகள் எதிலும் சிக்கிக்கொள்ளாமல் இருக்க வேண்டும் என்பதுவுமே தந்தை நெமிசந்தின் கவலைகள் என்பதை மோதிசந்த் நன்கு அறிந்திருந்தான். ஆனால் இந்தக் குணங்களெல்லாம் பரம்பரை பரம்பரையாக உடலில் ஓடும் ரத்தம் போல தலைமுறை தலைமுறையாக அவர்களில் தொடந்து வந்துகொண்டுதானிருந்தன. காஷிராம் தன் உதவியாளனாக வேலைக்குச் சேர்ந்து நிறைய வருடங்கள் ஆகிவிட்டன என்றபோதும், அவரை இன்னமும் அவன் நேசிக்கத்தான் செய்தானாயினும், குறிப்பிட்ட சில வேலைகளை அவரால் எதிர்பார்த்த அளவு திறம்பட செய்யமுடியவில்லை என்று கருதினான் மோதிசந்த்.

அதோடு, தங்கப்பிடி போட்ட கைத்தடியைப் போலவோ விலைமதிப்பு மிக்க கடிகாரத்தைப்போலவோ மதிப்பும் வசீகரமும் மிக்க ஒரு அடையாளமாக மாங்கே ராமைத் தன்னோடு வைத்துக்கொள்ள முடியும் என்று மோதிசந்த்

கருதினான். கூடுதல் சிறப்பாக, உடல்ரீதியான அச்சுறுத்தல்களை எதிர்கொள்ள நேரும் சமயங்களிலும் முரண்டு பிடிக்கும் நபர்களுக்குச் சேதி அனுப்ப வேண்டியிருக்கும் சமயங்களிலும் மாங்கே ராமை பயன்படுத்திக்கொள்ள முடியும். உதாரணமாக, சௌரிபஜார் போன்ற வீதிகளிலிருக்கும் தனக்கு விருப்பமான ஓரிரு விலைமாதுகளின் வீடுகளுக்குச் செல்ல நேரும்போது ஏற்படும் பிரச்சனைகளைத் தவிர்க்க மாங்கே ராம் போன்ற பயில்வான் நிச்சயம் பயன்படுவான். கூடவே, டெல்லிக்கு வெளியில் இருக்கும் கடனாளிகளைச் சந்திக்கச் செல்கையில் அவர்களால் தேவையற்ற பிரச்சனைகள் எதுவும் ஏற்படாமல் தடுக்க மாங்கே ராமால் முடியும். இதுவரையில் இம்மாதிரியான பிரச்சனைகள் எதுவும் ஏற்படவில்லை என்ற போதிலும், ஒருவேளை எதிர்காலத்தில் ஏற்பட நேரிட்டால் மாங்கே ராமைக் கொண்டு அவற்றைச் சமாளிக்க முடியும் என மோதிசந்த் நம்பினான். காஷிராமிற்கும் கூட ஒரு இளம் உதவியாள் தேவைப்படுகிறான்தான். மாங்கே ராம் தன் முன்னால் நின்று அழுத நிமிடங்கள் தன்னை அவன் மல்யுத்தக் களத்தில் வீழ்த்தியதால் ஏற்பட்ட பழிவாங்கும் உணர்ச்சியைத் தணிக்கவும் செய்திருந்தன.

யூசுஃப் முகம்மதுவைப்போலவே தன்னுடைய பதவியை மாங்கே ராமிற்குத் தருவதோடு மட்டுமல்லாமல் அதற்கு அவனைப் பயிற்றுவிக்கும் பணியையும் காஷிராம் செய்ய வேண்டியிருந்தது. ஒரு ஆசிரியனாகத் தான் ஆற்ற வேண்டிய கடமைகளையும் அதற்கான வழிகாட்டுதல்களையும் யூசுஃப் முகம்மது குதா பக்ஷிடமிருந்து கற்றுக் கொண்டதைப் போலவே, காஷிராமும் தன் பணிக்கான குருவாக அனுமனைப் பற்றிக் கொண்டிருந்தார். பகவான் ராமரின் சீடனான அனுமனை அவர் மிகுந்த பக்தியுடனும் அர்ப்பணிப்புணர்வுடனும் வணங்கிய விதம் மாங்கே ராமை மிகவும் வசீகரித்தது. இடையறாத வேலைகளுக்கிடையே அனுமன் மந்திரத்தை எப்போதும் உதடுகளுள் ராகத்துடன் பாராயணம் செய்பவராயிருந்தார் காஷிராம். *"நான் அறியாமையில் இருக்கிறேன், வாயு பகவானே, வலிமையும் அறிவும் ஞானமும் அருளி துயரங்களிலிருந்தும் தீமைகளிலிருந்தும் என்னைக் காப்பாயாக"* என்கிற அவருக்கு மிகவும் விருப்பமான மந்திரத்தை தினந்தோறும் பாராயாணத்திற்கென தன்னால் ஒதுக்க முடிகிற சமயத்தில்-

லாலா மோதிசந்த் வீட்டில் இல்லாத நேரங்களிலெல்லாம் சத்தமாகவும் பிற சமயங்களில் மெதுவாகவும்- ஒப்பித்தபடியே இருப்பார்.

ஒரு இஸ்லாமியனான யூசுஃப் முகம்மதுவின் வழிகாட்டுதலால், தனது முந்தைய பயில்வான் அவதாரத்தில், வலிமை மற்றும் ஞானத்தின் அடையாளமாக அனுமனை தான் வணங்கி வந்ததெல்லாம் காஷிராமின் பக்தியின் முன் வெறும் சம்பிரதாயமாகச் சுருங்குவதாகத் தோன்றியது மாங்கே ராமிற்கு. காஷிராமின் உறுதியான எல்லையற்ற அனுமன் பக்தியானது மாங்கே ராமிற்கு அனுமனை ஞானம் மற்றும் வலிமை மட்டுமின்றி சேவையின் அடையாளமாகவும் காணப் பயிற்றுவித்தது. பெரிய துயரமொன்றைக் கடக்கமுடிந்ததாக மனம் மகிழ்ச்சியுறும் சமயங்களிலெல்லாம் காஷிராம் கற்றுத் தந்த சேவகம் என்னும் அம்சத்தை இறுகப்பற்றிக் கொண்டான் மாங்கே ராம். லாலா மோதிசந்த்தை, மல்யுத்தத்தில் தன்னிடம் நொடியில் தோற்றுத் தரையில் வீழ்ந்த கீழ்நிலை வீரனாகவோ, ஒரு புகழ்பெற்ற மல்யுத்த வீரனாகத் தன்னை மாற்ற முடிந்திருக்கக்கூடிய செல்வந்தனாகவோ, தன்னைப் பழிவாங்கத்துடிக்கும் ஒரு தோற்றுப்போனவனாகவோ கருதுவதை நிறுத்தினான். மோதிசந்த்தைத் தன்னுடைய தெய்வமாகவும் குருவாகவும் ராமனாகவும் கருதத் துவங்கினான்.

இந்தப் புதிய பணியில் தன்னை மிகத் தீவிரமாகப் பொருத்திகொண்ட மாங்கே ராம் எஜமானனின் காலணிகளைத் திரும்பத்திரும்ப மெருகூட்டி பளபளப்பாக்குபவனாகவும் கைத்தடியின் தங்கப்பிடியை அது மின்னும்படியாகத் துடைத்து வைப்பவனாகவும் மாறினான். கால்களை இருபுறமும் தொங்கவிட்ட வாறு, இருபுறமும் கூராக நீவிவிடப்பட்ட மீசையுடன் முதலாளியோடு பயணித்தவாறே தங்களது கோச்வண்டிக்கு வழிவிடும்படி சாலையிலிருப்போருக்கு அறிவிக்கும்போது பெருமிதத்தில் அவனது நெஞ்சமே வெடித்துவிடும்போல் உணர்ந்தான். ஆங்கிலேயேரின் பங்களாவிற்கோ, மோதிசந்தின் தொழில்முறை நண்பரின் அலுவலகத்திற்கோ, விலைமாதுவின் இல்லத்திற்கோ மோதிசந்துடன் செல்ல நேர்கையிலெல்லாம் தான் மோதிசந்தின் ஆள் என்கிற மரியாதை தனக்குக் கிடைத்தாக வேண்டும்

என்று விரும்பினான் மாங்கே ராம். பெரும்பாலும் அது மறுக்கப்படவில்லை. இந்தப் புதிய பெருமிதமும் அதிகாரமும் தந்த உணர்வால் மாங்கே ராம் மிகுந்த விருப்பத்துடன் தன் எஜமானனின் பெருமிதமான அடையாளங்களில் ஒன்றாய் மாறிப்போனான். மாங்கே ராம் ஒரு வேலைக்காரனாக ஆனான்.

புதிதாகக் கிடைத்த இந்தத் தன்னம்பிக்கையோடும், வசீகரமிக்க உடலமைப்போடும் – இடைக்கச்சையை இறுக்கமாக அணிவது ஒரு மல்யுத்தவீரனின் வெற்றிக்கு மிக அத்தியாவசமானது என்ற தன் குருமார்களின் அறிவுரையை எப்போதும் ஆமோதித்துவந்தவன் - வலம் வந்த மாங்கே ராம் மோதிசந்த் ஸ்தாபனத்தில் பணியாற்றிய பெண் வேலையாட்களின் எழுதப்படாத தலைவியான சதேயியின் கவனத்தில் விழுந்தான். இரண்டாவது மகனைப் பிரசவித்தது முதலே மோதிசந்தின் மனைவி ஆஷாதேவியின் உடல்நலம் குன்றத்தொடங்கியது, திரும்பத்திரும்ப நோயில் வீழ்ந்த அவர் அறையை விட்டு வெளியே வருவதே அபூர்வமாக இருந்தது. மோதிசந்தின் முதல் மகனைக் கவனித்துகொள்ளும் செவிலியாகப் பணிக்குச் சேர்ந்த சதேயி இந்தச்சூழலைப் பயன்படுத்திக்கொண்டு பெண் வேலையாட்கள் மீது தனது அதிகாரத்தை நிறுவிக்கொண்டதோடு, தனது முதன்மையிடத்தை, மோதிசந்த் பாலியல் தேவைகளுக்காக சதேயியுடன் தொடர்பிலிருக்கிறார் என்பதாகக் கிளம்பிய வதந்திகளை – ஒருவகையில் அவை உண்மைதான் – உயிர்த்திருக்கச் செய்வதன் மூலமாக உறுதிசெய்து கொண்டாள். திருமணமாகிய சில நாட்களிலேயே கூத்தாடிகளுடன் சேர்ந்து கிளம்பிவிட்ட அவளது கணவன் மேடைகளில், சமயங்களில் மேடைக்குக் கீழேயும், பெண்வேடமிட்டு நடித்துத் திரிந்தான். எனவே ஒரு மனைவிக்கோ விதவைக்கோ மணமாகாத பெண்ணுக்கோ வகுக்கப்பட்டுள்ள சட்டங்கள் எதுவும் தனக்குப் பொருந்தாது என்பதாக முடிவுசெய்து கொண்ட சதேயி தனக்கான சட்டங்களைத் தானே இட்டுக்கொண்டு அதிகாரம் செலுத்தினாள். கணேஷி போன்ற ஒரு வலிமையான வேலைக்காரனால் கூட சதேயியை, அவள் ஒரு பெண் என்னும் பிறப்பின் அடிப்படையில் ஏற்பட்ட பலவீனத்தை உபயோகித்துக்கூட, அடக்கமுடியாமலிருந்தது.

தனது ஆதிக்கத்திற்குட்பட்ட அனைத்திற்கும் தானே ராணி என்பதாக நடந்துகொண்ட சதேயி, பழைய பயில்வான் என்கிற வகையில் மாங்கே ராமிடம் எஞ்சியிருந்த கொஞ்சம் பெருமிதங்களையும் புறந்தள்ளி அவனைத் தன் இணையாகத் தேர்ந்தெடுத்துக் கொண்டாள். குதா பக்ஷும் யூசுஃப் முகம்மதுவும் உடலையும் மனத்தையும் ஒருங்கிணைந்து ஓர் உயர்ந்த இடத்தை அடையும்படியான கலையை மாங்கே ராமிற்குப் பயிற்றுவித்தது போலவே காஷிராமும் அவர் அறிந்த வகையில் அவனை ஒரு நேர்மையான பாதையில் வழிநடத்தியிருந்தார். ஆனால் தீயகலைகளில் திறன் பெற்றிருந்த சதேயி மாங்கே ராமை குடும்ப அரசியலின் துரோகங்களுக்குப் பழக்கினாள். மூத்த வேலைக்காரர்களைப் பற்றி சரியான சமயங்களில் எஜமானனிடம் குறை சொல்வதன் மூலம் அவர்களது நற்பெயரைக் கெடுப்பது, புதிதாக வேலைக்கு வருபவர்களை புகழ்ச்சி மூலமோ சாதகமான காரியங்கள் மூலமோ தன் எதிரிக்கு முன்பாகத் தன் பக்கம் ஈர்ப்பது, அச்சுறுத்தல் மூலமாக இளைய வேலைக்காரர்களைத் தன் விருப்பத்திற்கு இணங்க வைப்பது, அவர்கள் அச்சம்விட்டுப் போய்விடாதவாறு கவனமாக அவர்களைக் கையாள்வது உள்ளிட்டவை பற்றிய பாடங்களை அவனுக்குக் கற்பித்தாள். “நமது எஜமானர்களுக்கு அவர்கள் ஒத்துக்கொள்வதைக்காட்டிலும் அதிகம் நாம் தேவை. வெளிப்படையாகச் சொல்லாமல் இதை அவர்களை உணர வைக்க வேண்டும். போலவே இந்தத் தேவையை அவர்களுக்கு எதிராக நாம் ஒருநாளும் உபயோகிக்க மாட்டோம் என்பதை அவர்களை நாம் நம்ப வைக்க வேண்டும். பின்பு உனக்கு என்ன வேண்டுமானாலும் நீ செய்து கொள்ளலாம், உனக்கு என்ன தேவையானாலும் நீ பெற்றுக் கொள்ளலாம்” என்பாள்.

மாங்கே ராமிற்கு இரண்டு விஷயங்கள் தேவையாய் இருந்தன. கணேஷியைப் பழிவாங்க வேண்டும் என்பதும் மீண்டும் மல்யுத்த வீரனாக முயல வேண்டும் என்பதும். இந்த இரண்டாவது ஆசை தனது எல்லைகளுக்கப்பால் இருப்பது என்பதோடு கணேஷியின் மீதான மாங்கே ராமின் கோபம் உண்மையில் மோதிசந்த் மற்றும் விதியின் மீதான கோபம் என்பதையும் சதேயி உணர்ந்து கொண்டாள். இது ஒரு தகுதியற்ற பழிவாங்குதல் எனக்கூறி அவனது மனதை

மாற்ற இயலாத சதேயி அவனைச் சந்தோஷப்படுத்துவதன் பொருட்டு அவனது முதல் ஆசையை நிறைவேற்றுவதற்காக திட்டமிடத் தொடங்கினாள். 'சரியான நேரம் வரும் வரை காத்திரு' என மாங்கே ராமிடம் சொன்னவள் அடுத்தநாளே சமையலறையிலிருந்து ஒரு கிண்ணம் பாயாசத்தைத் திருடி பன்னிரெண்டு வயதேயான கணேஷியின் மகளிடம் கொடுத்தன் மூலம் தன் வேலையைத் துவக்கினாள். லட்சியங்களை அடைவதற்காக ஆண்டுக்கணக்கில் காத்திருக்கும் பொறுமை கொண்டிருந்த சதேயி சில வருடங்களில் கொஞ்சம் கொஞ்சமாக அந்தப் பெண்ணைத் தன் பக்கம் ஈர்த்துவிட்டிருந்தாள். கணேஷியின் மகளுக்கு இப்போது பதினாறு வயது ஆகிவிட்டிருந்தது. ஆஷாதேவி நிமோனியாவால் இறந்துவிடவே மோதிசந்தின் குழந்தைகளுக்கு இரண்டாவது அன்னை போல் ஆகியிருந்தாள் சதேயி. சிற்சில முரண்பாடுகளைத் தவிர தனது மனைவியை மோதிசந்த் பொறுப்புடன் நேசித்துவந்திருந்தாலும் கொஞ்சம் கொஞ்சமாக அவளைக்கொன்ற நோயானது அவனிடமும் அயர்ச்சியை ஏற்படுத்தியிருந்தது. சதேயியின் திறமையும் நம்பகத்தன்மையும் மோதிசந்தை இரண்டாவது திருமணம் குறித்த சிந்தைகளிலிருந்து விடுவிக்க தன் குழந்தைகளைக் கவனித்துக் கொள்ளும் பொறுப்பை மகிழ்ச்சியுடன் அவளிடம் ஒப்படைத்தான். இது வீட்டில் அவளுக்கிருந்த செல்வாக்கை மேலும் உயர்த்தியது. இதற்கிடையே அவ்வப்போது வழங்கிவந்த பரிசுகள் மூலமாகவும் அவளது பெற்றோர்கள் பற்றிக்கூறி வந்த எதிர்மறைக்கருத்துக்கள் மூலமாகவும் கணேஷியின் மகளை கணேஷிக்கு எதிராகத் திருப்பியிருந்தாள் சதேயி. தனது பெண்ணின் திருமணம் குறித்து கணேஷி பேசத்துவங்கிய சமயம் பார்த்து சதேயி சரியாக தனது காயை நகர்த்தினாள். மூன்றே மாதங்களில் கணேஷியின் மகள் கருவுற்றிருக்கிறாள் என்னும் சேதி அந்த வீட்டைத் தாக்கியது.

தனக்கே சிலமுறை கருக்கலைப்புகள் செய்திருக்கும் சதேயி, "முறையற்று உருவாகும் குழந்தைகளை எதற்காக இந்தக் கொடூர உலகிற்கு அனுமதிக்க வேண்டும்?" எனச் சொல்லி கணேஷியின் பிரச்சினை தீர உதவி செய்தாள். அவநம்பிக்கையும் அவமானமும் பிடுங்கித்தின்ன, தனது கிராமத்துக்குப் பக்கத்து கிராமத்திலிருக்கும் ஒரு ஏழைக்குடும்பத்தைச் சேர்ந்த

பையனோடு மகளுக்குத் திருமணம் நிச்சயித்தான் கணேஷி. மணமகனின் குடும்பத்தினருக்கு நடந்த விஷயங்களெல்லாம் தெரிந்திருந்த போதும், கணேஷி ஏற்கனவே தந்திருந்த அளவற்ற பணமும் எதிர்காலத்தில் தரப்போகிற பணம் குறித்த எதிர்பார்ப்பும், அவர்களை மணமகளின் வேறு நற்குணங்களில் கவனம் செலுத்த வைத்தது. குடும்ப வாழ்வின் உடலுழைப்பையும் கணவன் வீட்டாரின் குத்துப்பேச்சுகளையும் எதிர்கொள்ளும்படியான சூழலை நோக்கி டெல்லியிலிருந்து கணேஷியின் மகள் கிளம்பிச் சென்ற சில வாரங்களில், தான்தான் அவனது மகளைக் கர்ப்பமாக்கியது என்னும் சேதியை கணேஷியிடம் சொன்னான் மாங்கே ராம். வீட்டிலிருந்த அனைத்து வேலைக்காரர்களுக்கும் கலைக்கப்பட்ட குழந்தையின் தந்தை யார் என்கிற தகவலும் தெரியவந்துவிட்டது.

ஆத்திரம் மேலிட்டாலும் கணேஷிக்கு கையறு நிலையே வாய்த்தது. மோதிசந்தின் நம்பகமான வேலையாளான மாங்கே ராம் குறித்து போதுமான ஆதாரமின்றி அவனால் பொதுவில் குற்றம் சாட்ட முடியாமல் போனது. அதோடு, லாலாவிடம் இந்தப் பிரச்சனையை எடுத்துச் சென்றால் இன்னும் பலபேருக்கு இது குறித்து தெரிய வரும் என்பதோடு அது துயரத்தை அதிகரிக்கவும் செய்யும் என அஞ்சினான். ஒருவேளை மாங்கே ராமின் மறுப்புகளைத் தாண்டி தன் குற்றச்சாட்டை மோதிச்ந்த் ஒத்துக்கொண்டாலும் இப்பிரச்சனையை இத்தோடு முடித்துக்கொள்ளத்தான் அவர் வலியுறுத்துவார் என்பதும் தெளிவு. கணேஷியைச் சமாதானப்படுத்தும்பொருட்டு கொஞ்சம் பணம் வேண்டுமானால் தர வாய்ப்புண்டு. சதேயியின் சதித்திட்டத்தால் ஒட்டுமொத்தமாகத் தோற்கடிக்கப்பட்ட கணேஷி ஊரிலிருக்கும் வயதான பெற்றோரைப் பார்த்துக்கொள்ள வேண்டியிருப்பதாய்ச் சொல்லி வேலையிலிருந்து விலகினான். மகளின் கர்ப்பம் ஏற்படுத்திய அதிர்ச்சியும் அவசரம் அவசரமாக அவளுக்குச் செய்துவைத்த செலவு மிகுந்த திருமணமும் கணேஷியின் மனதை உடைத்திருக்க வேண்டும் என்று கருதிய மோதிசந்த் போதுமான அளவு பணம் கொடுத்து அவனை நன்முறையில் வழியனுப்பிவைத்தான். கணேஷியின் வாழ்க்கையில் ஏற்பட்ட இந்தப் பிரச்சனைகளுக்குக் காரணம் யார் என்பதை அறியாத மோதிசந்த், மாங்கே ராமும் சதேயியும்தான் வீட்டின் தலைமை

வேலைக்காரர்கள் என்பதை எல்லோருக்கும் மீண்டும் ஒருமுறை அழுத்தமாக வலியுறுத்தினான்.

இதற்கிடையில் மாங்கே ராமிற்குத் திருமணமாகி அவனது மனைவி ஊரில் இவனது பெற்றோரைக் கவனித்துக்கொண்டிருந்தாள். ஊருக்கு வரும் ஒவ்வொரு முறையும் மனைவியைக் கர்ப்பமாக்கிய மாங்கே ராமிற்கு இறுதியில் சில பெண் குழந்தைகளும் இரண்டு ஆண் குழந்தைகளும் எஞ்சினர். டெல்லியிலிருந்து ஊருக்கு வரும் ஒவ்வொரு முறையும் அண்டை வீட்டாருக்கும் உறவினருக்கும் பரிசுப் பொருட்கள் வாங்கிவந்த அவனை ஊரார் எல்லோரும் ஒரு மதிப்புமிக்க மனிதனாகவே பார்த்தனர். மாங்கே ராமின் மல்யுத்தத் திறமை பற்றியும் மோதிசந்தின் கணக்கிலடங்கா செல்வம் பற்றியும் அவர்கள் பேசிக்கொள்வார்கள். “மல்யுத்தக்களத்திற்கு வாருங்கள் மாங்கே அண்ணா” என்று அடிக்கடி அழைக்கப்பட்ட போதும் அவன் அதை மறுத்தே வந்தான். மோதிசந்தின் இல்லத்திற்குள் குடியேறியபிறகு மாங்கே ராமின் உணவுமுறை மேம்பட்டு உடற்பயிற்சிகள் செய்ய நேரமும் கிடைத்தது. என்றபோதும் மல்யுத்தக் களத்தில் இறங்குவதற்கான உடல்தகுதி தனக்கு தற்போது இருப்பதாக அவன் நம்பவில்லை. ஒருமுறை ஊருக்கு வந்தபோது தனது மகன் முதல்முதலாக மன்றத்தில் சேரும்முன்பு அவனை நீங்கள் ஆசீர்வதிக்க வேண்டும் என ஒரு உறவினர் வேண்டினார். அதன்பொருட்டு மல்யுத்தக் களத்திற்குச் சென்ற மாங்கே ராம் மண்ணெடுத்துப் பூசி அவனை ஆசீர்வதித்த போது பன்னிரெண்டு வயதில் தன் முன்னால் நிற்கும் இந்தச் சிறுவன் கொஞ்சம் காலத்திற்கு முன்புதான் தன் கையில் ஒரு குழந்தையாய்க் கிடந்தான் என்பதை உணர்ந்தான். ஆண்டுகள் எத்தனை வேகமாய்க் கடக்கின்றன என்பது குறித்த பிரக்ஞை அவனைத் தாக்கியது.

டெல்லிக்குத் திரும்பிய மாங்கே ராம் லாலாவின் சொத்துக்களில் ஒன்றான மாளிகையை ஒட்டினாற்போலிருந்த சிறிய வீட்டினருகே மண்குழி ஒன்றைத் தோண்டினான். தினமும் காலை சூரிய உதயத்திற்கு வெகு முன்னதாகவே எழுந்து கொண்டு அங்கு சென்று பயிற்சி செய்தவன் தன் உடலை அதன் பழைய வடிவத்திற்கு கொண்டு செல்ல முயற்சித்தான். முன்பு

பத்தொன்பது வயதில் இருந்ததைக் காட்டிலும் இந்த முப்பத்து நான்கு வயதில் உடலின் வலு அதிகரித்திருந்த போதிலும், அதன் நெகிழ்வுத்தன்மை காணாமல் போய்விட்டதை அவன் உணர்ந்தான். ஒரு மனிதனுக்குத் தன் உடலைப்பற்றித் தெரிந்திருக்க வேண்டிய அளவு மாங்கே ராமிற்கும் அவனது உடல் பற்றித் தெரிந்திருந்த போதும் குதா பக்ஷா யூசுஃப் முகம்மதுவோ அது பற்றி அறிந்திருந்த அளவிற்கு அவன் அறியவில்லைதான். தனது குருக்களிடம் பயிற்சியிலிருந்த போது அவர்களது அனுபவமும் கவனமும் நிறைந்த கண்களால் அவனிடம் காண முடிந்த பிழைகளைத் தன்னால் ஒருபோதும் காணமுடியாது என்பதை வேறெப்போதையும் விட இப்போது உறுதியாக உணர்ந்தான். அதீத தன்னுணர்வும் அறிவாற்றலும் நிறைந்த ஒரு நபராலும் கூட அது முடியாது. குருமார்கள் மாணவர்கள் மீது கொண்டுள்ள ஆழமான பரிசுத்தமான அன்பானது, தனது சொந்தக்குறைகள் குறித்து சமரசம் செய்துகொள்கிற ஒருவரின் உறுதியோடு, அந்த மாணவர்களின் குறைகளை உலகிலிருந்து மறைத்துவைத்துவிடுகின்றன. அவர்களது ஞானத்தின் ஆழத்தாலும் பற்றின்மையின் வலிமையாலும் தங்களது மாணவர்களின் குறைகளை நீக்குவதில் அதிக கவனம் உடையவர்களாக இருக்கிறார்கள் குருமார்கள்.

தினமும் அதிகாலை பழைய உடற்கட்டை அடைய வேண்டிப் பயிற்சி செய்த மாங்கே ராம் இரண்டு குருமார்களையும் நினைத்தவாறே *"இன்சுவையும் நறுமணமும் அன்பு நிறைந்ததுமான எனது குருவின் கால் தூசியை வணங்குகிறேன் நான்"* என்கிற துளசிதாசரின் வரிகளைத் திரும்பத்திரும்பப் பாராயணம் செய்தான். இதன்மூலம் அவர்களை நேரில் தோன்றவைக்கமுடியும் என்றோ அவர்களது கவனிப்பில் பாதுகாப்பாக இருந்த அந்தப் பழைய காலத்திற்கும் இடத்திற்கும் போய்விடமுடியும் என்றோ நம்பினான். தான் ஊரிலேயே விட்டுவிட்டு வந்துவிட்ட தந்தையை எண்ணிக்கூட அழுதிராத அவன் தன் குருக்களை நினைத்து தினமும் அழுத போதும் வறண்டுபோய்விட்டிருந்த அவனது வாழ்வை அவற்றால் சிறிதும் ஈரப்படுத்த முடியவில்லை. அதையும் தாண்டி அவன் தொடர்ச்சியாகப் பயிற்சியில் ஈடுபட்ட போது ஒருமுறை முதுகில் தசைப்பிடிப்பு ஏற்பட பத்து நாட்களுக்கு

படுக்கையில் படுத்த படுக்கையாய்க் கிடப்பதைத் தவிர வேறு வழியில்லை என்னும் நிலை ஏற்பட்டது.

உடல்நிலை தேறி மாங்கே ராம் மீண்டும் நடக்க ஆரம்பித்தபிறகு அவனை வரவழைத்த லாலா மோதிசந்த் பிற வேலைக்காரர்களை அறைக்கு வெளியே அனுப்பிவிட்டு, "பார், மாங்கே ராம். நம் வாழ்க்கை பல்வேறு காலகட்டங்களாகப் பிரிக்கப்பட்டு ஒவ்வொரு கட்டத்திலும் செய்யத்தகுந்தவை என்றும் செய்யப் பொருத்தமற்றவை என்றும் சில விஷயங்கள் உள்ளன. நீ ஏன் அவ்வாறு செய்தாய் என்பதை நான் புரிந்து கொள்கிறேன். அப்போதும் இப்போதும் நான் அதைத் தடுக்கவில்லை. ஒரு நண்பனாக, உன்னைவிட மிகவும் கீழ்நிலையில் இருந்த ஒரு முன்னாள் மல்யுத்த வீரனாக, உன்னிடம் ஒன்றே ஒன்று கேட்கிறேன். நீ இப்போது செய்வது உன் வாழ்க்கையின் இந்தக் காலகட்டத்திற்குப் பொருத்தமானதுதானா என்பதை மட்டும் யோசித்துப்பார்" என்றான். ஒருவேளை லாலா மோதிசந்த் மாங்கே ராமிடம் இதுபோன்று செய்யவேண்டாம் எனக் கோபமாகச் சொல்லியிருந்தால் கூட மாங்கே ராமிற்கு இதைத் தொடர்ந்து செய்ய வேண்டுமென்கிற எண்ணம் தோன்றியிருக்கும், ஆனால் கனிவான குரலில், தங்களுக்கிடையே நடந்த அந்த மல்யுத்தப்போட்டி குறித்து இத்தனை ஆண்டுகளில் முதன்முறையாக அவன் குறிப்பிட்ட விதம், கடந்த பத்து நாட்களின் உடல்வலிக்குப் பின்னர் எஞ்சியிருந்த கொஞ்ச லட்சியத்தையும் அழித்துவிட்டது. பயிற்சிக்காகத் தோண்டியிருந்த மல்யுத்தக் குழியை மூடினான் மாங்கே ராம்.

மேற்கொண்டிருந்த பொருந்தாத லட்சியத்தைக் கைவிட்டதால் ஏற்பட்ட வெற்றிடத்தை, தான் பயில்வானாக இருந்தபோது உண்டதை விடவும் அதிகமாக, அளவின்றி உண்பதன் மூலம் நிரப்பிக்கொள்ள முயன்றான் மாங்கே ராம். தான் சம்பாதித்த பணத்தைச் செலவழித்தோ சமயலறையிலிருந்து திருடியோ தீர்த்துக் கொள்ள முயன்ற இந்த தீராத பசிக்கு திடீரெனச் செய்ய ஆரம்பித்த உடற்பயிற்சிதான் காரணமென அவன் தனக்குத்தானே சொல்லிக்கொண்டிருந்த சமாதானமெல்லாம் கூட மதிப்பிழக்க ஆரம்பித்திருந்தது. இந்தத் தீராத பசியின் தொடர்ச்சியாக, காமத்தின் மீது வழக்கத்திற்கு மாறான கடும்

தாபம் ஏற்பட ஒவ்வொரு இரவும் சதேயியைத் தொந்தரவு செய்ய ஆரம்பித்தான். வயதாகிவிட்டதால் முன்பிருந்ததுபோல உடலுறவின் மீது ஆர்வமில்லாதிருந்த சதேயி, நீண்ட நேரம் புணரும் மாங்கே ராம் உச்சம் அடைவதற்கு முன்பாகவே அதை நிறுத்திக் கொள்வதையும் கவனித்தாள். மாங்கே ராமின் இந்த பயனற்ற புணர்ச்சி மீதான தாபத்தின்பால் எரிச்சலுற்ற சதேயி அவனுடனான உறவை முறித்துக்கொள்ள, புதிதாக வேலைக்குச் சேர்ந்த பெண்களை நோக்கித் திரும்ப ஆரம்பித்தான் அவன்.

வருடங்கள் செல்லச்செல்ல தனது பழைய வடிவத்தைக் கேலி செய்துகொள்வது போல அவனது உடல் தடித்துப் பெருக்க, காமுகன் என்கிற அவப்பெயரும் அவனுக்கு நிலைபெறத் தொடங்கியது. அவனது ஜீரண சக்தி மோசமானது; கல்லீரல் பலவீனமாகியது, கால் மூட்டுக்கள் ஸ்திரமிழந்தன. கல்லீரல் பிரச்சனையால் திரும்பத் திரும்ப படுக்கையில் கிடக்க நேரிடும் குண்டனும் காமுகனுமாகிய மாங்கே ராமிற்குத் தான் கடன்பட்டிருக்கிறோம் என மோதிச்ந்திற்குத் தோன்றியதால் மாங்கே ராமை ஊருக்குச் சென்றுவிடுமாறும் பதிலாக மகன்களில் ஒருவரை டெல்லிக்கு அனுப்பிவைக்குமாறும் கூறினான். இதை ஏற்றுக்கொள்வதைத் தவிர வேறு சிறந்த வழியில்லை என்பதை அறிந்த மாங்கே ராம் கிட்டத்தட்ட முப்பது ஆண்டுகளுக்குப் பிறகு ஒரு புகழ்பெற்ற மல்யுத்த வீரனாகத் தான் வாழ்ந்து வந்த ஊருக்குத் திரும்பினான். இப்போதும் சமுதாயக் கூடத்தில் மாலை வேளைகளில் அமர்ந்து பேசிவிட்டு வீடுதிரும்பும் மக்களில் யாரேனும் ஒருவர், “பாருங்களேன். காலையில் கட்டிலைவிட்டு எழுந்து தோட்டத்துக்குக் கூட போக முடியாத அளவுக்கு குண்டாயிட்டான் அவன்” எனக் குறிப்பிடுகிறார்.

பதின்வயதுப்பெண்ணாக மாங்கே ராமின் இளைய மகன் பர்சாதியைத் திருமணம் செய்து வீட்டிற்கு வந்த ஓம்வதி, திருமணமாகிய பத்தே நாட்களில் கணவன் தன்னை விட்டு டெல்லிக்குப் போகவிருக்கும் சூழலை எதிர்கொள்ள நேர்ந்தது. மாங்கே ராம் டெல்லியிலிருந்து ஓய்வுபெற்று வீட்டிற்கு வருவதற்குச் சில காலம் முன்புதான் அவனது மனைவி இறந்திருந்ததால் சண்டை போடுவதற்கு ஓம்வதிக்கு மாமியார் யாரும் இல்லை. என்றாலும், மூத்த மருமகள்

ராதாராணி இவர்களுக்குத் திருமணமானவுடனே கைமாற்றிச் சென்றுவிட்ட, படுத்த படுக்கையாயிருந்த தடித்த மாமனாரைக் கவனித்துக்கொள்ளும் வேலை அவளுக்கு காத்துக் கொண்டிருந்தது. கணவன் வீட்டாரைக் கவனித்துக் கொள்வது மனைவியின் கடமை எனச் சொல்லி வளர்க்கப் பட்டிருந்த ஓம்வதி, கணவனால் கிட்டத்தட்டக் கைவிடப்பட்டது போன்ற சூழலின் துயரத்தையும் தாண்டி, மாமனாருக்கு உணவு அளித்தல், குளிப்பதற்கு உதவுதல் மற்றும் கிராமத்து வைத்தியர் சொல்லியிருந்தபடி மருந்துகளையும் பானங்களையும் தயாரித்துத் தருதல் போன்ற பணிகளை புகாரின்றி செய்து வந்தாள்.

நன்றியுள்ள ஒரு நோயாளியாக நடந்துகொண்ட மாங்கே ராம் இளைய மருமகளின் அர்ப்பணிப்பைப் பாராட்டியவாறே அவ்வப்போது மூத்த மருமகள் ராதாராணி பற்றிய குற்றச்சாட்டுக்களை வைப்பார். ராதாராணியின் சமையல், பேசும் முறை, ஊரிலுள்ள இளைஞர்களிடமெல்லாம் அவள் வாயடிப்பது போன்றவை குறித்து குற்றம் சாட்டுவதன் மூலம் மூத்தவளிடம் இளையவளுக்குள்ள பகையைத் தூண்டிவிட முயற்சித்தார். அப்படி ஒரு பகைமை இருவருக்குள்ளும் அப்போது இல்லைதான். எனினும் இறுதியில் அது தோன்றியே தீருமென்பது பல ஆண்டுகளாக பெரிய வசதியான வீடொன்றில் வேலை செய்த அனுபவத்தில் - இறுதியில் பயன் முடிந்ததும் அங்கிருந்து அவர் தூக்கியெறியப்பட்டிருந்தபோதும் - அவருக்கு உறுதியாகத் தெரிந்தது.

ஒருநாள் மாலை, மாங்கே ராமிற்கு மேலே குனிந்தவாறு அவரது படுக்கை விரிப்பை ஓம்வதி சரி செய்துகொண்டிருந்த போது அவளது மார்பின் மேல் ஏதோ ஊர்வது போல் தோன்றியது. குழப்பத்தில், மேலே விழுந்துவிட்ட பூச்சியையோ எதையோ அங்கிருந்து தட்டிவிட முயன்றபோதுதான், அது தன் மாமனாரின் கை என்பதைக் கண்டு அதிர்ந்து, “என்ன செய்கிறீர்கள் மாமா?” என்றாள்.

“மன்னிச்சுக்கோ. மன்னிச்சுக்கோ மருமகளே. தெரியாம பட்டுடுச்சு” என்றார் மாங்கே ராம்.

இந்தத் தெரியாமல் படும் விபத்து அடிக்கடி நிகழத் தொடங்கிய போதுதான் இவரைப்பற்றி ராதாராணி மறைமுகமாகச்

சுட்டிக்காட்டிய விஷயங்களின் முழுப்பொருள் இவளுக்கு விளங்கியது. அவளிடமும் இவன் இதே போல் நடந்துகொண்டிருந்திருக்க வேண்டும் என்று எண்ணிய போது தன்னிடம் எப்போதும் அன்பாகவே நடந்துவந்திருந்த மூத்தவளோடு அன்பும் ஒருமைப்பாட்டுணர்வும் தோன்றியது. அதேநேரம் இதுகுறித்து தன்னிடம் வெளிப்படையாக எச்சரிக்காமலே இந்தச்சூழலில் தள்ளிவிட்டது குறித்து கோபமும் தோன்றியது. பிறகு ஒருநாள் முற்றத்தில் அமர்ந்து அரிசி சுத்தம் செய்து கொண்டிருந்த போது, தைரியத்தை வரவழைத்துக் கொண்ட ஓம்வதி "மாமனாரின் கைகள் அடிக்கடி எல்லை மீறுகின்றன" என்றாள்.

வேலையிலிருந்து நிமிர்ந்து பார்த்த ராதாராணி "நீ என்ன சொன்ன?" என்று கேட்டாள்.

"ஒண்ணுமில்லை" என்றாள் ஓம்வதி.

"'மாமனாரின் கைகள் அடிக்கடி எல்லை மீறுகின்றன' அதுதானே நீ சொன்னது?" என்றாள் ராதாராணி.

"ஆமாம் அக்கா" என்றாள் ஓம்வதி.

"சரி. அதற்கு நீ என்ன செய்தாய்?"

"கையைத் தட்டி விட்டேன்."

"இனிமே இப்படி செய்ய வேண்டாம்னு சொன்னியா?"

"ம். சொன்னேன்."

"நல்லது. நீ செஞ்சதுதான் சரி" என்றாள் ராதாராணி

"ஆனா அக்கா.. அவர் செய்யறது சரியில்லையே."

"எது சரி எது தப்புங்கறதையெல்லாம், உன்னைவிட விவேகமானவங்க முடிவு பண்ணிக்குவாங்க." உறுதியான ஆனால் அன்பான குரலில் சொன்னாள் ராதாராணி. "அவர் இன்னொருத்தரோட வேலைக்காரரா வாழ்க்கை முழுக்க வேலை செஞ்சதாலதான் நாம எல்லாரும் இப்போ சாப்பிட்டுக்கிட்டிருக்கோம். அத மறந்திடாத நீ."

"ஆனா இப்போ என் வீட்டுக்காரர்தான..."

"ஓ!" ராதாராணியின் குரலில் கடுமை ஏறியது. "உன் வீட்டுக்காரன் இப்போ அவங்க அப்பாவோட இடத்துக்குப் போயிட்டதால நீ இந்த வீட்ட அதிகாரம் பண்ணலாம்னு நினைச்சுக்கிட்டயா. நம்ம மாமனார் லாலா மோதிசந்த் கிட்ட பல வருஷமா கெஞ்சியும் பணிஞ்சும் வாங்கின நிலத்தில் என் வீட்டுக்காரர்தான் உழுதுக்கிட்டிருக்கார். அங்க உன் வீட்டுக்காரன் டெல்லியில சொகுசை அனுபவிச்சிக்கிட்டிருக்கான்."

"நான் அந்த அர்த்தத்தில் சொல்லல அக்கா" என்றாள் ஓம்வதி.

"பாரு", மீண்டும் தணிந்த குரலில் பேசினாள் ராதாராணி, "நான் ஏற்கனவே உன்கிட்ட சொன்னேன். அவர் கையைத் தட்டிவிட்டது நீ செய்த சரியான காரியம். ஆனா தப்பு எதுன்னா, இப்போ அதைப்பத்தி பேசிக்கிட்டிருக்கதுதான். இன்னும் எத்தனை நாளைக்கு அவர் உயிரோட இருக்கப் போறார்? இன்னிக்கோ நாளைக்கோ போயிடப்போறார். அதுவரைக்கும் நீ கொஞ்சம் உன் வாயை மூடிக்கிட்டு அமைதியா இரு."

அடுத்தநாள் தனது பெட்டியிலிருந்து ஒரு நாணயத்தை எடுத்துக்கொண்டு அஞ்சலகம் சென்ற ஓம்வதியிடம், கடிதத்தில் கணவருக்கு என்ன எழுதவேண்டும் என அங்கிருந்த எழுத்தர் கேட்டபோதுதான் இது இவரிடத்தில் சொல்ல முடியாத விஷயம் என்பது உறைத்தது. நாணயத்தைத் திரும்பப் பெற்றுக் கொண்டவள் வீட்டிற்குத் திரும்பினாள்.

அவ்வப்போது நடந்துவந்த இந்த விபத்துக்கள் தினசரி நிகழ்வுகளாகின. மாங்கே ராம் ஓம்வதியைத் தினந்தோறும் தன் கால்களை அழுத்தியும் நீவியும் விடச் சொன்னார். சுருங்கிய ஆனால் சற்றே விரைத்த தனது குறி வெளியே தெரியும்படி வேட்டியை கவனமின்றி உடுத்தியவாறு படுத்திருக்கும் அவர் ஒவ்வொரு முறையும் ஓம்வதியை தொடைவரை அழுத்திவிடச் சொல்லுவார். அவளது கரங்கள் மேல்நோக்கி வரும்போதெல்லாம், "அப்படித்தான். ரொம்பச்சரி. நீடூழி வாழ்க மருமகளே. ஆசீர்வதிக்கப்படுவாயாக" எனச் சொல்லி ஆசீர்வதிப்பார். இயல்பான சொற்களான அவற்றை உச்சரிக்கையில் அந்தக் குரலில் இருக்கும் காமத்தின் சாயை

ஓம்வதியின் உடலைக்கூசச் செய்தது. தளர்ந்த தொடைகளும், வேட்டிக்கு மேல் வீங்கி மடிந்திருக்கும் வயிறும், இருபுறமும் தொங்கும் சதைகளுமாய் கட்டிலில் மல்லாக்கப் படுத்திருக்கும் மாங்கே ராமின் தடித்த உருவத்தைப் பார்க்கையில் அருவருப்பில் ஓங்கரிக்கத் தோன்றும் ஓம்வதிக்கு. இருந்தாலும் சிரமப்பட்டவாறே அவள் தன் பணிகளைத் தொடந்து செய்து வந்தாள்.

ஒரு நாள் மாலை ஓம்வதியின் ரவிக்கையினூடாக அவளது ஒரு முலைக்காம்பைப் பற்றினான் மாங்கே ராம். இதுவரையில் இல்லாததுபோன்ற ஓர் உணர்வு நரம்பெங்கும் பரவ அவள் மனம் மின்சாரம் தாக்கியது போல அதிர்ந்தது. அவள் உடல் கிளர்ச்சியடைந்தது. ஓம்வதி ஒருகணம் அசையாமல் நிற்கவே அனுபவம் மிக்கவனான மாங்கே ராமிற்கு தான் அவளை வென்றுவிட்டோம் என்பது உறுதியாகத் தெரிந்தது. சிரமப்பட்டுத் தனது இன்னொரு கையை உயர்த்தியவன் அவளது இன்னொரு மார்பைப்பற்றினான். "வா மருமகளே, என்னிடம் வா" என்றான்.

ஓம்வதி தன்னை அவனிடமிருந்து விடுவித்துக் கொண்டாள்.

வெகு அருகில் வந்துவிட்ட வெற்றி குறித்த மகிழ்ச்சியில் மின்னும் கண்களுடன் "என்ன ஆயிற்று மருமகளே?" என்றான் மாங்கே ராம்.

திரும்பி அறைக்கு வெளியே நடந்த ஓம்வதி சமையலறைக்குச் சென்று உள்ளதிலேயே கூர்மையான கத்தி ஒன்றை எடுத்துக் கொண்டாள். மாங்கே ராமின் அறைக்குத் திரும்பி வந்தவள், என்ன நடக்கிறதென அவன் யூகிக்கும் முன்னதாகவே கத்தியை அவன் வயிற்றில் ஓங்கி இறக்கி இரண்டு அங்குல நீளத்திற்கு ஒரு காயத்தை உண்டுபண்ணினாள்.

"ஐயோ இவள் என்னைக்கொன்னுட்டாள். ஐயோ கடவுளே, இவள் என்னைக்கொன்னுட்டாளே. யாராச்சும் காப்பாத்துங்களேன்" என வலியில் அலறத் தொடங்கினான் மாங்கே ராம்

தனது கையைக் கடிக்காதவாறு அவனது நாடியை மேல்நோக்கி அழுத்தி வாயை மூடிய ஓம்வதி, "தெரியாமப் பட்டுடுச்சு மாமா. மன்னிச்சுக்கோங்க" என்றாள்.

என்ன நடந்ததென்று பார்க்க ராதாராணியும் அவளது கணவனும் வந்த போது ரத்தப்போக்கை நிறுத்தி காயத்திற்குக் கட்டுப் போட்டுக்கொண்டிருந்தாள் ஓம்வதி.

அடுத்தநாளே பர்சாதியின் அண்ணன், 'புதிதாக மணமுடித்த மனைவியை இப்படி நீண்ட நாட்களுக்குத் தனியாக விட்டுச் செல்வது சரியல்ல. அப்பாவை ராதாராணி பார்த்துக்கொள்வாள். அதோடு டெல்லியில் உன்னைக் கவனித்துக் கொள்ளவும் ஆள் வேண்டுமே. எனவே கூடிய சீக்கிரம் விடுப்பெடுத்துக்கொண்டு வந்து உன் மனைவியை உன்னோடு அழைத்துச்செல்' என பர்சாதிக்குக் கடிதம் எழுதினான்.

ஒரு வாரம் விடுப்பெடுத்துக் கொண்டு பர்சாதி வருவதற்கிடையில் இருந்த சில மாதங்களில் மாங்கே ராமும் ஓம்வதியும் ஒன்றும் பேசிக்கொள்ளவில்லை. என்ன நடந்ததென்று யாரும் எதுவும் கேட்கவுமில்லை, மாங்கே ராம் ஓம்வதி குறித்து ஏதேனும் சொன்னால் அதை யாரும் ஓம்வதியிடம் எடுத்துச்செல்லவும் இல்லை. எப்போதேனும் அண்டை வீட்டாரோ கிராமத்தாரோ மாங்கே ராமைச் சந்திக்க வருகையில் தனது மருமகள்கள் தன்னைக் கொல்லச் சதி செய்வதாகச் சொல்லிப் புலம்புவான். அதை அவனது உளறல்களாகக் கருதி புறக்கணித்தனர் அவர்கள்.

ஒருவேளை லாலா மோதிசந்திற்கு மாங்கே ராமின் மல்யுத்தத் திறமையைப் பற்றித் தெரியாமல் போயிருந்தால், அவன் மிகவும் சிரமமான ஒரு வாழ்க்கையை மேற்கொள்ள வேண்டியிருந்திருக்கும். எப்படியும் சிறிது காலத்திலேயே நவாப் மன்சூர் அலி தனது செல்வங்களையெல்லாம் இழந்து மல்யுத்த வீரனுக்கு நல்கி வந்த உணவையும் ஆதரவையும் நிறுத்தியிருந்திருப்பான். விளைவாக அவனது தந்தையும் முன்னோர்களும் போல ரொட்டிகளையும் அபூர்வமாகக் காய்கறிகளையும் உண்ண நேர்ந்திருக்கும். அவனது உடற்கட்டு கொஞ்சம் கொஞ்சமாக, இன்னொருவரின் தோட்டத்தில் வேலை செய்யும் ஒருவனுடைய உடலமைப்பிற்குக் கீழிறங்கியிருக்கும்.

மாறாக விதியானது டெல்லி வாழ்க்கையின் மூலம், அவன் ஒருபோதும் கற்பனை செய்திராத வகையில் அவனது பசியை தாராளமாகத் தீர்த்துவைத்தது.

ஒரு மனிதனின் வாழ்வை அவனது வயிற்றுப்பசி தணிக்கப்பட்டதன் அடிப்படையில் அளவிட்டால், முந்திக்கொண்டு வந்துவிட்ட முதுமையைத் தவிர்த்து, தன்னைச் சுற்றியுள்ள பலரையும்விட தான் ஒரு சிறப்பான வாழ்வையே வாழ்ந்திருப்பதாக மாங்கே ராம் ஒப்புக்கொள்ள வேண்டியிருக்கும். ஒரு மனிதனின் அதிகாரம் மற்றும் பதவியின் அடிப்படையில் அவன் வாழ்வை அளவிட்டாலும், மாங்கே ராம் – மோதிசந்தின் தயவு மற்றும் சதேயியின் துணையோடுதான் என்றபோதிலும் – ஒரு சிறந்த வாழ்க்கையையே வாழ்ந்தான் எனச் சொல்ல முடியும். தோற்றுப்போய்விட்ட ஒரு லட்சியம் குறித்த ஏமாற்றம் அவனைப் பீடிக்காமல் இருந்திருந்தால் இன்னும் சில ஆண்டுகள் கூட அவன் அந்தப் பதவியையும் அதிகாரத்தையும் அனுபவித்திருக்க முடியும். மாறாக பல ஆண்டுகளாக லாலா மோதிசந்திற்குச் செய்த உண்மையான பணிவிடையின் மூலம் சம்பாதித்துக் கட்டிய வீட்டின் முற்றத்தில், தனது காலம் வெகு விரைவிலேயே முடிவுக்கு வந்துவிட்டது என்கிற எண்ணத்தோடு, சாவை எதிர்நோக்கிப் படுத்திருக்கும் இந்த நாட்களில், தோற்றுவிட்டது போன்ற ஒரு உணர்வு அவனைச் சித்திரவதை செய்தது. லாலா மோதிசந்தின் பழிவாங்கும் உணர்ச்சியல்ல, மாறாக தானே தனக்கு இழைத்துக்கொண்ட ஏதோ தவறுதான் இத்தகைய பரிதாபத்திற்குரிய நிலைக்குத் தன்னைத் தள்ளியதென்ற எண்ணம் ஏற்பட்டது.

பர்சாதி ஓம்வதியை டெல்லிக்கு அழைத்துச் சென்ற சில நாட்களுக்குப் பிறகு, மாங்கே ராமின் வீட்டு முற்றத்தின் வாயிலில் குர்தாவும் வேட்டியும் அணிந்த, வெண்தாடியுடைய, நிமிர்ந்த தோற்றம் கொண்ட மனிதர் ஒருவர் தோன்றினார்.

பகல் நேரத்தில் காற்றோட்டமாய் இருக்கட்டும் என்பதற்காக மருமகளால் முற்றத்தில் இழுத்துப்போடப்பட்டிருந்த கட்டிலில் படுத்திருந்த மாங்கே ராம் அதன் சட்டத்தைப் பற்றி எழுந்துகொள்ள முயற்சித்தவாறே, “குருவே” என்றழைத்தான். உடலை நிமிர்த்தி புட்டத்தை கட்டிலின் மூங்கில் விளிம்பை

நோக்கி இழுத்தான். வலது காலைத் தரையில் ஊன்றி - கடந்த சில மாதங்களாக இதற்கு அவனுக்கு யாருடைய உதவியேனும் தேவைப்பட்டது- எழ முயற்சித்தபோது அவனுக்கு ஓர் ஐயம் தோன்றியது: அவன் கனவு காண்கிறானா? இல்லை இது ஏதேனும் மாயமா? பல ஆண்டுகளாகப் பார்த்திராத ஒருவர் இப்போது திடீரென எப்படிக் கண் முன் தோன்ற முடியும்?

“குருவே, இது நிஜமாகவே நீங்கள்தானா?” என வினவினான்.

“ஆமாம் மாங்கே ராம். நான் தான் யூசுஃப் முகம்மது” என்றவாரே முற்றத்தினுள் நுழைந்தார் அவர்.

“சின்ன குருவே”, நிஜத்தில், வந்திருப்பது குதா பக்ஷ் என்றே கருதியிருந்தான் அவன், “நீங்கள் சொல்லி அனுப்பியிருக்கலாமே. நானே வந்திருப்பேனே” என்றான்.

“நான் ஊரில் இல்லை. லக்னோவிற்கும் கான்பூருக்கும் சென்றுவிட்டேன், கல்கத்தாவிற்கும் ரங்கூனுக்கும் கூட. சில மாதங்களுக்கு முன்புதான் ஊருக்கு வந்தேன். என்றாலும் உன்னைப்பற்றிய தகவல்களைக் கேள்விப்பட்டுக் கொண்டுதான் இருந்தேன்” என்றார் யூசுஃப்.

கட்டிலின் சட்டங்களை அழுத்திப் பற்றி உந்தியவாறு கட்டிலிலிருந்து தனது உடலை மேலே தூக்க மாங்கே ராம் முயன்றபோது வலுவற்ற அவனது கரங்களால் அதன் எடையைத் தாங்க முடியாது மீண்டும் கட்டிலில் விழுந்தான். அவனுக்குத் தலை சுற்றத் தொடங்கியது.

“நீ நலமாக இல்லை” என்றார் யூசுஃப் முகம்மது.

“பெரிய குரு எப்படி இருக்கிறார்?” என வினவினான் மாங்கே ராம்.

“பல வருடங்கள் முன்பே அவர் நம்மைவிட்டுப் பிரிந்து மேலுலகம் சென்றுவிட்டாரே. உனக்குத் தெரியாதா?”

கண்களைத் திறந்து திறந்து மூடியவாறே “ஆமாம். தெரியும். மறந்துவிட்டேன்” என்ற மாங்கே ராமிற்கு உடலின் வலதுபுறத்தில் கூர்மையான வலி தோன்றியது.

“உனது குருவின் பாதம் தொட்டு நீ வணங்கமாட்டாயா?” என்று வினவினார் யூசுஃப்.

“இதோ.. அதைத்தான் நான் செய்யப் போகிறேன் குருவே” என்ற மாங்கே ராம் மறுபடியும் கட்டிலின் சட்டங்களில் கைகளை வைத்து உந்தினான். வலி இரண்டு மடங்காகி அவன் உடல் நடுங்கத் தொடங்கியது. மறுபடியும் உந்தினான், ஆனால் அவன் உடல் நகரவேயில்லை. அவனது தோள்கள் சிரமத்தில் நடுங்கின. மணிக்கட்டு தெறித்துவிடும் போல் இருந்தது. “துணை நிற்பாயாக அலியே” என்று உரக்கக் கதறியவாறே இறுதியாகக் கைகளைக் கட்டிலில் அழுத்தி உந்திய மாங்கே ராம் எழுந்து நின்றான்.

இருபுறமும் தள்ளாடியவாறே யூசுஃப் முகம்மதுவின் முன் நின்ற மாங்கே ராம், தயக்கத்தோடு ஒரு காலை முன்னே எடுத்து வைத்து கீழே குனிந்தான். அவனது குருவின் முழங்காலருகே குனியும் முன்பே தன் இரு கரங்களாலும் அவனைப் பற்றிக் கொண்ட யூசுஃப் முகம்மது ஒரு மல்யுத்தக் களத்தில் நிற்பது போன்று அவனது இடையைச் சுற்றி கரங்களை வைத்து அவனது தோள்களுக்குக் கீழே தாங்கிக் கொண்டார்.

“நீ எனது சொந்த மகனைப் போன்றவன். நீ இப்படி வலியில் வருந்துவதை என்னால் காணமுடியவில்லை. நான் சொல்வதைக் கேள். உனது காலம் முடிந்துவிட்டது. உன் உடலைத் தரையில் கிடத்தி அதற்குத் தேவையான ஓய்வினைக் கொடு” என்றார் யூசுஃப் முகம்மது.

யூசுஃப் முகம்மது வந்து சென்ற சில வாரங்களுக்குப் பின் மாங்கே ராம் மரணமடைந்தான். அதற்குப் பத்து மாதங்களுக்குப் பிறகு ஓம்வதி ஒரு ஆண் குழந்தையைப் பிரசவித்தாள்.

I

12, ஃபைன் ஹோம் அபார்ட்மெண்ட்ஸ்
மயூர் விஹார், குடியிருப்பு 1
புது டில்லி 110092

17 ஏப்ரல் 2008

திரு. சர்வேஷ் குமார்
பதிப்பாளர்
எஸ்.கே. ப்ரகாஷன்
8/27 அஸப் அலி சாலை
தர்யாகன்ஜ்
புது டில்லி 110002

என் அன்பிற்குரிய சர்வேஷ் அவர்களுக்கு,

இக்கடிதத்துடன் நான் சமீபத்தில் எழுதிய சில பக்கங்களை இணைத்துள்ளேன். அது ஒரு முழுமையான படைப்பல்ல, நான் அதை முடிப்பேனா என்பதும் உறுதியில்லை. அதோடு, இப்படி முடிக்கப்படாத படைப்புகளை உங்களுக்கு அனுப்பும் பழக்கம் எனக்கு எப்போதும் இருந்ததில்லை என்பதையும் நீங்கள் அறிவீர்கள். எல்லா எழுத்தாளர்களுக்குமே தன் படைப்பை அது முழுமை பெறும் முன்பே யாரிடமேனும் பகிர்ந்து கொள்ளும் ஆர்வம் இருக்கும். ஆனால் இடையிடையே மதிப்பீடு செய்யும் அந்தப் பழக்கத்தினை நான் ஒரு பலவீனமாகக் கருதி எப்போதும் தவிர்த்து வந்துள்ளேன். இம்முறை அந்தப்பிடிவாதம் தளர்ந்து விட்டது. போலவே, நான் ஏன் உங்களுக்கு ஒரு படைப்பை அனுப்புகிறேன் என விளக்கும் பழக்கமும் இதுவரை எனக்கிருந்ததில்லை. என்றாலும் இம்முறை இக்கடிதத்தை எழுதுகிறேன். நான் என்ன சொல்ல விரும்புகிறேன் என்பதே எனக்குத் தெரியவில்லை.

அதுதான் உண்மை, அதை நான் ஒப்புக் கொண்டுதான் தீர வேண்டும். ஆனால், என்ன எழுதுவதென்று தெரியாமல் கையில் காகிதத்தையும் எழுதுகோலையும் வைத்துக் கொண்டு அமர்ந்திருப்பதும் ஒரு சுதந்திரமான அனுபவமாகத்தான் இருக்கிறது. அந்த அனுபவத்தை அடைய நான் இப்படி எழுபது வயது வரை தாமதிக்காமல் இருந்திருக்கலாம்.

இந்தக் கடிதத்தில் தேதி குறிப்பிடும் போதுதான் நாம் இருவரும் முதன் முதலாகச் சந்தித்து கிட்டத்தட்ட நாற்பத்தி ஐந்து ஆண்டுகள் ஆகிவிட்டன என்பது நினைவிற்கு வந்தது. அந்த நாள் எனக்கு மிக நன்றாக நினைவிருக்கிறது. எத்தனையோ தசாப்தங்களுக்கு முன் நிகழ்ந்தவற்றை மிகத் தெளிவாக நினைவு கொள்வதும் இதோ சில மாதங்களுக்கு முன் நிகழ்ந்தவற்றை முற்றிலும் மறந்து விடுவதும் தானே நம்மைப் போன்ற வயதானவர்களின் இயல்பு? ஆனால் கடந்த சில மாதங்களின் நிகழ்வுகள் என்னுடைய பழைய நாட்களின் நினைவுகளை எல்லாம் மங்கிப் போகச் செய்து விட்டது போல் தோன்றுகிறது. நாம் சந்தித்துக் கொண்ட அத்தினத்தின் நிகழ்வுகள் என் மனக்காட்சியிலிருந்து அகன்று விட்டன. ஆனால் அந்நிகழ்வுகள் குறித்து நாம் பலமுறை பேசிப் பேசித் தீர்த்திருப்பதால் என்னால் அவற்றை நினைவு கூற முடிகின்றது. அன்றைய தினம் என்னுடைய கையெழுத்துப் பிரதியை மேசைக்கு அந்தப்புறம் அமர்ந்திருந்த உங்களிடம் நீட்டுகையில் பதட்டத்தில் மேசை மேலிருந்த மைக்குப்பியை கவிழ்த்து விட்டிருந்தேன். அந்த மை உங்களது வெள்ளை கால்சட்டை மீது ஒழுகியதில் அதுவே நீங்கள் உங்கள் வாழ்வில் கடைசியாக வெள்ளை கால்சட்டை அணிந்த தினமாகி விட்டது. அன்றைய தினத்தின் நினைவாக இக்கதை மட்டுமே எனக்கு எஞ்சியிருக்கிறது, உங்களுக்கும் அப்படித்தான் என எண்ணுகிறேன். முதல் முதலாக நாம் இக்கதை குறித்துப் பேசிய போது அதில் நிறைய விவரங்கள் இருந்ததாகத் தோன்றுகிறது. அவை என்னவென்று நினைவில்லை. நம் இருவரது வாழ்வும் சந்தித்துக் கொண்ட அத்தருணத்தைச் சாத்தியப்படுத்தியதன் பின்னிருந்த எத்தனையோ நூற்றுக்கணக்கான ஆயிரக்கணக்கான சிறிய பெரிய நிகழ்வுகளில் அவையும் ஒன்றாக இருந்திருக்க கூடும். அந்தச் சிறிய விபரங்கள் கூட மறந்து போய் விட்ட இத்தருணத்தில் கையெழுத்துப் பிரதியுடன் பதட்டமாய் உங்களை நோக்கி

நீண்ட எனது கரம், கவிழ்ந்து சிந்திய மைக்குப்பி, அவற்றின் துளிகளால் கறைபட்ட உங்கள் கால்சட்டை மற்றும் இனி ஒரு போதும் வெண்ணிற கால்சட்டை அணிவதில்லை என்கிற உங்கள் முடிவு- இவை மட்டுமே நினைவில் இருக்கின்றன. நம் வாழ்வின் நிஜமான - அப்படி ஒன்று இருக்குமாயின் - தருணங்களிலிருந்து விலகி, ஒன்றோடொன்று இணைக்கப்பட்ட இந்த நான்கு சொற்றொடர்களும் ஒரு நகைச்சுவைத் துணுக்கைப் போல மீதமிருக்கின்றன. பிரம்மாண்டமான ஒரு இசைநிகழ்வின் குறிப்பிட்ட ஒரு ஸ்வரஸ்தானம் போல, என் வாழ்வு முழுவதும் நான் எழுதியும் நீங்கள் பிரசுரித்தும் வந்த என் கதைகளைப் போல: நிறைவடையாது, போதாமையுடன், எல்லைகளுக்குட்பட்டு- அந்த எழுத்தாளரின் போதாமையாலோ, அல்லது அந்த மொழியின் போதாமையாலோ அல்லது இரண்டாலுமோ- உலகிடம் எவ்வித கடப்பாடும் கோர முடியாத நிலையில் நோக்கமற்று, நிறைவற்று நிற்கின்றன. தன் வளங்களை நோக்கி நம்மை வசீகரிக்கும் இந்த உலகை அதன் பரிபூரணத்தோடு எழுத்தில் பிரதிபலிக்க நான் எத்தனை பாடுபட்டு முயன்றேன் சர்வேஷ்!. எவ்வளவு எளிதாக, எவ்வளவு இயல்பாக நம் வாழ்க்கை சுருங்கி விடுகிறது. எவ்வளவு எளிதாக அது தேய்ந்து காணாமல் போய்விடுகின்றது!. அது முழுதாக இல்லாமல் போகிறவரை நாம் இந்த சிதைவையும் தேய்வையும் கவனிப்பதே இல்லை. அதன் முடிவு எட்டிய பிறகோ, நாம் அதைக் காண இயலாத நிலையை அடைந்து விடுகிறது.

இதோ நேற்று போல் இருக்கிறது, நான்கு மாதங்களுக்கு முன்பு மின் மயானத்திற்கு வெளியே நான் உங்களைப் பார்த்து. 'இஸ்கே லியே' எழுதுவதற்காக நான் ஹிமாச்சல் சென்று வந்த போது உங்களுக்காக வாங்கி வந்த துணியிலிருந்து தைத்த வெள்ளை மேலங்கிக்குள்ளே பழுப்பு நிற ஸ்வெட்டர் அணிந்திருந்தீர்கள். அன்றைய தினம் அதே ஹிமாச்சலில் இருந்து குளிர்காற்றும் நம்மை நோக்கி இறங்கி வந்தபடி இருந்தது. அதற்கு முந்தைய நாள் பனி பொழிந்திருந்தது. நீங்கள் ஏதோ சொன்னீர்கள், "மின் மயானத்தைத்தான் நீங்கள் தேர்ந்தெடுப்பீர்கள் என நான் எண்ணினேன்" என்று சொன்னீர்கள் என நினைக்கிறேன். அல்லது "இது மின்மயானத்தில் நிகழ்கிறது என நான் அறிந்திருக்கவில்லை" என்று சொல்லியிருக்கக் கூடும். மின்சாரம் தான் நெருப்பின் தூய வடிவம் என்றும், ஆதிகாலத்தில்

துவங்கிய நெருப்பினை பழக்கப்படுத்தும் முயற்சிகளின் உச்சம் இதுதான் என்றும் நான் ஏதோ கூறினேன். அதற்கு நீங்கள் பதில் ஏதும் சொல்லவில்லை. ஆனால் நான் புத்தியை இழந்து விட்டேன் என்றும் இனி எழுதுவதற்கு என்னில் ஏதும் இருக்காது என்றும் நீங்கள் கவலை அடைந்திருக்கக்கூடும். அல்லது ஒரு வேளை "சரி போகட்டும், இவனால் புதிதாக எதுவும் எழுத முடியாவிட்டாலும் இவனுடைய பழைய புத்தகங்கள் தொடர்ந்து விற்கத்தானே போகின்றன" என்று எண்ணியிருக்கக்கூடும். இல்லை, நான் உங்களைப் பற்றி தவறாகக் கூறுகிறேன். நீங்கள் ஒருபோதும் அப்படியெல்லாம் நினைக்க மாட்டீர்கள். ஆனால், பழைய புத்தகங்கள் தொடர்ந்து விற்பனையாகின்றன என்பதென்னவோ உண்மைதான்.

அதீத துக்கத்தினால் என் மனம் குழம்பி விட்டதென நீங்கள் நினைப்பீர்கள் என நான் அறிவேன். அதனால்தான் இப்படி ஏதேதோ உளறிக் கொண்டிருக்கிறான் என்றும். நறுக்குத்தெறித்தாற் போன்ற சுருக்கமான அந்த மொழி எங்கே போனது? வாசகர்கள் சந்தித்துக் கொள்ளும்போது திரும்பத் திரும்ப உச்சரித்த அந்த ஒற்றை வரி மேற்கோள்கள் எங்கே? மக்களை வெளியே சிரிக்கவும் உள்ளே அழுகவும் வைத்த அந்த நுட்பமான கூர் நகைச்சுவை எங்கே? இந்தக் கேள்விகளுக்கெல்லாம் எனக்கு பதில் தெரிந்தால் எவ்வளவு நன்றாய் இருக்கும்! உண்மையைச் சொல்வதானால்- தொழில்ரீதியான பொய்யனான புனைவெழுத்தாளனிடமிருந்து எப்படிப்பட்ட ஒரு சொற்றொடர் – நான் எழுதி நீங்கள் வெளியிட்ட என் அத்தனை புத்தகங்களும் உள்ளீடற்ற வெற்றுக்கூடுகள் என்று எனக்கு இப்போது தோன்றுகின்றது. அவற்றை எழுதுவதற்காக நான் செய்த முயற்சிகள் அனைத்தும் விரயம்தான் ஆகியுள்ளன. நான் என் வாசகர்களை ஏமாற்றிவிட்டதாகவும் கூட எனக்கு சில சமயங்களில் தோன்றுகிறது. இந்தியாவிலும் வெளிநாடுகளிலும் நடந்த கருத்தரங்குகளில் என்னை நம்பி செவிமடுத்த பார்வையாளர்களை நான் முட்டாள்களாக்கியிருக்கிறேன். கொஞ்சமும் தகுதியில்லாமல் விருதுகளையும், ஜனாதிபதியின் கையிலிருந்து தேசத்தின் உன்னத மரியாதையையும் ஏற்றுக் கொண்டிருக்கிறேன். வேறு சில சமயங்களில் இப்படி சுயநிந்தனை செய்வதற்காக நான் என்னை கடிந்து கொள்ளவும் செய்கிறேன், அதெப்படி அத்தனை

மக்களும் அவ்வளவு நிறுவனங்களும் தவறானவையாக இருக்க முடியும்!. ஒரே ஒரு உள்ளீடற்ற புத்தகத்தை வேண்டுமானால் ஒரு வாசகன் ஏமாந்து வாங்கலாம். அடுத்த புத்தகத்தையும் அவன் ஏன் அப்படி வாங்கப் போகிறான்?. என் வாழ்வில் பிரயோஜனமான சிலவற்றை நான் செய்திருக்கிறேன் என என்னை சமாதானப்படுத்தும் முயற்சிகள் அனைத்தும் தோல்வியில்தான் முடிந்தன. விவாதங்களில் உண்மையில்லை. எழுத்துக்களில் உண்மையில்லை. புகழ்ச்சிகளில் உண்மையில்லை. எதிலுமே உண்மையில்லை.

வேறு சமயமாக இருந்தால், விமலா என்னை இப்படிச் சில நிமிடங்கள் பேச விடுவாள். பனிக்காலத்தின் உச்சத்தில் பள்ளிக்கு தொப்பி அணிந்து செல்ல மாட்டேன் என பிடிவாதமாக சுஷாந்த் வாதிடும்போது கவனிப்பது போல் அதை பொறுமையாகக் கவனித்து பின் "ஹ்ம், உங்க எழுத்துக்களோட மதிப்பைப் பற்றி எனக்கும் தெரியும், இந்த உலகத்திற்கும் தெரியும். இப்போ சொல்லுங்க, டீ எடுத்திட்டு வரட்டுமா உங்களுக்கு" என்றிருப்பாள். உடனே, என் துக்கம் அனைத்தும் காணாமல் போயிருக்கும். ஆனால் அவள் சமைத்த சுவையான உணவினை எத்தனையோ முறை உண்டிருந்தபோதும் ஒரே ஒரு பதார்த்தத்தைக் கூட நான் சமைக்கக் கற்காதது போல், என்னுடைய துயரங்களிலிருந்து அவள் எத்தனையோ முறை பொறுமையாக என்னை மீட்டிருந்த போதும் நான் ஒரு முறை கூட அவ்வாறிருக்க கற்றுக் கொள்ளவில்லை. இப்போது அவளது முகத்தைப் பார்க்கும் ஒவ்வொரு முறையும் நாங்கள் சந்தித்ததிலிருந்து அவள் எனக்களித்திருப்பவற்றின் ஒரு சிறிய பகுதியையேனும் என்னால் அவளுக்கு திரும்பி தந்துவிட முடியாதா என ஏங்குகிறேன். நானும் அவளைப் போலவே ஹ்ம் சொல்லி அவளைச் சிரிக்க வைக்கிறபடி சுருக்கமாகவும் எளிமையாகவும் ஏதேனும் சொல்ல முடியாதா, அதன் மூலம் தன் ஒரே ஒரு மகனை இழந்து விட்ட துயரத்தைத் தாங்கிக் கொள்வதை அவளுக்குச் சற்று சுலபமாக்க முடியாதா என ஏங்குகிறேன். ஒரு வேளை அவளுக்கு இவ்விஷயத்தில் உதவ முடிந்திருந்தால் நான் இந்த அளவிற்கு சுயவெறுப்பு மற்றும் அவநம்பிக்கையின் புதை மணலுக்குள் ஆழமாய் மூழ்குவதிலிருந்து என்னையும் தற்காத்துக் கொண்டிருந்திருக்க முடியும்.

இப்போது நான் என் மீது சந்தேகமும் அவநம்பிக்கையும் கொள்வது அல்ல பிரச்சனை. இதே சந்தேகம் என் இளமைக் காலத்தில் எனக்கு எழவில்லை என்பதுதான் பிரச்சினை எனத் தோன்றுகிறது. இருபத்தைந்து வயதில் என் கையெழுத்துப் பிரதியோடு நான் உங்கள் அறைக்குள் நுழைந்த போது கூட எனது படைப்பின் முக்கியத்துவம் குறித்தோ அதன் சிறப்பு குறித்தோ எனக்கு எந்த சந்தேகமும் இருக்கவில்லை. என்னை தடுமாற்றமடையச் செய்து உங்கள் மைக்குப்பியை தட்டிவிடச் செய்தது கூட இளமையின் பதற்றம் மட்டுமே. எனது படைப்பை நீங்கள் ஏற்றுக் கொண்டுவிட்டால் என் வாழ்க்கைச் சக்கரம் சுழல ஆரம்பித்து சரியான திசையில் பயணித்து நிச்சயம் அதன் இலக்கை அடையும். ஒரு வேலைக்காரனின் மகன் சிறந்த எழுத்தாளாராகவும் இலக்கிய உலகில் ஒரு தூணாகவும் அங்கீகரிக்கப்படுவான் என்கிற உற்சாகத்தின் அட்ரினல் சுரப்பினால் ஏற்பட்ட பதட்டம் அது.

காளிதாஸ் பாண்டேயின் தீர்க்கமான வார்த்தைகளுடன் அப்புத்தகம் இவ்வுலகிற்கு அறிமுகப்படுத்தப்பட்ட பிறகு அதன் வெற்றி குறித்து எந்த சந்தேகமும் இருக்கவில்லை. “இந்த நாவலில் சுடர் விடுகிற நகைச்சுவையானது உள்ளுக்குள் கொதித்துக் கொண்டிருக்கும் ஒரு சினம் கொண்ட நதியால் தூண்டப்பட்டுள்ளது. இந்தச் சினமானது பழைய இந்தியாவை சாம்பலாக்கி அதன் இடத்தில் ஒரு புதிய குடியரசைத் தோற்றுவிக்கும்” என்று அவர் சொல்லியிருந்தார். இப்போது இத்தனை ஆண்டுகளுக்குப் பிறகு பார்க்கும் போது பாண்டேஜி குறிப்பிட்ட அந்தக் கோபமானது பழைய இந்தியாவின் ஏற்றத் தாழ்வுகளையும் அடிமைத்தனத்தையும் சாம்பலாக்கவில்லை. மாறாக என் மேலான எனது அவநம்பிக்கையின் கங்குகளைப் பொதிந்து வைத்திருந்திருக்கிறது எனத் தோன்றுகிறது. அந்தச் சாம்பலிருந்து எனது அகந்தையைத் தவிர வேறெதுவும் வெளிப்படவில்லை. இத்தனை ஆண்டுகளாக போலியான பணிவு மற்றும் சுயநிந்தனையின் பின் நான் மறைத்து வைத்திருந்த அந்த அகந்தைதான் என்னை உணர்வுரீதியாக ஒன்றுமில்லாதவனாகச் செய்து விட்டதென்பதை நீங்களும் ஒப்புக்கொள்வீர்கள். அப்போது என்னுடைய எழுத்தை ஊக்கப்படுத்தியவர்களை எல்லாம் இப்போது குற்றப்படுத்தத் தோன்றுகிறதெனக்கு. என்னுடைய ஒற்றை வரி மேற்கோள்களைப் புகழ்ந்தவர்கள்

என்னுடைய எழுத்துதான் கட்டற்றுப் பெருகும் ஊழலுக்கு எதிரான ஒற்றை ஆயதம் எனச் சொன்னவர்கள் எல்லோரையும் குற்றப்படுத்தத் தோன்றுகிறது. இந்த எழுத்தாளர்கள்! பாராட்டாமல் விட்டால் துயர் அடைவார்கள், பாராட்டினால் புகார் செய்வார்கள். நீங்கள் அலுத்துக் கொள்வது புரிகிறது. ஆனால் தவறான புகழ்ச்சியால்தான் நிறைய எழுத்தாளர்கள் வழிமாறுகிறார்கள் என்பதை என்னைப் போலவே நீங்களும் அறிவீர்கள். ஒரு செடி மலர்வதற்கு புகழ்ச்சி எனும் சூரிய ஒளி தேவைதான். ஆனால் மண்ணிற்கடியில் இருளில் அதன் வேர்கள் பலப்படுத்தப்படாவிட்டால் அதே சூரியனே அச்செடியைக் கருக்கி உயிரற்றதாகி விடும். நான் ஒரு ஏழையின் மகனாகவும், ஒரு ஏழையின் மகனுக்கு மட்டுமே இருக்கக் கூடிய தாகங்கள் உடையவனாகவும் இருந்தேன். எனவே நான் கேட்ட புகழ்ச்சிகளனைத்தையும் சிந்தாமல் அருந்தியதில் அவை என் தலைக்குள் சேகரமாயின. நமது ஜனநாயகத்தின் போலித்தனத்தை - இந்த வார்த்தையை அறிமுகப்படுத்தியதற்காக எழுபதுகளில் பெரிதும் பாராட்டப்பட்டேன் - வெளிச்சம் போட்டுக் காட்டுவதன் மூலம் எனது தேசத்திற்கும் மக்களுக்கும் நான் மிகப் பெரிய சேவை செய்வதாக எண்ணிக் கொண்டேன்.

அரசியல்வாதிகள், தொழிலதிபதிர்கள், அதிகாரிகள் எல்லோரும் எனது எளிய இலக்காக இருந்தார்கள். அவர்களை ஒருவர் பின் ஒருவராக குறிவைத்துத் தாக்குவது அவ்வளவு சுலபமாக இருந்தது எனக்கு. எத்தனை அதிகார உணர்வைத் தந்தது அது! கையில் கோப்புகளுடன் எனது முறைக்காக பகலில் நான் காத்து நிற்க வேண்டியிருந்த தற்பெருமை பிடித்த, ஆங்கிலம் பேசும், அங்கி அணிந்த கோமாளிகள் இரவில் என் எழுத்திற்கு இரையானார்கள். துஷ்யந்த் குமாரின் கீழ்க்கண்ட இரண்டு வரிகளை வாசித்த போது நிகழ்ந்தது போல நான் சற்று நிதானமடைந்த தருணங்களும் இருக்கத் தான் செய்தன,

> *வெறுமனே பரபரப்பை உண்டாக்குவதல்ல நோக்கம்*
> *உண்மையான மாற்றமே என் லட்சியம்.*

துஷ்யந்த் மிகவும் நல்லவர். மிகவும் தேய்வழக்காகி விட்ட இந்த வார்த்தைகள் சொல்லவே படாத காலம் ஒன்றும் இருக்கத்தான் செய்ததென்பதை கற்பனை கூடச் செய்ய முடியவில்லை

இப்போது. முதன் முதலில் இந்த வரிகளை நான் வாசித்த போது நிரம்பக் குடித்து விட்டு போதையுடன் வருகிற ஒருவன் மீது இரவின் குளிர்காற்று தாக்கி நிதானமடையச் செய்வது போல உணர்ந்தேன். தானே கண்களைத் திறந்து காணுகிற வரை ஒரு மனிதனால் எதையும் காண முடியாதென்பது இன்று எனக்குப் புரிகிறது. துஷ்யந்த் இறந்தவுடன் அவரை மறந்து விட்டது போல அவரது இவ்வரிகளையும் அப்போதே நான் மறந்து விட்டேன். இன்னமும் உயிருடன் இருப்பதன் வாயிலாக, இறந்து விட்டவர்கள் தோற்றுவிட்ட ஏதோ ஒரு விளையாட்டில் வெற்றி பெற்று விட்டதாக எண்ணிக் கொள்கிற ஒரு சிறிய கண நேரத் திமிர் அவரை அவ்வாறு மறக்கச் செய்திருந்தது என்னை.

இப்போது என் மகன் இறந்துவிட்டதாலோ என்னவோ நான் இறந்தவர்களைப் பற்றியெல்லாம் எண்ணிக் கொள்கிறேன். பத்மஸ்ரீ விருது அறிவிக்கப்பட்ட சில வருடங்களுக்குப் பிறகு நான் ஒரு முறை லக்னோவில் இருக்க நேர்ந்த போது மனோகர்லால்ஜியைச் சந்திக்கச் சென்றேன். அவர் உயிருடன் இருந்தவரை லக்னோ சென்றால் அவரைச் சந்திக்காமல் இருந்ததில்லை. அவர் என்னைத் தன்னுடைய மகனைப் போல நேசித்திருக்கிறார், அவரது படைப்புகளை அடிப்படையாகக் கொண்டு ஒரு புதுமையான ஆய்வுக் கட்டுரை சமர்ப்பிக்க வேண்டுமென ஓர் இளைஞனின் ஆர்வத்துடன் நான் செயல்பட்ட போது தனது நேரத்தை எனக்காக தாராளமாகச் செலவழித்திருக்கிறார். எனது கட்டுரையை மிஷ்ராஜி திருடிய போது எனது தந்தைக்கு சொல்லத் தெரிந்திருக்காத வார்த்தைகளில் எனக்கு ஆறுதல் அளித்திருக்கிறார். கல்வி சார்ந்த ஏமாற்றங்கள் எனக்கேற்படுத்திய வலியினை சரியாகப் புரிந்து வைத்திருந்ததால் நான் எனது முதல் நாவலின் ஒரு பிரதியை அவரிடம் காட்டிய போது இரு மடங்கு மகிழ்ச்சியடைந்திருக்கிறார், அந்த சமயத்தில் ஒரு துறவியின் அருகில் சிறுவனைப் போல என்னை அவர் அருகில் அமர வைத்து, இப்போது நாம் இருவரும் சமம் எனச் சொல்லியிருக்கிறார். எனவே, எத்தனையோ பேரின் துயரத்திற்குக் காரணமாய் இருக்கிற அதே அரசாங்கத்தால் வழங்கப்படுகிற ஒரு உயரிய மதிப்பினைப் பெறுவதில் எனக்கிருக்கும் உறுத்தலைப் போக்கி அந்தச் சாதனை குறித்து முழுமையாக நான் மகிழ்ச்சியடையும்படி ஏதேனும் சொல்வார்

என எதிர்பார்த்துதான் அவரை சந்திக்கச் சென்றேன். எப்போதும் போல மகிழ்ச்சியுடன் என்னை வரவேற்றவர் விருதிற்காக பாராட்டுகளையும் தெரிவித்தார். பிறகு வழக்கம் போல இராமசரிதமானஸ் பற்றியும் கோஸ்வாமிஜி பற்றியும் பேச ஆரம்பித்து விட்டார். பாம்பேயில் இருந்த அவருக்கு தெரிந்த ஒரு திரைப்பட இயக்குநருடனான சந்திப்பு எப்படி அவரை துளசிதாசரின் வாழ்கை குறித்த ஒரு புனைவினை எழுதத் தூண்டியது என்பது குறித்து நினைவு கூர ஆரம்பித்தார்.

அக்கதையை நான் எத்தனையோ முறை கேட்டிருக்கிறேன். அவர் பேசுவதைக் கேட்டுக் கொண்டிருப்பதால் ஏற்படுகிற மகிழ்ச்சிக்காக அன்றும் அவரை அதுகுறித்துப் பேச அனுமதித்து கேட்டுக் கொண்டிருந்தேன். ஆனால் இம்முறை அவரது தொனி வேறாக இருந்தது. வழக்கமான கதை சொல்லியின் ஆர்வமும் பாவனைகளும் காணாமல் போய் தனது சிறந்த மாணவனை மென்மையாகக் கடிந்து கொள்கிற ஒரு தலைமை ஆசிரியரின் தொனி வந்திருந்தது. வழக்கம் போல, ராம கதையை எளிய மக்களின் மொழியில் சொல்ல முடிந்ததே துளசி தாசரின் மிகப் பெரிய சாதனை எனக் கூறிக் கொண்டிருந்தார். ராம கதையின் பல்வேறு காட்சிகளை பனாரஸின் வெவ்வேறு இடங்களில் காட்சிப்படுத்தியதன் மூலம் பனாரஸ் முழுவதையும் ஒரு மேடையாகவும், அதன் ஒவ்வொரு மனிதனையும் அவர்களது அன்புமிக்க ராமனின் குடிமகனாகவும் அவரால் எப்படி உணர வைக்க முடிந்தது என்பது பற்றிக் கூறினார். “கோஸ்வாமிஜி பகுத்தறிவின் எதிரி என்றும் மூட நம்பிக்கையை வளர்த்தார் என்றும் சிலர் கூறுவார்கள். ஆனால் ஒரு பிராமணனாகவும் அறிஞனாகவும் இருந்த போதிலும் மேல்ஜாதியின் கையிலிருந்து ராம கதையை விடுவித்து, எளிய மற்றும் பாமர மக்களின் கைகளில் அளித்தார். நீயே சொல் விஸ்வநாத். அதைவிடப் புரட்சிகரமான விஷயம் வேறென்ன இருக்க முடியும்?” ‘சிலர்’ என்கின்ற வார்த்தையை உபயோகப்படுத்தினார் அவர். வேறு சமயங்களிலெல்லாம் கிண்டலாய்ச் சிரித்துக்கொண்டே ‘உங்களைப் போன்ற கடவுள் மறுப்பாளர்கள்’ எனக் குறிப்பிடுவார். இப்போது ‘சிலர்’ என்கிறார் சர்வேஷ்!. அப்போதுதான் அவர் இத்தனை நேரமாக என்னைக் கண்டித்துக் கொண்டிருக்கிறார் எனப் புரிந்தது. அவர் என்னை வயிற்றில் குத்தியது போல உணர்ந்தேன் நான்.

அந்தப் புத்தகத்தை எழுதியது பற்றியும் அதற்கு வந்த விமர்சனங்கள் குறித்தும் தொடர்ந்து பேசிக்கொண்டிருந்தார். எல்லாம் நான் ஏற்கனவே பல முறை கேட்ட கதைகள். இறுதியாக, நான் கிளம்புகிறேன் என்று சொன்னதும் அவர் பேச்சை நிறுத்தினார். எதையோ சொல்ல முயல்வது போல, என்ன சொல்வதென யோசிப்பது போல தயங்கினார். பிறகு, நான் கிளம்புகிறேன் என்று சொன்னது காதிலேயே விழுகாதது போல மீண்டும் பேச ஆரம்பித்தார். அவர் சென்று வந்த சில கவியரங்கங்களைப் பற்றிக் கூறினார். திலாவர்ஃபிகர் என்கிற ஒரு நகைச்சுவை எழுத்தாளர் கலீப் பற்றி வாசித்ததாக சொல்லி, அந்த நஸ்ஜீம்லிருந்து சில நகைச்சுவை செய்யுள்களை வாசித்துக் காட்டினார். அவற்றில் எதுவுமே இப்போது நினைவில் இல்லை. இறுதியாக, அவரைப் பாதித்த, மிகவும் உண்மையானதாகவும் அழகானதாகவும் தோன்றிய ஒரு முக்கியமான செய்யுளை வாசித்துக் காட்டினார்.

தனது ஆன்மிகப் பயணத்தில் அவன்
அப்படி ஒரு இடத்தை அடைந்து விட்டான்,
மூளையும் இதயம் போல் துடிக்கிற ஒரு இடம்

பிறகு குற்ற உணர்வு படிந்த முகத்துடன் தன் பேச்சை பாதியிலேயே நிறுத்தினார். அந்த நொடியை இப்போது நினைக்கிற போதும் என் தலையின் நரம்புகள் கோபத்தில் துடித்தது நினைவிற்கு வருகின்றது. படபடக்கிற எனது கோபம் தான் இதயம் போல் துடிப்பதிலிருந்து என் மூளையைத் தடுத்து வைத்திருக்கின்றது என்பது எனக்கு உடனடியாக புரிந்து விட்டது. அவர் பாதங்களைத் தொட்டு வணங்காமல் நான் விடைபெற்றது அதுவே முதல் முறை. அதன் பிறகு அவர் எனக்கு இரண்டு முறை கடிதங்கள் எழுதினார். நான் எதற்கும் பதில் அளிக்கவில்லை. சில மாதங்கள் கழித்து அவர் இறந்து விட்டதால் நான் மீண்டும் அவரை சந்திக்கவேயில்லை. அந்த நாளையும் அவரது அணுகுமுறையையும்- வளர்ந்து விட்ட ஒரு மகனை தயக்கத்துடன் கவனத்துடன் திருத்த முனைகிற ஒரு தந்தை போன்ற- இப்போது யோசித்துப் பார்க்கையில் என் இதயம் வெடிப்பது போல் உணர்கிறேன். அவரது மடியில் முகம் புதைத்து ஒரு குழந்தையைப் போல அழ வேண்டும் போல் இருக்கிறது. ஒருமுறையோ இரண்டு முறையோ அல்லாது தனது அத்தனை புத்தகங்களிலும்

ஒட்டு மொத்த உலகத்தையும் அதன் குறைபாடுகளோடு ஏற்றுக் கொண்ட அந்த மார்பும் உள்ளிருந்த இதயமும் இப்போது சாம்பலாகி விட்டன. நான் எவ்வளவு விரும்பினாலும் கூட நான் இப்போது குழந்தையாகவும் முடியாது.

2 மே 2008

இந்தக் கடிதத்தையோ இணைக்கப்பட்டிருக்கிற பக்கங்களையோ உங்களுக்கு அனுப்ப வேண்டாம் என முடிவு செய்திருந்தேன். உண்மையிலேயே அப்படி முடிவு செய்திருந்தால் நான் அதைக் கிழித்துப் போட்டிருக்க வேண்டும். ஆனால் அவ்வாறு செய்யவில்லை. இன்று மாலை சந்தைக்குச் சென்று திரும்புகிற வழியில் ஒரு மிட்டாய்க்கடை அருகில் நின்றேன், இப்போதெல்லாம் அவற்றை பேக்கரி என்கிறார்கள். அப்படி நின்ற போதுதான் அங்கே உருளை டிக்கா செய்கிற நபர் மீது எனக்கு எப்போதும் அபிமானம் உண்டென்பது திடீரென நினைவில் மேலெழுந்தது. அவர் பணிவாகவும் அமைதியாகவும் இருப்பதாலும், இப்போது பழைய டில்லி என்றழைக்கப்படுகிற அப்போதைய டில்லியின் வேறு எந்தப் பகுதியிலும் கிடைப்பதற்கு அரிதான மிகச் சுவையான டிக்காக்களைச் செய்பவராக இருப்பதாலும்தான் எனக்கு அவரைப் பிடித்தது என எண்ணினேன். ஆனால் அவர் என் தந்தையைப் போல் இருந்ததுதான் அதற்குக் காரணம் என்பது அன்றுதான் புரிந்தது. தோற்றத்தில் இருவருக்கும் எந்த ஒற்றுமையும் இல்லை: கழுகினுடையது போல் வளைந்த அவரது நாசிக்கும் என் தந்தையின் தட்டையான உருண்ட நாசிக்கும் எந்தச் சம்பந்தமும் இல்லை. அவரது நாடியும் வடிவானது. ஆனால் இன்று அவர் ஒரு புதிய ஆலு டிக்காவை உருட்டிக் கொண்டிருக்கையில் அவரது கண்கள் அந்த வேலையில் குவிந்திருந்த விதம் எனக்கு என் தந்தையை நினைவுறுத்தியது. மிகவும் கவனமாக ஒருவர் ஒரு செயலைச் செய்யும்போது அதில் இயல்பாகவே ஒரு பணிவு வந்துவிடுகிறது, அது எத்தனை சாதாரணமான ஒரு செயலாக இருந்த போதிலும்.

என் தந்தை மிகவும் உற்சாகமான ஒருவர் என்பதை நீங்களே அறிவீர்கள். அவரது எளிய வாழ்க்கை அனுமதித்த கொண்டாட்டங்கள் அனைத்தையும் அனுபவித்தவர் அவர்.

வேறு எதை வேண்டுமானாலும் நீங்கள் அவரது குறையாகக் கூறலாம், ஆனால் அவர் ஒரு நாளும் சோம்பி இருந்தது இல்லை. நான் சிறுவனாக இருந்த போது அவர் வேலை செய்வதைக் கவனித்திருக்கிறேன்: சேத்ஜி வீட்டு முற்றத்தின் நடுவில் வளர்ந்திருக்கும் மாமரத்தில் தொங்க விடப்படும் ஊஞ்சலுக்காக மிகத் துல்லியமாக கயிற்றினைக் கணக்கிட்டு கத்தரிப்பார், மதிய நேரங்களில் சிறுவர்களின் கறுப்பு தோல் ஷூக்களை சிரமப்பட்டு சுத்தம் செய்து, திருப்தியே அடையாமல் திரும்பத் திரும்ப ஒளிம்பிட்டு மெருகூட்டி கையில் தூக்கிப் பிடித்துப் பார்த்துக் கொண்டிருப்பார். அந்த சமயங்களிலெல்லாம் இன்று அந்த டிக்கா கடைக்காரர் முகத்தில் நான் பார்த்த அதே பாவனைதான் அவரது முகத்திலும் இருக்கும். தெளிந்த நெற்றியும், மென்மையாக ஆனால் உறுதியாகச் சேர்ந்திருக்கும் உதடுகளும், குவிந்த கண்களுமாக இன்று அந்த முக பாவத்தை சந்தையில் பார்த்த போது நான் எப்படி உணர்ந்தேன் என்பதை இப்போது என்னால் வார்த்தைகளால் விளக்க முடியவில்லை. வாழ்வு முழுவதும் நான் அடைந்த இத்தனை வெற்றிகளுக்கும் சாதனைகளுக்கும் பிறகும் நான் அடைய முடியாத ஏதோ ஒன்று ஒரு சாலையோர விற்பனையாளருக்கோ என் அப்பாவைப் போன்ற ஒரு அரைகுறைக்கல்வி கற்ற எடுபிடிக்கோ எளிதாக வாய்த்திருக்கிறது, அல்லது அவர்கள் விரும்பிய போது அவர்களால் அதை வரவழைக்க முடிந்திருக்கிறது என்பதாக எனக்குத் தோன்றிய போது கடந்து விட்ட காலத்தின் அநீதி குறித்து துயருற்றேன் நான்.

ஒரு முதியவனாக, கடந்து விட்ட காலத்தினை எண்ணி – இல்லையில்லை- முடிந்து விட்ட வாழ்க்கையினை எண்ணி ஏங்குகிறேன். என் சொந்த உடலின் இளமையையோ இளமைப்பருவத்தையோ எண்ணி அல்ல நான் ஏங்குவது, நான் பிறந்த அந்த இடத்தின் வாழ்க்கை முறைக்காகவே ஏங்குகிறேன். நெரிசல்மிக்க பஜார் வழியாக வீட்டிற்குத் திரும்பி வருகையில் பழைய காலத்தின் மென்மையெல்லாம் காணாமல் போய் வெறும் இரைச்சலாக கடைகளிலிருந்து ஒலித்த பாடல்கள் மீது கடும் எரிச்சல் ஏற்பட்டது: அதே சமயத்தில் அந்தப் பழைய காலத்திலும்கூட சினிமாக்களால் நம் இசை தரம் தாழ்ந்து வருவதாக குற்றப்படுத்திக் கொண்டிருந்தார்கள் என்பதும் நினைவிற்கு வந்தது.

அறுபது வருடங்களுக்கு முன்பிருந்த டெல்லியும் கூட கூட்டமும் குப்பையுமாய் இருந்ததுதான் என்ற போதும் கார்களின் நெரிசலும் சாலையோரங்களில் கிடந்த குப்பையும் என்னைக் கடும் வெறுப்புக்குள்ளாக்கின. இளம்பெண்கள் தங்கள் உடலை அப்பட்டமாக வெளிப்படுத்தும் விதம் என்னை அதிர்ச்சிக்குள்ளாக்குகிறதுதான் எனினும் அவர்கள் ஆடை அணிகிற விதத்தைப் பற்றி குறை சொல்கிற அளவிற்கு நான் பழமைவாதியும் அல்ல. ஓர் எல்லைக்கு மேல் சூழல் மாசு பற்றியும் என்னால் புகார் செய்ய முடியாது, ஏனென்றால் இந்நகரம் மற்றும் நாட்டின் வளர்ச்சியுடன் அது இணைந்தது என்பதை என்னால் புரிந்து கொள்ள முடிகிறது. அது நம் உடலுக்கு தீங்கு விளைவிக்கிறது, ஆனால் ஏழ்மையும் கூட அப்படித்தானே!. இப்படியாக வீட்டை அடைவதற்கு முன் எனக்கு புகார் செய்ய எந்த விசயங்களுமே இல்லாமல் போய் இன்றைய காலத்தில் இவ்வுலகில் வாழ்வதில் எனக்குப் பெரிய பிரச்சனை ஒன்றும் இல்லை எனத் தோன்றிவிட்டது. அந்தப் பழைய காலம் போகாமல் இருந்திருக்கலாம் என்று மட்டுமே ஏக்கம் கொண்டேன்.

இணைக்கப்பட்டுள்ள பக்கங்களில் உள்ள கதாபாத்திரங்களோடும், கதைக்கருக்களோடும் ஏன் உழன்று கொண்டிருந்தேன் என்பது சட்டென வெளிச்சமாகியது போல் இருந்தது எனக்கு.

எனக்கு உங்களைப் பற்றித் தெரியும். இந்தக் கடித உறை உங்களை வந்து சேர்ந்ததும் அது என்னிடம் இருந்து வந்துள்ளது என்பதை நிதின் உங்களுக்குச் சொல்லியிருப்பான். என்னுடைய கையெழுத்தை அடையாளம் காண்பது எப்போதுமே அவனுக்கு பெருமிதமான விஷயம். கையால் எழுதப்பட்ட இக்கடிதத்தையும் தட்டச்சு செய்யப்பட்ட பக்கங்களையும் பார்த்து முதலில் தட்டச்சு செய்யப்பட்ட பக்கங்களில் கண்களை ஓட்டியிருப்பீர்கள். உடனே, "என்ன செய்திருக்கிறான் இவன்? என்னும் கேள்வி தோன்றியிருக்கும். இது என்ன சிறுகதையா? தன் வாழ்வில் ஒரே ஒரு சிறுகதை கூட எழுதியிருக்காத விஸ்வநாத்திடம் இருந்து வந்திருக்கிற இது என்ன? வெள்ளை நூலில் நேர்த்தியாகக் கட்டப்பட்ட நானூறு பக்கங்களில் தவறாக இடப்பட்ட வெறும் நான்கைந்து காற்புள்ளிகளைத் தவிர வேறு எந்தப் பிழையும் இல்லாத வகையில் கையால் எழுதப்பட்ட

படைப்பை அனுப்புகிறவரிடம் இருந்து வெறும் முப்பது நாற்பது பக்கங்களா? நிதினை அழைத்து இதனுடன் வந்திருந்த வேறு எதையாவது உங்களிடம் தர அவன் மறந்து விட்டானா எனக் கேட்டிருப்பீர்கள் அதன் பிறகு இக்கடிதத்தை வாசிக்க ஆரம்பித்திருப்பீர்கள். இப்பக்கத்தை வாசிக்கையில்- ஆம், இக்கடிதத்தை நீங்கள் நிச்சயம் முழுதாக வாசிப்பீர்கள் என்பதை நான் அறிவேன்- நான் உங்களிடம் என்ன எதிர்பார்க்கிறேன் என நீங்கள் வியக்கக்கூடும். உண்மை என்னவெனில், எனக்கே அது தெரியவில்லை. ஒரு புதிய புத்தகத்திற்கான சில பக்கங்களை நான் எழுதியுள்ளேன் என நினைக்கிறேன். இதை நீங்கள் வாசிக்க வேண்டும் என நான் விரும்புகிறேனா? நல்லது, இதை நான் உங்களுக்கு அனுப்பியிருக்கிறேன் எனில் அதை நீங்கள் வாசிக்க வேண்டுமென நான் விரும்புவதாகத்தான் பொருள். ஆனால் அது குறித்து என்ன தோன்றுகிறதென என்னிடம் சொல்லவோ பதில் அனுப்பவோ உங்களுக்கு எந்தக் கட்டாயமும் இல்லை. ஆனால் ஏதாவது சொல்ல வேண்டும் என்று தோன்றினால் கண்டிப்பாக பதில் எழுதுங்கள். நாம் எங்கேனும் சந்திக்கையிலோ தொலைபேசியிலோ எனது புத்தகங்கள் குறித்துச் செய்ய வேண்டிய ஏதேனும் விஷயம் குறித்து உரையாடுவோம். ஆனால் அப்படிப் பேசும்போது, என்னுடைய இந்தக் கடிதம் குறித்தோ இதனுடன் அனுப்பியுள்ள பக்கங்கள் குறித்தோ எதுவும் குறிப்பிட வேண்டாம் என தயவாய் கேட்டுக் கொள்கிறேன். நீங்கள் கற்பனை செய்ய முடிந்ததை விட அதிகமாக அது என்னை சங்கடத்திற்குள்ளாக்கும்.

எவ்வளவு நீளமான கடிதமாய் இருக்கிறது இது! ஒரு பதிப்பாளராக எத்தனையோ பல்லாயிரக்கணக்கான நல்ல மற்றும் மோசமான உரைநடைகளை நீங்கள் வாசித்திருப்பீர்கள் என்றாலும் உங்களிடம் இக்கடிதத்தை சேர்ப்பிப்பதில் எனக்கு சற்று உறுத்தலாய்த்தான் இருக்கிறது. நீங்கள் என்னை மன்னிப்பீர்கள் என நம்புகிறேன்.

மிக்க அன்பும் நேசமும் வாழ்த்துக்களுமாக
உங்கள் நண்பன்,
விஸ்வநாத்.

வராண்டாவின் ஒருபுறத்தை மறைத்துத் தொங்கவிடப்பட்டிருந்த பிரம்புத்திரையில் ஒரு துண்டு உடைந்ததால் ஏற்பட்ட இடைவெளியின் ஊடாக உள் நுழைந்த பிற்பகல் சூரியக் கதிரானது அங்கு அமர்ந்து பின்மதிய உறக்கத்தில் ஆழ்ந்து கொண்டிருந்த லாலா மோதிசந்தின் தங்கக் கைக்கடிகாரத்தின் சங்கிலிகளைப் பிணைக்கும் கண்ணி ஒன்றின் மீது பட்டு அவரது கண்களுக்குள் ஊடுருவியது. சற்று விழிப்புடன் இருக்கும் வேறு சமயமாக இருந்திருந்தால் அவரது மனம் உடைந்த மரத்துண்டு பற்றிச் சிந்தித்திருக்கும். உடனடியாக பிரம்புத்திரை செய்தவனை வரவழைக்க உத்தரவிட்டு அவனது கைவேலையின் லட்சணம் பற்றிச் சொல்வதற்கான கடுமையான வார்த்தைகளையும் மனதிற்குள் குறித்து வைத்திருந்திருப்பார். ஆனால் நிலத்திலிருந்து விலகி நம்மை வெகுதூரம் அழைத்துச் செல்லும் படகினைப் போன்ற உறக்கம் வழக்கமான பிடிவாத குணங்களிலிருந்து நம்மை விடுவிக்கும் அற்புதமான பண்பினையும் உடையது. எனவே தன்னைத் தொந்தரவிற்குள்ளாக்கிய உடைந்த மரத்துண்டு பற்றிச் சிந்திப்பதற்குப் பதிலாக, நிழல்படிந்த அந்த வராண்டாவில் அமர்ந்தபடி மூங்கில் திரையில் ஏற்பட்டுள்ள இடைவெளியில நுழையும் சுட்டெரிக்கும் வெயிலிற்கிடையே சிரமத்துடன் ஊடுருவிய அவரது கண்கள் இந்த பாஸ்டன் மாளிகையின் பின்மேற்பகுதியில் மிர்ஸா காசிமால் கட்டப்பட்ட பால்கனியில் நிலைத்தன. ஏன் பாஸ்டன் என்கிற பெயர்? இதே கேள்வி இதற்கு முன் பலமுறை அவருக்குள் தோன்றியிருந்தாலும் தன் வாழ்க்கைக்கு அது அத்தனை முக்கியமில்லை எனக் கருதி புறக்கணித்திருக்கிறார். ஒருவேளை இங்கே பழங்காலத்தில் ஒரு பழத்தோட்டம்* இருந்திருக்கலாம். அல்லது மிர்ஸா காசிமின் முன்னோர்களில் யாரேனும் பாஸ்டன் கான் என மரியாதையுடன் அழைக்கப்பட்டிருக்கலாம். அல்லது பரம்பரையின் ஏதோ ஒரு தலைமுறையைச் சார்ந்த நபர் இது ஒன்றும் அத்தனை முக்கியமான விஷயமில்லை எனக் கருதி தனது அடுத்த தலைமுறைக்குக் கடத்தாமல் விட்டுவிட்ட வேறு ஏதேனும் ஒரு காரணமாய் இருக்கலாம்.

★ பாஸ்டன் என்ற சொல்லிற்கு ஹிந்தியில் தர்பூசணி என்கிற பொருளும் உண்டு

மிர்ஸா காசிமின் முன்னோர்களில் ஒருவரான ஜஹான்ஸெப் அக்பரது காலத்தில் காபூலிலிருந்து இந்தியாவிற்குப் பயணித்த போது ஒரு வாளையும் தான் செங்கிஸ்கானின் வம்சாவளி என்கிற உரிமையையும் மட்டுமே உடன் கொண்டுவந்தார். அவருக்கு பாஸ்டன் கான் என்கிற பெயரில் ஒரு முன்னோர் இருந்திருக்கலாம், அல்லது இல்லாமலும் இருக்கக் கூடும். வம்சம் சார்ந்த தன் உரிமை கோரலுக்கான ஆவண ஆதாரங்கள் எதுவும் அவரிடம் இல்லாவிட்டாலும் தேர்ந்த குதிரையேற்றத் திறனும் போர்க்களங்களில் வெளிப்படுத்தும் கருணையற்ற குரூரமும் அதைப் பறைசாற்றின. குதிரையேற்றத்தில் மங்கோலியர்களை விஞ்ச முடியாதென்பது சந்தேகத்திற்கிடமின்றி நிரூபிக்கப்பட்ட விஷயம். அவரது இத்திறமையானது அரசவையில் ஓர் இடத்தையும் சில கிராமங்களையும் அவருக்குப் பரிசாகப் பெற்றுத்தந்தன.

ஜஹான்ஸெப் எட்டிய உயர்ந்த இடத்தை அடையும் அளவிற்கு அடுத்துவந்த தலைமுறையினருக்கு திறமை இல்லாவிடினும் கொள்ளுப் பேரனான அமினுல்லா தக்காண ஆக்கிரமிப்புகளின்போது மன்னர் ஔரங்கசீப்பிற்கு விசுவாசமாகவும் உறுதுணையாகவும் இருந்தார். அதிகாரம்மிக்க தலைவர்களிடம் காட்டப்படுகிற உண்மையான விசுவாசமானது உரிய பரிசுகளைப் பெற்றுத்தருவது உறுதி என்பதால் ஜஹான்ஸெப் சேர்த்துவைத்திருந்த சொத்துக்களை அமினுல்லாவால் சற்று விஸ்தரிக்க முடிந்தது. அமினுல்லாவிற்கு மூன்று நான்கு தலைமுறைகளுக்குப் பின் பிறந்த மிர்ஸா காசிமாலும் ஒரு சிறிய முகலாய அரசவையில் ஒரு சிறிய பதவியை மட்டுமே வகிக்க முடிந்தது. மேல்மாடத்தில் ஏறி பட்டம் விடுவது, புறாக்களுடன் விளையாடுவது, மனம் விரும்பும்போது புதிய மனைவியுடன் ஊர்சுற்றச் செல்வது போன்றவை மட்டுமே உடல்ரீதியாக அவர் மேற்கொண்ட அதிகபட்ச சாகசங்கள். ஜஹான்ஸெப் மற்றும் அமினுல்லாவிடம் இருந்தது போன்ற போர்த்திறனும் வலிமையும் இல்லாவிடினும் ஓர் அரசவை உறுப்பினனுக்குரிய புத்தி கூர்மை அவருக்கு வாய்த்திருந்தது. அந்த புத்தியின் உதவி கொண்டுதான் தற்போது பாஸ்டன் மாளிகை நிற்கிற இந்த இடத்தை உரிமையாளரிடமிருந்து அதன் உண்மை மதிப்பில் வெறும் ஒரு சிறிய தொகையை மட்டும் கொடுத்து ஏமாற்றிப் பெற்றார்.

அத்தோடு, அதன் உரிமையாளர் தன் முடிவு குறித்து மனம் வருந்தும் முன்பாக உடனடியாக அங்கிருந்த மாளிகையை இடித்து தன் அழகுணர்ச்சியையும் நவீனத்துவத்தையும் பறைசாற்றுகிற வகையில் இந்தப் புதிய மாளிகையை நிர்மானித்தார்.

மேகம் சூழ்ந்த வானிலையில் சிதறிய ஒளியினூடாகத் தெரிகிற நகரில் பல கட்டிடங்களைத் தாண்டி நதிக்கரையில் வீற்றிருக்கும் செங்கோட்டையையும் ஜம்மா மசூதியின் ஸ்தூபிகளையும் காண்பதற்காக பருவகாலத்தின் ஓர் நாளில் மிர்ஸா காசிமும் அவரது புதிய பேகமும் இந்தப் படிகளின் வழியாக மேல்மாடத்திற்கு ஏறிச்செல்லும் காட்சி எத்தனை இனியதாக இருந்திருக்கும் என எண்ணிப்பார்த்தார் மோதிசந்த். இறந்தவர்கள் குறித்து ஒருபோதும் கவலை கொள்பவரில்லை அவர். குறிப்பாக தனது பரம்பரையின் பெருமையை விஸ்தரிக்கவோ நிலைநாட்டவோ ஆர்வமும் திறனும் அற்ற சந்ததிகளைக் கொண்ட குடும்பங்களின் முன்னோர்கள் குறித்து அவருக்கு ஒருபோதும் கவலை தோன்றியதில்லை. மதிய உறக்கத்திற்கு நேர்ந்த தொந்தரவுதான் பெருமைமிகு மிர்ஸாகாசிமின் வம்சத்தில் ஏற்பட்டுவிட்ட வீழ்ச்சி குறித்த அவரது இந்த சிந்தனைகளுக்குக் காரணமாய் இருந்திருக்க வேண்டும். அவ்வம்சத்தின் கொள்ளுப்பேரனான பக்ரத் டெல்லியின் வீதிகளில் கைவண்டி இழுத்துத்தான் தன் வாழ்வைக் கடத்த வேண்டியிருக்கிறது. மங்கோலியப் பரம்பரையின் அடையாளமாக அவனிடம் எஞ்சியிருப்பது உள்ளடங்கிய கண் மட்டும்தான். ஆனால் நூற்றுக்கணக்கான ஆண்டுகளாக இந்தியத்துணைக்கண்டத்தினருடன் நடந்த திருமணங்களின் விளைவால் அந்த அடையாளம் கூட யாராலும் கவனிக்கப்படாதபடி மங்கிப் போயிருந்தது. அப்படியே அந்தக் கைவண்டிக்காரனின் முகத்தைச் சற்று கூர்ந்து கவனிப்பவர்களும் கூட பரம்பரையின் குணாதிசயங்களைக் கடத்தும் தனித்துவம் வாய்ந்த நுட்பமான கோடுகளையும் வளைவுகளையும் அடையாளம் காணமுடியாதபடிக்கு அது காணாமல் போயிருந்தது.

1857ல் நடந்த போரில் வெற்றி பெற்ற ஆங்கிலேயர்களால் நகருக்கு வெளியில் இருந்த சொத்துக்கள் அனைத்தும்

கைப்பற்றப்பட்டதாலும் முகலாய மன்னரின் இறப்பிற்குப் பின் தன் மகன்கள் நகருக்குள் நுழைவதற்காக ஆங்கிலேயர்களுக்குக் கொடுக்க வேண்டியிருந்த லஞ்சத் தொகையினாலும் மிர்ஸாகாசிமின் குடும்பம் கொடிய வறுமைக்குத் தள்ளப்பட்டது. குடும்ப நகையை அடமானம் வைப்பதன் மூலமாகவும் விவசாய நிலங்களை விற்பதன் மூலமாகவும் அழிந்து கொண்டிருந்த குடும்பப் பெருமையைக் காக்க அவர்கள் முயன்றாலும் பிரச்சனைகளை எதிர்கொள்வதில் அவர்களுக்கிருந்த தைரியமின்மை அடுத்தடுத்த சந்ததியினரை பலவீனமாக்கியது. நாகரீகமான வாழ்க்கையை அமைத்துக்கொள்வதற்கான வாய்ப்புகள் இருந்தபோதும் புதிதாகக் கட்டப்பட்டுக்கொண்டிருக்கிற தன் வீட்டிற்கும் தனக்கும் ஒரு புதிய எதிர்காலத்தை அமைத்துக்கொள்ளும் திறனோ குணமோ மிர்ஸாவின் மகன் அஃப்டாப்ற்கு வாய்த்திருக்கவில்லை.

தான் வலிமையற்றவனாகி தன்னுடைய குடும்பமும் சீரழிந்து, சொத்துகள் பறிமுதல் செய்யப்பட்டு வேலைக்காரர்கள் புதிய முதலாளிகளைத் தேடிச்செல்ல, தனது மகன்கள் கீழ்நிலைத் தொழிலில் ஈடுபடுவது போன்ற காட்சி மனதில் தோன்றியவுடன் மோதிசந்தின் உடல் ஒரு நொடி பயத்தில் அதிர்ந்து அடங்கியது. இந்த சிந்தனை ஜஹான்ஸெப்பின் வம்சத்தின் மீது இரக்கத்தைத் தோற்றுவித்தது. ஆனால் அந்த இரக்கம் மனம் முழுதையும் ஆக்கிரமிக்கும் முன்பாக ஒழுக்கவாதம் ஒன்று மேலெழுந்து வந்தது. ஸாதி கூறியுள்ளபடி, தந்தை சம்பாதிக்கிற சொத்துக்கள் விரைவில் அழிந்துவிடக் கூடியவையாதலால் ஒரு சிறந்த மகன் அவரிடமிருந்து புத்திகூர்மையை ஸ்வீகரிக்க வேண்டும். தொழில் குறித்த தந்தையின் அறிவு முக்கியம்தான் எனினும் அது மட்டும் போதாது. பிரச்சனைகளை எதிர்கொள்வதில் இருக்கும் தைரியத்தையும் அவர்கள் தந்தையிடமிருந்து கற்றுக் கொள்ள வேண்டும். சிறுவயதில் கண்ட, மொத்த வியாபார சந்தையிலிருந்து தானிய மூட்டையை தோளில் சுமந்தபடி தன் கடைக்குச் செல்லும், தந்தையின் உருவம் மோதிசந்தின் மனக்கண்ணில் தோன்றியது. 1857ல் ஆங்கிலேயர்கள் பெற்ற வெற்றியினால் ஒட்டுமொத்த நகரும் சூறையாடப்பட்டது போன்ற நிலைக்கு ஆளானதில் திவாலாகிவிட்ட ஒரு வாழ்க்கையையே மோதிசந்தின் தாத்தாவால் அவருக்கு கையளிக்க

முடிந்தது. அதைச் சரிசெய்ய எவ்வளவு சிரமங்களை அவர் எதிர்கொள்ள வேண்டியிருந்தது!

மோதிசந்தின் அப்பா நெமிசந்தும் அவரது அப்பாவும் உச்சகட்ட வறுமையில் துன்பப்பட்டிருக்கிறார்கள். முன்னோர்களிடமிருந்து கற்றுக் கொண்ட போராட்டக் குணத்தால் மட்டுமே அவர்களால் குடும்பத்தை அத்துயரிலிருந்து மீட்க முடிந்திருக்கிறது. நீண்டுகொண்டே செல்கின்ற திரைச்சீலை போன்ற மனித வரலாற்றில் நெய்யப்பட்டுள்ள ஒரு முடிவற்ற நூலினைப் போலத் தன்னையும் தன் பரம்பரையையும் கருதுகின்றவர்கள் அப்படித்தானே இருப்பார்கள். நீண்ட காலம் வாழ்கின்ற மரங்களையும் ஆமைகளையும் போல, தன் முன்னோர்களது வாழ்க்கையும் வருங்கால சந்ததியினரின் வாழ்க்கையும் சேர்ந்த ஒட்டுமொத்தம்தான் தன்னுடைய வாழ்க்கை என்று கருதுகிறவர்கள் அவர்கள். நூல் போன்ற இந்தத் தொடர்ச்சியானது, சரித்திரத்தின் நிகழ்வுகள் குடும்பத்தின் பெருமைக்கு அழகு சேர்க்கிற வெறும் பின்னணியாக மாறுகின்ற காலம் வரையில், புதிய சந்ததியினரின் கனவுகளிலேனும் குடும்பம் பற்றிய ஒரு முக்கியத்துவத்தை உணர்த்தத்தான் செய்கின்றது. பல்வேறு தலைமுறைகளைத் தாண்டி நீளும் இப்பயணத்தில் கடத்தப்படும் முக்கிய செல்வமானது சில நாணயங்களோ சொத்துக்களோ தலைமுறை தலைமுறையாய்த் தொடரும் தொழில் தொடர்புகளோ அல்ல. சிரமமான கணித சமன்பாடுகளைத் தீர்க்கும் படியாகவும், நுட்பமும் தீர்க்கமும் நிறைந்த வணிக முடிவுகளை எடுக்கும் படியாகவும் பொருத்தமான குடும்பங்களிலிருந்து கவனமாகத் தேர்ந்தெடுத்து இணைக்கப்பட்ட தந்தையின் விந்து மற்றும் தாயின் முட்டையிலிருந்து உருவான மூளையும் அல்ல. நிச்சயமாக, அடுத்தடுத்த தலைமுறைகளில் பெருகும் புகழோடு சமூகத்திற்குள் நுழைந்து அதற்கு தன்னாலான உதவிகளைச் செய்யும் மதிப்புவாய்ந்த குடும்பப் பழக்கமும் அல்ல. நீண்டுகிடக்கிற காலத்தை ஒரு பாலைவனமெனப் புரிந்து கொண்டு அடுத்தடுத்த ஒட்டகங்களை கவனமாக ஒன்றோடொன்று பிணைத்து பயணத்தை இலகுவாக்குவதன் முக்கியத்துவத்தை ஒவ்வொரு தலைமுறையும் அறிந்து வைத்திருப்பதே இந்தத் தொடர்ச்சியின் முக்கியமான செல்வமாகும்.

எனவே, இவ்வுலக வாழ்வில் தனக்கு விதிக்கப்பட்ட மகிழ்ச்சியையும் துக்கத்தையும் அனுபவிக்கிற ஒவ்வொரு

மனிதனையும் போல தன் இருப்பை அவர் முக்கியமானதாகக் கருதினாலும் தன் முன்னோர்களின் இருப்பை விட இது எந்த வகையிலும் கூடுதல் முக்கியத்துவம் வாய்ந்தது அல்ல என்பதையும் லாலா மோதிசந்த் புரிந்து வைத்திருந்தார். ஔரங்கசீப்பின் காலத்திற்குப் பின்னான ஆபத்துநிறைந்த தசாப்தத்தில், தன்னுடைய முதலீட்டையும் தன்னை நம்பியிருந்த விசுவாசமிக்க வேலைக்காரர்களின் வாழ்வையும் பணயம் வைத்து தைரியமாக கந்துவட்டித் தொழிலை ஆரம்பித்த கைண்டாமாலை எண்ணி அவர் பெருமிதம் கொண்டார். 1857ல் ஏற்பட்ட சீரழிவால் தன்னிடம் கடன் பெற்றிருந்த பலரும் திவாலான சூழலில் - மிர்ஸாகாசிமின் மகன் அஃப்டாப்பும் அவர்களில் ஒருவன் - ஏற்பட்ட பிரச்சனைகளைத் தாண்டி தனது இறப்பிற்கு முன் மகனுக்கு ஒரு கடையை அமைத்துக்கொடுத்த ராம் அஸ்ரேயின் மனோபலத்தை அவர் வியந்தார். பர்கத்தின் முன்னோர்களைப் போல லாலா மோதிசந்தின் முன்னோர்கள் புகழ்வாய்ந்தவர்கள் அல்ல. முன்னவர்களது வாழ்க்கை போர்க்களத்தின் வீரம் செறிந்ததாக இருந்த போது, இவர்களது திறமை பொருளாதார சிக்கல்களைக் கையாள்வதில் இருந்தது. என்றாலும் தற்போது ஓரளவு செழிப்பான நிலையில் இருப்பதால் தனது முன்னோர்களின் பெயருக்குப் பெருமை சேர்க்கும் விதமாக அவர்களது பெயரில் இரவு விடுதிகள், பள்ளிகள், நூலகங்கள், மற்றும் கோயில்களை நிர்மாணிக்க மோதிசந்த் தாராளமாகச் செலவு செய்தார். கூடவே அவர்கள் குறித்த புகழ்ச்சிக் குறிப்புகளையும் தெளிவாகவும் நிரந்தரமாகவும் அங்கே குறித்து வைக்கவும் அவர் தவறவில்லை. சுயநலம் மிகுந்தவர்கள் இதைக் காண்கிற போது, தன்னுடைய காலம் முடிந்த பிறகு வருங்கால சந்ததியினரால் தனக்கும் இதேபோன்ற மரியாதை செய்யப்பட வேண்டும் என்கிற ஆசையால்தான் மோதிசந்த் இவ்வாறு செய்கிறார் என்கிற முடிவிற்கு வரக்கூடும். அதிர்ஷ்டமற்றவர்கள் தன்னைக்காட்டிலும் சிறப்பாக வாழ்கிறவர்களைப் பற்றி மதிப்பிடும்போது வரித்துக்கொள்கிற குறுகிய மனப்பான்மையால் விளைகிற எண்ணம் இது. நிச்சயமாய் மோதிசந்திற்கு இவ்விஷயத்தில் சுயநல நோக்கங்கள் இருந்தனதான். ஆனால் முன்னோர்கள் மீது அவர் கொண்டிருந்த அன்பும் அபிமானமும்தான் அவை எல்லாவற்றையும் விட அடிப்படையானதும் முக்கியமானதும். முந்தைய சந்ததியின்

ஆண்களும் பெண்களும் அடிமரமும் பெருங்கிளைகளுமாய் நிலைத்து நின்றதால்தான் இவரைப்போன்ற புதிய கிளைகள் அதில் தோன்ற முடிந்திருக்கிறது என நம்புகிறவர் அவர்.

கண்களை மூடி தந்தையின் உருவத்தை மனதிற்குள் கொணர்ந்து, 'ராம், ராம், ராம்' என முணுமுணுத்தார். பிறகு அருகில் அமர்ந்திருந்த கணக்குப்பிள்ளையிடம் சப்தமாக, "பக்ரீத் நெருங்குகிறது. பர்கத்தின் வீட்டிற்கு இரண்டு கிலோ நெய்யும் கொஞ்சம் சேமியாவும் அனுப்பச் சொல்லுங்கள். அவன் மனைவியின் சேமியாவை இம்முறை ஒட்டுமொத்த சுற்றமும் உண்ணட்டும்' என்றார்.

கணக்குப்பிள்ளை கைண்டாமால் சிரித்துக் கொண்டார். முகலாய ஆட்சியின் இறுதிக் காலத்தில் லாலா மோதிசந்தின் தாத்தாவிடமிருந்து பர்கத்தின் தாத்தா பெற்ற கடனுக்காக லாலாமோதிசந்தின் அப்பா பர்கத்தின் அப்பாவிடமிருந்து கையகப்படுத்தியதுதான் இந்த மாளிகை என்பது அவருக்குத் தெரியும். இளைஞனான மோதிசந்தும் பிற அடியாட்களும் அவனது அப்பாவின் ஆணைக்கிணங்க இந்த மாளிகையைக் கையகப்படுத்திய போது அவரும்தான் உடன் இருந்தார். பல தலைமுறைகளாக வழிவழியாக வந்து தன் கைகளில் சேர்ந்த இந்த மாளிகையை இழந்த அதிர்ச்சியால்தான் பக்ரத்தின் அப்பா உயிரிழந்தார் என்பதை அவர் அறிவார். "ரொம்ப நல்லது, முதலாளி" என்றார் அவர்.

"இரண்டு மூடை கோதுமையும் கொஞ்சம் பருப்பும் கூட அனுப்பி வையுங்கள்."

மோதிசந்தின் மனம் தந்தையைப் பற்றித்தான் எண்ணிக் கொண்டிருந்தது. ஆனால் ஒரு இளைனஞனாக கடினமாக உழைக்கும் அவரது உருவத்திலிருந்து பல தசாப்தங்கள் தாண்டிச்சென்று மரணப்படுக்கையில் கிடக்கும் மெலிந்த உருவத்தைக் குறித்து எண்ணத்தொடங்கியிருந்தது. எப்படி எல்லாம் நடுங்கவும் அதிரவும் செய்தது அவரது உடல்! விழித்திருந்த சமயங்களில் அவர் எப்படி அழுகவும் புலம்பவும் செய்தார்! உறங்கும்போது எப்படி தொடர்பற்ற அறிவுரைகளை அரற்றிக்கொண்டிருந்தார்! இறுதியாக, அவரது கடைசி மூச்சு வரை காத்திருந்த மரணமானது முன்பு அவரது

முன்னோர்களையும் வருங்காலத்தில் அவரது மகனையும் இட்டுச் செல்கிற ஓர் இடத்திற்கு அவரை அழைத்துச் சென்று விட்டது. தந்தையை ஓர் இளைஞனாக மீண்டும் மனதில் காட்சிப்படுத்த மோதிசந்த் முயன்றபோது, தராசினை எப்படிப்பிடித்தால் எழுபத்தைந்து டோலா மாவை ஒரு ஸெர் மாவு போலக் காண்பிக்க முடியும் என அவர் கற்பித்தது நினைவிற்கு வந்து முகத்தில் ஓர் புன்னகையைத் தோற்றுவித்தது. ஆனால் இறுதிப்படுக்கைக்குச் செல்லும் முன்பு அவர் இருமியதும் ஓங்கரித்ததும் மீண்டும் நினைவிற்கு வர கண்களில் கண்ணீர் திரண்டது. அதைத் துடைத்துக் கொண்டு கணக்குப் பிள்ளையிடம் பேசுவதற்காக அவர் நிமிர்ந்த போது, வழக்கமாக அமைதியாக வரும் தினாநாத்தை முந்திக் கொண்டு "அப்பா" என்கிற அவனது குரல் அவரை வந்தடைந்தது.

"தினா கண்ணா" என்று அவர் அளித்த பதில் இதுவரையிலான சிந்தனைகளின் விளைவாக சற்றே உடைந்த குரலில் வெளிப்படவும் ஆச்சர்யத்துடன் நிமிர்ந்து பார்த்தார் கணக்குப்பிள்ளை.

வழக்கமாக வேலை நாட்களில் அணிவது போல கச்சிதமாகத் தைக்கப்பட்ட அடர்நிற கால்சட்டையும் அங்கியும் அணிந்திருந்த தினாநாத்தின் கட்டுக்கோப்பான உடலில் அது மிகச்சரியாகப் பொருந்தியிருந்தது. உடலின் கம்பீரத்தை மறைக்கும் விதமாக அவனது தந்தை அணிந்திருந்த வெள்ளை குர்தா வேட்டியின் சுருக்கங்களுக்கும் மடிப்புகளுக்கும் முரணாக அல்லாமல் அதற்கு பூரணத்துவம் தரும் வகையில் அமைந்திருந்தது தினாநாத் அணிந்திருந்த கால்சட்டையும் மேலங்கியும்.

"தேவிப்ரசாத்திடம் இருந்து தந்தி வந்திருக்கிறது" எனக் கூறியபடியே தந்தையின் பாதங்களைத் தொட்ட தினாநாத் கண்களுக்குப் புலப்படாத ஆனால் மனதால் உணரமுடிகிற மண்ணை அங்கிருந்து எடுத்து நெற்றியில் இட்டுக் கொண்டான். "கல்கத்தாவில் எல்லாம் தயாராக இருக்கிறது."

"நீடூழி வாழ்க மகனே" என்ற மோதிசந்த், "அடுத்ததாக நாம் செய்ய வேண்டியது என்ன?" என வினவினார்.

“ப்ரிகேடியர் ஜான்ஸை நாளை இரவு விருந்திற்கு அழைத்துள்ளேன். அப்போது எல்லாவற்றையும் பேசி முடிவு செய்து விடுவேன்” என்றான் தினாநாத்.

“நபன் பல வாரங்களாகக் காத்திருக்கிறான். இருபது பையன்களுக்கு பயிற்சியளித்து தயாராக வைத்திருப்பதாகச் சொன்னான்” என்றார் மோதிசந்த்.

“நான் ஏற்கனவே தகவல் சொல்லிவிட்டேன் அப்பா. லாங்டே நவாபின் மாளிகை இவன் இயந்திரங்களைப் பொருத்துவதற்காகத் திறந்து வைக்கப்பட்டிருக்கும். தேவிப்ரசாத்தும் முதல்கட்டத் துணிகளை கப்பலில் ஏற்றிவிட்டார்.” என்றான் தினாநாத்.

“எப்படியாகினும், துணிகளை அருகிலேயே ஏற்பாடு செய்து கொள்ள வேண்டிய சூழல் சீக்கிரமே ஏற்பட்டுவிடும். போர் தொடங்கினால் நிறைய சீருடைகள் தைக்க வேண்டியிருக்கும்.”

“நான் சில ஆலைகளைப் பரிசீலித்துள்ளேன் அப்பா. எல்லாம் சரியான நேரத்தில் தயாராகிவிடும். போர் ஏற்படும் போது நாம் தயார்நிலையில் இருப்போம்” என்றான் தினாநாத்.

அவன் தயாராக இருக்கிறான் - மிக நன்றாகவே எல்லாவற்றிற்கும் தயாராகி இருக்கிறான் என தினாநாத்தைப் பற்றி எண்ணியதும், ஜனவரி மாதத்தின் துவக்கத்தில் கதவின் இடைவெளியினூடாக உட்புகும் குளிர்காற்றுப் போல, தன் முடிவுக்காலம் நெருங்குகிறதென்கிற எண்ணம் அவரது எலும்புகளில் ஊடுருவியது. ஒரு செல்வந்தனின் தர்பாரில் அவன் பார்வைக்காகக் காத்திருக்கும் பிச்சைக்காரனைப்போல அவரது ஓய்வுக்காலம் ஒருவேளை அவருக்குத்தெரியாமல் ஏற்கனவே அருகில் காத்துக் கொண்டிருக்கலாம். ஒரே ஒரு வித்தியாசம் என்னவென்றால் இங்கே கேட்கப்படும் தானத்தை மறுக்க இயலாது. தனது தந்தையிடமிருந்து அறிந்து கொள்ள வேண்டிய விஷயங்களைக் கற்றுக் கொண்டது மட்டுமல்லாமல் மாறுகின்ற காலத்தின் தேவைக்கேற்ற புதிய வழிகளையும் திறன்களையும் இங்கிலாந்தில் தான் வாழ்ந்த காலத்தில் தினாநாத் கற்றுத்தேர்ந்திருந்தான்.

இந்த வீட்டின் முற்றத்தில் இவன் குழந்தையாக ஆடையின்றித் தவழ்ந்தும் நடந்தும் விளையாடி முப்பது ஆண்டுகளுக்கும் மேல் ஆகிவிட்டிருந்தாலும், அவனது தந்தையின் நினைவில் அது நேற்றுப் போல் பதிந்திருக்கிறது. அவரது ஆடையில் மலம் கழித்திருக்கிறான், வாந்தி எடுத்திருக்கிறான். பதின்பருவத்தில் தவறு செய்தபோது பிரம்பால் அடி வாங்கியிருக்கிறான். இப்போது இவன் வயதால் மட்டும் பெரியவன் ஆகிவிடவில்லை, திருமணமாகி சில ஆண்டுகள் ஆகி கணவனாகவும் தந்தையாகவும் இருப்பதாலும் அல்ல, தன்னுடைய மற்றும் குடும்பத்தினுடைய தேவைகளுக்காக தந்தையைச் சார்ந்திருக்கவில்லை என்பதால்தான் இப்போது அவன் முழு மனிதனாகி நிற்கிறான். அழுவதையும் மலம் கழிப்பதையும் தவிர வேறெதையும் அறியாத பச்சிளம் குழந்தை மீது பெற்றோருக்கு ஏற்படுகிற இயல்பான நிபந்தனைகளற்ற பெருமிதமானது வெதுவெதுப்பான ஒரு கம்பளி போல் அவர் உடலின் மீது படர்ந்தது. கோழை அப்பிய உடலுடன் கருவிலிருந்து வெளிவருகிற குழந்தையைக் கண்டதும் பெற்றோரின் மனதில் எழுகிற பெருமிதமானது வெவ்வேறு தொனிகளில் பாடப்பட்ட ஒரே பாடலின் தொகுப்பைப் போல, குழந்தைகள் வளரும்போது செய்கிற ஒவ்வொரு சாதனையின் போதும் எந்த மாற்றமுமின்றி திரும்பத் திரும்ப தன்னையே நிகழ்த்திக் கொள்கிறது.

“நீடூழி வாழ்க மகனே” என்ற மோதிசந்த் “நீ தயாராக இருப்பாய் என்பதில் எனக்கு எந்தச் சந்தேகமும் இல்லை” என்றார்.

தினாநாத்தின் புத்திகூர்மை வணிகம் சார்ந்தது மட்டுமல்ல. ‘நாம்’ என்பதற்குப் பதிலாக ‘நீ’ என்று தந்தை குறிப்பிட்டதையும் சரியாக கவனித்துவிட்டான் அவன். அப்பாவிற்குப் பிறகு காரியங்களை ஏற்று நடத்துகிற அளவிற்கு தான் பெரியவனாகிவிட்ட நம்பிக்கை இருந்த போதிலும், அறையிலிருந்து பெற்றோர் வெளியேறுகிற போது குழந்தைக்குத் தோன்றுவது போன்ற பய உணர்வு அவன் மனதில் எழுந்தது. அப்பாவை மறுப்பதற்காக அன்றி, தன் பய உணர்வை போக்கிக் கொள்வதற்காக “நாம் தயாராக இருப்போம்” என்றான் அழுத்தமாக.

"முதலாளி" என்றபடி உள்ளே நுழைந்த லாலாவின் உதவியாளன் மாதோ, "உங்களைக் காண வேண்டுமென பர்சாதி வந்திருக்கிறான்" என்றான்.

ஏதோ சொல்ல விரும்புவது போல் தினாநாத்தைப் பார்த்த மோதிசந்த் சொல்வதற்கு ஏதுமில்லை என்பதால் வேலைக்காரனை நோக்கித் திரும்பினார். இந்த இடையீடு குறித்து உண்மையில் உள்ளுக்குள் மகிழ்ந்தாலும், எரிச்சலுற்றது போல் "பர்சாதியா? யார் அது?" என வினவினார்.

வயதாகிக் கொண்டிருக்கும் முதலாளியின் ஞாபக மறதியை நினைத்தோ, இன்னொரு வேலைக்காரனின் முக்கியமின்மை குறித்து ஒரு வேலைக்காரனுக்குத் தோன்றும் மகிழ்ச்சியாலோ உதடுகளில் புன்னகை நெளிய நிமிர்ந்த மாதோ, "உங்கள் வேலைக்காரன் மாங்கே ராமின் மகன்" எனப் பதிலளித்தான்.

"என்ன வேண்டுமாம் அவனுக்கு?." இப்போது உச்சரிக்கப்பட்ட மாங்கே ராமின் பெயர் அவருள் சற்றே மங்கியிருந்த பழைய ஞாபகங்களைக் கிளறியது. பர்சாதியின் பெயரும் நினைவில் இருந்த போதும், தொந்தரவு செய்யப்பட்டதால் எரிச்சலுற்றது போல் காட்டுவதற்காகத்தான் சற்று முன் "யார் அவன்?" என அவர் வினவியிருந்தார்.

"ஒரு மகிழ்ச்சியான செய்தி இருக்கிறது முதலாளி"

"அப்படியானால் நாம் அதை உடனே கேட்க வேண்டும். இல்லையா மாதோ?" என்றார் மோதிசந்த்.

மாதோவிடமிருந்து சைகை கிடைத்த உடனேயே வராண்டாவினுள் வேக வேகமாக நுழைந்த பர்சாதி, வழக்கமாக மோதிசந்த் தன் வணிக விஷயங்களைக் கவனிக்கையில் அமரும் மேடையருகே வந்தான். "எல்லாம் உங்கள் கருணைதான் முதலாளி" என்றபடி அவர் அமர்கிற திவானுக்கு முன் மண்டியிட்டவன் அவருடைய கால்களைப் பற்றி இழுத்து அதில் தன் நெற்றியைப் பதித்தான். தன்னிச்சையாக கைகளை உயர்த்தி ஆசீர்வதித்த மோதிசந்த், "எழுந்திரு. என்ன விஷயம்?" என வினவினார்.

தனக்குப் பிறக்கப் போகிற குழந்தையை நம்பி அவன் வளர்த்திருந்த லட்சியங்களும் நம்பிக்கைகளும் நனவாகப் போகிற மகிழ்ச்சியில், உற்சாகம் தெறிக்கும் குரலில் "எனக்கு மகன் பிறந்திருக்கிறான் முதலாளி" என்றான். "என்னையும் என் முன்னோர்களையும் போலவே, அவனும் உங்களுக்கும் உங்கள் குடும்பத்திற்கும் சேவை செய்வான்."

இதுவரை அவனது ஒரே ஒரு முன்னோர் மட்டுமே அவ்வாறு தங்களுக்குச் சேவை செய்திருக்கிறான் என்பதைக் குறிப்பிடாமல் தவிர்த்த லாலா மோதிசந்த், "நல்ல விஷயம். இது ரொம்ப நல்ல விஷயம்" என்றார்.

எழுந்து நின்ற பர்சாதி மோதிசந்தின் திவான் அருகே இருந்த ஸோஃபாவில் தினாநாத்தும் அமர்ந்திருப்பதைக் கண்டதும், "மன்னித்து விடுங்கள் தினா அண்ணா. நான் உங்களைக் கவனிக்கவில்லை" என்றபடி அவனது கால்களை நோக்கிக் குனிந்தான்.

இங்கிலாந்து வாசத்தின் எதிர்பாராத ஒரு விளைவாக இப்படி காலில் விழுகிற பழக்கம் அவனுக்கு எரிச்சலூட்டுவதாய் மாறியிருந்தது. சட்டென்று ஒருநொடி கால்களை பின்னோக்கி இழுத்தவன் பிறகு நிதானித்து அப்பழுக்கற்றவாறு துடைக்கப்பட்டிருந்த தனது ஷூவைத் தொட பர்சாதியை அனுமதித்தான். "அம்மாவும் குழந்தையும் நலமாக இருக்கிறார்கள்தானே."

தினாநாத் சட்டென கால்களைப் பின்னோக்கி இழுத்த விதம் அவனது அந்தரங்க உதவியாளனாய் இருக்க விரும்பி டெல்லிக்கு வந்து லாலாமோதிசந்தின் வீட்டிற்குள் நுழைந்தபோது பர்சாதி கொண்டிருந்த, சிதைந்து போன கனவுகளை நினைவூட்டின. எப்போதிருந்து இக்கனவு அவனுக்குள் மலரத் தொடங்கியது என்பதை நினைவுகூர முடியாத அளவிற்கு நெடுங்காலமாக அவன் அதைப் போஷித்து வந்திருக்கிறான். அவனது தந்தையின் அரிதான இல்ல வருகைகளில் ஒன்றின் போதுதான் அது விதைக்கப்பட்டிருக்க வேண்டும். மாதக்கணக்கில் காத்துக்கிடந்தபின் நிகழும் அப்பாவின் அந்த வருகைகள் பதினைந்து நாட்கள்வரை நீளுகிற ஒரு பெரிய திருவிழாவைப் போல அவனுக்குத் தோன்றும். உற்சாகமும் கட்டுக்கோப்பான

உடலும் கூர்மையாக நீவிவிடப்பட்ட மீசையுமாக தன்னம்பிக்கை மிளிர, டெல்லியின் பெரும்பணக்காரர்களில் ஒருவரும் சக்திவாய்ந்தவருமான ஒருவருக்கு அந்தரங்க உதவியாளராகப் பணியாற்றுகிற பெருமைமிகு தருணங்களைப் பற்றி அவர் கதைகதையாகக் கூறும் விஷயங்கள் நீண்ட நாட்களுக்கு அவன் மனதில் அழிக்கமுடியாத நினைவுகளாய்த் தங்கியிருக்கும். பல ஆண்டுகளுக்கு முன்பு, அவர்களது அம்மா தனது இந்தச் சூழல்களுக்குப் பழக்கப்படாத சமயத்தில், பிறந்துவிட்ட பர்சாதியின் அண்ணனுக்கு அப்பாவின் இந்த வருகைகள் அதிக ஆர்வத்தை ஏற்படுத்தியதில்லை. மாங்கே ராமின் வருகைகள் தம்பியிடம் ஏற்படுத்திய உணர்வுகளுக்கு முற்றிலும் மாறுபட்டதாக இருந்தன மூத்தவனில் அவை ஏற்படுத்திய உணர்வுகள். தந்தையின் மீது அடிக்கடி அண்ணன் வைத்த கூர்மையான விமர்சனங்கள் அவர்கள் இருவரிடையே சச்சரவுகளை உருவாக்கினாலும் பர்சாதியின் மனதில் அப்பாவைப் பற்றி உருவாகியிருந்த நாயக உருவத்தை அவை கொஞ்சமும் சிதைக்கவில்லை. அவர் டெல்லிக்குத் திரும்பிய பிறகு அந்தச் சச்சரவுகளும் கொஞ்சம் கொஞ்சமாய் காணாமல் போய்விடும். பிந்தைய நாட்களில் மாங்கே ராமின் தோற்றத்திலும் நடவடிக்கைகளிலும் ஏற்பட்ட நலிவுகள் இதுநாள் வரையில் அவரிடமிருந்து அவன் கேட்ட கதைகளின் கவர்ச்சியை சற்றும் பாதிக்கவில்லை. கூடுதலாக எதையும் சேர்த்துச் சொல்லத் தேவையில்லாதபடிக்கு தன்னியல்பாகவே பிரம்மாண்டம் நிறைந்திருந்த அக்கதைகளை ஆர்வம் இருக்கிற மற்றும் இல்லாத அத்தனை நண்பர்களிடமும் திரும்பத்திரும்பச் சொல்வதன் மூலம் அவற்றை மனதில் ஆழமாய்ப் பதித்திருந்தான். அப்படிச் சொல்வதன் மூலம் அவன் கொஞ்சம் கொஞ்சமாக ஓர் உறுதியான முடிவிற்கு வந்திருந்தான் - உலகின் எல்லா மகன்களையும் போல பர்சாதியும், வளர்ந்து தன் தந்தையைப் போல் ஆகவேண்டும் என்று முடிவு செய்தான்.

இறுதியாக, தந்தையின் உடல்நலக்கோளாறுகள் ஏற்படுத்திய விரும்பத்தகாத சூழல்களால் அவனுக்கு அந்த வாய்ப்பு வந்தபோது - இந்தப் பல ஆண்டுகளில் ஒட்டுமொத்தமாகவே அவன் அவருடன் சில மாதங்கள்தான் வாழ்ந்திருக்கிறான் என்றாலும் - எல்லாக் குழந்தைகளையும் போலவே அவனும் அவரைக்குறித்து வருத்தமடைந்தான். நினைவுதெரிந்த

நாள் முதல் தான் கொண்டிருந்த ஆசையானது தற்போது தந்தையின் இடத்தை நிரப்புகிற ஒரு மகனின் கடமையாகவும் ஆனதனால் அதன் இரட்டிப்பு பலன் குறித்து அவன் மிகுந்த மகிழ்ச்சியடைந்தான். சில மாதங்கள் பயிற்சி பெற்ற பிறகு தினாநாத்தின் உதவியாளனாக ஆகிவிடலாம் என்கிற நம்பிக்கையோடு உற்சாகமாக டெல்லிக்குக் கிளம்பினான். போலவே, லாலா மோதிசந்தின் மரணத்திற்குப் பிறகு - தெய்வம் அவருக்கு நீண்ட ஆயுளை நல்கட்டும் - நோயினால் கட்டாயமாய் வழங்கப்பட்ட ஓய்விற்கு முன்புவரை மாங்கே ராம் வகித்து வந்தது போல் இவனும் வீட்டிலுள்ள அத்தனை வேலைக்காரர்களுக்கும் அறிவிக்கப்படாத தலைவனாகிவிடுவான். ஆனால் அவன் டெல்லிக்கு வந்தபோது, கணேஷியிடம் தொழில்கற்று லாலா மோதிசந்தின் அந்தரங்க உதவியாளனாய் உயர்ந்திருந்த மாதோ தினாநாத்திற்கு ஏற்கனவே ஓர் உதவியாளனை ஏற்பாடு செய்திருந்தான். அன்பிற்கும் மரியாதைக்கும் உரிய ஒரு பழைய தோழனின் மகனிற்குரிய வரவேற்புகள் ஏதும் அளிக்கப்படாததோடு மாதோ மற்றும் பிற வேலைக்காரர்களால் பர்சாதி துன்புறுத்தவும் பட்டான். குறிப்பாக, மாங்கே ராம் இங்கிருந்து வெளியேறிய பிறகு நிறுவப்பட்டுள்ள இந்தப் புதிய படிநிலைக்கு எந்தத் தொந்தரவும் விளைவிக்காத பட்சத்தில் மட்டுமே அவன் இந்த வீட்டில் தங்கவும் வேலை செய்யவும் முடியும் என்பதாக மாதோ தன் நடவடிக்கைகள் மூலமாகவும் வார்த்தைகள் மூலமாகவும் அவனுக்கு உணர்த்திக் கொண்டே இருந்தான்.

தன் தந்தையின் வாழ்வில் சதேயிக்கு இருந்த முக்கியத்துவம் குறித்து பிற வேலைக்காரர்கள் மூலம் அறிந்துகொண்ட பர்சாதி இறந்து விட்ட தன் தாயிடம் கொண்டிருந்த சிறிய அளவு விஸ்வாசத்தையும் ஒழித்துவிட்டு அவளிடம் உதவி கோரி நின்றான். பர்சாதி மீது அவளுக்கு இரக்கம் தோன்றினாலும், கால மாற்றங்களால் ஏற்பட்ட சூழல்கள் அவ்வீட்டில் அவளுக்கிருந்த அதிகாரத்தை நீர்த்துப் போகச் செய்திருந்தன: வயதான அவளது உடலின் மீதான முதலாளியின் ஆர்வங்கள் வடிந்திருந்தன, குழந்தைகள் வளர்ந்து தங்கள் வழியில் செல்லத்துவங்கியிருந்தனர், அவளுக்குத் துணையாய் இருந்த மாங்கே ராமும் வீட்டை விட்டு வெளியேற்றப்பட்டு விட்டான். தினாநாத்தை மணமுடித்து வீட்டிற்கு வந்த ஸ்வர்ணலதா

தனக்கான உதவிப்பெண்களை தானே அழைத்துவந்திருந்தாள். வீட்டிற்கு வந்த முதல்நாளே உரிமையுடன் அவள் சாவிக்கொத்தை வேண்டி நின்றபோது, வலுவிழந்து கொண்டிருக்கும் ஓர் பழைய கட்டிடத்தில் ஏற்பட்ட முதல் விரிசல் போல் இருந்தது அந்நாள். அதை மறுப்பதற்கான எந்த அடிப்படையும் சதேயியிடம் இல்லைதான் என்றாலும் ஸ்வர்ணலதாவிடம் குடியிருந்த இளமையும் உறுதியும் அந்த முதியவளை அப்படிப்பட்ட ஒரு காரணத்தைச் சிந்திக்கக்கூட விடாமல் செய்துவிட்டன. இரண்டாவது மருமகளை தன் கைக்குள் போட்டுக்கொள்வதன் மூலம் மீண்டும் அதிகாரத்தைக் கைப்பற்றலாம் என அச்சமயத்தில் சதேயி எண்ணினாள். ஆனால் ஸ்வர்ணலதாவிடம் வேறு திட்டங்கள் இருந்தன. இரண்டாவது மருமகள் சாகுந்தலா புதிதாகத் திருமணமாகி வீட்டிற்கு வந்த போது சதேயியை அவள் நெருங்கவிடாமல் பார்த்துக்கொண்டாள் மூத்த மருமகள் ஸ்வர்ணலதா. இறுதியாக கடைசிக்குழந்தையான லாலா மோதிசந்தின் மகள் திருமணமாகி வீட்டை விட்டுச் சென்ற பிறகு இந்த விஷயத்தில் அவளுக்கு எஞ்சியிருந்த கொஞ்ச வெற்றி வாய்ப்புகளும் காணாமலாகின.

இவ்வுலக வாழ்க்கைக்குத் தேவையான விஷயங்களுக்காக ஸ்வர்ணலதாவையும் அடுத்த பிறவிகளிலிருந்து காக்கும் கோரிக்கைக்காக ஸ்ரீராமரையும் அவள் பணியத் தொடங்கினாள். கோஸ்வாமி துளசிதாஸ் சொல்லியிருப்பது போல, *“பக்தியின் பாதைகள் எளிதானவை, விகல்பமற்ற மனம் மாத்திரமே அதற்குத் தேவை.”* எளிய மனதையோ விகல்பமற்ற குணங்களையோ இயல்பாகக் கொண்டிராத சதேயி இவ்வுலகை வெல்வதற்காக இத்தனை நாட்கள் தான் கொண்டிருந்த சிக்கலான வழிமுறைகளிலிருந்து விலகி எளிய பாதையைத் தேர்ந்தெடுப்பதே வாழ்க்கையை எளிதாக்கும் என்பதைப் புரிந்து கொள்ளும் அளவிற்கு புத்தியுள்ளவளாக இருந்ததால் அதையே ஒரு சவாலாக எண்ணி வாழ்க்கையை மாற்றிக் கொண்டாள். இளமைக்காலத்தில் போல தன்னுடைய லாபத்திற்காகக் கையாண்ட சாணக்கியத்தனங்களைச் செயல்படுத்துவதற்கான வலுவும் சூழலும் தற்போது இல்லாமல் போய்விட்டதும் கூட அவளுக்கு இச்சவாலை வெல்ல உதவியது. தன் தந்தையின் இளமைக்காலத்தை நினைவுபடுத்துகிற தோற்றத்துடன் எதிரில் நின்ற பர்சாதியைக்கண்டு, மாங்கே ராமினுடனான தன்

இளமைக்காலம் பற்றி மனதில் ஓர் நொடி எழுந்த ஏக்கத்துடன் "உனக்கு என்ன வாய்க்குதோ அதை வச்சு திருப்தியாய் இரு. இந்த உலகத்தில் மகிழ்ச்சியாய் இருப்பதற்கு அது ஒன்றே வழி" என்றாள். இந்த அறிவுரையைக் கேட்டு அதிருப்தியுற்றவன், "ஆனால் சின்ன முதலாளியுடன் இருப்பது எனது உரிமை என்றும் அதை யாரும் தடுக்க அனுமதிக்கக் கூடாது என்றும் அப்பா சொன்னாரே" என்றான். இதுவரை குழந்தைகளே பெற்றிருக்காத சதேயி, அது அவளது சொந்த முடிவுதான் என்றாலும், முதலில் புன்னகைத்து விட்டு பிறகு பெருமூச்சுடன் சொன்னாள், *"வேறு யாருமல்ல ராமா, நீதான் உண்மையான பாடங்களைக் கற்பிக்கிறாய். பெற்றோரும் கூட தற்பெருமைகளில் சிக்கிக் கொள்கிறார்கள்."* கவலை கொள்வதற்கு தனக்கென குழந்தைகள் யாருமற்ற ஒரு பெண்ணின் வாயிலிருந்து வந்த இந்த வார்த்தைகள் பர்சாதிக்கு தன் தந்தையின் மீதிருந்த நம்பிக்கையை அசைத்தது. அவரை வெறுப்பது போல நடந்துகொண்டிருந்தவர்களால் நிறைந்திருந்த வீட்டிற்கு வந்ததிலிருந்து அவன் அணிந்திருந்த கவசத்தை அது உடைத்தது போல் தோன்றியது. தான் ஆதர்சமாக வழிபட்ட நபரால் தான் தவறாக வழி நடத்தப்பட்டிருக்கிறோம் என ஒப்புக்கொள்ள அவன் நிர்பந்திக்கப்பட்டான். முதலாளியின் அன்பைப் பெறுவதற்கான வழிகளை யோசித்தவாறே தன்னுடைய காலத்திற்காக காத்திருக்க முடிவு செய்த அவன், வீட்டை விட்டு வெளியேறி லாலா மோதிசந்தால் நடத்தப்பட்டு வந்த பள்ளியைக் கவனித்துக் கொள்ளும் பொறுப்பினை ஏற்க வேண்டியிருந்த அவமானத்தையும் கூடப் பொறுத்துக் கொண்டான். அவனது மனைவி கர்ப்பமானதும் அவனுக்குள் ஓர் திட்டம் உதித்தது. அது ஒரு நீண்டகாலத் திட்டம்தான், என்றாலும் நம்பிக்கையுடன் அதை நோக்கி உழைக்கலாம் என அவன் நம்பினான்.

"அம்மாவும் குழந்தையும் நலமாக இருக்கிறார்கள் சின்ன முதலாளி" என்றபடி எழுந்து கொண்ட பர்சாதி, அடக்கத்தையும் மகிழ்ச்சியையும் ஒருசேர வெளிப்படுத்துகிறபடி கைகளைக்குவித்து வணங்கினான். "எல்லாம் உங்கள் ஆசீர்வாதம்."

"ஹ்ம்ம்ம்" என்ற தினாநாத் பர்சாதியின் வருகையால் தடைபட்ட தங்களது உரையாடலைத் தொடரும் பொருட்டு தந்தையை நோக்கித் திரும்பினான்.

மாதோவினால் திட்டமிட்டு வீட்டை விட்டு வெளியேற்றப்பட்டு வீட்டிற்கு வெளியேயான காரியங்களை மட்டும் பார்க்கிற நிலைக்குத் தள்ளப்பட்டிருக்காவிட்டால், முதலாளிகளுடனான உரையாடலின் போது கடைப்பிடிக்கப்பட வேண்டிய நாகரீகங்களை பர்சாதி கற்றுக் கொண்டிருந்திருப்பான். ஆனால் சூழல் அப்படி அமையாததால் தினாநாத்தின் சைகையைச் சரியாகப் புரிந்து கொள்ளாமல் "முதலாளி" என்று மறுபடி பேச ஆரம்பித்தான். "என் அப்பா உங்கள் அப்பாவிடம் பணி புரிந்தது போல நானும் உங்களிடம் பணிபுரிய வேண்டும் என்பதே எனது ஆசையாக இருந்தது. ஆனால் விதியை யாரால் மாற்ற முடியும்? உங்கள் குடும்பத்திற்கு சேவை செய்யும் வாய்ப்பு இந்தக் குழந்தைக்கு கிடைக்க வேண்டும் என்பது மட்டுமே எனது ஆசை" என்றான்.

தன்னால் முடிந்த அளவிற்கு உரையாடலை நாகரீகமாக முடிக்கும் பொருட்டு "ம்... நிச்சயமாக" என்றார் மோதிசந்த்.

சமயங்களில் வேலைக்காரர்களிடம் கண்டிப்பாகவும் கோபமாகவும் நடந்து கொள்ளக்கூடிய முதலாளியின் குரலில் தற்போது இருந்த பெருந்தன்மையால் தைரியம் பெற்றவன் "குழந்தைக்கு ராம்தாஸ் எனப் பெயரிட்டிருக்கிறேன். வளர்ந்த பிறகு, ராமனுக்கு ஹனுமனைப் போல், இவன் கேஷோ அண்ணாவிற்குத் துணையிருப்பான்" என்றான்.

முகத்தைச் சுளித்தபடி தன் மகனைப் பார்த்தார் லாலா மோதிசந்த். தினாநாத்தின் முகத்தில் கடுமை ஏறியது. லாலா மோதிசந்திற்குப் பின் அமர்ந்திருந்த கணக்குப்பிள்ளை உதட்டை இறுக மூடிக்கொண்டார். முகத்தைத் திருப்பிக் கொண்ட மாதோ சிரிப்பை அடக்க முயன்றான்.

அப்பாவின் செல்ல மகனான தினாநாத் நான்கு குழந்தைகளால் ஆசீர்வதிக்கப்பட்டிருந்த போதும் அவர்கள் அனைவரும் பெண்குழந்தைகளாய் இருந்தனர். அவர்கள் இருவராலும் சோம்பேறி என்றும் பெண்மை நிறைந்தவன் எனவும் கருதப்பட்ட தமையன் தினாநாத் தனது முதல் மற்றும் ஒரே முயற்சியிலேயே தன் மனைவியை ஒரு ஆண்குழந்தையை கர்ப்பம் தரிக்கச் செய்திருந்தான். கேஷோலால்தான் அந்த ஆண்குழந்தை. இயற்கை நிகழ்த்திய இந்த ஒற்றை விபத்து

ஆமை போன்ற தினாநாத்தை முயல் போன்ற அவனது அண்ணனைத் தோற்கடிக்கச் செய்திருந்தது. ஆனால் கதையில் வருவது போல் அல்லாமல் தினாநாத்தின் தோல்விக்கு அவனை எந்த வகையிலும் குற்றப்படுத்த முடியாது. எத்தனையோ முதல் குழந்தைகளைப் போல அவன் தனது உரிமைப்படி வரவேண்டியவை வந்து சேரட்டும் என வெறுமனே அமர்ந்திருந்தவனல்ல. அவன் ஒரு பரிபூரணமான மகனாய் இருந்தான், பெற்றோருக்குப் பணிந்தவனாகவும் பள்ளியிலும் கல்லூரியிலும் சீரிய மாணவனாகவும் இருந்தான். தன் தம்பியைக் கருவுற்றிருந்த போது ஏற்பட்ட சிக்கல்களால்தான் அம்மாவை இழக்க வேண்டி வந்தது என்பதாக சிறுவயதிலேயே ஏற்பட்டிருந்த புரிதல் தம்பியுடனான அவன் உறவை நச்சுப்படுத்தியது. திவான்சந்தைத் தனிப்பட்ட வகையில் இதற்குப் பொறுப்பாக்க முடியாதென்பதுதான் பக்கச்சார்பற்ற பெருந்தன்மையான புரிதலாக இருக்க முடியும் என்றாலும் அந்தக் குற்றச்சாட்டில் சற்று உண்மையும் இருக்கத்தான் செய்தது. இங்கிலாந்தில் இருந்த போது திவான்சந்தின் நடத்தையினால் தினாநாத்திற்கு ஏற்பட்ட தர்மசங்கடம், அதன் விளைவாக அங்கு அவன் தொழிலை விஸ்தரிக்க முடியாமல் போனது என வளர்ந்தபிறகும் அவர்களுக்கிடையே வேறு பிரச்சனைகள் எழுந்தன. தன் அப்பாவால் வெற்றிகரமாக தனக்குக் கற்பிக்க முடிந்த பாடத்தை கற்றுக் கொள்ள முடியாத தம்பியின் மீது ஏற்பட்ட கோபம் மற்றும் ஏமாற்றத்தை ஒருவழியாக அவன் கடக்கப் பழகிக் கொண்டான். இந்த உலகத்தை எதிர்கொள்வதற்குச் சரியான வழி அதை அப்படியே ஏற்றுக் கொள்வதாகும். அப்படி ஏற்றுக் கொண்டதனை அடித்தளமாகக் கொண்டு நம்மையும் நம் குடும்பத்தையும் பாதுகாப்பதற்குத் தேவையான மாளிகையை அதன்மேல் கட்டி எழுப்ப வேண்டும்.

இங்கிலாந்திலிருந்து திரும்பி வந்த திவான்சந்திற்கு, அதற்கு சில ஆண்டுகள் முன்னதாகவே திரும்பி வந்திருந்த தினாநாத்துடன் இணைந்து குடும்ப வணிகத்தைக் கவனித்துக் கொள்வதில் ஆர்வம் தோன்றவில்லை. அவனை வணிகத்தில் ஒரு பங்குதாரராக தினாநாத்தின் தலையில் கட்டமாட்டேன் என அப்பா ஏற்கனவே அளித்திருந்த நம்பிக்கையும் இதோடு சேர அவன் மகிழ்ச்சியுடன் திவான்சந்தை வரவேற்றான். திவான்சந்திற்குத் திருமணம் நிகழ்ந்த போது மணமகள்

ஊர்வலத்தை முன்னின்று வழிநடத்தி அவனது மனைவி சகுந்தலாவை ஒரு தந்தையின் அன்போடு வீட்டிற்கு வரவேற்றான். திருமணமான சில காலத்திலேயே ஒரு கதைசொல்லிக்கு உதவி செய்வதற்காக, தன்னை விட்டுவிட்டு கணவன் பனாரஸிற்குச் செல்லப் போகிறான் என்ற அதிர்ச்சிக்கு ஆளான சகுந்தலா அதற்கு முன்னதாகவே ஒரு ஆண் குழந்தைக்குத் தாயாகி இருந்தாள். மோதிசந்தின் மூத்த பேரனான இந்த கேஷோலாலுக்கே தினாநாத்தின் மகள்களைவிட மோதிசந்தின் சொத்துக்களில் உரிமை அதிகம். என்னதான் தினாநாத் கடினமாக உழைத்து குடும்பத்தின் வருவாயைப் பெருக்க முயன்றாலும், ஒரு பொறுப்புள்ள குடும்பஸ்தனாக கைவிடப்பட்ட சகுந்தலாவின் தேவைகளை கவனித்துக் கொண்டாலும், அப்பாவைப் பிரிந்து தவிக்கிற தம்பியின் மகனுக்கு ஒரு தந்தையைப் போல ஆதரவு அளித்தாலும் அந்தச் சொத்துக்களெல்லாம் ஒரு நாள் தம்பி மகன் கேஷோலாலிற்குத்தான் போகவிருக்கிறது என்கிற உண்மை அவனை சில இரவுகளில் தூங்கவிடாமல் செய்திருக்கின்றது.

அமைதியும் கோபமுமான குரலில் "உனக்கு வேறு வேலை எதுவும் இல்லையா?" என்றான் தினாநாத் பர்சாதியிடம்.

தினாநாத்தின் குரலில் ஏற்பட்ட திடீர் மாற்றத்தால் குழப்பமுற்ற பர்சாதி "ஆனா... முதலாளி" என இழுத்தான். அவனது தோளைத் தொட்டு 'கிளம்பு இப்போ' என்பது போல மாதோ சைகை செய்த பிறகே தான் செய்துவிட்ட தவறு பர்சாதிக்குப் புரிந்தது. ஏதோ சொல்ல முயன்றவனை மாதோ தடுக்கவும், தான் ஏற்படுத்திய சங்கடத்தைச் சமாளிக்கும்படியாகச் சொல்ல தன்னிடம் எதுவும் இல்லை என்பதைப் புரிந்து கொண்டவன் அங்கிருந்து கிளம்ப எத்தனித்தான்.

"இரு" என்றார் லாலா மோதிசந்த். "நான் என் முதல் மகனோடு அமர்ந்திருக்கும் சமயத்தில் நீ உன் முதல் மகனின் பிறப்பு பற்றிய செய்தியோடு வந்துள்ளாய். என் அன்பு மகன் தினாநாத்தின் பெயரில் நான் ஏழைகளுக்கு உணவளிக்க விரும்புகிறேன். கணக்குப்பிள்ளை, குழந்தையின் பெயர்சூட்டு விழா முடிந்தவுடனே ஒரு அன்னதானத்திற்கு ஏற்பாடு செய்யுங்கள்."

தன் முதலாளி சாதுர்யமாக சூழலைக் கையாண்டதை ஆமோதிக்கும் விதமாகத் தலையாட்டிய கணக்குப்பிள்ளை தேவையான குறிப்புகளை மேற்கொள்ள பேரேட்டினை நோக்கிக் குனிந்தார். தன்னைவிட இளம் வேலைக்காரன் ஒருவனுக்குக் கிடைத்து விட்ட தாராளமான நன்கொடையைக் கண்டு திகைத்த போதிலும் தன் முதலாளி சூழலை விவேகமாகக் கையாண்ட விதத்தினை எண்ணி பெருமிதம் கொண்டான் மாதோ. தந்தையின் அன்பால் வெற்றிகொள்ளப்பட்டபோதும் அவரது நடவடிக்கையால் நெகிழ்ச்சியுற்ற போதும் தினாநாத்தின் மனம் வருத்தமே அடைந்தது. தந்தை என்னதான் சொன்னாலும் செய்தாலும், மூத்த மகன் மீதான அவரது அன்பு எத்தனை ஆழமானதாகவும் உண்மையானதாகவும் இருந்தாலும் நேரம் வரும்போது கேஷோலால்தான் தாத்தாவுடைய சொத்துக்களை உடைமையாக்கப்போகிறான் என்கிற உண்மையை அவன் அறிந்ததே காரணம்.

இதற்கிடையே தன் முதலாளியின் கால்களை மீண்டும் பற்றிக் கொண்டான் பர்சாதி. "நீங்கள் உண்மையிலேயே மிகப்பெரிய மனிதர் முதலாளி. நீங்கள் அளப்பரிய பெருந்தன்மையும் அதற்கீடான அறிவும் உடையவர்" என்றான் கண்களில் நீர் வழிய.

◆◆◆

பர்சாதியின் மனைவி தன் குழந்தையைப் பிரசவித்த ஆஷாதேவி நினைவுப் பள்ளியானது அதற்குச் சில மாதங்கள் முன்பு வரை ஆஷாதேவி விதவைகள் ஆசிரமமாக இருந்து வந்தது. வண்ணமும் மணமும் நிறைந்த உலகிற்குப் பொருத்தமற்றவர்களாகிப் போன துரதிர்ஷ்டம் பிடித்த எத்தனையோ பெண்களின் மரணம் நோக்கிய பயணத்தின் கடைசித் தலமாக இருந்த ஒரு சொத்தானது திடீரென ஒரு குழந்தையுடைய வாழ்க்கைப் பயணத்தின் முதல் நிறுத்தமாய் மாறி விட்டது. இந்த இடத்தின் தன்மையில் இப்படி ஒரு மாற்றத்தை ஏற்படுத்திய அதன் சக்தி வாய்ந்த முதலாளியும் ஆஷாதேவி நினைவு அறக்கட்டளையின் ஒட்டுமொத்த நிர்வாகியுமான லாலா மோதி சந்த் தன் மனைவி இறந்த சில காலத்தில் வேறு ஒருவரிடமிருந்து கைப்பற்றிய இந்த

மாளிகையை ஆசிரமமாக புனரமைத்தார். வாழ்வின் கடைசி சில ஆண்டுகளாக ஆஷாதேவி முடங்கியும் நோய்வாய்ப்பட்டும்தான் கிடந்தார் எனினும் அவர் தன் கணவனுக்கு ஒரு வகையில் முக்கியமானவராகவே இருந்திருக்கிறார். அதனால்தான் அவரது பெயரில் இந்த ஆசிரமம் ஆரம்பிக்கப்பட்டிருந்தது. தனக்கு முன்னரே இறந்து விட்டதால் ஒரு போதும் தன் மனைவி அடையாத அடைய முடியாத விதவைக் கோலத்திற்கு தள்ளப்பட்டுவிட்ட பெண்களுக்கான ஓர் தங்குமிடமாக அந்த இடத்தை அவர் அமைத்தார்.

பத்து ஆண்டுகளுக்கும் மேலாக ஆசிரமமாக இருந்த அந்த இடத்தை பள்ளியாக மாற்றுவதற்கான முடிவு இரண்டு வகையான காரணங்களுக்காக எடுக்கப்பட்டிருந்தது. அங்கே தங்கியிருந்த பற்றற்ற ஒரு பெண் தொடர்பாக நிகழ்ந்த விரும்பத்தகாத நிகழ்வுகள் ஒரு காரணமாய் இருந்தது என்றாலும் டெல்லி இம்ப்ரூவ்மெண்ட் ட்ரஸ்ட் துவங்கப்பட்டதும் அரசாங்கமானது பெருகிவரும் மக்கள் தொகைக்கு ஏற்றவாறு நகருக்கு வெளியே வீட்டுமனைகளை வழங்குவதற்காக பெரிய நிலங்களை ஒதுக்கப் போகிறதென அரசாங்கத்தின் உயர் பதவியில் இருந்த நண்பர் ஒருவர் பேச்சினிடையே குறிப்பிட்டதுதான் அதற்கான முக்கிய காரணமாய் அமைந்தது. அரசாங்கத்தில் வேலை செய்வதற்காக டெல்லிக்கு நகர்கிற மக்களுக்கும் அவர்களது குழந்தைகளுக்கும் கல்வி தர வேண்டியிருக்கும் என்பதனால் பள்ளிகள் துவங்க முடிகிற நிறுவனங்களுக்கு சலுகை விலையில் நிலங்கள் ஒதுக்கப்படலாம். அப்படி நிலம் ஒதுக்கப்படும் போது ஏற்கனவே பள்ளிகள் நடத்திக் கொண்டிருந்த நிறுவனங்களுக்கு பிற நிறுவனங்களைக் காட்டிலும் அதிக முன்னுரிமை வழங்கப்படலாம். இரண்டு வைஸ்ராய்களுடன் விருந்திற்குச் சென்றிருக்கின்ற, எப்போதும் காதி அணிகிற, மகாத்மா நகருக்கு வருகை புரிகையிலெல்லாம் அவரைச் சந்திப்பதில் உறுதியாய் இருக்கிற, டெல்லியில் தனக்கு இருக்கிற பல்வேறு வளாகங்களை ஆர்.எஸ்.எஸ். கிளைகள் நடத்துவதற்கு பயன்படுத்த அனுமதித்திருக்கிற, தனது நண்பர்களில் சிலர் உருவாகவிருக்கிற பாகிஸ்தானின் முக்கிய தலைவர்களாவதற்கு வாய்ப்பிருக்கிறதெனக் கணித்த லாலா மோதி சந்த் கல்வியின் மூலம் தன் சக குடிமகன்களை மேலேற்றி விடுவது ஒரு இந்தியனாக தனது கடமை என உடனடியாக இந்த

முடிவெடுத்தார். ஆசிரமத்திலிருந்த விதவைகள் டெல்லியை விடப் புனிதமானதெனக் கருதப்பட்ட பனாரஸிலிருந்த ஒரு ஆசிரமத்திற்கு அனுப்பி வைக்கப்பட்டனர். கூடவே, பனாரஸில் இறப்பவர்களுக்கு மறுபிறவி சிறப்பானதாக அமையும் என நம்பப்பட்டதும் அதற்கு உதவியது. விதவைகளை இடம் மாற்றியது குறித்து வெளிப்படையாகவோ மறைமுகமாகவோ கேள்வி எழுப்புகிறவர்களிடம் இந்த வாதங்களை வைத்த பின்பு, இந்த துரதிர்ஷ்டம் பிடித்த பெண்கள் பனாரஸில் இறப்பதன் மூலம் மறுபிறவியிலிருந்து விடுபட்டு இறைவனுடன் ஒன்றாய் கலப்பதற்கான வாய்ப்புகளும் கூட இருக்கின்றன என்பார். விதவைகளின் மீதான அக்கறையைக் காட்டிலும், பிறப்பும் இறப்பும் மாறி மாறி நிகழ்கிற முடிவற்ற சுழற்சியானது பெண்கள் இல்லாவிட்டால் இன்னும் சிறப்பானதாக இருக்கும் என ஒத்துக் கொள்பவர்களாகவே பலரும் இருப்பதால் மோதிசந்தின் இந்த பதில் அவர்களது வாயை அடைத்து விடும்.

விதவைகள் அங்கிருந்து கிளம்பிய பிறகு, மாதோவின் யோசனையின் படி பர்சாதியை வரவழைத்த மோதிசந்த் கிராமத்திலிருந்து அவன் டெல்லிக்கு அழைத்து வந்திருக்கிற மனைவியோடு புதிய ஆஷாதேவி மெமோரியல் பள்ளிக்குச் சென்று அதன் பாதுகாவலனாகவும் எடுபிடி வேலைகளை கவனித்துக் கொள்பவனாகவும் இருக்கும்படி அறிவுறித்தினார். லாலாவின் மாளிகையை விட்டு வெளியேற வேண்டிய சூழலை ஏற்படுத்திய இந்தப் பதவி உயர்வால் ஏமாற்றமடைந்த பர்சாதி இந்த சேதியுடன் வீட்டிற்கு வந்த போது இறுகிய முகத்துடன் அதற்கு மறுப்புத் தெரிவித்தாள் ஓம்வதி. ‘அந்த விதவைகள் இல்லத்தில் நான் வசிக்கப் போவதில்லை’ என்கிற பதில் அவனை மேலும் ஆத்திரமூட்டியது. தனக்கே விருப்பமில்லாத ஒரு விசயத்தை செய்யும்படி தன் மனைவியை சம்மதிக்க வைக்க வேண்டியிருந்த அந்த நிலை அவனுக்கு எரிச்சலைத் தூண்டியது. நிறைய விவாதங்களுக்கும், வசைகளுக்கும், கன்னத்தில் சரியாக விடப்பட்ட அறைகளுக்கும் பிறகு ஓம்வதி ஒரு நிபந்தனையுடன் அதற்குச் சம்மதித்தாள். கங்கைத் தீர்த்தத்தை கொண்டு முழு ஆசிரமமும் சுத்தப்படுத்தப்படுவது மட்டுமன்றி விதவைகள் அங்கு விட்டுச் சென்றிருக்கிற தீய அலைகளைப் போக்கும் விதமாக சிறப்புப் பூஜையும் நடத்தப்பட வேண்டும் என்றாள். தங்களது துர்பாக்கியத்தால் கணவனை முன்னமே

இழந்ததன் மூலம் தங்களது வெற்று இருப்பைக் கொண்டே அவர்களால் ஓர் இடத்திற்குக் கெடுதல் விளைவிக்க முடியும் என நிரூபித்திருக்கிறார்கள். இந்த சம்பிரதாயங்களெல்லாம் நடந்து முடிந்த சிறிது நேரத்திற்குள்ளாக பர்சாதியை அழைத்த லாலா மோதிசந்த் ஆக்ராவிலிருந்து வரவழைக்கப்பட்ட ஒருவனை அறிமுகப்படுத்தினார்.

மக்கன்லால் இறுக்கமான முகமுடைய இளைஞனாக இருந்தான். தன்னை விட இரண்டு அல்லது மூன்று வயது கூடுதலாக - இருபத்தி மூன்று அல்லது இருபத்தி நான்கு - இருக்கலாம் என கணித்தான் பர்சாதி. நிறைய புத்தகங்கள் கொண்டு வந்திருந்த அவர் அவற்றைத் திரும்பத்திரும்ப வாசிப்பதிலேயே நேரம் அனைத்தையும் செலவழித்தார். பர்சாதி சுத்தப்படுத்திக் கொடுத்த அறையின் சுவரில் இரண்டு புகைப்படங்களைத் தொங்க விட்டார் மாஸ்டர்ஜி. மீசையும் தொப்பியும் அணிந்திருந்த ஒருவரை உலக நடப்புகள் குறித்து மிகக் குறைந்த அறிவே கொண்டிருந்த பர்சாதி கூட பகத்சிங் என அடையாளம் கண்டுகொண்டான். வெண்தாடியும் சிங்கம் போன்ற முகத் தோற்றமும் கொண்டிருந்தார் இன்னொரு மனிதர். கார்ல் மார்க்ஸின் சாயல் துளி கூட மாஸ்டர்ஜியிடம் இல்லாத போதும் அதை அவரது தந்தையின் புகைப்படம் என முடிவு செய்து கொண்டான். அப்பாவை விட அம்மாவின் சாயலை அதிகம் கொண்டிருப்பாராய் இருக்கும். வேறு சமயங்களாய் இருந்தால், நட்பும் வெகுளித்தனமும் கொண்ட பர்சாதி நேரடியாகவே மாஸ்டர்ஜியிடம் உங்கள் தந்தைக்கு மரியாதை செலுத்துவதற்காக இந்தப் புகைப்படத்தை இங்கே மாட்டியிருக்கிறீர்களா? எனக் கேட்டிருப்பான். ஆனால் மாஸ்டர்ஜி அதிகம் பேசுவதேயில்லை. பர்சாதிக்கு கட்டளைகள் வழங்குவதற்கு மட்டுமே வாயைத் திறக்கிறவர், சற்று நெருக்கமாகும் பொருட்டு பர்சாதி மேற்கொள்ளும் முயற்சிகளைப் புறக்கணிப்பதன் மூலமோ, அவனது வேலையை மட்டும் பார்க்கும்படி கடுமையாக கூறுவதன் மூலமோ தவிர்த்து விடுவார். மாலை வேலைகளில் உச்ச பட்ச போதை அடையும்படி குடிக்கிற பழக்கத்தை கொண்டிருந்தார் மாஸ்டர்ஜி. பகலில் வகுப்புகள் முடிந்து மாணவர்கள் கிளம்பிய பிறகு செய்தித்தாள் படிக்கையில் சீற்றத்தோடும் குமுறலோடும் அவரிடமிருந்து வெளிப்படுகிற "முட்டாள்கள்" "புத்தி கெட்டவன்கள்" போன்ற வார்த்தைகள் அதிக சாராயம் உள்ளே செல்லச் செல்ல அதிக சப்தத்தில் ஒலிக்கத்துவங்கும். சில

சமயங்களில், இத்தகைய குடிக்குப் பிறகு வீட்டை விட்டு வெளியே செல்கிறவர், காணச் சகிக்காத தோற்றத்துடன் நள்ளிரவில் வீடு திரும்புவார். ஒருநாள் அவர் பின்னாலேயே தொடர்ந்து சென்ற பர்சாதி நகரின் மலிவான விலைமாதுகள் இருக்கிற இடம் நோக்கி அவர் செல்வதை கண்டு அதிர்ச்சியுடன் திரும்பி வந்தான். அத்தகைய நாட்களை அடுத்து விடிகிற காலைகளில் அவருக்குள் கொதித்துக் கொண்டிருக்கும் கோபங்கள் அனைத்திற்கும் எளிய, வசதியான இலக்காகி விடுவதிலிருந்து பர்சாதியால் தப்பிக்கவே முடிந்ததில்லை. எவ்வளவு முயன்ற போதிலும் ஏதேனும் ஒரு விசயத்தில் அவனிடம் குறை கண்டுபிடித்து விடுவார். 'சோம்பேறி நாயே', 'தேவிடியா மகனே', 'அப்பா பேர் தெரியாதவனே' என மிகவும் நேர்மையான பிறப்பினைக் கொண்டிருக்கிற பர்சாதியின் பிறப்பினைப் பற்றிக் கேள்வி எழுப்புகிற வார்த்தைகளாகப் பொழிவார் கோபத்தில்.

இந்தப் பள்ளிக்கு தங்கள் குழந்தைகளை அனுப்புவதைத் தவிர வேறு வழியற்ற ஏழை மக்களின் குழந்தைகள் முன் வகுப்பறையில் அமரும் போது மட்டுமே அவரது இறுகிய முகத்திலிருக்கிற கோபம் குறைந்து உயிர் தருகிற நீருற்றுப் போல அன்பு நிரம்பி வழியும். வளர்ந்துவிட்ட பெரியவர்களுடனான வாழ்க்கையின் கசப்புகளிலிருந்து தப்பிக்கப் போராடும் பலரையும் போல மாஸ்டர்ஜியும் அன்பையும் கருணையையும் மன்னிப்பையும் எளிதாக கொடுக்கவும் பெறவும் முடிகிற குழந்தைகளின் உலகத்தில் தன்னை ஒளித்துக் கொண்டார். ஒவ்வொரு குழந்தையையும் தனிக் கவனம் செலுத்தி பார்த்துக் கொண்டார். அவர்களது கோணல்மானலான எழுத்துக்களை பொறுமையுடன் திருத்தி, வாசித்தும் கதைகள் சொல்லியும் கற்பித்தார். பிற பள்ளிகளில் வழக்கமாக இருந்த கடுமையான தண்டனைகள் போல் அல்லாது மன்னிக்கவே முடியாத குற்றங்களைக் கூட மிக மென்மையான கண்டிப்புகள் மூலம் சரி செய்ய முயன்றார். தனக்குத் தெரிந்த பாடல்களை மாணவர்களுக்கு கற்பித்தது மட்டுமில்லாமல் கூடச் சேர்ந்து பாட அவர்களை ஊக்கமும் படுத்தியதுதான் பர்சாதியை மிகவும் ஆச்சர்யத்திற்கு உள்ளாக்கியது. "சிரசினை தியாகம் செய்யத் தயாராகிவிட்டன எம் இதயங்கள், கொலைவாள் கொண்டோரின் கரங்களின் சக்தி எத்தகையதெனப் பார்த்து விடுவோம் இப்போது" என்கிற வரிகளின் முழு வீச்சையும்

பர்சாதியால் உணர முடியவில்லை. துப்புரவுத் தொழிலாளர்கள், தண்ணீர் சுமப்பவர்கள், குதிரை வண்டிக்காரர்கள், கை வண்டி இழுப்பவர்கள் மற்றும் வீட்டு வேலை செய்பவர்கள் போன்றோரின் குழந்தைகளான இந்த ஆறு ஏழு வயதுடைய மாணவர்களுக்கும் அதன் பொருள் புரிந்ததா என்பது சந்தேகமே. ஆனால் நெஞ்சில் கரம் வைத்து தலை சாய்த்து உணர்ச்சி பொங்க தங்களது ஆசிரியர் பாடுகிற பாடலை அதே வேகத்துடன் அவர்கள் பாடிய போது அவரது எண்ணத்தையும் தீவிரத்தையும் அவர்கள் புரிந்து கொண்டது போல்தான் தோன்றியது.

மாஸ்டர்ஜி டெல்லிக்கு வந்து சில மாதங்கள்தான் ஆகியிருந்த ஒரு சமயத்தில்தான், பர்சாதி அவரிடம் தயக்கத்துடன் சென்று சமீபத்தில் பிறந்த தன் குழந்தையின் பெயர் சூட்டு விழாவிற்கு அழைப்பு விடுத்தான். அவனைக் கோபத்துடன் பார்த்த மாஸ்டர்ஜி "இதிலெல்லாம் எனக்கு நம்பிக்கை இல்லை" என்றார்.

ஒரு நொடி மாஸ்டர்ஜியின் மீதான பயத்தினை உற்சாகம் வெற்றி கொள்ள "அதன்பிறகு பொதுமக்களுக்கு அன்னதானமும் இருக்கிறது. லாலாஜிதான் ஏற்பாடு செய்திருக்கிறார்" என்றான்.

"நான் சாப்பிடற சாப்பாடே எனக்குப் போதும்" என்ற மாஸ்டர்ஜி, "அதற்கும் லாலாஜிதான் பணம் கொடுக்கிறார்" என்றார்.

"அது ஒரு சின்ன பூஜைதான், கொஞ்ச நேரம் மட்டும் வந்து உங்கள் ஆசிகளைக் கொடுங்கள்" என்றான் பர்சாதி.

"இந்த பூஜை கூஜை எல்லாம் வடிகட்டின முட்டாள்தனம்" என்றார் மாஸ்டர்ஜி.

சட்டெனக் கோபம் வந்துவிட்டது பர்சாதிக்கு. "கடவுளைக் கும்பிடறது ஒன்னும் முட்டாள்தனம் கிடையாது மாஸ்டர்ஜி. அவருடைய கருணையால்தான் நாம் இந்த உலகத்தில் வாழ்கிறோம்" என்றான்.

"நான் அப்படி வாழவில்லை. நீ கிளம்பு இப்போ இங்கிருந்து" என்றார் மாஸ்டர்ஜி.

கைகள் நடுங்க தன் குரலினை முயன்று கட்டுப்படுத்திக் கொண்ட பர்சாதி, "நாம் எல்லோரும் பாவம் செய்தவர்கள் மாஸ்டர்ஜி" என்றான். கண்களை உயர்த்தி மாஸ்டர்ஜியின் பார்வையை ஊடுருவியவன், "நாம் எல்லோரும் நம் செயல்களுக்கான வினையை எண்ணிப் பயப்பட வேண்டும்" என்றான்.

முகம் சிவந்த மாஸ்டர்ஜி, "உன் வேலையை மட்டும் நீ பார்த்தால் போதும், இல்லை என்றால் உன் எலும்பை உடைச்சிடுவேன்" என்றார்.

பெயர் சூட்டு விழாவன்று காலையில் தன் வண்டியிலிருந்து இறங்கிய லாலா மோதிசந்தை வரவேற்ற மாஸ்டர்ஜி முற்றத்தில் ஹோமம் வளர்க்கப்பட்டு பூஜை நடந்து கொண்டிருந்த இடத்திற்கு அவரை அழைத்துச் சென்றார். மந்திரங்களின் ஓசையுடன் குழந்தையின் அழுகுரலும் சேர்ந்து ஒலித்துக் கொண்டிருக்க, பூஜை முடிந்து அன்னதானம் தொடங்கும் சமயத்தை எதிர்நோக்கி கும்பலாகக் காத்துக்கொண்டிருந்தனர் சிலர். இன்னொருபுறம் சமையல்காரர்கள் பதார்த்தங்கள் தயாரிப்பின் இறுதி நிமிடங்களில் இருந்தனர்: பெரிய தொந்தியுடைய வயதான சமையல்காரர் ஒருவர் தனக்கு முன்னிருந்த எண்ணெய் ஊற்றப்பட்ட பெரிய வாணலியில் கைகளில் இருந்த பெரிய ஜல்லிக் கரண்டியால் உப்பிய பூரியை திருப்பிக் கொண்டிருக்க அடுத்த பூரிமாவுடன் அருகில் அவரது உதவியாளன் நின்று கொண்டிருந்தான். ஆவி பறக்க உப்பி எழுந்த பூரியை மெய்மறந்து வேடிக்கை பார்த்தபடி சிறுவர்கள் சிலர் பூஜை நடக்கும் இடத்திற்கு முதுகு காட்டி நின்றிருந்தனர். ஒரு புகழ்பெற்ற சமையல்காரனின் குழுவில் இணைந்து நாமும் எப்போது இப்படி மிகப்பெரிய வாணலியின் முன் நிற்கிற உயர்ந்த இடத்தை அடைவோமோ என்கிற கனவும் கூட அவர்களில் சிலருக்கு இருக்கலாம். பெருமிதத்தாலும் பூரிப்பாலும் முகத்தில் நிரந்தரப் புன்னகை ஒன்று உறைந்திருக்க, வெற்றியை நோக்கி முன்னேறுகிற தன் படையை மலைமேல் நின்று பார்க்கிற ஓர் தளபதியைப்போல எல்லாவற்றையும் பார்த்துக் கொண்டிருந்தான் பர்சாதி. லாலா மோதி சந்தைக் கண்டதும் வேகவேகமாக ஓடி வந்தவன் அவரது கால்களில் விழுந்தான்.

லாலாவைப் பர்சாதியின் பொறுப்பில் விட்ட மக்கன்லால் அலுவலகத்தில் முடிக்க வேண்டிய சில வேலைகள் இருப்பதாகக் கூறி அங்கிருந்து கிளம்பி விட்டார். அதுகுறித்து மக்கன்லாலிடம் மோதிசந்த் ஏதோ சொல்லும் முன்பு அழுகிற தன் குழந்தையை அவரது கையில் திணித்திருந்தான் பர்சாதி. சற்று நேரம் அங்கிருந்த லாலாஜி அன்னதானத்தின் போது ஏற்பட வாய்ப்புள்ள கூட்ட நெரிசலுக்கு வெகு முன்னதாகவே கிளம்பிவிட்டார், அவரை வழியனுப்புவதற்காக மாஸ்டர்ஜி வந்தபோதுதான் அங்கிருந்த அத்தனை பேரையும் போலல்லாமல் மக்கன்லாலின் நெற்றியில் மட்டும் குங்குமம் இல்லாதிருப்பதைக் கவனித்தார்.

அடுத்த நாள் பர்சாதியை வரவழைத்த லாலா மோதிசந்த் அவன் வணக்கம் தெரிவித்த பின்பு "மாஸ்டர்ஜி பூஜைக்கு வரவில்லை" என்றார்.

அதிர்ச்சியடைந்த பர்சாதி ஒரு நொடி தயங்கிய பின், "அவர் வரவில்லையா" என வினவினான்.

அவனது கேள்வியைப் புறக்கணித்த லாலா மோதி சந்த் "ஏன்?" என வினவினார்.

"அவருக்கு அலுவலகத்தில் கொஞ்சம் வேலை இருந்தது முதலாளி" என்றான்.

"பர்சாதி, உங்க அப்பா என் வீட்டில எத்தனை வருஷம் வேலை பார்த்திருக்காரு?" என்றார் லாலா.

"நிறைய வருஷம் எஜமான்" என்றான் பர்சாதி.

"அப்புறம், நான் போட்ட உப்பை நீ எத்தனை வருஷமா சாப்பிட்டுக்கிட்டிருக்க?"

"நான் பிறந்ததிலிருந்தே எஜமான்."

"இப்போ சொல்லு, மக்கன்லால் ஏன் பூஜைக்கு வரல?"

"எஜமான்" என்று ஆரம்பித்த பர்சாதி வெற்றிலைப் பெட்டியுடன் பக்கத்தில் நின்றிருந்த மாதோவைப் பார்த்தபடி,

“அடுத்தவங்களைப் பற்றி வெளியில் சொல்றதெல்லாம் தப்பு ஏஜமான்” என்றான்.

தன்னை நோக்கி கையை நீட்டிய லாலாவிடம் வெற்றிலைப் பெட்டியைத் தந்து விட்டு அங்கிருந்து வெளியேறினான் மாதோ.

பேசுவது கேட்காத தூரத்திற்கு மாதோ போய்விட்டான் என்பதை உறுதி செய்து கொண்ட பர்சாதி, “அவர் ஒரு நாத்திகர், முதலாளி” என்றான்.

“நாத்திகனா?”

“ஆமாம் முதலாளி. அவர் செங்கொடியைப் பின்பற்றுகிறவர்” என்றான் பர்சாதி.

சந்தேகப்படும்படியான சில கூட்டங்களுக்குச் சென்றிருந்தாலும் எந்த அரசியல் கட்சியிலும் மக்கன்லால் உறுப்பினன் இல்லை என்பதைத் தன் விசாரணைகள் மூலம் தெரிந்து கொண்ட லாலா மோதி சந்த் ஒருநாள் காலை பள்ளிக்கு வந்தார். அலுவலக அறைக்குச் சென்றவர் தான் கொண்டு வந்த பொருட்களை அங்கேயே வைத்து விட்டுச் செல்லும்படி உடன் வந்த வேலைக்காரர்களுக்கு உத்தரவிட்டுப் பின் கதவினை மூடிக் கொண்டார். சற்றைக்குப் பிறகு அறையைச் சுத்தம் செய்வதற்காக பர்சாதி அங்கே சென்ற போது ஏற்கனவே அலமாரியில் வைக்கப்பட்டிருந்த புத்தகங்கள் காணாமல் போய் அவற்றின் இடத்தை வேறு புத்தகங்கள் பிடித்திருப்பதைக் கண்டான். மாஸ்டர்ஜியின் நாற்காலிக்குப் பின்னால் உள்ள சுவரில் மாட்டப்பட்டிருந்த பகத்சிங் மற்றும் கார்ல்மார்க்ஸின் புகைப்படங்களும் அங்கு இல்லை. அதற்குப் பதிலாக ஒரு அனா நாணயத்தில் வடிக்கப்பட்டிருக்கும் தோற்றத்தில் ஜார்ஜ் மன்னரின் புகைப்படம் பெரிதாகச் சட்டமிடப்பட்டு அங்கே தொங்கிக் கொண்டிருந்தது.

அன்றைய இரவு அறைக்கதவு பயங்கரமாகத் தட்டப்பட்டதால் விழித்துக் கொண்ட பர்சாதியுடைய சட்டையின் கழுத்துப்பட்டையை கொத்தாகப் பற்றினார் மாஸ்டர்ஜி. கண்கள் ரத்தமாய்ச் சிவந்திருக்க தள்ளாடியபடி நின்றவர், “வாடா, வாடா இங்க தேவிடியா மகனே” என்றார்.

நடந்தவற்றை ஏற்கனவே அறிந்திருந்த போதும் "என்ன ஆயிற்று மாஸ்டர்ஜி?" என வினவினான் பர்சாதி.

பர்சாதியை முற்றத்திற்கு இழுத்து வந்தார் மாஸ்டர்ஜி. சமயங்களில் குடியினால் ஏற்பட்டுவிடுகிற அந்த வலிமையை ஒருங்கிணைத்து அவனை மைதானத்தில் தூக்கி வீசினார். "ஏன்?" அவனது வலது காலைப் பிடித்து இழுத்து விலாவில் அடித்தபடி, "நான் ஒரு கம்யூனிஸ்ட்னு நீ ஏன் அவர்கிட்ட சொன்ன?" என்றார்.

கைகளைக் கட்டியபடி "நான் அவர்கிட்ட எதுவும் சொல்லல மாஸ்டர்ஜி" எனப் பதிலளித்தான் பர்சாதி.

குனிந்து அவனை இழுத்து முகத்திற்கு வெகு அருகில்-ஒரு அங்குலம் தொலைவில்- தன் முகத்தை கொண்டு சென்ற மாஸ்டர்ஜி "பொய்யன்" என்றார். "நீதான் அவர்கிட்ட சொன்னதுன்னு எனக்குத் தெரியும்." பிறகு மறுபடியும் அவனைக் கீழே தள்ளியவர், "அவர்கிட்ட பொய்சொன்னது பத்தாதுனு இப்ப என்கிட்டயும் பொய் சொல்ற" என்றார்.

"என்னை மன்னிசிருங்க மாஸ்டர்ஜி" என்றபடி மூச்சிரைத்தவன், "அவர் என்னைக் கட்டாயப்படுத்தினார்" என்றான்.

"முட்டாளே, ஒரு கம்யூனிஸ்டாக வாழ்வதென்றால் என்ன என்றாவது உனக்குத் தெரியுமா?" என்றார் மாஸ்டர்ஜி.

கோபத்தின் உச்சத்தில் இருக்கக் கூடிய ஒரு குடிகாரனின் பதில் தேவைப்படாத கேள்விகளுக்கு பதில் சொல்லாமல் இருப்பதே நல்லது என அறிந்த பர்சாதி. "என்னை மன்னிச்சிடுங்க மாஸ்டர்ஜி, நான் தப்பு செஞ்சிட்டேன்" என்றான்.

காலடியில் பரிதாபமாகக் கிடந்தவன் மீது மீண்டும் முதலிலிருந்து உதைக்கத் துவங்கியவர், "உனக்கு என்னைப் பற்றி ஏதாவது தெரியுமா? நான் எங்கிருந்து வர்றேனு உனக்குத் தெரியுமா? எங்கப்பா யாருனு தெரியுமா?" என்றார்.

தடுமாறிய பர்சாதி, ஒரு வேளை இந்தக் கேள்விக்கு அவர் பதில் எதிர்பார்க்கிறாராய் இருக்கும் என எண்ணி, "அந்த... அந்த, தாடி வைத்தவர்" என்றான்.

"என்ன?" உதைப்பதை இடையில் நிறுத்தியவர், "தாடி வச்ச எவரு?" என்றார்.

"அவர்தான். பகத்சிங் புகைப்படத்துக்குப் பக்கத்தில சுவர்ல மாட்டியிருந்தீங்களே. அவர்தான்." என்றான்

கோபத்தின் உச்சத்தில் இருந்த போதும் கூட மாஸ்டர்ஜிக்கு இதைக் கேட்டதும் சிரிப்பை அடக்க முடியவில்லை.

"முட்டாளே, படிப்பறிவில்லாதவனே" குரலில் இருந்த கோபம் காணாமல் போயிருக்க, "அது கார்ல் மார்க்ஸ்" என்றார்.

கார்ல்மார்க்ஸ் யாரென்பது தனக்குத் தெரியாதென்பதை சொல்வதற்கு இது சரியான நேரமில்லை என உணர்ந்த பர்சாதி, "நான் தப்பு பண்ணிட்டேன், மாஸ்டர்ஜி" என்றான்.

மனம் முழுக்க கார்ல்மார்க்ஸ் மீதான பக்தி நிறைந்து கோபத்தைக் காணாமல் செய்திருக்க, "அவர் என்னுடைய அப்பா இல்லை. என்னை மாதிரியும் உன்னை மாதிரியும் சபிக்கப்பட்ட எத்தனையோ பேருக்கு அவர் அப்பாவிற்கும் மேல்" என்றார்.

இதைச் சொன்ன பிறகு மூக்கில் அடைத்துக் கொண்ட எதையோ வெளியேற்றுவது போல் ஒலி எழுப்பியவர் பெருவிரலையும் ஆட்காட்டி விரலையும் கொண்டு சென்று மூக்கை அழுத்திச் சீந்தி அதைத் தூர வீசினார். மாஸ்டர்ஜிக்கு முன்னால் கீழே கிடந்தபடி அவரைப் பார்த்துக் கொண்டிருந்த பர்சாதி முதன் முறையாக அவரது மூக்கை உற்றுக் கவனித்தான். அதைக் கவனித்த உடனேயே சட்டென்று அவரது தந்தை யாரென்பது அவனுக்கு விளங்கிவிட்டது.

குழந்தை ராம்தாஸின் அழுகை முற்றத்தை நிறைத்தது. "என்ன ஆச்சு?" ஒரு கையால் கண்களைத் தேய்த்தவாறும் மறு கையால் தோளில் கிடந்த குழந்தையைத் தட்டிக் கொடுத்தவாறும் கேட்டாள் ஓம்வதி.

"ஒண்ணும் இல்ல" என்றபடி எழுந்து நின்ற பர்சாதி, "ஒன்றும் இல்லை" என்றான்.

“லாலாஜிகிட்ட என்னைப் பற்றி புகார் சொல்கிற வேலை எதுவும் வச்சிக்காத” என்று சொன்ன மாஸ்டர்ஜி, திரும்பி தன் அறையை நோக்கி நடந்தார்.

மறுநாள் இந்தச் செய்தி லாலா மோதிசந்தைச் சென்று சேர்ந்ததும் மக்கன்லாலை வரவழைத்த அவர் முதலில் மூன்று முறை அவனை தன் கைகளால் அறைந்தார். பின் வேலைக்காரர்களில் ஒருவரை விட்டு அவரை தடியால் அடிக்கச் செய்தார். அதீத கோபத்தில் இருக்கும் போது வரித்துக் கொள்கிற நிதானமான குரலில், “மறுபடி இதை மாதிரி எதையாவது நான் கேள்விப்பட்டன்னா, உன்னை ரெண்டா வெட்டி ஆத்துக்குள்ள எறிஞ்சிருவேன்” என்றார்.

அடிகளின் விளைவாக தரையில் வீழ்ந்திருந்த மாஸ்டர்ஜி, “நான் ஒன்றும் உங்கள் அடிமை கிடையாது” என்றார் கதறியபடி.

“ஆமா. ஆனா நீ என் வைப்பாட்டியோட பிள்ளை’ என்றார் லாலா மோதிசந்த்.

◆◆◆

எப்போதேனும் துரதிர்ஷ்டம் பிடித்தவர்களுக்கு அதிர்ஷ்டத்தையும் அதிர்ஷ்டசாலிகளுக்கு துரதிர்ஷ்டத்தையும் கொணரும் வாய்ப்புடையவைதான் போர்கள், என்றாலும் பெரும்பாலும், செல்வந்தர்களை மேலும் செல்வந்தர்களாக்கவும் துயருற்றவர்களை மேலும் துயரத்தில் ஆழ்த்தவுமே செய்கின்றன அவை. மகாயுத்தத்தின் துவக்கமானது லாலா நெமிசந்திற்கு நிறைய வாய்ப்புகளை வழங்கியது. குறிப்பாக ஆங்கிலேய அரசின் சார்பில் போரிடுவதற்காக உலகின் வெவ்வேறு பகுதிகளுக்குச் செல்ல வேண்டியிருந்த வீரர்களின் பத்தாயிரக்கணக்கான பாதங்களில் அணிவதற்கு ஷூக்கள் செய்ய வேண்டிய வாய்ப்பு அவரைத் தேடி வந்தது. நெமிசந்திற்கு வாய்த்திருந்த தொலைநோக்குப் பார்வையின் பயனால் இளமையிலேயே தந்தை விட்டுச் சென்ற ஒற்றைக் கடையின் மூலம் செல்வத்தைக் குவித்தும் ஆக்ராவில் உள்ள நிறைய தோல் வணிகர்களுடன் தொடர்பு ஏற்படுத்தியும் வைத்திருந்தார். தோலிற்கான தேவை எப்போது வேண்டுமானாலும் உச்சத்தை எட்டும் என கணித்திருந்ததால் கடன் வழங்குவது அத்தனை

சுலபமாக இல்லாத காலங்களிலும் கூட அவர் அவர்களுக்கு தாராளமாகக் கடன்களை வழங்கியிருந்தார். டெல்லியில் இடத்தின் மதிப்பு உச்சத்தில் இருந்த காலத்தில் அவர்களது சரக்குகளை வைக்க தனது கிட்டங்கிகளைத் தந்திருக்கிறார். இதுவரை சம்பாதித்த நற்பெயரை எல்லாம் பணமாக்கும் தருணம் இப்போது வந்துவிட்டது. வணிகக் காரணங்களுக்காக ஆக்ரா செல்லும் சமயங்களில் தங்கும் பொருட்டு அங்கு ஒரு பெரிய வீட்டை வாங்கியவர் கிஷோரிலால் என்கிற முகவரை அங்கு பணியமர்த்தினார். முகவரும் அவரது மனைவியும் தங்குவதற்காக இரண்டு அறைகளும், டெல்லிக்கு அனுப்புவதற்கு முன்பு ஷூக்களை காட்சிப்படுத்துவதற்காக தாராளமான வெளியும், நெமிசந்த் தங்குவதற்கான அத்தனை வசதிகளும் கொண்ட பல அறைகளுடனும் இருந்தது அந்தப் பண்ணை வீடு.

அதிகமாகிக் கொண்டே வந்த வயிற்று வலி லாலா நெமிசந்த்தை பலவீனமாக்கத் தொடங்கி இருந்ததால் டெல்லியை விட்டு வெளியே பயணிக்க வேண்டாமென மருத்துவர் அவருக்கு அறிவுரை வழங்கியிருந்தார், பயணம் செய்ய முடியாத அளவிற்கு அவர் நோய்வாய்ப்படவில்லை என்ற போதும் அனுபவமிக்க மருத்துவரும், நோய் கண்டறிவதில் கூர்நுட்பம் உடையவராகியவருமாகிய ஹக்கீம் சஹேப் தனது நோயாளியின் அறிகுறிகள் வருகிற பத்து ஆண்டுகளுக்குள் அவரது உயிரைப் பறிக்கும் வாய்ப்பிருக்கிறதென அஞ்சியதால் தொடர் கண்காணிப்பில் அவரை வைத்திருக்க விரும்பினார். எனவே தந்தைக்கு பதிலாக ஆக்ராவிற்குச் செல்ல வேண்டிய பொறுப்பு மோதிசந்திற்கு வழங்கப்பட்ட போது தொழிலின் ஒரு முக்கியப் பொறுப்பை ஏற்றுக்கொள்ளும் உற்சாகத்துடன் அதனை உடனே ஒப்புக் கொண்டார். தந்தையின் கண்காணிப்பில் இருந்தும், அப்பா மற்றும் மனைவியின் உடல் கோளாறுகள் வீட்டில் ஏற்படுத்தியிருந்த துக்கமான சூழலில் இருந்தும் விலகி புதிய இடத்தில் சில நாட்களைக் கழிக்கப் போகிறோம் என்கிற எண்ணமும் அவருக்குள் ஆர்வத்தை ஏற்படுத்தியது. அவரது வண்டி டெல்லியை விட்டு வெளியேறி வட சமவெளியின் துவக்கத்தை அடையாளப்படுத்தும் நீண்ட பச்சை நிலங்களூடாகப் பயணித்தபோதுதான் அப்பாவின் பல்வேறு தொழில்களில் சிறிய ஆனால் முக்கியமான ஒன்றான இந்த ஆக்ரா வர்த்தகத்தைத் தான் கையில் எடுக்க நேர்ந்திருப்பது தற்காலிக மாற்றாக மட்டும்

இருக்கப் போவதில்லை என்பது புரிந்தது. வருங்காலத்தில் தந்தைக்குப் பிறகு அவர் அதுகாறும் கவனித்துக் கொண்ட அத்தனையையும், அது எத்தனை பயம் தருவதாக இருந்தாலும், பொறுப்பேற்று நடத்த வேண்டிய சூழலுக்கான தொடக்கமாக இது இருக்கலாம். தன்னை ஊக்கப்படுத்தவும் ஆதரவளிக்கவும் அப்பா இல்லாமல் போகப் போகிற அந்தக் காலம் குறித்து நினைத்ததும் முதலில் அவருக்கு கண்ணீர் சுரந்தது. பிறகு, இவ்வுலகில் பெற்றோருக்கு முன் உயிரிழக்காத அளவிற்கு அதிர்ஷ்டம் செய்த குழந்தைகள் அனைவரும் ஒருநாள் இப்படி அனாதையாகித்தான் தீர வேண்டும் என்கிற எண்ணம் தோன்றி அது ஒரு நீண்ட பெருமூச்சாக வெளிப்பட்டது. அதனைத் தொடர்ந்து, 'இப்போது இந்த உலகம் எனது கையில். காலம் அனுமதிக்கிற வரை மட்டும்தான் என்றாலும், ஒரு முழு மனிதனாக என்னுடைய ஆளுகையின் கீழ் நான் அதை வைத்திருக்கப்போகிறேன்' என்கிற குதூகலம் கிளர்ந்தது. வண்டிக்கு வெளியே தலையை நீட்டியவர், "நாம் ஆக்ராவிற்குப் போன உடனேயே நீ மைனா பாயி வீட்டிற்குச் சென்று டெல்லியின் லாலா மோதிசந்த் அவருக்குத் தன் வணக்கங்களைத் தெரிவித்ததாகச் சொல்ல வேண்டும்" என்றார் மாங்கே ராமிடம்.

மறுநாள் காலை டெல்லியிலிருந்து அழைத்து வந்த சமையல்காரனை சமையலறையில் அமர்த்தி, குதிரைக்கும் வண்டிக்காரனுக்கும் லாயத்தில் வசதிகள் போதுமானதாக இருக்கின்றனவா என்று பார்த்து, பெருகிவரும் செல்வத்தின் கணக்கு வழக்குகளைப் பார்ப்பதற்காக புதிதாகப் பணியமர்த்தப்பட்ட கயஸ்தா கைண்டா மாலுக்கு மேசை ஏற்பாடு செய்து தந்துவிட்டு மைனா பாயின் மாளிகைக்கு கிளம்ப மாங்கே ராம் தயாரான போது, பெண்குரல் ஒன்று அவன் காதில் ஒலித்தது. "குமாஸ்தாஜி" என்ற அக்குரல், "ஒரு நிமிஷம் இங்க வர்றீங்களா?" என்றழைத்தது. அப்படி ஒன்றும் இனிமையானதாக அக்குரல் இல்லாத போதும், அதிலிருந்த ஏதோ ஒரு வசீகரம் கிஷோரிலாலின் அறை வாசலிலிருந்து ஒலித்த அதை நோக்கி மாங்கே ராமைத் திரும்பச் செய்தது. முற்றத்தில் அடித்துக் கொண்டிருந்த காலை வெயிலின் ஒளியில் முகவடிவு தெரியும்படியாக அணிந்திருந்த மெல்லிய துப்பட்டாவைப் பிடித்தபடி மடங்கியிருந்த கரம் ஒன்று அங்கே அவன் கண்ணில் பட்டது. தொங்கியோ இறுகியோ அல்லாத

கச்சிதமான சதையுடன் இருந்த அந்த முன்னங்கை அதே அளவு சதைப்பற்றுடனிருந்த மேல்கையுடன் இணைந்து உருவாக்கிய முக்கோணமானது மாங்கே ராமின் கவனத்தைக் கவர்ந்து உள்ளுக்குள் படபடப்பை ஏற்படுத்தியது.

கிஷோரிலாலின் மனைவியாகத்தான் இருக்கக்கூடும் என்பதை அறிந்தும் “யாரது?” என வினைவியபடி அவளை நோக்கி நடந்தான்.

“உங்கள் வேலைக்காரி, குமாஸ்தாஜி” என்றபடி லேசாகச் சிரித்தாள் அவள்.

“உன் பெயர் என்ன?” என்றான் மாங்கே ராம்.

“லஜ்வந்தி”

“நல்ல பெயர்”, என்ற மாங்கே ராம் குரலில் சற்றுக் கடுமையை வரவழைத்தபடி “பெயருக்கேற்ற மாதிரி நடந்து கொள்ளத் தெரிந்தால் பரவாயில்லை” என்றான்.

இம்முறை சப்தமாகச் சிரித்த அவள், “உங்களைக் காயப்படுத்துவது போல நான் எதையாவது சொல்லியிருந்தால் தயவு செய்து என்னை மன்னித்து விடுங்கள்” என்றாள்.

திரும்பி அறையை நோக்கி நடக்கத் தொடங்கியவள் பின்தொடர்ந்து வரும்படி மாங்கே ராமிற்கு உணர்த்துவது போல ஒரு நொடி தாமதித்து விட்டு நகன்றாள்.

அவளது அறைக்குள் நுழைந்த மாங்கே ராம் “கிஷோரிலால் எங்கே?” என வினவினான்.

லஜ்வந்தியின் கரம் துப்பட்டாவைக் கையில் இருந்து விடுவித்ததும் அது தலைக்குப் பின் நழுவிச் சென்று முழு முகத்தையும் காட்சிப்படுத்தியது. மாங்கே ராமிற்கு மூச்சு வாங்கியது. இதயம் வேகமாகத் துடிப்பதை அவனால் கேட்க முடிந்தது.

“பயப்படாதிங்க குமாஸ்தாஜி” என்ற லஜ்வந்தியின் கண்கள் ஒருமுறை அவனது உடலின் மீது மேய்ந்து மீண்டும் முகத்திற்கு திரும்பின. “அவர் பஜாருக்குப் போயிருக்கிறார்.”

அவளது கண்களை ஒரு நொடி பார்த்தவன் வேறுபுறம் திரும்பிக் கொண்டான். “என்ன வேண்டும் உனக்கு?”

மிகைப்படுத்தப்பட்ட அக்கறையுடன், “லாலா மோதிசந்த்ஜிக்கு எல்லாம் வசதியாக இருக்கிறதானு தெரிஞ்சுக்க விரும்பினேன்” என்றாள் லஜ்வந்தி. “உங்களுக்கும் உடன் வந்த கணக்குப்பிள்ளைக்கும் தேவையானதெல்லாம் இருக்குதானு கேட்கலாம்னும் நினைச்சேன்.”

“ம், இருக்கு, கிஷோரிலால் எல்லாத்தையும் ஏற்பாடு செய்திருக்கிறார்” என்றான் மாங்கே ராம்.

“ம்க்கும், நான் மட்டும் அவருக்கு உதவலன்னா தன் கோமணத்தின் நுனி எங்கருக்குதுன்னு கூட அவருக்குத் தெரியாது” என்றாள் லஜ்வந்தி.

திடீரென்று அவள் கொச்சையாக பேசியது, குறிப்பாக வேஷ்டி என்பதற்குப் பதிலாக கோமணம் என்று குறிப்பிட்டது, ஏற்கனவே அவளது குரலால் மாங்கே ராமில் தூண்டப்பட்டிருந்த உணர்ச்சிகளை மேலும் கூர்மைப்படுத்தியது.

“எல்லாம் வசதியாகத்தான் இருக்கிறது” என்று தடுமாறினான் மாங்கே ராம். “எனக்கு வேலை இருக்கிறது” என்பது போல எதையாவது சொல்ல வேண்டும் என அவன் எண்ணிய போதும் வாய் வார்த்தைகளை உச்சரிக்க மறுத்தது.

அப்பட்டமாகத் தெரிந்த அவனது தடுமாற்றத்தைக் கண்டு புன்னகைத்த லஜ்வந்தி, “எங்க கிளம்பிட்டீங்க குமாஸ்தாஜி” என வினவினாள்.

“எனக்கு... எனக்கு சில வேலைகள் இருக்கின்றன” என்றான் மாங்கே ராம்.

“பகல்ல செய்றதுக்கு மைனா பாயி வீட்ல என்ன இருக்கு? அங்க செய்ய வேண்டியதெல்லாம் ராத்திரிக்கானதுதான?” என்றாள் லஜ்வந்தி.

“லாலாஜி சொன்னதால...” என்று ஆரம்பித்த மாங்கே ராம், இவளுக்கு எதற்காக விளக்கம் சொல்ல வேண்டும் என எண்ணி பாதியில் நிறுத்திக் கொண்டான்.

லஜ்வந்தி துப்பட்டாவால் வாயை மூடியிருந்த போதும் அவள் சிரிக்கிறாள் என்பது மாங்கே ராமிற்கு உறுதியாகத் தெரிந்தது.

“நான் கிளம்பறேன், நிறைய வேலை இருக்கு” என்றான் மாங்கே ராம்.

“அட, அட,” வருத்தமுற்றது போல் நடித்த லஜ்வந்தி, “நான் சொல்ல நினைச்ச முக்கியமான விஷயத்தையே இன்னும் சொல்லலையே” என்றாள்

“என்ன அது?”

திடீரெனத் தோன்றிய வெட்கத்துடன் “இல்லை, இல்லை, பெரிதாக ஒன்னும் இல்லை” என்றாள் லஜ்வந்தி. “லாலாஜிக்கு ஏதாவது தேவையென்றால் தயங்காம கேட்கனும்னு சொல்லிருங்க” என்றாள்.

திடீரென லஜ்வந்தியிடம் ஏற்பட்டுவிட்ட பணிவினால் தைரியமடைந்த மாங்கே ராம், “எனக்கு ஏதாவது தேவைப்பட்டா?” என வினவினான்.

துப்பட்டாவின் நுனியை விரலில் சுழற்றியும் கழற்றியும் அந்தப்புறமும் இந்தப்புறமும் லேசாக அசைந்தபடி , “நீங்களும் எங்கள் விருந்தினர்தான் குமாஸ்தாஜி, உங்களுக்குச் சேவை செய்வதும் எங்கள் கடமைதான்” என்றாள் லஜ்வந்தி.

டெல்லியில் அதுபோன்ற வீடுகளுக்குப் பலமுறை சென்றிருக்கிற மாங்கே ராம் ஆர்வமுடன் வரவேற்கப்படுவதே வழக்கமாய் இருந்திருக்கிறது. ஆனால் மைனா பாயின் வீட்டில் அவன் இரண்டு மணி நேரம் காக்க வைக்கப்பட்டான். இறுதியாக மைனா பாயின் முன்னால் அழைத்துச் செல்லப்பட்டபோது அவமானப்படுத்தப்பட்டது போல உணர்ந்தது மட்டுமில்லாமல், லாலா மோதிசந்த்தின் பெயருக்குத் தரப்பட்ட அவமரியாதை குறித்து கோபமாகவும் அப்படி நடத்தியவரை நேருக்கு நேர் சந்திப்பது குறித்து தரக்குறைவாகவும் உணர்ந்தான்.

ஒரு புத்தகத்தின் பக்கங்களைத் திருப்பியபடி திவானின் மேல் மைனா பாய் அமர்ந்திருக்க, ஒரு வேலைக்காரப் பெண் அவளது நகங்களுக்கு சாயம் பூசிக் கொண்டிருந்தாள். மாங்கே ராமை உள்ளே அழைத்துச் சென்ற பெண், "லாலா மோதிசந்தின் ஆள் உங்களைப் பார்க்க வந்திருக்கிறார் அக்கா," என்றாள்

வாசித்துக் கொண்டிருப்பதில் கவனம் செலுத்துவது போல முகத்தைச் சுருக்கிய மைனா பாய், ஓர் இறகை பக்கக் குறிப்பாக வைத்து புத்தகத்தை மூடி விட்டு நிமிர்ந்தாள்.

"லாலா மோதிசந்த் தனது வணக்கங்களைத் தெரிவித்தார்" என்றபடி தான் கொண்டுவந்திருந்த சிறிய பெட்டியை அவளிடம் நீட்டினான் மாங்கே ராம்.

மாங்கே ராமை உள்ளே அழைத்து வந்த காவற்பெண் அவனிடமிருந்து அதைப் பெற்று மைனா பாயிடம் கொண்டு சென்றாள். அதனை ஒரு நொடி பார்த்த பின்பு மாங்கே ராமை நிமிர்ந்து நோக்கிய மைனா பாய் "உங்க முதலாளி, அல்லாவின் பேரில், என் அறியாமையை மன்னிக்க வேண்டும்." மேற்கில் லாகூரில் இருந்து கல்கத்தா வரையும் இன்னும் எத்தனையோ இடங்களையும் கட்டிப் போட்டிருந்த தன் மின்சாரக் குரலால் "அவரைப் பற்றி நான் எதுவும் கேள்விப்பட்டதில்லையே" என்றாள்.

இவ்வளவு புகழ் பெற்ற பாடகி முன் இன்னும் கொஞ்சம் பணிவினை வெளிப்படுத்த வேண்டும் என முடிவு செய்த மாங்கே ராம், "உங்கள் அனுமதியுடன் அம்மா, லாலா நெமிசந்த்தின் மகனான லாலா மோதிசந்த் இந்தியாவின் மிகப் பெரிய தானிய, துணி மற்றும் மர வர்த்தகர்களுள் ஒருவர் என்பதைத் தெரிவித்துக் கொள்கிறேன்." என்றான்.

உதட்டை ஒருபுறம் சுழித்தவாறு இடையிட்ட மைனா பாய், "என்றால், வணிகர் சமூகத்தைச் சேர்ந்த ஒரு பெரிய மனிதர் இவர்" என்றாள்.

மைனா பாய் கிண்டலாகப் பேசுகிறாள் என்பதைப் புரிந்து கொண்ட மாங்கே ராம், "அவர் பெரும் பணக்காரரும் பெருந்தன்மை மிக்கவரும் ஆவார்" என்றான்.

வேலைக்காரி இன்னும் கைகளில் வைத்துக் கொண்டிருந்த தங்க வளையலை எடுத்த மைனா பாயி நகப்பூச்சு தீட்டிக் கொண்டிருந்த பெண்ணை நோக்கி, "பிபன், நீ ரொம்ப நாளா தங்க வளையல் கேட்டுக்கிட்டிருந்தாய் இல்லையா? இந்தா, இதை எடுத்துக்கோ, எடை குறைந்த இந்த வளையல் உன் மெலிந்த கைக்குப் பொருத்தமாக இருக்கும்" என்றாள்.

மாங்கே ராமைப் பார்த்துக் கிண்டலாய்ச் சிரித்தாள் பிபன். காவற்பெண்ணும் கூட சிரித்தாள். மைனா பாயின் முகத்தில் எந்தச் சலனமும் இல்லை. மாங்கே ராம் செயலிழந்து போனான்

"டெல்லியின் திறமையான பெண்கள் இது நாள் வரை தங்களை ஆதரித்து வந்த மன்னர்களையும் பெரிய மனிதர்களையும் மறந்து விட்டு எதிர்காலத்தின் சக்கரவர்த்திகளாய் இருக்கப் போகிற வணிகர்களுக்குச் சேவை செய்ய தொடங்கி விட்டார்கள் என நான் கேள்விப்பட்டேன். ஆனால் பின் தங்கிய இந்த நகரத்தில் இருக்கும் மைனா பாயின் இல்லம் இன்னும் பழைய காலங்களில்தான் வாழ்கிறது" என்றாள் மைனா பாய்.

மாங்கே ராமிடம் இதற்கு எந்த பதிலும் இல்லை என்பதால் அமைதியாக நின்றான்.

"துர்பாக்கியம் பிடித்த இந்த ஆக்ராவிற்கு என்ன நல்ல காரியத்திற்காக உங்க முதலாளி வந்திருக்கிறார்?" என வினவினாள் மைனா பாய்.

"லாலாஜி தன் தொழிலை ஆக்ரா வரை விரிவுபடுத்தியுள்ளார். அதை பலப்படுத்துவதற்காக இங்கே வந்துள்ளார்" என்றான் மாங்கே ராம்.

"என்றால், இதற்கு முன் ஷாஜஹான் செய்ததைப் போல, இப்பொழுது இந்த தானிய துணி மர வணிகரும் தனது தலைநகரை ஆக்ராவிற்கு மாற்றுகிறார்" என்ற மைனா பாய் தனது சோபையான நகைச்சுவைக்கு தவறாமல் சிரித்த பிபனையும் மற்ற பெண்ணையும் பார்த்து விட்டு, "நான் இறந்த பிறகு எனக்காக ஒரு தாஜ்மஹால் கட்டவும் அவர் திட்டமிட்டுள்ளாரா?" என்றாள்.

"எனது முதலாளி உங்களது இனிமையான குரல் பற்றி நிறைய கேள்விப்பட்டுள்ளார், நீங்கள் பாடுவதைக் கேட்க ஆவலாக உள்ளார்." ஏற்கனவே தயாரித்து வைத்திருந்த வார்த்தைகளை மாங்கே ராம் முயற்சித்துக் கொண்டிருக்க மூன்று பெண்களும் தொடர்ந்து சிரிக்க ஆரம்பித்தனர்.

மகிழ்ச்சியிலிருந்து சட்டென துயரத்திற்குத் தாவி கடுமையின் சாயலை அணிந்து கொண்ட மைனாபாயி, "உன் முதலாளியிடம் சொல்,

நீயும் உன் எதிரிகளும் எல்லோரும் வருக
இங்கே தினமும் ஒரு திறந்த நீதி சபை நிகழ்கிறது

இந்த பாழடைந்த வீடு அவரை வரவேற்பதில் பெருமகிழ்ச்சி கொள்கிறது' என்றாள்.

மைனா பாயின் கிண்டல் மொழிகளையோ அவற்றின் செய்தியையோ தன் முதலாளியிடம் தெரிவிக்கும் தைரியம் மாங்கே ராமிற்கு இல்லாதிருந்ததால், மூன்று மாலைகள் தொடர்ந்து மைனா பாயின் வீட்டிற்குச் சென்ற லாலா மோதிசந்த் புறக்கணிப்பையே எதிர் கொள்ள நேர்ந்தது. அந்தப் புகழ் பெற்ற பாடகி, அதற்குப் பதிலாக, பெருமைமிகு பட்டங்களாலும் கூட நலிந்து விட்ட தம் குடும்பச் சூழலை மறைக்க முடியாத சின்னச் சின்ன நில உடைமையாளர்களிடம் தன் நெருக்கத்தைக் காட்டிக் கொண்டிருந்தாள். கடன் எதுவும் வாங்காமலேயே மோதிசந்தால் ஒட்டு மொத்த சொத்தையும் வாங்கிவிட முடிகிற அந்த மனிதர்களுடன் மைனா பாயி விருப்பமுடன் சல்லாபம் செய்வதை கையறு நிலையில் பார்த்துக் கொண்டிருந்தார் மோதிசந்த். அவளது தோற்றமும் வார்த்தைகளும் - மாற்றாரிடம் அது வரைமுறையுடன்தான் வெளிப்பட்டது என்ற போதிலும் - தூண்டிய உணர்வினைக் கட்டுப்படுத்த முடியாத அளவிற்கு இளமையானவராக அவர் இருந்த போதிலும் இடையில் புகுந்து ஆட்டத்தைத் தன்புறம் திருப்பும் திறமையும் அவருக்கு இல்லாதிருந்தது. அவளது இசை இனிமையானதாகவும், களிப்பூட்டுவதாகவும், விளையாட்டுத்தனமும் ஆழமும் நிறைந்ததாகவும் இருந்தது. ஆனால் லாலா மோதிசந்த் அவளிடம் நாடியது இசை சார்ந்த மகிழ்ச்சி அல்ல. இறுதியாக

மூன்றாவது நாள் இரவு இனி இங்கே திரும்பி வரக் கூடாது என முடிவு செய்து கொண்டார்.

வீட்டிற்கருகே வந்து வண்டியிலிருந்து இறங்கும் போது "ஆக்ராவின் வேசிகள் தாங்கள் வேசிகள் என்பதையே மறந்து விட்டார்கள்" என மாங்கே ராமிடம் சொன்னார் மோதிசந்த்.

"இடையில் புகுவதற்கு மன்னிக்க வேண்டும் முதலாளி" என்ற மாங்கே ராம், "உங்களுக்கு நான் ஒரு ஆலோசனை சொல்லலாம் என நினைத்தேன்" என்றான்.

"என்ன அது?"

"சதைப் பற்றுள்ள மாம்பழம் வீட்டிலேயே இருக்கும் போது முற்றிக் கனிந்து போன வாழைப்பழத்தின் பின் ஏன் திரிய வேண்டும்?"

அன்று மாலை மைனா பாயி மஞ்சள் நிற ஆடை அணிந்திருந்தாள் என்பதை நினைவு கூர்ந்த மோதிசந்த் குடி போதையில் நகைத்தார்.

அரைத் தூக்கத்தில் மாங்கே ராமால் திடீரென எழுப்பப்பட்ட கிஷோரிலால் கண்களைத் தேய்த்தபடி லாலா மோதிசந்த்தின் அறைக்கு வந்த போது, மாலையில் விஷேசமாக அணிந்திருந்த அதே தங்க ஜரிகையிட்ட பட்டு வேஷ்டியும், கீழ் முனைகளில் சுருங்கத் துவங்கியிருந்த லக்னாவி குர்தாவுடனும் கட்டிலில் பரவிக் கிடந்த முதலாளி கைகள் மேல் தலையை வைத்து கண்ணை மூடிக் கிடப்பதைக் கண்டார்.

"கூப்பிட்டீங்களா முதலாளி" எனக் கேட்டார்.

லாலா மோதி சந்த் கண்களைத் திறக்கவில்லை. பதிலாக மாங்கே ராம் பேசினான். "முதலாளி இன்னிக்கி மிகவும் சோர்வாக இருக்கிறார். நிறைய வேலைகள் இருந்ததால் அவருக்குக் கால்கள் வலிக்கின்றன."

"ஓ! ஆனால் இந்த நேரத்தில் கை கால் பிடித்துவிடுபவர்களைக் கூப்பிடுவது சிரமமாயிற்றே" என்றார் கிஷோரிலால்.

“உன் மனைவி நல்லா கை கால் பிடிச்சு விடுவாள்னு நான் கேள்விப்பட்டேனே” என்றான் மாங்கே ராம்.

லாலா மோதிசந்த் மட்டும் அறையில் இல்லாமல் இருந்திருந்தால் மாங்கே ராமின் மீது சற்று அதிகாரம் எடுத்துக் கொண்டு யார் உன்னிடம் அப்படிச் சொன்னது எனக் கேட்டிருப்பார். ஆனால் மோதிசந்தின் இருப்பும், தன் மனைவியே ஒரு வேளை மாங்கே ராமிடம் அப்படிச் சொல்லியிருக்க கூடும் என்கிற சந்தேகமும் கிஷோரிலாலின் நாவைக் கட்டிப்போட்டன. “அப்படி எல்லாம் எந்தத் திறமையும் அவளுக்கில்லை” என்றார் பதிலாக. “காலை வரை காத்திருந்தீங்கன்னா நான் நன்க்குவை வரச் சொல்றேன் முதலாளி. ஆக்ராவில் உள்ள ஆயுர்வேத மற்றும் பாரம்பரிய மருத்துவர்கள் அவனது திறமைக்குச் சான்றளிக்கிறார்கள். போதுமான காலம் வழங்கப்பட்டால் நன்க்குவின் கைகளால் ஒரு நொண்டியைக் கூட நடக்க வைக்க முடியும் என்கிறார்கள்.”

“லாலாஜி ஒன்னும் நொண்டி கிடையாது. அவருடைய காலை யாராவது பிடித்து விடனும். அவ்வளவுதான்” என்றான் மாங்கே ராம்.

“அவள் தூங்கப் போய்விட்டாள்” என்றார் கிஷோரிலால்

“இவ்வளவு சீக்கிரமாவா?” என்றான் மாங்கே ராம். “நீ அவள் புருஷன்தான, தாராளமா எழுப்பலாம். உனக்கு பயமா இருந்தால் சொல்லு, நான் போயி எழுப்புறேன்” என்றான் மாங்கே ராம்.

வலையில் சிக்க விரும்பாத கிஷோரிலால், “வேண்டாம் வேண்டாம். அவளுக்கு இன்னிக்கு உடம்பு சரியில்லை. அதனால்தான் நேரத்தில் தூங்கிட்டாள்” என்றார்.

மாங்கே ராம் லாலா மோதிசந்தைப் பார்த்தான். குறிப்புணர்ந்தது போல கண்களைத் திறந்த மோதிசந்த், சற்றே குழறியபடி “நான் கைண்டா மால் கிட்ட பேசிக்கிட்டிருந்தேன், ‘பேரேட்டில் இருக்கிற ஏதோ நானூறு பொருட்களுக்கு கணக்கு சரியா வரவில்லை’னு சொன்னார்” என்றார்.

வேகமாகப் படபடக்கத் துவங்கிய இதயத்துடன் "அது எப்படி எஜமான்?" என்றார்.

"நானும் அவர்கிட்ட அதைத்தான் கேட்டேன்" என இழுத்தார் மோதிசந்த். "கிஷோரிலால் ரொம்பவும் நேர்மையான மனிதர். நமது சரக்குகள் ஒவ்வொன்றையும் மனைவியுடன் சேர்ந்து மிகக் கவனமாகப் பார்த்துக் கொள்கிறார்" என்று சொன்னேன்.

"ஆம் முதலாளி" என்றார் கிஷோரிலால்.

"கணக்கு வழக்குகளை நாளை மறுபடியும் பார்க்கச் சொல்லியிருக்கிறேன் அவரிடம். தான் ஏதோ தப்பா பார்த்துட்டதா நாளைக்கு அவர் நிச்சயம் சொல்வார். நீங்க என்ன நினைக்கறீங்க கிஷோரிலால்?"

மாட்டிக் கொண்டதால் ஏற்பட்ட பயம் குறைந்து தோல்வியின் சுமை அழுந்த "ஆமாம் எஜமான்" என்றார்.

"காலெல்லாம் ரொம்ப வலிக்கிது" என்றார் லாலா மோதிசந்த்.

தலையைக் குனிந்தபடி, "இதோ என் மனைவியை அனுப்புகிறேன்" என்றார். "அவள் நன்றாக கைகால் பிடித்து விடுவாள். ஒரே நொடியில் சரியாகிவிடும் உங்களுக்கு."

அடுத்த நாள் காலையில் புத்துணர்வுடன் இருந்த மோதிசந்த் மாங்கே ராமின் முயற்சிகளுக்காக ஒரு தங்க நாணயத்தைப் பரிசாக அளித்தார்.

லாலா மோதிசந்த் தன் பரிவாரங்களுடன் ஆக்ராவில் தங்கியிருந்த அந்த நான்கு மாதங்களில் கிட்டத்தட்ட எல்லா இரவுகளிலுமே லஜ்வந்தி அவரது அறைக்கு வந்தாள். மோதிசந்த் ஆக்ராவில் இருந்த அந்த நான்கு மாதங்களாக அவருடன் உறவில் இருந்ததன் விளைவாக எஜமானியாகத் தன்னை நினைத்துக் கொண்ட அந்த வேலைக்காரி முதலாளிக்காக வேலை பார்த்த அனைவரையும் தனக்குக் கீழானவர்களாக நடத்த ஆரம்பித்திருந்தாள். மாங்கே ராமை குமாஸ்தாஜி என்று அழைப்பதை நிறுத்திவிட்டு அவனிடம் சொல்ல வேண்டிய தகவல்களை வேறு வேலைக்காரர்கள் மூலம் அனுப்பியவள், இதற்கு முன்னர் மாங்கே ராமிற்குத் தான்

கொடுத்த இடம் இனி ஒரு போதும் செல்லுபடியாகாது என்பதையும், தன்னிடம் எதையும் எதிர்பார்க்கக் கூடாது என்பதையும் தெளிவாக உணர்த்தினாள். பரிசாக ஒரு தங்க நாணயம் கிடைத்து விட்டதால் டெல்லி வீட்டில் சதேயியை தன் முதலாளியுடன் பகிர்ந்து கொண்ட மாங்கே ராமிற்கு இது பெரிய ஏமாற்றம் ஒன்றையும் அளிக்கவில்லை. மட்டுமல்லாது, பல தங்க நாணயங்களின் மதிப்பை விட விலைமதிப்பு வாய்ந்த நன்மதிப்பையும் நன்றியுணர்வையும் அவன் முதலாளியிடம் சம்பாதித்திருக்கிறான். லாலா மோதிசந்த் டெல்லிக்குச் சென்ற உடன் காணாமல் போய்விடப் போகிற லஜ்வந்தியின் இந்த ஆடம்பரங்களை அலட்சியம் செய்த மாங்கே ராம், தான் கூடுதலாய்ச் சம்பாரித்த பணத்தின் ஒரு பகுதியை மைனா பாய் போன்ற பெண்களுக்குச் செலவழிக்க முடியாதவர்களுக்கெனவே பஜாரில் குடியிருக்கும் அடக்க விலைக்கு வரக்கூடிய மாதுக்களின் திருப்தி தரும் சேவைக்கென செலவழிப்பதன் மூலம் தனது ஆசைகளைத் தீர்த்துக் கொண்டான்.

தனது அழகின் ஆகிருதி குறித்து தெளிவாக அறிந்திருக்கிற ஒரு பெண்ணை மனைவியாகக் கொண்டிருக்கையில் கலாச்சாரம் அவள் மீது தனக்களித்திருக்கிற அதிகாரங்களை கையாள்வது மிகச் சிரமமானதென்பதை மோதிசந்த்தின் அத்து மீறலுக்கு முன்பே லஜ்வந்தியின் கணவர் அறிந்திருந்தாராயினும் இப்போது எல்லாம் கை மீறிப் போயிருந்தது. அவரை ஒரு வேலைக்காரனைப் போல் நடத்தி கட்டளைகள் இட்டது மட்டுமல்லாமல் ஒரு கணவனாக தன் மேல் அவருக்கிருந்த அத்தனை உரிமைகளையும் பறித்துக் கொண்டாள். லாலா மோதிசந்துடனான முதல் இணைவிற்கு நான்கு நாட்கள் கழித்து அவள் அவரது அறையில் இருந்து திரும்பி வந்ததும் கிஷோரிலால் அவளை நெருங்கியபோது ஏதோ தகாததைச் செய்துவிட்டது போல் சீற்றம் கொண்டாள். இது போன்ற செய்திகள் எப்போதும் பரவுகிற அதே வேகத்துடன் லஜ்வந்தி தன் கணவனை ஏமாற்றி விட்டாள் என்கிற இந்தச் செய்தியும் தீப்போல் பரவ கிஷோரிலால் தன் நாட்களை கேலிகளின் கொடுமைக்கிடையே கழிக்க நேர்ந்தது. அவளது நடத்தையைப் பற்றிக் குறை கூறி பிரச்சனையை அவள் பக்கம் திருப்பலாம் என அவர் எடுத்த பலவீனமான முயற்சிகளெல்லாம் அவருக்கே எதிராகத் திரும்பின. தன்னுடைய ஆளுகைக்குக்

கீழ் இந்த உலகம் ஒப்படைத்துள்ள ஒரு பெண்ணை தன் கட்டுப்பாட்டிற்குள் வைக்க முடியாத ஆண், ஒரு போதும் பெண்ணின் குறைகளைச் சொல்லித் தப்பித்துக் கொள்ள முடியாதபடி அவமானம் நேர்கிற அந்த வெகு சில சூழல்களில் ஒன்றுக்குள் தள்ளப்படுகிறான் என்பதை வேதனையுடன் உணர்ந்து கொண்டார். சிறிய கிராமத்தில் பிறந்த லஜ்வந்தி அடக்கமாய் இருப்பாள் என எண்ணி ஆக்ராவில் பிறந்த கிஷோரிலால் அவரை மணமுடித்து வந்திருந்தார். ஆனால் நகரங்களின் தேர்ந்த விலைமாதுக்களை விட மோசமானவளாய் அவள் மாறியதால் சுற்று வட்டாரத்தில் உள்ள அத்தனை பேரின் நகைப்பிற்குரிய பொருளாய் மாறிவிட்டார் அவர். யாரெல்லாம் தனக்கும் இதே போல் ஓர் சூழல் நேர்ந்து விடக் கூடும் என அஞ்சினார்களோ, யாரெல்லாம் அந்த அச்சம் வெளியே தெரியாமல் மறைக்க விரும்பினார்களோ அவர்களெல்லாம் பொது இடங்களில் கிஷோரிலால் குறித்து பரிதாபப்படுவது போல் பேசியது மட்டுமல்லாமல், மற்றவர்களை விட மிக அதிகமாக அவரை கேலியும் நிந்தனையும் செய்தார்கள்

ஓர் ஆண் குழந்தையைப் பெற்று அதற்கு மக்கன்லால் என லஜ்வந்தி பெயரிட்ட சமயத்திற்குள் தனது வாழ்க்கையை இந்த நிலைமைக்கு கொண்டு வந்த அந்த சொத்தினை லாலாமோதி சந்திடமிருந்து மீட்கக் கூடிய ஆர்வங்களை இழந்து போதைக்கு அடிமையாகியிருந்தார் கிஷோரிலால். நல்லதுதான் என்றாலும் அவருக்கு மற்ற எல்லாவற்றின் மீதான ஆர்வமும் இல்லாமல் போய்விட்டதுதான் பிரச்சினை. சரக்குகளை எடுத்து வர வேண்டிய நேரத்தில் மயங்கிக் கிடப்பதும், போதையின் குழப்பத்தில் வேலையாட்களைத் தவறான முகவரிக்கு அனுப்புவதும் வியாபாரிகளுக்குப் பிழையாக அதிகப் பணம் தந்து விடுவதுமாக அவரது நாட்கள் கழிந்தன. உலகம் முழுக்க போர் பரவத் தொடங்கியதில், சரக்குக்கான தேவைகள் நாளுக்கு நாள் அதிகரித்தன. லாலா மோதி சந்துடைய வணிகச் சக்கரத்தின் ஒரு பல்லை துருப்பிடிக்க அனுமதிக்க இது சரியான நேரமாக இல்லாததால் மாங்கே ராம் ஆக்ராவிற்கு அடிக்கடி வந்து பிரச்சனைகளைச் சரி செய்ய வேண்டி இருந்தது. லாலா மோதிசந்தும் மாங்கே ராமும் திட்டமிட்டுத்தான் கிஷோரிலாலின் வீழ்ச்சியை துவக்கி வைத்திருந்தார்களெனினும் இப்போது அவர்களாலேயே கூட மீட்க முடியாத அளவிற்கு அது

அதல பாதாளத்திற்குச் சென்றிருந்தது. மிரட்டலோ, கெஞ்சலோ வேலை செய்யாத போதும், பாவம் லஜ்வந்தியின் கணவரை வேலையை விட்டுத் தூக்கவும் மனம் வராததால் கையறு நிலையில் நின்றிருந்தார் லாலா மோதிசந்த். ஆக்ராவில் இருக்கும் முகவர் ஏன் இப்படி நடந்து கொள்கிறார் என நெமிசந்த் திரும்பத் திரும்பக் கேட்டு வந்த நிலையில் இந்தச் சிக்கலான பிரச்சினைக்குத் தீர்வு காண மோதிசந்த் முயன்று கொண்டிருந்த போது தானாகவே அதற்கு ஒரு தீர்வு கிடைத்தது. ஒருநாள் பின் இரவில் நகரத்தில் நினைவின்றிச் சுற்றிக்கொண்டிருந்த கிஷோரிலால் கால்தடுக்கி சுவரில் மோதி கீழே விழுந்தார். நினைவின்றி அங்கேயே கிடந்தவர் காலையில் மற்றவர்கள் காணும் முன்பே ரத்தப்போக்கினால் உயிரிழந்திருந்தார்.

கிஷோரிலாலுக்குத் தெரிந்தவர்களில் மூத்தவர்கள் பலருக்கும் அவரது வாழ்க்கை இப்படித்தான் முடியப் போகிறதென்பதை முன்னரே கணிக்கும் அளவிற்கு இதே போல பலரைக் கண்ட அனுபவங்கள் இருந்த போதிலும், இளையவர்களுக்கு எடுத்துக்காட்டாய்ச் சொல்வதற்கு இதை ஒரு வாய்ப்பாகக் கருதிக் கொண்டனர். எனவே, தான் எடுத்திருக்கிற முடிவு எத்தனை பலவீனமான அடிப்படையைக் கொண்டது என்பதை உணராமல், நீல வானில் பறக்க முயன்ற இகரஸைப்போல, செல்வந்தன் லாலா மோதிசந்தின் துணைவியாய் இருக்கிற சொகுசில் மிதந்து கொண்டிருந்த லஜ்வந்தியைத் தவிர வேறு யாருக்கும் கிஷோரிலாலின் மரணம் அதிர்ச்சியைத் தரவில்லை. கணவன் மேல் செலுத்த முடிந்த அதிகாரத்தின் போதையில் மிதந்த அவள், தான் அனுபவிக்கிற சொகுசானது அடிப்படையில் லாலா மோதிசந்தின் முகவராக கிஷோரிலால் பணியாற்றி வந்ததால் கிடைத்ததென்பதை மறந்து விட்டாள். தன்னுடைய எல்லாக் குறைகளையும் தாண்டி தன் வாழ்வின் முதன்மையான இடத்தை லஜ்வந்திக்கு நல்கி இருந்தார் கிஷோரிலால். ஆனால் இளமையும் வனப்பும் உடைய எல்லோரையும் போல லஜ்வந்தியும் பிற்காலத்தில் எண்ணி வருந்துகிறபடி அதனைக் குறைவாக மதிப்பிட்டிருந்தாள். ஆனால் லாலா மோதிசந்திற்கோ தொழில்தான் முதன்மையானதாக இருந்தது. கிஷோரிலாலின் இறப்பைத் தொடர்ந்து புதிய ஒருவர் நியமிக்கப்பட்ட போதுதான் லஜ்வந்தி அதனைப் புரிந்து கொண்டாள். வேலைக்குச் சேர்ந்த சில நாட்களிலேயே,

வேலைக்காகத் தனக்கு வழங்கப்பட்டிருக்கிற அடிப்படை வசதிகளில் லஜ்வந்தியும் அடக்கம் என எண்ணியது போல அவளிடம் அத்து மீற முயன்றான் அவன்.

லஜ்வந்தியின் இருப்பை தன்னுடைய அடிப்படை உரிமைகளில் ஒன்றாகப் புதிய முகவர் கருதுவதில் நியாயம் இருக்கிறதுதான் என்ற போதும் தனக்குக் கீழ் புதிதாகப் பணியில் சேர்ந்த ஒருவனுக்கு இத்தனை சீக்கிரம் இதுவரை தன்னிடம் இருந்த பெண்ணை விட்டுக் கொடுப்பது சரியல்ல என லாலா மோதிசந்த் எண்ணினார். எனவே லஜ்வந்திக்கும் குழந்தைக்கும் தங்குவதற்கான இடவசதியும் மாதா மாதம் அடிப்படை வசதிகளுக்கான ஒரு தொகையும் தர வேண்டி இருந்ததோடு, என்றேனும் நெமிசந்த் கணக்குப் புத்தகத்தை ஆராய நேர்ந்தால் இப்படி ஆக்ராவில் ஆகிற கூடுதல் செலவுகளைக் கண்டுபிடிக்க முடியாதவாறு கைண்டா மால் பொய் கணக்குகளையும் எழுத வேண்டியிருந்தது. தானே உருவாக்கிக் கொண்ட இந்த சிக்கல்கள் குறித்து அவருக்கு வருத்தம் இருந்த போதும் இளமையில் தவறு செய்வது சகஜம்தான் என்கிற ஆறுதலைத் தனக்கு அளித்தபடி, தான் கற்றுக் கொண்ட பாடத்திற்கான விலையாக லஜ்வந்தி சார்ந்த இந்த செலவுகளையும் அசௌகரியத்தையும் மகிழ்ச்சியுடன் ஏற்றுக் கொண்டார். உலக யுத்தம் முடிந்து ஷூக்களுக்கான தேவைகளும் குறைந்து விட்ட பிறகு, ஆக்ராவிற்கும் லஜ்வந்திக்குமான முக்கியத்துவங்கள் குறைந்து, தொடர் கண்காணிப்பு கோருகிற ஆனால் பெரிய விளைவுகள் எதையும் ஏற்படுத்தாத விசயங்களின் வரிசையில் தான் புதிதாக உண்டாக்கிய இந்தச் சிறிய குடும்பத்தையும் சேர்த்து விட்டார் அவர்.

தனக்கும் மகனுக்கும் தேவையான பணம் அனுப்புவதற்கான ஏற்பாடுகள் செய்ததன் மூலம் அவர்களுடனான உணர்வுரீதியான பிணைப்புகளை லாலா மோதிசந்த் நிறுத்திக் கொண்டுவிட்டார் என்கிற உண்மையை தன் மகன் வளர்ந்து முதல் வார்த்தையைப் பேசுகிறவரை அவள் உணரவில்லை. சீக்கிரமே மகன் கேட்கிற கேள்விகளுக்குப் பதில் சொல்ல வேண்டிய நிலைமை ஏற்படும் என்பதையும் அதன் பிறகுதான் அவள் உணர்ந்து கொண்டாள். மகன் வளர்ந்து கேள்விகள் கேட்கப்போகிற அந்த சில ஆண்டுகளுக்கு முன்பே அவன் நம்பும்படியான கதைகளைப்

புனைய ஆரம்பித்தாள். லாலா மோதிசந்த் வெகுகாலத்திற்கு முன்பே தன்னை ரகசியமாகத் திருமணம் செய்து கொண்டு விட்டதாக கதைகளைப் பரப்பியவள் அதை உண்மையாக்கும் பொருட்டு பத்தினியாய் மாறி அவருக்கு உண்மையாய் இருக்க முடிவு செய்தாள். லாலா மோதி சந்த் அவளைப் படுக்கையில் சந்திப்பதையும் நிறுத்தி விட்டதால் உண்மையாய் இருப்பதாக அவள் எடுத்துக் கொண்ட உறுதியானது, துறவறத்திற்காக சத்தியம் மேற்கொண்டதைப் போல ஆகி விட்டது. ஆரம்பத்தில் அவளுக்கு இது மிகச் சிரமமாக இருந்த போதிலும், பகவான் ராமனை நோக்கி மனதைத் திருப்புவதன் மூலம் தன் உடலைப் பற்றியிருக்கும் ஆசைகளிலிருந்து விடுபடலாம் என்று கண்டு கொண்டவள் தொடர்ந்து தீவிரமான பிரார்த்தனைகளில் ஈடுபட ஆரம்பித்தாள். இப்படி பரிசுத்தத்தின் அடையாளமாக மாறியதோடு மட்டுமல்லாமல், உடல்நிலை சரியில்லாத தன் முதல் மனைவியைச் சங்கடப்படுத்தக் கூடாதென்பதற்காகவே அவர் இவர்களைத் தவிர்ப்பதாகவும் மூத்த மனைவியின் உடல்நிலை சரியானதும் அல்லது அவர் இறந்ததும் லஜ்வந்தியும் மக்கன்லாலும் டெல்லியில் அவருடன் மகிழ்ச்சியும் வசதியுமான வாழ்க்கையை வாழலாம் என அவர் உறுதி அளித்திருப்பதாகவும் கூறத் தொடங்கினாள். திரும்பத் திரும்ப சொல்லப்படுகிற பொய்கள் சமயங்களில் உண்மையாக மாறி விடுவது போல, அண்டை வீட்டார் மற்றும் சொந்தங்களிடம், அன்புமிக்க செல்வந்தன் ஒருவனின் தூய்மையும் பக்தியும் தியாகமும் நிறைந்த இரண்டாம் மனைவி தான் என்பதாகவும் மூத்த மனைவியின் உடல் நலக் கோளாறுகளைக் கவனிக்க வேண்டிய முக்கியமான கடமையில் அவர் சிக்கிக் கொண்டிருப்பதாகவும் கூறிக் கொண்டிருந்தாள். அவளது கதைகள் சுற்றியிருப்பவர்களைச் சமாதானப்படுத்த முடியாவிடினும் திடீரெனத் தோன்றிவிட்ட அவளது கற்பு நெறிமுறைகள் மற்றும் பத்தினித் தன்மை குறித்து அவர்கள் புன்னகைத்துக் கொண்டார்கள். அவள் மகன் மக்கன்லால் இந்த அரை உண்மையைத் துளியும் சந்தேகம் கொள்ளாமல் நம்பியபடி வளர்ந்தான்.

வளர்ந்த பிறகு தன் மகனுக்கு அப்பாவின் சொத்துகளில் ஏதேனும் ஒரு பகுதியேனும் வந்து சேரும் என் நம்பிய லஜ்வந்தி தினமும் அவனது தந்தை பற்றிய கதைகளைச்

சொல்லி எதிர்காலத்திற்குத் தயார்படுத்தினாள்: எத்தனை அன்பும் பெருந்தன்மையும் நிரம்பியவர் அவர், எவ்வளவு கம்பீரமும் வலிமையும் நிறைந்தவர், எவ்வளவு பெரிய செல்வந்தன் அவர் எனக் கூறுகிறவள், அவனது சகோதரர்களைப் பற்றியும் சொல்வாள்: தீனா நாத் கூர் நுட்பமும் நிதானமும் உடையவன், திவான்சந்த் எப்போதும் உலகிலிருந்து விலகி தன்னுடைய தனித்த கனவுலகில் வசிப்பவன், மற்றும் அவனது சகோதரி- அழகும் அன்பும் நிறைந்தவள். சில சமயங்களில் அவனை மகிழ்ச்சிப்படுத்துவதற்காக அவர்களைப் பற்றியக் கதைகளையும் உருவாக்குவாள், "உங்க பெரியம்மாவிற்கு மட்டும் உடல்நலக் கோளாறுகள் இல்லாமல் இருந்திருந்தா அப்பா இந்நேரம் இங்க வந்து நம்மை அவரோடு டெல்லிக்குக் கூட்டிக் கொண்டு சென்றிருந்திருப்பார்" என்பாள் அடிக்கடி. அவனுக்குக் குழப்பமாய் இருக்கும் – அப்பாவுடன் தான் வசிப்பதற்கு அவரது மூத்த மனைவியின் உடல்நிலை ஏன் ஒரு தடையாக இருக்க வேண்டும்!. என்றாலும் அம்மா சொல்வதை அப்படியே நம்பிக் கொண்டவன் ராமரை வணங்கும் போதெல்லாம், சீக்கிரமே அப்பாவுடன் சேர்ந்து வசிக்கவும் தன் சகோதர சகோதரியுடன் சேர்ந்து விளையாடவும் வேண்டும் என்கிற அதே கோரிக்கையோடு அப்பாவையும் வணங்கிக் கொள்வான்.

மக்கன் லாலாலிற்கு நான்கு வயதாகிய போது லாலா மோதி சந்தின் மூத்த மனைவி மரணமடைந்தார். மகா யுத்தத்தோடு ஷூ வணிகமும் முடிவிற்கு வந்திருந்ததால் இச்செய்தி டெல்லியிலிருந்து இருநூறு அல்லது முந்நூறு கிலோ மீட்டர் தொலைவில் இருந்த ஆக்ராவை வந்தடைவதற்குச் சற்றுக் காலம் பிடித்தது. தன்னுடைய பொய்களைத் தானே நம்ப ஆரம்பித்திருந்த லஜ்வந்தி இதன் விளைவாகத் தன்னையும் மக்கன்லாலையும் அவர் டெல்லிக்கு அழைக்கப் போகிறார் என எதிர் நோக்கத் தொடங்கினாள். பல மாதங்கள் கடந்தும் அவர்களுக்கு எந்த அழைப்பும் வராததால், லாலா மோதி சந்தின் மூத்த மனைவி இறந்து விட்டதாகவும் லஜ்வந்தியை அவர் கைவிட்டு விட்டதாகவும் செய்திகள் பரவத் தொடங்க, தன் மகனுக்கு இவ்விஷயம் தெரிந்து விடாமல் வைத்திருப்பது குறித்து மட்டுமே திருப்தியுறும்படி ஆகிப் போனது அவளுக்கு. அப்பா ஏன் தங்களை இன்னும் அழைத்துக் கொள்ளவில்லை என்ற கேள்வியால் கிட்டத்தட்ட ஒவ்வொரு நாளும் துளைக்கிற

குழந்தைக்கு விளக்கங்கள் சொல்வதே அவளைப் பைத்தியமாக்கி விடும் போல் இருந்தது. லாலா மோதிசந்த் வேறொருவரை இரண்டாம் மனம் புரிந்து கொண்டார் என சிலர் பேசிக் கொள்ள, பதினான்கு வயதுதான் என்றாலும் இயல்பிலேயே பிடிவாத குணம் நிறைந்த தினாநாத் தன் அப்பா இன்னொரு மனைவியை வீட்டிற்கு அழைத்து வருவதன் மூலம் அம்மாவிற்கு அவமரியாதை செய்வதை விரும்பவில்லை என வேறு சிலர் பேசிக்கொண்டார்கள். இந்த இரண்டு வதந்திகளிலுமே உண்மை இல்லை என்ற போதிலும் நிஜமும் அத்தனை உவப்பானதாக இல்லை: லாலா மோதி சந்த் தன் இரண்டாவது மனைவியையும் அவளது மகனையும் ஒட்டு மொத்தமாக மறந்து விட்டார். இருவருக்கிடையேயான தொலைவும் கடக்கின்ற காலமும் ஒருபுறம் லஜ்வந்திக்கு இந்த உறவினைக் குறித்த நம்பிக்கைகளை வளர்த்துக் கொண்டிருக்க மறுபுறம் கணக்குப் பிள்ளை ஒவ்வொரு மாதமும் குறிப்பிடுகிற செலவினங்களில் ஒன்று என்பதாக அது லாலா மோதிசந்திற்கு சுருங்கிக் கொண்டிருந்தது.

மக்கன் லாலிற்கு ஏழு வயதாகிய போது அண்டை வீட்டுச் சிறுவன் ஒருவன் ஆஷாதேவியின் மரணம் குறித்த செய்தியை அவனுக்குத் தெரிவித்தான். வணிக ரீதியாக அடிக்கடி டெல்லி செல்கிற உறவினர் சொன்னதாக அவனது அப்பாவிற்கு தெரிந்தவர் இதைச் சொல்லியிருந்தார். அம்மாவிடம் இச்செய்தியை விரைந்து தெரிவித்து, டெல்லி கிளம்புவதற்கான ஏற்பாடுகளைச் செய்ய வேண்டும் என்கிற ஆர்வத்தோடு அந்த மகிழ்ச்சியான செய்தியை அம்மாவிடம் கூறப் போகிற முதல் ஆள் தான்தான் என்கிற நம்பிக்கையுடன் வீடு நோக்கி ஓடினான். லஜ்வந்தியின் பொய் இப்போது அம்பலமாகிவிட்டது. என்றேனும் ஒரு நாள் மக்கன் லாலுக்கு இது தெரியத்தான் போகிறது என்பதை அவள் அறிந்திருந்தாலும் அப்போது அவனுக்கு என்ன பதில் சொல்வதென்று அவளால் முடிவு செய்திருக்க இயலவில்லை. பரவியிருந்த இரண்டு வதந்திகளுமே பொருத்தமாயில்லை. அப்பா இன்னொரு திருமணம் செய்து கொண்டார் எனச் சொன்னால் நிச்சயம் அவரை அவன் வெறுத்து விடுவான், தினாநாத் தான் இவர்களைத் தன் வீட்டில் அனுமதிக்க விரும்பவில்லை எனத் தெரிந்தால் அவனுக்கெதிராக இவன் விரோதத்தை வளர்த்துக் கொள்ளக் கூடும். எனவே லாலா மோதிசந்த் இந்தத் தகவலை ஏற்கனவே அவளுக்குச்

சொல்லி விட்டதாகவும் சில விசயங்களை சரி செய்கிற வரை சில மாதங்கள் இவர்களைப் பொறுத்திருக்கும்படி கூறியிருப்பதாகவும் சொன்னாள். மக்கன்லால் திரும்பத் திரும்பக் கேட்ட போதும் அவை என்ன விசயங்கள் என்பதை அவளால் சொல்ல முடியவில்லை.

மூன்று மாதங்கள் பொறுமையாகக் காத்திருந்தவன் மீண்டும் அவளை நச்சரிக்க ஆரம்பித்தான்: "அப்பா ஏன் இன்னும் நம்மை டெல்லிக்கு அழைக்கவில்லை?" இம்முறை அவள் அவனைக் கடிந்து கொண்டாள். அவன் கேள்வியின் அடிப்படையைத் தவிர்த்து விட்டு அவனைக் குற்றம் சாட்ட ஆரம்பித்தாள். ஒரு நல்ல குழந்தை அம்மா அப்பாவைக் கேள்வி கேட்கக் கூடாது என்றாள். ஆனால் உணர்ச்சி வேகமும் புத்தி கூர்மையும் உடைய மக்கன் லாலுக்குள் அந்தக் கேள்வி திரும்பத் திரும்ப எழுந்து கொண்டே இருந்தது. தன் வளமான எதிர்காலம் குறித்து அவன் இதுவரை பெருமை பேசி வைத்திருந்த நண்பர்கள் எல்லோரும் அவனைக் கேலி செய்ய ஆரம்பித்திருந்தனர். "சீக்கிரமே டெல்லிக்குப் போய் விடப் போவதாகச் சொன்னாயே?" அல்லது ரொம்பவும் வெளிப்படையாகவே "உன் அம்மா வெறும் ஒரு வைப்பாட்டி" எனவும் "நீ முறைதவறிப் பிறந்தவன்" எனவும் கூற ஆரம்பித்திருந்தனர். "கடைசியா நான் டெல்லிக்குப் போற அன்னிக்கு நீங்கல்லாம் வாயை மூடித்தான் ஆகனும்" என கோபத்துடன் அவர்களுக்குப் பதில் சொல்வான். ஆனால் வளர வளர, பிற சிறுவர்கள் சொன்னதில் உண்மை இருக்கக் கூடும் எனவும் தங்களை டெல்லிக்கு அழைத்துக் கொள்வதில் அப்பாவிற்கு எந்த ஆர்வமும் இல்லை எனவும் உணர ஆரம்பித்தான்.

பதிமூன்று வயதில், தன்னுடைய எழுத்தைக் குறித்து ஆசிரியர் பாராட்டியதால் ஏற்பட்ட உற்சாகத்தில் மக்கன்லால் தந்தைக்குக் கடிதம் எழுதினான். தன் தோற்றம் எப்படி இருக்கும், தனக்கு என்ன சாப்பிடப் பிடிக்கும், வகுப்பில் தான் முதல் மாணவனாகத் திகழ்வது, தன் சகோதரர்களைப் பார்க்க எவ்வளவு ஆர்வம் கொண்டிருக்கிறேன் என தன்னைப் பற்றி எல்லாமும் எழுதியவன், வாக்களித்தபடி தங்களை டெல்லிக்கு அழைத்துக் கொள்ளுமாறு கெஞ்சிக் கேட்டுக் கொண்டான். ஆனால் அக்கடிதம் அம்மாவின் கைகளில் சிக்கி விட்டது. அவள்

படிக்காதவள்தான் என்ற போதும் அவன் மறைக்க விரும்புகிற ஏதோ ஒன்று அதில் இருக்கிறதெனப் புரிந்து கொண்டாள். தபால் அலுவலகத்திற்கு வெளியில் அமர்ந்திருக்கும் எழுத்தர் ஒருவரிடம் அதை எடுத்துச் சென்றவள் அத்தனையையும் வாசிக்கச் சொல்லித் தெரிந்து கொண்டாள். வீட்டிற்கு வந்ததும் கிட்டத்தட்ட அவன் நினைவிழந்து போகிற அளவிற்கு அடித்தவள், இனி எப்போதேனும் அவன் தந்தையைத் தொடர்பு கொண்டால் தன் உயிரை மாய்த்துக் கொள்வேன் என அவன் மேல் சத்தியம் செய்தாள்.

தன் காலத்தின் சக பதின்ம வயதினர் பலரையும் போல மக்கன் லாலும் பகத்சிங்கின் தூக்குத் தண்டனை குறித்த செய்திகளை தொடர்ந்து கவனித்தான். ஆனால் அவர்களில் இருந்து மாறுபட்டு பகத்சிங் எழுதியவற்றில் தனக்குக் கிடைத்தவை அனைத்தையும் வாசிக்கவும் செய்திருந்தான். முற்போக்கு மற்றும் பிற்போக்கு அம்சங்கள் கொண்ட நவீன காலத்திய பகுத்தறிவு சிந்தனைகளின் ஒரு துரதிர்ஷ்டம் என்னவென்றால், அவற்றைப் பின்பற்றுகிறவர்கள் பலரது வாழ்க்கையும் அக்கருத்துக்களை எளிதில் ஏற்றுக்கொள்கிறபடியான அனுபவங்களையே அவர்களுக்கு வழங்குகின்றன என்பதுதான். தனக்கு விதிக்கப்பட்ட உலகினால் கடும் துயருற்றிருந்த மக்கன் லாலும் பகத்சிங்கால் உறிதியளிக்கப்பட்ட உலகினை ஏற்கத் தயாராக இருந்தான். மூன்று தீமைகளென பகத்சிங் முன்வைத்தவற்றில் – மதம், தனி நபர் சொத்து மற்றும் அரசு –முதல் இரண்டின் மீது ஏற்கனவே மக்கன்லால் வெறுப்பினை வளர்த்திருந்தான். முதலாவதான மதம், பகிரங்கமாகத் தெரியாவிட்டாலும் அடியாழத்தில் அம்மாவைத் தன்னிடமிருந்து பறித்துக் கொண்டதாக அவனுக்குத் தோன்றத் தொடங்கியிருந்தது. கடுமையாகிக் கொண்டே வந்த இவனது கேள்விகளை திசை திருப்ப அதை அவள் ஒரு ஆயுதமாகப் பயன்படுத்திக் கொண்டாள் – “பகவான் ராமன் மீது நம்பிக்கை வை மகனே, அவர் எல்லாவற்றையும் சரி செய்து விடுவார்.” எப்போது பார்த்தாலும் அவள் இவ்வாறே சொல்லிக் கொண்டிருந்ததால் தான் மிகவும் தீவிரமாகத் தெரிந்து கொள்ள விரும்புகிற விஷயத்தைக் கண்டடைவதிலிருந்து தன்னைத் தடுக்கிற கடவுளையும் நம்பிக்கைகளையும் அவன் வெறுக்கத் தொடங்கினான். இதன் விளைவாக அன்னையை எதிர்க்கும்

விதமாக மனித குலத்தின் மேம்பட்ட எதிர்காலத்திற்கான வழியாக பகத்சிங் முன்வைத்த நாத்திகத்தை ஸ்வீகரித்துக் கொண்டான். ஒரு பணக்கார முதலாளியாகத் தன்னை வளர்த்துக் கொள்ளவும் அந்த இடத்தைத் தக்க வைத்துக் கொள்ளவும் மோதிசந்திற்கு தாங்கள் இருவரும் இடையூறாக இருப்போம் என்பதாலேயே அவர் தங்களை ஓரடி தள்ளியே வைத்திருப்பதாக அவனுக்கு அவ்வப்போது சந்தேகம் எழும். மக்கன்லால் விசயங்களைப் பகுத்தாய்ந்து அறிந்து கொள்ளும் திறன் உடையவன் தான் என்றாலும் மார்க்ஸின் வாதங்களை முழுமையாகப் புரிந்து கொள்ளும் அளவிற்கு முதிர்ச்சி ஏற்பட்டிருக்கவில்லை. பகத்சிங்கின் துண்டுப் பிரசுரங்களும் விசயங்களை வெளிப்படையின்றி மறைத்தே பேசின. ஆனால் தனக்குள் அவன் வளர்த்துக் கொண்ட கோபங்களுக்கு வாசிப்பு ஒரு வடிகாலாக அமைந்தது. பகத்சிங்கின் ஒரே ஒரு கருத்து மட்டும் அவனுக்குள் திரும்பத் திரும்ப ஒலித்துக் கொண்டே இருந்தது: ஒருபுறம், வசதியான குடும்பத்தில் பிறந்து விட்ட ஒருவன் மிகச் சாதாரணமாக லாபங்களை அனுபவித்துக் கொண்டிருக்கையில் மறுபுறம் ஏழைக் குடும்பத்தில் பிறந்த ஒருவன் அந்த ஒரே காரணத்திற்காக வாழ்நாள் முழுவதும் துயரங்களை அனுபவிக்க வேண்டியிருப்பது ஏன்?. மாதா மாதம் அம்மாவிற்கு வருகிற சொற்ப ஜீவனாம்சத்தில் கழிந்து கொண்டிருக்கிற தற்போதைய வாழ்க்கைக்கும் எதிர்காலத்தில் பணக்காரன் ஒருவனின் சொத்துக்களுக்கு வாரிசாவதற்கு உள்ள சாத்தியங்களுக்கும் இடையில் மாட்டிக் கொண்டிருக்கிற, பூமிக்கும் சொர்கத்திற்கும் இடையிலான, தன் திரிசங்கு நிலையை நினைத்துக் கொள்ளாமல் அவனால் இந்த வரிகளை வாசிக்க முடிந்ததேயில்லை. இந்த எண்ணங்களெல்லாம் சேர்ந்து அவனுக்குள்ளிருந்த கோபத்தை அதிகப்படுத்தியதோடு பிற்காலத்தில் புரட்சியாளர்களுடன் இணைய வேண்டும் என்கிற உறுதியையும் ஏற்படுத்தியது.

தேசத்தின் எதிர்காலத்தை மாற்றும் பொருட்டு காந்தி காட்டிய புராதான வழிமுறைகளிலிருந்து முற்றிலும் மாறுபட்ட புரட்சிகர வழியைத் தேர்ந்தெடுத்த தீவிர இளைஞர்களின் குழுவுடன் இணைவதிலிருந்து மக்கன்லாலை இரண்டு விசயங்கள் தடுத்தன. முதலாவது அவனுடைய கோழைத்தனம். இடைநிலைத் தேர்வு தொடங்குவதற்கு சில மாதங்களுக்கு

முன்பு புரட்சிக் குழுவினருக்கு ஆதரவளிக்கும் மாணவர்கள் நடத்திய கூட்டங்களில் கலந்து கொண்ட போது எதிர்காலத்தில் துப்பாக்கியையோ வெடி குண்டையோ கையில் எடுக்க வேண்டியிருக்கலாம் என அறிய வந்த போது பயம் அவனைச் சூழ்ந்து கொள்ள அதன்பிறகு அதுபோன்ற கூட்டங்களுக்குச் செல்வதைத் தவிர்த்து விட்டான். ஏற்கனவே பிரச்சினைகளுடன் இருந்த அவனது இளமைப் பருவத்தில் அகாலத்தில் நிகழ்ந்த அன்னையின் மரணம் மேலும் அவனைத் துயரத்தில் ஆழ்த்தியது. ஒருநாள் மாலை பகவான் ராமனுக்காக அவள் ஏற்றியிருந்த விளக்கில் லஜ்வந்தியின் சேலை விழுந்து பற்றிக் கொண்டது. மக்கன் லாலும் வீட்டில் இல்லாதிருக்க, அண்டை வீட்டார் அவளுடைய கதறலைக் கேட்ட போது எல்லாமும் கைமீறிப்போயிருந்தது. அவனறிந்தவரை இதுவரை ஒருபோதும் லஜ்வந்தி வெளியேறிச் சென்றிருக்காத அந்த வீட்டில் அவனைத் தனியாக விட்டுவிட்டு அடுத்த நாள் அவள் இறந்து போனாள்.

லஜ்வந்தியின் மரணம் குறித்து சேதி கிடைத்ததும் லாலா மோதிசந்த் மக்கன்லாலுக்குக் கடிதம் எழுதினார். மக்கன்லாலின் துயரத்தைப் பகிர்ந்து கொண்டவர் இதுவரை அவனது அம்மாவிற்கு அனுப்பபட்ட பணம் இனியும் தொடர்ந்து அவனை வந்து சேரும் என உறுதியளித்தார். ஆனால் மக்கன்லாலை டெல்லிக்கு வரச்சொல்லி அதில் குறிப்பிடவில்லை.

உயிரை மாய்த்துக் கொள்வேன் என்கிற அம்மாவின் பயமுறுத்தல்களிலிருந்து விடுபட்டிருந்ததாலும் படிப்பைத் தொடர பணம் தேவைப்பட்டதாலும் அவருக்கு பதில் எழுதினான்: ‘அப்பா’ என்று குறிப்பிடப்படாமல் ‘லாலா மோதிசந்த்ஜி’ எனக் குறிப்பிட்டு தொடங்கப்பட்டிருந்த அந்தச் சுருக்கமான கடிதத்தில் அவரது ஆறுதலுக்கு நன்றி தெரிவித்த அவன் கல்லூரியில் இளங்கலை படிப்பில் சேர விரும்புவதாகவும் அதற்குப் பணம் தேவைப்படுவதாகவும் எழுதியிருந்தான். முதலில் அவனுக்குக் கடிதம் எழுதியது அவர்தான் என்கிற வகையில் பதில் கடிதத்தை அவர் எதிர் பார்த்திருக்க வேண்டும். எனினும், இக்கடிதத்தை கண்ட லாலா மோதிசந்த் அதிர்ச்சியடைந்தார். “அடுத்து அவன் வேறு ஏதேனும் கேட்டால்?” என்கிற கணக்குப்பிள்ளையின் எச்சரிக்கையை மீறி அவனுக்காகப் பணம் அனுப்பச் செய்தார்.

ஆனால் மூன்று ஆண்டுகளுக்குப் பிறகு முதுகலையில் சேருவதற்காக பணம் கோரி அவன் கடிதம் அனுப்பிய போது கணக்குப்பிள்ளையின் அறிவுரையைச் செவிமடுத்த அவர் பணம் அனுப்ப மறுத்து விட்டார். கூடவே, இப்போது படித்து பெரியவனும் ஆகிவிட்டதால் இனி இவர்களிடமிருந்து பணம் எதையும் எதிர்பார்க்கக்கூடாதென மக்கன்லாலுக்குத் தெரிவிக்கும்படியும் கூறினார். அவன் ஒரு வேலையைத் தேடிக் கொள்ள வேண்டும். லாலா மோதிசந்தின் பொறுப்புகளைக் குறித்து மக்கன்லால் பதிலுக்கு எழுதிய கடிதம் எதிர்பார்த்தபடியே அவருக்கு ஆத்திரத்தை வரவழைத்தது. அக்கடிதத்திற்கு அவர் பதில் எழுதவில்லை. இரண்டு வாரங்கள் கழித்து அதே வரிகளைத் தாங்கியபடி இன்னொரு கடிதம் வந்தது. தன் முதலாளி தீவிரமான நடவடிக்கை எதையும் இம்முறை எடுத்துவிடக் கூடும் என அஞ்சிய கணக்குப்பிள்ளை ஒரு தீர்வை முன்வைத்தார்.

"மக்கன்லால் இளங்கலைப் படிப்பில் தேர்ச்சி பெற்றிருக்கிறான். நமது புதிய பள்ளிக்கு ஓர் ஆசிரியர் தேவைப்படுகிறார். ஒரு தொண்டு நிறுவனப் பள்ளியில் இளங்கலை முடித்த ஓர் ஆசிரியர்!. எவ்வளவு நல்ல விஷயமாயிருக்கும் அது! நாம் ஏன் அவனை ஆசிரியராக நியமிக்கக் கூடாது?"

லாலா மோதிசந்திற்கு பெருமை சேர்க்கக் கூடியது என்பதைத் தாண்டி இத்தீர்விற்கு சாதகமான வேறு சில வாதங்களும் இருந்தன. ஆக்ராவில் இருக்கும் வீட்டை விற்று விடலாம். ஆசிரியருக்கான சம்பளம் வழங்கப்படுவதால் இதுவரை மக்கன்லாலுக்கு அனுப்பி வந்த ஜீவனாம்சத்தை நிறுத்தி விடலாம். ஆனால் பாதுகாப்பான தொலைவில் ஆக்ராவில் இருப்பதற்குப் பதிலாக இங்கே டெல்லியில் கைக்கெட்டும் தொலைவில் அவன் இருக்கப் போகிறான். "ஆனால் முதலாளி, எதிர்காலத்தில் அவன் உங்களுக்கு எதிராகப் பிரச்சனை எதையும் கிளப்புவதாக இருந்தால், எங்கோ வெகு தொலைவில் இருந்து அதைச் செய்யும் அவனைக் கண்காணிப்பதை விட, இங்கே நம் கண் முன்னே இருக்கும் அவனைக் கண்காணிப்பதுதான் மிகச் சுலபமாக இருக்கும்" என்றார் கைண்டாமால். மிக மிக மதிநுட்பமுடைய இந்தத் தீர்வைப் பரிந்துரைத்த கணக்குப்பிள்ளையின் மேல் மோதிசந்திற்கு

நன்றியுணர்வு பெருகியபோதும், தனக்கு கீழே வேலை செய்கிற ஒருவர் இத்தனை அறிவுடன் இருப்பது குறித்து கசப்பும் அடைந்தார். ஆஷாதேவி நினைவுப் பள்ளியில் ஆசிரியராக நியமிக்கப்பட்டிருப்பதாகவும் உடனடியாக டெல்லி கிளம்பி வருமாறும் மக்கன்லாலுக்கு கடிதம் எழுதும்படி கைண்டாமாலுக்கு உத்தரவிட்டார் லாலா மோதிசந்த்.

இருபது ஆண்டுகளுக்கும் மேலாக தான் காத்திருந்த பயணத்தைத் துவக்கினான் மக்கன்லால். டெல்லியின் காட்சிகளும் சத்தங்களும் - செங்கோட்டை, சாந்தினி சௌக், ஜீம்மா மசூதி - அவனைப் பரவசப்படுத்தினாலும் ஆச்சர்யத்தை உண்டாக்கவில்லை. டெல்லிக்கு வருவதற்கான தனது தயாரிப்புகளில் ஒன்றாக எத்தனையோ முறை அதன் வரலாறு மற்றும் கட்டிடக்கலை குறித்த சித்திரங்களையும் புகைப்படங்களையும் பார்த்திருந்ததோடு ஆழமாக அவை பற்றி வாசிக்கவும் செய்திருந்தான். இத்தனை நாட்களாக எவ்வளவோ தூரத்தில் அவனறியாத தொலைவில் இருப்பதாக அவன் எண்ணிக் கொண்டிருந்த டெல்லியானது இவ்வளவு பக்கத்தில் இருக்கிறது என்பதும் அதை அடைவதற்கு இவ்வளவு குறைந்த நேரமே ஆகிறது என்பதும்தான் அவனை ஆச்சர்யப்படுத்தியது. ரயில் டெல்லி நிலையத்தை அடைந்ததும் அவன் ஏமாற்றப்பட்டது போல் உணர்ந்தான். வெறும் சில மணி நேரங்கள் மட்டுமே ஆகியிருக்கிறது. இதற்கு முன்பு ஏன் இவன் இந்த ரயிலில் ஏறி டெல்லிக்கு வந்திருக்கவில்லை?. அவன் வர மறுக்கப்பட்ட அந்த நகரத்திற்கு கடந்த இருபது ஆண்டுகளாக ஒவ்வொரு நாளும் இந்த ரயில் வந்து சென்று கொண்டுதான் இருந்திருக்கிறது, என்றாலும் அவன் இதில் ஒருமுறை கூட ஏறி இருக்கவே இல்லை.

வாயிலில் தன்னை வரவேற்ற வேலைக்காரனிடம் தன்னுடைய பெயரைச் சொல்லி லாலா மோதிசந்தை சந்திக்க விரும்புவதாக மக்கன்லால் கூறியதும், "அவரிடமிருந்து உங்களுக்கு என்ன வேண்டும்?" என வினவினான் அவன்.

பிரயத்தனம் எதுவுமின்றி மக்கன்லாலின் மனதிலிருந்து சரேலென வெளிப்பட்டது பதில்: எதுவும் வேண்டாம். நாசமாய்ப் போன உங்கள் லாலா மோதிசந்திடமிருந்து எனக்கு எதுவும் வேண்டாம்.

“புதிய பள்ளியில் என்னை அவர் ஆசிரியராக நியமித்திருக்கிறார்” என்றான்.

இதயம் அதிர்ந்து துடிக்க, நெற்றியில் வியர்வை அரும்ப, தாழ்வாரத்தைக் கடந்து வீட்டினுள்ளிருந்த திறந்த முற்றத்தை நோக்கிச் சென்ற வேலைக்காரனைப் பின் தொடர்ந்தான் மக்கன்லால். இருட்டான தாழ்வாரத்தைக் கடந்து சென்றதால் முற்றத்தில் அடித்த சூரிய ஒளியானது அவன் கண்களைக் கூசச் செய்தது. இருமுறை கண்களைச் சிமிட்டிக் கொண்டான். எங்கோ தொலைவில் “திரு மக்கன்லால் வந்திருக்கிறார்” என்கிற வேலைக்காரனின் குரல் ஒலித்தது. தலையைத் திருப்பிப் பார்த்த போது, வராண்டாவில் இருந்த திண்டு போன்ற அமைப்பில் மெத்தையில் சாய்ந்திருந்த ஒரு மனிதனைக் கண்டான். இவனைக் கண்டு எழுந்து அமர்ந்த அந்த மனிதர் பிறகு எழுந்து நின்றார். அவருக்குப் பின்னே ஒரு சிறிய மேசையில் அமர்ந்திருந்த வயதான ஒரு மனிதர் அதிர்ச்சியுடன் நிமிர்ந்து பார்த்தார்.

‘ஓ! இவர் தான் லாலா மோதிசந்த்’ தன் மனம் எண்ணுவதைக் கவனித்தான் மக்கன்லால். நரைத்த முடியும் வீட்டில் வைத்திருந்த புகைப்படத்தில் இருந்ததை விட மென்மையான உடல்வாகுமாக இருக்கிற இவர்தான் லாலா மோதிசந்த். வீட்டிலிருந்து அந்தப் புகைப்படத்தை உள்ளுக்குள் வைத்து எடுத்து வந்திருந்த மக்கன்லாலின் கையில் இருந்த அந்த சிறிய பெட்டி திடீரென அதிகமாகக் கனத்தது. மக்கன்லால் அதைக் கிழே வைத்ததும் இருபுறமும் அவனது கைகள் தளர்ந்து விழுந்தன.

கையில் சூட்கேஸுடன் இருக்கிற ஒரு மனிதனால் பின் தொடரப்பட்டபடி வந்த மாதோ, “மக்கன்லால் வந்திருக்கிறார்” என்று சொன்னதும் லாலா மோதிசந்த் ரத்தமனைத்தும் தலைக்குப் பாய்வதை உணர்ந்தார். எழுந்து அமர்ந்தவர் முன் ஓர் இளைஞன் நின்றான். கச்சிதமான ஆடையும் குல்லாவும் அணிந்து நேர்த்தியான தோற்றம் கொண்ட இளைஞன். அவனை நேரடியாகப் பார்க்க முடியாமல் பதற்றத்தைத் தணிக்க தலையைக் குனிந்து கொண்டவர் வலுக்கட்டாயமாக நிமிர்ந்து அவனது முகத்தைப் பார்த்தார். அந்த நாசி! அவர் அதைப் பலமுறை கண்ணாடியில் பார்த்திருக்கிறார். அந்த நாடி,

அப்பா இறந்து விட்ட இந்தப் பதினைந்து ஆண்டுகளாகப் பார்த்திராத அந்த நாடி. இவை எல்லாவற்றையும் விட சக்தி வாய்ந்தவையாக அந்தக் கண்கள்: லஜ்வந்தியின் பிரகாசமான கண்கள். உடல் முழுவதும் புல்லரிப்பது போல் உணர்ந்த லாலா மோதி சந்தின் கண்களில் கண்ணீர் துளிர்த்தது. எழுந்து நின்றவர், “மக்கன்லால், வா, வா” என்றார்.

இந்த நொடியை மனதில் எத்தனையோ முறை நிகழ்த்திப் பார்த்திருந்ததனால் கிழே அவர் கால்களில் விழுந்து வணங்கும்படி உடல் அவனைத் தூண்டியது. ஆனால் எல்லா மனிதர்களையும் போல மிகச் சாதாரணமான தோற்றமும் தான் நினைத்தை விட உயரம் குறைவாகவும் இருந்த லாலா மோதிசந்தைக் கண்டது முதல் அவனுக்குள் கொப்பளித்துக் கொண்டிருந்த கோபமானது அதிலிருந்து அவனைத் தடுத்தது. இறுதியாக கைகளைக் கூப்பி வணக்கம் சொன்னவன், “நான் வந்துவிட்டேன்” என்றான்.

லாலா மோதிசந்தும் பதிலுக்குக் கைகளைக் கூப்பி வணக்கம் தெரிவித்தார். ஒரு இளைஞனின் முன் தன் முதலாளி நடந்து கொண்ட இந்த வழக்கத்திற்கு மாறான முறையால் ஆச்சயர்மடைந்த மாதோ அதற்குக் காரணமாய் இருந்த அந்தப் புதியவனை கவனிப்பதற்காகத் திரும்பினான். இப்படி சிறப்பு அந்தஸ்து பெற்று விட்ட அந்த இளைஞனின் முகத்தில் எதையோ தேடுவது போல் மாதோ உற்றுப் பார்த்துக் கொண்டிருக்க, “பள்ளிக்குப் போய் பர்சாதியை அழைத்து வா. மாஸ்டர்ஜி வந்திருக்கிறார் என்று சொல்” எனச் சொன்னார்.

மாதோ தனக்கிடப்பட்ட வேலையைப் பார்க்கச் சென்று விட, வாழ்நாள் முழுக்க தனக்கு நிலைக்கப் போகிற ஒரு பட்டத்தைப் பெற்று விட்டதை உணராமல் பர்சாதி வருவதற்காக காத்தபடி நின்றிருந்தான் மக்கன்லால்.

12 ஃபைன் ஹோம் அபார்ட்மெண்ட்ஸ்
மயூர் விஹார் குடியிருப்பு 1
புது டில்லி 110092

மே 5, 2008

திரு. ஜகன்நாத் பாண்டே
6726 ஹல்ஸே சாலை
ராக்வில், எம்டி, 20851
ஐக்கிய அமெரிக்க நாடுகள்

அன்புத்தம்பி ஜகன்நாத்திற்கு,

மார்ச் 15 தேதியிட்ட உனது கடிதம் பல வாரங்களுக்கு முன்பே என்னை வந்து சேர்ந்துவிட்டது. அக்கடிதம் வந்து சேர்ந்ததா எனக் கோரி நீ அனுப்பிய பல மின்னஞ்சல்களும் வந்தன. உன் அண்ணனிடமிருந்து எந்த பதிலும் வரவில்லை என்பதைக் கண்டு அவர் உன்மேல் கோபமாக இருக்கிறார்- இதற்குமுன் பலமுறை நான் அப்படி இருந்திருக்கிறேன் என்பதால்- என நீ கருதியிருக்கலாம். அல்லது எப்போதுமே கட்டற்றுப் பொழிகிற அவர் தனது மகனின் மரணம் ஏற்படுத்திய துயரத்தால் பேச்சற்றுப் போய்விட்டார் என எண்ணியிருக்கலாம். ஆனால் இவை இரண்டுமே இதற்குக் காரணமல்ல. எனக்கு உன்மீது எந்தக் கோபமும் இல்லை. சுஷாந்தின் மரணம் ஏற்படுத்திய துயரிலிருந்து நானும் விமலாவும் இன்னும் மீளவில்லை என்றாலும் அதுவும் அதற்குக் காரணமல்ல. நிஜத்தில், உன் கடிதத்திற்கு பதில் எழுதவேண்டும் என அமர்ந்து கடிதம் எழுதவும் செய்தேன். இதற்கு முன் எழுதிய பல கடிதங்களைப் போலவே உங்களைப் பற்றிய விசாரணைகளையும் எங்களைப் பற்றிய தகவல்களையும் உள்ளடக்கிய ஒரு கடிதம். ஆனால்

அந்தக் கடிதத்தில் எழுதிய விஷயங்கள் ஏனோ எனக்குத் திருப்தியளிக்கவில்லை, அதை அஞ்சல் செய்யவும் மனம் வரவில்லை. பிறகொரு நாள், பல நாட்களுக்கு முன்பு கேட்டு நான் மறந்தும் போய்விட்ட முனீர் நியாஜின் வரிகளைக் கேட்க நேர்ந்தது. நான் உன்னிடம் சொல்ல விரும்பிய வரிகளும் அவைதான் என்பது உடனே எனக்குத் தெளிவாகியது. அதனால்தான் இக்கடிதத்தை எழுதுகிறேன். நான் எப்போதோ பல தசாப்தங்களுக்கு முன்னதாகவே உனக்கு எழுதியிருக்க வேண்டும் என முனீர் நியாஜ் நினைவூட்டிய இக்கடிதம். இக்கடிதத்தின் இறுதியில் அக்கவிதையை எழுதுவேன். இப்போதே எழுதினால், இக்கடிதத்தை முடிக்கவோ இல்லை ஆரம்பிக்கவேவோ கூட முடியாது என அஞ்சுகிறேன்.

எப்போதோ உன்னிடம் சொல்லியிருக்க வேண்டிய ஆனால் சொல்லாத, என்னால் சொல்ல முடியாத பல விஷயங்களையும் இப்போது சொல்ல விரும்புவதால் மிகவும் உணர்ச்சிப்பெருக்காக உணர்கிறேன். எத்தனையோ முறை அமெரிக்காவிற்கு வந்து உன்னைக் காணும்படி நீ கோரியதைப் போலவே இப்போதும் கோரியிருந்தாய். ராக்வில்லில் இருக்கும் உனது வீட்டைப் பற்றிச் சொல்லியிருந்தாய். இதற்கு முன்பு அங்கு வந்திருந்த சில நாட்களில் நான் அதிகம் உபயோகித்த, அவ்வீட்டின் தாழ்வாரத்தில் இருக்கும் சாய்வு நாற்காலி என்னை நினைவூட்டிக் கொண்டே இருப்பதாகச் சொல்லியிருந்தாய். அந்த வீட்டில் நீ இருபது ஆண்டுகளுக்கும் மேலாக வசிக்கிறாய். அவ்வீடு முழுவதும் அற்புதமான உனது இரண்டு குழந்தைகள் வளர்ந்த நாட்கள் குறித்த நினைவுகளும், உனது அருமையான மனைவி ஷீலாவுடனான - அவருக்கு என் கனிவான அன்பைத் தெரிவித்துவிடு -வாழ்க்கை குறித்த நினைவுகளும் நிரம்பியிருக்கும். அது ஒரு மகிழ்வான இல்லம் என்பதை அதற்குள் நுழைந்த அந்த நொடியிலேயே என்னால் உணர முடிந்தது. அது ஒரு பெருந்தன்மையான இல்லமும் கூட. ஆனால் தான் அங்கிருந்த சில நாட்கள் முழுவதும் எல்லாவற்றின் மீதும் குறைப்பட்டு எரிச்சல்பட்டுக் கொண்டு இருந்ததன் மூலமாக, மகிழ்ச்சியாக இருந்திருக்க வேண்டிய தருணங்களை நிம்மதியற்றதாய் மாற்றிய ஒரு சிடுசிடு முதியவன் குறித்த நினைவுகளுக்கும் தன்னுடைய ஒரு மூலையை ஒதுக்கும் அளவிற்குப் பெருந்தன்மை வாய்ந்தது அது என்பதை நான் அறிந்திருக்கவில்லை. நான் மீண்டும் அந்த

சாய்வுநாற்காலியில் அமர வேண்டும் என்றும் எனதருகில் தாழ்வாரத்தில் அமர்ந்து நீ உனது தோட்டத்தை ரசிக்க வேண்டும் எனவும் விரும்புவதாகக் கூறியிருந்தாய். இத்தனை தசாப்த வாழ்விற்குப் பிறகும் எனது அருகாமையைப் போல உன்னை ஆற்றுப்படுத்துவது வேறெதுவும் இல்லை என்றும்கூடக் குறிப்பிட்டிருக்கிறாய். என் தமையனே, அன்புமிக்க என் தமையனே, இதைக்கேட்டதும் நான் எப்படி உணர்ந்தேன் என்பதைச் சொல்ல வார்த்தைகளே இல்லை, அல்லது என்னால் அதை வார்த்தைகளால் வெளிப்படுத்த இயலவில்லை. ஒருவேளை கோஸ்வாமி துளசிதாசரின் "*பரதனைப் போலப் பரிசுத்தமான ஒரு தமையன் உலகில் எங்கேயும் இல்லை*" என்கிற வரிகள் எனக்குத் துணை வரக்கூடும்.

ராம்லீலாவின் கடைசி தினத்தில் நிகழ்த்தப்படும் பரத கூடுகை நிகழ்வைக் காண்பதற்காக நீயும் நானும் ஒவ்வொரு ஆண்டும் கண்டஹார் செல்வோமே, உனக்கு நினைவிருக்கிறதா? அதற்குக் கிளம்பும் முன் எப்போதும் நாம் நமது தந்தையின் பாதம் தொட்டு வணங்குவோம். அப்போது அவர், "ராமன் பரதனை நேசித்தது போல நீ உன் தமையனை நேசிக்க வேண்டும்" என என்னிடம் சொல்வார். "உனது அண்ணனானவன் ராமனைப் போல என்பதை நீ எப்போதும் நினைவில் கொள்ள வேண்டும். பரதன் ராமனை நேசித்ததையும் வணங்கியதையும் போல நீ உன் அண்ணனை வணங்க வேண்டும்." என்று உன்னிடம் சொல்வார். என் ஜெகன்நாத், அந்த வார்த்தைகளை நினைக்கையில் என் உள்ளம் வேதனையால் நிரம்புகிறது. கடந்த நாட்களில் நான் அந்த வார்த்தைகளைக் குறித்து நிறைய யோசித்தேன். உன் முன்னால் கரம் கூப்பி நின்று, "என்னை மன்னித்துவிடு என் தமையனே. நீ எப்போதும் என் பரதனாய் இருந்திருக்கிறாய். ஆனால் என்னால் ஒருபோதும் உன் ராமனாய் இருக்க முடிந்ததில்லை" எனச் சொல்ல வேண்டும் என மனம் பரிதவிக்கிறது. உனது அண்ணன் உன்னிடம் மன்னிப்புக் கோரினால் நீ வெட்கத்தாலும் வேதனையாலும் உயிரையே விட்டுவிடுவாய் எனத் தெரியுமாதலால் நான் அதைச் செய்யாமல் விடுகிறேன். ஒவ்வொரு ஆண்டும் கண்டஹாருக்குக் கிளம்பும்முன் நாம் சத்தியம் செய்து கொடுத்த நமது தந்தையும் என்னை மன்னித்து என் காயங்களை ஆற்றுவதற்கு இப்போது நம்முடன் இல்லை. பல ஆண்டுகளுக்கு முன்பு தகர்ந்துபோன அந்தக் கண்டஹாரும் கூட இப்போது இல்லை. ஆகவே,

மன்னிப்புக்கோர முடியாதென்பதால், இக்கடிதத்தை ஒரு தவம்போலக் கருதி நான் சொல்ல விரும்பியவற்றை மட்டும் சொல்லிவிடுகிறேன்.

இந்தக் கதை எங்கே துவங்குகிறது? பள்ளியில் என நினைக்கிறேன். மிகவும் நன்றாகப் படித்து உதவிச் சம்பளங்கள் பெறுகிறவனாக, ஆசிரியர்களது கண்ணின் மணியாக நான் வலம் வந்து கொண்டிருக்கையில், பாடங்களில் தேர்ச்சி பெறுவதற்கே நீ மிகவும் சிரமப் பட்டுக் கொண்டிருந்தாய். உன்னைத் திட்டியும் அடித்தும் இரவு வரை நான் பாடம் கற்பித்தும் கூட உனக்கு எதுவுமே புரிவதாகத் தெரியவில்லை. ஒவ்வொரு ஆண்டும் நீ திரும்பத் திரும்ப அதே தவறுகளைச் செய்துகொண்டிருந்தாய். நானும் ஆண்டுக்காண்டு உன்மீது அதிகமாய் ஆத்திரமடைந்து கொண்டே இருந்தேன். கண்களிலிருந்து நீர்வழிய எதிர்த்து எதுவுமே பேசாமல் தலையைக் கவிழ்ந்து நீ நின்று கொண்டிருப்பாய். அச்சமயங்களில் நீ நமது அம்மாவை நினைத்து ஏங்கியிருக்கிறாயா? உன்னைப் பிரசவித்த வெகுசீக்கிரத்திலேயே மரணித்துவிட்ட நமது அம்மாவின் அன்பிற்காகவும் அரவணைப்பிற்காகவும் நீ ஏங்கியிருப்பாய் என நான் அடிக்கடி நினைத்துக்கொள்வதுண்டு.

கோபத்தில் நான் என்னதான் சொல்லவில்லை உன்னிடம்! நமது தந்தை முதலும் கடைசியுமாக உன் முன் என்னை அறைந்தது எனக்கு நினைவில் இருக்கிறது. உனக்கும் நிச்சயம் நினைவில் இருக்கும். உனக்கு என்மீது பிரியம் அதிகம் என்பதால் அத்தினத்தை ஒருபோதும் நீ எனக்கு நினைவு படுத்தியதில்லை. ஆனால் நான் அதை நினைவில் இருத்தியே தீரவேண்டும்- இப்போது அத்தினத்தை நினைத்துப்பார்க்கிறேன்: “நீ எனக்கு நிறைய அவமானத்தைக் கொணர்ந்துவிட்டாய்” என்றேன் நான். “அவமானத்தையும் வேதனையையும்.” அது நான் எப்போதும் சொல்வதுதான். அதன்பிறகு நான் சொன்னதுதான் யாரும் உன்னிடம் கூறிய எதையும் விடக் கொடூரமானது. அதற்கு முன்பே, சேத்ஜியின் வீட்டில் வேலை பார்க்கும் தீநாவுடைய பெண்களின் வாயிலிருந்து அவ்விஷயம் வெவ்வேறு வடிவங்களில் உன்னை வந்து சேர்ந்திருந்ததெனினும், “நீ என் அன்னையைக் கொன்று விட்டாய். விரைவில் என்னையும் கொன்று விடுவாய்” என நான் சொன்னதும் ஒரே ஒரு

முறை மட்டும் நிமிர்ந்து என்னைப் பார்த்தாய். தன் இரு குழந்தைகளுக்கும் தாயாகவும் தந்தையாகவும் இருக்க நேர்ந்த சுமையால் முதுகில் காயம் ஏற்பட்டு படுக்கையில் கிடந்தபடி, நான் உன்னை அர்ச்சிப்பதைக் கேட்டுக் கொண்டிருந்த நமது தந்தை சடாரென எழுந்து சரேலென என் கன்னத்தில் அறைந்தார். நான் என் முகத்தில் அந்த வலியை தற்போது உணரவில்லையே தவிர, இப்போதும் என்னால் எனது மூளைக்குள் ரீங்கரிக்கிற அந்த சப்தத்தைக் கேட்க முடிகிறது. அந்த வலியையும் இப்போது என்னால் உணரமுடிந்தால் பரவாயில்லை எனத் தோன்றுகிறது.

திரும்பத்திரும்ப நான் தந்த உந்துதலால் நீ இளங்கலை கல்லூரிப் படிப்பை மூன்றாம் வகுப்பில் தேர்ச்சி பெற்று நிறைவுசெய்தாய். அதே ஆண்டில்தான் நான் நிதியமைச்சகத்தில் எனது பணிக்காகத் தேர்வு பெற்றேன். ஆங்கிலம் கட்டாயமாய் இல்லாதிருந்திருந்தால் நான் இந்திய ஆட்சிப்பணிக்குக் கூடத் தேர்ச்சி பெற்றிருப்பேன் என நம்பியதால் இந்தத் தேர்ச்சியைப் பற்றி நான் இதுவரை பெருமிதம் கொண்டதேயில்லை. ஹிந்தியைப் பயிற்றுமொழியாகக் கொண்டு ஆங்கிலத்தை ஒரு பாடமாக மட்டுமே பயின்றதால் குடிமைப்பணியின் மேல்நிலைப் பதவிகளை அடைவதற்கான எந்த வாய்ப்புகளும் எனக்கு இல்லாமல் போய்விட்டது. அதிலும் நமக்கு ஆங்கிலம் கற்பித்த ஆசிரியர் மோகனுக்கு ஒரே ஒரு ஆங்கில வரியைக் கூட இலக்கணப் பிழையின்றி எழுத முடிந்ததில்லை என்பதை நீயே நன்றாக அறிவாய். வாழ்நாள் முழுவதும் நான் கீழ்ப்படிந்து வேலை செய்ய வேண்டியிருந்த முட்டாள் அதிகாரிகளின் மீது எனக்கு ஏற்பட்ட கோபம் அங்கிருந்து தொடங்கியதாய் இருக்கலாம். ஆங்கிலத்தில் கற்பதன் மதிப்பினை அறிந்திருந்த பெற்றோருக்கு மகனாய்ப் பிறந்த ஒரே தகுதி மட்டுமே என்னை விட மேலானவர்களாய் அவர்களை ஆக்கியிருந்தது. வாழ்நாள் முழுவதும் உள்ளும் புறமும் நான் அவர்களை எண்ணிக் குமுறியபடி இருந்தேன். ஆனால் அந்த சமயத்தில் ஒரு அரசாங்க வேலையை- அதிலும் மத்திய அரசாங்கத்தில்- பெற முடிந்தது குறித்து நான் மிகவும் மகிழ்ச்சியடைந்தேன். அப்பாவிற்கு அதுகுறித்து அதீத ஆனந்தம். நீங்கள் இருவரும் எனது சம்பளம் குறித்தும் சலுகைகள் குறித்தும் எல்லோரிடமும் பெருமையாகச் சொல்லித் திரிந்தீர்கள்.

அதன்பிறகு, நான் எழுதிய தேர்வுகளுக்கு விண்ணப்பிக்கும் படியும் அவற்றிற்காகத் தயாராகும்படியும் உன்னையும் நச்சரிக்கத் தொடங்கினேன். என்னைப் பின்பற்றுவதற்காக உனக்கு விருப்பமோ திறமையோ இல்லாத ஒரு பாதையைத் தேர்ந்தெடுக்கும்படி கூறினேன். அது சாத்தியமில்லை என நீ நன்கு அறிந்திருந்ததால், எனது தொந்தரவுகளின் பொருட்டு விண்ணப்பங்களைப் பூர்த்தி செய்து தேர்வுகளை எழுதிய போதும், என்னிடம் சொல்லாமலேயே உனக்கான திட்டங்களை வகுக்கத் தொடங்கியிருந்தாய். நான் அலுவலகத்தில் இருந்த பகல் பொழுதுகளில் நீ அப்பாவுடன் சேர்ந்து சமையல் கற்கத் தொடங்கினாய். அப்பாவுடன் அந்தப் பெரிய வீட்டிற்குச் சென்று பூரி சுடுவதிலும் மசாலாக்கள் தயாரிப்பதிலும் எப்போதும் உனக்கு ஆர்வமிருந்தது. ஆனால் நான் அதைப் பெரிதாக எடுத்துக்கொண்டதில்லை. நீ இப்படிப் பொழுதுபோக்கியதில் எனக்குச் சம்மதமில்லை எனினும் அதை ஒரு சிறுவனின் விளையாட்டுத்தனம் எனக்கருதி விட்டுவிட்டேன். ஆனால் வளர்ந்து நீ அதை ஒரு தொழிலாகக் கற்றுக்கொண்ட போது அதை கவனமாக எனக்குத்தெரியாமல் செய்தது நல்லதுதான். தெரிந்திருந்தால் நான் ஒருபோதும் உன்னை அனுமதித்திருக்க மாட்டேன். அப்பாவுடன் சண்டையிட்டேனும் அதை ஒரு முடிவிற்குக் கொண்டுவந்திருப்பேன். பாவம் அப்பா, ஒரு சமையல்காரனாக தன்னுடைய திறமை குறித்து அவர் எவ்வளவு பெருமிதம் கொண்டிருந்தார்! நானும் அது குறித்துப் பெருமிதம் கொண்டிருந்தால் அவர் எவ்வளவோ மகிழ்ச்சியடைந்திருப்பார். ஆனால் நான் அப்படி நடந்துகொள்ளவில்லை. அவரது சமையல்தொழில் குறித்து அவமானமாய் உணர்ந்தேன். அது அவருக்குத் தெரியும் என்பதும் அவரைக் காயப்படுத்தியது என்பதும் எனக்கும் தெரிந்திருந்தது.

நான் உன்னிடம் இதைச் சொன்னதில்லை. 1977ல் அப்பா அவரது வாழ்வின் கடைசித் தருவாயில் இருந்தபோது ஒரு மாலையில் நான் அவர் அருகில் அமர்ந்திருந்தேன். எனது கரங்களை எடுத்துத் தனது கரங்களுக்குள் வைத்துக்கொண்ட அவர், "விசு, உனது எழுத்தைக்குறித்தும் நீ பெற்றுள்ள விருதுகள் மற்றும் பட்டங்கள் குறித்தும் நான் மிகவும் பெருமைப்படுகிறேன் என்பதை நீ அறிவாய். உனது மனைவிக்கும் உனது தம்பிக்கும் கூட உன்னைக் குறித்துப்

பெருமைதான். சேத்ஜியும் ராம்ஜியும் கூட நீ சாகித்ய அகாடமி விருது பெற்றபோது எல்லாருக்கும் இனிப்பு வழங்கிக் கொண்டாடினார்கள். இது எல்லாமே உன்னை மகிழ்ச்சிப் படுத்துகிறது என்பதை நான் அறிவேன். ஆனால், உனது மகன் வளர்ந்து உனது புத்தகங்களை வாசித்து, "அப்பா! நீங்கள் சில மிகச்சிறந்த புத்தகங்களை எழுதியுள்ளீர்கள்" என உன்னிடம் சொல்கிறபோது ஏற்படுகிற மகிழ்ச்சியை ஒப்பிட்டால் இந்த மகிழ்ச்சியெல்லாம் ஒரு பொருட்டே அல்ல எனத் தோன்றும்" என்றார். இவ்வாறு அவர் சொன்னதற்கு இரண்டு காரணங்கள் இருக்கலாம் எனக் கருதியதால் இது குறித்து நான் உன்னிடம் சொல்லாமல் விட்டுவிட்டேன். அவரது தொழிலையும் அதில் அவரது திறமையையும் நான் மதிக்கவில்லை என்பது குறித்து என்னைக் குற்றம் சாட்டும் பொருட்டோ அல்லது சேத்ஜியின் குடும்பத்திலிருக்கும் அத்தனை பேரும் அவரது சமையலைப் புகழ்ந்த போதும் பணப்பரிசுகளை வழங்கியபோதும் ஏற்பட்ட பெருமையை விட நீ அவரோடு சென்று அவரது தொழிலை உனக்குக் கற்றுக் கொடுக்கும்படி கோரியதுதான் அவரை அதிகம் பெருமிதம் கொள்ளச் செய்தது என்பதை எனக்கு உணர்த்தும் பொருட்டோ அவர் அவ்வாறு கூறியிருக்கலாம். இதை உன்னிடம் சொல்கிற அளவிற்கு நான் பெருந்தன்மை கொண்டிருக்கவில்லை. அவர் அப்படிச் சொன்னதற்கு இந்த இரண்டில் ஏதோ ஒன்றோ, அல்லது இரண்டுமேவோகூட காரணமாக இருந்திருக்கலாம் - ஆனால் நீ அவற்றை அறிவதை நான் விரும்பவில்லை.

எனக்குத் திருமணமான அதே ஆண்டுதான் நீ சமையல்காரன் ஆனாய். எனது மனைவியின் வீட்டைச் சேர்ந்த சிலர் அவளிடம், "இனிப்புகளை எதற்காக கடையில் வாங்க வேண்டும்? உன் கொழுந்தனிடம் சொல்லி நம் எல்லோருக்கும் சமைக்கச் சொல். அண்ணி சொன்னால் கொழுந்தன் செய்யாமல் போவாரா?" எனக் கிண்டல் செய்தனர். அவர்களிடம், "எனது கொழுந்தன் மிக உயர்ந்த தொழிலைச் செய்கிறார். நான் அவர் குறித்து பெருமிதம் கொள்கிறேன்" என அவள் பதிலளித்ததாகக் கேள்விப்பட்ட போது அதை அவள் நிஜமாகவே தன் ஆழ்மனதில் இருந்து சொல்லியிருக்கிறாள் என்பதைப் புரிந்து கொண்டேன். எனது எழுத்துலக நண்பர்கள் சிலரும் இதுகுறித்து என்னைக் கேலி செய்திருக்கின்றனர். "இந்தக் காஃபிஹவுஸில்

எல்லாமே விலை அதிகமாய் இருக்கிறது. லயல்பூரிலுள்ள காபிக்கடைக்குச் சென்றால் ஜெகன்நாத் நமக்கு இலவசமாகவே சில பலகாரங்களைப் பெற்றுத்தருவான்" என்பார்கள். நான் அதற்கு மறுப்புத் தெரிவிக்கையில் "உன் புத்தகமெல்லாம் விற்பனை ஆகாவிட்டாலும் கூடப் பரவாயில்லை. உனக்குச் சாப்பாட்டிற்குப் பிரச்சனை இருக்காது" என்று கூறி வெடித்துச் சிரிப்பார்கள். பதிலுக்கு அவர்களை நான் எதுவும் சொல்லாமலும் செய்யாமலும் இருந்தாலும் கோபத்தாலும் அவமானத்தாலும் உள்ளுக்குள் கொதித்துப் போவேன்.

நான் உன்னைக் குறித்து அவமானம் கொண்டேன். இந்தப் புதிய தேசத்தின் புதிய இலக்கியத்தைக் கட்டமைப்பவனாக என்னைக் கருதிக்கொள்ள விரும்பிய எனது குணமும், எனது தந்தை மற்றும் தமையனின் தொழில் குறித்து நான் கொண்டிருந்த அவமான உணர்வும் எத்தனை முரணானவை என்பது கூட எனக்குப் புரியவில்லை. நீ ஒரு சமையல்காரனாக வேலை செய்தாய்- அதுவும் நமது நகரத்திற்கு வந்து அதை ஆக்கிரமித்து அழித்துக் கொண்டிருக்கிற பேராசை பிடித்த பஞ்சாபிக்காரர்களில் ஒருவனுக்காக - சிரிக்கும் போதெல்லாம் சத்தமாகக் குசு விடுகிற காட்டுமிராண்டி சோப்ராவிற்காக வேலை செய்தாய். லயலாபூர் உணவகத்தில் அவர்கள் தயார் செய்து விற்ற வித்தியாசமான எண்ணெய்ப் பலகாரங்களை அப்பாவிற்கும் கூடப் பிடிக்கவில்லைதான். என்றாலும் அதைத் தயாரிப்பதற்கான அவர்களது திட்டமிடலையும் உழைப்பையும் அங்கீகரிக்கும் அளவிற்கு அவர் பெருந்தன்மையுடையவராய் இருந்தார். கூடவே, அதற்கென்று ஒரு தனி சுவை இருந்ததையும், கள்ளச்சந்தை மற்றும் கலப்படம் சார்ந்த பிரச்சனைகளைத்தாண்டி எல்லோராலும் வாங்கமுடிகிற விலையில் அவர்களால் அதை விற்க முடிந்ததையும் அவர் நேர்மறையாகப் பார்த்தார். பிரிவினையின் காரணமாக எல்லாவற்றையும் விட்டுவிட்டு ஓடிவர நேர்ந்த பஞ்சாபிகளுக்காக அவர் வருந்தவும் செய்தார். வெண்ணெய் சேர்க்கப்பட்ட கருப்பு உளுந்தைக் கண்டு நான் மூக்கினை மூடிக் கொள்ளும்போது "அது அவர்களது சொந்த ஊரை அவர்களுக்கு நினைவுபடுத்துகிறது" என்பார் அப்பா. "ஒரு அகதிக்கு தன் சொந்த ஊரை நினைவுபடுத்துகிற பொருள் எப்படி இவ்வளவு மோசமாய் இருக்க முடியும்" என்பேன் நான். நாளுக்கு நாள் செல்வத்தைப் பெருக்கிக் கொண்டிருந்த, எண்ணெய்

வழிகிற, நேர்மையற்ற அந்த சோப்ராவை என்னால் ஒரு ஏழை அகதியாகக் காண முடியவில்லை. முனிசிபலிடியிலிருந்து வரும் ஆய்வு அதிகாரிகளுக்கு லஞ்சம் கொடுத்தும், உணவில் கலப்படம் செய்தும், கள்ள வணிகத்தில் ஈடுபட்டும் அவன் மேலும் மேலும் பணக்காரனாகிக் கொண்டிருந்தான். அவனையும் அவனைப்போன்றவர்களையும் நான் வெறுத்தேன். அவர்களைப் போன்றவர்களுக்கு வேலை செய்ததற்காக உன்னையும் வெறுத்தேன். சமீபத்தில் நடந்த, எங்கள் அலுவலகத்தில் துணைச் செயலராகப் பணியாற்றிய திரு. ப்ராரின் ஈமச்சடங்கின் போது நான் சோப்ராவைச் சந்தித்தேன். நன்றாகக் கூன் விழுந்து, முகமெல்லாம் சதை மடிப்புகளின் குவியலாகி அடையாளமே தெரியாமலாகி விட்டார். நான் அவரைக் கடக்கவிருந்த போது, தனது நடைத்தடியிலிருந்து கையை நீட்டி என்னை நிறுத்தினார். சப்தமும் உற்சாகமுமான அவரது வழக்கமான குரலை நான் அடியோடு வெறுத்திருக்கிறேன். ஆனால் அன்று முற்றிலும் மாறான, மெதுவான தடுமாறுகிற குரலில், "நீங்க ஜெகன்நாத்தோட அண்ணன்தானே?" என்றார். நான் "ஆமாம்" என்றேன். "எவ்வளவு நல்ல சமையல்காரனாய் இருந்தான் அவன்?" என்றவர், தொங்கிய உதடுகளிலிருந்து வெளிப்பட்ட புன்னகையுடன் "எப்படி இருக்கிறான் அவன்?" என்றார். நான் அமைதியாக இருப்பதைப் பார்த்து, அவருள் எழுந்த புன்னகையால் பலவீனமான உடல் அதிர "என்னைத் தெரியவில்லையா?" என்றவர், "நான் சோப்ரா. உங்க தம்பி எனக்குப் பையன் மாதிரி" என்றார். உனக்கும் சோப்ராவிற்கும் இடையில் நிலவியிருக்கக் கூடிய அன்பைக்குறித்து நான் அதன்பிறகு நிறைய நேரத்திற்கு யோசித்துக் கொண்டிருந்தேன். அது என் கண் முன்னேதான் நிகழ்ந்திருக்கிறது – ஆனால் அது என் கண்களுக்குப் புலப்படவேயில்லை. வேறு எதையெல்லாம்தான் நான் காணாமல் இருந்துவிட்டேன்?

மே 9, 2008.

அன்று இரவு தாமதமாகிவிட்டதால் நான் எழுதுவதை நிறுத்திவிட்டேன். மறுநாள் காலையிலும், அடுத்து நான் பேச விரும்பிய விஷயத்தை எப்படித் தொடங்குவது எனத் தெரியாமல் இருந்தது. மகாத்மா காந்தியின் இறுதி ஊர்வலத்திற்காக அப்பா நம்மை ராஜ்கட்டிற்கு அழைத்துச்

சென்றாரே, அதை உனக்கு நினைவுபடுத்துவதன் மூலம் அதைத் தொடங்கலாம் என நினைக்கிறேன். அப்பா உன்னைத் தோளில் அமர்த்தியவாறும் எனது கரங்களைக் கோர்த்தவாறும் இருக்க, நாம் மூவரும் நடக்கத்துவங்கினோம், அல்லது, காந்திஜியைக் கடைசியாகப் பார்ப்பதன் பொருட்டு சென்று கொண்டிருந்த மக்கள் அலையோடு சேர்ந்து நகரத் துவங்கினோம். அத்தனை நெரிசலில் எதற்காக ஒரு மனிதன் தனது இரண்டு சிறுகுழந்தைகளை அழைத்துச் செல்ல வேண்டும்? ஏனென்றால் அந்த ஒரு நாளில்தான் யாரும் யாரையும் இடிக்காமல் நெருக்காமல் ஓரத்திற்குத் தள்ளி விடாமல் இருந்திருக்கக்கூடும். நிறையப் பேர் அழுதார்கள், நிறையப்பேர் கோஷமிட்டார்கள், அப்பாவின் தோளில் நீயும் கரங்களில் நானும் என நாம் மூவரும் நடந்துகொண்டிருந்தோம். அன்று ராஜ்கட்டில் நாம் என்ன பார்த்தோம் என்பதல்ல இப்போது நான் உனக்கு நினைவுறுத்த விரும்புவது. நாம் வீட்டிற்கு வந்தபிறகு, உன்னை அருகில் நிறுத்திக்கொண்ட நான், "மகாத்மா காந்தியின் பெயரால் நான் என் வாழ்வை இந்நாட்டுக்காகத் தியாகம் செய்ய உறுதி ஏற்கிறேன்" என திரும்பத் திரும்பச் சொல்ல வைத்தேன், அதைத்தான் நினைவுறுத்த விரும்புகிறேன். நாம் பலமுறை இதைப்பற்றிப் பேசியிருக்கிறோம். ஆனால் நீ அது உனக்கு நினைவில்லை என்றே கூறி எனக்கு ஆத்திரத்தை வரவழைத்திருக்கிறாய். ஆனால் நீ உனது சத்தியத்தை- நான் உன்னை மேற்கொள்ள வைத்த சத்தியத்தை- மீறிவிட்டாய் என்பது போல நான் உன்னை உணரச் செய்ய முற்பட்டதாலேயே நீ அவ்வாறு செய்திருக்கிறாய் என்பது இப்போது புரிகிறது.

நியூயார்க்கில் உள்ள ஒரு இந்திய உணவகத்தில் உனக்கு வேலை கிடைத்திருக்கிறதென நீ தயக்கத்துடன் என்னிடம் சொல்லிய போது நாம் தேசத்திற்குச் சேவை செய்வதாக உறுதியெடுத்து இருபத்தி இரண்டு ஆண்டுகள் ஆகியிருந்தன. அந்த இருபத்தி இரண்டு ஆண்டுகளில் எவ்வளவோ நடந்துவிட்டது. ஒருவேளை காங்கிரஸ் தனது லட்சியங்களில் வெற்றி பெற்றால் வெள்ளையர்களின் ஆதிக்கத்திற்குப் பதிலாக பழுப்பு நிறத்தவரின் ஆதிக்கத்திற்கு இந்தியா உட்படும் என்பதாக பகத்சிங் எங்கேயோ எழுதியிருப்பதாகச் சொல்வார்கள். இந்தியாவின் ஏழ்மையும் அவநம்பிக்கையும் ஆங்கிலேயர்கள் ஆட்சியில் அதிகமாக இருந்ததா அல்லது

இந்தியர்களின் ஆட்சியிலா? இதைப்பற்றி எனக்கொன்றும் தெரியாது, பொருளாதார வல்லுநர்கள்தான் விளக்க முடியும். ஆனால் எது மோசமானது? ஆங்கில ஆட்சிக்காலத்தில் நான் அதிகம் வாழ்ந்திருக்கவில்லை, சுதந்திர இந்தியாவில் பகத்சிங் அதிகம் வாழவில்லை. எனவே எங்கள் இருவராலும் இது குறித்துச் சொல்ல முடியாது. ஆனால் 1970ல், இன்னும் முப்பத்தி எட்டு ஆண்டுகளைக் கணக்கில் எடுத்துக் கொண்டு பார்த்தாலும் பெரிய நம்பிக்கை ஒன்றும் தென்படவில்லை நம் தேசத்திற்கு. நம்முடைய நிலைமை பரவாயில்லை – நான் ஒரு அரசு வேலையில் இருந்தேன், நீ ஒரு உணவகத்தில் நன்றாகச் சம்பாதித்தாய் – நமது தந்தையும் அவ்வாறே. ஆனால் எங்கு பார்த்தாலும் வேலையற்ற இளைஞர்கள், வறட்சியாலும் வெள்ளத்தாலும் மக்கள் மடிகிற செய்திகள், தாழ்த்தப்பட்டவர்கள் வன்புணர்வுக்கு உள்ளாக்கப்பட்டனர், கொலைசெய்யப்பட்டனர். நகர 'மேதைகளாய்' இருந்த நம்மில் சிலர், நகரங்கள் கறைபட்டு விட்டதாகவும் விமோசனம் கிராமங்களிலிருந்து வரும் என்றும் கருதினர். ஸ்ரீலால்ஜியின் 'ராக் தர்பாரி' வந்தபிறகு அந்த எண்ணமும் ஒட்டுமொத்தமாகச் சிதைய, நம்பிக்கையற்ற வெறுமையை எதிர்நோக்கும் நிலைக்குத் தள்ளப்பட்டோம். ஒருவேளை அதனால்தான் நீ அமெரிக்காவில் ஒரு மேம்பட்ட வாழ்க்கைக்கான வாய்ப்புக் கிடைத்த போது அதைப் பயன்படுத்திக் கொண்டாய்.

அப்போதுதான் திருமணமாகியிருந்த நீ உனது மனைவியைக் குறித்து சிந்திக்க வேண்டியிருந்தது, சீக்கிரத்தில் குழந்தைகளும் உண்டாகிவிடுவர். உன்னைப் பற்றி மட்டுமல்லாமல், நீ தலைவனாகவிருக்கும் நாளைய குடும்பத்தைப் பற்றியும் யோசித்தாய். வயதான உனது தந்தையை நீ கைவிட்டு விடவும் இல்லை. நான் டெல்லியில் இல்லாமல் இருந்திருந்தாலோ, சேத்ஜி அப்பாவிற்கு ஓய்வூதியம் வழங்காமல் இருந்திருந்தாலோ நீ ஒருபோதும் அப்பாவை விட்டுவிட்டுச் சென்றிருக்க மாட்டாய் என்பதை அறிவேன். ஆனால் அப்போது இது எது குறித்தும் நான் சிந்திக்கவில்லை. வஞ்சிக்கப்பட்டதாய் உணர்ந்தேன். கோபமுற்றேன். நீ போகக்கூடாது என்றேன். நீ போவதற்கான அனுமதியை மறுத்த நான் மூன்று நாட்களுக்கு அம்முடிவில் உறுதியாக இருந்தேன். அந்த மூன்று நாட்களாக நீ எதையும் சாப்பிடக் கூட இல்லை. ஷீலாவும் அழுதுகொண்டே

இருந்தாள். விமலா என்னைச் சம்மதிக்க வைக்க முயன்றாள், “அவருக்கென்று ஒரு குடும்பம் இருக்கிறது. அது குறித்தும் அவர் யோசிக்க வேண்டும். ஒரு குழந்தையைப் போல அவரை நடத்தாதீர்கள்” என்றாள். நான் அதை ஏற்றுக் கொள்ளவே இல்லை. நான்காவது நாள் அப்பா என்னைத் தனியாக அழைத்துச் சென்று ‘அவனைப் போக விடு” என்றார். நான் மறுத்தேன். அமெரிக்கா, இந்தியா, நீ, அவர், சேத்ஜி, விமலா, காங்கிரஸ், எதிர்க்கட்சி என இன்னும் எல்லாரிடமும் இருக்கக் கூடிய தவறுகளையெல்லாம் குறிப்பிட்டு வாதம் செய்யத் தொடங்கினேன். கிட்டத்தட்ட அரைமணி நேரம் நான் பேசுவதைக் கேட்டுக் கொண்டிருந்த அவர் அதன் பிறகு என்ன செய்தார் என்பது குறித்து உன்னிடம் அவர் சொல்லியிருக்கிறாரா எனத் தெரியவில்லை. ஆனால் நான் சொன்னதில்லை. நேராக என்னை நோக்கி வந்தவர் சிறு குழந்தையாய் நான் இருந்தபோது செய்வதைப் போல என் காதைப் பிடித்துத் திருகத் தொடங்கினார். நான் ஒரு புகழ்பெற்ற எழுத்தாளர். இப்போதுதான் சாகித்ய அகாடமி விருது வாங்கியுள்ளேன். திருமணமாகி ஒரு குழந்தையும் பிறக்கவிருக்கிறது. இந்திய அரசு அலுவலகத்தில் வேலையில் இருக்கிறேன். இவ்வளவு வளர்ந்த ஒருவனை அவனது தந்தை காதைப் பிடித்துத் திருகுகிறார்! எனக்குக் காது வலித்தது. என்ன செய்வதெனத் தெரியாத நான், “என்னை விடுங்க, என்னைப் போக விடுங்க” என்றேன். “அவனை விடு” முதன்முறை சொன்ன அதே அமைதியுடனும் நிதானத்துடனும் “அவனை விடு” என்றார். அதை அப்போது எப்படி நியாயப்படுத்திக் கொண்டேன் என்பது நினைவில்லை. ஆனால் என்னை ஒரு வளர்ந்த மனிதனாகப் பல ஆண்டுகளாக நடத்திவரும் தந்தை பல ஆண்டுகளுக்குப் பிறகு, பிடிவாதம் பிடிக்கிற ஒரு சிறுவனைப் போல என்னை நடத்த முற்பட்டதால் நான் உன்னைப் போகச் சம்மதித்தேன். நீ சாப்பிடவேயில்லை, அவரது இளைய மருமகள் அழுதுகொண்டே இருக்கிறாள். எது சரியானதென எனக்குப் புரியவில்லை, அல்லது எனது சிந்தனாமுறையில் என்ன தவறு என்பதைப்புரிந்து கொள்ள எனக்கு நெடுங்காலம் ஆகும் என அவர் கருதியிருக்கலாம். அவர் நினைத்தது சரிதான். முப்பத்தி எட்டு ஆண்டுகள் ஆகிவிட்டன எனக்கு. நீ பசியிலும் ஷீலா கண்ணீர் வற்றியும் இறந்து போயிருப்பீர்கள்.

அப்படியாக, நீ அமெரிக்கா கிளம்பினாய். எண்ணற்ற ராமாயணங்கள் இந்தியாவிலும் பிற நாடுகளிலும் எழுதப்பட்டும் சொல்லப்பட்டும் வருகின்றன. ஆனால் நமது கதையில் மட்டும்தான் ராமனை அயோத்தியில் விட்டுவிட்டு பரதன் தூரதேசம் சென்றுவிட்டான்.

அமெரிக்காவிற்குச் சென்ற உடனே உனது வாழ்க்கை மிகச் செல்வச் செழிப்பாகவும் சுலபமானதாகவும் மாறிவிட்டதாக நான் கருதியதாக உனக்குத் தோன்றியிருந்தால், அது எனது தவறுதான். நான் ஒப்புக் கொள்கிறேன். ஒவ்வொரு நாளும் அதிக மணி நேரங்கள் வேலை செய்ய நேர்ந்தது, ஆபத்துமிக்க அண்டை வீட்டாருடன் இருந்த உனது சிறிய வீடு, பணம் சேர்ப்பதற்காக எத்தனையோ இரவுகளில் உணவகத்தில் மிச்சமான உணவை உண்டது குறித்தெல்லாம் நீ எனக்குக் கடிதங்கள் எழுதினாய். செல்வம் கொழிக்கும் நாட்டிற்குச் சென்றுவிட்டு இப்போது என்னிடம் இரக்கம் சம்பாதிக்க முயல்கிறான் பார் என நான் எண்ணிக்கொள்வேன். டெல்லியை, சாந்தினிசௌக்கை, அங்கிருக்கும் கடைகளை, சொஹன் ஹல்வாவை, சன்னா பட்டூராவையெல்லாம் நினைத்து நீ ஏங்குவதாகச் சொல்வாய். ஜமா மசூதிக்கு மேல் போட்டியிட்டுப் பறக்கும் பட்டங்களையும் என்னையும் அப்பாவையும் உன் மனம் தேடுவதாக எழுதுவாய். நான் நினைப்பேன், ‘திரும்பி வர வேண்டியதுதானே. அதென்ன அவ்வளவு சிரமமா? நீதான் போயிட்ட. உனக்குப் பிடிச்சதெல்லாம் இங்கதான இருக்கு’ என.

சுஷாந்தைப் பொறுத்தவரை அவன் இங்கிருந்து அமெரிக்கா சென்று அங்கேயே இருந்துவிட முடிவு செய்ததை என்னால் புரிந்துகொள்ள முடிந்தது. அவன் ஒரு பொறியாளரும் விஞ்ஞானியுமாவான். இங்கே செய்வதற்கு அவனுக்கு என்ன இருக்கிறது! அமெரிக்காவில் அவனது துறை நன்கு முன்னேற்றமடைந்திருக்கிறது. அதன் சமீபத்திய தொழில்நுட்பங்களில் அவனால் பணியாற்ற முடியும். புதிய விஷயங்களைக் கண்டறியவும் புதிய தொழில்நுட்பங்களை உருவாக்கவும் முடியும். இங்கே இருந்திருந்தால் அவனது தந்தையைப் போல படிவங்கள் மேல் படிவங்கள் நிரப்பி அதிகாரவர்க்கத்துடன் போராடவே நேரம் சரியாய் இருந்திருக்கும். கல்விப்புலத்தை ஆக்கிரமித்திருக்கும்

அரசியலானது அவனை மூச்சுமுட்டி இறக்கச் செய்திருக்கும். இறுதியில் அங்கே அத்தனை மைல்களுக்கு அப்பால் அதிவேகமாகச் சென்ற ஒரு கார் அவனை கொன்றுவிட்டதுதான். இங்கே இறப்பதற்குப் பதிலாக அங்கே சென்று இறந்திருக்கிறான் அவன். ஆனால் விபத்தினால் அவன் நினைவினை இழப்பதற்கு முன் சில நொடிகளாவது தனது துறையில் தான் சாதித்தது குறித்து நிச்சயம் பெருமை கொண்டிருந்திருப்பான். உனக்குத்தெரியுமா, சுஷாந்த் பணி செய்த நிறுவனம் தயாரித்த ஒரு திரைப்படத்தொகுப்பு மென்பொருளின் ஒரு முக்கியமான சூத்திரம் அவன் வடிவமைத்ததுதான். உலகெங்குமுள்ள நூற்றுக்கணக்கான ஆயிரக்கணக்கான காணொளித் தொகுப்பாளர்கள் அந்த மென்பொருளைத்தான் உபயோகிப்பதாக அவன் என்னிடம் சொல்லியிருக்கிறான். ஒவ்வொரு முறை அவர்கள் அதை உபயோகிக்கும் போதும் எனது மகன் வடிவமைத்த ஒரு சூத்திரம் அங்கே பயன்படுத்தப்படுகிறது. மென்பொருள் சூத்திரங்கள் குறித்து எனக்கு எதுவும் புரிவதில்லை. ஓர் எழுத்தால் இந்த பௌதீக உலகில் ஏதேனும் மாற்றத்தை ஏற்படுத்த முடியும் என்பதைக் கேட்க எனக்கு ஆச்சரியமாய் இருக்கிறது. நான் இதுவரை எழுதிய எதுவுமே இந்த உலகில் புதிதாக எதையும் உருவாக்கவோ மாற்றவோ இல்லை. ஆனால் எப்படியோ, அவன் உருவாக்கிய அந்த மென்பொருளானது அதைப் பயன்படுத்திய ஆயிரக்கணக்கானவர்களது வாழ்க்கையையும், அதைப் பயன்படுத்தி உருவாக்கப்பட்ட காணொளிகளைப் பார்ப்பவர்கள் வாழ்க்கையையும் பாதித்திருக்கிறது. அன்று நான் தொலைக்காட்சியில் செய்தி பார்த்துக் கொண்டிருந்தபோது திடீரெனத் தோன்றியது: ஒருவேளை நமது இந்திய செய்தி நிறுவனங்களும் அவனது நிறுவனம் உருவாக்கிய மென்பொருளை பயன்படுத்துகிறவையாக இருக்கலாம், அப்போது நான் பார்த்துக்கொண்டிருந்த காபினட் அமைச்சர் ஒருவரின் செய்தியாளர் சந்திப்பு குறித்த காணொளியும் கூட அதை பயன்படுத்தி தொகுக்கப்பட்டிருக்கலாம். சமீப காலங்களில் எத்தனையோ விஷயங்கள் குறித்த சிந்தனைகள் எனக்குக் கண்ணீர் வரவழைப்பது போல அப்போதும் நேரவே நான் தொலைக்காட்சியை அணைத்து விட்டேன்.

நான் எதையெதையோ பேசிக் கொண்டிருக்கிறேன் பார்! அமெரிக்காவிற்குச் சென்ற முதல் வருடம் நீ மிகவும் சிரமப்பட்டாய் என்பதை நான் அப்போது ஏற்றுக்கொள்ளவேயில்லை. அப்பா உயிருடன் இருந்த வரை ஒவ்வொரு ஆறு மாதமும் அவரைப் பார்த்துக் கொள்வதற்காக நீ எனக்குப் பணம் அனுப்பினாய். இரண்டு குழந்தைகளை வளர்ப்பதற்காகச் செலவு செய்ய வேண்டியிருந்தும், நீ மூன்று ஆண்டுகளுக்கு ஒருமுறை குடும்பத்துடன் தவறாமல் இந்தியா வந்துவிடுவாய். உனது சம்பாத்தியத்தில் மனைவி குழந்தைகளுடன் இந்தியாவிற்கு வருவதற்காக நீ செய்யும் செலவு மிக அதிகம் என்பதை நான் அப்போதே அறிந்திருந்தேன். அது போதாதென்று நீ பணமும் அனுப்பினாய். என்னுடைய சம்பளமும் சேத்ஜியிடமிருந்த வந்த ஓய்வூதியமுமே போதுமானதாக இருப்பதால் நீ பணம் ஒன்றும் அனுப்ப வேண்டாம் என நான் சிலமுறை உன்னிடம் சொல்லிப் பார்த்தேன். ஆனால் நீ ஒப்புக்கொள்ளவில்லை. உனது குற்ற உணர்வை மறைப்பதற்காகத்தான் நீ பணம் அனுப்புவதாக நான் ஒரு கடிதத்தில் மிகக் குரூரமாகக் குறிப்பிட்டேன். எனது குற்றச்சாட்டுகளுக்கு நீ எதிர்வினை புரிந்த மிகச்சில தருணங்களில் அதுவும் ஒன்று. அண்ணா, நான் அப்பாவை நேசிக்கிறேன். அதனால்தான் பணம் அனுப்புகிறேன் என்றாய். அந்த வார்த்தைகளைப் பார்த்ததும் முதலில் எனக்கு ஒன்றும் தோன்றவில்லை. மிகச் சாதாரணமாக எல்லோராலும் பயன்படுத்தப்படுகிற வார்த்தையாக இருந்தது அது. ஆனால் ஆண்டுகள் செல்லச்செல்ல அந்த வார்த்தையின் பொருள் எனக்கு உறைத்தது. அல்லது, 1977ல் நமது தந்தை இறந்தபோது, உன்னை அழைப்பதற்காக எனது கர்வத்தையும் கோபத்தையும் விட்டுவிட்டு விமான நிலையத்திற்கு வந்தபோதுதான், அவ்வார்த்தையின் உண்மையான பொருளை நான் உணர்ந்து கொண்டேன்.

பாதுகாப்புச் சோதனைகளையெல்லாம் தாண்டி வந்துகொண்டிருந்த நீ எனது முகத்தைப் பார்த்த அந்த நொடி அங்கேயே பையைக் கீழே போட்டுவிட்டு கதறி அழத்துவங்கியது எனக்கு நினைவில் இருக்கிறது. பாதுகாவலர்களின் அனுமதி பெற்று நான் தடுப்புகளைத் தாண்டி உள்ளே வந்து உன்னை வெளியே அழைத்துவர வேண்டியிருந்தது. என் ஜக்கு! எப்படி அழுதாய் நீ அன்று! நீ

அன்று அழுததை என்னால் மறக்கவே முடியாது என் அன்புத் தமையனே, என் அன்புமிக்க தம்பியே. உடைமைகளை எடுத்துக் கொண்டு பயணிகள் நம்மைக் கடந்து செல்ல, நான் உன்னை அணைத்திருக்கையில் உன் உடலில் நீ தேக்கியிருந்த தேம்பல்கள் அதிர்வுகளாக என்னை அடைந்தபோது அவை எனக்குள் எதையோ உடைத்து எனக்குக் கொஞ்சம் புத்தியைப் புகட்டியது போல் இருந்தது. ஆனால் அதைக்கூட நான் எவ்வளவு சீக்கிரம் மறந்துவிட்டேன்! இப்போது 2008 ஆகிவிட்டது. இப்போது பார்த்தால் கொஞ்சமும் நுண்ணறிவோ புரிதலோ அற்ற அந்த 1977ன் விஸ்வநாத் மாற்றவே முடியாதபடி காலத்தின் அடியில் பனியாக மிதக்கிறதைக் காண முடிகிறது. நீ அப்பாவை நேசித்ததால் அவருக்குப் பணம் அனுப்பினாய். இப்போது என்னால் அதைப் புரிந்து கொள்ள முடிகிறது. 1977லேயே அதைப் புரிந்து கொள்ள எனக்கு ஒரு வாய்ப்பிருந்தும் நான் அதைப் பயன்படுத்திக் கொள்ளவில்லை.

16 மே, 2008.

இம்முறை இக்கடிதத்தை முடித்துவிட எண்ணியுள்ளேன். கடைசியாகச் சொல்ல வேண்டிய விஷயங்கள் சில இருக்கின்றன. அவை என்னவென்று நீ அறிவாய் என நினைக்கிறேன். நாம் இதுகுறித்து ஏற்கனவே சிலமுறை பேசியிருக்கிறோம்- உன்னுடைய ராக்வில் வீட்டில் நான் இருந்த அந்த சில நாட்களில் இதைப்பற்றியேதான் நான் விவாதித்துக் கொண்டிருந்தேன். என்றாலும் அவற்றோடு வேறு சில விஷயங்களையும் சொல்ல வேண்டியிருப்பதால் இன்னும் சற்று என்னோடு பொறுத்துக்கொள்.

வெகுகாலத்திற்கு முன்பு நடந்தவற்றை விட சமீபத்தில் நடந்த விஷயங்களே நமக்குள் அதிக அதிர்வுகளை ஏற்படுத்துகின்றன. நீ படிப்பில் பின்தங்கியிருந்ததோ, சோப்ராவிடம் சமையல்காரனாகச் சேர்ந்ததோ, அமெரிக்காவிற்குச் சென்றதோ என்னுள் உண்டாக்கிய ஏமாற்றத்தை விட ராக்வில்லில் புதிதாகக் கட்டப்பட்டுள்ள ஒரு கோயிலில் தலைமைப் பூசாரியாகப் பொறுப்பேற்கப் போவதாக 1985ல் நீ சொன்ன போது ஏற்பட்ட அதிர்ச்சி கடுமையானதாக இருந்தது. அதன்பிறகுதான், நீ வருமானத்தை அதிகரிப்பதற்காக, அவ்வளவு நாட்களாக பெயர்

சூட்டு விழாக்கள், பித்ருக்கள் ஈமக்கிரியை, திருமணங்கள் போன்ற நிகழ்வுகளில் பூஜை செய்து வந்திருக்கிறாய் என்பதைத் தெரிந்து கொண்டேன். சிறுவயதிலேயே மதப் புத்தகங்கள் மீது உனக்கிருந்த ஆர்வமும், ராமசரிதமானஸின் மீது உனக்கிருந்த காதலும், மதச் சடங்குகள் மீது நீ காட்டிய விருப்பமுமெல்லாம் பிற்போக்குத்தனமாகத் தோன்றி எனக்குக்கோபத்தை ஏற்படுத்தினாலும் அவற்றால் தீங்கொன்றும் இல்லையென நான் கண்டுகொள்ளாதிருந்தேன். திடீரென அவையெல்லாம் எனக்கு ஒரு புதிய கோணத்தில் துலங்கின. அதன் தொடர்ச்சியாக, நீ ஏன் தொடர்ந்து உனது பெயரை ஜெகன்நாத் பாண்டே என்றே எழுதி வந்தாய் என்பதும் எனக்குப் புரிந்தது. இதற்கிடையில் நான் எனது பெயரை அதிகாரபூர்வமாக விஸ்வநாத் பாண்டே என்பதிலிருந்து விஸ்வநாத் என்பதாக மாற்றியிருந்தேன். எனது அறிவுறுத்தல்களைத் தாண்டி நீ காத்துவந்த பிராமண அடையாளம் அமெரிக்காவில் உனக்குத் துணை வந்திருக்கிறது. நான் அதை ஒரு அவமானத்தின் சின்னமாகக் கருதியதுபோல் நீ ஒருபோதும் கருதியதில்லை. நீ அதை ஸ்வீகரித்துக் கொண்டதோடு மட்டுமல்லாமல் எத்தனையோ தலைமுறை பிராமணர்களைப் போல உனது வருமானத்திற்காகவும் அதைப் பயன்படுத்தியிருக்கிறாய். சமையலறையில் இரவிரவாக நீ உழன்று செய்த கடின உழைப்பிற்கு முடிவு கட்டும்படியாக வந்த இந்தப் பெரிய வாய்ப்பிற்கு முன்பு வரையில் நீ இதையெல்லாம் என்னிடம் இருந்து மறைத்திருக்கிறாய்.

1980 பிறந்து அயோத்திப் பிரச்சனை பெரிதாகத் துவங்கியதும் உன் மீதான என் கோபம் அதிகமாகியது. நம்மைச் சுற்றி நடக்கிற நிகழ்வுகளில் ஒரு தவிர்க்க இயலாத் தன்மை இருப்பதையும் என்னால் உணர முடிந்தது. அரசு நடைமுறைப்படுத்திய மதச்சார்பின்மையின் தன்மையானது எளிய இந்து மக்களைத் தங்களது மத அடையாளம் குறித்து வெட்கம் கொள்ளச் செய்வதாக இருந்தது. வாக்கு வங்கிகளைத் தக்க வைப்பதற்காக காங்கிரஸ் செய்த சுயநல அரசியலை மக்களின் மதநம்பிக்கைகளை சுயலாபத்திற்காகப் பயன்படுத்தும் பாஜக மற்றும் அதன் அமைப்புகளின் அரசியல் பதிலீடு செய்தது. எல்லாமே கை மீறிச் செல்வதாகவும் நான் ஒன்றையும் தடுக்க முடியாமல் கையறு நிலையில் நிற்பது போலவும் உணர்ந்தேன்.

காங்கிரஸின் உள்ளீடற்ற அரசியல் மீது எந்தக் காதலும் எனக்கு எஞ்சியிருக்கவில்லை. மகாத்மா காந்தியின் மரணத்தின் போது கண்ணீர்விட்ட ஒருவனாக, அவரைக் கொன்ற - முஸ்லீம் வெறுப்பை அடிப்படையாக வரித்துள்ள - மறு தரப்போடும் என்னால் இணைய முடியவில்லை. நம் நாடு சென்று கொண்டிருக்கும் பாதையைக் கண்டு எனக்கு ஏற்பட்ட கோபங்களெல்லாம் செய்தித்தாள்களில் பார்த்த முகங்களின் மீதுதான். ஆனால் அவர்கள் என்னை விடப் பெரியவர்களாகவும் என்னிலிருந்து வெகு தொலைவில் இருப்பவர்களாகவும் இருந்தார்கள். என்னால் அவர்களுக்கெதிராக எதுவும் செய்ய முடியவில்லை, என்னால் அவர்களைக் கட்டுப்படுத்தவும் முடியவில்லை. எனவே நீ என் கோபத்திற்கு இலக்கானாய். பாபர் மசூதி இடிக்கப்பட்ட சமயத்தில் நான் உனக்கு எழுதிய கடிதத்தை நீ நிச்சயம் நினைவில் வைத்திருப்பாய். அமெரிக்காவில் இருக்கும் இந்துக்கள் முஸ்லீம்களைக் கொல்வதற்கு நிதியளிக்கிறார்கள் என எழுதியிருந்தேன். ஏழ்மையாலும் வெள்ளையர் ஆட்சியாலும் துயருற்ற முன்னோர்களின் சந்ததியினரான நாம் இணைந்து எல்லா மதத்தினரும் ஒற்றுமையுடன் வாழ முடிகிற ஒரு தேசத்தை உருவாக்க வேண்டும் என்று காந்தியும் நேருவும் கண்ட கனவினை சிதைத்ததற்காக உன்னைத் தனிப்பட்ட முறையில் குற்றம் சாட்டுவது என் நோக்கமல்ல.

இக்பால், இவ்வுலகில் நம் நம்பிக்கைக்குரியவர் யாருமில்லை
நாம் சுமக்கின்ற துயரங்கள் குறித்து யார் அறிவார்?

எனக் குறிப்பிட்ட கவிஞர் இக்பால் அத்துயரம் தீரும் முன்பே இவ்வுலகை விட்டுச் சென்று விட்டார். அதைத் தீர்க்க நமக்கு வாய்ப்புக் கிட்டியது ஜக்கு, ஆனால் அதை வைத்து நாம் என்ன செய்தோம்?

1992ல் அயோத்தியில் நடைபெற்றதற்கு நான் உன்னைப் பொறுப்பாக்கினேன். வேறு எவரையும் என்னால் அதற்குப் பொறுப்பாக்க முடியவில்லை என்பதால் நான் அவ்வாறு செய்தேனே தவிர நீ நிச்சயம் அதற்குப் பொறுப்பல்ல. அதற்கு நீ என்ன பதில் எழுதினாய் என எனக்கு நினைவிருக்கிறது. ராமர் மீதான உனது பக்தி குறித்து எழுதிய நீ, ராம ராஜ்ஜியத்தின்

நிஜமான பொருளை அறியாதவர்கள்தான் அயோத்தியில் நடந்ததற்குக் காரணம் எனக் கூறினாய்.

ராமரது ஆட்சியில் மூவுலகங்களும் மகிழ்ச்சியில் திளைத்தன. அவர்களது துயரங்களெல்லாம் இல்லாமல் போயின.

யாருக்கும் எவர் மீதும் பகைமை இல்லை. ராமரது அருள் எல்லா வேறுபாடுகளையும் இல்லாமல் செய்தது.

என்கிற உனது இந்தப் பதிலால் மிகவும் கோபமுற்ற நான் உனக்கு பதில் எதுவும் எழுதவில்லை. மாறாக ஹே லங்கேஷ் என்கிற நாவலை எழுதினேன். உனது கடிதத்தில் கோஸ்வாமியிடமிருந்து நீ எடுத்தாண்டிருந்த ராமராஜ்யம் என்கிற குறியீட்டை எடுத்துக் கொண்ட நான் அதை எனது நாவலில் வன்மையாகச் சாடியிருந்தேன். காங்கிரஸும் அதன் கூட்டணிக் கட்சிகளும் பாஜகவை ஆட்சியிலிருந்து அகற்றிய 1996ஆம் ஆண்டில் வெளிவந்த அந்த நாவல் ஆட்சியிலிருப்பவர்களுக்கேற்ப வாலை ஆட்டும் விமர்சகர்களின் ஒரு பகுதியினரால் பாராட்டப்பட்டது. ஆனால் வாசகர்கள் அதைப் புறக்கணித்து விட்டார்கள். அதன் பொருளை அப்போதே நான் உணர்ந்திருக்க வேண்டும்.

இப்போது இன்னும் பன்னிரெண்டு ஆண்டுகளுக்குப் பிறகு, எண்பதுகளின் இறுதியில் நாம் பார்த்த சமிக்ஞைகள் வலிமையாகி இருக்கின்றன. இந்நாடு காவிகள் மற்றும் கருந்தொப்பியினரின் கூடாரமாகி வருவது குறித்து அச்சம் கொண்டிருந்த நம்மில் பலருக்கு 2004ல் பாஜக தோல்வியடைந்தது ஆறுதல் அளித்தது. ஆனால் எதிர்காலத்தைப் பற்றி உறுதியாகக் கூற முடியாது. காந்தியவாதி எனத் தன்னைச் சொல்லிக் கொள்கிற நம்மில் பலருக்கும் அவரைப்போல எல்லோரையும் நேசிக்கிற எல்லோரிடமிருந்தும் கற்றுக் கொள்கிற நெகிழ்வுத்தன்மையும் பண்பும் வாய்க்கவில்லை. பதிலாக நாம் நேருவின் மொழியில் பேசினோம். ஒரு கொலைகாரனின் குண்டு தனது உயிரைப் பறித்த தருணத்தில் கூட காந்தி பேசமுயன்ற அந்த மொழியைப் போல வலிமையானதாக இது இல்லாததால் நாம் தோல்வியுற்றோம். இந்தியா இந்துக்களுக்கு மட்டுமே எனச் சொல்லுகிறவர்களுடன் நாம் உரையாட வேண்டுமானால் என்ன வழியைத்

தேர்ந்தெடுக்க வேண்டும் என்பதை அங்கே அமெரிக்காவில் இருந்து கொண்டு நீ மிக எளிதாகக் கற்றுக் கொண்டுவிட்டாய். இங்கே இந்தியாவிலேயே இருந்து வருகிற எங்களுக்குத்தான் அது புரியவில்லை.

எத்தனை சிதைவுற்றாலும் தொடர்ந்து தன்னை நிலைநிறுத்தி வருகிற நம் ஜனநாயகத்தின் வலிமையானது, மக்களின் மொழியில் நாம் உரையாடா விட்டால் நாம் இந்த விவாதத்தில் தோல்வியுறுவோம் எனத் தெளிவாகச் சொல்கிறது. கடந்த சில ஆண்டுகளில் இவ்வுண்மை எனக்கு மேலும் தெளிவாகியது. இதைப் புரிந்து கொள்கிற போதுதான், எத்தனையோ ஆண்டுகளுக்கு முன்னால் எனக்குத் தோன்றியிருக்க வேண்டிய ஒரு உணர்வு என்னுள் எழுந்தது. முன்னரே அது எனக்குள் தோன்ற நான் அனுமதித்திருந்தால் நான் மகிழ்ச்சியாக இருந்திருப்பேன், உன்னை மகிழ்ச்சியாக வைத்திருந்திருப்பேன்: உன்னைப் பற்றிய பெருமித உணர்வே அது. இந்தியாவிலும் வெளிநாட்டிலும் இருக்கும் எத்தனையோ பேர் முஸ்லீம்களின் மேல் மூத்திரம் கழிக்கவே நமது கலாச்சாரத்தைப் பருகியது போல் நடந்து கொள்கிற வேளையில், இந்திய வாழ்வின் கடுமையான தினசரிகளிலிருந்து விலக உனக்குக் கிடைத்த வாய்ப்பை பயன்படுத்திக் கொண்டு அதன் மூலம் நமது கலாச்சாரத்தை மேலும் பருகிய நீ, உனக்குள் இருக்கும் பெருந்தன்மையின் வாயிலாக அதன் தூய்மையான வடிவாய் உருமாறியிருக்கிறாய் என்பதை நினைத்து நான் பெருமிதம் கொள்கிறேன்.

என் அன்புத் தமையனே, நான் உனக்கு நிறையத் தவறிழைத்திருக்கிறேன். என் வாழ்வின் பல முக்கியமான விஷயங்களை நான் தவறாகவே அணுகியிருக்கிறேன். என்ன ஆயிற்று அண்ணனுக்கு? தனது தவறுகளை வெளிப்படையாக ஒப்புக் கொள்கிறாரே! என நீ ஆச்சரியப்பட்டிருப்பாய். எது அவரை மாற்றிவிட்டது? பிறகு உனக்கு சுஷாந்த் இறந்துவிட்டது நினைவுக்கு வந்திருக்கும். சுஷாந்தின் மரணத்திற்குப் பிறகு நான் என்னை சரியானவனாகக் காட்டிக் கொள்ள வேண்டிய அவசியம் இல்லாமல் போயிற்று. நான் இதுவரை செய்த தவறுகளை சரி செய்வதே அதை விட முக்கியமானதாகப் படுகிறது. என் வாழ்வில் நான்

அதிகம் தவறிழைத்தது எனக்குத்தான். என் அன்புத்தம்பியின் வாழ்வில் நிகழ்ந்த சிறிய பெரிய சாதனைகள் குறித்து வாழ்நாள் முழுவதும் நான் பெருமிதம் கொண்டிருக்கலாம். உன்னுடைய ஒரு புகைப்படத்தையும் நீ அனுப்பிய நீல் மற்றும் இலா வின் குழந்தைப் பருவ புகைப்படங்களையும் சட்டமிட்டு எனது மேஜையில் வைத்திருந்திருக்கலாம். வேலைகளுக்கிடையில் நிமிரும் போதெல்லாம் உனது அழகான குழந்தைகளுடனும் உன்னுடனும் எனக்கிருக்கிற பிணைப்பை நினைத்து மகிழ்ந்திருக்கலாம். அது எனது சோர்வை அகற்றி புத்துணர்வு நல்கியிருக்கும். நீல், ப்ரின்ஸ்டன் பல்கலைக்கழகத்திற்கு தேர்ச்சி பெற்ற போது அதை என் நண்பர்களிடம் சொல்லிப் பூரித்திருக்கலாம், இலாவின் முதல் கதை அவளது பல்கலைக்கழக சஞ்சிகையில் வெளிவந்த போது நீ அனுப்பிய அதன் நகலை எனது எழுத்தாள நண்பர்களிடம் காட்டி தனது பெரியப்பாவைப் போல அவளும் எழுத்தாளராக விரும்புகிறாள் எனச் சொல்லியிருக்கலாம். எதையெல்லாம் நான் இழந்துவிட்டேன்! எதையெல்லாம் நான் எனக்கு இல்லாமல் செய்து விட்டேன்!

இவை எவற்றிற்கும் உன்னைக் குறை சொல்ல முடியாது. சுஷாந்த் முதன் முறையாக அமெரிக்கா வந்த போது நீதான் சாண்டா பார்பராவிற்கு வந்து அவனுக்கு வீடு பார்த்து தங்குவதற்கான ஏற்பாடுகளைச் செய்து கொடுத்தாய். இரண்டு அல்லது மூன்று வாரங்களுக்கு ஒருமுறை அவனுக்குத் தொலைபேசி, எல்லாம் சரியாய் இருக்கிறதா என நீ உறுதி செய்து கொண்டதையும் நான் அறிவேன். அந்த ஆண்டு கோடைக்காலத்தில் அவனுக்குக் கால் உடைந்த போது சரியாகும் வரை உன்னுடன் வந்து தங்குமாறு அவனுக்கு பயணச்சீட்டு அனுப்பினாய். ஆனால் தந்தையைப் போலவே அகங்காரம் கொண்ட அந்த முட்டாள் அதை உனக்குத் திருப்பி அனுப்பிவிட்டான். அதனால் நீ வருந்தியிருப்பாய் என நான் அறிவேன். 'அவன் அமெரிக்காவில் வசிக்கிற ஒரு இளைஞன், எப்போது பார்த்தாலும் தன் சித்தப்பா தன்னை கண்காணித்துக் கொண்டே இருப்பது ஒருவேளை அவனுக்குப் பிடிக்காமல் இருக்கலாம்' என ஷீலா உன்னைச் சமாதானப் படுத்தியிருக்கக்கூடும். அதன்பிறகு சில நாட்களுக்கு நீ அவனிடமிருந்து விலகியிருந்ததாக சுஷாந்த் கூறியவற்றிலிருந்தும்

உனது கடிதங்களிலிருந்தும் தெரிந்து கொண்டேன். ஆனால் உன்னைப் போல அன்பு நிறைந்தவனால் எவ்வளவு முடியுமோ அவ்வளவு நாட்களுக்கு மட்டும். மட்டுமின்றி, கடந்த ஆண்டு அந்தத் துயர்மிகு செய்தி வந்த போது நீதான் வெஸ்ட் கோஸ்டிற்கும் சான் ஜோஸிற்கும் சென்று அவனது உடலைப் பெற்று இந்தியா அனுப்புவதற்கான ஏற்பாடுகளைச் செய்தாய். என்னுடைய இந்தப் பூத உடலை அவன் தகனம் செய்வதற்குப் பதிலாக நான் அவனது உடலை தகனம் செய்தேன். அங்கேதான் நீ ஸாராவைச் சந்தித்தாய், இல்லையா? ஒரு அமெரிக்கப் பெண்ணுடன் சுஷாந்த் வாழ்க்கை நடத்தியது தெரிந்தால் நான் வருந்துவேன் என நினைத்ததால் நீ அது பற்றி என்னிடம் எதுவும் சொல்லவில்லை. சில மாதங்களுக்கு முன்பு அவள் எனக்கும் விமலாவிற்கும் கடிதம் எழுதியிருந்தாள். இதயத்தை நொறுக்கக்கூடியதாய் இருந்த அக்கடிதத்தில் சுஷாந்த் எவ்வளவு சிறந்த மனிதன் என்றும் தான் அவனை எவ்வளவு ஆழமாக நேசித்தேன் என்பது குறித்தும் எழுதியிருந்தாள். உன்னைச் சந்தித்தது பற்றியும் எழுதியிருந்தாள். நீ அவளை ஆசீர்வதித்து தலையை வருடியதையும், அதில் நெகிழ்ந்து உன்னை அணைத்துக்கொண்ட போது உணர்ந்த ஆறுதலில் அதற்கு முன் ஒருபோதும் இல்லாத வகையில் அவள் அழுததையும் குறிப்பிட்டிருந்தாள். உங்களது தம்பியே அத்தனை அன்புடையவராய் இருந்தால் நீங்கள் எத்தனை அன்புடையவராய் இருப்பீர்கள் என வியந்திருந்தாள். இந்தியா வந்து எங்களைச் சந்திக்க விரும்புவதாகச் சொல்வதற்காக அக்கடிதத்தை அவள் எழுதியிருந்தாள். உனது அன்பிற்கும் பெருந்தன்மைக்கும் அருகில் கூட நான் வரமுடியாதென்பதை அவள் அறிந்து கொள்வாள் என எனக்கு அச்சமாக இருக்கிறது. ஆனால் விமலா அவளைப் பார்க்க விரும்புவதால் எப்போது வேண்டுமானாலும் வரும்படி அவளுக்கு எழுதியிருக்கிறேன்.

இறுதியாக, இக்கடிதத்தை நான் எழுத உதவிய, என்னை எழுதத்தூண்டிய முனீர் நியாஜியின் கவிதை:

நான் எல்லாவற்றையும் மிகத் தாமதமாகச் செய்கிறேன்

முக்கியமாகச் சொல்ல வேண்டிய ஒன்றை, காப்பாற்ற வேண்டிய ஒரு சத்தியத்தை

ஒருவரை அனுப்பி வைப்பதில், அவரைத் திரும்ப அழைத்துக்கொள்வதில்
நான் எப்போதுமே தாமதமாயிருக்கிறேன்.
ஒரு நண்பனுக்கு உதவுவதில், அவனுக்கு தைரியம் சொல்வதில்
தொன்மையான பாதைகளில் ஒருவரைச் சந்திக்கச் செல்வதில்,
நான் எப்போதும் தாமதமாய் இருக்கிறேன்.
பருவ மாற்றங்களில் மகிழ்ச்சியைக் கண்டடைவதில்
ஒருவரை நினைப்பதில் ஒருவரை மறப்பதில்
நான் எப்போதும் தாமதமாய் இருக்கிறேன்.
மரணிப்பதற்கு முன் ஒருவரது துயரங்களிலிருந்து அவரைக் காப்பதில்
அவர்கள் நினைத்துக் கொண்டிருந்ததல்ல உண்மை எனச் சொல்வதில்
நான் எப்போதும் தாமதமாய் இருக்கிறேன்.

என் அன்புத்தமையனே, சகோதரத்துவம் என்னும் தொன்மையான பாதை உனக்கும் எனக்கும் இடையில் நீண்டு கிடக்கிறது. கைகேயியின் வஞ்சகத்தையும் பதினான்கு ஆண்டு பிரிவையும் தாண்டி பரதனும் ராமனும் மிக ஆவலுடனும் சுலபமாகவும் கடந்த அந்தப் பாதை. நெடுங்காலமாக நீ அந்தப் பாதையில் எனக்காகக் காத்திருக்கிறாய், பலமுறை என்னை அழைத்தும் இருக்கிறாய். அப்போதெல்லாம் என்னால் அந்தப் பாதையை வரித்துக் கொள்ள முடிந்ததில்லை. ஆனால் இப்போது, மிச்சமிருக்கும் அத்தனை வலிமையுடனும் மிச்சமிருக்கிற அத்தனை காலம் முழுவதும் அந்தப் பாதையில் நடக்க வேண்டும் என என் மனம் விரும்புகிறது. எப்போதும் அதற்கான உனது அனுமதி உண்டு எனத் தெரியுமாதலால் நான் உன்னிடம் அனுமதி கோரப்போவதில்லை. மாறாக இத்தனை காலமாக இச்சாலையில் எனக்காகக் காத்திருந்ததற்காக உனக்கு நன்றி சொல்ல விரும்புகிறேன்.

உனது அண்ணன்,
விஸ்வநாத்.

II

லாலா மோதிசந்தின் இரண்டாவது மகனான திவான்சந்த் பலவீனமான உடலும் உள்ளொடுங்குகிற குணமும் உடையவனாய் இருந்தான். பிந்தைய காலத்தில் அவனே ஏற்படுத்திக்கொண்ட பிரச்சனைகளோடு அவனைக் கருவுற்றிருக்கையில் அவனது தாயைத் தாக்கிய பல்வேறு நோய்களும் அதற்குக் காரணமாயிருந்தன. கர்ப்பகாலத்தின் பெரும்பகுதி படுத்த படுக்கையாய் இருந்த அவனது தாய், வெளி உலகத்தின் கடுமைகளை எதிர்கொள்வதற்கு முழுமையாக அவன் தயாராகும் சில வாரங்களுக்கு முன்பே அவனைப் பிரசவித்திருந்தார். தனக்கு இரண்டாவதாக மகன் பிறந்ததில் லாலா மோதிசந்திற்கு மகிழ்ச்சிதான் என்றபோதும் ஏற்கனவே தனது வம்சத்தை நிலைக்கச்செய்ய மூத்த மகன் இருந்ததால் இம்முறை மகிழ்ச்சி சற்று மட்டுப்பட்டிருந்தது. கூடுதலாக, இரண்டாவது ஆண்குழந்தையின் வருகையானது எதிர்காலத்தில் பல பங்காளிப் பிரச்சனைகளை உண்டாக்கக் கூடிய வாய்ப்புகளை உள்ளடக்கியிருந்தது. குருஷேத்திரம் அளவிற்கு ஒருவரை ஒருவர் கொன்று ரத்த வெள்ளத்தில் மூழ்காவிட்டாலும் ஒட்டுமொத்தக் குடும்பத்தையும் சிதைக்கக் கூடியதும் பெற்றோர்களைச் சங்கடத்திற்குள்ளாக்கக் கூடியதுமான நிகழ்வுகளுக்கு சாத்தியங்களிருந்தன. தன் பெற்றோருக்கு ஒற்றை மகனாய் இருந்ததன் மூலம் இந்தப் பிரச்சனைகளை அவர் தன் சொந்த வாழ்வில் எதிர்கொண்டிருக்காவிட்டாலும், வேறு பல குடும்பங்களில் அவர் கண்டிருந்த நிகழ்வுகள் அவருக்குள் இந்த அச்சத்தை ஏற்படுத்தியிருந்தன. தன் அந்தஸ்திற்குரிய ஒருவரின் தகுதிக்கேற்ப அவர் தனது இரண்டாவது மகனின் பிறப்பைக் கொண்டாடிய போதும் வேலையாட்களுக்கும் ஏழைகளுக்கும் அவர் காட்டிய பெருந்தன்மையானது, "தினா அண்ணா பிறந்தப்போ மூணு வகையான இனிப்பு குடுத்தாங்க,

இந்தத்தடவை ரெண்டுதான்" என அவர்கள் குறிப்பிடும்படியாக இருந்தது.

அப்போதுதான் பிறந்திருந்த குழந்தையான திவான்சந்த் தன் பிறந்தநாள் கொண்டாட்டச் சமையலில் நேர்ந்த இதுபோன்ற சிறு குறைபாடுகள் குறித்தெல்லாம் அறிந்திருக்கவில்லை; அத்தோடு வயிற்றுவலி, தோலில் தடிப்புகள் மற்றும் வெவ்வேறு வகையான தொற்றுக்களால் பாதிக்கப்பட்டு முடிவற்று அழுதுகொண்டேயிருப்பதற்கே அவனுக்கு நேரம் சரியாயிருந்தது. அவனது தாய் பேறுகால உபாதைகளிலிருந்து மீளச் சிரமப்படுவதைக் கண்ட அவனது தந்தையும் ஒட்டுமொத்தக் குடும்பமும் தன் கவனமனைத்தையும் அவள் புறம் திருப்பியதால் இவன் சதேயியின் பொறுப்பில் விடப்பட்டான். போதாததற்கு, தனது குறைபாடுகளுக்கு அன்னையைக் குற்றம் சாட்டும் உரிமையையும் அவனிடமிருந்து பறித்து அவளை படுத்த படுக்கையாய் ஆக்கியதாக இவன் மீது குற்றம் சுமத்தினர். அவனது தாயின் இந்தப் பிரச்சனைகளனைத்தும் சரியான மருந்துகளையோ உணவு முறையையோ முறையாகக் கடைப்பிடித்து குணப்படுத்த முடிகிறதாய்க் கூட இருந்திருக்கலாம். அல்லது ஏதேனும் சமீபத்திய அல்லது முற்காலத் தலைமுறையின் மூலமாக, பல நூற்றாண்டுகளாக ஒடுங்கியிருந்துவிட்டு, தற்போது இந்தக் கர்ப்பக் காலத்தில் தன்னை வெளிப்படுத்திக் கொண்டுவிட்ட மரபுரீதியான கோளாறாகவும் கூட இருந்திருக்கலாம். ஆனால் மனிதர்களுக்கு, பிரச்சனைகள் நேரும்போது அதன் பழியை உடனடியாகக் கடவுளின் மீதோ மனிதர்களின் மீதோ சுமத்தவேண்டியிருக்கிறது. இவ்விஷயத்தில், இரக்கமுடைய சில ஆன்மாக்கள், பழிகளைக் கையாள்வதில் திவான்சந்தையும் ஆஷாதேவியையும் விட அதிக திறனும் அனுபவமும் உடைய கடவுளின் மீதே இப்பழியைச் சுமத்த முயன்றார்கள். ஆனால் குழந்தையின் பலத்த அழுகுரலையும் மீறித் தங்களது வழக்கமான அமைதியை ஜாக்கிரதையாகக் கடைப்பிடித்த கடவுளர்களின் நடத்தையால் இம்முயற்சி தோல்வியடைந்தது. ஆஷாதேவியைப் பொறுத்தவரை, அடுத்ததாக அவள் தனது மூன்றாவது குழந்தையான ரத்னமாலாவைப் பிரசவித்த போதும், திவான்சந்தைக் கருவுற்றிருந்த போது உண்டாகிய உடல் உபாதைகளால் அவள் தொடர்ந்து துயரத்திலும் பரிதாபகரமான

நிலையிலும் இருந்ததால் அவளை எது குறித்தும் குறை கூறுவது சிரமமாயிருந்தது. இதே நிலையில் தொடர்ந்து வாழ்ந்து, தனது இரண்டாவது மகன் பிறந்து பத்து ஆண்டுகளுக்குப் பிறகு அவள் மரணிக்கவும் செய்துவிட்டதால் இறுதிவரையில் அவள்மீது எந்தக் குற்றமும் சுமத்தமுடியாமலேயே போயிற்று.

இதன் பொருள் ஆஷாதேவிக்கு நிகழ்ந்தவற்றிற்காக லாலா மோதிசந்த் திவான்சந்திற்கு தண்டனை அளித்தார் என்பதல்ல. ஆஷாதேவியின் உடல்நலக் கோளாறுகள் நாளடைவில் அவருக்கு தனது தொழிலில் ஏற்படும் வழக்கமான பிரச்சனைகளில் ஒன்றாகிப் போனது. மெத்தனமாகப் பொருள்களை விநியோகிக்கிற ஒரு வணிகனையோ கருணையற்ற ஓர் அதிகாரியையோ கையாள்வதைப் போல இப்பிரச்சனைகளையும் கையாள அவர் பழகிக் கொண்டார். தன் மனைவியின் முக்கியமான இரண்டு கடமைகளான குடும்ப நிர்வாகம் மற்றும் பாலியல் தேவைகளைப் பூர்த்தி செய்வதற்கு மாற்று ஏற்பாடுகளைச் செய்து கொண்டார். வீட்டின் வேலையாட்களுக்குத் தங்கள் முதலாளியம்மாவிற்கு நேர்ந்த துரதிர்ஷ்டம் குறித்து அதிக வருத்தம் இருந்தாலும் அதை திவான்சந்தின் மீது வெளிப்படையாக சுமத்தாமல் கவனமாயிருந்தனர். திவான்சந்தை கவனிப்பதற்கான பொறுப்புகளை மேற்கொண்டிருந்த சதேயி- அந்தப் பொறுப்பை தனது கௌரவமாகக் கருதி – அவ்வாறு குற்றம் சாட்டுபவர்களை வார்த்தைகளாலேயே நாசம் செய்து விடுவாள் என்பதே அதற்கான முக்கியக் காரணம். எனவே இவ்விஷயத்தில் முக்கியப் பிரச்சனை தினாநாத்துடையதாய் இருந்தது. அவனது அன்னையின் உடல்கோளாறுகளுக்கு திவான்சந்த்தான் காரணம் என யாரும் அவனிடம் வெளிப்படையாகச் சொல்லவில்லை எனினும் வீட்டிலுள்ள மூத்தவர்களின் உடல்மொழிகள் அவனுக்கு அத்தகைய சேதியையே கடத்தின. திவான்சந்த் மற்றும் ரத்னமாலாவைப் பொறுத்தவரை ஒரு நாளிற்கு ஓரிரு முறை மட்டுமே காணமுடிகிற நோயுற்ற பெண் என்பதாக இருந்த ஆஷாதேவி தினாநாத்திற்கு தற்போதும் ஒரு அன்னையாகவே இருந்தாள். அவன் அடிக்கடி அவளது படுக்கைக்குச் சென்று காண்கிறவனாகவும் அவள் தன்னிடமிருந்த குறைந்தபட்ச ஆற்றலை அவனுக்கு அளிப்பவளாகவும் இருந்தாள். ஒருவேளை அவள் சற்று முன்னதாகவே இறந்திருந்தால், அவன் அவளை

எளிதில் மறந்திருக்கக்கூடும்; அவளது உடல்நிலையால் அவன் அனுபவித்த துன்பங்கள் அதிகப்படாமல் இருந்திருக்கும். அது அவ்வாறு நிகழவில்லையாததால் அவனது குழந்தைப்பருவத்துயர் அவனிடம் ஒருவித முரட்டுத்தனத்தைத் தோற்றுவித்தது. தனது அண்ணனிடமிருந்து சகோதர பாசத்தையும் கவனிப்பையும் தவிர வேறெதையும் எதிர்பார்த்திராத திவான்சந்த்தே பெரும்பாலும் அந்த முரட்டுத்தனத்தை எதிர்கொள்ள நேர்ந்தது.

வேறு எந்தக் கதைகளையும் விட ராமர் லட்சுமணர் கதைகளை திவான்சந்த் அதிக ஆர்வத்துடன் கேட்கிறான் என்பதையும் குறிப்பாக சகோதர அன்பு குறித்த தோஹா மற்றும் சௌபாய்களை தான் வாசிப்பது அவனுக்கு அதிகம் பிடித்திருக்கிறது என்பதையும் சதேயி ஆரம்பத்திலேயே கண்டுகொண்டாள். ஆரம்ப சில ஆண்டுகளில் தினாநாத்தும் இவர்கள் இருவருடனும் அமர்ந்து இக்கதைகளைக் கேட்கவும் சமயங்களில் உடன் சேர்ந்து பாடவும் செய்தான். ஆனால் வளர வளர அவன் இவற்றிலிருந்த ஆர்வத்தை இழந்தான். தவிர, திவான்சந்த் மற்றும் ரத்னமாலாவைப் போலல்லாமல், தனது தாயின் இடத்தில் சதேயியை ஒப்புக்கொள்வதென்பது ஏதோ ஒருவகையில் தனது தாயிற்குச் செய்கிற துரோகம் என்று அவனுக்குத் தோன்றியதால் அவ்வப்போது சதேயியை எதிர்க்கவும் செய்தான். அவள் சொல்லச் சொல்லக் கேட்காமல் முற்றத்திற்குச் சென்று வேலைக்காரர்களின் குழந்தைகளுடன் விளையாடத் துவங்கிவிடுவான். இது திவான்சந்திற்கு ஒரே சமயத்தில் மகிழ்ச்சியையும் துக்கத்தையும் தருவதாக இருந்தது. தசரதனின் முற்றத்தில் விளையாட விரும்பும் ராமனைப் போலவே தன் அண்ணனும் முற்றத்தில் விளையாட விரும்புகிறான். எனில், “தன் தந்தைதான் தசரதரா?.” திவான்சந்தின் இந்தக் கற்பனையை ஒப்புக்கொள்வதன் மூலம் தெய்வங்களை நிந்தித்துவிடக் கூடாதெனும் அச்சம் தோன்றினாலும், வேறு என்ன பதில் சொல்வதென்றறியாமல், “ஆமாம். நீதான் லட்சுமணன்” எனப் பதிலளிப்பாள் சதேயி. போரில் லட்சுமண் காயமுற்று வீழும் பகுதியை சதேயி வாசிக்கும்போதெல்லாம், திவான்சந்த் வாசலுக்குச் சென்று முற்றத்தில் விளையாடிக் கொண்டிருக்கிற அண்ணனையும் தன்னோடு வந்து கவனிக்கும்படி வேண்டுவான். ராமரின் இளைய சகோதரனின் வீரதீரங்கள் மற்றும் போரின் சாகசங்கள் குறித்த பாடல்களில் அவன் அதிக கவனம் செலுத்தமாட்டான்.

லட்சுமணின் உயிரைக் காப்பதற்கான சஞ்சீவி மருந்தைக் கொணரச் சென்ற அனுமனின் வருகை தாமதமாகையில் ராமன் அடையும் துயரம் குறித்த பகுதியே அவனுக்கு மிகவும் விருப்பமானதாய் இருந்தது. பக்கத்திலிருக்கும் கோயிலுக்கு அவ்வப்போது வருகை தரும் கதைசொல்லியிடம் சென்று இச்செய்யுளை சதேயி மனப்பாடம் செய்து கொண்டு வருமளவுக்கு திவான்சந்தின் மனதிற்கு அதிக நெருக்கமானதாயிருந்தது கதையின் இப்பகுதி.

சில சமயங்களில், தினாநாத்தின் வகுப்புகளிடையேயான ஓய்வுநேரத்தின் போது, ஆறு வயது திவான்சந்த் சதேயியிடம் சென்று *"ராமன் தனது சகோதரனின் காயமுற்ற உடலை தரையிலிருந்து உயர்த்தித் தன் நெஞ்சோடு சேர்த்துக்கொண்டான்"* என்னும் செய்யுளைப் பாடும்படி வேண்டுவான். பிறகு தினாநாத்தை நோக்கிச் சென்று அவனது கையைப் பிடித்து இழுத்து வருவான்; ஒருவேளை மாங்கே ராமும் அவ்விடத்தில் இருந்தால் அவனையும் அழைத்து வருவான். காட்சியின் இறுதியில் சஞ்சீவி மருந்தோடு வந்து எல்லோரையும் மகிழ்ச்சிக்குள்ளாக்கும் அனுமனின் வேடத்தை அவன் இடவேண்டும். திரும்பத் திரும்ப நச்சரிக்கும் தன் தம்பியை பெரும்பாலான சமயங்களில் தினாநாத் தவிர்த்துவிடுவான் என்றாலும், அவ்வப்போது அவனது விடாத அழைப்பை ஏற்று விளையாட வருவான். இதுபோன்ற அபூர்வமான சமயங்களில் திவான்சந்த் அதீத மகிழ்ச்சியடைந்துவிடுவான். தினாநாத்தை தன் அருகில் அமரும்படி செய்துவிட்டு கண்களை மூடிக் கீழே படுத்துக் கொள்ளும் திவான்சந்த் காட்சி சரியாக நடைபெறுகிறதா என்பதைக் கண்காணிக்கும் விதமாக ஒரு கண்ணை மட்டும் சற்றே திறந்து வைத்துக் கொள்வான். சதேயி இவ்வாறு ஆரம்பிப்பாள்,

நள்ளிரவும் கடந்துவிட்டது ஆனால் அனுமன் இன்னும் வரவில்லை

ராமன் தனது தமையனது உடலைக் கைகளில் ஏந்தி நெஞ்சோடு சேர்த்துக் கொண்டான்

ஒரு கண்ணை இறுக்கமாகவும் மறு கண்ணை சற்றுத் திறந்தவாறும் மூடியபடி படுத்திருக்கும் திவான்சந்த் தன்னை ஏந்திக்கொள்ளுமாறு அண்ணனை நோக்கி கரங்களை நீட்டுவான்.

தினாநாத்திற்குப் பத்து வயதானதும் அவனை முறையான பள்ளியில் சேர்த்துப் பயிற்றுவிக்கவும், வீட்டிலேயே ஒரு ஆங்கிலோ-இந்திய ஆசிரியரை நியமித்து ஆங்கிலம் கற்பிக்கவும் முடிவு செய்தார் லாலா மோதிசந்த். "தந்தையால் கற்பிக்க முடியாத விஷயங்களையும் கூட மகன் கற்றுக் கொள்ள வேண்டும். எனது முன்னோர்களெல்லாம் தான் அறிந்தவற்றை மட்டும் தன் மகன்கள் அறிந்தால் போதுமென நினைத்ததாலேயே அவர்கள் முன்னேறாமல் போயினர்" என்பார் கேட்பவர்களிடம். அவர்களில் பெரும்பாலானோர் மோதிசந்த்தின் முன்னோர்கள் அனைவரும் ஒன்றே போல் வளமாயிருந்தவர்களோ அல்லது மோதிசந்த் கூறுவதைப் போல முன்னேறாமல் இருந்தவர்களோ அல்ல என்பதை அறிந்தவர்களாயிருந்தனர். பள்ளிகளை நேரில் சென்று பார்த்திராவிட்டாலும், அவை வீட்டைப் போல சௌகரியமானதாக இருக்காதென்பதை உணர்ந்திருந்த சதேயி, திவான்சந்தை இன்னொருவரின் பொறுப்பில் பள்ளியில் விடுவதை- அது ஒரு நாளின் மிகச் சில மணி நேரங்கள்தான் என்றபோதும் – தவிர்க்க நினைத்தாள். என்றாலும் திவான்சந்த் பள்ளியில் சேர்க்கப்பட்டான். அவ்வாறு செய்யாமல் விட்டுவிட்டு, கேட்பவர்களிடமெல்லாம் 'திவான்சந்த் ஒரு பலவீனமான, கவனம் அதிகம் தேவைப்படுகிற குழந்தை' என்கிற பதிலைச் சொல்லிக் கொண்டிருக்க மோதிசந்த் விரும்பவில்லை.

காய்ச்சலோ வேறு நோய்களோ தொற்றிவிடும் என்கிற அச்சத்தின் காரணமாக வீட்டை விட்டு அதிகம் வெளியில் சென்றிருக்காத திவான்சந்திற்கு, இனி தினந்தோறும் காலையில் அண்ணனுடன் ரிக்ஷாவில் பயணிக்கப் போகிறோம் என்கிற செய்தி குதூகலத்தை அளித்தது. எதிர்ப்படும் தெரிந்தவர் தெரியாதவர் அனைவரையும் பார்த்துக் கையசைத்தவாறே, தன்னை வழிபடும் மக்கள் நிறைந்திருக்கும் சந்தையில் யானையில் பவனிவரும் ஒரு மன்னனைப் போல, பெருமிதம் கொப்பளிக்கப் பயணம் செய்வான் அவன். தன்னை விட இளையவனுடன் தொடர்புபடுத்திக் கொள்வதிலுள்ள இயல்பான விருப்பமின்மையோடு, எவ்வித விளையாட்டுகளிலும் ஈடுபட முடியாத தம்பியுடனான உறவு தன்னை நகைச்சுவைப் பொருளாக்கிவிடும் என அஞ்சியதால் ஏற்பட்ட அச்சமும்

சேர்ந்து கொள்ள, பள்ளிக்கு வந்தவுடனே வகுப்பறைக்கு ஓடிவிடும் தினாநாத் பின்பு மாலையில் வீடு திரும்புகையில்தான் தம்பியைத் தன்னோடு சேர்த்துக் கொள்வான்.

தனது நான்கு வயதிலிருந்து தினாநாத் அஞ்சிக்கொண்டிருந்த அந்தக் கொடூர முடிவானது அவனது பதினான்கு வயதில் ஆஷாதேவி உணர்வற்ற நிலைக்குச் சென்ற ஆறு மாதங்களுக்குப் பிறகு நிகழ்ந்தேறியது. மிகவும் துயர்மிகுந்தவையாயிருந்த அந்த ஆறுமாதங்களில் இவனைச் சற்று ஆறுதலாய் உணரச் செய்யும் பொருட்டு 'உன் அம்மா நன்றாகத் தேறி வருகிறார்' என்று மருத்துவர் புன்னகைத்தபடி சொல்லும் நாட்களில் மகிழ்ச்சியில் திளைப்பவனாகவும், இவனது கண்களைக் கூடச் சந்திக்காமல் அவர் விலகிச் செல்லும் நாட்களில் வேதனையில் உழல்பவனாயும் அவனது நாட்கள் மாறி மாறிக் கழிந்தன. இறுதியாய் அவனது அன்னை மரணமடையும் வரை இது நீடித்தது. தனது அதிகாரபூர்வ குடும்பத்தலைவியை இழந்த சில வாரங்களில் லாலா மோதிசந்தின் இல்லம் தனது இயல்புநிலைக்கு மீண்டும் திரும்பியது. செயலற்றிருந்த ஆஷாதேவியின் தினசரித் தேவைகளைக் கவனித்துக் கொண்டிருந்த செவிலியர்களும் உதவியாளர்களும் அங்கிருந்து நீங்கினர். மருத்துவப் படுக்கையும் கழிவுக் கோப்பையும் அங்கிருந்து அகற்றப்பட்டன. தனது இறுதி நோய்க்காலத்தை ஆஷாதேவி கழித்துவந்த அந்த அறையானது கிருமி நாசினிகள் மூலம் அறிவியல் ரீதியாகவும் பூசாரிகள் பரிந்துரைத்த சடங்குகள் வாயிலாகவும் தன்னை சுத்திகரித்துக் கொண்டது. தினாநாத்தைத் தவிர எல்லாமும் இயல்புநிலைக்குத் திரும்பின. எதிர்காலத்தில் தனக்குத் திருமணமாகி குழந்தைகளும் பிறந்துவிட்ட பிறகும் கூட அவ்வழியாகச் செல்வதைத் தவிர்த்து விடுபவனாய் இருந்த தினாநாத் ஆரம்பத்தில் பல நாட்களுக்கு வார்த்தைகள் ஏதுமின்றி கண்களில் நீர் வழிய அந்த அறையின் வாயிலில் அமர்ந்துகொண்டிருப்பவனாய் இருந்தான்.

துக்கம் விசாரிப்பதற்காக வந்து சென்ற உறவினர்கள் மற்றும் நலம் விரும்பிகளாலும், லாலா மோதிசந்தின் வீட்டில் துக்கம் விசாரித்தவர்களில் ஒருவராக அறியப்பட விரும்பிய வெளிஆட்களின் வருகையாலும் முதல் சில வாரங்கள் கழிந்தன. அவ்வாறு வருகை புரிந்த, ஆஷாதேவிக்கு முன்பு

சிகிச்சையளித்த, மருத்துவர் ஒருவர் திவான்சந்தை கருவுற்றிருந்த போது ஆஷாதேவியின் உடல்நிலை எவ்வாறு தனக்கெதிராகத் திரும்பத் தொடங்கியது என்பதை மோதிசந்திடம் விளக்கியதை தினாநாத் கேட்க நேர்ந்துவிட்டது. இறந்துபோய்விட்ட ஆஷாதேவிக்கு எவ்வித பலனையும் அளிக்க வாய்ப்பில்லாத அந்த மருத்துவ விளக்கமானது தேவையின்றி தினாநாத்தின் மனதில் ஆழமாய்ப் பதிந்தது. மறுநாள் காலை லாலாமோதிசந்த் தனது வேலைகளைத் துவங்கிய சமயத்தில் குழந்தைகள் வசிக்கும் பகுதியிலிருந்து வந்த கூச்சலும் குழப்பமும் அவரை எட்டின. "முதலாளி, சீக்கிரம் இங்க வாங்க முதலாளி" என்று கூக்குரலிட்டான் மாங்கே ராம். ஒரு வேலைக்காரன் தன் முதலாளியைத் தான் இருக்குமிடத்திற்கு வருமாறு அழைக்கிறான் என்றால் நிச்சயம் பிரச்சனை தீவீரமானதுதான் எனப் புரிந்துகொண்ட மோதிசந்த் முற்றத்திற்கு ஓடிய போது, அங்கே தினாநாத் தனது தம்பியை ஒரு நடைத்தடியைக் கொண்டு விளாசிக் கொண்டிருந்தான்,

"நான் உன்னைக் கொன்னுடுவேன்... நான் உன்னைக் கொன்னுடுவேன்" எனத் திரும்பத் திரும்பச் சொல்லிக் கொண்டிருந்தான் தினாநாத்.

அவனது கைகளைப் பற்றி, தடியைப் பிடிங்கிக் கொண்ட மோதிசந்த் கன்னத்தில் ஓங்கி அறைந்தபடி, "உனக்கென்ன பைத்தியம் பிடிச்சிருக்கா" என்றார்.

"ஆமா." சட்டை கிழிந்து தொங்க, காலெல்லாம் சிவந்த தடிப்புகளோடு தரையில் விழுந்து அழுது கொண்டிருந்த திவான்சந்தை வெறித்தபடி உறுமினான். "நான் பைத்தியம்தான். இவனைக் கொல்லப் போறேன். இந்தத் தேவடியாப்பையனை நான் கொல்லப் போறேன்."

லாலா மோதிசந்த் அவனைத் தன்புறம் இழுத்தபடி மாங்கே ராமைப் பார்த்தார். எந்த ஒரு வேலையாளாலும் கட்டுப்படுத்த முடியாதபடி தினாநாத் வெறிகொண்டிருந்தான் என்பதை மோதிசந்த் அறிவார் எனத் தெரிந்தாலும், மன்னிப்புக் கோரும் பாவனையில் தலையைக் குனிந்து கைகளைக் கட்டிக் கொண்டான் மாங்கே ராம்.

தினாநாத்தின் கரத்தில் தன் பிடியை இறுக்கியபடி, “ஏன் நீ உன் தம்பியைக் கொல்லணும்” என வினவினார் மோதிசந்த்.

“ஏன்னா அது அவன் தப்புதான், எல்லாமே அவன் தப்புத்தான்” என்றான் தினாநாத்.

அடுத்த சில வாரங்களில் தந்தையின் கட்டாயப்படுத்தலால் பள்ளிக் கல்வியைத் தொடர்வதற்காக விருப்பமேயின்றி இங்கிலாந்திற்குக் கப்பலேறிய தினாநாத் இரண்டு ஆண்டுகளுக்குப் பிறகுதான் முதன்முறையாக வீட்டிற்குத் திரும்பினான். முதல் ஆறு மாதங்களுக்கு வீட்டிற்கே வந்துவிட அனுமதிக்கும்படி கெஞ்சி அவனிடமிருந்து வந்துகொண்டிருந்த கடிதங்களனைத்தையும் புறக்கணித்திருந்தார் மோதிசந்த். இங்கிலாந்து கிளம்புவதற்கு முன் தினாநாத் சொன்ன ‘போயிட்டு வர்றேன்’ என்பதுதான் அந்தக் கொலைவெறித் தாக்குதலுக்குப் பின்பு திவான்சந்திடம் அவன் பேசிய ஒரே வார்த்தையாக இருந்தது. அதன்பிறகு தான் எழுதிய கடிதங்களுக்கு பதில் ஒன்றும் பெறப்படவில்லை என்றபோதிலும் திவான்சந்த் தன் அண்ணனுக்கு அவ்வப்போது கடிதங்கள் எழுதியபடி இருந்தான். அன்னையைக் கொன்றான் என்கிற குற்றச்சாட்டானது திவான்சந்தை நிலைகுலையச் செய்திருந்தது. அவன் வயதுள்ள எந்தக் குழந்தையையும் போலவே, தன் மீது வலுக்கட்டாயமாகச் சுமத்தப்பட்டுவிட்டது என்பதற்காகவே அவன் அதுகுறித்த குற்றவுணர்விற்கும் ஆளானான். அதிலும் தான் நாயகனெனப் போற்றிவந்த அண்ணனே அக்குற்றத்தைத் தன் மீது சுமத்துகையில் அவனால் அதனைத் தாளமுடியவில்லை.

அன்னையின் மரணத்திற்கும் அதன்மூலம் அண்ணனின் வாழ்வு நாசம் ஆனதற்கும் தான் காரணமாகிவிட்டதற்காகத் தன்னைச் சபித்துக் கொள்வதும் அண்ணனிடம் அதற்காக மன்னிப்புக் கோருவதாகவுமே அவனது முதல் சில கடிதங்கள் இருந்தன. நாட்கள் செல்லச் செல்ல குற்றவுணர்வின் தீவிரம் குறைந்து வீட்டில் நடக்கும் நிகழ்வுகள், தினாநாத்தின் பள்ளி நண்பர்கள் குறித்த செய்திகள், சமீபத்தில் வாசித்த கவிதைகள் போன்ற பிற விஷயங்களையும் அவனது கடிதங்கள் உள்ளடக்கிக் கொண்டன. என்றாலும், அழகும் ஆரோக்கியமும் நிறைந்ததென அவன் நம்பிவந்த அண்ணன் – தம்பி உறவைப் பாதிக்குமோ என்று

அஞ்சுகிறபடி தங்கள் வாழ்வில் நிகழ்ந்துவிட்ட துயரத்திற்காகத் தன்னை குற்றப்படுத்திக்கொள்ளும் வரிகளோடே ஒவ்வொரு கடிதமும் நிறைவு பெற்றது. தன்னுடைய சக்திக்குட்படாத ஒரு நிகழ்வுக்கு அப்போது பிறந்தேயிராத ஒரு குழந்தை எப்படிப் பொறுப்பாக முடியும் எனத் தோன்றிய யோசனைகளை பின்னாட்களில் அவன் அனுமதித்தபோதும், தன் அன்னையின் மரணம் தினாநாத்தில் எத்தகைய துயரத்தை ஏற்படுத்தியிருக்கும் என்பதையும் அவன் புரிந்துகொண்டான்.

தினாநாத் திரும்பி வந்த சமயத்திற்குள், அன்னைக்கு நிகழ்ந்துவிட்ட துயரத்திற்காகத் தன்னை கிட்டத்தட்ட மன்னித்து விட்டிருந்தான் திவான்சந்த். வெளிப்படையாகக் கடிதம் எதுவும் எழுதியிராவிட்டாலும் தினாநாத்தும் தன்னை மன்னித்திருப்பான் என்றே அவன் நம்பினான். தனது உணர்வுகளை கடிதத்தில் வெளிப்படுத்த முடியாததால் ஒருவேளை நேரில் வந்து சொல்வானாய் இருக்கும் என்று எண்ணிக் கொண்டான். அதேசமயம் மறுபுறம் அண்ணனின் தாய்ப்பாசம் உள்ளுக்குள் கனன்று கொண்டிருந்து நேரில் கண்டதும் தன்னை எரித்துவிடக் கூடும் என்றும் அஞ்சினான்.

தினாநாத் எழுதிய ஒரு கடிதத்தின் மூலம் அவனுக்கு திவான்சந்தின் மீது தற்போது எந்தக் கோபமும் இல்லை என மோதிசந்த் அறிந்திருந்த போதிலும், அவனை வரவேற்க மும்பைக்குச் செல்கையில் திவான்சந்தை அவர் உடன் அழைத்துச்செல்லவில்லை. தன்னைப் பெற்று வளர்த்த அன்னை வரவேற்கக் காத்திராத அந்த வீட்டில் தினாநாத் நுழைந்ததும் திவான்சந்த் அவனது காலில் விழுந்து மன்னிப்புக் கோரினான். குனிந்து அவனைத் தோளோடு சேர்த்து தினாநாத் வாரி அணைத்துக்கொண்டதும் இருவரும் கண்ணீர் மல்கினர். திவான்சந்தின் கண்ணீர் அண்ணனின் பொருட்டாய் வழிகையில் தினாநாத்தின் கண்ணீர் தனக்கு மட்டுமேயானதாய் இருந்தது.

அடுத்துவந்த சில ஆண்டுகளில் தினாநாத் ஆங்கிலேயர்களைப் போலவே பேசவும் உடையணியவும் பழகியிருந்தான். இங்கிலாந்தில் படிக்கையில் பழகிய செல்வமும் அதிகாரமும் மிக்க நண்பர்களுடன் தனது மாலைகளை கழிக்கும் பழக்கத்தையும் ஏற்படுத்திக்கொண்டான். இங்கிலாந்து

பயணத்தின் நோக்கத்தில் ஏட்டுக்கல்வி என்பது வெறும் ஒரு பகுதி மட்டுமே என்பதை நன்கு அறிந்திருந்தான். தந்தை சொன்னபடி, வருங்காலத்தில் தொழிலின் தலைமைப் பொறுப்பை ஏற்கும்போது அதற்குப் பயன்படும்படியாக அங்கே அவன் ஏற்படுத்திக்கொள்கிற தொடர்புகளே அதைவிட முக்கியமானது என்பதை நன்றாகப் புரிந்து கொண்டிருந்தான். பழுப்புத்தோலுடைய ஒரு இந்தியனுடன் நட்பாக இருப்பதில் அவர்களுக்கு இருக்கும் தயக்கங்களைப் போக்கும் அளவிற்குச் செலவு செய்யும்படியாக மோதிசந்த் தினாநாத்திற்கு தாராளமாகப் பணம் நல்கினார்.

இரவில் நண்பர்களுடன் கேளிக்கை விடுதிகளுக்குச் செல்லவும் அட்லாண்டிக்கைக் கடந்து ஒலிக்கும் ஜாஸ் இசையை ரசிக்கவும் பழகியிருந்தாலும், பெண்களுடனான அவனது தொடர்பு உயர்தர விலைமாதுக்களோடு முடிந்துவிட்டது. தனது இங்கிலாந்து வாசமும் தனக்கு அனுமதிக்கப்பட்ட கேளிக்கைகளும் சொகுசுகளும் எதிர்கால வாழ்க்கைக்கான தயாரிப்பிற்காக மட்டுமே என்பதை அவன் நன்கு அறிந்திருந்தான். தனது நிஜ வாழ்க்கையானது எதிர்காலத்தில் தங்களது சந்ததியின் பெயரை நிலைக்கச் செய்யும்படியாக சொந்த சாதியைச் சேர்ந்த ஒரு பெண்ணைத் திருமணம் செய்து குழந்தைகள் பெற்றுக் கொள்வதாகத்தான் இருக்கும் என்பதையும் அவன் அறிந்திருந்தான். எனவே, ஆண்களது பணமனைத்தையும் செலவழித்துவிட்டு அவர்களை முதுகிற்குப்பின் கேலி செய்கிறவர்களாக இருந்த ஆங்கிலப் பெண்மணிகளின் பின்னால் சுற்றுவதும் அவர்களின் பொருட்டு தங்களது தந்தையரின் சொத்துக்களனைத்தையும் காலி செய்வதுமாக இருந்த பல பணக்கார நண்பர்கள் மீது அவனுக்கு அதிருப்தியும் அவமரியாதையுமே எஞ்சியது.

தினாநாத்தின் கடிதங்கள் வாயிலாகவும், அவனறியாமல் மோதிசந்த் இங்கிலாந்தில் கொண்டிருந்த தொடர்புகள் வாயிலாகவும், தனது மகன் சரியான பாதையில்தான் சென்றுகொண்டிருக்கிறான் என்பதை அவர் அறிந்துகொண்டார். தவறான பாதையில் சென்றுவிடுவார்களோ என்கிற அச்சத்தில், அவரது இடத்தில் இருக்கும் வேறுபலர் தங்களது மகனை கடல் கடந்து அனுப்பவே தயங்கியிருப்பார்கள். ஆனால்

தனது தொழில் செழிக்க வேண்டுமானால் தன் மகனால் ஆங்கிலேயர்களிடம் அவர்களது மொழியில் உரையாட முடிய வேண்டுமென அவர் அறிந்திருந்தார். ஒருவேளை ஆங்கிலேயர் ஆட்சி முடிவுக்கு வந்து இந்தியர்கள் அந்த இடத்தை எடுத்துக் கொண்டாலும் கூட அந்த இந்தியர்கள் இங்கிலாந்தில் படித்தவர்களாகவும் அதிக ஆங்கிலத்தன்மை உடையவர்களாகவும்தான் இருப்பார்கள் என்பதைக் கணிக்கும் அளவிற்கு கூர்மதியுடையவராய் அவர் இருந்தார். தனது மகனை இங்கிலாந்திற்கு அனுப்புவது ஆபத்தானதாய் இருக்கலாம்., ஆனால் அனுப்பாமல் விடுவது தவறானதாகிவிடும். எந்த அளவிற்கு இந்த முடிவு எதிர்காலத்தில் பலனளிக்கும் என்பது குறித்து அவருக்கு உறுதியாகத் தெரியாவிட்டாலும் தன் மகன் தவறான பாதையில் சென்றுவிடவில்லை என்பது குறித்து அறிந்ததில் அவருக்கு பெருத்த ஆறுதல் ஏற்பட்டது.

தனக்குப் பதினாறு வயது பிறந்த சில நாட்களில், திடீரென ஒரு நாள் மோதிசந்திடம் வந்த திவான்சந்த் தன்னையும் அண்ணனுடன் படிக்க இங்கிலாந்திற்கு அனுப்பவேண்டும் எனக் கேட்டபோது அவர் அதை மறுத்துவிட்டார். உடலளவிலும் மனதளவிலும் இவன் பலவீனமானவன் என்பதை அவர் நன்கறிவார். வெளிஉலகின் சவால்களில் ஆர்வமுடைய தினாநாத்தைப் போலல்லாது பெரும்பாலும் இவன் படுக்கையில் படுத்து புத்தகங்கள் படித்தவாறோ இரவுகளில் பால்கனியில் அமர்ந்து பாடியபடி நட்சத்திரங்களை ரசித்தவாறோ இருப்பான். நாகரீகமானவர் என்று அறியப்படும் அளவிற்கு இலக்கியம் மற்றும் இசை சார்ந்த தன் அறிதலை மோதிசந்த் நண்பர்களிடம் பாவனையாக வெளிப்படுத்திக் கொண்டாலும், ஒரு ரசனைக்காரன் என அறியப்பட வேண்டிய எந்த விருப்பமும் எத்தனமும் அவரிடம் இருந்ததில்லை. அவரைப் பொறுத்தவரை இசையும் இலக்கியமும் காமத்திற்கான ஒரு திறவுகோலாக மட்டுமே இருந்திருக்கின்றன. இலக்கியமும் இசையும் ஒருவரை ஆட்கொள்வது குறித்த அடிப்படையே அவருக்குப் புரியாமல்தான் இருந்தது. தன் மகனின் ஆர்வம் இத்திசையில் வளர்வதை ஆர்வத்துடனும் குழப்பத்துடனும் கவனித்தவாறிருந்த அவர் ஒருநாள் வரவேற்பறையில் அவன் விட்டுச்சென்றிருந்த புத்தகம் ஒன்றைக் கண்டார். நாஸ்டாலிக் அளவிற்கு அவரால் புரிந்து கொள்ள முடியாத நாகரி லிபியில் அப்புத்தகம்

எழுதப்பட்டிருந்தபோதும், அவர் அதைக் கையில் எடுத்ததும் முனை மடிக்கப்பட்டிருந்த பக்கம் ஒன்று தானாகத் திறந்து கொண்டது. அப்பக்கத்தில் நான்கு வரிப் பாடல் ஒன்றை அவரது மகன் திரும்பத் திரும்ப வட்டமிட்டிருந்தான்.

இது ஓர் இதயத்தின் துயரம்
அதைத் தொந்தரவு செய்யாதீர், இது மகிழ்ச்சியின் ஒரு துகள்
அதைப் பாய்ந்தோடத் தூண்டாதீர்
இது கருணையின் அமைதியான ஒரு கதிர்

அதன்பிறகுதான் மோதிசந்த் தனது இரண்டாவது மகன் குறித்து கவலை கொள்ளத் துவங்கினார். இங்கிலாந்திற்கு மேற்படிப்பிற்காக அனுப்பும்படி திவான்சந்த் வந்து கேட்டபோது “அடுத்த வருடம் பார்ப்போம்” என்றுகூறி அதற்கு மறுத்துவிட்டார். அடுத்த ஆண்டும் அவர் அதே பதிலையே அவனுக்குத் தந்தார். ஆனால் மூன்றாவது ஆண்டு இதே கோரிக்கையுடன் திவான்சந்த் வந்தபோது அவனது வழக்கமான பணிவுற்கும் அமைதிக்கும் பதிலாக பிடிவாதம் உண்டாகியிருந்தது. பல நாட்களுக்கு அவர்களது விவாதம் தொடர்ந்தது. ஆரம்பத்தில் அவன் சொன்ன காரணங்கள் மோதிசந்தை சம்மதிக்க வைக்கும் அளவிற்கு பலமானவையாக இல்லை. “நானும் இங்கிலாந்தில படிச்சா உங்களுக்கும் தினா அண்ணாவுக்கும் தொழில்ல அது உதவியா இருக்கும்.” இந்தக் காரணம் வேலை செய்யாத போது இங்கிலாந்திற்குச் சென்று இலக்கியம் பயின்று திரும்பி ஆசிரியராக விரும்புவதாகக் கூறினான். தன் எதிர்காலம் குறித்த அவனது திட்டங்களுக்கு மிக நெருக்கமானதாக இருக்கும் இக்காரணம் ஒரு வியாபாரியின் மகனுக்குச் சற்றும் பொருத்தமானதில்லை எனக் கூறி நிராகரிக்கப்பட்டது. எவ்வளவு முயற்சித்தாலும் இவ்விஷயத்தில் தந்தையின் சம்மதத்தைப் பெற முடியாது என்பதைப் புரிந்துகொண்டான்.

இறுதியாக ஒருநாள் தந்தையிடம் வந்த திவான்சந்த் அண்ணன் தன்னை நிஜமாகவே மன்னித்துவிட்டானா என்பது தெரியாததாலேயே தான் இங்கிலாந்து செல்ல விரும்புவதாகக் கூறினான். இத்தனை மைல்களுக்கு அப்பால் வசிப்பதன் மூலமாக உருவாக்கிப் பேண முடியாத ஓர் நல்லுறவை

அருகில் சென்று வசிப்பதன் மூலமாகவே ஏற்படுத்த முடியும் என்றான். வெளிப்படையாகச் சொல்லியிராவிட்டாலும், தந்தையும் அப்படிப்பட்ட ஓர் உறவை விரும்புகிறவர் என்பதையும் இவர்களுக்கிடையே இருக்கும் இடைவெளி அவரை வருத்தப்படுத்துகிறது என்பதையும் அறிந்திருந்தான். இந்த விவாதம் தந்தையை நெகிழ்த்துகிறது என்பதைப் புரிந்து கொண்ட திவான்சந்த் மேலும் தொடர்ந்தான்; "இந்த உலகத்தில் வேறு எவரையும் விட நான் என் அண்ணனை விரும்புகிறேன். அவனுக்கு மிக அருகில் வசிக்க ஆசைப்படுகிறேன். முந்தைய சமயங்களில் உங்களிடம் கோரியபோது நான் சிறுவன் என்பதால் எனக்கே தயக்கம் இருந்தது. ஆனால் இப்போது இங்கிலாந்து செல்லும் அளவிற்கு நான் வளர்ந்துவிட்டேன். எனவே என்னை அனுமதியுங்கள்." பதிலுக்கு, பின்னாளில் யோசிக்கையில் மிகவும் பலவீனமான எதிர்வினை என்று அவருக்குத் தோன்றிய ஒரு கேள்வியை, மோதிசந்த் அவனிடம் கேட்டார். "ஏன்?.. இங்க அப்பாகூட இருக்கறது உனக்குப் பிடிக்கலயா?" அவர் கண்களை உற்று நோக்கிய திவான்சந்த், தன்னையும் காட்டிற்கு உடன் அழைத்துச் செல்லும்படி லட்சுமண் ராமனிடன் சொன்ன

நீங்களே என் எல்லாமும் என் ஆசானே. துயருற்றோரின் தோழன் நீர்
எல்லோர் இதயத்தில் இருப்பவரும் நீரே

என்கிற வார்த்தைகளைச் சொன்னான்,

அண்ணன் மீதான அன்பு குறித்த திவான்சந்தின் பிரகடனம் மோதிசந்தை அசைத்து தோல்வியுறச் செய்துவிட்டது. "இங்கிலாந்துல போயி படிக்கறது ஒண்ணும் வனவாசம் கிடையாது" என பலவீனமாகப் பதிலளித்தார். விவாதத்தில் தான் வெற்றி பெற்றுவிட்டதை உணர்ந்த திவான்சந்த் "அப்போ தினா அண்ணாவ எதுக்காக நீங்க அங்க அனுப்பினீங்க?" என்றான்.

தான் செல்லுகிற இடம் குறித்த பெரிய புரிதலோ, கல்வி அல்லது தொழில் சார்ந்த குறிப்பான திட்டம் எதுவுமோ இன்றி, இங்கிலாந்து நோக்கி கடல் மற்றும் தரை மார்க்கமாக நெடுந்தூரம் பயணித்தான் திவான்சந்த். இவனது அருகாமையை விரும்புவதாக தினாநாத் ஒருபோதும் சொல்லியிருக்காவிட்டாலும், தன் அண்ணன் செல்லுமிடங்களுக்கெல்லாம் அவனுடன் செல்ல வேண்டும், அவனுடனேயே எப்போதும் இருக்க

வேண்டும் என்பதே சிறுவயதிலிருந்து திவான்சந்த் அடக்கி வைத்திருந்து இப்போது வெளிப்படுத்திய ஆசையின் ஒற்றை நோக்கமாயிருந்தது. உண்மையில் தினாநாத்திற்கு திவான்சந்தின் வருகை மகிழ்ச்சியைத் தரவில்லை. அவன் இங்கே வந்தால் அவனைக் கவனித்துக்கொள்கிற பொறுப்பு தன் வசம் வரும் என்பதல்ல அதன் காரணம். அடிப்படையில் இந்தப் பொறுப்புகளெல்லாம் சேர்ந்துதான் அவனை ஒரு முழு மனிதனாக உணரச் செய்வன. எப்படியாயினும் திவான்சந்த் ஒரு சிறந்த வணிகனாகப் பரிமளிக்கப் போவதில்லை எனும்போது அவனை இங்கிலாந்தில் படிப்பிப்பதற்காகச் செலவளிக்கும் பெருந்தொகையை உபயோகமாக வேறு எதிலேனும் முதலீடு செய்யலாம் என நினைத்ததே அதற்குக் காரணம். திவான்சந்தின் திட்டம் குறித்து அறிந்தது முதல் தொடர்ச்சியான தந்திகள் மூலம் தன் மறுப்பை தந்தைக்கு தினாநாத் தெரிவித்தபோதும், "உனது தந்திகள் பெறப்பட்டன. திட்டமிட்டபடி திவான்சந்த் கிளம்புகிறான்" என்கிற பதிலே அவனுக்கு வந்தது. தந்தையின் கட்டளையை மறுக்கமுடியாத தினாநாத் தம்பிக்கு தங்குமிடத்தையும் உதவியாளரையும் ஏற்பாடு செய்யும் வேலைகளைத் துவக்கினான்.

கப்பலிலிருந்து இறங்கிவந்த திவான்சந்தை தினாநாத் வரவேற்றதில் இருந்த அன்பும் அரவணைப்பும் நிஜமானவை. பிறப்பின் அடிப்படையில் தன்னைச் சார்ந்திருக்கும் ஓர் உயிரின் மீதான பொறுப்பை ஏற்றுக்கொள்வதில் இருக்கும் ஆர்வமும், சமீப ஆண்டுகளாகத் தனது வீட்டைவிட்டுப் பிரிந்திருப்பது குறித்து மனதின் அடியாழத்தில் எஞ்சியிருக்கும் ஏக்கமும், ஒரு குழந்தையாக தன் கரங்களில் ஏந்திய சகோதரனின் மீதான தன்னிச்சையான - தனது அன்னையின் இறப்பின் பொருட்டு ஏற்பட்ட கோவத்தால் முழுவதும் அழித்துவிட முடியாத - அன்பும் என எல்லாமும் அதற்குக் காரணமாயிருந்தன.

இங்கிலாந்தில் முதல் சில நாட்கள் திவான்சந்திற்கு இலக்குகளின்றியும் களிப்பூட்டுபவையாகவும் இருந்தன. அறிமுகமில்லாத, புதுமையான வீதிகளும் கட்டிடங்களும் அவனைக் குழப்பின. தெருக்கள் எங்கும் நிரம்பியிருந்த வெள்ளையர்களின் கூட்டம்- குறிப்பாக ஏழை வெள்ளையர்கள்- அவனை ஒருவகையில் அச்சமூட்டி தன்னுணர்வு கொள்ளச்

செய்தது. ஆனால் எப்போதும் உடனிருந்த அண்ணனின் துணையும், உலகின் மிகச்சிறந்த தலைநகரங்களில் ஒன்றான லண்டனையும் அவர்கள் தங்கவிருக்கும் பல்கலைநகர் வளாகத்தையும் சுற்றிக்காட்டுவதில் அவனுக்கிருந்த ஆர்வமும் திவான்சந்திற்கு பரவசத்தைத் தந்தன. தினாநாத்தைப் பொறுத்தவரை, திவான்சந்த் விரைவாக இயல்பு நிலைக்குப் பழகி, எதிர்கால வணிகத்திற்கான தொடர்புகளைத் திரட்டும் தனது முக்கியமான பணியில் கைகோர்த்துக் கொள்ள வேண்டும் என்பதில் ஆர்வமாக இருந்தான்.

படிப்பு முடிந்ததும், முழுவதுமாக தந்தையின் நிதியில் ஏற்பாடு செய்யப்பட்ட சிறிய நிறுவனம் ஒன்றைத் துவங்கி சில பொருட்களை வியாபாரம் செய்யவும் தொடங்கியிருந்தான் தினாநாத். ஆனால் அவன் இங்கிலாந்தில் தொடர்ந்து தங்குவதற்கான ஒரு அதிகாரபூர்வ காரணமாகவும், இதுவரை சிரமப்பட்டு ஏற்படுத்தி வைத்திருக்கும் நட்புகளை எதிர்கால வணிகத்திற்கான காத்திரமான வாய்ப்புகளாக மாற்றுவதுமே அதன் நோக்கமாயிருந்தது. இந்தத்தொழிலில் உதவுவதற்குத் தம்பி தயாராகாமல் இருந்தது அவனுக்குக் கவலை அளித்தது. இங்கிலாந்திற்குக் கிளம்புவதற்கு முன்பு தனது ஆங்கிலத்தை மேம்படுத்திக் கொள்ள திவான்சந்த் எந்த முயற்சியும் மேற்கொள்ளவில்லை. ஆங்கிலேயர்களின் உடை சார்ந்தோ அவர்களது இசை சார்ந்தோ கூட அவனுக்கு எவ்வித ஆர்வமும் ஏற்படவில்லை. ஆனால் இவற்றையெல்லாம் விரைவிலேயே சரிசெய்துவிட முடியும் என தினாநாத் நம்பினான். தனக்குத் தெரிந்த இந்திய இளவரசர் ஒருவருக்கு உதவியாளாக இருந்த, அனுபவமிக்க, ஆல்ஃப்ரட் என்பவரை திவான்சந்திற்குப் பணியாளாகத் தேர்ந்தெடுத்தான். திவான்சந்த் சற்று முதிர்ச்சியற்றவன் என்றும் எவ்வளவு விரைவாக அவனை அவர் இவ்வாழ்க்கைக்குத் தயார்படுத்துகிறாரோ அத்தனைக்கத்தனை பணப்பலன்களை அவர் பெறமுடியும் என்றும் அவரிடம் கூறினான்.

கடுமையும் ஒழுங்கீனமும் கொண்ட இளவரசனான தனது முந்தைய எஜமானனிலிருந்து மாறுபட்டு பண்பானவனாகவும் விரும்பத்தக்க குணங்கள் கொண்டவனாயும் இருந்த திவான்சந்தின் கீழ் பணியாற்றுவது ஆல்ஃப்ரட்டிற்கு

மகிழ்ச்சியை அளித்தது. இறுக்கமும் பணிவும் நிறைந்தவராயிருந்த ஆல்ஃப்ரட் அடிப்படையில் மிகவும் அன்புமிக்கவர் என்பதை திவான்சந்தும் ஆரம்பத்திலேயே உணர்ந்து கொண்டதால், கத்தியையும் முள்கரண்டியையும் எவ்வாறு கையாளவேண்டும், கைக்குட்டையை எவ்வாறு விரிக்க வேண்டும் போன்றவை குறித்தெல்லாம் அவர் கற்றுக் கொடுத்தபோது- அவற்றின் மீதெல்லாம் அவனுக்குப் பெரிய மரியாதை இல்லாத போதும்- அமைதியாக கவனித்துக் கேட்டுக் கொண்டான். அடிப்படை ஆங்கில வார்த்தைகளில் கூட அவனது உச்சரிப்பை அவர் சரிசெய்த போது அவன் எரிச்சல் எதையும் வெளிக்காட்டிக் கொள்ளவில்லை. திரும்பத் திரும்பக் கேட்டும் கூட தன் குடும்பத்தைப் பற்றி எதையும் பகிர்ந்துகொள்ள விரும்பாத ஆல்ஃப்ரட், ஃப்ரான்ஸின் பதுங்குகுழிகளுக்குள் தன்னுடன் தங்கிப் போரிட்ட வீரர்களைப் பற்றிப் பேசுவதில் ஆர்வம் கொண்டிருந்தார் என்பதை திவான்சந்த் அறிந்து கொண்டான். அவற்றுள் பெரும்பாலான கதைகள் அவர்கள் இருவரையும் இறுதியில் துக்கத்தில் ஆழ்த்துபவையாக இருந்தாலும், அக்கதைகளைச் சொல்வது அவரது துயரத்தைக் கடக்க உதவுகிறது என்பதைப் புரிந்துகொண்ட திவான்சந்த், அவரது வெர்டன் நாட்களைப் பற்றியும் ஸோம் போரை அவர்கள் எவ்விதம் எதிர்கொண்டார்கள் என்பது குறித்தும் அடிக்கடி கேட்பான். கதாபாத்திரங்களைத் தொடர்ந்து கவனித்து நினைவில் கொள்வதன் மூலம் அவன் அவருக்கு மிக நெருக்கமாகியிருந்தான் ("இதே ஃப்ளட்சர்தானே அன்று ஒரு கைவிடப்பட்ட பண்ணையிலருந்து பன்றியின் தலையை எடுத்து சாறு செய்து குடித்தது?") போலவே, ஒரு கட்டத்திற்கு மேல் போருக்குக் காரணமாக நாடுகள் சொல்கிற காரணங்களையெல்லாம் கடந்து தங்களுக்குள் நட்புக்கொண்டு விடுகிற போர் வீரர்களின் - மனித மனங்களின் - துயரங்களையும் அச்சத்தையும் மகிழ்ச்சியையும் தானே உணர்ந்து பார்க்கத் தலைப்படுவான்.

திவான்சந்த் வந்த சில மாதங்களுக்குப் பிறகு ஆல்ஃப்ரட்டை அழைத்த தினாநாத், நாகரீகமும் நாசூக்கும் தேவைப்படும் பொது சந்திப்புகளுக்கு திவான்சந்த் தயாராகிவிட்டானா என விசாரித்தான். தனது எஜமானன் மீது ஆல்ஃப்ரட் அதிக அன்பு கொண்டிராமல் இருந்திருந்தால் அவரைப் பற்றிய

ஒரு கண்டிப்பான மதிப்பீட்டை அவர் வழங்கியிருக்க முடியும். மாறாக, சில ஆசிரியர்களைப் போல, தன் மாணவனை விமர்சிப்பது அவனை விட்டுக் கொடுப்பது போலாகிவிடும் என்னும் தவறான எண்ணத்திற்குள் அவர் சிக்கிக் கொண்டார். திவான்சந்த் குறித்த தன் நல்லெண்ணத்திற்கு அவனது பேச்சுக்கலை மற்றும் நாசூக்கு காரணமல்ல-மாறாக எதிரிலிருப்பவரது வார்த்தைகளை அவன் கூர்ந்து கவனிப்பதும் அவர்களை அணுக்கமாக உணரச் செய்வதுமே காரணம் என்பதை மறந்துவிட்ட அவர், தான் சந்திக்கிற எந்த ஒரு கனவானையும் அவனால் உடனடியாக ஈர்த்துவிட முடியும் என தினாநாத்திற்கு உறுதியளித்தார். இதைக்கேட்ட தினாநாத் கிரிக்கெட் விளையாட்டோடு துவங்கும் ஒரு நண்பர் கூடுகையை ஏற்பாடு செய்தான். இந்திய செல்வந்தர்கள் சிலரின் வாரிசுகள், தனக்கு நன்கு அறிமுகமான இந்திய இளவரசர்கள் (அவர்களது தந்தையர் இறக்கும்போது எத்தனை குண்டுகள் வெடிக்கப்பட்டு இறுதிமரியாதை செய்யப்படுகிறது என்பதன் அடிப்படையிலும் அதன்பிறகு இவர்கள் ஏற்கப்போகும் பதவியின் அடிப்படையிலும் அவர்களுக்கான முக்கியத்துவத்தை நாம் அளவீடு செய்து கொள்ளலாம் என திவான்சந்திற்கு தினாநாத் விளக்கினான்) மற்றும் சில ஆங்கிலேய நண்பர்களை அக்கூடுகைக்கு அழைத்திருந்தான். அந்த ஆங்கிலேய நண்பர்களில் சிலர் நேரம் வரும்போது மதிப்பு வாய்ந்த பல பதவிகளை அலங்கரிக்கப் போகிறவர்களாகவும், வேறுசிலர் அத்தனை புகழ் இல்லாவிட்டாலும் அக்குறையைப் போக்கும் அளவிற்குப் பணம் படைத்தவர்களாகவும் இருந்தனர். இந்த சந்திப்பானது தன்னை இந்தப் புதிய நாட்டின் பழக்கவழக்கங்களுக்கு அறிமுகப்படுத்துவதற்காக ஏற்பாடு செய்யப்பட்டிருக்கும் ஒரு சம்பிரதாயமான கூடுகை என்று எண்ணிக்கொண்டிருந்த திவான்சந்திடம், “இவர்கள் அனைவரது நன்மதிப்பையும் நீ பெற வேண்டியது மிக முக்கியம்” என்று கூறினான் தினாநாத்.

சுயமரியாதையும் கௌரவமும் நிறைந்த தன் அண்ணன், கூடுகைக்கென சிறப்பாக அமைக்கப்பட்டிருந்த வெண்ணிற அரங்கிற்குள் விருந்தினர்கள் வருகை புரிந்ததும், அவர்கள் முன் காரியக்கிறுக்கனாக போலியாக நடந்துகொண்டதைக் கண்டு திவான்சந்த் அதிர்ச்சி அடைந்தான். மாறிமாறி

ஒவ்வொருவரிடமும் வலியச் சென்று பேசி, சிறிய விஷயங்களுக்கெல்லாம் அலட்டிக் கொண்டு, வேடிக்கையற்ற கருத்துக்களுக்கெல்லாம் சிரித்து, தகுதியில்லாமல் புகழ்ந்து, ஏற்றுக்கொள்ளப்படாத நெருக்கத்தை வெளிப்படுத்த முயன்று அலைபாய்ந்து கொண்டிருந்தான் அவன். இந்த முக்கியமான விருந்தினர்கள் தன் அண்ணனை பல முறை அதிருப்தியுடன் நோக்கியதையும், அவனது புகழ்ச்சியும் நகைச்சுவையும் சரியாக எடுபடாத போது ஒருவரை ஒருவர் அர்த்தத்துடன் நோக்கி நகைத்துக்கொள்வதையும் திவான்சந்த் கவனித்தான்.

உடலளவிலோ மனதளவிலோ ஒருபோதும் விளையாட்டு வீரனாய் உணர்ந்திராத திவான்சந்த், கட்டாயத்தின் பேரில் சென்று ஆடிய கிரிக்கெட் அவனுக்கொரு பேரழிவாய் முடிந்தது. ஆல்ஃப்ரட்டின் அறிவுரைகளனைத்தையும் மறந்து மட்டையை ஒரு நடைத்தடியைப் போல அவன் தளர்வாகப் பிடித்ததில் பந்து நேராகச் சென்று ஸ்டம்பைத் தாக்கி முதல் பந்திலேயே ஆட்டமிழந்தான். தனது தந்தையின் துணைப்பதவிகளில் ஒன்றான ஏர்ல்(Earl) பட்டத்தைத் தனக்குச் சூட்டிக்கொண்டவனும் அடுத்த ட்யூக்(Duke) ஆகவிருப்பவனுமாகிய பந்துவீச்சாளன், "சின்னப்பயலே, கெட்ட நேரம்டா உனக்கு" எனக்கேலி செய்தபடி நண்பர்களைத் திரும்பிப் பார்த்தான். மிகமோசமானதாகவும் குறுகியதுமாய் அமைந்துவிட்ட திவான்சந்தின் ஆட்டத்தை எண்ணி ஏற்கனவே அவர்கள் வெடித்துச் சிரிக்க ஆரம்பித்திருந்தனர். திவான்சந்தின் கையிலிருக்கும் மட்டையைச் சிறிதும் பொருட்படுத்தாமல் நேராய்ச் சென்று பந்து நடு ஸ்டம்ப்பைத்தாக்கியதை பார்வையாளர் பகுதியிலிருந்த கண்ட தினாநாத்தின் மனம் சோகத்தில் அமிழ, தான் மிகப்பெரிய தவறைச் செய்துவிட்டோம் என உணர்ந்தான். ஆல்ஃப்ரட்டின் கண்களைக் காண அவன் திரும்பியபோது அவரது பார்வை மைதானத்தில் நிலைத்திருக்க, எப்போதும் சாந்தமாகக் காணப்படும் அவரது நெற்றி கோபத்தில் சுருங்கியிருந்தது.

திட்டமிட்டு ஆடிய விவேகமான ஆட்டத்தின் வாயிலாக ஏர்ல் அணி வெற்றி பெற்ற பின்பு மாலையில் மீண்டும் அனைவரும் அரங்கத்தில் குழுமிய போது திவான்சந்தே முக்கிய கேலிப்பொருளாகியிருந்தான். அவற்றில் வெகுசில மட்டுமே

நட்புரீதியிலானவை. உள்ளுக்குள் பொங்கிய ஆத்திரத்துடனும், தன்னை அவ்வப்போது மிரட்டுகிறபடி பார்த்துக்கொண்டும் கண்டுகொள்ளாமல் நடந்துகொண்டும் இருந்த அண்ணன் மீது ஏற்பட்ட கோபத்துடனும் திவான்சந்த் அளவிற்கதிகமாக மது அருந்தினான். தன்னைக் கட்டுப்படுத்திக்கொள்ள முடியாத அளவிற்கு திவான்சந்த் குடித்திருப்பதைக் கண்ட ஆல்ஃப்ரட் அவனைக் கைத்தாங்கலாக அழைத்துச் சென்று அமெரிக்க ஜாஸ் இசைக்கோர்வை ஒன்று ஒலித்துக்கொண்டிருந்த மேஜை அருகே அமர வைத்தார். குடியினால் கவனம் சிதறியிருந்த திவான்சந்த், ட்ரம்பட் இசை தந்த வெம்மையில் தனது கோபம் கொஞ்சம் கொஞ்சமாக உருகுவதைக் கவனித்தான். இசைக்குழுவை நோக்கித் திரும்பி அமர்ந்தவன், அளவிட முடியாத போதையிலும் தன்னால் இயன்ற அளவிற்கு கவனம் அனைத்தையும் ஒன்று திரட்டி இசையைக் கவனிக்கத் தொடங்கினான். விரும்பியபடி சட்டென்று அங்கிருந்து கிளம்பிச் செல்லும் சுதந்திரம் மறுக்கப்பட்டிருந்த அவன், மனதளவிலேனும் அங்கிருந்து அகலும் பொருட்டு அந்த இசையில் ஆழ்ந்து கவனம் செலுத்தத் துவங்கியதும் பல்வேறு இசைக்கருவிகளின் ஒலி அவனது உடலினூடாக அதிர்வதை உணர்ந்தான். நீண்டு ஒலித்த பாஸ் கருவியின் நாணோசை வயிற்றுக்குள் அதிர்வுற, லயத்துடன் ஒலித்த மெல்லிய ட்ரம்ஸ் இசை அவனது கழுத்தினை மேலும் கீழுமாக அசையச் செய்தது. இவை இரண்டையும் தாண்டி ட்ரம்பட்டின் இசை காதுகளுக்குள் மெலிதாகவும் அடர்த்தியாகவும் இயைந்து இறங்க பரவசத்திற்காட்பட்ட அவன் மனம் மேலெழும்பிப் பறந்தது. உடலுக்குள் ஏற்பட்ட அதிர்வு கரத்தினூடாகக் கடந்து விரல்களைக் கூசச் செய்தது. தன்னிச்சையாக எழுந்து இசைக்கேற்றவாறு மெலிதாக நடனமாடத் தொடங்கியவன், ஏற்கனவே ஆட முடிவு செய்திருந்த ஜோடியொன்றின் பாதையில் தான் குறுக்கிடுகிறோம் என்பதை கவனிக்காமல் விட்டுவிட்டான்.

இதனால் ஏற்பட்ட கூச்சலைக் கேட்டுத் திரும்பிய ஏர்ல், "ம்.. கிரிக்கெட் ஆடின அதே மாதிரி, சிறப்பா நடனமும் ஆடறான் இவன்" என்றான். வேறு யாரும் சுதாரித்துத் தடுக்கும் முன்பாகவே பாய்ந்து ஏர்லின் சட்டையைக் கொத்தாகப் பற்றிய திவான்சந்த், "எப்படி நடனமாடனும்னு நான் உங்க

அம்மாவுக்குச் சொல்லிக் குடுப்பேண்டா” என்று எகிறினான். அதிர்ஷ்டவசமாக இதை அவதி மொழியில் அவன் சொன்னதால், அங்கிருந்த ஒரே ஒரு இந்திய இளவரசனைத் தவிர வேறு யாருக்கும் அது புரியவில்லை. மேலும் நல்வாய்ப்பாக, இச்சூழல் அனைத்தாலும் வெகுவாகக் குழம்பியிருந்த அந்த இளவரசன் திவான்சந்தின் இந்த வார்த்தைகளை அங்கிருந்தோருக்கு ஆங்கிலத்தில் மொழிப்பெயர்க்க வேண்டாமென முடிவும் செய்தது திவான்சந்திற்கு மேலும் நன்மையாயிற்று.

“கையை எடுடா கறுப்பின நாயே” என அங்கிருந்த வெள்ளையர் கறுப்பினர் அனைவருக்கும் நன்றாகப் புரிகிற ஆங்கிலத்தில் தன் வசையை உதிர்த்த ஏர்ல், திவான்சந்தின் மணிக்கட்டைப் பற்றி பின்னால் தள்ளிய வேகத்தில் சில அடி தூரம் சென்று கீழே விழுந்தான் திவான்சந்த். ஒரு கணம் எல்லாமும் ஸ்தம்பித்து கனத்த அமைதி நிலவ ஒவ்வொருவராக அங்கிருந்து கிளம்ப ஆரம்பித்தனர். ஒருவருக்கும் விடைகொடுக்கவும் கூட முடியாதபடி விக்கித்து கண்கள் வெறிக்க நின்றான் தினாநாத்.

மறுநாள் காலை தினாநாத்தைச் சந்தித்த ஆல்ஃப்ரட் தன் ராஜினாமாக் கடிதத்தைச் சமர்ப்பித்தார்.

கடிதம் முழுவதையும் கவனமாகப் படிப்பதுபோல் சற்று நேரம் பார்த்துக் கொண்டிருந்துவிட்டு அதை அவரிடம் திரும்பக் கொடுத்த தினாநாத், “திவான்சந்த் பற்றிய உங்க மதிப்பீட்டில மட்டும் நீங்க இன்னும் கொஞ்சம் கவனமா இருந்திருந்தா, நடந்து போன அத்தனையையும் தவிர்த்திருக்கலாம். ஆனாலும் ஏர்லுடைய சட்டையைப் பிடிச்சு இழுத்தது நீங்க இல்லையே! உங்களுக்கு எதுக்காக தண்டனை தரணும்?” என்றான்.

“உங்கள் பெருந்தன்மைக்கு நன்றி சார்” எனப் பதிலளித்தார் ஆல்ஃப்ரட்.

“பிறகு, உங்களுக்கு நான் இன்னொரு வேலை வச்சிருக்கேன். இவ்ளோ நாள் நீங்க பார்த்து, தோல்வியடைஞ்ச அந்த வேலை மாதிரி இல்ல. வேற வேலை.” என்றான் தினாநாத். தான் அஞ்சிக்கொண்டிருந்த தண்டனையிலிருந்து விடுவித்ததற்கான

நன்றியுணர்வுடன், “என்ன வேலை சார் அது?” என வினவினார் ஆல்ஃப்ரட்.

“எவ்வளவு நாள் திவான்சந்த் இங்கிலாந்தில தங்கினாலும் அவ்வளவு நாளும் அவனுக்கு எந்தப் பிரச்சனையும் வராம பார்த்துக்க வேண்டியது உங்க பொறுப்பு.” என்றான் தினாநாத்.

ஒரு மாதத்திற்குப் பிறகு திவான்சந்தும் ஆல்ஃப்ரட்டும் கேம்ப்ரிட்ஜிற்குச் சென்று ஒரு சுமாரான அறையை எடுத்துத் தங்கிய பின்பு, திவான்சந்த் கல்லூரிக்குச் செல்லத் துவங்கினான். சிரமப்பட்டுக் கட்டியெழுப்பித் தற்போது தகர்ந்துபோய்விட்ட தன் அந்தஸ்த்தை மீண்டும் நிலைநிறுத்த மேற்கொண்ட பல முயற்சிகளும் தோல்வியில் முடிந்ததால், சில மாதங்களுக்குப் பிறகு தினாநாத் தனது வியாபாரத்தை மூட்டைகட்டிவிட்டு ஊருக்குத் திரும்பினான்.

திவான்சந்த் ஆங்கிலம் தேர்ந்து படித்தான். வகுப்புகளுக்குச் சென்றும், ஆசிரியர்களை முறையாகச் சந்தித்தும், பாடத்திட்டத்தில் இருந்தவற்றையெல்லாம் படித்தும் கூட அவனது இதயம் படிப்பில் முழுமையாக ஈடுபடவில்லை. வெளித்தோற்றத்திற்கு அணுக்கமான விரும்பத்தக்க நபராகவும், சமயங்களில் தனது நண்பர்களுடன் பிடித்தமான மது விடுதிகளில் மது அருந்தவோ படகுச் சவாரிக்கோ செல்பவனாகவும் இருந்தபோதும் அவனுள்ளில் அவனைத் தொந்தரவு செய்கிற இறுக்கம் ஒன்று இருந்துகொண்டே இருந்தது. முன்பு போல் தன்னுடனான உரையாடல்களில் அவன் தன்னிச்சையான ஆர்வம் கொண்டிருக்கவில்லை என்பதை ஆல்ஃப்ரட்டும் கண்டுகொண்டார். தற்போதும் ஆல்ஃப்ரட்டின் கதைகளைக் கவனித்தான் எனினும், தானே முன்வந்து கதைகூறும்படி கேட்கவோ, கதாபாத்திரங்கள் குறித்து மேலும் விசாரிக்கவோ இல்லை என்பதால் அவரும் சிறிது சிறிதாக கதை சொல்வதைக் குறைத்துக் கொண்டு வீட்டு வேலைகளை மட்டும் கவனிக்க ஆரம்பித்தார்.

கேம்ப்ரிட்ஜ் வந்த முதல் சில வாரங்களுக்கு திவான்சந்திற்கு தன்னைப் பராமரித்து வளர்த்த சதேயியுடன் பேச வேண்டும் எனவும் அவளுக்குக் கடிதம் எழுத வேண்டும் எனவும் தோன்றியது. ஆனால் எழுதப்படிக்கத் தெரியாத அவளுக்கு

என்ன எழுதுவது என்றும் அக்கடிதங்களை அவளுக்கு வாசித்துக் காட்டுகிறவர்கள் அதனை மோதிசந்திடம் எப்படிப் பொருள்படுத்திக் கூறுவார்கள் என்றும் தெரியவில்லை. இறுதியாக சதேயியிக்கு தன் வாழ்வில் இனி பெரிய இடமொன்றுமில்லை என்பதை தன்னையும் மீறி ஒப்புக்கொள்வதன் மூலம் அவளுக்குக் கடிதம் எழுதும் எண்ணத்தைக் கைவிட்டான். அவன் இந்தியாவிற்குத் திரும்பும்போது அவள் தன் தந்தையின் வீட்டில்தான் இருப்பாள் எனினும் அவனது சிறுவயதில் அவனுக்காகப் பாடல்கள் பாடிய சதேயியாக இருக்கமாட்டாள். இவனும் ஒருபோதும் மீண்டும் அந்தக் குழந்தையாக மாறப்போவதில்லையே. உறவுகளின் நிலையாமையை ஒப்புக்கொள்வதன் மூலமாக மட்டுமே ஒருவர் வாழ்வை எதிர்கொள்ளத் தேவையான மன அமைதியையும் வலிமையையும் பெற முடியும் என்றாலும் அப்படி ஒப்புக்கொள்வது எல்லா சமயங்களிலும் பலனளிப்பதில்லை. சதேயியிடமிருந்து தான் பெற்றுக்கொள்ள முடிகிற அத்தனையையும் தான் ஏற்கனவே அவளிடமிருந்து பெற்றாயிற்று என்கிற எண்ணம் அவனுக்குத் தன் அண்ணன் மீதான கோபமாகத் திரும்பியது.

யாரோ ஒருவன் என்னை அவமதிக்க தினாநாத் எப்படி அனுமதிக்கலாம்? ஏன் ஒரே ஒரு முறையேனும் என்னைச் சமாதானப்படுத்தியிருக்கவோ நடந்தது தவறு என்று வருந்தியிருக்கவோ கூடாது? அன்று நடந்த நிகழ்வுகளுக்காக எப்படி அவன் தனது சொந்த சகோதரனிடம் கோபம் கொள்ளலாம்? இக்கேள்விகளுக்கெல்லாம் பொருத்தமான பதில்களை உடனடியாகக் கூறுமளவிற்கு வயதும் மனமுதிர்ச்சியும் திவான்சந்திற்கே இருக்கிறதுதான். என்றாலும், அன்று ஏர்ல் உடனான நிகழ்வுகளின் பொருட்டு தனக்குத் தோன்றிய கோபமானது, அன்னையைக் கொன்றதாக தினாநாத்தால் குற்றம் சாட்டப்பட்டதற்காக பல ஆண்டுகளாக மனதிற்குள் சிவந்து கொதித்துக் கொண்டிருக்கும் எரிமலைக் குழம்பிலிருந்து உந்தித் தள்ளப்பட்டதென்பதை அவனால் ஒப்புக்கொள்ள முடியவில்லை. அந்த எரிமலையின் மீது அவன் தெளித்த விளக்கங்களெல்லாம் மேற்பரப்பிலேயே ஆவியாகிவிட உள்மனது தொடர்ந்து கோபத்தினால் கொதித்துக் கொண்டே இருந்தது. விளைவாக, தினாநாத்

இங்கிலாந்தில் இருந்த நாட்களில் தனக்குக் கிடைத்த வார விடுமுறை மற்றும் தொடர் விடுமுறைகளில் லண்டனுக்குச் சென்று அவனைக் காண்பதை திவான்சந்த் தவிர்த்து விட்டான். தான் சிரமப்பட்டுக் கட்டமைத்த வியாபார வெளி அனைத்தும் திவான்சந்தின் முட்டாள்தனத்தால்தான் பாழாகிவிட்டதென்பதை தனது நடவடிக்கைகள் மூலம் வெளிப்படுத்தினாலும், வெளிப்படையாக திவான்சந்தைக் குற்றம் சாட்டாமல் இருப்பதன் மூலம் அதை எதிர்த்து வாதிடுவதற்கான வாய்ப்பையும் கூட அவனுக்கு வழங்காத தினாநாத்தின் மீதிருந்த அன்பனைத்தும் வடிந்துபோனது திவான்சந்திற்கு. தன்னைப்பார்க்க கேம்ப்ரிட்ஜ்ற்கு தினாநாத் வந்தபோது திவான்சந்த் மரியாதையாகத்தான் நடந்துகொண்டான் எனினும் மிகவும் இறுக்கமாகவே இருந்தான். வெளிப்படுத்தவே முடியாமல் உள்ளுக்குள்ளேயே கிடந்த அவனது கோபம் தினாநாத்தை நேரில் பார்க்கும்போதோ அவனது கடிதங்களைப் பெறும்போதோ சற்றே தலைதூக்குவதும் பின்பு ஏமாற்றத்துடன் அடங்கிவிடுவதுமாய் இருந்து, இறுதியில் செயலற்றுப் போனது. கடைசியாக தினாநாத் இங்கிலாந்தை விட்டுச் சென்றதும் வெளிப்படுவதற்கான வாய்ப்பு கிஞ்சித்தும் இன்றி அந்தக் கோபம் மடிந்தே போனது.

ஒருநாள் காலை உறக்கத்தில் இருந்து எழுந்ததும், தந்தைக்குக் கடிதம் எழுத வேண்டும் எனத் தோன்றியது திவான்சந்திற்கு. தனது கல்வி பற்றியும் செலவினங்கள் பற்றியும் இதுவரை எழுதிவந்த வழக்கமான கடிதங்கள் போலல்லாது வேறு மாதிரியான கடிதம். தனது ஆர்வங்கள் எண்ணங்கள் உணர்வுகள் எதுபற்றியும் அவர் இதுவரை அவனைப் பேசவிட்டதேயில்லை என்றும் அவை பற்றியெல்லாம் அவருக்கு ஒன்றுமே தெரியாதென்றும் இந்நிலை நிச்சயம் மாற வேண்டுமென்று தான் நினைப்பதாகவும் எழுத நினைத்தான். ஒரு தந்தைக்கும் மகனுக்குமான உறவானது எப்படி இருக்க வேண்டும் என்பது குறித்த தர்க்க ரீதியாக வாதத்தை நிதானமான தொனியில் அவருக்கு எழுத வேண்டுமென விரும்பினான். ஆனால் இந்த முடிவானது ஒரு குழந்தைத்தனமான கேவலில் கரைந்து காணாமல் போய்விட்டது. கண்டிப்பு நிறைந்தவராய் எப்போதும் விலகியே இருக்கும் தன் தந்தையிடம் தன்னால் உரையாட முடிந்த ஒரே தொனி அந்தக்கேவல்தானோ என்றும் கூட

அவனுக்குத் தோன்றியது. ஒவ்வொரு மாலையும் திரும்பத் திரும்பக் கடிதங்கள் எழுதுவதும் திருப்தியின்றி அவற்றைத் தீயிலிடுவதுமாய் இருந்த அவன், ஒருநாள், தன்னால் தன் மனதில் உள்ள விஷயங்களை அதன் அத்தனை வலிமையோடு தன் சுயமரியாதைக்குக் கீழ்மை விளையாத ஒரு தொனியில் ஒருபோதும் சொல்லவே முடியாதென்பதை ஒப்புக்கொண்டான்.

அதன்பிறகு சில வாரங்களுக்கு திவான்சந்த் மேலும் மேலும் தனக்குள் ஒடுங்கிக் கொண்டே சென்றான். வகுப்பறைகளை அவ்வப்போது தவிர்ப்பதும், நண்பர்களின் அழைப்பை ஏற்றுக்கொண்டாலும் பின்பு அங்கு செல்லாமல் விடுவதுமென இருந்தான். ஒருநாள், தான் மிகக் குறைவாகவே அறிந்து வைத்திருந்த, முகம் கூட சமயங்களில் நினைவுக்கு வராத தாயைப் பற்றி தன் மனம் எண்ணிக் கொண்டிருப்பதைக் கவனித்தான். அவர் ஏற்கனவே இறந்து விட்டதால், சதேயியிடம் என்ன சொல்வது எனக் குழம்பியது போல் தற்போது குழம்பத் தேவையில்லை எனினும் அவன் மனம் தானாகவே அவரிடம் பேசுவதற்கான வாக்கியங்களை அமைத்துக் கொண்டிருந்தது. அண்ணனின் நடத்தையைப் பற்றிக் குறை கூறி, தன்னை பாசத்திற்குத் தகுதியில்லாத ஒரு இரண்டாம்பட்சக் குழந்தையாக நடத்தியதற்காக அவரை கண்டித்துக் கொண்டிருந்தது. தந்தையிடம் பேசுமாறும், அவரைப்போலவே உருவாக விரும்பும் தினாநாத் போலில்லை என்பதற்காக திவான்சந்திற்கு தந்தையின் மீது அன்பில்லை என்றாகிவிடாது என்றும் அவரது ஆசி அவனுக்குத் தேவையில்லை என்று பொருளாகிவிடாது என்றும் கூறச் சொன்னான். தாயுடனான இந்த உரையாடல் சில நாட்களுக்கு அவனுக்குள்ளே நிகழ்ந்துகொண்டே இருந்த போதுதான் மாத்யூ அர்னால்ட்ன் கவிதை ஒன்றை அவன் வாசிக்க நேர்ந்தது. அக்கவிதையின் ஒரு பத்தி

இப்படியான உன் வருகைகள் ஒருபோதும் பலனளிப்பதில்லை

இப்போது நீ வா, நிஜமாகவே வா.

எனது கூந்தலை விலக்கி என் நெற்றியில் முத்தமிடு

என் கண்ணா– நீ ஏன் துயருறுகிறாய் எனச் சொல்!

என்றிருந்தது.

முதல் பத்தியில் கட்டமைக்கப்பட்டிருந்த தாளத்தைப் பின் தொடர்ந்தவாறு இயந்திரகதியில் இந்தப் பத்தியைக் கிட்டத்தட்ட வாசித்து முடிக்கப் போகையில்தான் தன் இதயம் அந்த வரிகளை வாசித்ததில் சத்தமாகவும் வேகமாகவும் துடிப்பதை உணர்ந்தான். அவனது கண்கள் இலக்கற்றுப் பாய, நாடி தன் இறுக்கத்தைத்- அது அத்தனை இறுக்கமாய் இருந்ததை அவன் உணரவேயில்லை- தளர்த்தியது. வலுக்கட்டாயமாகப் புத்தகத்தை மூடியவன் எழுந்து ஜன்னலருகே சென்று வெளியே பார்த்தான். தெளிந்த நீல வானத்தைக் கொண்டிருந்த ஒரு முன்காலைப் பொழுது அது. வெளியே தெரிந்த பசுமையின் குறுக்காக பிரகாசமிக்க சிவப்பு மற்றும் மஞ்சள் மலர்ப்படுகைகளினூடே கைகளில் கத்தரிக்கோலுடன் தலைகுனிந்திருந்தார் ஒரு தோட்டக்காரர். மலர்ப்படுகையினை ஒட்டியவாறே நடந்தபடி ஒவ்வொரு இரண்டடிக்கும் நிதானித்து வாடியிருந்த மலர்களைக் கத்தரித்துக் கொண்டிருந்த அந்தத் தனித்த உருவத்தின்மீது பார்வை நிலைத்திருக்க திவான்சந்த் தொடர்ந்து அங்கேயே நின்றுகொண்டிருந்தான். சற்றுக்கழித்துத் திரும்பிய திவான்சந்த் புத்தகத்தை வைத்திருந்த இடத்தை நோக்கிச் சென்றான். புத்தகத்தைக் கையில் எடுத்தவன் வாசித்துக்கொண்டிருந்த கவிதையை நோக்கி பக்கங்களைத் திருப்பினான். குறிப்பிட்ட பக்கத்தை நெருங்க நெருங்க அவனது நெற்றி வேகமாகத் துடிப்பதை உணர்ந்தான். அதோ அங்கே இருக்கின்றன அந்த நான்கு வரிகள்- முதல் தொடுகையிலேயே ஒரு மின்கம்பியைப் போல அவனது உடலின் ஒவ்வொரு நரம்பையும் அதிர்வுறச் செய்த அந்த நான்கு வரிகள். கயிற்றின் மேல் நடக்கிற ஒருவனைப் போல மிகக் கவனமாக அப்பத்தியின் மற்ற வார்த்தைகளையெல்லாம் தவிர்த்துவிட்டு முதல் வார்த்தையை மட்டும் பார்த்தான். ஒரு சொற்றொடரோ, நிறுத்தக்குறியோ ஒரு வார்த்தையோ கூட அவனைப் பதட்டத்திற்குள்ளாக்கி கணக்கிட முடியாத ஒரு ஆழத்திற்குள் தள்ளிவிட்டுவிடக் கூடும்.

அவன் வாழ்வில் ஒருபோதுமே வந்திராத அந்த 'நீ' யார்? அவனது அன்னையா? தந்தையா? ஒருவேளை அது அவனது அண்ணனா? ஆனால் இந்த மூன்று பேரில் இருவர் இப்போதும் இவனுடன் இருக்கிறார்கள்! இன்னொருவரைப் பற்றியோ அவனுக்குக் கொஞ்சமும் தெரியாது. எனில் அது எப்படி இந்த மூவரில் ஒருவராய் இருக்க முடியும். ஒருவேளை அந்த

முதல் வரியில் குறிப்பிடப்படுகிற அவரை இவன் ஒருபோதும் கண்டதில்லையோ, அவர் உயிருடன் இருக்கிறாரா இல்லையா என்பது குறித்துக் கூட அவனுக்குத் தெரியாதோ? ஆனால் இவன் ஒருபோதும் அறியாத ஒருவரை, இன்னும் வரவில்லை என எப்படிச் சொல்ல முடியும்? யாரென்றே தெரியாத, உயிருடன் இருக்கிறார்களா என்று கூட அறியாத ஒருவரால், எப்படி கனவுகளில் – அது எத்தனை இருள் சூழ்ந்த இரவின் தாளவொன்னாத்துயரத்தில் விளைந்த கனவாயிருப்பினும் – வரமுடியும்? இவனது உடல் அந்தத் தொடுகைக்காக எத்தனை ஏங்கியது – கூந்தலை விலக்கி நெற்றியின் குறுக்காகப் பயணிக்கும் அந்தக் கை, மென்மையும் வெம்மையுமான அந்த உதடுகள் நெற்றியிலிடும் முத்தம்! அந்தக் குரல் – இனிமையும் பெருமையும் நிறைந்த அந்தக் குரல்! அந்தச் சொல் – என் கண்ணா என்கிற அந்தச் சொல்! மற்றும் அந்தக் கேள்வி. வாழ்நாள் முழுவதும் அவன் காத்துக்கொண்டிருந்த அந்தக் கேள்வி, மாத்யூ அர்னால்ட்ன் கவிதையில் – உலகிலேயே கூர்மையான ஆயுதத்தால் உண்டாக்க முடிகிற உள்ளதிலேயே ஆழமான காயத்தைப் போலக் கவிதையைக் கையாளக்கூடிய அவரது கவிதையில் - அந்த வரிகளைக் கடக்கும்வரை தான் அப்படி ஒரு கேள்விக்காகத்தான் காத்துகொண்டிருக்கிறோம் என்பது கூட அறியாமல் யாரேனும் தன்னிடம் கேட்க வேண்டும் என்பதற்காக அவன் பொறுமையாகக் காத்துக்கொண்டிருந்த அந்தக் கேள்வி. "ஏன்? ஏன்? நீ ஏன் துயருறுகிறாய்?" தன்னை ஒருபோதும் சந்தித்திராவிட்டாலும் கூட தன்னைப் பற்றி நன்றாக அறிந்திருந்த கவிஞர் அர்னால்டிடம் இக்கேள்விக்கு என்ன பதில் சொல்வதென அவனுக்குத் தெரியவில்லை. ஒரு வேளை அது கவிஞர் அர்னால்டாக இல்லாமல் வேறெவராக இருந்தாலும் கூட, அவனுக்கு அதற்கான பதில் தெரியவில்லை. இல்லை, அவன் இந்தக் கேள்விக்கு பதில் சொல்லத்தேவையில்லை. அந்தக் கேள்வி கேட்கப்பட வேண்டும் என மட்டுமே விரும்பினான். யாரேனும் ஒருவர் தன்னிடம் அந்தக் கேள்வியைக் கேட்க வேண்டும் என்று மட்டுமே அவன் விரும்பினான்.

இரவு உணவிற்கு திவான்சந்த் வரவில்லையே என அவனது அறைக்கு வந்த ஆல்ஃப்ரட் அங்கே அவன் தலையைப் படுக்கையில் சாய்த்தவாறு தரையில் சரிந்திருப்பதைக்

கண்டார். மாத்யூ அர்னால்ட்ன் புத்தகம் அவனுக்கு அருகில் கிடந்தது. புத்தகத்திலிருந்து கிழிக்கப்பட்ட ஒரு பக்கத்தின் தூள்தூளான காகிதங்கள் அவனருகே கிடந்தன. ஆல்ஃப்ரட் மென்மையாக அவனைச் சற்று உலுக்கியதும் அதிர்ந்து எழுந்தான். இதுவரை பார்த்ததே இல்லை என்பதைப் போல ஆல்ஃப்ரட்டைப் பார்த்தவன், தான் எங்கே இருக்கிறோம் என்பது நினைவில்லாதது போல அறையைச் சுற்றிலும் பார்த்தான். இறுதியாக, தன்னுணர்வு பெறுவது போல் நீண்ட பெருமூச்செறிந்தான். கைகளைக் கோர்த்து நெற்றிக்குக் கொணர்ந்தவன் கண்களை மூடி ஆல்ஃப்ரட்டிற்குப் புரியாத ஒரு மொழியில் எதையோ சொன்னான். அந்த மொழி ஹிந்தியை ஒத்திருந்தது என்பதை ஆல்ஃப்ரட்டால் கண்டுகொள்ள முடிந்தாலும் அவன் சொன்ன ஒற்றை வார்த்தையைக் கூட அவரால் புரிந்துகொள்ள முடியாத அளவிற்கு அது ஹிந்தியிலிருந்து வேறுபட்டும் இருந்தது.

திவான்சந்த் கண்களைத் திறக்கும் வரை காத்திருந்தவர், “எதுவும் பிரச்சனையா சார் உங்களுக்கு?” என வினவினார்.

“அதெல்லாம் ஒண்ணுமில்ல ஆல்ஃப்ரட்” கண்களில் மர்மத்துடன் மந்தகாசமான புன்னகை ஒன்று தவழ, “நான் நல்லாருக்கேன் ஆல்ஃப்ரட். ரொம்ப ரொம்ப நல்லாருக்கேன்” என்றான்.

“இரவுணவை எடுத்துக்கொள்ளவில்லையா திரு. திவான்சந்த்?” வினவினார் ஆல்ஃப்ரட்.

“இல்லை ஆல்ஃப்ரட்.” என்ற திவான்சந்த், “எனக்கு இப்போ சாப்பிட வேண்டாம். கொஞ்சம் பேசணும் நான்” என்றான்.

“சொல்லுங்க சார். நான் கேட்டுக்கிட்டுத்தான் இருக்கேன்.”

கால்களை மடித்து நிமிர்ந்து அமர்ந்து கொண்ட திவான்சந்த், “மனதில் நீடித்திருக்கும்படி இனிமை கொண்ட கனவொன்று கண்டேன்” என்றான். “அது ஒரு இருள்சூழ்ந்த போர்க்களம். தொலைவில் துப்பாக்கிகள் திமிறி குண்டுகள் பொழியும் ஓசை கேட்கிறது. எத்தனையோ முறை நீங்கள் விவரித்துள்ளதுபோல ஒரு பதுங்குகுழிக்குள் பனிச்சகதிக்குள் நான் மல்லாந்திருக்கிறேன். அழுக்கான

முகங்களுடன் மூலையில் பதுங்கியிருக்கும் ஆங்கில வீரர்கள் நடுங்கிக் கொண்டிருக்கிறார்கள். எனக்கருகில் இருக்கும் ஒரு மரப்பெட்டியில் யார் அமர்ந்திருக்கிறார் தெரியுமா? வேறு யாருமல்ல. இந்த உலகத்தின் காவலரான ஸ்ரீராமர்தான் அது. தனது நீல உடலும் குளிரையும் பொருட்படுத்தாது அதில் வெறும் ஒரு மஞ்சள் வேட்டியுமாய் அவர் அங்கே அமர்ந்திருக்கிறார். கைகளால் முகத்தைத் தாங்கியபடி இருக்கும் அவரது கண்களிலிருந்து கண்ணீர் வழிகிறது. கழுத்தை நிமிர்த்தி என்னை நோக்கி கரங்களை நீட்டும் அவர் – ஸ்ரீராமர்- சொல்கிறார்,

"உன் அன்னையின் ஒற்றைப் புதல்வன் நீ. அவள் வாழ்வின் அச்சாரமும் நீயே. எனது கரங்களில் உன்னை ஒப்படைத்தபோது நான் உனக்கு எல்லா மகிழ்ச்சியையும் உலகின் எல்லா நலன்களையும் வழங்குவேன் என அவள் நம்பினாள். இப்போது நான் அவளுக்கு என்ன பதில் சொல்வேன். எழுந்திரு தமையனே, எழுந்து என்னிடம் பேசு."

ஆனால் நானோ அங்கு ஒரு பிணத்தைப் போல் அசையாமல் படுத்திருக்கிறேன். ஒரு வேளை நான் இறந்திருந்திருக்கலாம். அல்லது, நீங்கள் என்னை எழுப்பாமல் இருந்திருந்தால், இன்னும் சில நிமிடங்களில் ஹனுமன் கொண்டு வருகிற சஞ்சீவி மருந்தை அருந்தி நான் உயிர்த்திருந்திருப்பேன். ஆனால் ஹனுமன் வந்து எனை உயிர்ப்பித்து நான் என் அண்ணனை அணைத்துக்கொள்ளும் முன்பு நீங்கள் என்னை எழுப்பிவிட்டீர்கள் ஆல்ஃப்ரட்."

நெகிழ்ச்சியும் குழப்பமும் வருத்தமும் அடைந்த ஆல்ஃப்ரட், "என்னை மன்னித்துவிடுங்கள் திரு. திவான்சந்த்" என்றார். ஒருவர் உறக்கத்தில் நிகழ்கிற கனவில் இடையூறு செய்வதற்கெல்லாம் யாரும் பொறுப்பேற்க முடியாதென்பதை அறிந்தாலும், "தெரியாமல் செய்துவிட்டேன்" என்றார்.

"சேச்சே, ஆல்ஃப்ரட்" அவரது கரங்களை எடுத்துத் தன் இரு கரங்களுக்குள் வைத்துக்கொண்ட திவான்சந்த், "தயவுசெய்து மன்னிப்புக் கோராதீர்கள் என் நண்பரே. நான் உங்களைக் குற்றம் சாட்டவில்லை. இந்தக் கனவு அந்த நொடியில் துண்டிக்கப்பட்டது குறித்து நான் வருந்தவுமில்லை. ஸ்ரீராமர்

என் கனவில் வந்தார், ஆல்ஃப்ரட், அவர் தனது புனிதமான கண்ணீரை எனக்காகப் பொழிந்தார். இதற்கு மேல் எனக்கு என்ன வேண்டும். சொல்லுங்கள்!" என்றான்.

"திரு திவான்சந்த்", தயக்கத்துடன் சொன்னார் ஆல்ஃப்ரட்," ஸ்ரீராமர் யார் என்பதோ அவர் எப்படி பதுங்குகுழிக்குள் வந்தார் என்பதோ எனக்குத் தெரியவில்லையே" என்றார்.

"தெரியவில்லையா? அட! சரிதான். என்னை மன்னித்துவிடுங்கள் ஆல்ஃப்ரட். நீங்கள் அவரை அறியமாட்டீர்கள் என்பதை நான் மறந்துவிட்டேன்."

"அதனால் பரவாயில்லை சார்" என்றார் ஆல்ஃப்ரட்.

திவான்சந்திற்கு ஓர் எண்ணம் தோன்றியது: அவன் ஆல்ஃப்ரட்டுக்கு ஸ்ரீராமரின் கதையைச் சொன்னால் என்ன? அவன் தந்தை அவனுக்களித்த ராமசரிதமானஸின் ஒரு நகல் அவனிடம் இருக்கிறது. கடல்தாண்டிச் செல்லும் மகன்கள் தங்களது பாதையிலிருந்து விலகிவிடக்கூடாது என்பதற்காக தந்தைகள் அளிக்கிற கட்டாய ஆன்மீகப்புத்தகமாக அது இருந்துவருகிறது. லாலா மோதிசந்த் போன்றவர்கள், ஒருவேளை தன் பாதையிலிருந்து மகன் விலகினாலும் மறுபடி மீளவேண்டும் என்பதற்காக அதைத் தந்தனுப்புகிறார்கள். திடீரென திவான்சந்திற்கு அதைத் தான் வாசிப்பது மட்டுமின்றி யாருக்கேனும் சத்தமாக வாசித்துக்காட்ட வேண்டுமென்றும் தோன்றியது. அதன் இசையை, அதை இன்னொருவருக்குச் சொல்வதில் உள்ள சுவையை, சொல்லுகையில் தன் உடலில் அது ஏற்படுத்துகிற அதிர்வை, கேட்பவரின் கண்களில் அது எதிரொலிப்பதை எல்லாமும் கேட்கவும் காணவும் அனுபவிக்கவும் வேண்டுமெனத் தோன்றியது.

அவனுக்குப் பார்வையாளர்கள் தேவைப்பட்டனர். இவன் கொடுக்கிறதையெல்லாம் வாங்கிக்கொள்ளக் கூடிய ஒரு சபை. இவன் விரும்புகிற அந்தப் பார்வையளானாக ஆல்ஃப்ரட் இருக்கமுடியுமா? இத்தனை நாட்களாக திவான்சந்திற்கு அவர் ஒரு நல்ல நண்பராக இருந்திருக்கிறார். இவன் கனவில் ஸ்ரீராமர் தோன்றிய இடம் அவரது பதுங்குகுழியாய் இருந்தது. அந்த அளவிற்கு நெருங்கிய நண்பர். பதுங்குகுழிக்குள்

இருந்த வீரர்களில் ஒருவராய்க்கூட ஆல்ஃப்ரட் இருந்தாரே! அல்லது அங்கிருந்த அத்தனை வீரர்களும் அவர்தானோ? இப்படி எண்ணிக்கொண்டிருந்தவனுக்கு அவர் எனக்குக் கீழே பணியாற்றுவதாலும் அவருக்கு நான் சம்பளம் தருவதாலுமல்லவா அவர் எனக்கு நண்பனாயிருக்கிறார் என்கிற ஐயம் திடீரென தோன்றியது. தனது பணிக்கு அவர் நேர்மையாக இருக்கிறார் என்பது மட்டும்தானோ அது! ஆனால், எல்லா மனித உறவுகளுமே சூழலால் ஏற்படுபவைதானே? காரணமின்றித் தோன்றுகின்ற உறவுகள் இவ்வுலகில் இருக்கின்றனவா? பதுங்குகுழிக்குள் ஆல்ஃப்ரட்டுடன் இருந்து போரிட்டவர்கள் ராணுவத் தலைமையகத்தில் பணியாற்றும் ஏதோவொரு எழுத்தரின் தோராயமான பட்டியலால் அருகருகே அமர்த்தப்பட்டவர்கள்தானே? ஆனால் போர் முடிந்து திரும்பும்போது தனது ரத்த சொந்தங்களைவிட நெருக்கமானவர்களாய் அவர்கள் ஆல்ஃப்ரட்டுக்கு ஆகிவிடவில்லையா?

ஆனால் இதுவரை மானஸைக் கேட்டே இராத, மானஸில் சொல்லப்படும் கதை குறித்து அறிந்தே இராத ஒருவருக்கு அதைச் சொல்லுவது எப்படி இருக்கும்? ஸ்ரீராமரின் கதை குறித்து அறியாத, அதிலிருந்து ஒன்றிரண்டு சௌபாய்களையோ தோஹாக்களையோ மனப்பாடமாய்ச் சொல்லத்தெரியாத ஒரே ஒருவரைக் கூட தான் டெல்லியில் இதுவரை சந்தித்ததே இல்லை என்பதை நினைவு கூர்ந்தான். இதுவரை அதைக்கேட்டே இராத ஒருவருக்கு எப்படி மானஸை வாசித்துக்காட்ட முடியும்? 'எவருக்குமே அதைப் புதிதாகச் சொல்ல முடியாது, கேட்கிற அனைவருக்குமே அது திரும்பச் சொல்லப்படுகிறதாகத்தான் இருக்க முடியும்' என்கிற அளவிற்கு பல்வேறு மக்களின் வாழ்வின் ஒரு முதன்மை அங்கமாய் ஒரு நூலால் இருக்கமுடிகிறதென்பது எத்தனை அற்புதமானது?

"இரவுணவை நான் அறைக்கே கொணர்ந்திடவா சார்?" ஆல்ஃப்ரட் வினவினார்.

"ஆமாம் ஆல்ஃப்ரட்." எழுந்து கொண்ட திவான்சந்த், "இன்று நான் இங்கேயே உணவருந்திக் கொள்ளலாம் என்றே நினைக்கிறேன்" என்றான்.

திவான்சந்தின் தயக்கத்தாலோ, அல்லது அதைவிடப் பெரிய ஏதோ ஒன்றினாலோ – உலகின் பல்வேறு கலாச்சாரங்களைப் பிரிக்கிற ஏதோ ஒன்றினாலோ – அல்லது அவன் விதியில் அது அவ்வாறு இல்லாததாலோ, திவான்சந்தின் குரலில் ராமசரிதமானஸ் விளக்கத்தைக் கேட்கும் முதல் நபராக ஆல்ஃப்ரட் இருக்கவில்லை. ஆனால் பல நாட்களுக்கு, அவன் அவற்றைச் சத்தமாய் வாசிப்பதை கதவிற்கு வெளியிலிருந்து தினமும் கேட்கும் நபராக அவர்தான் இருந்தார். மற்றபடி, மற்ற எல்லா வகையிலும், அவர்கள் இருவரது வாழ்க்கையும் பல்கலைக்கழக அட்டவணைப்படி தொடர்ந்தது. இரவுகளில் மட்டும் உணவை முடித்துக்கொண்டபின் தனது அறைக்குள் சென்றுகொள்ளும் திவான்சந்த், அன்று கனவில் இருந்து எழுப்பியபோது ஆல்ஃப்ரட் கேட்ட அதே மொழியில், சத்தமாக கவிதைகளைப் படித்தவண்ணம் இருப்பான். அந்தக் கல்வியாண்டின் இறுதியில்- தனது கல்லூரிப் படிப்பின் இரண்டாம் ஆண்டில் - முந்தைய ஆண்டில் பெற்ற சிறந்த மதிப்பெண்களுக்கு மாறாக, எல்லாப்பாடங்களிலும் பரிதாபகரமாகத் தோல்வியுற்றிருந்தான் திவான்சந்த். தேர்வு முடிவுகள் வெளியானதும், தான் இந்தியாவிற்குத் திரும்ப விரும்புவதாகத் தந்தைக்குக் கடிதம் எழுதியதும், உடனே அவர் தனது சம்மதத்தைத் தெரிவித்தார்.

இந்தியாவிற்குக் கிளம்புவதற்கு முந்தைய தினம் ஆல்ஃப்ரட்டை அழைத்த திவான்சந்த் தந்தை தனக்களித்த தங்க மோதிரத்தை அவருக்களித்தான். தனது பணியாளை அணைத்துக் கொண்ட அவன், முடிகிறபோது இந்தியா வந்து தன்னைப் பார்க்க வேண்டும் எனக் கேட்டுக் கொண்டான். எத்தனையோ முதலாளிகளுக்குக் கீழ் வேலை செய்து அவர்களைப் பிரிந்து வந்திருக்கிறார் எனினும், போருக்குப் பிறகு முதன் முறையாக அன்று அழுதார். தனது பணிகளனைத்தையும் மிகச் சிறப்பாக நிறைவேற்றியிருக்கிறோம் என்று அறிந்தபோதும் ஏனோ தன் கடமையிலிருந்து தவறிவிட்டோமோ என்கிற எண்ணமும் அவரை வாட்டியது. மென்மையான இந்த திவான்சந்த் உணர்வுகளற்ற கடுமையான இவ்வுலகில் என்னவாவான் என்று அவர் அஞ்சினார். தன்னுடன் இணைந்து போரிட்ட உறுதியான வீரர்களின் உறுதியான உடல்களுக்கு ஜெர்மனியின் புல்லட்டுகள் இழைத்த அதே தீங்கை அவன் எதிர்கொள்ள

நேருமோ! வெறும் எலும்புகளாலும் சதையாலும் ஆன அவர்கள் உடலுக்கு முழுமையையும் பாதுகாப்பையும் அளிப்பது போல் தோற்றமளிக்கிற தோலானது எவ்வளவு எளிதாக பறந்து வரும் புல்லட்டை தனக்குள் அனுமதித்துவிடுகிறது! வாழ்வில் அதன்பிறகு எத்தனையோ வாய்ப்புகள் வந்தபோதும் ஆல்ஃப்ரட் ஒருபோதும் ஒரு இந்திய முதலாளியின் கீழ் வேலைக்குச் சேரவேயில்லை.

◆◆◆

டெல்லிக்குத் திரும்பிய திவான்சந்த், வீடு தான் கிளம்பும்போது இருந்ததிலிருந்து பெரிதும் மாறுபட்டு கூடுதல் ஒளியுடன் இருப்பதைக் கவனித்தான்: திரைச்சீலைகள் மென்மையான நிறத்திலிருந்தன, தரை விரிப்புகள் தூய்மையாகத் தெரிந்தன, மரச்சாமான்கள் நன்கு மெருகூட்டப்பட்டிருந்தன, அலங்காரப்பொருட்கள் -அவன் வீட்டில் பல நாட்களாக இருந்து வருகிற அலங்காரப் பொருட்களும் கூட- தமக்குரிய பொருத்தமான இடத்தில் இருத்தப்பட்டு தத்தம் அறைகளுக்கு உற்சாகத்தையும் குதூகலத்தையும் கொணர்ந்தன. இந்த மாற்றங்கள் அனைத்திற்கும் காரணமாயிருக்கக்கூடும் என அவன் கருதிய அண்ணி ஸ்வர்ணலதா அவன் வீட்டிற்கு வந்த சில நிமிடங்களில் அவனை வரவேற்றாள். அண்ணனும் தந்தையும் உடனடியாக ஒப்புக்கொள்ளும் காரணம் ஒன்றைக்கூறி - எப்படியும் இன்னும் சில மாதங்களில் தான் இந்தியா திரும்பவிருக்கிறபோது, இடையில் திருமணத்திற்கு வருவதற்கான பயணத்திற்காகச் செலவழிப்பது வீண் செலவுதானே - ஓராண்டிற்கு முன் நடந்த தினாநாத்தின் திருமணத்திற்கு அவன் வராமல் தவிர்த்திருந்தான்.

குனிந்து தனது காலைத் தொட்டு வணங்கிய திவான்சந்தை கரங்களால் ஆசீர்வதித்த ஸ்வர்ணலதா, “எல்லாப் பொண்ணுங்களுக்கும் கல்யாணம் ஆன அன்னிக்கே கொழுந்தன் கிடைச்சிடறாங்க. எனக்கு மட்டும் ஒரு வருஷம் ஆகிடுச்சு” என்றாள் பளிச்சென்ற குரலில்.

நிமிர்ந்து எழுந்த திவான்சந்த் தன் முன்னே குறும்பும் அன்புமாக மனம் நிறைந்து புன்னகைக்கும் ஸ்வர்ணலதாவின் முகத்தைக் கண்டான். “மன்னிச்சிடுங்க அண்ணி” என்றபடி

தன்னிச்சையாகப் பதிலுக்குப் புன்னகைத்தவன், "நான் படிப்புல கவனமா இருந்திட்டேன்" என்றான்.

"அட! நான் சும்மா கிண்டல் பண்ணேன் கண்ணா" என்றவள் மென்மை ததும்பும் குரலில் "நீ திரும்ப வந்ததுல ரொம்ப சந்தோஷம்" என்றாள்.

கொழுந்தன்-அண்ணி உறவின் அங்கமான தாய்மை, நேசம் மற்றும் நட்பின் சாயல்களை உள்ளடக்கிய அந்த கண்ணா என்னும் வார்த்தை எச்சரிக்கை உணர்வையும் மீறி அவனை நெகிழச்செய்தது. இவ்வீட்டிற்கு அவனைத் 'திரும்ப' அழைப்பதன் மூலம், அவன் கிளம்பும்போது தனக்குச் சற்றும் சம்பந்தமில்லாதிருந்த இந்த வீட்டின் கடந்த காலத்தையும் தனது அதிகாரத்திற்குள் அவள் கொண்டுவருவதாகத் தோன்றினாலும், அவனது கடந்த காலத்தையும் அது சார்ந்த அத்தனை சுமைகளையும் தனது தோளில் ஏற்றிக்கொள்ள அவள் துணிந்து விட்டாள் என்பது அவனை நெகிழச்செய்தது. அவளது முகத்தில், ஒரு சிறுமியின் பாவத்தைத் தக்கவைத்துக்கொள்கிற மென்மை மீதமிருந்தாலும், இந்த வீட்டின் குடும்பத்தலைவி தான்தான் என்பதைக் காண்கிறவர்களுக்குத் தெளிவாக உணர்த்துகிற அளவிற்கு உறுதிமிக்கவளாகவும் தெரிந்தாள். தினாநாத்தின் மூலமோ, வேலைக்காரர்கள் மூலமோ, அவளது திருமணத்தை நிச்சயிக்கும் முன்பு இவ்வீடு குறித்து நடந்திருக்கக்கூடிய எண்ணற்ற விசாரணைகள் மூலமோ, திவான்சந்தைக் குறித்து அவள் அறிந்து கொண்டதையெல்லாம் தாண்டி, தானே இவனைப் புரிந்து கொள்ள வேண்டுமென அவள் முடிவு செய்திருப்பதை திவான்சந்தால் உணரமுடிந்தது.

"உங்களுக்கு கவிதைகளென்றால் மிகப்பிரியம் என்று கேள்விப்பட்டேனே கொழுந்தனே, எனக்கும் சில கவிதைகள் சொல்லுங்களேன்" என்றாள் ஸ்வர்ணலதா.

"விநாயகனே, மக்களின் முதல்வனே" தன்னை மீறி முகத்தில் கொப்பளித்த குறும்பினை மறைத்துக் கொண்டு, உணர்ச்சியற்ற குரலில் பாடினான் திவான்சந்த், *"நற்குணங்களின் ஆலயமே, நாமம் எண்ணி வேண்டுவோர்க்கு வெற்றியை ஈபவனே."*

"அட! நான் சொன்னது இந்த மாதிரிக் கவிதையை இல்ல" என்றாள் ஸ்வர்ணலதா.

"அப்புறம் வேற என்ன மாதிரி கவிதையச் சொன்னீங்க அண்ணி?" வரவழைத்துக்கொண்ட ஆச்சரியத்துடன் வினவினான் திவான்சந்த்.

"ரொம்ப அப்பாவிதான்!" என்ற ஸ்வர்ணலதா. "நீங்க நினைக்கற அளவுக்கு ஒண்ணும் தெரியாத பொண்ணு கிடையாது நான். இந்த ராம கதையை எல்லாம் ஓரமா வச்சிட்டு வெளிநாட்டுல இருந்தப்போ நீங்க நடத்தின க்ருஷ்ண லீலைகளப் பத்தி சொல்லுங்க. நல்ல உயரம், அகன்ற நெற்றி, வலிமையான உடல், கண்டிப்பா நிறைய கோபியர்கள் உங்களைச் சுத்திச்சுத்தி வந்திருப்பாங்களே" என்றாள்.

முழுவதும் உண்மையல்ல எனத்தெரிந்தாலும், அவளது புகழ்ச்சியால் சற்றே மகிழ்ந்தவன், இங்கிலாந்தில் தான் உல்லாசமாக வாழ்ந்ததாகக் கூறப்பட்டதில் காயமுற்று, "நான் இல்லை. உங்க கணவன்தான் கோபிகளோட சகவாசம் வைத்திருந்தான்" என்பது போல எதையோ கூற முனைந்து, பின் நிதானித்து, "இல்ல இல்ல அண்ணி. நா முழுநேரமும் படிச்சிட்டேதான் இருந்தேன்" என்றான் பதிலாக.

"நல்லது!" விசாலமாகச் சிரித்த ஸ்வர்ணலதா, "சரி. இப்போ என்ன திட்டம் வைச்சிருக்க? எனக்குப் பொழுது போறதுக்கு ஒரு தங்கையை ஏற்பாடு செய்யேன்" என்றாள்.

தன்னையும் மீறி முகம் சிவந்த திவான்சந்த், "அண்ணி" என்றான்.

"கவலைப்படாதே. நான் உனக்கு ஒரு பொண்ண கண்டு பிடிச்சுத்தர்றேன்" என்றவள், தன்னிச்சையாக கையை நீட்டி அவனது கூந்தலை வருடினாள். அச்செய்கை அவர்களிடையேயான வயது வேறுபாடையெல்லாம் மாற்றி - அவள் அவனை விட இரண்டு வயது இளையவள் - அவனது கண்களைத் துளிர்க்கச் செய்தது.

ஒருபோதும் திவான்சந்த் குடும்பத் தொழிலில் தங்களுடன் இணைந்து பணியாற்றும்படி கோரப்பட மாட்டான் என மோதிசந்த் தினாநாத்திற்கு அளித்த வாக்குறுதியின்

மகிழ்ச்சியோடு, வீட்டிற்கு வந்த திவான்சந்தை தினாநாத் வரவேற்றான். தனித்தனியாகப் பணியாற்றும் இரண்டு தனிமனிதர்களது உழைப்பினை ஒப்பிடுகையில் இரண்டு சகோதரர்கள் இணைந்து வேலை செய்வது அதிக பயனளிப்பதாக இருக்கும் என்பதை மோதிசந்த் அறிவார். ஆனால் கண்ணுக்குக் கண் நேராகப் பார்த்துக்கொள்ளக் கூட முடியாத இரு சகோதர்கள் இணைந்து வேலைசெய்தால் தானும் தன் முன்னோர்களும் அத்தனை சிரமப்பட்டுக் கட்டமைத்த ஒட்டுமொத்த வணிகத்தையும் ஒன்றுமில்லாமல் செய்துவிடுவார்கள் என்பதையும் அவர் அறிந்திருந்தார். எனவே தினாநாத்தின் இந்தப்பரிந்துரைக்கு அவர் சம்மதித்தார். இதற்குப் பின்னான இரவுகளில், ‘இந்தச் சம்மதம் தனது காலத்திற்குப் பிறகு திவான்சந்தை நிர்கதியாய் நிற்க விட்டுவிடுமோ’ என்கிற அச்சத்துடன் படுக்கையில் உழல்வார். இரு மகன்களும் நலமாய்த்தான் இருக்கிறார்கள் என்பதை உறுதி செய்ய தான் இல்லாத காலத்தில் தினாநாத் பொறுப்புடன் திவான்சந்தை பார்த்துக்கொள்வானா என்கிற எண்ணமும் அவரை வாட்டியது. திவான்சந்த் இங்கிலாந்தில் நடந்துகொண்ட விதம் குறித்தும், அதனால் தொழிலில் ஏற்பட்ட நஷ்டம் மற்றும் தினாநாத்தின் பெயருக்கும் தன்பெயருக்கும் ஏற்பட்ட சேதம் குறித்தும் அவருக்கு அதிருப்தி இருந்தாலும், அந்த சமயத்தில் அவனுக்கு எழுதிய கடுமையான இரண்டு கடிதங்கள் மூலம் அந்தக் கோபத்தைத் தீர்த்துக் கொண்டார். அந்நிகழ்வு கடந்து சில ஆண்டுகளும் ஆகிவிட்ட தற்காலத்தில், தொழிலில் தான் கடந்துவந்த எத்தனையோ பின்னடைவுகளில் ஒன்றான அந்நிகழ்வு குறித்த வருத்தப்படுவதை விட தனது மகனின் எதிர்காலம் பிரச்சனையற்றதாய் இருக்கும் என்று உறுதி செய்யவே அவர் மனம் விரும்பியது. முதுமையும் தன் அடையாளங்களை மோதிசந்தின் மீது பதிக்கத்தொடங்கியிருந்தது. இவ்வுலகத்திலிருந்து தான் விடைபெற வேண்டிய காலம் நினைத்ததைப்போல் அத்தனை தொலைவில் இல்லை என்பதையும் அவர் உணர்ந்தார். எத்தனையோ பேரைப்போலத்தான் அவரும் இறப்பு குறித்து சிந்தித்தார் என்றாலும், இவ்வுலகில் இல்லாமல் இருப்பது எத்தகைய உணர்வைத் தரும் என்பது குறித்ததாய் அது இருக்கவில்லை. மாறாக, தான் இல்லாமல் போனபிறகு,

அதுவரை தன்னைச் சார்ந்திருந்தவர்கள் வாழ்வு என்னவாகும் என்கிற சிந்தனையே அதிகமாக இருந்தது. இறுதியாக, திவான்சந்தின் வருகைக்கு வெகுமுன்னதாகவே, அவர் இதுகுறித்த கவலைகளையெல்லாம் விடுத்துவிட்டார். தினாநாத் மீதிருந்த நம்பிக்கையால் அல்ல அது. யாருக்குமே இறப்பு மற்றும் அதற்குப் பின்பு வருபவை குறித்த சிந்தனைகள் ஒருகட்டத்திற்கு மேல் இல்லாமல் போய்விடுகின்றன, அதிலும் குறிப்பாக தனது பிரச்சனைகள் அனைத்தையுமே திட்டம் மற்றும் செயல் மூலம் எதிர்கொண்டு பழகியவர்களிடம் இதுபோன்ற சிந்தனைகள் அதிக நாட்களுக்குத் தாக்குப்பிடிப்பதில்லை.

வயதாவது போல் தனக்கு தோன்றத்தொடங்கி விட்டதாக லாலா மோதிசந்த் தனது இரு மகன்களிடமும் ஒருபோதும் சொன்னதில்லை. சில நரை முடிகள், அழுத்தமாகிவிட்ட சில முகச் சுருக்கங்கள் மற்றும் சற்றே கூடுதலாக தொங்கத் தொடங்கிவிட்ட கன்னத்துச் சதைகள் தவிர அவரது தோற்றத்திலும் பெரிதாக மாற்றம் ஒன்றும் ஏற்படவில்லை. என்றாலும் அவரது ஆளுமையில் ஏதோ ஒன்று திவான்சந்திற்கு திகைப்பூட்டியது. அவனது நினைவுகளில் அவர் அதிகாரமும் ஆரோக்கியமும் வலுவும் மிக்கவராகவே பதிந்திருக்கிறார். சமீப ஆண்டுகளில் அவர் எழுதிய கடிதங்களும் கூட அதை வலுப்படுத்துவதாகவே அமைந்திருந்தன. இப்போது மூன்று ஆண்டுகளுக்குப் பிறகு தந்தையின் முன் நிற்கும்போது சற்றே தளர்ந்து தன்னுடைய வயதின் வடிவமாய் இருக்கிற ஒரு மனிதனை எதிர்கொள்வது போல் உணர்ந்தான்.

என்றாலும், முதுமையின் முன் சில சமயங்களில் இளமை - குறிப்பாக எப்போதும் தன்னோடு முரண்பட்டு நிற்கிற முதுமையின்முன் - உணர்கிற வெற்றிக்களிப்பிற்குப் பதிலாக வரவிருக்கிற துயரத்தை முன்னறிவிப்பது போன்ற இத்தோற்றம் கண்டு திவான்சந்திற்கு இதயம் பிசைவது போல் இருந்தது. இவை எல்லாவற்றிற்கும் மேலாக, இவ்வுலகில் பிறக்கிற ஒவ்வொரு குழந்தைக்கும் உரிமையான - ஆனால் தனக்கு மறுக்கப்பட்ட - பெற்றோரின் அன்பை தானும் பெற விரும்புகிறேன் என்கிற நீண்ட கால ஆசையை தந்தையிடம் தெரிவித்து அதைப்பெற்றுவிட வேண்டும் என்கிற ஏக்கம் கூர்மையடைந்தது. 'தினாநாத்திற்கு இயல்பாகவே

வாய்த்திருப்பது போன்ற உங்கள்மீதான கடும் பக்தியை நீங்கள் என்னிடம் எதிர்பார்க்கிறீர்கள், ஆனால் உங்கள் மீது நான் கொண்டிருக்கிற ஆழமான அன்பானது அதைவிட முக்கியமானதும் உண்மையானதும் ஆகும்' என அவருக்கு உணர்த்த முடிகிற மொழியை என்றேனும் ஒரு நாள் கண்டடைந்துவிடுவோம் என திவான்சந்த் நம்பினான். தன்னுடைய தயக்கங்களும் பதட்டமும் மட்டுமல்லாது காலமும் அது கொணர்கிற மரணமும் கூட அவனது நீண்ட கால ஆசைக்கு குறுக்காக நின்று அதைத் தோற்கடிக்ககூடும்கூடும் என்பதை இப்போது இப்படி அப்பாவின் முன் நிற்கிற நொடியில் அவன் புரிந்து கொண்டான்.

டெல்லியிலிருந்து திரும்பி சில காலங்கள் ஆகிவிட்ட இத்தனை நாட்களில் கிட்டத்தட்ட எல்லா மாலைகளிலும் தினாநாத்தையும் தந்தையையும் சந்தித்து ஒன்றாக உணவருந்திய போதும் அவர்கள் இருவருமே அடுத்ததாக இவன் என்ன செய்ய இருக்கிறான் என்பது குறித்து விசாரிக்கவில்லை என்பதை திவான்சந்த் கவனித்தான். இரவு உணவு சமயத்தில் தினாநாத்தும் வீட்டில் இருக்கிற தினங்களில் உணவிற்குப் பிறகு அவன் சிகரெட் புகைத்து கான்யாக் அருந்துகிற சற்று நேரம் அவனுடன் அமர்ந்து உரையாடுவதும் கூட உண்டு. இங்கிலாந்து வாசத்தில் தினாநாத் இந்தப் பழக்கங்களைக் கற்றுக் கொண்டிருந்தான். பெரும்பாலான சமயங்களில் அவர்களது உரையாடல்கள் இயல்பாக வணிகம் பற்றியோ உறவினர்கள் மற்றும் தொழில்சார்ந்த நண்பர்களது வாழ்க்கை வளங்கள் பற்றியோ அரசியல் பற்றியோ அமைந்திருக்கும். அவற்றுள் வணிகம் பற்றி திவான்சந்த் ஒன்றும் அறிந்திருக்கவில்லை, உறவினர்கள் மற்றும் நண்பர்கள் பலர் நீண்ட நாட்களாக அவனுடைய கவனத்திற்கு வராதவர்களாகவோ அவன் அறிந்தேயிராதவர்களாகவோ இருந்தார்கள். ஆனால் ஒருபோதும் அந்த உரையாடல்கள் திவான்சந்துடைய திட்டங்கள் என்ன என்பது குறித்த இடத்திற்கு நகரவேயில்லை. என்ன செய்வது என்பது குறித்து எதுவும் திட்டமிட்டிருக்காத அவனுக்கு, தந்தையும் அண்ணனும் அதுகுறித்து என்ன திட்டங்கள் கொண்டிருப்பார்களோ என்கிற அச்சமும் இருந்தது. விளைவாக இச்சூழல் ஒரே சமயத்தில் அவனுக்கு ஆறுதலையும் வேதனையையும் அளித்தது.

அரசியல் குறித்த விவாதங்கள் திவான்சந்தும் பங்குபெறக் கூடியவையாய் இருந்தன. தினாநாத் அரசாங்கத்திற்கு ஆதரவான நிலைப்பாடெடுத்து சுயாட்சி வேண்டிய கிளர்ச்சியாளர்களை (அவர்களை அவன் அப்படித்தான் அழைத்தான்) அலட்சியம் செய்கிறவனாய் இருந்ததால் திவான்சந்த் அவற்றில் பங்கெடுக்கவும் செய்தான். தினாநாத்தின் இந்த நிலைப்பாடு ஒரு தொழிலதிபரின் மனநிலையிலிருந்தும் இங்கிலாந்து வாசத்தின் போது ஏற்பட்ட ஆங்கில மோகத்திலிருந்தும் கிளைத்தது. அரசு மற்றும் அதன் செய்கைகளுக்கான தினாநாத்தின் ஆதரவானது கொள்கை ரீதியாக அன்றி பாரபட்சங்கள் நிறைந்ததாக இருந்தது. பரவலான வாசிப்பும், வரலாறு மற்றும் சமகால அரசியல் குறித்த அரைகுறைப் புரிதலும் சேர்ந்து ஆங்கிலேயர்களுக்கு பதிலாக இந்தியாவை ஆள்வதற்கான சிறந்த தேர்வு யார் என்கிற குழப்பத்தை திவான்சந்திற்குள் ஏற்படுத்தி இருந்த போதும் அவனது இங்கிலாந்து வாசமும் அங்கு அவன் சந்தித்த அவமானமும் சேர்ந்து இந்தியாவில் ஆங்கிலேயர்கள் ஆட்சியானது நியதிக்குப் புறம்பான ஒடுக்குமுறை என்கிற எண்ணத்தை அவனுக்குள் ஏற்படுத்தியிருந்தன. அமெரிக்கா மற்றும் இங்கிலாந்தின் சுரண்டல் மிக்க முதலாளித்துவ வழிமுறைகள் அவனை ஈர்க்கவில்லை. சோவியத் யூனியனின் நிர்பந்தப்படுத்தப்பட்ட பொதுவுடைமைக் கோட்பாடுகளும் அவனுக்கு ஏற்புடையதாய் இருக்கவில்லை.

இங்கிலாந்தில் இருந்தபோது இந்தியாவின் எதிர்காலம் பற்றிய விவாதங்களில் ஈடுபட்டிருந்த தலைசிறந்த இந்தியர்கள் எழுதிய அத்தனையையும் வாசித்திருந்தான், இங்கிலாந்து வருகைகளின்போது அவர்கள் நிகழ்த்திய உரைகள் அனைத்தையும் நேரில் கேட்டிருக்கிறான். என்றாலும் அவை அவனுக்கு அவ்விஷயத்தில் எவ்வித தெளிவையும் தந்திருக்கவில்லை. இயல்பாகவே குறைவான அரசியல் ஆர்வமுடையவனான திவான்சந்த் இந்தியா எப்போதுமே ஞானம் மற்றும் ஆன்மீகத்தின் ஆதிஊற்றாக இருந்து வருகிறதெனவும் உலகின் ஆன்மீகத் தலைநகரமாக உயருவதே அதற்குப் பொருத்தமாக இருக்கும் எனவும் நம்பினான். விளைவாக, இதே போன்ற எண்ணம் கொண்டிருந்த சிந்தனையாளர்கள் மற்றும் தலைவர்களுக்கு ஆதரவு தெரிவித்த அவன் அதன் பொருட்டு தனக்கு சற்றும் ஆமோதிப்பில்லாத

அரசியல் நிலைப்படுகளைக் கொண்டிருந்த தினாநாத்துடன் எல்லை மீறி விவாதம் செய்யத் தொடங்கியிருந்தான்.

தன்னுடைய மற்றும் குடும்பத்தினுடைய எதிர்காலத்தின் மையப்புள்ளியாக தற்போதைய அரசாங்கம் இருக்கிற காரணத்தால் அது பற்றிய தினாநாத்தின் கருத்தையே லாலாமோதிசந்தும் ஆதரித்தாலும், போருக்குப் பின் வரலாற்றில் ஒரு பெரிய திருப்பம் ஏற்பட்டிருப்பதால் ஆங்கிலேயர் ஆட்சி அடுத்து நூறு ஆண்டுகளுக்கு நீடிக்குமா அல்லது தன்னுடைய வாழ்நாளிலேயே முடிவிற்கு வந்துவிடுமா என்பது குறித்து யாராலும் கணிக்க முடியாதென்பதை தனது புத்திகூர்மையினால் அவதானித்திருந்தார். இரண்டாவதாகச் சொன்னபடி ஆங்கிலேயர்கள் இந்தியாவிலிருந்து வெளியேறுவதைப்போன்ற ஒரு நிலைமை ஏற்பட்டால் அதன்பிறகு உருவாகவுள்ள இந்தியாவானது அதன் நிஜமான ஆன்மாவையும் வாழ்வையும் பிரதிபலிப்பதாக இருக்க வேண்டும் என பெரும்பான்மையானவர்களால் பேசப்பட்டுவந்த கருத்தானது திவான்சந்தின் கருத்தோடு ஒத்துப் போனதால் அப்படிப்பட்ட சூழலில் அவனைத் தனது ஆயுதமாகப் பயன்படுத்திக் கொள்ளலாம் என்று எண்ணிய அவர் அவ்வப்போது திவான்சந்தையும் ஆதரித்துப் பேசினார்.

இவ்வாறாக அவர்கள் மூவரது மாலை வேளை உரையாடல்களை திவான்சந்தாலும் பங்குபெற முடிகிற அரசியல் சார்ந்த விவாதங்களே பெரிதும் ஆக்கிரமித்துக் கொண்டன. ஆனால் அவை தன் இரு மகன்களுக்கிடையே பிரச்சனை எதையும் ஏற்படுத்தி விடாதவாறு லாலாமோதிசந்த் கவனமாகப் பார்த்துக் கொண்டார். எனவே தங்களுடன் தொழிலில் இணையும்படி அண்ணனோ அப்பாவோ கூறவேயில்லை என்பதை உணராமலேயே அவனால் பல வாரங்களைக் கடத்தமுடிந்தது. குடும்பத்தொழிலில் இணைவதில் திவான்சந்திற்கு ஆர்வம் எதுவும் இல்லை. உண்மையில், தினந்தோறும் பேரேட்டின் கணக்குப் புத்தகங்களைப் பார்ப்பதில் நாளைக்கடத்துவதையும், ஒவ்வொரு வியாபாரத்திலும் சிறிதளவேனும் லாபம் ஈட்டி விடுவதற்காக இரவுபகல் பாராமல் உழைப்பதையும் எண்ணினாலே அவனுக்கு வெறுப்புத்தான் தோன்றியது. ஆனால் தன் தந்தையும் அண்ணனும் அதில் தன்னை

ஈடுபடுத்த விரும்பவில்லை என்பது புரிந்தபிறகு மாலை வேளை உரையாடல்களில் அவனால் முழு மகிழ்ச்சியோடு பங்குபெறமுடியவில்லை.

இங்கிலாந்திற்குச் செல்லும் முன்பாக பள்ளியில் திவான்சந்திற்குக் கிடைத்திருந்த நண்பர்கள் அனைவருமே தற்போது அவரவர் குடும்பத்தொழிலில் தீவிரமாக ஈடுபட்டிருந்ததால் அவர்களது நட்பைப் புதுப்பிப்பதில் அவனுக்கு ஆர்வம் ஏற்படவில்லை. எனவே டெல்லியில் நண்பர்கள் யாருமின்றி பெரும்பாலான நேரத்தை வீட்டிலேயே கழித்தான். ஆனால் அவனுக்கு இப்போது வீட்டிலேயே துணை கிடைத்திருந்தது. வீட்டின் இரண்டு பிற ஆண்களும் தொழில்சார்ந்து வெளியில் புறப்பட்டுச் சென்ற பிறகு வேலைக்காரர்களுக்கு அன்றைக்கான பணிகளை ஒதுக்கி அளித்துவிட்டு திவான்சந்திற்கு அழைப்பு விடுப்பாள் ஸ்வர்ணலதா.

ஓரளவு முற்போக்கான தந்தைக்குப் பிறந்த ஸ்வர்ணலதா மெட்ரிகுலேஷன் பள்ளியில் படித்து ஹிந்தி கவிதைகளின் மேல் ஆர்வத்தையும் வளர்த்துக் கொண்டிருந்தாள். அவர் நம்பி எதிர்நோக்கியபடி எதிர்காலத்தில் செல்வச்செழிப்பான குடும்பம் ஒன்றின் தலைவியாக வாழ்வை நடத்தப்போகிற தன் மகளுக்கு இந்த மொழிக்கல்வி பொருத்தமானதாக இருக்கும் என அவர் கருதியிருந்தார். எப்படிப்பட்ட ஒரு வாழ்க்கையை தான் எதிர்காலத்தில் வாழ வேண்டியிருக்கும் என நன்கு அறிந்திருந்த அவளும் அதை ஆர்வமுடன் எதிர்நோக்கியிருந்தாள். என்றாலும் தன்னுடைய மர்மமான வளைந்த எழுத்துகள் மூலம் ஆகாயத்தையும் தென்றலையும் நதியையும் மலைகளையும் மரங்களையும் காட்சியாக்கி அவற்றின் அருகிலேயே நிறுத்தப்பட்டது போல உணரச் செய்கிற ஒரு புதிய மொழியின் புதிய கவிதைகளை நோக்கி ஈர்க்கப்படுவதிலிருந்து தன்னை அவள் தடுத்துக்கொள்ளவில்லை. “ஒவ்வொரு புதிய வாழ்வும் புதிய சாத்தியங்களைக் கொணர்கிறது, மாற்றம் ஒன்றே மறுமலர்ச்சியின் நிலையான துணைவன், நிச்சயங்கள் எல்லாம் அநிச்சையின் வண்ணம் தீட்டப்பட்டவையே, இளமையே மனித அழகின் பரிசுத்த வடிவம்” போன்ற பெரியவர்கள் முன் சத்தமாகச் சொல்வதற்குரிய தைரியமோ மொழியோ இல்லாத

சில உணர்வுகளை அவை அவளுக்குள் கிளர்த்தின. வெகுசில உரையாடல்களிலேயே திவான்சந்திற்கும் இக்கவிதைகள் மீது ஆர்வம் இருப்பதை அவள் அறிந்துகொண்டாள். ஆர்வமுடன் வாசிக்கிற ஒருவருக்கு இந்தத் துணை தரவல்ல குதூகலத்தை அது நல்கிய போதும் அந்த சில உரையாடல்களிலேயே அவனை ஏதோ ஒன்று இளமையின் கொண்டாட்டங்களிலிருந்து மடைமாற்றி ராமசரிதமானஸை நோக்கித் திருப்பி இருக்கிறது என்பதையும் அவள் கண்டுகொண்டாள். இனிமையும் ஒளியும் மிக்க அந்தப் பாடல்களை வீடும் அம்மாவும் பிராமண பூசாரிகளும் மாலைகளில் தொடர்ந்து நிகழ்கிற பாராயணங்களும் ஏற்கனவே அவளுக்கு அறிமுகப்படுத்தியிருந்தன. என்றாலும் சிறுமியிலிருந்து பெண்ணாக சமீபத்தில்தான் மாறியிருந்த பருவப்பெண்ணின் விருப்புகளை மீறி அவற்றால் அவளை ஆக்கிரமிக்க முடியவில்லை.

ஆனாலும் அவர்கள் இருவரும் உரையாடினார்கள்: புதிதாக வாசித்த ஏதோ ஒன்றைப்பற்றி அவள் பேசியபோது அவன் கவனமாகச் செவிமடுத்தான். பதிலாக கொஞ்சம் கொஞ்சமாகச் சேகரிக்கத் தொடங்கியிருந்த பொருளுரைகளோடு ராமசரிதமானஸின் ஆழத்தையும் அகலத்தையும் உணர்த்தும்படியாக அவன் அதன் செய்யுள்களை வாசித்துக் காட்டியபோது சிறுவயதிலிருந்தே பக்திப் பாடல்களுக்கு மதிப்பளிக்கப் பழகியிருந்த ஸ்வர்ணலதா அவற்றை கவனமுடன் கேட்டுக்கொண்டாள். மெய்மறந்த பரவசத்துடன் அவன் கூறுகிற விளக்கவுரைகளை சில சமயங்களில் தொடர்ந்து கவனித்துப் புரிந்து கொள்ள முடியாமல் போனாலும் அவனது கண்களில் நிறைந்திருந்த ஒளியும் வார்த்தைகளாய் வெளிப்பட்ட குரலின் கம்பீரமும் மென்மையும் அவளைக் கட்டிப்போட்டன. மிகவும் முக்கியமானவற்றைப் பற்றி மட்டுமே பேச வேண்டுமென சிறுவயதிலிருந்தே ஆண்களுக்குக் கற்பிக்கப்பட்டிருப்பதால், அவ்விஷயங்களின் முக்கியத்துவத்தின் பொருட்டே பெண்கள் தங்களுக்குக் காது கொடுக்கிறார்கள் என்று ஆண்கள் கருதிக்கொள்வதுண்டு. எனவே அந்தக் கதைகளின் மீதான ஸ்வர்ணலதாவின் கவனம் அவனுக்குத் தன் திறமைகள் குறித்து அதீத நம்பிக்கையை ஏற்படுத்தின. ஆனால், உண்மையில் அவனது அதீத நம்பிக்கையே அவளது கவனத்தை ஈர்த்திருந்தது.

"நான் நிறைய கதைகள் கேட்டிருக்கிறேன்" என்றாள் ஸ்வர்ணலதா. "ஆனால் ராமன் மற்றும் துளசியின் மீதான உனது காதலை இதற்குமுன் வேறெங்கும் கண்டதில்லை. நீயே கதாகாலட்சேபம் செய்யலாம். அதுகுறித்து நீ யோசிக்க வேண்டும்."

அவளது புகழ்ச்சியால் கன்னம் சிவக்கிற திவான்சந்த், "சே சே.. எனக்கு ஒன்றுமே தெரியாது. நான் எப்படி கதாகாலட்சேபம் செய்ய முடியும்?" என்பான்.

"அப்படியானால் எனக்கு மட்டும் நீ எப்படி தினந்தோறும் கதைகள் சொல்லுகிறாய்?" குறும்புடன் வினவுவாள் ஸ்வர்ணலதா.

"நான் ஏதாவது தவறு செய்தால் நீங்கள் என்னை மன்னித்து விடுவீர்கள் என எனக்குத் தெரியும். அதனால்தான்" என்பான் சற்றே வேடிக்கையாக. அந்த விளையாட்டுத்தனம் அவனது பதிலில் உள்ள நிஜத்தின் மீது பூசப்பட்ட ஒரு சாயல்தான் என்கிற புரிதல் அவளது இதயத்தை மகிழ்ச்சியில் ஆழ்த்தும்.

புதிதாகத் திருமணம் ஆனவள் என்கிற வகையில் விதவைகளின் நிழலில் இருந்து விலகியிருக்க வேண்டியவள்தான் என்றபோதும் அருகே சில வீடுகள் தள்ளி லாலா மோதிசந்த் நடத்திவந்த விதவைகள் ஆசிரமத்தில் தன்னுடைய ஏற்பாட்டின் பேரில் உறவுக்காரப் பெண் ஒருத்தி தங்க நேர்ந்த பிறகு ஸ்வர்ணலதா அடிக்கடி அங்கு சென்று வந்தாள். ஸ்வர்ணலதாவின் அம்மா வழி உறவுக்காரப்பெண்ணான கமலா அவளை விட ஒரு வயது இளையவள். பெரும்பாலான விடுமுறைகளைக் கழிப்பதற்காக ஸ்வர்ணலதா செல்லும் பாட்டி வீட்டிற்கு அருகில்தான் அந்தப்பெண்ணும் அவளது குடும்பமும் வசித்து வந்ததால் அவர்கள் இருவரும் இளமைக்காலத்திலேயே ஒருவருக்கொருவர் அறிமுகமாகி நெருக்கமாகப் பழகி ஒன்றாக நேரம் செலவழித்து வந்தனர். வீட்டில் இருந்த மற்ற குழந்தைகளெல்லாம் ஆண்களாக இருந்ததால் இவர்கள் இருவரும் நெருங்கிய தோழிகளாய் மாறியிருந்தனர். லதா அக்கா எப்போது வருவார்கள் என விடுமுறைக்காலத்திற்காக கமலா காத்திருக்க, ஒருவருக்கொருவர் கடிதங்கள் எழுதி அன்பை வளர்த்து இளமைப்பருவத்தையும் அடைந்தனர்.

கமலாவிற்கு முதலில் திருமணம் ஆனது. இது தோழிகளிடையே வேடிக்கைப் பேச்சுகளையும் ஸ்வர்ணலதாவின் மனதில் கொஞ்சம் பொறாமையையும் தோற்றுவித்தாலும் திருமணமாகி வெகு சீக்கிரத்திலேயே அவளது கணவன் காய்ச்சல் கண்டு இறந்து போன பிறகு அந்தப் பொறாமை இரக்கமாக மாறியது. அவளது கணவனின் சகோதரர்கள் அனைவரும் அவரை விட மூத்தவர்களாகவும் ஏற்கனவே திருமணமானவர்களாகவும் இருந்தனர். இந்த இளம் விதவைக்குத் தோதான வரன் யாரும் இல்லாத காரணத்தால் அவளது புகுந்த வீட்டார் அவளை அங்கிருந்து வெளியேற்றிவிட்டனர். மட்டுமல்லாது, உலகில் எல்லோரும் செய்வது போல், தன் மகனது இறப்பிற்கான பழியையும் வசதியாக அவள் மீதே போடுவதன் மூலம் கூடுதலாக ஒரு வயிற்றை நிரப்புவதற்காக உழைப்பதிலிருந்தும் ஒரு விதவையின் துர்நிழலிருந்தும் எப்போதைக்குமாகத் தப்பித்துக்கொள்ளலாம் என்பதாகவும் அவர்கள் திட்டமிட்டனர்.

மிகவும் சிரமத்தில் இருந்தாலும், கணவனை இழந்து திரும்பி வந்த கமலாவை அவளது வீட்டில் நன்முறையிலேயே வரவேற்றனர். ஆனால் அவள் திரும்பி வந்த சில காலத்திலேயே கமலாவின் அப்பாவும் மரணித்துவிட, ஒரு விதவையாக தனது மிச்சநாட்களை பனாரஸிற்குச் சென்று கழிக்க விரும்பினாள் அவளது அன்னை. எனவே கமலாவை அழைத்து உடன் வைத்துக்கொள்ளும்படி ஸ்வர்ணலதாவின் அம்மாவிற்கு அவள் கடிதம் எழுதினாள். ஆனால் “அவர்கள் இருவருமே பனாரஸிற்குப் போகட்டுமே” எனக்கூறி அதற்கு மறுப்புத் தெரிவித்துவிட்டார் ஸ்வர்ணலதாவின் தந்தை. தங்களது செல்ல மகளின் மழலைக்காலத் தோழி என்றபோதும் ஒரு விதவையை வீட்டில் தங்கவைப்பது சார்ந்து ஸ்வர்ணலதாவின் அம்மாவால் தன் கணவரை சம்மதிக்க வைக்க முடியவில்லை. ஒருவேளை அதற்கு முன்னதாகவே தினாநாத்தை மணமுடித்து ஸ்வர்ணலதா டெல்லிக்குச் செல்லாமல் இருந்திருந்தால் கமலாவை வீட்டில் அனுமதிப்பதற்கு அப்பாவை அவளால் சம்மதிக்க வைத்திருக்க முடியும். ஆனால் எங்கோ தொலைவில் இருந்தபடி அவள் எழுதிய கடிதங்கள் எதுவும் அவரை அசைக்காததால் கமலா தன் பொறுப்பிற்கும் தன் அம்மாவின் பொறுப்பிற்குமே விடப்பட்டாள். அப்பாவைச் சம்மதிக்க வைக்க முடியாவிட்டாலும் தன்னுடைய தோல்வியை

ஒப்புக்கொள்ள முடியாத ஸ்வர்ணலதா, டெல்லிக்கு வந்து தன்னுடன் தங்கிக் கொள்ளுமாறு கமலாவிற்குக் கடிதம் எழுதினாள். ஆனால் அவளை விட கவனம் மிக்க கமலா "நீ உன் கணவனின் அனுமதியைப் பெற்றுவிட்டாயா?" எனக் கோரி பதில் அனுப்பினாள்.

வீட்டிலிருக்கும் எந்த ஆணிற்கும் தொடர்பற்ற ஒரு விதவைப் பெண்ணை வீட்டில் அனுமதிப்பது குறித்த மனைவியின் விநோதமான கோரிக்கைக்கான தினாநாத்தின் முதல் எதிர்வினையானது 'கூடாது' என்பதாகத்தான் இருந்தது. ஆனால் கோரிக்கை வைப்பது வசீகரமிக்க தன் இளம் மனைவியாததால், இன்னமும் அவளது இளமையும் பெண்மையும் அவனது புத்தியை போதை போல் ஆக்கிரமித்திருந்ததால், அப்படி அவனால் நிர்த்தாட்சண்யமாக மறுக்கவும் முடியவில்லை. இதுகாறும் அவனது முன்னோர்களைக் காத்துவந்த புத்திகூர்மையானது அவனுக்கும் துணைவர, ஸ்வர்ணலதா சந்திக்கக் கொடுத்து வைத்திராத மாமியார் ஆஷாதேவியின் பெயரில் நடத்தப்படும் விதவைகள் ஆசிரமத்தில் வேண்டுமானால் கமலாவைத் தங்க வைக்கலாம் என்கிற யோசனையை முன்வைத்தான். கூடவே, ஆசிரமும் பக்கத்தில்தான் இருப்பதால் அவர்கள் இருவரும் அடிக்கடி சந்தித்துக் கொள்ளலாம் எனவும் ஸ்வர்ணலதா ஆசிரமத்திற்குச் சென்று தன் தோழி ஒரு விதவைக்கு அனுமதிக்கப்பட்ட அடிப்படை வசதிகளுடன் நலமாக வாழ்கிறாள் என்பதை உறுதி செய்து கொள்ளவும் முடியும் என்றும் கூறினான். விதவைகள் நிரம்பியிருக்கும் ஓர் ஆசிரமத்திற்கு அடிக்கடி சென்று கொள்ளலாம் என்கிற அளவிற்கு அவன் இறங்கிவந்து சம்மதம் தெரிவித்திருப்பது நிச்சயம் ஸ்வர்ணலதாவை இம்முடிவிற்கு ஒப்புக்கொள்ளச் செய்து அவன் மீது அன்பையும் அதிகரிக்கச் செய்யும் என அவன் உணர்ந்திருந்தான்.

கொட்டிலில் அடைக்கப்பட்ட ஒரு மாட்டினைப்போல ஸ்வர்ணலதாவை அடிமைப்படுத்த முடியாதென ஆரம்பத்திலேயே தினாநாத் புரிந்துகொண்டான். இங்கிலாந்து வாசம் மூலம் நாகரீகமடைந்துவிட்ட ஒருவனாக தன்னை அடையாளப்படுத்திக் கொள்ள விரும்பும் தினாநாத்திற்குப் பொருத்தமாய் அமைந்துவிட்ட ஸ்வர்ணலதாவின் இக்குணம்

அவனது உடலைக் கிளர்த்தியது. பரந்துவிரிந்த தன்னுடைய ஒட்டுமொத்த ஆளுகைக்குள் அவளுக்கும் அதிகாரம் இருக்கிறதென உணர்த்த விரும்பினான் அவன். எனவே விதவைத்தோழியின் வடிவத்தில் வந்த இந்தப் பிரச்சினையைத் திறம்படக் கையாண்டு தன் பரந்த மனதின் வழியாக அவளை மகிழ்ச்சிப்படுத்துவதோடு அவளுக்குள் இருக்கும் இளமையையும் உடல் வேட்கையையும் தூண்டுவதற்காகவும் இதை பயன்படுத்திக் கொண்டான். இந்த நற்செய்தியைக் குறிப்பிட்டு தோழிக்குக் கடிதம் எழுதிய அன்றிரவு தோழியுடன் மீண்டும் இணையப்போகிற மகிழ்ச்சியாலும், தேவையிலிருக்கும் ஒருவருக்கு உதவ முடிந்திருக்கிற பெருமிதத்தாலும், தினாநாத்தின் அனுமதி அவளுக்களித்த சுதந்திர உணர்வு தந்த போதையாலும் அவன் திட்டமிட்டு எதிர்பார்த்தபடியே அவனை அன்றிரவு மகிழ்ச்சிப்படுத்தினாள்.

கமலா வருவதற்கு முன்பாக துர்பாக்கியசாலிகளான விதவைகள் நிறைந்த அந்த ஆசிரமத்திற்கு தயக்கத்துடன் வருகை புரிந்தாள் ஸ்வர்ணலதா. கணவர்களின் இறப்பிற்குக் காரணமாயிருந்த துர்பாக்கியமானது இன்னமும் அந்த விதவைகளது உடலில் விஷவாயுவின் மணத்தைப் போல் விரவி அங்கிருக்கிற காற்றில் நீங்காமல் கலந்திருந்தால் என்ன செய்வது? வாசலில் ஒரு கணம் தயங்கி நின்றவள், ஒருவேளை இப்போது தான் திரும்பிச் சென்றால் கணவன் தனக்களித்திருக்கிற அதிகாரம் கைநழுவிப் போய்விடுவது மாத்திரமல்லாமல், வெல்ல வேண்டும் என்கிற உறுதியுடன் தந்தையுடன் தான் மேற்கொண்டிருக்கிற போரிலும் தோற்க நேரிடும் என்பதை எண்ணத்தில் இருத்திக் கொண்டாள். அதுதான் இங்கிருக்கிற பெரும்பாலான பெண்கள் தத்தமது கர்வங்களை ஒழிக்கும்படியாகவும் தீக்குணங்களிற்கான இருப்பிடத்தை மறுக்கும் விதமாகவும் தலையை மொட்டையடித்திருக்கிறார்களே என தன்னைத்தான் சமாதானப்படுத்தியபடி ஆசிரமத்துள் நுழைந்தாள். திருமணமான முதல் ஆண்டிலேயே அவள் இங்கே வந்திருக்க வேண்டாம் என சில விதவைகள் உச்சுக்கொட்டியதைத்தாண்டி அதீத அன்புடனும் நன்றியுணர்வுடனும் அங்கே வரவேற்கப்பட்டாள்.

ஆசிரமத்தின் முதலாளியையோ அவர் குடும்பத்தின் யாரையுமோ இதுவரை நேரில் சந்தித்திராத பாதுகாவலர் தன்னால்

முடிந்த அளவிற்கு சிறப்பாக ஆசிரமத்தைப் பராமரித்து வந்தாலும் நிர்மானித்திருப்பவரின் புண்ணியத்திற்கு வேண்டி நடத்தப்படுகிற தர்மஸ்தாபனத்தின் தோற்றத்தையே அது கொண்டிருந்தது. உதிரத்துவங்கியிருந்த சுவர்ப்பூச்சு, பூச்சி அரித்த லினன் துணிகள், கிழிந்த படுக்கை விரிப்புகள், நெளிந்த பாத்திரங்கள், உடைந்த பக்கெட்டுகள் போன்றவற்றின் காட்சியானது ஸ்வர்ணலதாவின் இதயத்தை கனமாக்கி தன் பால்யத்தோழிக்கு நேர்ந்திருக்கிற துயரத்தின் முழுவீச்சையும் உணரச்செய்தது. இந்தச் சூழலிலிருந்து கமலாவைக் காக்கும் விதமாக குறைந்தபட்சம் பகலில் மட்டுமாவது அவளைத் தன் வீட்டில் வைத்துக்கொள்ள வேண்டும் என முடிவு செய்துகொண்டாள். இயல்பாக அவளிடமிருக்கும் மகிழ்ச்சியும் வசீகரமும் காணாமல் போய் நீண்ட அடர்ந்த கூந்தலிற்குப் பதிலாக ஒட்டக்கத்தரிக்கப்பட்டு குத்திட்டு நிற்கும் கூந்தலோடு சோபையாக கமலா நிஜத்தில் வருகை புரிந்தபோது தனது கணவனோ மாமனாரோ ஒரு குறிப்பிட்ட காலத்தைத் தாண்டி அதிக காலத்திற்கு அவளை வீட்டிற்குள் இருக்க அனுமதிக்க மாட்டார்கள் என்பதை உணர்ந்து கொண்டாள். ஆழமாக உள்ளுக்குள் யோசிக்கையில் தானே அதற்கு அனுமதிக்க மாட்டோம் என்பதையும் குற்ற உணர்வோடு ஒப்புக்கொண்டாள்.

டெல்லிக்கு வந்த கமலாவிற்கு ஆசிரமத்தின் உரிமையாளர்களது உறவுக்காரப்பெண் என்கிற தகுதிக்கேற்றவாறு ஆசிரமத்தின் உள்ளே ஒரு இடம் ஒதுக்கப்பட்டது. என்றாலும் சிதிலமடைந்த, மோசமாக நிதியளிக்கப்பட்ட ஒரு இடத்தின் அடையாளங்கள் அங்கேயும் தேங்கியிருந்தன. ஒவ்வொரு நாளும் ஆசிரமத்திற்குச் சென்று சிறிது நேரம் அவளோடு உரையாட முயன்றாள் ஸ்வர்ணலதா. ஆனால் நீண்ட காலத்திற்கு முன் சிறுமிகளாய் இருந்தபோது மிக அந்நியோன்யமாகவும் பிரச்சனைகளின்றியும் தொடர்ந்த அவர்களது நட்பின் பாதையானது இப்போது இருவேறு திசைகளை நோக்கிப் பிரிந்துவிட்டது.

தன் கணவன் எவ்வளவு அழகானவன், எவ்வளவு நன்றாகப் பேசுகிறவன் மற்றும் -அதைப்பகிர்ந்து கொள்வது பற்றிய எண்ணமே கன்னங்களைச் சிவக்கச் செய்தாலும் – படுக்கையில் எவ்வாறு தன்னை உணரச் செய்கிறான் என்பன பற்றியெல்லாம் தோழியிடம் பகிர்ந்துகொள்ள வேண்டும்

என ஸ்வர்ணலதாவிற்கு ஆவல் கொப்பளிக்கும். ஆனால் கமலாவின் முகத்தைப் பார்த்தவுடன் இவற்றுள் எவை பற்றியேனும் மெலிதாகக் குறிப்பிடுவது கூட மன்னிக்கமுடியாத குற்றமாகிவிடும் என அமைதியாகிவிடுவாள். கமலாவோ தற்போதுதான் தன் புதிய வாழ்க்கையின் பொருளையும் அதை இப்படிப்பட்ட நிலைக்குக்- மழிக்கப்பட்ட கூந்தல், வெண்பருத்திப்புடவை, சொந்தமென்று சொல்லிக்கொள்ள வீடெதுவும் இல்லாமை, இறக்கும்வரை எந்த ஸ்வாரஸ்யமும் இன்றி வாழ்ந்து முடிக்க வேண்டிய வாழ்வு – கொண்டுவந்த நிகழ்வுகளையும் புரிந்துகொள்ள முயன்றுகொண்டிருந்தாள். எனவே தனக்கு நிகழ்ந்துவிட்ட துயரத்தின் கதையைத் தவிர தோழியிடம் பகிர்ந்துகொள்ள அவளுக்கு வேறெதுவும் இருக்கவில்லை. இதைப்பற்றியெல்லாம் கேட்பதற்கு தன் தோழிக்கு ஆர்வமில்லை எனத் தெரிந்த போதும் அவளைச் சந்தித்த போதெல்லாம் பேசிக்கொள்வதற்கு அவளுக்கு அது மாத்திரமே மீதமிருந்தது.

கமலாவின் துயரங்கள் குறித்து தொடர்ந்து கேட்டுக் கொண்டிருப்பது அத்துயரை தன் வாழ்விலும் நேரிடச் செய்து விடுமோ என அஞ்சிய ஸ்வர்ணலதா, மரணத்திலிருந்து ஒரே ஒரு நூலிழைத் தொலைவில் மட்டுமே நம் வாழ்வு இருக்கிறதென்பதையும் எல்லோரையும் போல உணர்ந்திருந்தாள். அது கமலாவின் கணவனுக்கு நேர்ந்தது போன்ற உண்மையான மரணமாகினும் கணவன் இறந்தபிறகு கமலா அனுபவிக்கிற மரணத்திற்கொப்பான வாழ்வாயினும் சரி. ஆனால் இதை வெளிப்படையாகச் சொல்லத் தயங்கியவள் வேறு வேறு விஷயங்கள் குறித்துப் பேசிக் கொண்டிருப்பாள். கற்பனையே செய்ய முடியாத கொடூரமான அனாதரவிலிருந்து தன்னைக் காப்பாற்றியதற்காக லதா அக்காவிடம் நன்றியுணர்வுடன் இருக்க வேண்டும் என விரும்பினாலும், கணவன் குறை ஆயுளாய் இறக்கவில்லை என்பதைத் தவிர வேறு எந்தத்தவறும் செய்திராத அவளைப் பார்த்த போதெல்லாம் கோபம் பொங்குவதைத் தடுக்க முடியவில்லை கமலாவிற்கு. எனவே ஸ்வர்ணலதாவின் சகஜமின்மையும் கமலாவின் கோபமும் சேர்ந்து எண்ணிக்கையில் குறைந்து கொண்டே வந்த அவர்களது சந்திப்புகளை அதீத இறுக்கமுடையவையாய் மாற்றின.

எனவே திவான்சந்தின் வருகையானது ஸ்வர்ணலதாவிற்கு ஒரு வரவேற்கத்தக்க மாற்றமாய் அமைந்தது. ஒரு குடும்பத்தலைவியாக தனது கொழுந்தனை வரவேற்பதும் அவனுக்குத் தேவையானவற்றை ஏற்பாடு செய்வதும் தனது கடமை எனக் கருதியதால்தான் ஆசிரமத்திற்கான அவளது வருகைகள் குறைந்து போயின. ஒரு தோழியாக தனது கடமையிலிருந்து அவள் தவறியதாக அது எந்த விதத்திலும் பொருள்படாது. அதை விட முக்கியமான காரியம் ஒன்றின் பொருட்டு கொஞ்ச நாட்களுக்கு அவள் அதிலிருந்து விலகியிருக்க வேண்டியிருக்கிறது, அவ்வளவுதான். ஒவ்வொருநாளும் கமலாவை நினைத்துக் கொள்கிற போது இந்த சமாதானத்தை அவள் தனக்குள் சொல்லிக்கொண்ட போதும் தன் தோழிக்கு தீங்கிழைக்கவிலை என அவளால் தன்னை சமாதானப்படுத்த முடியவில்லை.

தீர்க்கப்படாத உணர்வுச் சிக்கல்கள் வாழ்வின் எல்லாச் செயல்பாடுகளுக்கும் தன்னையே மையமாக்கி எளிதான விஷயங்களைக்கூட குழப்பும் தன்மை உடையவை என்பதால் திடீரென ஒருநாள் ஆசிரமத்தில் இருக்கும் விதவைகளுக்கு திவான்சந்த் கதாகாலட்சேபம் செய்தால் என்ன என்கிற யோசனையுடன் விழித்தெழுந்தாள் ஸ்வர்ணலதா. அவளது ஆழ்மனதில் இரவின் இருளில் உருக்கொண்ட இந்தச் சிந்தனையானது பகலான போது அதன் மூலம் அடைய வாய்ப்புள்ள இரண்டு பலாபலன்களையும் தெளிவாக்கியது. ஒன்று, இதன்மூலம் ஆசிரமத்தில் கமலாவுடன் நேரம் செலவழிக்க அவளுக்கு ஒரு நியாயமான காரணம் கிடைத்துவிடும். இரண்டு, திவான்சந்தின் ஆழ்மனதில் தீவிரமாய்த் திரண்டு கொண்டிருக்கும் ஆன்மீக ஆர்வத்திற்கு அது வடிகாலாக அமையும். இந்த இரண்டு நோக்கங்களுமே சுயநலமற்றவை என்கிற வகையில் அவை அவளுக்குள் மகிழ்ச்சியைத்தான் ஏற்படுத்தியிருக்க வேண்டும். ஆனால், திவான்சந்திடம் இத்திட்டம் குறித்துப் பேசும் முன்பே, ஏதோ ஒரு வகையில் திவான்சந்திற்கும் கமலாவிற்கும் இடையே தொடர்பை ஏற்படுத்த தான் முயல்கிறோம் என்கிற ஆழ்மன உறுத்தல் அவளில் குற்ற உணர்வையும் அவமான உணர்வையும் தோற்றுவித்தது. கமலா ஒரு விதவை என்கிற வகையில் இவளது இக்குணத்தை வெறும் முட்டாள்த்தனம் எனவோ அறிவின்மை எனவோ ஒதுக்கிவிட முடியும். ஆனால் தனது பால்யத் தோழியை

நோக்கி திவான்சந்தை நகர்த்துவதன் மூலம் அவன் மீது தனக்கும் இயல்பானதும் மறுக்கப்பட்டதுமான ஒரு வகை ஈர்ப்பு இருக்கிறதென்கிற உண்மையை(இதுவரை வேறு யாரிடமோ, தன்னிடம் வெளிப்படையாகவோ ஒப்புக்கொள்ளாத உண்மையை) ஒப்புக் கொண்டாள்.

ஆசிரமத்தின் முற்றத்திற்குள் திவான்சந்த் நுழைந்தபோது வெவ்வேறு வயதினையுடைய முப்பதுக்கும் மேற்பட்ட பெண்கள் அங்கே அமர்ந்திருந்தார்கள். முழுவதும் மழிக்கப்பட்டோ நறுக்காகத் தரிக்கப்பட்டோ இருந்த தலைமுடியை தினாநாத்தின் ஆலையில் தயாராகி இங்கிலாந்திற்கு ஏற்றுமதியாகும் தரப்பரிசோதனையில் தேற முடியாத பருத்திச் சேலையினால் மூடியபடி இருந்தார்கள். தங்களது கரத்தினால் அத்துணியை அவர்கள் இறுக்கிப் பிடிக்காமல் இருந்திருந்தால் அது மிகுந்த துயர்ச்சித்திரத்தையே தோற்றுவித்திருந்திருக்கும். உள்ளே நுழைகிறபோது அவன் செவிகளில் ஒலித்த பேச்சுச் சத்தமெல்லாம் குறைந்து பல கண்கள் இப்போது அவனை ஆர்வமுடன் கவனிப்பதை உணர்ந்தான். முதல் நாள் பள்ளிக்குள் நுழையும் குழந்தை அல்லது புதிதாக வாழ்க்கையைத் தொடங்குவதற்காகப் பிரயாணித்து அயல்நிலத்தின் கரையை முதன்முதலில் காணுகிற இளைஞனுக்கு உண்டாகிற பய உணர்ச்சி திவான்சந்தின் உடலிற்குள்ளும் ஊடுருவியது. திவான்சந்த் ஏற்கனவே அனுபவித்தும் திரும்பத்திரும்ப மனதிற்குள் ஓட்டிப்பார்த்தும் வருகிற அந்த இரண்டு பய உணர்வுகள். அவனது மனநிலையை அறியாத ஸ்வர்ணலதா அங்கிருந்த பெண்களை வணங்கி அவனை அவர்களுக்கு அறிமுகப்படுத்தினாள்: "இவர் லாலா திவான்சந்த். லாலா மோதிசந்தின் மகன். இவர் ஒரு அறிஞரும் ராமபக்தனும் ஆவார்."

"நமஸ்தே லாலாஜி" என்னும் பதில் வெவ்வேறு குரல்களில் சேர்ந்தொலித்தது.

என்ன சொல்வதெனத் தெரியாமல் வார்த்தைகளைத் தேடியபடி திவான்சந்த் தயங்கி நிற்கையில், "கதாகாலட்சேபம் செய்கிற அளவிற்கு வயசாகலையே இவருக்கு" என்றொரு குரல் கூட்டத்தின் பின்னாலிருந்து ஒலித்தது. அக்குரலின் அவதானம்

சலனமற்றும் ஆதுரத்துடனும் இருந்தபோதும் அது வெளிப்பட்ட தொனி ஸ்வர்ணலதா மற்றும் விடுதிப் பாதுகாவலர் உட்பட்ட அனைத்துப் பெண்களிலும் ஓர் கேலிச் சிரிப்பைத் தோற்றுவித்ததில் ஏற்கனவே பதட்டத்தில் இருந்த திவான்சந்த் மேலும் பதட்டமடைந்தான்.

"மட்டுமில்ல. இவ்வளவு அழகான அறிஞர்களும் அரிதுதான்."

இந்த அவதானம் மீண்டும் ஒருமுறை அனைவரிலும் சிரிப்பை மூட்டியது. சிரிப்பை அடக்கிக் கொண்டு நிற்கிற பெண்களுக்கு நடுவே வெட்கத்துடன் நின்றிருந்த திவான்சந்த் சற்று ஓரத்தில் நின்றிருந்த ஒரு இளம்பெண்ணைக் கவனித்தான்; அவள் சப்தமாகச் சிரிக்கவில்லை, ஆனால் இரவெல்லாம் அழுதது போல் சிவந்து வீங்கியிருந்த அவளது கண்கள் குறும்புடன் தாழ நோக்க, வெடித்துச் சிரித்து விடாமல் தடுத்துக் கொள்ள முயல்வது போல இறுக்கமாக மூடியிருந்தன உதடுகள். திவான்சந்த் தன்னைப் பார்ப்பதைக் கவனித்தவள் கண்களைச் சிமிட்டினாள். வார்த்தைகளற்ற அந்த ஜாடை அவனை இலகுவாக்கி தயக்கங்களை உடைத்து முகத்தில் மலர்ச்சியைக் கொணர்ந்தது.

தன்னுடைய முதல் கதாகாலட்சேபத்திற்கு எந்த அத்தியாத்தைத் தேர்ந்தெடுப்பது என ஆழமாகச் சிந்தித்த திவான்சந்த், கதையைக் கேட்கவிருக்கும் பெண்களில் பலர் குடும்பத்தைப் பராமரித்து ஓய்ந்த முதியவர்களாய் இருப்பார்கள் என்பதால், ராமன் தன் அன்னையிடம் சென்று பரதன் மன்னனாக வேண்டும் என்கிற காரணத்திற்காக அப்பா தனக்கு வனவாசம் விதித்ததை கூறும் காட்சியைச் சொல்லலாம் என முடிவு செய்திருந்தான். ஆனால் அதே ஆசிரமத்தில் குழந்தைகளற்ற பெண்களும் குழந்தை பிறக்கும் முன்பே விதவை ஆகிவிட்ட பெண்களும் கூட இருப்பார்கள் என்பதைப் பற்றி அவன் சிந்திக்க மறந்துவிட்டான். அன்னையரின் கண்களில் கண்ணீரை வரவழைக்க ஒருபோதும் தவறாத அந்தச் செய்யுளானது, குழந்தையற்ற வயதான பெண்களின் துயரத்தை மீண்டும் தூண்டி விடவும் ஒருபோதும் குழந்தை பெற வாய்ப்பில்லாதபடி இளமையிலேயே கணவனை இழந்து முதுமையின் சற்றே அமைதியான காலத்தை இன்னும் எட்டாமல் கொந்தளிப்பு

நிறைந்த வனப்பின் பருவத்தில் இருக்கிற பெண்களின் வேதனையை மேலும் அதிகமாக்கவும் செய்யக்கூடும் என்பது அவனுக்குத் தோன்றாமலே போய்விட்டது. மகனைப் பிரிய வேண்டியிருப்பதில் கௌசல்யை உணரும் துயரத்தையும் சீதையின் நலன் குறித்து அவள் கொள்ளுகிற கவலையையும் பற்றிச் சொல்வதற்கு முன்பாக கேட்பவர்கள் மனத்தை ஆயத்தப்படுத்தும் விதமாக கைகேயியின் தோழிகளான சில பிராமணப் பெண்கள் அவளது கோரிக்கையைத் திரும்பப்பெறுமாறு கோரும் காட்சியுடன் ஆரம்பிக்கலாம் எனத் திட்டமிட்டிருந்தான். இதன் மூலம் கைகேயியின் இரக்கமற்ற குணத்தை கௌசல்யையின் தாய்ப்பாசத்துடன் மிகச் சிறப்பாக முரண்படுத்திக் காட்டலாம் என எண்ணினான்.

ஆனால் இப்போது முன்னால் குழுமியிருக்கும் அந்தப் பெண்களைப் பார்த்த பிறகு கைகேயியின் கொடூர குணம் குறித்தும் வஞ்சகம் குறித்தும் பேசுவது பொருத்தமாக இராது என முடிவு செய்தவன் அதைத் தவிர்த்துவிட்டு ராமன் வனவாசம் அனுப்பப்பட்டது குறித்து கேள்வியுற்ற மக்கள் ஆத்திரமும் துயரமும் அடைந்தது குறித்த அதற்கடுத்த செய்யுள்களை விவரிக்க ஆரம்பித்தான். பார்வையாளர்களின் உணர்வுகளைப் புரிந்து நடந்துகொள்வதுதான் திவான்சந்தின் நோக்கமெனில் அவன் அதில் தோல்வியுற்றுவிட்டான் என்றுதான் கூற வேண்டும். ஏனென்றால் துவக்கத்தில் தங்களது துக்கத்தினை வெளிப்படுத்தும் பொதுமக்கள் உடனடியாக அதற்குக் காரணமான கைகேயியின் மீதான தங்களது கோபத்தை இன்னதென்று சொல்லமுடியாத வார்த்தைகளால் வெளிப்படுத்த ஆரம்பித்து விடுகிறார்கள். இப்போது அந்தப் பகுதியைத் தவிர்த்துவிட்டுக் கடந்தால் பார்வையாளர்கள் கண்டுபிடித்து விடுவார்கள் எனக் கருதியவன், கட்டுப்பாடிழந்த ஒரு குதிரையின் மேல் பயணிப்பது போல செய்யுள்களில் தறிகெட்டுப் பயணித்து

கவிஞர் சொன்னபடி, பெண்களின் குணம் ஒருவருக்கும் பிடிகொடுக்காதது அது ஆழமானதும் அறிய முடியாததும் ஆகும்

என்ற வரிகளில் வந்து நின்றான்.

இந்த வரிகள் பார்வையாளர்களின் மனதில் பதிந்ததும் அங்கே ஒருகணம் அமைதி நிலவியது. பிறகு ஒரு பெண் சப்தமாகச் சொன்னார், “ஏன் பிடி கொடுக்காது. அவர்களிடமிருக்கும் எதையாவது பிடிக்கணும்னு நினைச்சா சுலபமா பிடிச்சிடலாமே” என்றார். சில பெண்கள் சப்தமாய்ச்சிரிக்க, சில பெண்கள் வெட்கப்பட்டனர். வேறு சில பெண்கள் காதுகளை மூடிக்கொண்டனர்.

பார்வையாளர்களை மேலும் சிரிக்க வைக்கிற முயற்சியில், இன்னொரு பெண், “யாராவது ஆழத்துக்குள்ள போகணும்னு நினைச்சா அத மட்டும் தடுத்துடணும். அதுதான் நல்லது” என்றாள்.

“அப்பதான அது அளவிட முடியாத ஆழமாகவே இருக்க முடியும்” என்றாள் இன்னொரு பெண் அதை முடித்து வைக்கும் விதமாக.

இப்போது சிரிப்பொலி மிக அதிகமாகியது. வேறொருவராயிருந்தால் சற்றே வெட்கத்துடன் இச்சூழலைக் கடந்து போக விட்டிருப்பார்கள். இழிகுணம் கொண்ட கைகேயியைக் குறித்துக் கூறப்பட்டிருந்தாலும் இவ்வரிகள் இப்பெண்களைக் காயப்படுத்தி தாழ்ச்சிப்படுத்தியதாலேயே அதை மறைக்கும் பொருட்டு அவர்கள் சிரிக்கிறார்கள் என்பதைப் புரிந்து கொண்டதால் திவான்சந்த் சங்கடமாய் உணர்ந்தான். ராமன் அரசனானால் தன் நிலை என்னவாகும் என்கிற பாதுகாப்பின்மையின் அச்சத்தினால்தானே வேலைக்காரியால் தூண்டப்பட்ட கைகேயி அப்படி நடந்து கொண்டாள்? அப்படிப்பட்ட ஒரு அச்சம் எல்லாப் பெண்களுக்குள்ளும் இருக்கிறதுதானே? தன் கட்டுப்பாட்டில் இல்லாத விஷயங்களின் கருணையால்தானே அவர்கள் வாழ்வு நகர்கிறது? ஒரு ஆணின் கைச்சொடுக்கினால் அவளது பாதுகாப்பும் வளமும் ஒன்றுமில்லாமல் சிதைந்து போகக்கூடும் என்கிற அச்சத்திலிருந்து ஒரு நொடி கூட விடுபடாமல்தானே அவள் வாழ்கிறாள்? இப்போது இங்கே அமர்ந்திருக்கும் பெண்களுக்கு ஏற்பட்டிருக்கிற பரிதாபகரமான நிலையும் கூட அவர்கள் மணமுடித்த ஆண்கள் இறந்துவிட்டார்கள் எனும் ஒற்றைக் காரணத்தால் நிகழ்ந்ததுதானே? இதில் பெண்களது

மனதின் ஆழமும் அறியமுடியாத தன்மையும் எங்கிருந்து வருகிறது? இவ்வாறெல்லாம் யோசித்த திவான்சந்திற்கு இவ்வரிகளை இப்படிப் போகிற போக்கில் எழுதிவிட்ட கவிஞனின் மேல் ஒரு நொடி எரிச்சல் தோன்றியது.

கண்ணீருடன் நிமிர்ந்தவன் சிவந்து வீங்கிய கண்களுடன் இருந்த அந்தப் பெண் கோபத்துடன் அவனைப் பார்த்துக் கொண்டிருப்பதைக் கண்டான். அவளிடம் மன்னிப்புக் கோருவது போல் அவன் கைகளைக் கூப்பியதும் அது ஒட்டுமொத்த கூட்டத்தையும் அமைதிப்படுத்தியது. ஒரு நொடி கடந்த பிறகும் கூட துளசிதாசரிடமும் தான் மன்னிப்புக் கேட்க வேண்டும் என்கிற எண்ணத்துடன் தொடர்ந்து கைகளைக் கூப்பியபடி இருந்தான். பிறகு குனிந்து புத்தகத்தைப் பார்த்தவன், தொடர்ந்து வாசித்தான்,

நெருப்பில் எரியாதது எது? கடலில் மூழ்காதது எது?

வலிமையும் அதிகாரமும் மிக்க ஒரு பெண்ணால் செய்யமுடியாதது எது?
இறப்பின் கையில் அகப்படாத எது இவ்வுலகில் இருக்கிறது?

“இவ்வுலகில்,” வேறு யாரும் எதுவும் சொல்லிவிடுவதற்கு முன்பாக திவான்சந்த் தொடங்கினான் “பெண்கள் சக்தியற்றவர்கள் என்று சொல்லப்படுகிறது. உடல் ரீதியாகப் பார்க்கிற போது இந்தக் கூற்றில் உண்மை இருக்கத்தான் செய்கிறது. இயற்கையின் நியதி அது. ஆனால் வலிமை என்பது அறிவு, சூது, தைரியம், நேர்மை, ஒழுக்கம், புத்துணர்வு, அழகு, மென்மை, இரக்கம், அக்கறை, காமம், கோபம் என.. பல பரிமாணங்கள் கொண்டது. சூழலின் தேவைக்கேற்ப எவ்வகையான வலிமை தேவைப்படுகிறது என்பதை உணர்ந்து அதைப் பயன்படுத்தி வேண்டியதை சாதித்துக் கொள்ள அவர்களால் முடியும். எனவே பார்ப்பதற்கு சக்தியற்றவர்கள் போல் இருக்கிற பெண்கள்தான் உண்மையில் பலம் வாய்ந்தவர்கள்” என துளசிதாசர் கூறுகிறார்.

பார்வையாளர்களைத் திரும்பவும் தன் பக்கம் ஈர்க்க முடியும் என்கிற நம்பிக்கையுடன் இச்சொற்பொழிவை முடித்த திவான்சந்த் பாராட்டையோ குறைந்த பட்சம் ஓர் ஒப்புதலையோ எதிர்நோக்கியபடி அமைதிகாத்தான்.

"ஆனா லாலாஜி" கோபம் இல்லாமலாகி ஒருவகை துயரம் குடிகொண்டிருந்த கண்களுடன் ஒலித்த அந்த இளம்பெண்ணின் குரல், "பெண்கள்தான் சக்தி வாய்ந்தவர்கள் எனில் ஆண்கள் ஏன் இவ்வுலகை ஆள்கிறார்கள்?" என வினவியது.

கூட்டத்தில் அமைதி நிலவியது. இதற்கு முன் பேசப்பட்ட இரட்டை அர்த்த நகைச்சுவைகளை ரசித்தவர்கள் இப்போது கூர்ந்து யோசிக்கவும் அந்த அற்பமான நகைச்சுவை குறித்து சக பெண்கள் மீது கோபம் கொண்டிருந்தவர்கள் இப்போது கோபம் வடிந்து துயரம் கொள்ளவும் துவங்கியிருந்தனர்.

திவான்சந்த் கமலாவின் முகத்தைப் பார்த்தான். அதில் எவ்விதச் சவாலும் இல்லை. விவாதத்திற்கு அழைப்பு விடுக்கிற சவாலோ நிஜமாகவே பதில் தெரிந்து கொள்ள விரும்புகிற ஒருவரின் வெகுளித்தனமான ஆர்வமோ அவள் முகத்தில் இல்லை. பதிலாக மிகவும் ஆழமானதாகவும் துக்கம் நிரம்பியதாகவும் இருந்த அவளது பார்வை அதற்கான நேர்மையான பதிலையோ விளக்கத்தையோ சாத்தியமற்றதாக்கியது. கமலாவின் கண்களைத் தொடர்ந்து நோக்கியவன் தன் கண்களிலும் கண்ணீர் சுரப்பதை உணர்ந்தான். அவன் அந்தப் பெண்களுக்குத் தீங்கிழைத்துவிட்டான், அதற்காக அவமானமும் கொள்கிறான். ஆனால் இப்படி உணர்வுச்சிக்கல்களுக்குள் அநாதரவாய் வாழ நேர்ந்துவிட்ட அவர்களை எண்ணியே அவனுக்கு கண்ணீர் சுரந்தது. குனிந்து புத்தகத்தைப் பார்த்தவன் வலது கரத்தால் கண்ணீரைத் துடைத்துக் கொண்டான். பிறகு நிமிர்ந்து அமர்ந்தபடி கூறத் தொடங்கினான், "பெண்கள் இவ்வுலகில் ஒரே சமயத்தில் சக்திவாய்ந்தவர்களாகவும் பலமற்றவர்களாகவும் இருக்கிறார்கள் என கோஸ்வாமிஜி கூறுகிறார். ஆனால் அவர் அதை மட்டும் சொல்லவில்லை. இந்தச் செய்யுளை நாம் கூர்ந்து கவனித்தோமானால், ஆண்கள் என்று குறிப்பிடாவிட்டாலும் அவர் அவர்களைப்பற்றியும் சில விஷயங்களை நமக்கு உணர்த்துவதைப் புரிந்து கொள்ள முடியும். இந்த உலகத்தை ஆளுகிற, மிக சக்தி வாய்ந்தவர்கள் எனத் தன்னைக் கருதிக்கொள்கிற ஆண்களால் தன்மேல் பற்றிக்கொண்ட தீயின் நாவுகளிலிருந்து தம்மைத் தப்புவிக்க முடியுமா? நண்பர்களோ வேலையாட்களோ உதவினால் ஒருவேளை அவர்களால் தங்களைக் காத்துக்

கொள்ள முடியலாம். கடலுக்குள் வீசப்பட்டால் அவர்களால் மூழ்காமல் தப்பிக்க முடியுமா? கடந்து போகிற ஏதாவது கப்பலினால் கவனிக்கப்பட்டு காப்பாற்றப்பட முடிகிற அதிர்ஷ்டம் வாய்த்தால் மட்டுமே அவர்களால் உயிர்பிழைக்க முடியும். பலவீனமானவர்களை எளிதாகத் தாக்கக்கூடிய பேரழிவுகளிலிருந்து தப்பிக்க அவர்களுக்கு அவர்களது அதிகாரம் மட்டுமே உதவுகிறது. இதையெல்லாம் மீறி இறுதியாக, இறப்பிலிருந்து யாரேனும் அவர்களைக் காப்பாற்ற முடியுமா? உலகத்தையே ஆளுகிற இந்த பலமிக்க மனிதர்கள் இறப்பின் முன் பலவீனமாகிவிடுகிறார்கள் என்பதைத்தானே துளசி நமக்கு உணர்த்த முயல்கிறார்?"

மீண்டும் அங்கே ஒரு கணம் அமைதி நிலவ, முன்வரிசையில் அமர்ந்திருந்த ஒரு வயதான பெண் "உண்மைதான் லாலாஜி" என்றார். அந்தக் குரலின் தன்மையானது அந்த மதிய வேளையையும் அந்த முற்றத்தையும் அங்கே அமர்ந்திருந்த ஒவ்வொருவரையும் பக்தியும் அர்ப்பணிப்பும் நிறைந்த ஓர் உலகிற்கு எடுத்துச் சென்றது.

அன்றுமுதல் ஒவ்வொரு வாரமும் திவான்சந்த் ஆசிரமத்திற்குச் சென்றான். அடுத்த சொற்பொழிவிற்குத் தேவையான தயாரிப்புகளில் ஈடுபடுவதிலும், வாசிக்க வேண்டிய பத்திகளை கவனமாகத் தேர்ந்தெடுப்பதிலும், அவனால் முடிந்த வழிகளிலெல்லாம் அவை பற்றிய பொருளுரைகளை சேகரிப்பதிலும் நேரத்தைச் செலவிட்டான். தான் சொல்ல விரும்புகிற கருத்துகளையெல்லாம், மரணத்திற்காகக் காத்திருப்பதை மட்டுமே ஒற்றை நோக்கமாய்க் கொண்டு வாழ்ந்துவரும் பெண்களுக்குத் தோதான வகையில் மாற்றிக்கூற வேண்டும் என்பதுதான் சற்றே வெட்கத்துடன் மிகச் சவாலான விஷயமாக இருந்தது. ஒவ்வொரு வாரம் அங்கே செல்லும்போதும் அவர்கள் ஒவ்வொருவருடைய கதையாக அடுத்தடுத்து தெரிந்து கொண்டான். எல்லாமே ஒன்றிலிருந்து ஒன்று மாறுபட்டவை. ஆறு வயதிலேயே விதவையாகி எழுபத்து நான்கு ஆண்டுகளாக ஆசிரமம் மாற்றி ஆசிரமம் எனப்பந்தாடப்பட்டு இப்போது இங்கு தங்கியிருக்கிற எண்பது வயது கல்யாணி ஒருபுறம், நீண்டகாலம் முழுமையான குடும்ப வாழ்க்கையை வாழ்ந்து எழுபதுகளில் கணவனை இழந்து

விதவையான சுமித்ரா மறுபுறம். கல்யாணியின் நெருங்கிய தோழியான சுமித்ராவின் ஒரே மகனும் கணவன் இறப்பதற்குச் சில ஆண்டுகள் முன்பு இறந்துவிட்டதாலும் மகள்களால் தங்கள் மாமியாரையும் கணவனையும் சம்மதிக்க வைத்து இவளை அவர்களோடு அழைத்துக் கொள்ள முடியாததாலும் அவள் இங்கே அடைக்கலம் தேட நேர்ந்து விட்டது. நாற்பதுகளில் இருந்த மோகினி எப்போதும் உற்சாகமும் ஆரோக்கியமும் நிறைந்தவளாகவும் தன் முகத்தையும் உடலையும் இன்னும் திருமண வாழ்வில் இருக்கிற ஒரு பெண்ணைப் போலவே கவனித்து அழகுபடுத்திக் கொள்வதில் ஆர்வமுடையவளாகவும் இருந்தாள். மகனைச் சம்மதிக்க வைத்து மருமகள் அவளை இங்கே அனுப்பி வைத்துவிட்ட துயரத்தைப் பற்றி யாரிடமும் ஒருபோதும் பேசுவதில்லை அவள். ஆனால் அதே இடத்தில்தான் வெளிறி நொய்ந்து, இருபதுகளில் இருந்த மீனாவும் இருந்தாள். கேட்பவர்களிடமெல்லாம் தன் பல்வேறு வியாதிகளைப் பற்றி புலம்பிக்கொண்டே இருந்த அவளை ஒருவரும் தடுக்கவில்லை. ஏனென்றால், வெளிப்படையாகப் பேசிக்கொள்ளாவிட்டாலும், அவள் சீக்கிரமே இறக்கப் போகிறாள் என்பதை ஆசிரமத்தில் அனைவரும் ஒப்புக்கொண்டிருந்தனர். அடுத்ததாக கமலா, அறிவும் தேடலும் தெளிவும் நிறைந்த அவளது நடத்தை ஒவ்வொரு முறை பார்வையிடும்போதும் திவான்சந்திற்கு கூடுதலான துயரத்தை வெளிப்படுத்தியபடி இருந்தது.

ஆசிரமத்திற்கு வந்ததிலிருந்து பணிவுடனும் நட்புடனும் பழகிய அதே சமயத்தில் கூச்சசுபாவமும் உடையவளாக இருந்த கமலா திவான்சந்த் வருகிற தினங்களின் காலைகளில் மட்டும் மிகவும் துள்ளலாக மாறிவிடுவது சற்றே கவனம் உடைய விதவைகளின் கண்ணில் பட்டுவிட்டது. திவான்சந்த் எவ்வளவு சிறப்பானவன் என்றோ அவன் எவ்வளவு அழகாக கதை சொல்லுகிறான் என்றோ யாரேனும் பேச ஆரம்பித்தால் அவள் அங்கிருந்து எழுந்து சென்று விடுவாள். திவான்சந்த் பேசுகிற சமயத்தில் ரகசியமாக கமலாவை கவனித்த பிற விதவைகள், உணர்வுகளை பிரக்ஞையின்றி வெளிப்படுத்திய தருணங்களில் அவளது முகத்தில் பரவசம், மகிழ்ச்சி, துக்கம் மற்றும் சில சமயங்களில் லேசான ஆசை கூடப் படர்ந்து பரவியதைக் கண்டார்கள். வெகு சீக்கிரத்திலேயே, கமலா

திவான்சந்தை காதலிக்கத் தொடங்கிவிட்டாள் என்னும் செய்தி ஆசிரமம் முழுக்கப் பரவியது. சுவாரஸ்யமாகவும் ரகசியமாகவும் பரபரப்பாக விவாதிக்கப்பட்ட இவ்விஷயமானது கமலா அங்கு வர நேர்ந்துவிட்டால் குற்ற உணர்வுடன் கூடிய அமைதிக்குக் குடிபுகுந்துவிடும்.

இதுகுறித்து விவாதிக்கப்பட்ட பல விஷயங்களில் 'ஸ்வர்ணலதாவிடம் இதுகுறித்துக் கூற வேண்டுமா' என்பது முக்கியமான கேள்வியாக இருந்தது. சொற்பொழிவின் போது பெரும்பாலும் கமலாவுடன் அமர்ந்த போதிலும் கிளம்புவதற்கு முன்பு பிற விதவைகளுடன் சற்று உரையாடும் பழக்கம் இருந்த போதிலும் ஸ்வர்ணலதா இன்னும் இவ்விஷயத்தை கவனித்திருக்கவில்லை. இவ்விஷயம் தெரிந்தால் கமலா உடனடியாக இங்கிருந்து வெளியேற்றப்படலாம் என்பதால் அவளது எதிர்காலம் கேள்விக்குறியாகிவிடும் என அஞ்சி அவள்மீது இரக்கம் கொண்ட சில விதவைகள் ஸ்வர்ணலதாவிடம் இதுபற்றிச் சொல்லக்கூடாதெனக் கருதினார்கள். கமலாவைத் தனியாக அழைத்துச் சென்று பிரச்சனை ஏதும் ஏற்படும் முன்பு அவளது முட்டாள்த்தனத்தை நிறுத்திக் கொள்ளும்படி எச்சரிக்க வேண்டும் என இவர்கள் வாதிட்டார்கள். லாலா மோதிசந்தின் தயாள குணத்தினை தங்களது வாழ்க்கையின் பற்றுக்கோலெனப் பற்றிகொண்டிருக்கும் வேறு சில விதவைகள், இவ்விஷயத்தை ஸ்வர்ணலதாவிடம் கூறாமல் விட்டு அதன் பிறகு பிரச்சனை ஏதும் ஏற்பட்டுவிட்டால் இவர்கள் அனைவருமே குற்றவாளியாக நேரிடும் எனவும் கோவத்தில் லாலா மோதிசந்த் என்ன வேண்டுமானாலும் செய்து விடக்கூடும் என அஞ்சினார்கள். இந்த விதவைகள் விடுதிப் பாதுகாவலரிடம் சென்று ஸ்வர்ணலதாவிற்கு இவ்விஷயத்தைத் தெரிவிப்பது அவளது கடமை என எடுத்துரைக்க முயன்றனர்.

பாதுகாவலருக்கு அதில் சம்மதமில்லை: "யாரிடமும் சொல்ல வேண்டிய பொறுப்பு நமக்கில்லை" என்றாள். வழக்கமாக முதலாளிகளிடம் அவள் காட்டும் பணிவோடு இந்த போலி அலட்சியம் பொருந்திப் போகாததால், ஒருவேளை கமலாவின் ஆசை நிறைவேறினால் அவள் வீட்டின் முதலாளி ஆகிவிடுவாள் என்பதாலும் அதன்பிறகு அது தனது வேலைக்கு ஆபத்தாய்

முடியும் என்பதாலும்தான் இவ்விஷயத்தை ஸ்வர்ணலதாவிடம் எடுத்துச் செல்ல அவள் பயப்படுகிறாள் என்பதை அவர்கள் புரிந்து கொண்டார்கள். இறுதியாக, இந்தக் குழுவில் மூத்தவரான சுமித்ராதான ஸ்வர்ணலதாவை ஒருநாள் தனியே அழைத்துச் சொல்ல வேண்டியிருந்தது.

“லாலாம்மா” உள்ளுக்குள் இருந்த தயக்கத்தை பயிற்சியால் விளைந்த முதுமையின் தேர்ச்சி கொண்டு மறைத்தபடி, “கொழுந்தனுக்கும் அண்ணியின் தங்கைக்கும் இடையேயான விடலைத்தனமான நேசத்தை என் வாழ்வில் எத்தனையோ முறை நான் பார்த்துள்ளேன். இது இயல்பானதுதான், சமயங்களில் மகிழ்ச்சிதரக்கூடியதும் கூட. ஆனால் அது திருமணத்தில் முடிய வாய்ப்பில்லை என்றால் வீட்டில் இருக்கும் மூத்தவர்கள் அதை ஆரம்பத்திலேயே கண்டித்துவிடுவதுதான் நல்லது” என்றார் சுமித்ரா.

குழப்பத்திலிருந்து அதிர்ச்சிக்கு மாறியது ஸ்வர்ணலதாவின் முகபாவம். இப்படி ஒரு தீவிரமான குற்றச்சாட்டை சுமித்ரா வெறுமனே ஜோடித்திருக்க மாட்டாள் எனத் தெரிந்தாலும், “முட்டாள்தனமா பேசாதீங்க” எனக் கூச்சலிட்டாள். அதையடுத்து, இதுவரை அவள் கவனித்த ஆனால் அதிகம் சிந்தித்திராத சில தருணங்கள் அவளது எண்ணத்தில் மேலெழுந்து வந்தன. சுமித்ரா அடுத்து எதுவும் சொல்லிவிடுவதற்கு முன்பாக கண்ணுக்குத் தெரியாத ஒரு பரபரப்பை ஏற்படுத்தும்விதமாக நகைகள் ஒலியெழுப்ப -அந்த இடத்தில் நகைகள் அணியத் தகுதியுடையவளாய் அவள் மட்டுமே இருந்தாள் - அங்கிருந்து வெளியேறினாள். அவள் அப்படி வெளியேறியதைப் பார்த்துக் கொண்டிருந்த அத்தனை பேரில் திவான்சந்த் மாத்திரமே என்ன நடந்ததெனத் தெரியாமல் திகைத்தான். இந்தச் சூழல் ஏற்படுவதற்குக் காரணமாயிருந்த உரையாடல்களைச் செவிமடுத்திராத கமலா உட்பட பிற அனைவருக்கும் என்ன நடந்ததெனப் புரிந்து கொள்ள முடிந்தது. ஸ்வர்ணலதாவின் எதிர்வினை என்னவாகவெல்லாம் இருக்கும் என அவர்கள் எத்தனை கவனமாகச் சிந்தித்திருந்த போதும், இப்போது பிரச்சனை துவங்கிவிட்ட பிறகு அது எங்கே போய் முடியும் என யாராலும் யூகிக்க முடியவில்லை.

அறைக்குத் திரும்பிய ஸ்வர்ணலதா தன் இதயம் படபடத்துக் கொண்டிருப்பதை உணர்ந்தாள். மிக மோசமாக வஞ்சிக்கப்பட்டுவிட்டதாகத் தோன்றியது அவளுக்கு. அவளைத் துரோகித்தது கமலாதானேயன்றி திவான்சந்த் அல்ல என்பதை உணர அவளுக்கு சில நிமிடங்கள் பிடித்தன. அதோடு, சுமித்ராவின் உதடுகளிலிருந்து வெளிப்பட்ட வார்த்தைகள் இதுவரை திவான்சந்தின் மீது அவள் வளர்த்துக் கொண்டிருந்த ஈர்ப்பை எப்போதைக்குமாக உடனடியாக அழித்துவிட்டதென்பதை ஆசுவாசத்துடன் கவனித்தாள். கமலா திவான்சந்தின் மீது காதலை வளர்த்துக் கொண்டிருக்கிறாள் என்பதைக் கேள்வியுறும் முன்புவரை தனக்குள் இருந்த திவான்சந்தின் மீதான நேசமானது இப்போது மடிந்துவிட்டதென்பது அவளுக்கு நிம்மதியைத் தந்தது. ஏனென்றால், தன் கணவன் மீது அவள் கொண்டிருந்த அன்பின் பொருட்டு மாத்திரமல்ல, இந்தக் குடும்பத்தின் தலைவியாக தன் இடம் என்ன என்பதையும் அவள் புரிந்திருந்ததால் இப்படி ஒரு சூழல் வந்திராவிட்டாலும் என்றேனும் ஒருநாள் உள்ளுக்குள் இருக்கும் இந்த அன்பை முறித்துக் கொண்டுதான் ஆக வேண்டும் என அவள் அறிந்திருந்தாள். கமலா காதலில் தனக்குத் துரோகம் செய்யவில்லை. அவள் செய்த துரோகம் தோழமை சார்ந்தது. அவள் திவான்சந்தின் நற்பெயருக்குக் களங்கம் உண்டாக்கி அதன்மூலம் இந்த ஒட்டுமொத்தக் குடும்பத்தின் நற்பெயருக்கும் அச்சுறுத்தல் ஏற்படுத்தி விட்டாள்.

திவான்சந்த் நேர்மையும் கூச்சமும் உடையவன் என்று உறுதியாகக் கூறும் அளவிற்கு அவனுடன் ஏற்கனவே தேவையான அளவு நேரம் செலவழித்திருந்தாள் ஸ்வர்ணலதா. கமலாவின் காதலுக்கு அவன் சம்மதம் தெரிவித்திருந்தானா என அவளால் உறுதியாக அறுதியிட முடியவில்லை, ஆனால் அப்படி அவன் சம்மதித்திருந்தால் அது வேறு பல பணக்காரர்களின் மகன்கள் செய்வது போன்ற பொழுதுபோக்கிற்கான விளையாட்டாய் இருந்திருக்காது. தன் கணவனிடம் இருக்கிற முன்யோசனை அவரது தம்பிக்குக் கிடையாது என்பதையும் அவள் அறிவாள்: தன் இதயத்தையோ புத்தியையோ ஒரு விஷயத்திற்கு ஒப்படைக்கும் முன்பு தனக்கு முன் வாழ்ந்த மூத்த தலைமுறையினரையோ அடுத்து வரும் சந்ததியினரையோ குறித்து அவன் யோசிக்க மாட்டான். உணர்ச்சிவழி நடக்கிற

அவனது இந்த குணத்தின் மீது அவளுக்கு அபிமானம் இருந்ததுதான், ரசனை அடிப்படையில் அவனது இக்குணத்தை புரிந்து கொள்ளும் அளவிற்கு போதுமான கவிதைகள் வாசித்து போதுமான இசைக்கு அவள் செவிமடுத்திருக்கிறாள்தான். ஆனாலும், எல்லாவற்றிற்கும் இறுதியில், அவள் ஒரு வணிகக் குடும்பத்தின் மகளும் திவான்சந்திற்காகத் தேர்ந்தெடுத்து மணமுடிக்கப்பட்டவளும் எல்லா வகையிலும் லாலாமோதிசந்தின் பேரக்குழந்தைகளுக்குப் பொருத்தமான அம்மாவும் ஆவாள்.

எனவே இச்செய்தி தந்த அதிர்ச்சி கொஞ்சம் கொஞ்சமாகக் குறைந்தபின்பு, அமைதியடைந்த அவள் மனம் அதற்கான தீர்வை நோக்கி சிந்திக்கத் தொடங்கியது. கணவனிடம் இதுகுறித்துச் சொல்வதென்ற பேச்சிற்கே இடமில்லை. அவன் உடனடியாகக் கமலாவை அங்கிருந்து வெளியேற்றவோ அதிகபட்சமாக ஆசிரமத்தை மூடிவிடவோ கூடும். அது இவளது தோல்வியை ஒப்புக் கொள்வது போல் ஆகும். இவளுக்கும் திவான்சந்தின் மீது ஆசை இருந்ததால்தான் அவள் கமலாவிடம் கடுமையாக நடந்து கொண்டாள் என்றோ ஒரு சின்னப் பிரச்சனைக்கே அவள் தனது தோழியைக் கைவிட்டு விட்டாள் என்றோ எல்லோரும் பேசக்கூடும். தனது பெரிய வெற்றியாக அவள் கருதிய, கமலாவை டெல்லிக்கு அழைத்து வர தினாநாத் அளித்த சம்மதத்தை மாபெரும் தவறென அவளே ஒப்புக்கொண்டது போல் ஆகிவிடும். தங்களது மணவாழ்வின் இத்தனை ஆரம்பகட்டத்திலேயே அப்படி ஒரு தோல்வியைச் சந்திக்க அவள் விரும்பவில்லை. நடந்த விஷயத்தை நிச்சயமாக அவனிடம் சொல்ல முடியாது. அவளுக்குத் தெரிந்து ஒரே ஒரு வழிதான் மீதமிருந்தது. எப்போதும் போல கதாகாலட்சேபம் தொடர வேண்டும். ஆசிரமத்தில் தொடர்ந்து தங்க விரும்பினால் உணர்ச்சிகளைக் கட்டுப்படுத்திக் கொள்ளுமாறு கமலாவிடம் கூற வேண்டும். திவான்சந்தைப் பொறுத்தவரை கமலாவின் மீது அவனுக்குக் காதல் இருக்கிறதா இல்லையா என்பது குறித்து அவளுக்குக் கவலையில்லை. எப்படியாயினும் ஒரு பெண்ணைக் கண்டுபிடித்து அவளுக்கு இவனை மணமுடிக்க வேண்டும்.

◆◆◆

முற்றத்தை நோக்கி வேகம் வேகமாக வந்த சுமித்ராவை அங்கு அவள் கண்ட காட்சி நிதானப்படுத்தி பெருமூச்சுடன் நிற்கச் செய்தது. ஆசிரம முற்றத்தின் நடுவில் நின்ற, சரம்சரமான பூக்களால் அலங்கரிக்கப்பட்டிருந்த, ஒற்றை மஞ்சள் சரக்கொன்றை மரத்திலிருந்து மென்மையாகக் கீழே உதிர்ந்த சரங்கள் ஒன்றை ஒன்றை தழுவும்படி நகர்த்திக் கொண்டிருந்தது காலைத் தென்றல். தூரக்கரையில் கிருஷ்ணன் வந்துவிட்டதையும் குழலிசைக்கத் தொடங்கிவிட்டதையும் திடீரென அறிந்து கொண்டதும் மௌனமான நதியைக்கடந்து வரும் அவனது இசையின் முதல்துளியைப் பருகும் பொருட்டு வெட்கத்துடன் விரையும் கோபியர்களைப் போல பொன்னிற மலர்கள் ஒன்றையொன்று உரசிக்கொண்டன. முடிவற்ற வெளியில் காலம் காலமாகக் காத்திருக்கும் பெண்களுடன் மகிழ்ந்திருக்கும் பொருட்டு சோலையை நோக்கிச் செல்லும் கிருஷ்ணன் தன் உடலில் அணிந்து கொள்ளும் போது பொன்னை விட பிரகாசமாய் மின்னும் இந்த அற்புதமான மஞ்சள் நிற மலர்களை போர்வையெனத் தரித்திருக்கும் மரத்தின் அடியில், சுமித்ராவிடமிருந்து தீய செய்தியைப் பெற வேண்டிய அப்பெண் வெள்ளுடை தரித்து அமர்ந்திருந்தாள். தயங்கி நின்ற தன் முதிய உடலிடம், தள்ளிப் போடுவதன் மூலம் தீய செய்திகளின் துயரம் குறையப்போவதில்லை என நினைவுறுத்திய சுமித்ரா முன்னோக்கிச் சென்று தொண்டையை கனைத்துக் கொண்டாள்.

“உனக்கொரு செய்தி இருக்கிறது” என்ற சுமித்ராவை நிமிர்ந்து பார்த்து எழுந்து நின்ற கமலா முக்காட்டினை சரி செய்து கொண்டாள். “பனாரஸிலிருந்து.”

அம்மாவின் ப்ரிய சகோதரரும் பனாரஸில் வசிப்பவருமாகிய ப்ரிய மாமாவின் வீட்டிற்கு தன்னுடன் திவான்சந்தும் வர வேண்டும் என ஸ்வர்ணலதா கட்டாயப்படுத்தத் தொடங்கி இத்தோடு இரண்டு மாதங்கள் ஆகிவிட்டன. “திருமணத்திற்குப் பிறகு நான் காசி விஸ்வநாத்திற்குச் செல்லவேயில்லை. என்னை அவர் வீட்டிற்கு வரும்படி சின்ன மாமா திரும்பத் திரும்ப கடிதங்கள் எழுதிக் கொண்டிருக்கிறார். நான் தனியாகப் போக முடியாது, உன் அண்ணனும் வரமாட்டார். நீ ஏன் என்னுடன் வரக்கூடாது? சின்ன மாமாவிற்கு நிறைய பண்டிதர்களையும் அறிஞர்களையும் தெரியும், ஒவ்வொரு மாலையும் அவர்

வீட்டில் அவர்களெல்லாம் கூடி உரையாடுவார்கள். நிச்சயம் உனக்கு அது பிடிக்கும். இங்கே டெல்லியில் உன்னுடைய புத்தகங்களை மட்டும் வைத்துக் கொண்டு தனியாக இருப்பதில் என்ன பிரயோஜனம்? நீ கற்றுக் கொண்ட அனைத்தும், அது குறித்து உரையாடாமல் விட்டால், உனக்குள்ளேயே தேங்கி காணாமல் போய்விடும்."

திவான்சந்துடன் நிகழ்த்திய சில கவனமான உரையாடல்களின் மூலம் அவன் இன்னும் கமலாவின் மீது காதல் வயப்படவில்லை என அறிந்து கொண்டாள். ஆனால் அவர்கள் இருவரைப் பற்றியும் நன்றாகத் தெரிந்தவள் என்ற வகையில் வெகு சீக்கிரத்திலேயே அது நடந்துவிடக்கூடும் என அஞ்சினாள். எனவே டெல்லியிலிருந்து விலக்கி பனாரஸிற்கு அழைத்துச் சென்றால், நிறைய சமூகத்தொடர்புகள் உடைய அவளது மாமா நிச்சயம் அவனுக்கு ஒரு நல்ல வாழ்க்கைத்துணையைத் தேர்ந்தெடுத்துத் தருவார். போலவே தனக்கு அப்படி ஒன்று தேவைப்படுகிறது என்பது கூடத் தெரியாத அளவிற்கு இங்கே வீட்டில் அவனுக்கு கிடைக்காமல் போயிருந்த ஆன்மீக மற்றும் இலக்கிய விவாதங்களையும் அங்கே சாத்தியப்படுத்த முடியும். ஒரு குறிப்பிட்ட காலத்திற்கு மேல் டெல்லியை விட்டு நீங்கியிருக்க தினாநாத்திற்கும் விருப்பம் இல்லாததால் திவான்சந்துடன் ஸ்வர்ணலதா செல்வதற்கு உடனடியாக ஒப்புக் கொண்டான். ஸ்வர்ணலதாவின் மாமா முராரி லால் குறித்து நன்கு அறிந்திருந்த லாலா மோதிசந்த் திவான்ச்ந்திற்கு விருப்பமான ஆன்மிகப் புத்தகங்கள் குறித்து அவரால் நன்கு உரையாட முடியும் எனக் கருதியதால் மகிழ்ச்சியுடன் இந்தப் பயணத்திற்குச் சம்மதித்தார். தன் செல்ல மருமகளின் விருப்பத்தை அவர் மறுக்க மாட்டார் எனத் தெரிந்திருந்தும் திவான்சந்த் அவர் வீட்டிற்கு வரலாமா என அனுமதி கோரி மாருதி லாலிற்கு கடிதமும் எழுதினார்.

"பனாரஸ்" கேள்வி போலோ பதில் போலோ அன்றி, சுமித்ரா கூறிய வாக்கியத்தின் கடைசி வார்த்தை கமலாவின் வாயிலிருந்து எதிரொலி போல் ஒலித்தது.

"ஆமாம். லாலாம்மா தன் கொழுந்தனுக்கு பெண் பார்த்து விட்டார். அக்டோபரில் திருமணம்" என்றாள் சுமித்ரா.

சலனமற்ற குரலில், "அது நல்ல செய்தியாயிற்றே" என்றாள் கமலா. ஆனால் இந்தச் செய்தியை நிதானமாக கேட்டுக் கொண்டதாக வெளிப்படுத்திய பாவத்தை 'இதைச் சொல்வதற்கு ஏன் நீங்கள் இவ்வளவு வருத்தப்பட வேண்டும்' என்று கேட்கிற அளவிற்கு நீட்டிக்க விரும்பவில்லை.

கமலா உணர்ச்சிவயப்பட்டு அழுகவோ மறுத்து வாதம் செய்யவோ மயக்கமிடவோ கூட நேரிடும் என அஞ்சிய சுமித்ராவிற்கு கமலாவின் இத்தகைய எதிர்வினை ஆசுவாசத்தை அளித்தது. ஆனால் அதே சமயத்தில், அவளது நிலை இரக்கத்திற்குத் தகுதியானது அல்ல என்கிற ஒற்றைக் காரணமே அவள் மீது ஆழ்ந்த இரக்கத்தைத் தோற்றுவித்து சுமித்ராவின் இதயத்தில் வலியை ஏற்படுத்தியது. கையை உயர்த்தி கமலாவின் தலையை மென்மையாக வருடியபடியே, "புரிந்து கொள், ராதாவும் கிருஷ்ணனும் ஒருபோதும் மணமுடித்ததில்லை" என்றாள்.

"எனக்குத் தெரியும் அக்கா" என்றபடி மென்மையாக ஆனால் உறுதியாக சுமித்ராவின் கையை தலையில் இருந்து அகற்றிய கமலா, "ராதா கிருஷ்ணனை மணமுடிக்க விரும்பினாள் என்றும் கூட எந்தக் கவியும் எழுதவில்லையே" என்றாள்.

இதற்கிடையே பனாரஸில், ஸ்வர்ணலதாவின் மாமா, வீட்டைவிட்டு எங்கேனும் கிளம்புகையில் தனது மொடமொடப்பான குர்தா பட்டு வேட்டியின் மீது கச்சிதமாகப் படிந்திருக்க வேண்டும் என்பதிலும், எப்போதும் அணிகிற விருப்பமான தொப்பி சரியான கோணத்தில் தலையில் பொருந்தியிருக்க வேண்டும் என்பதிலும், வெற்றிலையால் உதடுகள் சிவந்து கண்களில் மையின் கருமை இழைந்திருக்க வேண்டும் என்பதிலும் எவ்வளவு உறுதியாக இருக்கிறாரோ அதே அளவிற்கு கேளிக்கைகளிலும் அலங்காரங்களிலும் நாட்டமுடையவர் மட்டுமல்ல, தேவைப்பட்டால் ராமசரிதமானஸ் முழுவதையும் நினைவிலிருந்தே கூறக்கூடிய அளவிற்கு அறிவாற்றலும் கவிதைகள் மேல் காதலும் கொண்டவர் எனத் தெரிய வந்தபோது திவான்சந்த் மிகவும் மகிழ்ச்சியடைந்தான். துளசிதாசர் தனது மிகப்பெரும் காவியத்தை இயற்றிய அஸ்ஸியிலிருந்து நடக்கிற தொலைவில்

வசிப்பது குறித்து முரளிலாலிற்கு மிகுந்த பெருமிதம் உண்டு. “இந்த ஒட்டுமொத்த நகரத்தையுமே ராம்லீலாவை காட்சிப்படுத்தும் களமாக துளசிதாசர் மாற்றியிருந்தார்” என திவான்சந்த் அங்கு தங்கியிருந்த வெகு சில காலத்திற்குள் பலமுறை கூறியிருப்பார் அவர். “இன்று, ராமனும் சீதாவும், லக்ஷ்மணும் ராவணனும், குரங்குகளும் கரடிகளும், வலிமைமிக்க வாலியும் அன்பு மிக்க பரதனும் மற்ற எல்லோரும் நம் கண்களுக்குத் தெரியாமல் இருக்கலாம், ஆனால் வெவ்வேறு வடிவங்களில் இந்நகரத்தில் ராம் லீலா இப்போதும் நிகழ்த்தப்பட்டுக் கொண்டுதான் இருக்கிறது.”

திவான்சந்த் ராமசரிதமானஸ் பற்றி சொற்பொழிவாற்றுவதில் திறன் பெற்றிருந்தான் என்றும் அதைப்பற்றி கூடுதலாகப் புரிந்து கொள்ள உதவுகிற குறிப்புகளைத் தேடிக்கொண்டிருக்கிறான் எனவும் ஸ்வர்ணலதா தன் மாமாவிடம் கூறியிருந்தாள். எனவே அவர்கள் டெல்லியிலிருந்து வந்த ஓரிரு நாட்களுக்குப் பிறகு மாருதி ஷரன் சௌபே என்னும் கதைசொல்லியிடம் அவனை அழைத்துச் சென்றார். பல்வேறு கதைசொல்லிகளின் குறிப்புகளையும் விளக்கவுரைகளையும் சேகரித்து அதை ஒன்றாகத் தொகுத்து ஒரு திரட்டாக அச்சிடுவதன் மூலம் ராமசரித மானஸ் இத்தனை நூற்றாண்டுகளாக திறமையும் பக்தியும் கொண்ட எண்ணற்ற மனங்களில் ஏற்படுத்தியுள்ள சிந்தனைகளையும் நுட்பமான கருத்துகளையும் பாதுகாக்க முடியும் என நம்பி பல ஆண்டுகளாக உழைத்து வந்தார் அவர். முதல் சந்திப்பு வழக்கமான உபசாரங்களில் கழிந்துவிட, திவான்சந்த் மறுநாளும் அடுத்தடுத்த நாட்களும் அங்கே வருகை புரியத் தொடங்கியதும் அவன் இதைக் கற்றுக் கொள்ள விரும்புகிறான் என அவர் புரிந்து கொண்டார். நூற்றுக்கணக்கான புத்தகங்களையும் குறிப்பெழுதப்பட்ட கையெழுத்துப் பிரதிகளையும் தளர்வாகக் கட்டப்பட்ட காகிதங்களையும் அவனுக்குக் காட்டினார். கிட்டத்தட்ட ராமசரிதமானஸின் அத்தனை செய்யுள்களுக்குமான விளக்கங்களை தான் சிரமப்பட்டுத் தேடிக் குவித்த ஆவணங்களில் கண்டறிந்து குறித்து அட்டவணையிட்டும் வைத்திருந்தார்.

ஒருநாள் திவான்சந்திடம் மாருதி ஷரன் கூறினார்: “ஐந்தாண்டுகளுக்கு முன்பு, பெங்காலில் உள்ள

தாவரவியல் பூங்காவில் இருந்த மிகப்பெரிய ஆலமரத்தின் மையத்தண்டு நீக்கப்பட்டுவிட்டதாக செய்தித்தாளில் வாசித்தேன். மையத்தண்டில் ஏதோ நோய் பீடித்துவிட்டதால் அது பிற கிளைகளையும் விழுதுகளையும் பாதிக்காமல் இருக்கவேண்டுமெனில் அந்த மூலமரத்தை வெட்டித்தான் தீரவேண்டும் என்கிற நிலை ஏற்பட்டிருக்கிறது. இந்தச் செய்தி ஏனோ என்னை வெகுவாகப் பாதித்து விட்டது. கல்கத்தாவிற்குப் பலமுறை சென்றிருந்த போதிலும் நான் ஒருபோதும் அந்த மரத்தை நேரில் சென்று பார்த்ததோ பார்க்க வேண்டும் என நினைத்ததோ கூட இல்லை. என்ற போதிலும், பல கிளைகளாக அந்த மரம் பரந்து வளர்வதற்குக் காரணமாய் இருந்த அடி மரம் தற்போது உயிரோடு இல்லை என்னும் செய்தி என்னை பல இரவுகளுக்கு உறங்கவிடாமல் செய்தது. மனதினை அமைதிப்படுத்த முடியாமல் உறக்கமின்றி படுக்கையில் புரண்டு கொண்டிருந்த நான் ஒருநாள் அசந்து உறங்கியபோதோ, அல்லது விழித்துக் கொண்டிருந்த போதோ துளசிதாசர் அவர்களே என்னிடம் வந்து ஆண்டுக்கணக்கில் பல்லாயிரம் பேர் உச்சரித்தும் செவிமடுத்தும் வந்த செய்யுளைக் கூறினார்.

இறைவன் எல்லையற்றவன், அவனது லீலைகளும் முடிவற்றவை ஞானமுடையவர்கள் அதன் பல்வேறு அர்த்தங்களையும் புரிந்து கொண்டு எண்ணற்ற வகைகளில் அதை எல்லோரிடமும் கொண்டு சேர்க்கின்றனர்

பின் என்னைப்பார்த்துப் புன்னகைத்துவிட்டு அங்கிருந்து அகன்றுவிட்டார்.

"இதன் பொருள் என்ன தேவனே, இதன் பொருள் என்ன" என என் மனைவி என்னை உலுக்கி எழுப்பும் வரை நான் சப்தமாகப் பரிதவித்திருக்கிறேன். ஆனால் காலை உதயமானபோது அதன் பொருள் என்ன என்பதை நான் கண்டுகொண்டிருந்தேன். வால்மீகியின் அவதாரமும் புற்றிலிருந்து பகவான் ராமராலேயே மீட்கப்பட்டவருமான துளசிதாசர் எனக்கு வழிகாட்டி விட்டார்.

"அது என்ன குருஜி?" இன்னும் அதிகாரபூர்வமாக ஒப்புக்கொள்ளப்படாத ஒரு உறவுமுறையை தன்னுணர்வின்றிப் பிரயோகித்தபடி வினவினான் திவான்சந்த்.

அவன் அப்படி அழைத்ததை சரிசெய்யாமல், "கவனி திவான்சந்த்" என்றார் மாருதி ஷரன். "ஒவ்வொரு புத்தகமும் ஒரு மரம் போன்றது: ஒரு விதையிலிருந்து உருவாகி வளர்ந்து படர்ந்து வேண்டுவோர்க்கு பூக்களையும் கனிகளையும் நிழலையும் தருகிறது மரம். அதே போல புத்தகமும் அது தோன்றிய நிலத்தின் சத்துக்களை எடுத்துக் கொண்டு வளர்ந்தாலும் பதிலுக்கு நிலத்தினுள்ளே ஊடுருவும் தன் வேர்கள் மூலம் மண்ணைப் பிணைத்து உறுதிப்படுத்துகிறது. சில மரங்கள் உயரமாக வளர்ந்து பல காலம் வாழ்கின்றன, சில மரங்களோ ஒரு அடிக்கும் கீழாகவே வளர்ந்து விரைவில் மடிந்தும் விடுகின்றன. ஆனால் கல்கத்தாவில் இருந்த ஆலமரத்தைப் போன்ற வெகு சில மரங்கள் மட்டுமே ஒரு கிராமத்தையே தன் நிழலின் கீழ் அடக்கிவிட முடியும் என்கிற அளவிற்கு உயர்ந்தும் பரந்தும் வளர்கின்றன. மற்ற எல்லா மரங்களையும்விட ஆலமரம் தனித்துவமானது. வயதாக ஆக தந்தையைத் தோளில் தாங்கிக் கொள்ளும் மகன்களைப் போல தன் விழுதுகளை மண்ணிற்கு அனுப்பி ஊன்றி நின்று மைய மரத்திற்கு ஆதரவு நல்குகின்றன அவை. ராமசரித மானஸும் கூட அப்படிப்பட்ட ஒரு ஆலமரம்தான். இந்த பிரமாண்டமான ராமகதை அதைக் கேட்கக்கூடிய கோடிக்கணக்கானவர் மனதில் தூண்டக்கூடிய உணர்ச்சிகளும் எழுச்சிகளுமே மண்ணில் ஊன்றி நிற்கிற விழுதுகள் போன்றவை. இந்த விழுதுகளை ஏற்றுக் கொண்டு உரமூட்டும் நிலங்களைப் போல பல்வேறு கதைசொல்லிகள் மனித மனத்தில் ராமசரித மானஸ் ஏற்படுத்துகிற உணர்ச்சிகளை கவனித்துப் பாதுகாத்து அவற்றை மெருகூட்டி நாட்கணக்கில் வாரக்கணக்கில் வாழ்நாள் முழுவதும் என தன்னிடம் வருபவர்களுக்கு மிக்க அன்போடு அதை நிகழ்த்திக் காட்டுகிறார்கள்.

குறிப்பிட்ட ரசனை உடைய ஒருவரால் கண்டடையப்பட்ட அல்லது அவருக்கு காட்சியளித்த, கோஸ்வாமிஜியின் படைப்பிற்கு அரணாய் நிற்கிற இந்த உண்மையும் அழகும் நிறைந்த உணர்வுகளின் அழகிய வலைதான் பின்பு அவர்களது சீடர்களாலும் எண்ணற்ற பார்வையாளர்களாலும் வலுப்படுத்தப்பட்டு ஒரு குடும்பத்தின் அடுத்தடுத்த தலைமுறைகள் போல காலத்தை வெல்லும் விதமாக முன்னோக்கி எடுத்துச் செல்லப்படுகின்றன. இவ்விதமாக,

நிலையற்ற உலகின் ஒரு பகுதியான அந்த மைய மரத்திற்கு ஏற்பட்டதைப் போன்ற அழிவிலிருந்து தப்பித்து மனிதர்கள் வாழும் காலம் வரையில் வாழும் தகுதி பெற்றுவிடுகிறது ராமசரிதமானஸ். அடுத்தநாள் காலையில் எழுந்தபோது, மானஸும் அதன் பொருளும் அழிவிற்கு அப்பாற்பட்டவை என்பதையும் அவற்றின் இருப்பிற்கு எனது சிறிய பங்களிப்பு ஒரு பொருட்டல்ல என்பதையும் தாண்டி நான் எனது சிறிய காணிக்கையை அதற்கு அளிக்க வேண்டும் என்று தோன்றியது. மானஸால் தூண்டடப்பட்ட மற்றும் மானஸ் பற்றி எழுதப்பட்ட சில கருத்துக்கள் காலத்தால் அழிந்துவிடக்கூடும் என நான் அஞ்சியதால்தான் இத்தனை நாட்கள் தூக்கமில்லாமல் தவித்திருக்கிறேன் என்பது புரிந்தது. ஏற்கனவே என்னிடம் இந்த உரைகளை உள்ளடக்கிய பல பழைய அரிதான ஆவணங்கள் இருந்ததனால் என்னுடைய பங்களிப்பானது பொருள்திரட்டின் வடிவத்தில் இருக்க வேண்டும் என முடிவு செய்தேன். கோஸ்வாமிஜியின் ராமசரிதமானஸ் என்னும் மையத்தண்டினை பக்தியுடன் நோக்கியபடி சுற்றிலும் நின்று, தன்னை வணங்க வருகிற யாத்திரிகர்களுக்கெல்லாம் நிழல் நல்குகிற விழுதுகள் போல என்னுடைய இந்த உரைத் தொகுப்பானது அமைய வேண்டும்.”

மாருதி ஷரனின் காலடியில் அமர்ந்து, நூற்றாண்டுகளைத்தாண்டி எதிரொலிப்பது போல் ஒலித்த அவரது வார்த்தைகளுக்குள் திவான்சந்த் ஆழ்ந்திருந்தபோது, ஸ்வர்ணலதாவுடன் கலந்து பேசி, அவனுக்குப் பொருத்தமாக ஒரு பெண்ணை மாருதி லால் முடிவு செய்திருந்தார். ஜான்ஸியின் புகழ்பெற்ற தானிய வணிகர் ஒருவரின் மகளும் மாருதியின் மனைவி-ஸ்வர்ணலதாவின் அத்தை-யின் உறவுக்காரப் பெண்ணும் ஆகிய சகுந்தலாதான் அது.

திவான்சந்த் முதன்முறையாக விதவைகள் ஆசிரமத்திற்கு வருகை புரிந்ததற்குச் சில நிமிடங்கள் முன்பு, அந்த வருகை ஏற்படுத்தியிருந்த பரபரப்புகள் பற்றி அதிகம் அறிந்திராத கமலா அறையிலிருந்து முற்றத்திற்கு வந்தபோது அறைக்கதவின் அருகே இருந்த மல்லிகைச் செடியிலிருந்து நீண்டிருந்த ஒற்றைக் கிளையின் நுனியில் பொம்மைக்காற்றாடியென மல்லிகை ஒன்று மலர்ந்திருப்பதைக் கண்டாள். அவளையுமறியாமல்

அந்தக்காட்சியில் மகிழ்ந்தவள் ஒரு நொடி அதில் ஆழ்ந்து விட்டுத் திரும்பியபோதுதான், மீண்டும் அவளறியாமல், எதிர்காலத்தில் காதலில் விழப்போகிற அந்த ஆணை முதன் முறையாகக் கண்டாள். இனி வரப்போகிற மாதங்களிலும் வாழ்நாள் முழுவதிலுமே கூட இதயத்தில் வலியின்றி மல்லிகைப் பூவைக் காண இயலாமல் போவதற்கான காரணமாய் அது அமைந்தது. உயரமாக, வெள்ளை குர்தாவும் பட்டு வேட்டியும் அணிந்து, நிறைந்த கனிகளின் எடையினால் மரத்திலிருந்து தாழ்ந்து தொங்குகிற ஒரு கிளை போல நெற்றியில் தொங்குகிற முடிக்கற்றையும், ப்ரகாசமான ஆனால் சோகம் நிறைந்த விழிகளும், கூடிக் குறைகிற அவனது தன்னம்பிக்கையின் எதிரொலியாய் தயக்கத்துடன் உயர்ந்தும் தாழ்ந்தும் ஒலிக்கிற அழகான குரலுமாய் இருந்த அந்த ஆணை அன்று கண்டவுடனே அவளுக்குள் பரவசம் கிளர்ந்தது. அவனது பதட்டமும் உள்ளொடுங்குகிற குணமும் சிரிப்பதற்கு முன் சற்றே வளைகிற உதடுகளும் அவளை மெய்மறக்கச் செய்த போது அவளுக்குள்ளிருந்த இன்னொரு மனம், அந்த முதல் தருணத்திலேயே, இது ஒன்றும் நன்மையில் முடியப் போவதில்லை என எச்சரிக்கை செய்தது. ஆனால் முதிர்ச்சியுற்ற பெண்ணாக மாறாமல் அவளுக்குள் மிச்சமிருந்த பதின்பருவச் சிறுமியோ இந்த மகிழ்ச்சிக்குள் குடியிருந்து அதன் பல வண்ணங்களையும் அதுதரும் இன்ப துன்பங்களையும் அனுபவிக்கும்படி வேண்டினாள். எதிர்காலத்தில் எது சாத்தியம் எது சாத்தியமில்லை என்பது குறித்தெல்லாம் யோசித்துக் கொண்டிருக்காமல் கடலுக்குள் ஒரு துளி கலப்பதைப் போல காலத்தினுள் கரைந்து என்றென்றைக்குமாய் காணாமல் போகவிருக்கிற இந்த நொடியினைக்(*"தன்னை மாய்த்துக் கொண்டு நீரோட்டத்தில் கரைந்து போவதிலேயே துளியின் மகிமை குடிகொண்டிருக்கிறது"*) கொண்டாடும்படி கூறியது அவள் மனம்.

திருமணத்திற்கு முன்பு மட்டுமே இருந்தது மாதிரியான கனவுகளற்ற ஓர் உறக்கத்திலிருந்து மறுநாள் காலை விழித்த போதே இதுவரை கதைகளில் மட்டுமே படித்திருக்கிற கேட்டிருக்கிற ஓர் உணர்விற்கு தான் ஆட்பட்டிருப்பதை கமலா உணர்ந்து கொண்டாள். முந்தைய இரவின் போதையை எண்ணி மறுநாள் காலை வெட்கமும் கிளர்ச்சியும் அடைகிற ஒருவனைப்

போல முந்தைய தினம் தான் அனுபவித்த உணர்வுகளை எண்ணிப் பரவசமடைந்தாள். எழுந்த சில நிமிடங்களிலேயே, விதவை என்கிற தன் நிலைமை இந்த ஆசையை அடைய முடியாத ஒன்றாக ஆக்கிவிடும் என்கிற உண்மையும் அவளுக்கு புரிந்துவிட்டது. ஆனால் ஆச்சர்யமூட்டும் விதமாக இந்த எண்ணம் அவளுக்கு வருத்தத்தைத் தருவதற்கு பதிலாக ஒரு வகையான அமைதியையும் சுதந்திர உணர்வையும் தந்தது. தப்பிப்பதற்கான வாய்ப்புகள் எதையும் குறித்து யோசிக்க வேண்டிய அவசியமின்றி, நிச்சயிக்கப்பட்ட மரணத்தை நோக்கி தேசத்தின் பொருட்டு தூக்கு மேடைக்குச் செல்லும் ஒருவனது மனதில் இருப்பதைப் போன்ற உணர்வுடன், ஒருபோதும் அடைய முயலத் தேவையில்லாத இப்பொருளின் மீது தான் கொண்டிருக்கும் விருப்பம் அதைச் சுதந்திரமாக நேசிக்கும் வாய்ப்பைத் தருகிறதென எண்ணிக்கொண்டாள்.

புதிதாக எதுவும் மாறிவிடவில்லை என்பது போல நாட்களை எப்போதும் போல் கடத்த வேண்டும் என எண்ணியபடியே தனக்குள் ஏற்பட்ட இந்த மாற்றத்தை யாரும் கவனித்துவிடாதபடிக்கு மிக இயல்பாக உற்சாகமாக படுக்கையிலிருந்து எழுந்து கொண்டவள் தினசரி வேலைகளைக் கவனிக்க தொடங்கினாள். ஆனால் ஆசிரமம் வந்ததிலிருந்து மிக அமைதியாக மட்டுமே இருந்து வந்த அவளிடம் திடீரென ஏற்பட்டிருக்கும் இந்த உற்சாகம் அனைத்து விதவைகளின் கவனத்தையும் ஈர்த்துவிட்டது. திவான்சந்த் வராத தினங்களில் ஏதேனும் பாடல்களை முணுமுணுத்தபடி வேலைகளை கவனிப்பவள் பிறரது வேலைகளில் உதவுவதற்கும் எப்போதும் ஆர்வமாய் இருப்பாள். இந்த நாட்களில் அவளது நடவடிக்கைகளில் போலித்தனம் எதுவும் இருக்காது. மிக மகிழ்ச்சியாகவும் எடையற்றும் உணர்பவள் தனது காதலை ரகசியமாக உள்ளுக்குள் போஷித்தபடி அது குறித்து செயலில் இறங்கத் தேவை இல்லாத சுதந்திர உணர்வுடன் வலம் வருவாள். ஆனால் திவான்சந்த் வரவிருப்பதாகக் கூறப்படுகிற நாட்களில் இந்த சுதந்திர உணர்வு காணாமல் போய்விடும்: பொறுமையற்றும் துள்ளலாகவும் காணப்படுவாள். கடிகாரத்தையே பார்த்தபடி, பிறர் பேசுவதில் கவனம் செலுத்த முடியாமல் எண்ணம் சிதறுபவள் இறுதியில் திவான்சந்த் வந்தவுடன் பரவசமாகி விடுவாள். சிரிக்கக் கூடாது என

எவ்வளவு முயன்ற போதிலும் அவளது கண்கள் மின்னத் தொடங்கிவிடும்.

முதல் சில வாரங்களில் திவான்சந்த் கூறிய ஒவ்வொரு விஷயமுமே கமலாவிற்கு வசீகரம் மிக்கதாய் தோன்றியது. அவன் கூறுகிற ஒவ்வொரு வார்த்தையும் கவிதை போல் ஒலிக்கும். யாரும் அருகில் இல்லை எனக் கருதுகிற சமயங்களில், திவான்சந்த் கூறிய ஏதேனும் வரிகளை அவள் திரும்ப திரும்ப சொல்லிக் கொண்டிருப்பதைக் கேட்க முடியும். அவனது உடலின் ஒவ்வொரு அசைவும் மென்மையானதாகவோ ஆண்மை நிறைந்ததாகவோ அவளுக்குத் தோற்றம் தரும். சொற்பொழிவிற்கு இடையில் அவன் விரும்பிக் குடிக்கிற சர்பத்தையோ அவ்வப்போது எடுத்துக் கொள்கிற சிற்றுண்டியையோ தானே செய்யட்டுமா எனக் கேட்கத் தோன்றும் ஆர்வத்தைக் கட்டுப்படுத்திக் கொள்பவளால் அவன் வருவதற்கு முந்தைய நாட்களில் அதைத் தயாரிக்கும் பெண்களிடம் சென்று எல்லாம் தயாராக உள்ளதா என உறுதி செய்யாமல் இருக்க முடியாது. இதற்காக அந்தப் பெண்கள் அவளைக் கிண்டல் செய்ய ஆரம்பிக்கும் வரை அதைத் தொடர்ந்து கொண்டிருந்தாள். அந்த முதல் சில வாரங்களுக்கு காதலில் இருக்கும் எந்த ஒரு பெண்ணையும் போல அத்தனை மகிழ்ச்சியுடன் இருந்தாள் கமலா. ஒவ்வொரு சில நாட்களுக்கும் ஒருமுறை என அவனைக் காண நேர்ந்த தருணங்களிலெல்லாம் அடுத்த சில நாட்களுக்கு அவனைக் குறித்து எண்ணி மகிழும்படியான புதிய விஷயம் எதையேனும் கண்டுகொள்ள முடிந்ததால் பிற பெண்களை விட அதிக மகிழ்ச்சியுடன் அவள் இருந்தாள் என்றே கூறலாம். ஒருபோதும் அவனைத் தனியாகச் சந்திக்க முடியாது என்பதிலும் தனக்குக் கிடைத்திருப்பதை விடக் கூடுதலாக எதையும் அதிலிருந்து பெற முடியாது என்பதிலும் இருந்த நிச்சயத் தன்மையானது அது குறித்தெல்லாம் ஆசைப்படவோ முயற்சி செய்யவோ அவசியமின்றி அவளைச் சுதந்திரமாய் காதலிக்கச் செய்தன. அதன் பிறகுதான் விதவை சுமித்ரா கமலாவே நினைத்துப் பார்த்திராத ஒரு விஷயத்தை எண்ணி அஞ்சி அவள் திவான்சந்தின் மேல் காதலில் விழுந்துவிட்டதாக ஸ்வர்ணலதாவிடம் கூறினாள். அத்தோடு கமலாவுடைய வாழ்வின் மிக மகிழ்ச்சியான காலம் முடிவிற்கு வந்துவிட்டது.

தான் காதலில் இருப்பது மற்ற எல்லா விதவைகளுக்கும் தெரிந்து விட்டது என்பதை அவளும் அறிந்திருந்தாள். அவள் மனதில் கொப்பளிக்கிற உற்சாகத்தை மறைக்கத் தோல்வியுற்ற முகமும் உடலும் குரலும் அவளது மனநிலையில் ஏற்படுகிற மாற்றங்களும் எல்லோருக்கும் அதைத் தெளிவாக எடுத்துக் காட்டிவிட்டன. ஆனால் இதில் பயப்பட என்ன இருந்தது? ஸ்வர்ணலதாவிடம் எதற்காக இதைக் கூற வேண்டும்? என எண்ணிக் கொண்டாள். ஒரு வேளை தங்களுக்கு மறுக்கப்பட்டிருக்கிற இந்தப் பரவச உணர்வை அவள் மட்டும் எப்படி அனுபவிக்கலாம் எனத் தோன்றிய பொறாமை உணர்வுதான் காரணமோ? ஆனால், தவறிழைக்கப்பட்டதான எண்ணம் சிறிது தணிந்த போது, என்னதான் இவளது காதலை ஏற்றுக் கொண்டதற்கான எந்த அறிகுறியும் திவான்சந்திடம் இல்லாதிருந்த போதும், இவள் அதற்கான எந்த முயற்சிகளையும் மேற்கொண்டிராத போதிலும் இந்தக் காதலின் இருப்பு அவளுள் ஏற்படுத்துகிற உணர்வுகளும் கட்டுப்படுத்த இயலாமல் பெருகி அது வெளிப்படுகிற விதமும் நிச்சயம் ஆபத்தானதுதான். அதனால்தான் சுமித்ராவும் பிற விதவைகளும், சரி செய்ய முடியாத ஒரு பிரச்சனையாக அது மாறும் முன்பே அதன் ஆபத்தை விவேகத்துடன் கண்டுணர்ந்திருக்கிறார்கள் எனப் புரிந்து கொண்டாள்.

இதே போன்ற ஒரு வாதத்தை ஸ்வர்ணலதாவின் செயலை நியாயப்படுத்தும் பொருட்டும் முன்வைக்கலாம். ஆனால் கமலா அவளுடன் கொண்டிருந்த நீண்டகால நட்பில் நிகழ்ந்த பல்வேறு சம்பவங்களின் நினைவு அதிலிருந்து அவளைத் தடுத்துவிட்டன. எல்லா விதத்திலும் ஸ்வர்ணலதாவே அதிர்ஷ்டசாலியாய் இருந்திருக்கிறாள்; கூடுதல் அழகும் செல்வம் மிக்க தந்தையும் பெரிய வீடும் வாய்க்கப் பெற்றிருந்தவள் இதைச் சாதகமாக்கிக் கொண்டு எல்லா விளையாட்டுக்களிலும் ஆதிக்கம் செலுத்துவாள். உத்தரை கதாபாத்திரத்தை கமலாவிற்குத் தந்துவிட்டு சீதையை தனதாக்கிக் கொள்வாள், போலவே கமலாவிற்கு ராதாவும் அவளுக்கு ருக்மிணியும். லதா அக்காவிற்கு முன்பே திருமணமானதுதான் தன்னுடைய முதல் வெற்றி என கமலா எண்ணியிருந்தாள். ஆனால் அது குறுகிய காலமே நிலைத்திருந்து பின் இவள் வாழ்வில் பேரழிவை ஏற்படுத்திவிட்டது. அதனால் கமலாவின் மனதில்

திவான்சந்துடனான காதல்தான் இரண்டாவது வெற்றியாய்ப் பதிந்திருந்தது. ஆனால் அதையும் ஸ்வர்ணலதா திருடிக் கொண்டு விட்டாள். ஏன்? லதா அக்காவும் திவான்சந்தைக் காதலித்ததாலா? ஆமாம், உண்மைதான். லதா அக்காவைப்பற்றி நன்கு அறிந்த இவளுக்கு அது ஏன் முன்னரே புரியாமல் போய்விட்டது! திவான்சந்த் பேசும் போது தேவையே இல்லாமல் அவள் அடிக்கடி சிரித்தது, முந்தானையின் நுனியை எப்போதும் கையில் பிடித்து விளையாடியது, அவனிடமிருந்து பார்வையை விலக்க முடியாமல் தவித்தது எல்லாம் ஏன் என்று இப்போது புரிகிறது. அதனால்தான் அவனது ஆசிரம வருகைகளை உடனடியாக நிறுத்தி திடீரென பனாரஸிற்கு அழைத்து சென்றிருக்கிறாள். ஆசிரமத்தில் அமர்ந்து மல்லிகைப் பூக்களை நீண்ட சரங்களாகத் தொடுத்தபடியே - அந்த சரங்கள் விற்பனை செய்யப்பட்டு தொடுத்தவர்களுக்கு அந்தப் பணம் வழங்கப்பட்டு வந்தது - இதையெல்லாம் எண்ணிக் கொண்டிருந்தாள். திவான்சந்தை இழந்த பிறகு, ஒவ்வொரு இதழையும் மென்மையாக வருடிப் பின் அதன் இதயத்துள் ஊசியை நுழைத்து காம்பினுள் இழுத்து பின்புறமாக வெளியே எடுக்கிற இந்த வேலைக்குள்தான் அவள் தன்னை அதிகம் புதைத்துக் கொண்டாள். லதா அக்காவிற்கு திவான்சந்தை கமலாவுடன் பகிர்ந்து கொள்வதில் விருப்பம் இல்லை.

கமலா திவான்சந்தைக் காதலிக்கிறாள் எனத் தெரிந்ததனால்தான் ஸ்வர்ணலதா அவசர அவசரமாக அவனுக்குத் திருமண ஏற்பாட்டினைச் செய்திருக்கிறாள் என்பதை ஆசிரமத்தில் அனைவரும் அறிந்திருந்தனர். திருமணச் செய்தியை சுமித்ரா சொன்னபோதே கமலாவிற்கும் அது புரிந்துவிட்டது. விளையாட்டுத் துணையின் மீது ஏற்பட்ட பொறாமை உணர்வே அவளை இவ்வாறு செய்ய வைத்திருக்கிறது என்கிற கமலாவின் எண்ணத்தை அது வலுப்படுத்தியது. ஒரு மூன்றாவது பெண்ணுக்கு கூட அவள் திவான்சந்தை விட்டுத் தருவாள். ஆனால் கமலாவிற்கு அவன் கிடையாது. எனவே திவான்சந்திற்கு இன்னொரு பெண் நிச்சயிக்கப்பட்டிருக்கிறாள் என்பதும் சில மாதங்களில் திருமணம் நடக்க இருக்கிறது என்பதும் தெரிய வந்த பிறகுதான் அவனை இவளால் சந்திக்க முடியவில்லை என்றும் அவனிடம் சொல்ல விரும்பிய பல்வேறு விஷயங்களை சொல்ல முடியவில்லை என்றும் பரிதவிக்க

ஆரம்பித்தாள். அவனது கழுத்தில் தன் கரங்களை மலர் மாலையாக்கித் தழுவி மிக வசதியாகச் சாய்ந்து அவனது அழகிய வதனத்தை நோக்கி நெற்றியில் விழும் கூந்தல் கற்றையினை கண்களால் விழுங்கியபடி... போதையூட்டும் அந்த உதடுகள், நீண்டு வளைந்த கண் இமைகள், கூர்மையானதும் சற்று ஒடுங்கியதுமான அந்த நாசி...

சில சமயங்களில் இரவுகளில் எல்லோரும் உறங்கிய பிறகு மல்லிகைச் சரத்தினை எடுத்துவந்து அதன் வாசத்தை நுகர்ந்தபடி, திவான்சந்தின் வீட்டில் அவனது மனைவியாய் வாழ்வது எப்படி இருக்கும் எனக் கற்பனை செய்தபடி படுத்திருப்பாள். அவனுடன் கோவித்துக் கொண்டது போல் இவள் நடிக்க அவன் பல்வேறு முறைகளில் இவளைச் சமாதானம் செய்ய முயலுவான். சமாதானமாகி ஒரு புன்னகையைப் பரிசாகத் தருவதற்கு முன் இவள் அவனை எவ்வளவு சிரமப்படவைப்பாள்! அவனது உடல் எடை இவள் மேல் அழுந்த ஒரு காலை இவளது கால்களுக்கிடையே செருகி மார்பை இவளது முதுகில் பதித்திருக்கையில் அவளைப் பாதுகாப்பது போலவும் அவளது இருப்பை உறுதி செய்து கொள்வது போலவும் அவனது கரம் அவளை வளைத்தணைத்திருக்கும். லயத்துடன் எழுந்தடங்குகிற அவனது சுவாசத்தை உணர்ந்தபடி இப்படி இசைவாய் பொருந்தியிருக்கும் தங்கள் உடல் அவன் விழிப்பதால் பிரிந்து விடக் கூடாதெனும் கவனத்துடன் அசையாமல் படுத்திருப்பது எப்படி இருக்கும் எனக் கற்பனை செய்வாள்.

அதே சமயம், பனாரஸில், தான் முதன் முதலாகக் கேட்கிற அல்லது ஏற்கனவே கேட்ட கீர்த்தனைகளால் செழித்து அடர்ந்திருந்த, செய்யுள்களின் வனத்திற்குள் மாருதி ஷரனால் வழிநடத்தப்பட தன்னை அனுமதித்துக் கொள்வதன் மூலம், திவான்சந்த் வேறு வகையான மகிழ்ச்சியில் திளைத்திருந்தான். மானஸின் ஒவ்வொரு தோஹாவும் சௌபாயும் அந்த வனத்தினுள் அழைத்துச் செல்கிற பாதைகளாய்த் திகழ, மேற்கோள்களும் குறிப்புகளும் சில சமயங்களில் உரையாசிரியர்களின் கற்பனையும் புலமையும் அந்தப் பாதையைத் திறக்க உதவுகிற கூர் ஆயுதங்களாய் விளங்கின. அந்த ஒவ்வொரு பாதையும், தேர்ந்த வாசிப்பும்

கவனமும் உடைய ஒருவரை, மொழியோடு பொருள் இசைந்து நிகழ்த்தும் ஒரு அற்புத நடனத்தை நோக்கி இட்டுச்செல்லும். மாருதிஷரன் சொன்னவற்றையோ அவருடன் வாசித்தவற்றையோ திவான்சந்தால் முழுதாகப் புரிந்து கொள்ள முடியவில்லை. ஆனால் மாருதிஷரனுடனோ தான் வாங்கியும் சேகரித்தும் வைத்திருக்கிற புத்தகங்களுடனோ நேரம் செலவழிக்கவும் அவற்றை ஆழமாக வாசித்துப் புரிந்து கொள்ளவும் தன் மனம் விரும்புகிறது என்பதை அவன் புரிந்துகொண்டான். திவான்சந்த் மனதிற்குப்பிடித்த காரியத்தில் தன்னை ஈடுபடுத்திக் கொண்டிருப்பது குறித்து ஆரம்பத்தில் மகிழ்ந்த ஸ்வர்ணலதா, அவனை நாயகனாய்க் கொண்டிருக்கிற திருமணம் என்கிற முக்கிய நிகழ்வில் கவனமற்றுப் போகும் அளவிற்கு எந்நேரமும் அதைக்குறித்து மட்டுமே அவன் சிந்தித்துக் கொண்டிருப்பதைக் கண்டு கோபம் கொண்டாள்.

எப்படியாயினும் எப்போதேனும் தனக்கு அது நடக்கத்தான் போகிறதென அறிந்திருந்ததால் திவான்சந்திற்கு திருமணம் குறித்து குறிப்பிடத்தக்க ஆர்வமோ மறுப்போ எப்போதும் இருந்ததில்லை. வெகு இயல்பாக திருமணத்திற்கு சம்மதம் தெரிவித்தவன் தனக்கு நிச்சயிக்கப்பட்டிருக்கிற பெண்ணைப்பற்றியோ அவளது குடும்பம் பற்றியோ அதிக அக்கறை காட்டிக்கொள்ளவில்லை. லாலா மோதிசந்தின் அனுமதியுடன் அவரது சார்பாக மாருதிஷரனும் ஸ்வர்ணலதாவும் இதுசார்ந்து நிகழ்த்திய பேரங்களின் விவரங்கள் அவனைப் பொறுமையிழக்கச் செய்தன. தன் வருங்கால மாமனாரைச் சந்திப்பதற்காக ஒரு பிற்பகலை ஒதுக்க வேண்டும் என்பது அவனுக்கு எரிச்சலூட்டியது. திவான்சந்தின் மறுக்க முடியாத அறிவாற்றலை வியந்தபோதிலும் உலக வாழ்வில் அவனுக்கிருந்த பற்றின்மை அவரைத் தொந்தரவு செய்தது. லாலா மோதிசந்தின் தொழில் ஆர்வம் பற்றியும் அவர் குவித்து வைத்துள்ள சொத்துக்கள் பற்றியும் கேள்விப்பட்டவற்றை எண்ணிப் பார்த்தவர் இவ்விஷயத்தை பெரிதாகப் பொருட்படுத்தத் தேவையில்லை என தன்னை சமாதானப்படுத்திக் கொண்டார்.

திவான்சந்தின் எதிர்கால மாமனார் ஜான்ஸிக்குக் கிளம்பிய உடன் தானும் டெல்லிக்குத் திரும்பி ஏற்பாடு செய்ய வேண்டிய

அத்தனை பெரிய சிறிய விஷயங்களையும் கவனிக்க வேண்டும் என ஸ்வர்ணலதா அவசரப்படத் தொடங்கினாள். லாலா மோதிசந்தின் இல்லத்தில் இவள் குடும்பத்தலைவியாகப் பொறுப்பேற்றபின் நடக்கிற முதல் பெரிய விசேஷம் என்பதால், ஒருவழியாக இறுதியில் இந்த வீடு அதன் தகுதிக்கேற்ற குடும்பத்தலைவியைப் பெற்றுவிட்டதென லாலா மோதிசந்தும் சமூகமும் மெச்சும்படியாக இதை நடத்தி முடிக்க வேண்டுமென அவள் உறுதி பூண்டிருந்தாள். தான் துவங்கியிருந்த கற்றலை இடையில் நிறுத்தவோ அல்லது குறைந்தபட்சம் மாருதி ஷரனின் ஞானமும் அவரது புத்தகங்கள் மற்றும் ஆவணங்களின் துணையும் இன்றி அதைத் தனியாக டெல்லியில் தொடரவோ வேண்டும் என்கிற கட்டாய சூழலின் முன் நிறுத்தப்பட்ட போதுதான் தன் வாழ்வில் ஏதோ மாற்றம் நிகழவிருக்கிறது என்கிற நிஜம் திவான்சந்திற்கு உறைத்தது – அவனுக்குத் திருமணம் ஆக இருக்கிறது.

கிளம்பிச்சென்ற மூன்றுமாதங்கள் கழித்து மீண்டும் டெல்லிக்குத் திரும்பிய பிறகு வீட்டில் பல விஷயங்களும் வெகுவாக மாறிவிட்டதை திவான்சந்த் கவனித்தான். ஸ்வர்ணலதாவின் நடத்தையில் ஏற்பட்ட மாற்றம்தான் அதில் முக்கியமானது – மென்மையும் எளிமையும் நிரம்பிய குணத்தால் எல்லோருக்கும் அணுக்கமான பெண்ணாக இருந்து வந்தவள் சட்டென இளஞ்சிறகுகள் உதிர்த்து பெரிதாகிவிடுகிற பறவையைப் போல தன் முன்னிருந்த மிகப்பெரும் கடமையை சிறப்பாக முடிப்பது குறித்து மட்டுமே சிந்திக்க ஆரம்பித்துவிட்டாள். அதையும் விட முக்கியமான மாற்றம் திவான்சந்திற்குள்தான் நிகழ்ந்திருந்தது. செல்வத்தையும் லௌகீகத் தேவைகளையும் மட்டுமே நோக்கமாய்க் கொண்டு சுழலும் இந்த வீடும் இந்த நகரமும் தன்னுடையதல்ல என்றும் இது தனக்கான இடம் இல்லை என்றும் எண்ணத் தொடங்கியிருந்தான். மாறாக அவனது அறிவை பூமியிலிருந்து வான் நோக்கி வளர்கிற ஒரு கொடியைப் போல உயரச் செய்யும் மாருதி ஷரனின் காலடியில்தான் அது இருக்கிறது எனக் கருதினான். எங்கோ உயரத்தில் அதன் கிளைகளில்தான் இவனது வலிகளை ஆற்றுப்படுத்தி, வெறுப்பும் கடினமும் நிறைந்த இவ்வுலகில் அவனது வாழ்வின் பொருளை உணரச் செய்கிற ஞானத்தின் மலர் உறைந்திருக்கிறதென அவன் உடலின் ஒவ்வொரு நரம்பும் கூறியது.

திருமணம் ஆகாமல் தான் அனுபவிக்கிற சுதந்திரத்தால் பெரிய பலன் ஒன்றும் இல்லை எனக் கருதியதால் அதைத் தவிர்க்க முயலாவிட்டாலும் அது குறித்த சிந்தனைகள் ஏனோ அவனது பகல்களை நிம்மதியற்றவையாகவும் இரவுகளை உறக்கமற்றவையாகவும் ஆக்கின. இவன் இப்படித் தவித்துக் கொண்டிருந்த அதே நேரத்தில் ஒட்டுமொத்த வீடும் திருமணம் மாதிரியான ஒரு பிரமாண்ட நிகழ்வு கோரும் பல சிக்கலான ஏற்பாடுகளைச் செய்வதில் பரபரப்பாயும் மும்முரமாகவும் ஈடுபட்டிருந்தது. உறவுகளை பலப்படுத்தும் விதமாகவும் தான் இதுவரை சாதித்திருப்பவற்றைக் காட்சிப்படுத்தும் விதமாகவும் நினைவில் இருக்கும் அத்தனை உறவினர்களுக்கும் ஆத்மார்த்தமான ஆடம்பரமான அழைப்பினை விடுக்கும் பொறுப்பினை லாலா மோதிசந்த் ஏற்றுக் கொண்டார். அதைவிட முக்கியமாக, விலகிச்சென்றுவிட்ட தொழில்தொடர்புகளையும் புதிய தொடர்புகளையும் மகனின் திருமணம் என்னும் மங்கல நிகழ்வில் முக்கியமான இடம் தருவதன் மூலம் மீண்டும் தன் கைக்குள் கொண்டுவரும் வாய்ப்பாகவும் அதை இவர் பயன்படுத்திக் கொண்டார். அப்பாவின் வளர்ப்பான தினாநாத் அவருடன் சேர்ந்து தொழில் வளர்ச்சிக்கு இந்தத் திருமணம் கொண்டுள்ள சாத்தியங்கள் குறித்துத் திட்டமிட்ட போதிலும், இந்த நிகழ்வை மிகச் சிறப்பாக நடத்துவதில் தன் மனைவிக்கு உதவுவதன் மூலம் இவ்வீட்டின் தலைவி என்னும் அவளது இடத்தை வலுப்படுத்தவும் வீட்டின் அடுத்த தலைவன் தான் என்கிற குறிப்பை கோடிட்டுக் காட்டவும் விரும்பினான். இப்போதுமேகூட வீட்டில் அவனது இடம் அதுதான் என்ற போதிலும் ஒருவேளை இந்நிகழ்வு தோல்வியில் முடிந்தால் அதில் ஏதேனும் பிரச்சனைகள் வரக்கூடும். வீட்டு வேலைக்காரர்களும் இப்போது சுழலத் துவங்கியிருக்கிற இந்தச் சக்கரம் ஒரு போரின் முடிவில் நிகழ்வது போல கீழ் மேலாகவும் மேல் கீழாகவும் மாறிவிடக் கூடும் என்பதை அறிந்திருந்தனர். கடும்சுமை நிறைந்த இந்தக் காரியத்தில் குடும்பத்தலைவியின் நன்மதிப்பைப் பெற முடிந்தவர்களால் நிறைய லாபங்களை அடைய முடியும் என்பதையும் சிறிய தவறுகள் கூடப் பெரிதாக்கப்படும் என்பதையும் அறிந்திருந்த அவர்கள் தங்களது சிறந்த பங்களிப்பை நல்க முயன்றனர்.

ஆசிரமமும் பரபரப்பாக இருந்தது. மல்லிகைப்பூக்களை மாலையாகத் தொடுப்பது, மாவிலையிலும் சம்மங்கியிலும் தோரணங்கள் செய்வது, பல்வேறு வகை தையல் வேலைகள் மற்றும் தூய்மைப்பணிகள் ஆகியவை ஆசிரமத்தில் உள்ள பெண்கள் படைக்கு ஒதுக்கப்பட்டிருந்தன. இவர்கள் இவ்வேலைகளைச் சிறப்பாகச் செய்வார்கள் என்பது மாத்திரமின்றி அவர்களுக்கு அதற்காகச் சம்பளம் தரவேண்டிய தேவையும் இல்லை. இந்த ஒவ்வொரு வேலையையும் தேவைக்கும் அதிகமான ஆர்வத்துடன் கமலா செய்து கொண்டிருந்ததை எல்லோரும் கவனித்தனர். கதாகாலட்சேபங்கள் நிறுத்தி வைக்கப்பட்டிருந்தன. ஒரு விதவை கேட்டபோது, நிறைய வேலைகள் இருப்பதாக அதற்குக் காரணம் சொன்ன ஸ்வர்ணலதா இனிமேல் அவனது மனைவியின் சம்மதத்தோடுதான் திவான்சந்த் கதாகாலட்சேபம் செய்ய வருவான் என்றும் கூறினாள். கமலாவிடம் வெளிப்படையாகக் கூறமுடியாதென்பதால்தான் இந்தக்கேள்வியைப் பயன்படுத்தி அந்த பதிலை ஸ்வர்ணலதா கூறுகிறாள் என்பது அந்த விதவைக்குத் தெரிந்திருந்தது. ஏனென்றால் பல்வேறு வேலைகளைப் பார்வையிடும் பொருட்டு ஸ்வர்ணலதா ஆசிரமத்திற்கு வருகை புரிந்த சமயங்களில் முடிந்த வரை அவளைத் தவிர்த்துவிட்ட கமலா தவிர்க்க முடியாத சமயங்களில் போலிப் புன்னகையையோ ஒற்றை வார்த்தை பதில்களையோ தந்து நகர்ந்து விடுவாள்.

அவர்கள் இருவரும் ஒருவர் மீது ஒருவர் கோபமுற்றிருந்தனர். இருவருமே தனக்கு மற்றவர் துரோகம் இழைத்துவிட்டதாகக் கருதினர். ஆனால் ஸ்வர்ணலதா அவளுக்கிழைக்கப்பட்ட துரோகத்தை வெற்றி கொள்ளப்போகிற மகிழ்ச்சியிலும் கமலா அது முடியாத வருத்தத்திலும் இருந்தனர். தன் கணவன் செல்வந்தனாகவும் வலிமைமிக்கவனாகவும் இருப்பதால்தான் தன்னால் இந்த உறுதிசெய்யப்பட்ட வெற்றியை அடைய முடிந்தது என்பதை உணராமல் தன் பக்கம் இருக்கிற நியாயத்தினால்தான் அதை சாதிக்க முடிந்ததென ஸ்வர்ணலதா கருதிக்கொண்டிருக்க, தன் சூழல்தான் தன்னை மிகவும் பலவீனப்படுத்தி இதில் வெற்றி பெற முடியாமல் செய்துவிட்டதென கமலா உறுதியாக நம்பினாள்.

ஒட்டுமொத்த வீடும் கமலா உள்ளிட்ட ஆசிரமவாசிகளும் இந்தத் திருமணத்திற்கான தயாரிப்புகளில் மூழ்கியிருக்க அவர்கள் காட்சிப்படுத்துகிற நாடகத்தின் தலைவனும் இந்த பிரமாண்ட நிகழ்வின் மையமும் மணமகனுமான திவான்சந்த் இவையொன்றிலும் ஆர்வமின்றி தன் அறையில் புத்தகம் மாற்றி புத்தகத்தைப் புரட்டிக் கொண்டிருந்தான். ஆனால் அவன் நினைத்தபடி அவற்றைப் படித்து முடிக்கவும் முடியவில்லை – புதிய ஆடைக்கு அளவெடுக்க வேண்டும் என தையல்காரரர் யாரையாவது அண்ணி அனுப்பி வைப்பாள் அல்லது முக்கியமானவர்கள் யாருக்கேனும் பத்திரிக்கை கொடுப்பதற்காக இவனும் உடன் வரவேண்டும் என அண்ணனோ அப்பாவோ அழைத்து விடுவார்கள். இவை எல்லாவற்றையும் மறுப்பின்றி செய்த போதிலும் – எப்படி எதிர்க்க வேண்டும் என்றோ எதை எதிர்க்க விரும்புகிறான் என்றோ அவனுக்கே தெரியவில்லை என்பதுதான் நிஜம் – இவ்வகையான இடைஞ்சல்கள் அதிகரிக்க அதிகரிக்க அவன் மனம் அதிலிருந்து மேலும் மேலும் விலகிச் சென்றது. தனக்குத் தொடர்பற்ற ஒரு மைதானத்தில் தன்னைப் பற்றி அக்கறை கொள்ளாத நபர்களால் நகர்த்தி விளையாடப்படும் ஒரு ஆட்டக்கருவியைப் போல் உணர்ந்தான்.

இறுதியாக திருமணமும் வந்தது. கொந்தளித்திருக்கிற கடலின் அலையைப் போல டெல்லியிலும் ஜான்சியிலும் பல நாட்களுக்கு அதன் கொண்டாட்டங்கள் ஒன்று மாற்றி ஒன்று நிகழ்ந்தேறின. அற்புதமான தோற்றமும் குரலும் உடைய வட இந்தியப் பாடகர்கள் மற்றும் நாட்டியக்காரர்களை ஆண்கள் ரசித்திருக்க பெண்கள் தனியாக தங்களது ஆடல்களிலும் பாடல்களிலும் மகிழ்ந்திருந்தனர். ஆண்களும் பெண்களும் சேர்ந்து பங்குபெறும்படியான சடங்குகளை இருதரப்பினரும் இணைந்து கொண்டாடிக் களித்தனர். ஆசிரமத்தில் இருந்த பெண்கள் ஆடைகளையும் இதற்கு முன் அருந்தியே இராத அளவிற்கு சிறப்பான பதார்த்தங்களையும் பரிசாகப் பெற்றனர். பரிசுகளுடன் திரும்பிய மணமக்களையும் திருமண ஊர்வலத்தையும் வரவேற்கும் பொருட்டு லாலா மோதிசந்தின் இல்லத்திலிருந்து ஒலித்த ஷெனாய்களின் இசை, நேரில் வரவேற்க அனுமதிக்கப்படாததால் நான்கு கட்டிடங்கள் தாண்டி இருக்கும் ஆசிரமத்தில் இருந்தபடியே அவர்களை ஆசீர்வதித்த விதவைகளின் காதில் சென்று சேர்ந்தது. மணமக்களின்

வருகைக்காக ஆர்வமுடன் காத்திருந்த அவர்கள் நீண்ட நாட்கள் கடினமாக உழைத்தனால் சோர்வுற்றிருந்த போதும் மிக திருப்தியான மனநிலையுடன் வழக்கத்திற்கு மாறாக தங்கள் தட்டுகளில் நிறைந்திருந்த நெய்யில் பொறித்த பூரிகளையும் புளிப்பும் காரமுமாய் இருந்த பல்வேறு காய்கறி வகைகளையும் நான்கு வகையான இனிப்புகளையும் அருந்த வேண்டி குனிந்திருந்தனர் அப்போது.

முழுதாகப் புரியாத பல சடங்குகளை தொடர்ந்து செய்ததனாலும், நன்றாகத் தெரிந்தவர்களைக் கூட அடையாளம் காண முடியாதபடிக்கு எண்ணற்றவர்களுக்கு வணக்கம் தெரிவித்து வாழ்த்துகளைப் பெற்றதாலும், கொஞ்சம் கூட சோர்வடையாத ஒரு உற்சாகமான துணையுடன் நிறைய பயணம் செய்து விழித்திருந்ததாலும் சோர்வுற்றிருந்த திவான்சந்த் அன்று இரவு கிளுகிளுத்துச் சிரித்த உறவுப்பெண்கள் சிலரால் ஓர் அறைக்குள் தள்ளிவிடப்பட்டான். மனைவியுடன் சேர்ந்து வாழப்போகிற ஒரு புதிய மணமகனுக்கு என்னவெல்லாம் தேவைப்படும் என ஸ்வர்ணலதா கருதினாளோ அவை எல்லாமும் அந்தக் கச்சிதமான பரந்த அறையில் ஏற்பாடு செய்யப்பட்டிருந்தன. அறைக்கதவு பின்னால் சாத்திக்கொண்ட போது தன் வாழ்நாள் முழுவதும் நினைக்க வேண்டிய, நினைக்கப் போகிற ஒரு காட்சியை அவன் கண்முன் கண்டான். அவன் நினைவிற்குத் தெரிந்து இதுவரை பூட்டியே கிடந்த அந்த அறை இப்போது நான்கு சுவர்களிலும் மல்லிகைச் சரங்களின் வளைவுகளால் அலங்கரிக்கப்பட்டிருக்க அதன் மையத்தில் மெருகூட்டப்பட்ட தேக்கினால் ஆன தூண் கட்டில் ஒன்று போடப்பட்டிருந்தது. இளஞ்சிவப்பு பூக்கள் வரையப்பட்ட அடர்த்தியான வெண்பட்டுத் திரைச்சீலையானது அதன் மேற்கூரையிலிருந்து தொங்கவிடப்பட்டு, வேலைப்பாடுகள் செய்யப்பட்ட நான்கு தூண்களிலும் தொய்வாகக் கட்டப்பட்டிருக்க, கீழிருந்த பஞ்சு மெத்தையினை வெளிர்மஞ்சள் விரிப்பு மூடியிருந்தது. அதன் மேல் நெருக்கமாகத் தூவப்பட்டிருந்த பிச்சிப் பூக்களின் வாசம் அவனை ஆட்கொண்டு ஒரே நேரத்தில் உணர்வுகளைத் தூண்டவும் மட்டுப்படுத்தவும் செய்தது. இவையெல்லாவற்றிற்கும் நடுவில் தங்க ஜரிகையால் நெய்யப்பட்ட ரத்தச்சிவப்பு வண்ண ஆடையை முகத்தில் திரையிட்ட ஒரு பெண் அமர்ந்திருந்தாள்.

திரையை விலக்கி முகத்தைப் பார்த்தவுடனேயே திவான்சந்த் அவள் மேல் காதலில் விழுந்துவிட்டான் என்று கூறுவது ஆண்களைத் தங்களது புதிய மனைவியுடன் காதலில் விழச் செய்வதற்காகவென்றே பிரத்யேகமாக அலங்கரிக்கப்பட்டு மணமூட்டப்பட்ட அந்த அறைக்குள் நுழைந்தவுடனேயே அவன் அவள்மேல் காதலில் விழுந்து விட்டான் எனச் சொல்வது போல பொருத்தமற்றதாகிவிடும். இளமையும் புத்துணர்வும் நிரம்பிய இதே சகுந்தலாவை வேறு ஏதேனும் சூழலில் பார்த்திருந்தால் அவன் அவளை இரண்டாம் முறை திரும்பிப்பார்க்க நினைத்திருப்பானா என்று யோசிப்பது பதிலற்ற கேள்வியாகவே எஞ்சும். ஏனெனில் அறைக்குள் நுழைந்தவுடன் மணமகன் காணுகிற காட்சி நதியின் கரையில் வரையப்பட்ட அழியாத தடம் போல அவன் மனதில் ஆழப்பதிந்து இனி ஒருபோதும் அடையமுடியாத உச்சபட்ச அழகாக காலம் முழுவதும் அவன் மனதில் நிலைத்திருக்கப் போகிறது என்கிற நம்பிக்கையில், ஸ்வர்ணலதாவின் தனிப்பட்ட கவனத்தில், மணப்பெண்ணும் அவளது அறையும் தயார்படுத்தப் பட்டிருந்தனர். இயன்ற அளவில் தனது உச்சபட்ட அழகினையும் மோகத்தினையும் வெளிப்படுத்தி காட்சியளிக்கும் விதமாக அவை ஏற்பாடு செய்யப்பட்டிருந்தன.

இங்கிலாந்தில் அந்த தினத்தில் திவான்சந்தின் கனவில் உருப்பெற்ற அந்த எண்ணம், அது முழுதாய் மலர்ந்த அந்த நொடி, வேண்டியது எதுவுமே கிடைக்கப்பெறாத அவனது வாழ்க்கை முறை, எல்லாவற்றையும் சந்தேகத்துடனே பார்க்கும் மனநிலைக்கு அவன் தள்ளப்பட்டது எல்லாமும் சகுந்தலாவின் முகத்தில் இருந்த அந்தத் திரை விலகி கணவன் மனைவி என்கிற அவர்களது உறவு துவங்கிய உடனே மறைந்து காணாமலாகிவிட்டன. முதன்முறையாக அவர்கள் இருவரும் ஒருவரை ஒருவர் நோக்கியபடி அமர்ந்திருந்தனர். கற்றுத்தரப்பட்டபடி வெட்கத்தை அணிந்திருந்தாலும் அவள் முகத்தில் ஆர்வமும் சிறிது அச்சமும் இருக்கத்தான் செய்தன. இதையெல்லாம் விட அவளிடத்தில் உற்சாகம் நிரம்பியிருந்தது; நாணமும் தயக்கமுமாய் இருந்த திவான்சந்தினால், உரிமையானவற்றை சம்பந்தப்பட்டவர்களிடம் கேட்டுப் பெருகிற தைரியம் ஒருபோதும் கொண்டிராத தன்னிடம் இந்தப் பெண்ணுடைய உடலும் உணர்வுகளும் தாராளமாக

உரிமையாக்கப்பட்டிருக்கின்றன என்கிற உண்மையையே முழுதாகப் புரிந்து கொள்ள முடியவில்லை. பிறரது கவனத்தைத் தன்பால் கொண்டிருக்கிற உணர்வை ஒருபோதும் அனுபவித்திராத அவன், முதன்முறையாகச் சந்திக்கிற இந்த அழகான– நுணுக்கமாக வடிவமைக்கப்பட்ட தங்க நெத்திச்சுட்டி அலங்கரிக்கும் நெற்றி, முத்தமிட்டுக் கொள்ளப்போகும் இரண்டு அன்னங்களின் கழுத்தினைப் போல தீட்டப்பட்ட இரு புருவங்கள், சிரிப்பை மறைத்தவாறு மின்னும் இரு பழுப்பு விழிகள், கச்சிதத்தை விடச் சற்று மழுங்கிய – ஆனால் அந்தக் குறையே அதன் வசீகரமாய் அமைந்திருக்கும் – நாசி, முத்துக்கள் போன்று மின்னும் வெண்பற்கள் வெளித்தெரியும்படி அடுத்து ஏதோ அழகிய வார்த்தை அதனுள்ளிருந்து வெளிப்படப்போகிறது என காண்பவர்களுக்குத் தோன்றச் செய்யும்படி சற்றே திறந்திருக்கும் மெல்லிய உதடுகள் கொண்ட- இளம்பெண்ணின் முழுப்பொறுப்பாக இருக்கப் போகிறான்.

முதல் சந்திப்பின் நினைவானது சில இணையருக்கு, ஏறக்குறைய, தசாப்தங்கள் தாண்டி நீடிக்கக்கூடியதாக இருக்கிறது. சில சமயங்களில் ஒருவரது இறப்பிற்குப் பின்னும் கூட நீடித்து மற்றவரும் இறக்கும் வரை தொடர்கிறது. ராமாயணத்தின் ஒரு பாடலில் வால்மீகி கூறுவது போல சிலருக்கு அது இருவரது இறப்பிற்குப் பின்னும் கூட திரும்பத் திரும்பப் பேசப்பட்டு புதிய புதிய வடிவங்களில் நீடிக்கிறது. தங்களுடைய வாழ்நாளைத்தாண்டியும் பேசப்படுகிற அளவிற்கு காதல் கொள்ள முடியாதவர்களுக்கும் கூட சந்திப்பின் முதல் சில மாதங்கள் மகிழ்ச்சியும் மணமும் நிறைந்தவையாகவே இருக்கின்றன. ஒவ்வொரு நாளும் ஒருவர் மற்றவர் பற்றிய புதிய விஷயங்களை அறிந்து முன்னைவிடக் கூடுதல் நெருக்கமாகின்றனர். அதேபோல்தான் பழகுவதற்கு எளிதான திவான்சந்தும் சகுந்தலாவும் ஒருவரிடம் ஒருவர் மகிழ்ச்சியாக உணர்ந்தார்கள். திருமணம் நல்லபடியாக முடிந்துவிட்டதால் கமலா பற்றிய பிரச்சனைகள் குறித்து அச்சப்படத் தேவையில்லாத ஆசுவாசத்தில் இருந்த ஸ்வர்ணலதாவும், ஆபத்தற்ற அனுமதிக்கப்பட்ட தன் கேலிப்பேச்சுகள் மூலம் தம்பதிகள் மீதான அன்பை வெளிப்படுத்தி அவர்களது மகிழ்ச்சியை மேலும் அதிகமாக்கினாள்.

அத்தனை விதவைகளின் நிழல் புதிய மணப்பெண்ணின் மேல் விழுவது நல்லதல்ல என ஸ்வர்ணலதா கருதியதால் திருமணம் முடிந்த சில மாதங்களுக்கு கதாகாலட்சேபம் நிறுத்திவைக்கப்பட்டிருந்தது. ஆரம்பத்தில் திவான்சந்திற்கு இது பெரிய பிரச்சனையாக இருக்கவில்லை. ஒவ்வொரு நாளும் நாள் முழுவதையும் அவன் தன் புதிய மனைவியுடன் செலவழித்துக் கொண்டிருந்தான். அவளுக்கு சினிமா மீது ஆர்வமிருந்தது. லாலாமோதிசந்தும் திவான்சந்தும் அதற்கு அனுமதிக்க மாட்டார்கள் என்பதால் அவர்களுக்குத் தெரியாமல் அவளை சினிமாவிற்கு அழைத்துச் சென்று மகிழ்ந்திருந்தான். எப்போதேனும் அவன் புத்தகங்களுடன் அமர்கிற போது இலக்கியத்தின் மீது ஆர்வமற்ற- குறிப்பாக பக்தி இலக்கியத்தின் மீது – சகுந்தலா அதிலிருந்து அவனை வெளியேற்றி விடுவாள். ஆனால் சில மாதங்கள் கழித்து தன்னையறியாமல் தன்மனம் சில தோஹாக்களை உச்சரித்துக் கொண்டிருப்பதையும் காலையில் எழுந்து கொள்ளும்போது அவன் தலைக்குள் சில சௌபாய்கள் வட்டமிட்டுக் கொண்டிருப்பதையும் உணர்ந்தான். ஜன்னலின் கீறல் வழி உள்நுழைகிற சூரியக் கதிர்தான் தன்னை எழுப்புவதாக உறங்குகிறவன் நினைத்துக் கொண்டிருந்தான். ஆனால் பெரும்பாலான தினங்களில் அவன் ஏற்கனவே விழித்துக் கொண்டிருந்ததால்தான் சூரிய ஒளி உள்நுழைவதை அவனால் காண முடிந்திருந்தது. போலவே புதுமண வாழ்வின் இன்பம் நிறைந்த உறக்கத்திலிருந்து விழிக்கும் சமயங்களில் தீவீர ராமபக்தர் துளசியின் வரிகள் வாயிலாக ராமனின் நினைவுகள் அவனைத் தொந்தரவு செய்ய ஆரம்பித்தன. திரும்பவும் துளசியின் நதிக்கரைக்கு சென்று சேர்வது குறித்து அவன் சிந்திக்க ஆரம்பித்தான்.

பனாரஸிற்குத் திரும்பிச் செல்வதென்பது சாத்தியமேயில்லை. சகுந்தலா வரமாட்டாள், அப்படியே வந்தாலும் இவன் மாருதி ஷரனின் காலடிகளில் சரணடைந்திருக்கையில் அவள் என்ன செய்து கொண்டிருப்பாள்? சகுந்தலாவிற்கு வாசிப்பில் கொஞ்சமும் ஆர்வம் இல்லை எனும்போது வெறுமனே வீட்டில் உட்கார்ந்து புத்தகங்களை எந்த நோக்கமும் இன்றி வாசித்துக் கொண்டிருப்பதும் சரியாகப் படவில்லை. மீண்டும் ஆசிரமத்தில் கதை சொல்ல ஆரம்பிப்பதுதான் ஒரே தீர்வு. மானஸிற்குத் திரும்புவதற்கு கு இது ஒரு வாய்ப்பாக அமையும் என்பதோடு,

பலரின் முன் உரையாற்ற வேண்டியிருக்கிற இந்நிகழ்வு மாருதிஷரனிடமிருந்து நகலெடுத்துக் கொண்டுவந்திருந்த பல்வேறு உரைகளை ஒப்பிடவும் ஒருங்கிணைக்கவும் இவனைத் தூண்டும். வெளிப்படையாக மாருதிஷரன் அவனுக்கு அந்த வாய்ப்பை நல்கியிராவிட்டாலும் அவரிடம் தான் எடுத்துக் கொள்ள விரும்பிய பயிற்சியைத் தீவிரமாக மேற்கொள்ளவும் இது வகை செய்யும். பனாரஸிற்கு நேரில் செல்வதற்கான வழி எதுவும் கண்முன் இல்லாத நிலையில் இது மட்டுமே அவனுக்கு ஒற்றைத் தீர்வாய் எஞ்சியிருந்தது.

ஆரம்பத்தில் சகுந்தலாவிடம் இதைச்சொல்ல அவனுக்குத் தயக்கமாய் இருந்தது. என்ன சொல்வது?, இங்கிலாந்தில் அனுபவித்த கொடுமையான காலத்திற்குப் பிறகு துளசிதாசரின் வார்த்தைகள்தான் அவனை ஆற்றுப்படுத்துகின்றன என்பதையும், காயமுற்ற உடலுடன் போர்க்களத்தில் அண்ணன் ராமனின் துயர்க்கரங்களில் தஞ்சமாயிருக்கும் லட்சுமணனைப் போல தன்னை உருவகித்துக் கொள்வதிலிருந்து விடுபடவே முடியவில்லை என்பதையும் அவளிடம் எப்படிச் சொல்வது என்பதெல்லாம் அவனுக்குப் புரியவேயில்லை. பகவான் ராமனை தன் மனதில் கொணரும்போதும், துளசிதாசரின் புத்தகத்தில் ஏதேனும் ஒரு பக்கத்தைத் திறக்கும்போதும் யாரேனும் ராமனைப்பற்றி பேசுவதைக் கேட்கும் போதும் ராமனது வாழ்வின் மகத்தான ஒரு சொல்லோ செயலோ தன்னை ஏதேனும் ஒரு வடிவில் வந்து சேரும்போதும் அவை எல்லாமே போர்க்களத்தில் தன்னை விட்டு நீங்கிவிட்டானோ என அஞ்சி கரங்களில் அவனது காயம்பட்ட உடலை சேர்த்தணைத்தபடி வருந்தும் ராமனின் வடிவத்திலேயே தன் மனதில் உருப்பெறுகின்றன என்பதை அவளிடம் எப்படி விளக்குவது என அவனுக்குத் தெரியவில்லை. பின் ஒருநாள், திருமணத்திற்குப் பிறகு முதன்முறையாக திருப்தியின்றி முடிந்த ஒரு கலவிக்குப் பிறகு கடம்ப மரங்களின் சோலையோ என என்னும்படி வாசம் கொண்டிருந்த தங்களது அறையில் உறங்காமல் படுத்திருந்தான் திவான்சந்த். இதே படுக்கையறை முதன்முதலில் அவனுக்குள் எவ்வளவு வலுவாக உணர்ச்சிகளைத் தூண்டியது என்றும் இப்போது மெல்லிய ஒளி நிறைந்த ஒரு பழகிய அறையாக மாறிவிட்டது என்றும் ஒப்பிட்டுக் கொண்டிருந்தான். தன்னுடன் கேளிக்கையில் ஈடுபட்டுவிட்டு

அருகில் படுத்து உறங்குகிற இப்பெண் மோகமும் விளையாட்டுத்தனமும் உடையவள் மட்டுமல்ல, ஞானமும் அன்பும் உடையவளும் கூட என்பதைப் புரிந்துகொண்ட பிறகும் தன் தேவைகளை அவளிடம் கூறாமல் இருப்பது அவளுக்கு துரோகம் இழைப்பது போலாகும் என எண்ணிக்கொண்டான்.

திரும்பத்திரும்பக் கேட்ட பிறகும் கூட திவான்சந்த் தன் குழந்தைப்பருவத்தைப் பற்றி அதிகமாக எதையும் தன்னுடன் பகிர்ந்து கொள்ளவில்லை என்பதை அறிவாற்றலும் நுண்ணுணர்வும் கொண்ட சகுந்தலா ஆரம்பத்திலேயே கண்டுகொண்டாள். தனக்குப் பத்து வயதாக இருந்த போது இறந்துவிட்ட அம்மாவைப் பற்றி எதுவுமே நினைவில்லை எனவும் கூறுவான். சதேயியுடனும் மாங்கே ராமுடனும் அண்ணனுடனும் சிறு வயதில் விளையாடிய விளையாட்டுகள் பற்றி அவ்வப்போது குறிப்பிட்டாலும் அதுகுறித்துப் பேசுவதை நிறுத்திவிடுவான். அந்த நினைவுகளை பின் தொடர்ந்து சென்றால் ஏதோ வலியை எதிர்கொள்ள நேரிடும் என அஞ்சுவதால்தான் அவன் அவ்வாறு செய்கிறானோ என சகுந்தலா எண்ணியதை உறுதிப்படுத்துவது போல இருந்தது அந்த மூவருடனான திவான்சந்தின் தற்போதைய உறவு. இன்னமும் சதேயியும் மாங்கே ராமும் அவ்வீட்டில் வேலை செய்துவந்த போதும் திவான்சந்த் அவர்களை ஒருபோதும் தேடிச்சென்றதே இல்லை. போலவே அண்ணன் தினாநாத்துடனான அவனது உறவும் சற்று விலகியே இருக்கும்.

அன்னை மற்றும் தோழியின் ஒருங்கிணைந்த வடிவமாக விளங்கிய ஸ்வர்ணலதாவைத் தவிர திவான்சந்த் அதீத அன்புடன் குறிப்பிட்ட இன்னொரு நபர் இங்கிலாந்தில் அவனுக்கு வேலைக்காரராக இருந்த ஆல்ஃபரட் மட்டுமே. குருதியும் வீரமும் செறிந்த அவரது போர்க்களக் கதைகள் பற்றியோ அயர்லாந்தின் கார்ன்வால் லேக் டிஸ்ட்ரிக்ட்ல் அவருடன் சென்ற நடைகள் பற்றியோ அடிக்கடி குறிப்பிடுவான். தங்களது இலக்கற்ற நீண்ட நடைகள் குறித்து அவன் விவரிக்கும்போது சகுந்தலாவின் கண்முன் விரிந்த அழகான நிலப்பரப்பின் வித்தியாசமான செடிகளும் உயிர்களும் மக்களும் அவர்களது வாழ்க்கை முறையும் அவளுக்கு மிக வித்தியாசமாய் தோன்றின. அதே சமயத்தில் திவான்சந்திற்கும் ஆல்ஃபரட்டிற்கும்

இடையே அந்த நடைகளின் போது நிகழ்ந்த உரையாடல்களில் வார்த்தைகள் எத்தனை முக்கியத்துவம் வாய்ந்தவையாய் இருந்தனவோ அதே அளவிற்கு மௌனமும் முக்கியத்துவம் பெற்றிருந்தது என்பதை அவள் கண்டுகொண்டாள். ஆனால் துளசியின் மீது திவான்சந்த் கொண்டிருந்த பற்றின் ஆழம் பற்றி மட்டும் அவள் புரிந்துகொள்ள தவறிவிட்டாள். காமமும் பக்தியும் பொருத்தமான துணையாக அவளுக்குத் தோன்றாததால் ஓரிருமுறை அவன் அது பற்றிப் பேச முயன்றபோது அவள் அதை விளையாட்டாய்த் தட்டிக் கழித்து விட்டாள். இவ்விஷயத்தில் கொஞ்சமும் புரிதலற்றவளாய் இருக்கிறாள் என்று எண்ணி மீண்டும் அதைப்பற்றி அவளிடம் பேசாமல் தவிர்த்துவிட்ட திவான்சந்த், ஒருவேளை இது தனக்கு எவ்வளவு முக்கியத்துவம் வாய்ந்தது என்று தெரிந்திருந்தால் அவள் நிச்சயம் கவனமாய் செவிமடுத்து இருப்பாள் என்பதை புரிந்து கொள்ளாதவன் ஆகிவிட்டான். எனவே ஒருநாள் காலையில் எழுந்த போது கணவன் தன்னிடம் கண்பார்த்து பேசாமலும் ஒற்றை வார்த்தைகளில் பதில் சொல்லிக்கொண்டும் இருப்பதை கவனித்த சகுந்தலா ஏதோ தவறு நிகழ்ந்துவிட்டது என்பதைப் புரிந்துகொண்டாள். அவனிடம் அதுகுறித்த காரணம் கேட்டபோது முந்தைய இரவில் நிகழ்ந்த திருப்தியற்ற கலவிக்கு அதோடு ஒரு தொடர்பும் இல்லை என்பதை அறிந்து ஆசுவாசம் கொண்டாள். ஆசிரமத்து விதவைகளுக்கு ராம கதை கூறவேண்டும் என்கிற அவனது ஆசையைக் கேட்டபொழுது அவளுக்கு சிரிப்புதான் வந்தது. ஆனால் அது அவனை காயப்படுத்தியது போலாகிவிட்டது. திருமணமான புதிதில் கோபங்களுக்கான காரணங்களை கண்டறிவதற்கு முன் அதை தீர்த்து விடுவதில் தம்பதிகள் அதிகம் கவனம் செலுத்துகிறபடியால் சகுந்தலாவும் அவனது எதிர்வினையை கண்டு அச்சம் கொண்டு “தாராளமா நீங்க அதைச் செய்யலாம்” என்று கூறி உடனடியாக அதை சரி செய்ய முனைந்தாள். “ஆனால் நானும் உங்களோடு வருவேன்” என்றாள் சூழலை சற்று இலகுவாக்கும் வகையில். “அங்கே இருக்கிற அத்தனை பேரும் பெண்கள், நீங்கள் ஒருவர் மட்டுமே ஆண். நம்ம உடமையை நாமதான் பத்திரமா பாத்துக்கணும், அப்புறமா காணாம போயிருச்சுனு வருத்தப்பட்டு என்ன பிரயோஜனம்” என்றாள். புன்னகைக்கிற அவளது கண்களைப் பார்த்தவன்

நன்றியுணர்வு தன் காலடியில் ஒரு வலை போல் விரிவதை உணர்ந்தபடி அவள் மேல் மேலும் காதலில் விழுந்தான்.

ஸ்வர்ணலதா இதற்கு மறுப்புத் தெரிவித்தாள். ஆனால் மறுப்பிற்கான ஒரே ஒரு காரணத்தை மட்டுமே அவளால் வெளிப்படையாகக் கூற முடிந்தது. புதிதாகத் திருமணமானவர்கள் விதவைகளுடன் அதிக நேரம் இருக்கக்கூடாது என அவள் சொன்னபோது சகுந்தலா அதைச் சுலபமாகக் கையாண்டாள். "உங்களுடைய மங்கலத் தன்மை எங்களுக்குத் துணையாக இருக்கும் அக்கா" என உறுதியான ஆனால் தேன் தடவிய குரலில் கூறிய அவள் "என்னுடைய இந்தச் சிறிய ஆசையை நீங்கள் மறுக்க மாட்டீர்கள் தானே அன்பு அக்கா" என வினவினாள். எத்தனையோ வீட்டு வேலைகளை ஸ்வர்ணலதாவின் வழிகாட்டுதலின்படி எந்த எதிர்ப்புமின்றி செய்திருக்கிற இளைய மருமகள் விளையாட்டுத்தனம் மிக்கவள் போல் தோன்றினாலும் அவளுக்கென்று நிலைப்பாடுகள் இருக்கின்றன என்பதை அக்குரல் ஸவர்ணலதாவிற்குத் தெளிவாக உணர்த்தியது. தன் முற்போக்கு முகத்திற்கு பாதிப்பு நேர்ந்தாலும் பரவாயில்லை என தினாநாத்திடம் இப்பிரச்சினையை எடுத்துச் சென்றால் அது தன் தமக்கை உடன் வெளிப்படையாக ஒரு போரைத் துவங்குவது போல் ஆகிவிடும். உறுதியான வெற்றியும் எதிரிகளை அழிக்க கூடிய வாய்ப்பும் இல்லாத பட்சத்தில் போரையே தவிர்த்து விடுவதுதான் சிறந்தது என்று முடிவு எடுக்கிற அளவிற்குத் தெளிவானவள்தான் ஸ்வர்ணலதா. சகுந்தலா ஒருவேளை இவ்விஷயத்தை மாமனாரிடம் எடுத்துச்சென்று அந்த முதியவரும் தன் புதிய மருமகளை மகிழ்ச்சிப்படுத்தும் ஆவலில் அவளுக்கு சம்மதம் தெரிவித்து விட்டால் என்ன செய்வது! தன் பால்யத் தோழி கமலா திவான்சந்தின் மீது கொண்டிருந்த ஆசை பற்றிய விஷயத்தை இவை எல்லாமும் சேர்ந்து வெளிக் கொண்டு வந்து விட்டால் என்ன செய்வது? இந்த உண்மையானது ஆசிரமத்தில் உள்ள விதவைகளிடத்தும் வீட்டு வேலைக்காரர்களிடத்தும் இன்னமும் உயிருடன்தான் இருக்கிறது. அவர்கள் ஒருவருக்கும் இதை லாலா மோதிசந்தின் கவனத்திற்கோ தினாநாத்தின் செவிகளுக்கோ எடுத்துச்செல்ல எந்த அவசியமும் ஏற்படவில்லை என்பது மட்டும் தான் மிச்சம். இப்போதோ பிரச்சனை கையை மீறிச்

செல்கிறது, என்றாலும் ஒரே ஒரு வாய்ப்பு மட்டும் மீதம் இருக்கிறது - கமலாவை வெளியே அனுப்புவது. இதைச் செயல்படுத்த ஸ்வர்ணலதாவிற்குச் சம்மதமில்லாத போதிலும் மனதை திடப்படுத்திக் கொண்டு கமலாவை அழைத்து வரச்சொல்லி தகவல் அனுப்பினாள்.

டெல்லிக்கு வந்த இந்த ஒன்றரை ஆண்டுகளில் ஸ்வர்ணலதாவின் ஆடம்பரமான படுக்கையறைக்குள் முதன்முறையாக நுழைகிறாள் கமலா. முழுமையான திருமண வாழ்வை அனுபவிக்கிற ஒரு பெண்ணின் தரத்தையும் தகுதியையும் காண்பவர்களுக்கு எடுத்துக் காட்டுவதில் முதன்மை இடத்தை வகித்தபடி அறையின் மையத்தில் மெருகூட்டப்பட்ட நான்கு தூண் கட்டில் ஒன்று வீற்றிருந்தது. இன்னமும் சந்தேகம் இருப்பவர்களுக்கு அதைத் தீர்க்கும் விதமாக ஏற்கனவே பெரியதான அந்த அறையின் பரப்பை இன்னும் விஸ்தாரமாக காட்டியபடி முழு நீளக் கண்ணாடி ஒன்று அறையின் ஓரத்தில் வீற்றிருக்க அதன் முன் இருந்த மேசையில் அவளது அழகை மெருகூட்டுவதை மட்டுமே நோக்கமாகக் கொண்ட எண்ணிலடங்கா சிறிய பெரிய குப்பிகள் நிரம்பி வழிந்தன. கையிலிருந்த வெற்றிலைப் பெட்டியை நோக்கிக் கவிழ்ந்தபடி ஜரிகை வேலைப்பாடு செய்யப்பட்ட இழு நாற்காலியில் அமர்ந்திருந்த தன் பால்யகாலத் தோழியைக் கண்ட கமலா எத்தனை சுலபமாக ஒரே நொடியில் இவர்களது இந்த வாழ்க்கை ஒருவர் மற்றவருடையதாக மாறிவிடக்கூடும் என ஒருகணம் எண்ணி சட்டென அப்படி எதுவும் ஆகிவிடாதது குறித்து நன்றியும் ஆசுவாசமும் கொண்டாள். இறுதியாக, நிமிர்ந்து பார்க்கும் தைரியத்தை வரவழைத்துக் கொண்ட ஸ்வர்ணலதா தன் முன் நிற்கிற கமலா, இதற்கு ஆறேழு மாதங்களுக்கு முன் பார்த்த கமலாவை விட எவ்வளவு வித்தியாசமாக ஆகிவிட்டாள் என அதிர்ச்சி அடைந்தாள். அப்போதும்கூட கல்யாண வேலைகளுக்கு இடையே பக்கவாட்டில் தான் அவளை ஸ்வர்ணலதா காண முடிந்திருந்தது. தன் தோழியை முழுவதுமாக நேரடியாகப் பார்த்து கிட்டத்தட்ட ஓராண்டு ஆகிவிட்டது என்பதை ஸ்வர்ணலதா நினைவு கூர்ந்தாள். அவள் மெலிந்திருந்தாள், முகத்தின் மென்மை காணாமல் போயிருந்தது, அகங்காரம் என்று சொல்லமுடியாத ஒருவகை உறுதியுடன் நிமிர்ந்து நின்றாள். என்றாலும் மிக

இலகுவாக இயல்பாக இருப்பது போல் இருந்தது அவளது தோற்றம். அவள் முகம் பிரகாசமாய் இருந்தது. சோகத்தினாலோ மகிழ்ச்சியினாலோ அல்லாமல் அதைவிட ஆழமான ஏதோ ஒன்றினால் மின்னிய அவளது கண்களே அந்தப் பிரகாசத்திற்கு காரணமாய் அமைந்தன. இந்தச் சந்திப்பிற்கான காரணத்தை மீறி அவளது இந்தத் தோற்றமானது ஸ்வர்ணலதாவில் தன்னை மீறிய ஒரு மரியாதையை கமலாவின் மேல் தோற்றுவித்தது.

◆◆◆

என்ன கேட்பது என்று தெரியாமல் "எப்படி இருக்கிறாய்?" என வினவினாள் ஸ்வர்ணலதா.

சற்றும் அசையாமல் "நன்றாக இருக்கிறேன்" என்று கமலா கூறியபோது அவளது உதடுகள் கூட அசைந்ததாகத் தெரியவில்லை. "எதற்காக என்னை வரவழைத்தாய்?" என்றாள்.

தான் கூற விரும்பியதை எப்படிக் கூறுவது என்ன யோசிக்கவே இல்லையே என்று எண்ணிய ஸ்வர்ணலதா அப்படியே யோசித்து இருந்தாலும் இந்த விஷயத்தை வேறு எப்படியும் கூற முடியாது என்று உணர்ந்தபடி "நீ இங்கிருந்து போக வேண்டும். என் மாமனார் பிருந்தாவனில் உள்ள ஒரு ஆசிரமத்திற்கு நிதி அளிக்கிறார். நான் உனக்குத் தேவையான ஏற்பாடுகளைச் செய்யச் சொல்லி அவர்களுக்கு கடிதம் எழுதி இருக்கிறேன். உன்னை அங்கே கூட்டிக் கொண்டு சேர்ப்பதற்கும் யாரையாவது உடன் அனுப்புகிறேன்" என்றாள்.

"முடியாது" என்று சொன்ன கமலா அங்கிருந்து கிளம்புவதற்காகத் திரும்பினாள்.

"முடியாதா?"

"முடியாது"

"என்ன வேண்டும் உனக்கு?"

"எதுவும் வேண்டாம்?"

"பிறகு ஏன் நீ போக மாட்டாய்?"

"ஏனென்றால் ராதை ஒருபோதும் பிருந்தாவனத்தை விட்டுச் செல்வதில்லை. கிருஷ்ணா தான் செல்வான்" என்றாள் கமலா.

"நீ ஒன்றும் ராதை இல்லை" என்றாள் ஸ்வர்ணலதா கடுமையாக. "அதோடு அவன் உனது கிருஷ்ணனும் இல்லை" என்றாள்.

"அதுதான் இப்போது சின்ன மருமகள் வந்து விட்டார்களே. இனி நீ அவனது ருக்மணியும் இல்லை" என்றாள் கமலா கோபத்தில் குரல் நடுங்க.

கமலா கிளம்பிச் செல்வதைக் கண்ட ஸ்வர்ணலதாவின் உடல் ஒரு நொடி திகைத்து பின் தன்னிலை மீண்டது. தன் தோழிக்காகவும் தாங்கள் பகிர்ந்து கொண்ட குழந்தைப் பருவத்திற்காகவும் எதற்கும் பயனில்லாமல் போய் விட்ட அந்த இரண்டிற்காகவும் ஸ்வர்ணலதா குலுங்கி அழ ஆரம்பித்தாள்.

அன்று இரவு கமலாவின் ஆணவம் சற்றுத் தணிந்தது: தன்னை இங்கே வரவழைத்த நபரே இப்போது இங்கிருந்து கிளம்பும்படி கூறும்போது இவள் அதை எப்படி மறுக்க முடியும்? எப்படியாயினும் இங்கே அவளுக்கு இனி என்ன இருக்கிறது? தினம் ஒரு வேளை உணவும் தங்குவதற்கு ஒரு இடமும் சாகும்வரை பொருளற்ற வெற்று அரட்டைகளும்தான் அவளது தேவை என்றால் பிருந்தாவனத்தில் அது கிடைக்க தானே செய்யும். திவான்சந்தின் மனைவி தன் கணவன் மீது கமலா கொண்டிருந்த காதல் பற்றி அறிந்து விடக் கூடும் என்று ஸ்வர்ணலதா அஞ்சுவதனால்தான் இங்கு இருக்க விரும்புகிறோமா? கிட்டத்தட்ட ஓராண்டிற்குப் பிறகு அறிவிக்கப்பட்ட கதைசொல்லல் நிகழ்விற்கு வந்த சகுந்தலா தங்களது திருமண வாழ்விற்கு இவள் அச்சுறுத்தலாக இருப்பதாய்க் கூறி அதற்கு ஸ்வர்ணலதாவை குற்றப்படுத்த கூடும் என அவள் எண்ணுகிறாளா? சின்ன மருமகள் இவளைக் கண்டு தன்னிடமிருந்து ஏதோ மறைக்கப்பட்டு விட்டதாக குற்றம்சாட்டும்படி நடந்து சொர்ணலதாவை பழிவாங்குவது தான் தன் விருப்பமா? அதனால் தான் இங்கிருந்து செல்ல மறுக்கிறோமா? ஆனால் அவளிடமிருந்து என்ன மறைக்கப்பட்டுவிட்டது? ஒன்றுமே இல்லை! ஏதோ ஒரு முட்டாள் விதவை அவள் கணவனைக் காதலித்து இருக்கிறாள். அந்தக் காதலுக்கு அவன் சம்மதம் தெரிவிக்காதது மட்டுமல்ல,

அந்த முட்டாள் விதவை காதல் கொண்டிருந்ததையே அவன் அறிந்திருக்கவில்லை: ஆனால் ஏன்? ஏன் அவள் முதலில் அவன் மேல் காதலில் விழுந்தாள்? எதற்காக? அவனது முகமா, முடிக்கற்றையால் பாதி மறைக்கப்பட்ட அவனது நெற்றியா? சோகம் ததும்பும் விழிகளா? அல்லது மென்மையாகவும் அதே சமயத்தில் ஆண்மையாகவும் ஒலித்த அவனது குரலா? அல்லது அவன் கூறிய விஷயங்களா? ராமனை அவன் காதலித்த விதமா? துளசிதாசருடன் அவன் முயங்கிய விதமா? இசையையும் ஒலியால் ஆன ஒரு இல்லத்தையும் உருவாக்கும் விதமாக ஒவ்வொரு வார்த்தைகளையும் ஒவ்வொரு செய்யுளையும் அவன் உச்சரித்த விதம் ஒரு நொடி மரங்களால் ஆன வெதுவெதுப்பான மாளிகை போல இருந்தது. மறுநொடி அது, தூண்களால் ஆன கைப்பிடி வைத்த மாடிப்படி முன்னால் இறங்கி வருகிறபடி பரந்த சமவெளியில் கட்டப்பட்டிருக்கிற ஒரு பிரம்மாண்டமான அரண்மனை போல இருந்தது. நிலையற்ற ஆனால் ஆற்றுப்படுத்துகிற அந்த இல்லத்தில்தான் தனக்கான இளைப்பாறுதல் சாத்தியம் என அவள் அறிந்திருந்ததாலா? அதோடு, அந்த இல்லம்தான் அவனுக்கான இளைப்பாறலாகவும் இருக்கிறது என்பதை அவள் அறிந்ததாலா?

ஒரு போதும் அவன் தன்னுடையவனாக முடியாது எனத் தெரிந்திருந்தும் அவன் மீது காதலில் விழுந்தது எவ்வளவு பெரிய முட்டாள்த்தனம்! “நான் அது நடக்க வேண்டும் என விரும்பவில்லை” என்றோ “அதை நடத்த நான் முயற்சிக்கவில்லை” என்றோ சொல்வது ரொம்பவும் சரிதான். ஆனால் அது நடக்காமல் ஏன் அவள் தடுக்கவில்லை? ஏன்? ஏன் இத்தனை வலிகளுக்கும் தன்னை ஆட்படுத்திக் கொள்ள வேண்டும்? கிட்டத்தட்ட இந்த ஓராண்டில் எல்லா மாதங்களிலும், அந்த உணர்வினை அவள் கடந்து விட்டதாக நினைக்கிற போதெல்லாம், ஏதோ ஒன்று அவளுக்குள் அதைத் திரும்பக் கொணர்ந்து விடும் - கதிரவனுடன் உரையாட முயல்கிறதோ எனத் தோன்றும்படியாக கோடைக்காலத்தில் பூத்துக் குலுங்கும் மஞ்சள் கொன்றை, உயிருடன் இருக்கிற ஒவ்வொருவர் இதயத்தையும் நெகிழ்த்தும்படி மண்வாசனையைக் கிளர்த்துகிற பருவகாலத்தின் முதல் மழை, புல்லாங்குழலின் இசை கேட்டு நதி நோக்கி விரையும் கோபியர்கள் போல வானில் விரையும் கார் மேகங்கள், மென்மையும் ஈரமுமான

அக்டோபரின் மணம் நிறைந்த அதிகாலைகள், பனிக்காலத்தின் உச்சத்தில் வெயில் அளிக்கிற இதம், மற்றும் இறுதியாக, வண்ணங்களால் மிளிரும் வசந்தகாலத்தில் அவள் இதயத்தை கணை போல் துளைக்கிற வண்ண மலர்கள். இவை எல்லாமும் சேர்ந்து அவளுள் அவன் நினைவுகளைத் தூண்டி களிப்புறச் செய்துவிடும். இந்த நினைவுகளைத் தாண்டி வேறெதுவும் வேண்டாம் என எண்ணச் செய்து விடும். ஏனென்றால் முகத்தை வருடும் தென்றல்தான் அவனது தொடுகை, காலையில் கூவும் குயிலில் அவன் குரல் இருக்கிறது, இதழ்களை வருடும் மல்லிகை அவன் முத்தமிட்டது போல உணரச் செய்கிறது. அவற்றின் சுகந்தம் அவளைப் பரவசத்தின் உச்சத்தில் ஆழ்த்தி காண்பவை அனைத்திலும் அவன் முகத்தையும் கேட்பவை அனைத்திலும் அவன் குரலையும் உணரச் செய்து விடுகிறது. கண்களில் அந்த மென்மையான முகத்தையும் செவிகளில் அவனது இனிமையான பெயரையும் தழுவியபடி கனவுகளற்ற ஆழந்த உறக்கத்திற்குள் கமலா மிதந்து செல்வாள்.

ஸ்வர்ணலதாவின் மறுப்பையும் மீறி கதாகலாட்சேபத்தைத் தொடர்வதில் திவான்சந்த் ஆர்வமாய் இருக்கிறான் என்னும் செய்தி ஆசிரமத்தை வந்தடைந்தது. கமலாவின் காரணமாகவே அவள் இந்த மறுப்பைத் தெரிவித்திருப்பாள் என்பதை சரியாக யூகித்த அவர்களுக்கு அது குறித்துப் புகார் ஒன்றும் இல்லை. ஆனால் திருமணமாகி இன்னும் ஓராண்டு கூட முடிந்திருக்காத நிலையில், கதைகளைத் தொடர வேண்டும் என்றும் அங்கு தானும் உடன் வருவேன் என்றும் கூறிய சின்ன மருமகள்தான் அவர்களது ஆர்வத்தையும் கற்பனையையும் வெகுவாகத் தூண்டினாள்.

திவான்சந்தின் மீது கமலா கொண்டிருந்த காதல் குறித்து சின்ன மருமகளுக்குத் தெரியாது என்று சில விதவைகள் கூற, அப்படித் தெரியாமல் இருக்க வாய்ப்பேயில்லை என்று கூறிய வேறு சில விதவைகள் அவளது தைரியமான முடிவைக் குறித்து ஆச்சர்யம் கொண்டனர். புதிய மனைவியுடன் திவான்சந்த் மிக மகிழ்ச்சியான வாழ்க்கையை நடத்தி வருகிறான் என வீட்டிலிருந்து சில வேலைக்காரர்கள் கொண்டு வந்த செய்தி அது பற்றி கமலாவிற்கு உணர்த்துவதற்காகவே திவான்சந்த் தன் மனைவியை அழைத்து வருகிறான் என்று சிலரையும்

அவனது மனைவிதான் கமலாவிற்கு குறிப்புணர்த்துவதற்காக அவனை இங்கு அழைத்து வருகிறாள் என்று சிலரையும் பேசச் செய்தது. வெகு சில விதவைகள் மட்டுமே கமலாவின் காதல் குறித்து திவான்சந்திற்கு எதுவுமே தெரியாதென்றும் மீண்டும் தொடங்கப்பட்டிருக்கிற கதாகலாட்சேபத்திற்கும் கமலாவிற்கும் எந்தத் தொடர்பும் இல்லை என்பதையும் சரியாக கணித்தனர்.

கதை நாளின் காலையில் கணிப்புகளும் கற்பனைகளும் உச்சத்தை எட்டியிருந்த போதிலும் அவர்களது விமர்சனங்களும் நம்பிக்கைகளும் எத்தகையதாய் இருந்த போதிலும் எத்தனையோ மணி நேரங்கள் அவர்களுக்கு கதைகள் சொல்லி, கற்பித்து இதயத்திலிருந்து நேரடியாக உரையாடிய அமைதியும் அணுக்கமுமான இந்த இளைஞன் தங்கள் அனைவருக்கும் விருப்பமானவன் என்பதை அவர்கள் புரிந்து கொண்டனர். சமீபத்தில்தான் மணமாகியிருந்தாலும் மூத்த மருமகள் போல அதிக ஆபரணங்கள் அணியாமல் எளிமையாக இருந்த அவனது அழகிய மனைவி அவர்கள் ஒவ்வொருவரையும் புன்னகையுடன் வணங்கி அன்பை வெளிப்படுத்தியபோது – இளையவர்களை அணைத்தும், பெரியவர்களின் காலில் விழுந்தும் – அவர்கள் உடனடியாக அவளை ஆசீர்வதித்து சிறப்பான திருமண வாழ்க்கை தொடரட்டுமென வாழ்த்தினர். எல்லாப் பெண்களுமே தன்னுடன் அன்பாக நடந்து கொண்ட போதிலும், கமலா என்று அறிமுகப்படுத்தப்பட்ட, தன்னை விட சற்றே மூத்த பெண் மட்டும் அவளை அணைத்த பிறகு அவளது கரங்களைப் பற்றியபடியே முகத்தில் எதையோ தேடுவது போல நீண்ட நேரம் தனிப்பட்ட அன்புடன் பார்த்துக் கொண்டிருந்தாள். அடுத்ததாக நின்ற பெண் மெலிதாக இடித்த பிறகுதான் அவள் சுய நினைவிற்கு திரும்பினாள். எல்லோரும் சென்று அமர்ந்து கதை துவங்கிய பிறகும் சகுந்தலாவின் கண்கள் அந்தப் பெண்ணை நோக்கியே சென்று கொண்டிருக்க முகம் முழுக்கப் பரவசத்துடன் திவான்சந்தையே பார்த்துக் கொண்டிருந்த அந்தப் பெண் இதோ அடுத்த நொடி அழப் போகிறாள் என்பது போன்ற பாவனையுடன் அமர்ந்திருந்தாள்.

ராமனை சீதை தன் தந்தையுடைய வனத்தில் முதன்முதலாகச் சந்தித்துக் கொண்ட காட்சியை கதை சொல்லலுக்காகத் தேர்வு செய்திருந்தான் திவான்சந்த். மனைவியை மகிழ்ச்சிப்படுத்தும்

பொருட்டே அவன் அதைத் தேர்தெடுத்திருந்திருக்கிறான் என்பதை கூட்டத்தில் இருந்த ஒவ்வொருவரும் அறிந்திருந்தனர். புரியாதவர்களுக்கு உணர்த்தும் பொருட்டு *"சீதையின் முகம் நிலவினைப் போன்றிருக்க, ராமனின் கண்கள் நிலவின் ஒளியை அருந்தி உயிர்வாழும் சக்கரவாகப் பறவையைப் போல் இருந்தன"* என்ற வரிகளைக் கூறியபடி அவளைத் திரும்பிப் பார்த்த போது அவள் முகம் வெட்கத்தில் செஞ்சிவப்பாகியது, இச்செயல் அங்கிருந்த அனைவரையும் மனமகிழ்ச்சியில் ஆழ்த்த அங்கே எழுந்த சிரிப்பலை காற்றில் பரவி அனைவரையும் நெருக்கமாக உணரச் செய்தது. கமலாவும் கூட தன் அன்பனின் குறும்பை எண்ணிப் பெருமையுடன் சிரித்துக் கொண்டிருந்தாள், தனது கதையின் நோக்கம் எடுத்தியம்பப்பட்டு பார்வையாளார்களால் அது பாராட்டையும் பெற்று விட்ட பிறகு, கண் முன் தெரிந்த காட்சியைக் கண்டு ராமன் மெய்மறந்து நின்ற பத்தியைப் பற்றிக் கூற ஆரம்பித்தான். *'அழகிற்கே அழகு சேர்ப்பது அவளுடைய அழகு'* என்கிற வரியை அவன் கூறிய போது அனைவரும் மகிழ்ச்சியுடன் அதற்கு இசைந்தனர். இறுதியாகத் தன் தமையனிடம் திரும்பும் ராமன் சொல்கிறான் "இங்கே நான் காண்கிற இந்தப் பெண்தான் நான் போட்டியிட்டு வெற்றிகொள்ள வந்திருக்கிற மன்னன் மகளாக இருக்க வேண்டும். ஏனென்றால் இந்தப் பெண்ணைப் பார்த்ததும் என் இதயம் பரவசமடைந்துவிட்டது. ரகுவம்சத்தினனின் மனம் கனவிலும் கூட வேறொருவருக்கான பெண்ணை விரும்பாது."

நேர்மையான குணத்தை ராமன் தன்னுடைய பெருமையாகக் கூறாமல் தன் குடும்பத்திற்குப் பெருமை சேர்ப்பதாக துளசி எவ்வாறு காட்சிப்படுத்துகிறார் என விளக்க திவான்சந்த் முயன்ற போது "ஆனால் லாலாஜி" என்றபடி இடைப்பட்ட முன்வரிசையில் அமர்ந்திருந்த ஒரு வயதான பெண் "கிருஷ்ணன் எப்போதும் பிற ஆண்களின் மனைவியுடன் விளையாடிக் கொண்டும் நடனமாடிக் கொண்டும் தானே இருந்தான். அது தவறா?" எனக் கேட்டாள்.

இந்தக் கேள்விக்கான பதில் தன் குறிப்புகளில் இல்லை எனத் தெரிந்த போதும் "ம்..." என்றபடி தனது ஏட்டினை நோக்கி குனிந்தான். "கிருஷ்ணன் தெய்வ வடிவானவன்.

ஆனால் துளசியின் ராமன் ஒரே சமயத்தில் தெய்வமாகவும் மனிதனாகவும் இருந்தவன்" என்றான்.

மாய யதார்த்தக் கோணத்திலான அவனது இந்தப் பதிலை மறுக்கும் விதமாக, "கிருஷ்ணனும் கூட மனிதன் தானே" என்றொரு கேள்வி மீண்டும் எழுந்து வந்தது. "அவனும் கூட துவாரகைக்குச் சென்று மன்னனானான், ருக்மிணியை மணந்தான். பாண்டவர்களோடு போரிடவும் செய்தான். அவனும் ஒரே சமயத்தில் மனிதனாகவும் தெய்வமாகவும் இருந்தானே லாலாஜி" என்றது அந்தக் கேள்வி.

திவான்சந்த் திகைத்து அமர்ந்திருந்தான். அவனது அருகில் இக்கேள்விக்குத் தன் கணவன் என்ன பதில் சொல்லப் போகிறான் என்கிற ஆர்வத்துடன் சகுந்தலா அமர்ந்திருந்தாள். அவளருகில் படபடக்கிற இதயத்துடன் ஸ்வர்ணலதா அமர்ந்திருந்தாள். அவர்கள் இருவரையும் பார்த்த திவான்சந்த் "இந்தக் கேள்விக்கு என்னிடம் பதில் இல்லை, தயவுசெய்து என்னை மன்னித்துவிடுங்கள்" என்றான்.

பின்னாலிருந்து ஒரு குரல் "ஒரு வேளை லாலாஜி" என்று ஆரம்பித்து "கோபியர்களின் அன்பானது மிகத்தூய்மையானதென்பதால் கிருஷ்ணனால் அவர்களைக் காயப்படுத்த முடியாமல் போயிருக்கலாம். அவர்கள் அவனது இல்லத்தில் அமர்ந்து அவனது சாம்ராஜ்யத்தை ஆட்சி செய்ய விரும்பவில்லை. கடம்பவனத்தில் அவனுடன் களித்திருக்க மட்டுமே அவர்கள் விரும்பினார்கள்" என்று முடித்தது அக்குரல்.

நிமிர்ந்து பார்த்த சகுந்தலா இந்தப் பதிலைக் கூறியது அந்தக் கமலாதான் என்பதைக் கண்டாள். சற்றே வலது பக்கம் திரும்பியிருந்தாளானால் அவளது அக்கா ஸ்வர்ணலதா வியர்வை துளிர்க்க அமர்ந்திருப்பதைக் கண்டிருப்பாள். ஆனால் அவளால் பிரகாசமான கமலாவின் முகத்திலிருந்து கண்களை அகற்ற முடியவில்லை. அந்தப்பெண் தன் கணவன் மீது காதலில் இருக்கிறாள் என்பதும், இதற்கு முன் அவள் தன் கரங்களைப் பற்றி அணைத்துக் கொண்டபோதே அது தனக்குத் தெரிந்துவிட்டதென்பதையும் அவள் உணர்ந்து கொண்டாள்.

“நன்றி” என்ற திவான்சந்த். “நீங்கள் என் வாழ்க்கையைக் காப்பாற்றி விட்டீர்கள்” என்று கூறி கதையினைத் தொடர்ந்தான்.

அடுத்த நாள் காலை கமலா டெல்லியில் இருந்து கிளம்பி பிருந்தாவனிற்குச் சென்று விட்டாள். தான் ஒரு போதும் திரும்பி வரமாட்டேன் எனவும் யாரும் தன்னைத் தேடி வர வேண்டாம் எனவும் அங்கிருந்து கடிதம் எழுதினாள். ஆசிரமத்திற்குச் சென்ற ஸ்வர்ணலதா என்ன நடந்ததென விதவைகளிடம் கூற, தங்களுக்கு அவை அனைத்தும் ஏற்கனவே தெரியும் என சொல்லிக்கொள்ளாமல் அமைதியாகக் கேட்டுக் கொண்டனர். திவான்சந்திற்கும் சகுந்தலாவிற்கும் இவை குறித்து எதுவும் தெரியாதென்றும் இந்த ரகசியத்தை ரகசியமாகவே காப்பதற்கு அவர்கள் உதவ வேண்டும் என்றும் அவள் கேட்டுக் கொண்டாள்.

திவான்சந்திடம் கவனமாக விசாரித்த சகுந்தலா, கமலா ஸ்வர்ணலதாவின் தோழி என்பதைத் தவிர அவனுக்கு வேறெதுவும் தெரியவில்லை என்பதைக் கண்டு கொண்டாள். கமலாவுடன் தனது குழந்தைப் பருவம் பற்றியும் அவள் சிறுவயதிலேயே விதவையானது பற்றியும், கமலா டெல்லிக்கு வந்த போது அவள் எவ்வளவு மகிழ்ச்சி அடைந்தாள் என்றும் இப்போது அவள் அங்கிருந்து சென்று விட்டது தனக்கு எவ்வளவு வருத்தத்தை அளிக்கிறது என்றும் சகுந்தலாவிற்கு கதைகதையாகச் சொல்லிக் கொண்டிருந்தாள் ஸ்வர்ணலதா. ஆனால் கல்கத்தாவில் இருக்கிற கமலாவின் முதிய மாமா ஒருவர் தன்னைப் பார்த்துக் கொள்வதற்காக அழைத்தாகவும் அதனால்தான் அவள் அங்கு போக வேண்டியதாகி விட்டது எனவும் கூறிய ஸ்வர்ணலதா அவர் இறந்த பிறகு ஒரு வேளை கமலா இங்கு திரும்பி வரவோ வராமல் போகவோ கூடும் என்றாள். சகுந்தலாவிற்கு இது முழுதாக சமாதானம் அளிக்கவில்லை என்ற போதும், அதை மறுப்பதற்கும் அவளிடம் எந்தத் தரவும் இல்லை. கூடவே சில வாரங்கள் கழித்து அவள் கருவுற்றிருப்பது தெரிந்து போது இந்த விஷயம் அவள் வாழ்வில் இருந்து மங்கி மறைந்து விட்டது.

ஸ்வர்ணலதா கருவுற்றிருந்த போது அங்குதான் இருந்தானெனினும் தான் தந்தையாவோம் என திவான்சந்த்

ஒருபோதும் எண்ணியிராததால் கருவுற்ற பெண்ணின் கணவனாய் இருப்பது குறித்து அவன் அதிகம் யோசித்ததில்லை. எனவே தன் வாழ்வில் அந்தச் சூழலை எதிர்கொள்ள நேர்ந்த போது திருமணவாழ்வின் வழக்கமான நடைமுறைகளில் அது ஏற்படுத்துகிற மாற்றங்களைக் கண்டு பெரிதும் அதிர்ச்சி அடைந்தான். தான் கருவுற்றிருந்த போது வீட்டில் மூத்த பெண்கள் யாரும் இல்லாதிருந்ததால் இப்போது கருவுற்றிருக்கும் சகுந்தலாவிற்கு இந்த முக்கியமான சூழலில் தேவைப்படும் அத்தனை கவனிப்பும் கிடைக்கும்படி பார்த்துக் கொள்ள வேண்டுமென ஸ்வர்ணலதா முடிவு செய்திருந்தாள். எனவே அவனது அறைக்கு எந்நேரமும் சாரிசாரியாக பெண்கள் வந்து சென்றபடி இருந்தனர். சகுந்தலாவிற்கு ஏதேனும் மசாஜ் செய்ய வேண்டும் என்றோ காலை நேரம் முழுவதையும் ஆக்கிரமித்துக்கொள்ளுகிறபடி மதச் சடங்குகள் செய்ய வேண்டும் என்றோ கூறி அவனை அவனது அறையிலிருந்து வெளியே அனுப்பி விடுவார்கள். ஆரோக்கியமும் உற்சாகமும் நிறைந்த அவனது மனைவியை ஏதோ நோயாளி போல் கருதி ஒட்டுமொத்தக் குடும்பமும் அவளது உடல்நலன் குறித்து மட்டுமே சிந்தித்துக் கொண்டிருந்தது. அவளது உறக்கத்திலோ பசியிலோ ஜீரணத்திலோ ஏற்படுகிற சிறிய மாற்றம் கூட, இதுபற்றி கவலைப்படத் தேவையில்லையென மருத்துவர் கூறிய பிறகும், தீவிர விவாதத்திற்கும் வருத்தத்திற்கும் உள்ளானது.

இந்த மாற்றங்கள் வீட்டு நிகழ்வுகள் சார்ந்ததாக மட்டும் இருந்திருந்தால் பரவாயில்லை. நாள்தோறும் உடலில் புதிது புதிதாகத் தோன்றிய விநோதமான உணர்வுகளால் பயமும் பதட்டமும் அடைந்த சகுந்தலாவும் அவனிடமிருந்து கொஞ்சம் கொஞ்சமாக விலகிச் செல்ல ஆரம்பித்திருந்தாள். எப்போது பார்த்தாலும் தன் உணர்வுகள் குறித்து மட்டுமே பேசிக்கொண்டிருக்கும் அவள் திவான்சந்த் எப்போதேனும் எதையாவது கூறும்போதும் கூட முதுகிலோ உடலில் வேறு எங்குமோ வலிக்கிறது என்றோ வாந்திவருவது போல் இருக்கிறது என்றோ கூறி இடைப்பட்டு விடுவாள். தன்னைப் பேசி முடிக்க விடாமல் செய்வதற்காக அவளைக் கோவித்துக் கொள்வதும் சரியல்ல என்றே தோன்றியது அவனுக்கு. எனவே தன்னுடைய அடுத்தடுத்த கதைகளுக்குக் தயார் செய்யும் விதமாக புத்தகங்களுக்குத் திரும்பி அவற்றோடு நேரம்

செலவழிக்கத் தொடங்கினான். ஆனால் கதாகாலட்சேபங்களும் தம் வசீகரத்தை இழக்கத் துவங்கியிருந்தன. பெரும்பாலான சமயங்களில் சகுந்தலாவின் உடல்நிலை அவனுடன் செல்வதற்கு அனுமதிக்காததால் கதை கூறிக்கொண்டிருக்கும் போது அவள் அருகில் இல்லை என்னும் எண்ணம் அவனை தொந்தரவு செய்ய ஆரம்பித்துவிடும். கமலா ஆசிரமத்தை விட்டு வெளியேறிவிட்டதால் ஸ்வர்ணலதாவிற்கும் அங்கு செல்வதற்கான ஆவல் குறைந்துவிட்டிருந்தது. இந்த உண்மையான காரணத்தை வெளிப்படையாகச் சொல்ல முடியாதென்பதால் வேறு ஏதேனும் சாக்குப் போக்குகளைக் கூறி அவள் அதைத் தவிர்த்து வந்தாள். ஆசிரமத்து விதவைகளும் கூட ராம கதையைக் கேட்பதைக் காட்டிலும் சின்ன மருமகளின் உடல்நிலை குறித்து விசாரிப்பதிலேயே கவனமாய் இருந்தனர். அடிக்கடி, "சின்ன சாமி பிறப்பதற்கு இன்னும் எத்தனை வாரம் இருக்கு?" என அவர்கள் கேட்கும் ஒவ்வொரு முறையும் அவனுக்கு எரிச்சலாய் இருக்கும்.

இறுதியாக அம்மா வீட்டிற்குச் சென்ற சகுந்தலா உடல்நிலை அனுமதிக்கிற தினங்களில் இவனுக்குக் கடிதம் எழுதுவாள். முறைப்படி அக்கடிதங்கள் திவான்சந்தின் பெயருக்கு எழுதப்பட்டிருந்த போதும் அவனுக்கான அன்பு வார்த்தைகள் அதில் காணப்பட்ட போதும் மருத்துவம் சார்ந்த விஷயங்களே அதன் பெரும்பகுதியை ஆக்கிரமித்திருக்கும். தினந்தோறும் ஸ்வர்ணலதாவும் வேலைக்காரர்களும் அண்ணனும் அப்பாவும் கூட "சின்ன மருமகளிடமிருந்து கடிதம் ஏதாவது வந்ததா? அவள் எப்படி இருக்கிறாள்?" என கேட்கத் துவங்கியதில் திவான்சந்திற்கே கடிதத்தில் தனக்கென எழுதப்பட்ட அந்தரங்க வார்த்தைகளைவிட இதுதான் முக்கியமான விஷயம் எனத் தோன்றத் தொடங்கிவிட்டது. இறுதியாக சகுந்தலாவிற்கு குழந்தை பிறந்துவிட்டது என்கிற செய்தியும் வந்து சேர்ந்தது. கொண்டாட்டத்திற்கு அது மட்டும் போதாதென்று பிறந்திருப்பது ஆண் குழந்தை என்கிற செய்தியும் சேர்ந்து கொண்டது. தனக்கு முதல் பேரன் பிறந்துவிட்டான் என்கிற மகிழ்ச்சியில் திளைத்த லாலா மோதிசந்த் வேலைக்காரர்களை அனுப்பி ஊரில் உள்ள அத்தனை ஏழைகளையும் வீடற்றவர்களையும் விருந்திற்கு அழைத்தார். லாலா மோதிசந்தின் புதிய தலைமுறைக்கு தங்கள் நல்லாசிகளை வழங்குவதிலிருந்து

யாரும் விடுபட்டுவிடாதபடிக்கு மிகப்பிரம்மாண்டமாக அந்த விருந்து ஏற்பாடு செய்யப்பட்டது.

திடீரென வேலைக்காரர்கள் தன்னை அதீத மரியாதையுடன் நடத்தத்துவங்கியதைக் கவனித்தான் திவான்சந்த். இரண்டு பெண்குழந்தைகளை மட்டுமே பெற்றிருந்ததால் நியாயமே இன்றி திவான்சந்த் சகுந்தலா தம்பதிக்கு கீழானவர்களாய் மாறிவிட்ட அவனது அண்ணனும் அண்ணியும் மகிழ்ச்சியுடனும் பெருமிதத்துடனும் நடந்துகொண்ட போதிலும் சற்றே காயம்பட்டது போல் இருந்தார்கள். அப்பாவும் கூட தன்னிடம் கூடுதல் அன்பை வெளிப்படுத்தியது திவான்சந்திற்கு பெருத்த ஏமாற்றத்தைத் தந்தது. எல்லா ஆண்களுக்கும் இருப்பது போல இந்தக் குழந்தை பிறந்ததில் அவனுக்கும் ஒரு பங்கு இருந்ததுதான் என்றபோதிலும் அது ஆண் குழந்தையாய் இருக்க வேண்டும் என்பதற்காக அவன் முயன்று எதையும் செய்யவில்லையே! எனவே ஒரு ஆண்குழந்தையின் தகப்பன் என்பதற்காக அவனுக்கு அளிக்கப்பட்ட அதீத மரியாதையானது மகிழ்ச்சியை ஏற்படுத்துவதற்குப் பதிலாக தன்னைக் குறித்தும் தன் நிலையைக் குறித்தும் அவன் பரிதாபப்படும்படி செய்தது.

சகுந்தலா தாய்வீட்டிலிருந்து டெல்லிக்குத் திரும்புவதற்கு முன்பாகவே மாருதி ஷரனிடமிருந்து திவான்சந்திற்கு கடிதம் வந்தது: வயதாகிவிட்டதால் வேலை செய்வதற்கான வலு இல்லாமல் போய்விட்டதாகவும் உதவி தேவைப்படுவதாகவும் எழுதியிருந்த அவர் இன்னும் குறிப்பெடுத்து அட்டவணைப்படுத்தாத பல ஆவணங்களை வீட்டின் ஈரம் ஏற்கனவே சிதைத்து விட்டதாகவும் இப்படியே போனால் மேலும் பல ஆவணங்கள் சிதைந்துவிடக்கூடும் என்று அஞ்சுவதாகவும் எழுதி இருந்தார். “நான் செய்து வருகிற வேலையின் முக்கியத்துவத்தை என் மகன்கள் உட்பட வேறு யாருமே உன் அளவிற்குப் புரிந்து கொள்ளவில்லை” என்று கூறியிருந்தவர், “நீ மட்டுமே எனக்குப் பிறகு அதைத் தொடர்ந்து எடுத்துச்செல்ல முடியும்” என்றிருந்தார். “இந்த வேலை முடியும் முன்பாகவே நான் இறந்துவிடுவேன் என்பது எனக்குத் தெரியும். எனக்காக நீ இப்போதே இதைக் கையில் எடுத்துக் கொள்ளாவிட்டால் என் வாழ்நாள் தவம் வீணாகிவிடும்.

எனக்காக இந்த வேலையைச் செய்ய உன் ஒருவனால் மட்டுமே முடியும்."

குழந்தைப்பிறப்பின் சுமையினால் குடும்ப வாழ்விலிருந்து விலகத்தூண்டுகிற வேட்கை ஏற்படும் முதல் ஆணோ கடைசி ஆணோ அல்ல திவான்சந்த். ஆனால் அவர்களைப் போலன்றி இவன் அந்த வேட்கையைச் செயல்படுத்திட விரும்பினான். இது ஒரு சுயநல முடிவுதான். ஆனால் வாழ்நாள் முழுவதும் அவனது உணர்வுத் தேவைகளை நிறைவேற்றும் கடமையிலிருந்து தவறியவர்களை எண்ணி இந்த முடிவை அவன் நியாயப்படுத்திக் கொண்டான்: பெரும்பாலானவர்களுக்கு சுயநலமாய் இருப்பதற்குக் காரணம் தேவைப்படுகிறது, அதை அவர்கள் தவறிழைக்கப்பட்டதான- நிஜமான அல்லது கற்பனையான- எண்ணத்திலிருந்தே பெற்றுக் கொள்கிறார்கள். அதுமட்டுமல்லாமல் மானஸின்மீதான இவனுடைய தனித்துவம் வாய்ந்த அளவிட முடியாத காதலைக் குறிப்பிட்டு மாருதிஷரன் உதவி கோரியுள்ளார். பல நூற்றாண்டுகளாக மனிதர்களின் மனதில் ராமசரித மானஸ் தூண்டியுள்ள சிந்தைகளைத் தொகுக்க வேண்டும் என்கிற அவரது உறுதியான எண்ணம் மிகவும் முக்கியத்துவம் வாய்ந்தது.

மாருதி ஷரன் எழுதிய கடிதத்தை எடுத்துக் கொண்டு அப்பாவிடம் சென்று காண்பித்தான் திவான்சந்த்.

பனாரஸில் திவான்சந்த் என்ன செய்தான் என்பது குறித்து அதிகம் அக்கறை கொண்டிராத லாலாமோதிசந்த் ஆசிரமத்தில் அவன் செய்து வந்த கதாகாலட்சேபங்கள் குறித்து அறிந்திருந்தார். ஆனால் வெறும் மத ஏமாற்றுக்கள் என்று அவர் கருதிவந்த விஷயங்களில் அவன் இத்தனை ஆர்வம் கொண்டிருந்ததைக் கண்டு அதிர்ச்சி அடைந்து, "என்ன முட்டாள்த்தனம் இது?" என்றார்.

"நான் போக வேண்டும்" என்றான் திவான்சந்த். பதின்பருவத்தில் இங்கிலாந்து செல்வதற்காக அப்பாவிடம் பிடிவாதம் பிடித்த சிறுவனைப் போல, "இது என் வாழ்நாள் லட்சியம்" என்றான்.

கடிதத்தில் இருந்து இன்னும் ஆழமாக எதையோ புரிந்துகொள்ள விரும்புவது போல மீண்டும் ஒருமுறை அதை வாசித்தவர்,

அவனை நிமிர்ந்து நோக்கி "நீ எங்கும் செல்வதற்கான அனுமதியை வழங்குகிற அல்லது மறுக்கிற உரிமை இப்போது என்னிடம் இல்லை. உன் மனைவி வந்ததும் அவளிடம் கேள். பதில் சொல்ல முடியாதெனினும் உன் மகனிடமும் கேள்" என்றார்.

சகுந்தலா திரும்பி வந்தபோது அவளோடு சேர்ந்து குழந்தைப் பராமரிப்பு சாமான்களும் படை போல் வந்தன. ஒரு கட்டில், ஒரு ஊஞ்சல், துணிக்குவியல் மற்றும் பலவகை பொம்மைகள் சேர்ந்து ஆக்கிரமித்து திவான்சந்தின் சொகுசுஅறையை ஒரு நர்சரியைப் போல மாற்றிவிட்டன. அடிக்கடி ஒலிக்கிற குழந்தையின் அழுகைச் சத்தமும் மலத்தாலோ வாந்தியாலோ வேறு கழிவுகளாலோ அழுக்கான துணிகளை எடுத்துச்செல்லவும் மாற்றுத்துணியைக் கொண்டு வரவும் வருபவர்களின் காலடிச்சத்தங்களும் அவனது அறையின் அமைதியைக் குலைத்தன. சூரிய உதயத்தையோ மறைவையோ அடிப்படையாகக் கொள்ளாமல் அதே அளவிற்குப் பிடிவாதம் பிடித்த இன்னொரு தலைவனின் விழிப்பையும் உறக்கத்தையும் அடிப்படையாகக் கொண்டு நாட்கள் விடிந்து மறைந்தன. அவனது வருகை, திவான்சந்தை கொண்டாட்டத்தின் மையமாய் நிறுத்துகிற பல்வேறு பண்டிகைகளையும் சடங்குகளையும் கூட வீட்டில் துவக்கிவைத்தது.

திவான்சந்த் குழந்தையைத் தூக்கவும் கவனித்துக்கொள்ளவும் கற்றுக்கொள்ள வேண்டும் என சகுந்தலா விரும்பினாள் எனினும் உடல் ரீதியான பிரச்சனைகளுக்காக குழந்தை பிடிவாதமாக அழும் சமயத்தில் அவளால் அவனிடம் குழந்தையை விட்டுவைக்க முடியாமல் போய்விடும். குழந்தையைத் தூக்கச்சொல்லி திவான்சந்திடம் அவள் கூறும்போதெல்லாம் அவனது இடைக்கச்சையிலிருந்து வரும் நாற்றமோ எதுக்களிப்பில் வெளிவந்து நாடியில் ஒட்டியிருக்கும் பாதி ஜீரணித்த உணவோ அதற்கு இடையூறாய் வந்துவிடும். தாயானவள் கருத்தரித்தல் சுமத்தல் பிரசவித்தல் தொடங்கி முடிவேயில்லாத மிக நெருக்கமான பல வாய்ப்புகள் மூலம் குழந்தையுடன் ஏற்படுத்திக்கொள்ளும் பிணைப்பை இது போன்ற சுத்தம் செய்யும் செயல்கள் மூலமாகத்தான் தந்தை அடையத் துவங்க முடியும் என்பதைப்

புரிந்துகொண்டிருந்தால் திவான்சந்த் இச்செயல்களில் ஆர்வமுடன் ஈடுபட்டிருந்திருப்பான். ஆனால் திவான்சந்தோ குழந்தையை வேகம் வேகமாக சகுந்தலாவிடம் தந்துவிட்டு பின்னகர்ந்து விடுவான். ஒரு நொடி அவனைப் பார்த்துவிட்டு, தன் கணவனிடம் மிகப்பிடித்த அம்சமான நெற்றியில் விழும் கூந்தல் கற்றையின் நினைவாக கேஷோ எனப் பெயரிட்டிருக்கும் குழந்தையிடம் தன் கவனத்தைத் திருப்பி விடுவாள் சகுந்தலா.

சகுந்தலா டெல்லிக்கு வந்து சில வாரங்கள் கழித்து ஒருநாள் இரவு குழந்தைக்குப் பால் கொடுத்து உறங்க வைத்து விட்டு ஜாக்கெட்டைச் சரிசெய்தபடியே, உறங்குவது போல் பாவனை செய்தபடி படுத்திருந்த தன் கணவனை நோக்கித் திரும்பினாள். அவனது கையை எடுத்து இடையின் மேல் போட்டுக்கொண்டவள் கைகளை மடித்து நாடிக்குள் சொருகியபடி தலையை அவனது மார்பில் பதித்து உறங்கத் தொடங்கினாள். கண்களை மூடியபடியே, என்ன செய்வதெனத் தெரியாமல், குழந்தை உறங்குகிற இந்த இரவின் அமைதியில் நெடுநாட்களாகத் தான் கூறக் காத்திருக்கும் விஷயத்தைப் பற்றிச் சொல்லிவிடலாமா என யோசித்தபடி படுத்திருந்தான் திவான்சந்த். அவளிடம் சொல்ல விரும்பிய விஷயத்தைப் பற்றி யோசித்தான் – கலைக்களஞ்சியம் ஒன்றை உருவாக்குவதில் முதியவர் ஒருவருக்கு உதவுவதற்காக உன்னையும் நம் மகனையும் விட்டுவிட்டு ஆறேழு மாதங்களுக்கோ அதற்கு அதிகமான காலத்திற்கோ நான் பனாரஸ் செல்ல விரும்புகிறேன். தன்னுடைய இந்த விருப்பத்தைச் சொல்வதற்கான காலம் கனிந்து நிற்கையில் இது சுயநலமாகவும் முட்டாள்தனமாகவும் தோன்றியது அவனுக்கு.

இந்த எண்ணம் மனதில் உண்டானதும் பதிலுக்கு எரிச்சல் தோன்றி அது கோபமாக உருமாறியது. கோபத்தைத் தூண்டிய பல்வேறு காரணிகளில் ஒரு சிறிய பங்கையே வகித்திருந்த போதும் அருகில் இருப்பவர்கள் மட்டுமே அதற்கு எளிய இலக்காகிறார்கள். எனவே திவான்சந்திற்கு சகுந்தலா மீது கோபம் எழுந்தது: அம்மாவின் வீட்டிற்குச் சென்றதற்காக, எப்போது பார்த்தாலும் குழந்தையைப் பற்றியே யோசித்துக் கொண்டிருப்பதற்காக, தன்னைச் சார்ந்திருப்பதற்காகவும் அதன் மூலம் அவளது கேள்விகளுக்குப் பதில் சொல்ல வேண்டிய

நிலையில் அவனை வைத்திருப்பதற்காகவும், இவன் கேட்க விரும்பிய கேள்விகளுக்கு பதில் சொல்ல நேரமில்லாமல் இருப்பதற்காகவும் என பல்வேறு காரணங்கள். அவள் மேலிருந்த தனது கையை அவன் எடுக்க முயன்ற போது மீண்டும் அவள் அதை இழுத்து தன் மேல் போட்டுக் கொண்ட போது அது அவள் மார்பின் மீது விழுந்தது.

“இப்போது வேண்டாம்” என்றாள் உளறலாக. “எனக்கு ரொம்பத் தூக்கம் வருகிறது.”

“தூங்கு அப்படி என்றால்” என்றபடி தனது கையை அவளிடமிருந்து இழுத்துக் கொண்டான்.

கண்களைத் திறந்த சகுந்தலா எழுந்து அமர்ந்தாள். படுக்கையறை மேசைக்கு கீழே இருந்த இரவு விளக்கை எடுத்தவள் கணவனின் முகத்தை கூர்ந்து நோக்கினாள். கடந்த சில மாதங்களில் இப்படி அவன் முகத்தை அவள் நேரடியாகப் பார்ப்பது இதுதான் முதல் முறை என்றும் கூடச் சொல்லலாம். “ என்ன ஆயிற்று?” என வினவினாள்.

“நான் பனராஸிற்குப் போக வேண்டும்” என்றான். முரண்டு பிடிக்கிற ஒரு குழந்தையின் குரலில் இந்த பதில் ஒலித்தது குறித்து அவனே அதிருப்தி அடைந்தான்

“பனாரஸிற்கா?” கண்களைச் சிமிட்டி உறக்கத்தை விரட்ட முயன்றபடியே “இப்பவேவா?” என வினவினாள் சகுந்தலா.

“இல்லை, இல்லை. ‘மானஸின் தெய்வீக ரகசியங்கள்’ என்கிற புத்தகத்தை தொகுத்து முடிக்க உதவுவதற்காக என்னை பனாரஸிற்கு வரும்படி அழைத்து மாருதி ஷரன்ஜி கடிதம் எழுதியிருக்கிறார்” என்றான் திவான்சந்த்.

ஏதோ ஒரு கனவின் உள்ளே இருப்பது போல் உணரத் தொடங்கியிருந்த சகுந்தலா, “மாருதி ஷரன்ங்கறது யாரு? ‘மானஸின் திவ்ய ரகசியம்னா’ என்ன?” என்றாள்.

“அவரைப் பற்றி நான் உன்னிடம் சொல்லி இருக்கிறேன்” கோபம் அதிகமாகியது திவான்சந்திற்கு. “தெய்வீக ரகசியங்கள் பற்றியும் பல தடவை பேசி இருக்கிறேன்.”

பனாரஸில் அவன் சந்தித்த ஒரு மனிதரைப் பற்றியும் துளசிதாஸ் தொடர்பாக அவர் ஏதோ செய்வது பற்றியும் மங்கலாக நினைவு வந்தது சகுந்தலாவிற்கு, அவன் அவளிடம் இதைப் பற்றி சொல்லி பல மாதங்கள் இருக்கும், கிட்டத்தட்ட ஒரு வருடம், அவள் கர்ப்பமுறுவதற்கும் முன்பு. அதோடு இந்தக் குழந்தைப் பிறப்பும், நேரம் கெட்ட நேரத்தில் தூங்குவதும், பாலூட்டுவதும் ஏப்பங்களும் வேறு சேர்ந்து கொண்டன. “ஆமா, ஆமா. எனக்கு ஞாபகம் இருக்கு” என்று முனகினாள்.

“உனக்கோ உன் குழந்தைக்கோ சம்பந்தம் இல்லாத எந்த விசயத்தையும் நீ காது குடுத்து கேட்கறதே இல்லை.” அவன் இவ்விஷயம் பற்றிக் கடைசியாகச் சொல்லிய போது குழந்தையே பிறந்திருக்கவில்லை என்கிற நிலையில் இப்படி ஒரு பொய்யான குற்றச்சாட்டை அவள் மீது வைத்தான் திவான்சந்த்.

சகுந்தலாவின் உறக்கம் எல்லாம் காணாமல் போய்விட்டது. “அப்படிக் கிடையாது” கோபம் உள்ளுக்குள் கொதிக்க, “எப்படி நீங்க அப்படிச் சொல்லலாம்?” என்றாள் கண்ணீரை அடக்க முயன்றபடி.

“ஒரு மாசம் பனாரஸ் போகணும்னு உன்கிட்ட கேட்கறதுக்காக நான் வாரக்கணக்கா காத்துக்கிட்டிருக்கேன்” என்றான் திவான்சந்த். “ஆனா. நீ! கேஷோவுக்கு இது, கேஷோவுக்கு அது, பால் குடிக்கிறான், மலம் கழிக்கிறான், தூங்கறான், அவன கோவிலுக்கு கூட்டிட்டு போகனும். இந்த சடங்கு செய்யனும், அந்த சடங்கு செய்யனும். இதைப் பற்றி மட்டும் தான் பேசுற.”

“அவன் ஒரு குழந்தை” கண்ணீரெல்லாம் வறண்டு சண்டைக்குத் தயாரான படி, “நான் அவனை கவனிக்கலைன்னா வேற யார் கவனிப்பாங்க? நீங்க கவனிச்சுக்கறீங்களா?” என்றாள்

“நான் பனாரஸ் போகனும்” என்றான் திவான்சந்த். தனது மேசையை நோக்கித் திரும்பியவன் மாருதி ஷரனின் கடிதத்தை எடுத்து அவளிடம் காட்டினான். “மாருதி ஷரன்ஜிக்கு என்னுடைய உதவி தேவைப்படுது. நான் போகலைன்னா அவரால வேலைய முடிக்க முடியாது.”

சகுந்தலா முதலில் கடிதத்தைப் பார்த்தாள், பிறகு கணவனைப் பார்த்தாள். அவநம்பிக்கை அருவெறுப்பாக வெளிப்பட்டது அவள் முகத்தில். கடிதத்தை ஒரு புறம் தூர எறிந்தவள். “இதெல்லாம் பொய். நீங்க எதுக்காகப் போறீங்கனு எனக்குத் தெரியும். உங்க பொறுப்புகளை எல்லாம் கைகழுவிட்டு பனாரஸ்ல இருக்கிற உங்க ராதாவைத் தேடிப் போக விரும்பறீங்க.”

“என்ன! ராதாவா?” என்றான் திவான்சந்த்.

“என்னைய ஒன்னும் முட்டாள்னு நினைச்சுக்காதீங்க உங்களுக்கும் அந்தப் பொண்ணுக்கும் இருந்த தொடர்பு பற்றி உங்க அண்ணியும் ஆசிரமத்தில் இருக்கிற விதவைகளும் சொல்லாம மறைச்சிட்டதால அது எனக்குத் தெரியாமலே போயிடும்னு நினைச்சீங்களா? அதெல்லாம் நான் கண்டுபிடிச்சிட்டேன். ஒரே ஒரு தடவை அவள் முகத்தைப் பார்த்ததுமே எனக்குத் தெரிஞ்சிருச்சு, உங்களுக்கும் அவளுக்கும் இடையில என்ன நடக்குதுன்னு” என்றாள் சகுந்தலா.

“உனக்கென்ன பைத்தியமா?” தான் பேச விரும்பிய விஷயத்தில் இருந்து உரையாடல் மீண்டும் எங்கோ தடம் மாறிச் செல்வதைக் கண்டு குழப்பமும் ஆத்திரமும் அடைந்தவன், “நீ எதைப் பற்றிப் பேசற?” என்றான்.

“அந்தக் கமலாவைப் பற்றித்தான். இல்லைன்னு மட்டும் சொல்லாதீங்க. அவ உங்களை எப்படிப் பார்த்தானு நான் பார்த்தேன். அப்படி உங்க ரெண்டு பேருக்கும் இடைல எதுவுமே இல்லைனா நான் வந்ததும் அவ ஏன் போனா? சொல்லுங்க!” என்றாள்

திடீரென அவனுக்கு எல்லாமும் புரிவது போல இருந்தது. கமலாவின் முகபாவங்கள், கண்ணை நேருக்கு நேர் பார்க்காமல் அவள் அவனுடன் பேசிய விதம், இவன் அவளைக் கவனிக்கவில்லை என்று எண்ணிய சமயங்களில் இவனைப் பார்த்து புன்னகைத்தது – எப்படி இவன் அதையெல்லாம் புரிந்து கொள்ளாமல் போனான்.- அவளைக் காண்பதற்காக இவனும் ஆவலுடன் காத்திருந்தது, கதைகளுக்கு இடையே தயக்கத்துடன் அவள் குரல் எழுப்பி இடையிட்ட சமயங்களில்

இவனுக்கு ஏற்பட்ட ஆர்வம் - புனித நூல் ஒன்றை மூடியிருக்கிற துணியானது விலகுவதுபோல நுண்ணுணர்வும் அறிவாற்றலும் நிறைந்த அவளது மனதினைத் திறந்து காட்டும்படி தயக்கத்துடனும் வெளிப்படுகிற அவளது குரல்!

"எனக்குத் தெரியும்!" பனிக்காலப்பூக்களின் மென்வாசம் நிரம்பிய திறந்த முற்றத்திலிருந்து ஒரு குழந்தையின் இருப்பு ஏற்படுத்தக் கூடிய அத்தனை கடுமையான வாசனைகளும் நிரம்பிய நெரிசலான குழந்தைப் பராமரிப்பு மையத்திற்கு அவனை இழுத்து வந்தது இந்தக் குரல். தான் மனதின் அடியாழத்தில் பிரக்ஞையற்று செய்த ஒரு தவறின் சாயலை அப்பட்டமாக தன் முகத்தில் கண்டு கொண்டுவிட்டாள் சகுந்தலா என்பதை திவான்சந்த் புரிந்து கொண்டான்

"பனாரஸுக்குப் போங்க. இல்ல, அவள் வேற எங்க இருந்தாலும் போங்க. உங்க குழந்தைய நான் மட்டும் தனியா கவனிச்சுக்கிறேன். எங்களை விட்டுட்டு நீங்க உங்க உண்மையான காதலைத் தேடி போங்க."

"அவள் ஒன்றும் என் உண்மையான காதலி இல்லை" என்ற திவான்சந்தின் குரல் அவன் காதுகளுக்கே பலவீனமாய் ஒலித்தது.

"பொய் சொல்லாதீங்க என்கிட்ட. நீங்க அவளைக் காதலிக்கறீங்க. இப்போ வரைக்கும் நீங்க அவளை காதலிக்கத்தான் செய்யறீங்க."

அன்பான அப்பாவிற்கும், அக்கறைமிகுந்த அம்மாவிற்கும், விளையாட்டாகக் கிண்டல் செய்து சண்டை போட்டாலும் அவள் மீது மிகுந்த பாசம் கொண்ட சகோதரர்களுக்கும் நடுவில் வளராமல் போயிருந்தால் ஒருவேளை சகுந்தலா திவான்சந்தின் மனநிலையைப் புரிந்து கொண்டிருந்திருப்பாள். அன்பற்ற சூழலில் வளருகிற ஒருவருக்கு, இதுவரை புத்தகங்களைத் தவிர வேறெதிலும் காதல் பற்றி அறிந்திருக்காத ஒருவருக்கு காதலுக்கான குறைந்தபட்ச சாத்தியங்கள் கூட - எங்கோ கடந்த காலத்தில் இருப்பதால் நிறைவேறவே வாய்ப்பில்லாத காதலாக அது இருந்த போதும் - காதலில் விழுந்து விட்டதைப் போன்ற அறிகுறியை, அன்பிற்கான ஏக்கத்தை உண்டாக்க முடியும் என்பதை சகுந்தலாவும் அப்போது புரிந்து கொண்டிருக்க கூடும்.

உடன் இருந்தவர்கள் அனைவராலும் அன்பு செய்யப்பட்டதை, அணைப்பு, வருடல், பரிசுகள், சிறிய பெரிய தியாகங்கள் மூலம், அதை அவளுக்கு அவர்கள் உணர்த்தியதை எல்லாம் அவள் சாதாரணமாக எடுத்துக் கொண்டிருக்காவிட்டால், அன்பினை ஒப்புக் கொள்வதென்பது அன்பினை செயலில் நிகழ்த்தியதாகவோ அப்படி செயலில் நிகழ்த்த எண்ணம் கொண்டிருந்ததாகவோ பொருள்படாதென்பதை அவளும் புரிந்து கொண்டிருந்திருப்பாள். ஒருவேளை எல்லையற்ற அன்போடும் அது தந்த மகிழ்ச்சியோடும் வாழ்க்கையை அனுபவித்திராமல் இருந்திருந்தால், இப்போது தன் முன்னால் குற்ற உணர்வுடன் நிற்கிற இந்த மனிதன் கமலாவின் மீதான தன் அன்பைச் செயல்படுத்தியதே இல்லை என்பதோடு அப்படி ஒரு அன்பு தனக்குள் இருந்ததை உணர்ந்திருக்கக் கூட இல்லை என்பதை சகுந்தலாவால் புரிந்து கொண்டிருக்க முடியும். அவனுக்குள் கமலாவின் மீதான அன்பு வளர்ந்து கொண்டிருந்தது என்பதைக் கூட அறியாத வெகுளியாய் இருந்திருக்கிறான் அவன். மட்டுமல்லாமல், தங்களைத் தற்காத்துக் கொள்ளும் சக்தியோ உறுதியோ அற்ற பெண்களிடம் எல்லை மீறுகிற ஆண்களின் வழக்கமான நடத்தையானது, எது சரி எது தவறு என்கிற உறுதியான நிலைப்பாடுகளையும் அதனால் விளைகிற உடல் மற்றும் மன ரீதியான தயக்கங்களையும் அடிப்படை குணமாகக் கொண்டுள்ள தன் கணவனுக்கு ஒரு போதும் சாத்தியப்படாது என்பதைப் புரிந்து கொள்ளும் அளவிற்கு சகுந்தலா தன் கணவனைப் பற்றி முழுதாக அறிந்திருக்கவுமில்லை.

"ரகுவம்சத்தினர் ஒரு போதும் தவறான பாதையில் செல்வதில்லை. அதுவே அவர்களின் அடிப்படைக் குணம்" என முனகினான் திவான்சந்த். ஆனால் அதற்கு முன்பாகவே முகத்தில் கைவைத்து உடைந்து அழத்துவங்கி இருந்த சகுந்தலாவின் செவிகளை அது எட்டவில்லை. அதனால் இழப்பொன்றும் இல்லை. தன்னிடம் இருப்பதாக எண்ணிய ஆழ்மன உறுதியை வெளிப்படுத்த வேண்டும் என்பதற்காக அவன் அப்படிக் கூறவில்லை. அல்லது அப்படிச் சொல்வதன் மூலம் ஆழ்மன உறுதியை உண்டாக்கிக் கொள்ளும் நோக்கமும் அவனுக்கில்லை. மாறாக தன் ஆன்மத் துணையாக இருக்க வாய்ப்புள்ள ஒரு பெண்ணைத் தேடிச் செல்வதற்காக அறியாத பாதை ஒன்றில் இறங்குவது குறித்த அச்சமே அவனை இவ்வாறு ராமனைப்

போன்ற நேர்மையான குணத்தினைக் கைக்கொள்ளத் தூண்டியது. இருந்த இடத்திலேயே இருந்து கொண்டு தன்னுடைய உரிமைகளும் தேவைகளும் மறுக்கப்பட்டதாகப் புலம்புவதற்குப் பதிலாக தைரியமாக அவற்றை நோக்கிய பாதைகளில் பயணிக்கும்படி அவனுக்குள்ளே ஒலிக்கும் பலவீனமான குரலை அமைதிப்படுத்தும் நோக்கத்தோடே அவன் அவ்வாறு கூறினான்.

குழந்தை கேஷோ விழித்துக் கொண்டு பசியால் விடாமல் அழத் தொடங்கியதும் அழுதவாறே அவனைத் தூக்கி மார்பில் சேர்த்து பால் கொடுக்க ஆரம்பித்தாள் சகுந்தலா. படுக்கையில் சாய்ந்து அமர்ந்து பால் கொடுத்தவாறு அவள் தூக்கத்தில் விழத் துவங்க, திவான்சந்தும் தனது படுக்கையில் சாய்ந்து உரையாடலை மீண்டும் துவங்குவதற்காகக் காத்திருந்தான். அதை எப்படித் துவங்குவதென்றும் அவனுக்குத் தெரியவில்லை. உறக்கத்திலிருந்து விழித்த சகுந்தலா கேஷோ பாலருந்திவிட்டான் என்பதைக் கண்டு அவனைப் படுக்கையில் கிடத்தி விட்டு தானும் படுத்துக் கொண்டாள். குழந்தை பெற்ற அனைத்து பெண்களுக்கும் இருக்கிற உறக்கமின்மையின் சோர்வு அவளை உடனடியாக உறக்கத்திற்குள் இழுத்துக் கொண்டது. உரையாடமலே உறங்கிவிட ப்ரஞ்கையின்றி அவள் எடுத்த முடிவானது வாழ்க்கையில் நிகழ இருக்கும் பேரழிவிற்குக் காரணமாயிற்றோ என எண்ணி அவள் வருந்தும்படி அமைந்துவிட்டது. ஒருவேளை விழித்திருந்தாளானால் குறைந்தபட்சமேனும் அதை மாற்றுவதற்கான வாய்ப்பு அவளுக்கிருந்திருக்கும்.

மனைவி உறக்கத்தில் ஆழ்ந்து விட்ட பிறகு சற்று நேரத்திற்கு அதையும் இதையும் எண்ணி அலைக்கழிந்து கொண்டிருந்த திவான்சந்த் பின் அவனும் உறங்கத் தொடங்கினான். உறக்கத்தில் கமலா ஒரு தோட்டத்தில் தன் முன் ஆடையின்றி நிற்பது போன்ற கனவு தோன்றியது. அவன் அவளைத் தொட முயன்ற போது அவள் உடலில் இருந்த சதையெல்லாம் மறைந்து அவனை அச்சுறுத்துவது போல வெறும் எலும்புக்கூடு மட்டும் எஞ்சியது. திடுக்கிட்டு விழித்தவன் இதயம் படபடக்க, எந்த முடிவு எடுத்தாலும் சரி, கமலாவைக் காண மட்டும் செல்லக் கூடாது என முடிவு செய்து கொண்டான். அது ஒருபோதும் சரியானதாகாது. எவ்வளவு இரக்கமற்றவளாகவும்

சுயநலமிக்கவளாகவும் சகுந்தலா இருந்த போதும் இவன் அவளுக்குத் தீங்கு விளைவிப்பது தவறாகும் என தனக்குத்தானே கூறிக்கொண்டான்.

கமலாவைத் தேடிச் செல்வதற்குத் தேவையான தைரியத்தை வளர்த்துக் கொள்ள வேண்டிய சுமையிலிருந்து விடுபட்ட அவன் மனதும் உடலும் கோழைத்தனத்தை மறைத்துக் கொள்வதற்காக எதையெதையோ சிந்திக்கத் தொடங்கியது: ஒரு வேளை அவனுக்குத் திருமணம் ஆகாமல் இருந்திருந்தால் இங்கிலாந்து செல்வதற்காக அப்பாவுடன் போராடி சாதித்தது போல தைரியமாக ஒரு விதவையை மணம் முடித்திருப்பான். இரண்டு ஆன்மாக்கள் சந்தித்துக் கொண்ட காதல் என்பதால் சமூகத்தின் வரையறைகளுக்கு அது அப்பாற்பட்டது என தைரியமாக உலகிற்கு அறிவித்திருப்பான். எனக்கு மட்டும் திருமணம் ஆகாமல் இருந்திருந்தால்! இச்சிந்தனை சட்டென ஒரு விசயத்தை அவனுக்கு நினைவூட்டியது. இவன் கமலாவின் மீதும் கமலா இவன் மீதும் காதல் கொண்டிருக்கிறார்கள் என்னும் விஷயம் ஸ்வர்ணலதாவிற்கு அவசியம் தெரிந்திருக்க வேண்டும். அதனால்தான் அவள் இவனை பனாரஸிற்கு அழைத்துச் சென்று அவசர அவசரமாகத் திருமண ஏற்பாடுகளைச் செய்திருக்கிறாள். கமலா இவன் மீது காதலில் இருக்கிறாள் என இவனுக்குத் தெரிந்திருந்தால் ஏற்பட்டிருக்கக் கூடிய பிரச்சனைகளைத் தவிர்க்க நினைத்திருகிறாள் அவள். இல்லாவிடில் கொஞ்சமும் சுயநலமில்லாத காதலை தன் மீது கொண்டிருந்த கமலாவின் மீது இவனும் காதலில் விழுந்திருப்பான்: அது அவனது வாழ்வின் தெய்வீகக் காதலாய் இருந்திருக்கும்: அவள் இவனது கரங்களைப் பற்றி இவ்வுலகின் கீழ்மைகளெல்லாம் உதிர்ந்துவிட்ட, உடலையோ மனதையோ உணரத் தேவையற்ற ஒரு மேன்மையான இடத்திற்கு அழைத்துச் சென்றிருப்பாள்,

வலியும் தேனும் மதுவும் ஆறாய்ப் பெருகும்
ஓர் அற்புதமான புதிய உலகம்.

ஆனால் இப்போது அது எதுவுமே இல்லை. அன்னையைப் போல் அவன் கருதி வந்த அண்ணி அவனை ஏமாற்றி விட்டாள்!. அவள் தன் மீது அன்பு கொண்டிருக்கிறாள் என நினைத்தான், தன்னைப் போலவே உண்மையான அன்பு

கொண்ட ஓர் அழகிய அறிவார்ந்த பெண் இவனுக்கும் மனைவியாக வேண்டும் என அவள் விரும்பியிருப்பாள் என நினைத்தான். ஆனால் அவள் இவனை ஏமாற்றி விட்டாள், அவளது பால்யகாலத் தோழியை ஏமாற்றி விட்டாள். அவளேதானே விரும்பி அவளை டெல்லிக்கு வரவழைத்தாள்?. உடனேதான் இவனுக்குத் தோன்றியது, அவளேதான் இவளைத் திருப்பி அனுப்பியிருக்க வேண்டும்! இதை உணர்ந்ததும் அவன் மனம் தன்னையறியாமல் கூறியது, “கவிஞர் சொன்னபடி, பெண்களின் மனது ஒருவருக்கும் பிடி கொடுக்காதது, அது அளவிட முடியாததும் அறிய முடியாததும் ஆகும்.” இல்லை என்னை ஏமாற்றிய அந்தப் பெண் வசிக்கிற வீட்டில் என்னால் இனிமேல் வசிக்க முடியாது. எத்தனையோ பேருக்குக் கிடைக்காத- இப்போது இவனும் அவர்களுள் ஒருவன் – ஆகப்பெரிய ஒரு சந்தோஷத்தை அடைவதற்கான வாய்ப்பை அவள் என்னிடமிருந்து பறித்துக் கொண்டாள். சகுந்தலாவை அவன் மன்னித்து விடுவான் - ஒரு புதிய மனைவியின் அதீத பொறாமையைத் தவிர வேறெந்தத் தவறும் செய்யாத அவளுக்கு மன்னிப்பு என்கிற பெரிய விஷயம் எதற்காக என்றெல்லாம் அவன் சிந்திக்கவில்லை – ஆனால் இவனுக்கு இப்படி ஒரு துரோகம் செய்த ஸ்வர்ணலதாவை அவனால் ஒரு போதும் மன்னிக்க இயலாது,

லாலா மோதிசந்த் மாதிரியான ஒருவரும் அவரது பிள்ளைகளும் அவர்களது பிள்ளைகளும் செழிப்பாய் இருப்பதற்கு சமூகம் மற்றும் தொழில் சார்ந்த உறவுகள் எவ்வளவு முக்கியம் என்பதைப் புரிந்து கொள்ள என்றேனும் ஒரு நாள் திவான்சந்த் முயன்றிருந்தால் ஸ்வர்ணலதாவின் செய்கையில் உள்ள எளிய நியாயத்தை அவன் புரிந்து கொண்டிருந்திருப்பான். கறைபடியாத சமூக அந்தஸ்தென்பது சாதாரணமான ஆனால் முக்கியமான தேவைகளுக்கும் லாபங்களுக்கும் எத்தனை அவசியம் என்பதை அறிந்திருந்தால், குடும்பத் தொழில் எதிர் கொள்ள வாய்ப்புள்ள சமூகப் பின்னடைவுகள் குறித்து சிந்தித்திருந்தால் – வியாபார ஒப்பந்தகள் கைமாறிப் போவதும் பரபரப்பிலிருந்து விலகி நிற்க விரும்பி தொழில் தொடர்புகள் பிரிந்து செல்வதுமென - லாலா மோதி சந்தின் மகன் ஒரு விதவையை மணமுடித்தான் என்கிற பரபரப்பைத் தவிர்க்க வேண்டிய அவசியத்தை அவன் உணர்ந்திருக்கக் கூடும்.

ஆனால் திவான்சந்த் தன் வாழ்வின் இந்த அம்சங்களை லாலா மோதிசந்திடம் ஒப்படைத்துவிட்டு அவரிடமிருந்தும் அவரைச் சுற்றியிருக்கும் தொழில் தொடர்புகளிலிருந்தும் தன்னை விலக்கிக் கொண்டு விட்டான். மட்டுமல்லாமல் கதைகளின் உலகத்திற்குள்ளும் திருமண வாழ்விற்குள்ளும் நுழைந்த பிறகு தான் டெல்லியின் மரியாதைக்குரிய லாலா மோதிசந்தின் மகன் மற்றும் இங்கிலாந்தில் பட்டம் பெற்ற மரியாதைக்குரிய திரு. நாத் அவர்களின் சகோதரன் என்பதையும் இந்த உறவுகள் அவனிடன் கோரும் பொறுப்புகளையும் ஒட்டுமொத்தமாக நினைவிலிருந்தே அகற்றிவிட்டான்.

உச்சிவானிற்குப் பறக்க முடிகிற பறவைகளும் கூட உணவருந்த தரைக்கு வந்துதான் தீர வேண்டும்; இந்த உண்மையை மட்டும் உணர்கிற வாய்ப்பை திவான்சந்த் தனக்கு வழங்கி இருந்தால் அவன் அப்போது எடுத்த முடிவில் இருந்து மாறுபட்டு வேறொரு முடிவை எடுத்திருக்க கூடும். அறையில் இருந்து எழுந்து வெளியே செல்ல முடியாமல் (வேறொரு அறையில் படுத்திருப்பதைக் கண்டு யாரேனும் கேட்டால் என்ன சொல்வது?) உறக்கத்திற்கும் விழிப்பிற்கும் இடையே ஊடாடியபடி படுத்திருந்தவன், வாழ்வில் அனுபவித்திருக்கிற ஒரே அணைப்பான உறக்கத்தின் அணைப்பிற்குள் செல்ல முடியாமல் திரும்பத்திரும்ப துரோகம் பற்றியும் விடுதலை பற்றியும் சிந்தித்தவாறிருந்தான். முதலாவதின் மனித உருவாக ஸ்வர்ணலதாவும் அன்பும் அறிவும் நிறைந்த மாருதி ஷரன் இரண்டாவதனை கவசமாக அணிந்தபடியும் அவனுக்குள் நிறைந்தனர். கமலாவும் சகுந்தலாவும் அவனது மனதின் அடியாழத்திற்குள் சென்று மறைந்து விட்டார்கள். பாதி இரவு கழிந்திருந்த சமயத்தில், சில மாதங்கள பனாரஸிற்குச் செல்வதாக குடும்பத்தினரிடம் கூற வேண்டும் என்றும் அங்கிருந்து ஒருபோதும் திரும்பக் கூடாதென்றும் திவான்சந்த் முடிவு செய்திருந்தான்.

12, ஃபைன் ஹோம் அபார்ட்மெண்ட்ஸ்
மயூர் விஹார், குடியிருப்பு 1
புது டில்லி 110092

28 அக்டோபர், 2008

செல்வி சாரா ஹெண்டர்ஸன்
3798 ஃப்ளாரன்ஸ் வீதி
ரெட்வுட் நகரம், சி.ஏ.94063
அமெரிக்க ஐக்கிய நாடுகள்

அன்புள்ள சாரா

உனக்கு வாக்களித்தபடி இக்கடிதத்தை எழுத அமர்ந்துவிட்டேன். ஆனால் நீ இங்கு வந்திருந்தபோது நான் அப்படி எதுவும் வாக்களிக்கவில்லையே என நீ யோசிப்பது புரிகிறது. உண்மைதான். நான் என் மனதிற்குள்தான் அந்த முடிவை மேற்கொண்டேன். நாம் ஒருவருக்கு வெளிப்படையாக வாக்களிக்கவில்லை என்பது எந்த வகையிலும் அந்த வாக்கின் மீதான கடப்பாட்டை குறைக்காதென்பது, சமீபத்தில்தான் வாழ்க்கைத் துணையை இழந்திருக்கிற உனக்கு நிச்சயம் நன்றாகப் புரியும். ஒரு வகையில் அது அந்த சத்தியத்தின் மீதான கடப்பாட்டை அதிகரிக்கத்தான் செய்கிறது. இல்லையா? அப்படி நிகழ்வதற்கு நாம் யாரைக் குற்றப்படுத்த முடியும்?. நீ இங்கிருந்த நாட்களில் வெளியாட்கள் யாரேனும் நம்மை கவனித்திருந்தால் நான் உன்னைப் புறக்கணிப்பதாகவும் உன்னிடமிருந்து விலகியிருப்பதாகவும் கருதியிருக்கக்கூடும். என்னைப்பற்றி நன்கு அறிந்த விமலா கூட எனது நடத்தைக்காக நீ இங்கிருந்த போதும் இங்கிருந்து சென்று விட்ட பிறகும் என்னைக் கடிந்து கொள்ளவே செய்தாள். ஆனால் நான் அவளது

குற்றச்சாட்டுகளுக்கு எந்த மறுப்பும் தெரிவிக்கவில்லை. ஏனென்றால் பல மாதங்களுக்குப் பிறகு அவள் என்னிடம் அதற்காகத் தான் பேசினாள். உனக்குத்தான் நான் அதற்கு நன்றி கூற வேண்டும்.

பாகிஸ்தானைச் சேர்ந்த மிகச்சிறந்த கவிஞர் பர்வீர் ஷாகி இவ்வாறு எழுதுகிறார்.

"எத்தனையோ ஆண்டுகளுக்குப் பிறகு இன்று அவள் என்னிடம் புகார் அளித்திருக்கிறாள், மீண்டும் அவள் என்னைத் தன் காதலனாக ஏற்றுக் கொண்டுவிட்டாளா?" 'அந்தச் செய்தி'யை நாங்கள் கேள்வியுற்ற பிறகான இந்த ஓராண்டாக அவள் என்னிடம் ஒரு வார்த்தை கூடப் பேசவில்லை. ஆனால் உன்னைப் பார்த்த பிறகு அது மாறிவிட்டது. முற்றிலும் பழைய விமலாவாக அவள் மாறாவிட்டாலும் என்னிடம் அவ்வப்போதேனும் பேசுகிறாள். வீட்டை விட்டு வெளியே செல்லவும் ஓரிருவரைச் சந்திக்கவும் கூட ஆரம்பித்திருக்கிறாள். முக்கியமாக, இப்போதெல்லாம் நான் அறைக்குள் நுழைந்ததும் அவள் அழுவதை நிறுத்துவதில்லை. அதற்கு நான் உனக்கு மிகவும் நன்றிக்கடன் பட்டிருக்கிறேன்.

நீ இங்கிருந்த போது நான் மிகவும் இறுக்கமாகவும், உன்னை விட்டு விலகியும் இருந்ததாக விமலா கருதினாள். ஆனால் நீ சொன்ன ஒவ்வொரு வார்த்தையையும் நான் மிகவும் கூர்ந்து கவனித்தேன் என்பதை நீ அறிவாய். உன்னிடம் எதையும் கேட்கவோ உனக்குப் பதிலளிக்கவோ முடியாத அளவிற்கு நான் வெட்கியிருந்தேன் என்பதையும் நீ அறிவாய். நீ விமானத்திற்கான பயணச் சீட்டு வாங்கி டெல்லிக்குப் பயணப்படுகிறாய் எனத் தெரிந்த நொடியிலேயே, அவன் உன்னிடம் அத்தனையையும் சொல்லியிருப்பான் எனப் புரிந்து கொண்டேன். உன்னில் ஒரு பகுதியாக அவன் மாறியிராத பட்சத்தில் நீ இத்தனை தூரம் பயணித்து இறந்து போன அவனுடைய பெற்றோரைக் காண வந்திருக்க மாட்டாய். போலவே, நாம் ஒருவர் வாழ்வின் அங்கமாய் ஆகியிராத பட்சத்தில் நம்மால் அவர்களை நம் வாழ்வின் ஓர் அங்கமாய் ஆக அனுமதித்திருக்க முடியாது. நீ விமலாவைக் கேட்பாயானால் நான் அவள் வாழ்வின் அங்கமாய் இருந்தேன்,

ஆனால் என் வாழ்வின் அங்கமாய் அவளால் ஒருபோதும் ஆக முடியவில்லை எனக் கூறுவாள். அது உண்மையில்லை என்றாலும் அவளுக்கு அப்படித் தோன்றுவதற்கு நான் அவளைக் குறை கூறவும் முடியாது. இருக்கட்டும். ஏற்கனவே சொன்னபடி, நீ இங்கிருந்த போது நான் உன்னிடம் அதிகம் பேசவில்லை. ஏனென்றால் வெட்கக்கேடான என் குறைபாடுகளை வேறெவரையும் விட, விமலாவையும் விட, நீ நன்றாக அறிந்திருப்பாய் என நான் கருதியதால்தான் அவ்வாறு செய்தேன். அவன், பெற்றோராகிய எங்களைப் பற்றி உன்னிடம் என்னவெல்லாம் சொன்னான் என்பதை நீ பகிர்ந்து கொண்ட போது என்னைக் குறித்தும் எனது வெற்றிகளைக் குறித்தும் அவன் எவ்விதம் பெருமிதம் கொண்டிருந்தான் என்பதை மட்டுமே கூறினாய். பெர்க்லேயைச் சேர்ந்த பேராசிரியர் ஒருவரை இவன் சந்திக்க நேர்ந்தபோது ஒரு மணி நேரத்திற்கும் மேலாக அவர் இவனது தந்தையின் மேன்மைகளைப் பற்றிக் கூறிக் கொண்டிருந்ததாய்ச் சொன்னாய். அச்சந்திப்பு ஒரே சமயத்தில் அவனை மகிழ்ச்சியிலும் சங்கடத்திலும் ஆழ்த்தியதாகவும் கூறினாய். சிறுவனாய் இருந்தபோது வளர்ந்து தன் தந்தையைப் போல நிறைய புத்தகங்கள் எழுத வேண்டும் என அவன் விரும்பியதாய்க் கூறிய நீ, தந்தையைப் போல் ஆக வேண்டும் என்கிற ஆசையை அவன் எப்போது துறந்தான் என்பதைப் பற்றி ஒன்றுமே சொல்லவில்லை. என்னைப்பற்றி அவன் உன்னிடம் பகிர்ந்து கொண்ட எல்லா நல்ல விசயங்கள் குறித்தும் கனிவும் அன்பும் நிறைந்த குரலில் நீ எங்களிடம் பகிர்ந்து கொண்ட போது, என்னைப் பற்றி அவன் உன்னிடம் கூறியிருக்கக் கூடிய வருத்தம் மிக்க ஆழமான விசயங்களிலிருந்து என்னைக் காக்க நீ முயற்சிக்கிறாய் என்பதாக நான் புரிந்து கொண்டேன்.

ஒவ்வொரு கோடையிலும் இரண்டு மூன்று வாரங்களுக்கு மலைப் பிரதேசங்களுக்கு தன்னுடைய அதி முக்கியமான புத்தகங்களை எழுதச் சென்று விடும் அவனது அப்பா இவனது வீட்டுப்பாடங்களில் உதவவோ பள்ளிக்களுக்குகிடையேயான போட்டிகளில் அவன் பெறும் பரிசுகளுக்காகப் பாராட்டவோ இயலாத அளவிற்குச் சோர்ந்து போய்த் திரும்பி வருவான் என்பதையும் அவன் உன்னிடம் நிச்சயமாய் சொல்லியிருக்கக் கூடும்.

ஒவ்வொரு கோடை விடுமுறையிலும், தனது தந்தையை - தனது ஆதர்சத்தை எப்போதுதான் பார்க்க முடியுமோ எனத் தவித்தபடி கடப்பதன் வலி குறித்து அவன் சொல்லியிருக்கக் கூடும். ஒருவேளை நான் எனது தந்தையை ஆதர்சமாகக் கருதி இருந்தால் அவனது உணர்வுகளை என்னால் புரிந்து கொண்டிருந்திருக்க முடியும். தனது தந்தை குறித்து அவமான உணர்வு கொள்கிற ஒருவனுக்கு தன்னைக் குறித்து பெருமிதம் கொள்கிற மகனது உணர்வுகள் எப்படி புரியும்? எனது தந்தையின் எதிர்பார்ப்பினைப் பூர்த்தி செய்ய முடியாமல் போன என்னால் என்னை ஆதர்சமாகக் கருதிய என் மகனது எதிர்பார்ப்பையும் பூர்த்தி செய்ய இயலவில்லை.

என்னால் எப்படி உன்னுடன் பேச முடியும்? "என் தந்தை என்னை நேசித்ததைக் காட்டிலும் தன்னையே அதிகம் நேசித்தார்" என்ற எண்ணத்தோடுதான் என் மகன் இறந்தான் என்பதை நீ அறிவாய். இப்படிப்பட்ட ஒரு கொடூரமான குற்றத்தைச் செய்த மனிதனால் என்ன பேச முடியும்? ஆனால் நீ இங்கு வந்து வீட்டிலேயே இருந்த அந்த பெரும்பாலான சமயங்களிலோ, தாஜ்மஹாலையோ, ஹுமாயூன் கல்லறையையோ பார்க்கச் சென்ற சமயங்களிலோ நீ ஒரே ஒரு முறை கூட நேரடியாகவோ மறைமுகவாகவோ என்னைக் குற்றம் சாட்டவே இல்லை. விமலாவிடமிருந்து அறிந்து கொண்டவற்றைக் கூட என்னிடம் வெளிக்காட்டவில்லை. 'அச்செய்தி'யைக் கேட்ட அந்நொடியிலிருந்து தன் அமைதியின் மூலம் என்னை தண்டித்துக் கொண்டிருக்கிறாள் விமலா. ஆனால் நீ என்னை குற்றப்படுத்தவே இல்லை.

குர் அதுல்ஜன் ஹைதர் எழுதிய 'அக்னி நதி' என்கிற புத்தகத்தை நெடுநாட்களுக்கு முன் நான் வாசித்திருக்கிறேன். அதில் ஓரிடத்தில் ஒரு பழைய சூஃபி பாரம்பரியம் பற்றிய கதையை அவர் குறிப்பிடுகிறார். ஒருமுறை இறைத்தூதர் முகம்மது நபி, அல்லாவைச் சந்திக்கையில் அல்லா அவரிடம் கிர்க்காவை அளிக்கிறார். சூஃபி தலைவரானவர் தனக்கு அடுத்து தலைமைக்கு வரக்கூடியவரை அங்கீகரித்து அணிவிக்கிற அந்த அங்கியை, பின்வரும் கேள்விக்குச் சரியான பதில் அளிக்கிற ஒருவருக்குத்தான் தர வேண்டும் எனச் சொல்கிறார். "இந்த கிர்க்கா உனக்களிக்கப்பட்டால் நீ என்ன செய்வாய்? என்பதே

கேள்வி. இதற்கான பதிலை அல்லா, நபியின் காதுகளில் ரகசியமாய்க் கூறுகிறார், திரும்பி வந்த இறைத்தூதர் பிற சூஃபிகளிடம் இக்கேள்வியைக் கேட்கிறார். இவ்வுலகில் நீதியை நிலை நாட்டுவேன் என்கிறார் ஒருவர், இன்னொருவர் இவ்வுலகம் முழுவதும் உண்மையைப் பரப்புவேன் என்பது போல எதையோ சொல்கிறார், இதைப் போல வேறு சில பதில்களும் கிடைக்கின்றன. இறுதியாக மனிதர்களின் ராஜா என்றும் அல்லாவின் சிங்கம் என்றும் அழைக்கப்படுகிற அலியிடம் இறைத்தூதர் இக்கேள்வியைக் கேட்கிறார். அல்லா இறைத்தூதரின் காதுகளில் சொன்ன அதே பதிலை அலி தருகிறார்: 'தனிமனிதர்களின் வெட்கக்கேடான குறைபாடுகளை அவர்களது சகமனிதர்களிடமிருந்து மறைப்பேன்' என்பதே அப்பதில். உண்மை நீதி போன்ற மேலான குணங்களைக் காட்டிலும் கூடுதல் பெறுமதியுடையதாக, குறைபாடுகளை மறைக்கும் குணத்தை அல்லா முன்நிறுத்துவதை பல ஆண்டுகளாக என்னால் ஏற்றுக் கொள்ள முடியாமல் இருந்தது. இதனை எதன் அடிப்படியில் நியாயப்படுத்துவதென இன்றும் கூட எனக்குத் தெரியவில்லை. ஆனால் நீ இங்கு வந்து சென்ற பிறகு, இக் கதையை ஜன் ஹைதர் அவர்கள் தன்னுடைய பேரிலயக்கித்தில் ஏன் குறிப்பிடுகிறார் என்பதை என்னால் இதயபூர்வமாகப் புரிந்து கொள்ள முடிந்தது.

உன்னிடம் எனக்குத் தோன்றிய அதே அளவு நன்றியுணர்வு, இக்கதையை அறிமுகப்படுத்தியதற்காக அவரிடமும் தோன்றியது. நீ சொல்லாமல் இருந்த விசயங்களை சொல்லாமல் இருந்ததற்காக நான் அப்போது உன்னிடம் வெளிப்படையாக நன்றி தெரிவிக்க முடியவில்லை என்பதற்காகத்தான் இப்போது இக்கடிதத்தை எழுதுகிறேன்.

என்னுடைய வாழ்க்கையையும் என் மகனது வாழ்க்கையையும் மையமாகக் கொண்டு எழுதவிருக்கிற இக்கடிதத்தை எப்படித் துவங்குவது என்றுதான் எனக்குத் தெரியவில்லை. துவக்கம் என்பதற்கு தனியாக எந்தப் பொருளும் இல்லை என்பதாக வினோத் குமார் சுக்லா ஒரு முறை கூறினார்: அதாவது புல்லாங்குழலின் இருப்பு இசையைத் துவக்குவது போல ஒன்றின் இருப்பே இன்னொன்றின் துவக்கத்திற்கு காரணமாய் அமைகிறது. ஒவ்வொரு புதிய தொடக்கமும் ஏற்கனவே

நிகழ்ந்த ஒரு தொடக்கத்தினைப் பின்னொற்றியே நிகழ்கின்றன என்பதைக் கடந்த சில மாதங்களில் நான் கண்டு கொண்டேன். நிகழ்காலத்தைப் புரிந்து கொள்கிற முயற்சியில் நான் மேலும் மேலும் பின்னோக்கிப் பயணப்படுவதை என்னால் உணர முடிந்தது. எத்தனை தூரம் ஒருவரால் பின்னோக்கிச் செல்ல முடியும்? எத்தனை தூரம் ஒருவர் பின்னோக்கி செல்ல வேண்டும்? ஒரு தேசத்திற்கோ அதன் குடிமகன்களுக்கோ அல்லது ஒரு தனி மனிதனுக்கோ இக்கேள்விகள் பதிலளிக்க மிகச் சிரமமானவை. நமது தேசம் ஒரு கடினமான சூழலை எதிர்கொண்ட போது கவிஞர் ஆதாம் கோந்வி கீழ்க்கண்டவாறு எழுதுகிறார்.

“நம்மிடையே ஹூனர்களும், சாக்கியர்களும், மங்கோலியர்களும் இருக்கத்தான் செய்கிறார்கள். புதைக்கப்பட்ட இவ்வுண்மைகளை அவற்றின் கல்லறைகளிலேயே ஓய்வெடுக்க விடுங்கள்.” வரலாற்றின் அழுத்தம் சமகாலத்தை நசுக்குவது கண்டு குழம்பி, ‘நமது பிறப்பினைக் குறித்து மறந்து சமகாலத்தை மட்டுமே சிந்தையில் நிறுத்தும்படி’ கோருகிற கவியின் புனைப்பெயர் ஆதாம் என்பதும் கூட முரண்தான். எப்படியோ, நான் சுஷாந்தின் பிறப்பிலிருந்தே ஆரம்பிக்கிறேன். எனக்கும் அவனது அம்மாவிற்கும் திருமணமாகி முழுதாக ஐந்து ஆண்டுகளுக்குப் பிறகுதான் எங்களது முதல் மகனும் ஒரே மகனுமான அவன் பிறந்தான். மிகுந்த சிரமங்களுக்குப் பிறகு உண்டான கர்ப்பம் அது. திருமணத்திற்குப் பிறகு முதல் மூன்று ஆண்டுகளுக்கு நான் எனது இரண்டாவது நாவலை எழுதி முடிப்பதற்காகப் பாடுபட்டுக்கொண்டிருந்தேன் என்பது அச்சிரமத்தை மேலும் அதிகப்படுத்தியது, ‘குர்சி கா சுயம்வர்’ என்கிற அந்த நாவல் தான் மிகவும் அதிகம் கொண்டாடப்பட்டதும், மிகக் கசப்பான அனுபவங்களை நல்கியதும், வாசகர்கள் மற்றும் விமர்சகர்களைப் பொறுத்தவரை மிகவும் நகைச்சுவை நிரம்பியதும் ஆகும்.

இந்தியாவிற்கு வந்துவிட்டுத் திரும்பியபோது சுஷாந்த் கொணர்ந்த அந்த நூலின் மொழிபெயர்ப்பை நீ வாசித்தாகச் சொன்னாய். அவன் எனது புத்தகங்களை வாசிக்கிறான் என்பதை நான் ஒருபோதும் அறிந்திருக்கவில்லை. அவனது குழந்தைப்பருவத்தில் அவனைத் தந்தையிடமிருந்து விலக்கி

வைத்த அந்த நூல்கள் அத்தனையையும் அவன் வாசித்திருப்பான் என்பதை இப்போது உணர்கிறேன்.

தன்னால் கர்ப்பம் தரிக்க முடியவில்லையே என அவன் அம்மா வருந்திக் கொண்டிருந்த நாட்களில் நான் 'குர்ஸி கா சுயம்வர்' நாவலை எழுதுவதில் மூழ்கி இருந்தேன். ஐந்து ஆண்டு அரசுப் பணியில் எனக்கு ஏற்பட்ட அதிர்ச்சிகளையெல்லாம் ஒரு இலக்கியப் பிரதியாக மாற்றும் முனைப்பு அது. புத்தகம் அச்சிற்குச் சென்ற உடனேயே கருவில் உருவாகிவிட்ட சுஷாந்த் இவ்வுலகில் அவதரித்த அடுத்த ஆண்டில் அப்புத்தகம் என்னை இலக்கிய உலகின் ஓர் உயர்ந்த இடத்திற்கு எடுத்துச் சென்றிருந்தது. புத்தகம் குறித்த விமர்சனங்கள் எழுதிக் குவிக்கப்பட்டன. டெல்லியில் அரங்குகளில் நடந்த கூட்டங்களிலும் கிராமங்களில் நிகழ்ந்த அரசியல் ஊர்வலங்களிலும் என் புத்தகத்திலிருந்த வரிகள் மேற்கோள் காட்டப்பட்டன. மிகப் பெரிய விருதான சாகித்ய அகாடமி விருதும் எனக்கு கிடைத்தது. எல்லா வகையிலும் மிகச் சிறப்பான ஆண்டாக அது இருந்தது. எனது குழந்தையின் மூத்திரத் துணிகளை மாற்றுவதற்கோ பின்னிரவில் அவனுக்கு உணவூட்டுவதற்கோ நேரம் தர முடியாத அளவிற்கு வெற்றியில் திளைத்திருந்தேன். என்னுடைய தலைமுறையைச் சேர்ந்த பல்வேறு ஆண்களைப் போல நானும் அந்தக் காரியங்களை என் மனைவியின் பொறுப்பில் விட்டு விட்டேன். ஆங்கிலேயர் ஆட்சிக்குப் பின் அதிகாரத்தைக் கையில் எடுத்திருக்கிற இந்திய அரசியல் அமைப்பானது ஊழல் மிக்கதாகவும் சுயநலம் நிறைந்ததாகவும் இருப்பதாக என் தலைமுறையைச் சேர்ந்தவர்கள் எண்ணத் துவங்கிய போது அவர்களது மனதை அப்படியே பிரதிபலிக்கும் விதமாக வெளிவந்த எனது புத்தகம் நன்மையைத் திசைகாட்டும் கருவியாகவும் அதை எழுதிய நான் தேசத்தின் மனசாட்சி எனவும் கொண்டாடப்பட்டோம். மனிதர்களின் பிறப்பு அடிப்படையிலான முன்னுரிமைகளுக்கு முன்னால் இந்த மனசாட்சி முக்கியம் அற்றதாய்ப் பின் தங்கி அடியாழத்தில் அமைதியாய் உறங்கிவிட, என் மனைவி அழுகிற குழந்தைக்குப் பாலூட்டுவதற்காக உறக்கம் கெட்டு உழன்று கொண்டிருந்தாள்.

1970தான் என் வாழ்வின் சிறந்த ஆண்டு என மேலே சொல்லியிருந்தேன். ஆனால் வேறு சில வகைகளில் அந்த ஆண்டுதான் என் வாழ்வின் மோசமான ஆண்டாகவும் அமைந்தது. விருது வழங்கும் விழாவில் துவங்கியது பிரச்சினை. அப்போது நிதி அமைச்சராகவும் இருந்த பிரதம மந்திரியால் அவ்விருது வழங்கப்பட இருந்தது. சுஷாந்த் இதைப்பற்றி உனக்குச் சொல்லியிருக்கிறானா எனத் தெரியவில்லை. ஆனால் நான் வாழ்க்கை முழுவதும் அரசு அலுவலகங்களின் கீழ்நிலை எழுத்தர் வகைப் பணியிலேயேதான் இருந்தேன். அப்பிரிவின் உயர்ந்த பதவிக்குச் சென்றால் கூட, இன்னொரு அதிகாரிக்கு கீழ்தான் பணி செய்ய வேண்டி இருந்தது. நிதித்துறை சார்ந்த கோப்புகளில் கையெழுத்திட அவர் எங்களது அலுவலகம் வருகிற சமயங்களில் நான் ஓரிரு முறை அவரைச் சந்திருக்கிறேன். ஆனால் என்னால் அவருடன் பேச முடிந்ததில்லை. என் உயர் அதிகாரி மட்டுமே அவருடன் பேசுவார், சில சமயங்களில் அக்கோப்புகளில் நான் எழுதுகிற குறிப்புகள் அடங்கியிருந்தாலும் அச்சமயத்தில் அவற்றில் கையொப்பமிட முடியாத அளவிற்கு பணியில் இளவலாய் இருந்தேன். பணியில் என்னை விட மூத்தவர் எவருடைய கையொப்பமுடனாவதுதான் அது சமர்ப்பிக்கப்படும். இதை எல்லாம் நான் எதற்காக இங்கே சொல்லிக் கொண்டிருக்கிறேன்? ...ம், நுட்பமான வாசகர் என அறியப்பட்ட அந்த பிரதம மந்திரி ஒரு திருத்தவியலாத ஆங்கிலப்பித்தனின் மகளாகவும் இருந்ததால் ஹிந்தியில் எழுதப்பட்ட எனது புத்தகத்தை அவர் வாசித்திருக்கவில்லை. ஆனால் அவர் மிகவும் கனிவானவர், யாரோ நான் நிதித்துறை அலுவலகத்தில் பணியாற்றி வருவது குறித்து அவரிடம் சொல்லியிருக்க வேண்டும். எனவே விருதளிப்பு விழாவிற்கு முன்பு நிகழ்ந்த தேநீர் விருந்தின் போது, "நான் உங்களது புத்தகத்தை வாசிக்கவில்லை, ஆனால் நிதித்துறைக் கோப்புகளில் உங்கள் எழுத்துக்களை வாசித்திருக்கிறேன்" என்றார். அவர் அப்படிச் சொன்னபோது விருது வழங்கும் அமைப்பினைச் சேர்ந்தவர்கள் உட்பட ஒரு சிலர் சிரிப்பை அடக்கிக் கொள்வதைக் கண்டேன். அவர் என்னிடம் கனிவை வெளிப்படுத்தவே அப்படிச் சொன்னார் என்பதை அறிவேன், என்றாலும் அரசு அலுவலகத்தில் நான் வகிக்கும் கீழ்நிலைப் பணியை அச்சமயத்தில்

கவனப்படுத்தியதன் மூலம், என்னுடைய இரண்டாம் தர வாழ்க்கையிலிருந்து என்றென்றைக்குமாய் என்னை விடுவித்து சமூகத்தின் முக்கிய அந்தஸ்துடைய மனிதர்களில் ஒருவராய் என்னை மாற்றப் போகிறதென நான் நம்பிய அத்தருணத்தைச் சிதைத்து விட்டார்.

இவ்விஷயம், சந்தேகத்திற்கிடமின்றி, எல்லோருக்கும் பரவி, அத்தனைபேரும் என்னை இகழ்ச்சியாகப் பேச ஆரம்பித்தார்கள், “அந்தக் கோப்பை எடுத்து வா கேத்ராம், இந்த மிகப்பெரிய எழுத்தாளரின் எழுத்துக்களை நான் வாசிக்க வேண்டும். அதற்காகப் பணம் செலவளித்து அவரது புத்தகத்தையெல்லாம் வாங்க முடியாது”, “விஸ்வநாத், மூன்றாவது காலாண்டின் வட்டி வருவாய் குறித்த அறிக்கைதானே நான் உன்னிடம் கேட்டேன், விருதை ஜெயிக்கிற கட்டுரை எதையும் கேட்கவில்லையே!” என இன்னும் பலப்பல. அது என் மேலான அவர்களது பொறாமையின் வெளிப்பாடென்பது எனக்குப் புரிந்தது. மேலும், அந்த அலுவலகத்தில் நிகழ்கிற அற்பத்தனங்கள், ஊழல்கள், ஏமாற்றுகள் மற்றும் ஒட்டு மொத்த சீரழிவுகள் அனைத்தையும் குறித்து நான் எனது புத்தகத்தில் பட்டவர்த்தனமாக்கியிருந்தேன் என்பதற்காக அவர்கள் அனைவரும் என்மேல் ஆத்திரத்தில் இருந்தனர். அவர்கள் அனைவரும் என்னைத் துன்புறுத்தத் தொடங்கினார்கள். என்னைப் போன்றே எழுத்தர் வகைப் பணியிலிருந்த சக பணியாளர்கள் என்னைக் கேலி செய்தனர், எனது மேலதிகாரிகள் என்னை மட்டம் தட்ட வலிய சந்தர்ப்பம் தேடினார்கள். அவர்களில் ஒருவர் கூட இதுவரை பிரதமருடன் தேநீர் அருந்தியதில்லை. ஆனால் என்ன அநியாயம்! ஒரு சபிக்கப்பட்ட கீழ்நிலை எழுத்தர் இவர்களையெல்லாம் முந்திக்கொண்டு அதைச் செய்து விட்டான், இலக்கியம் – மலக்கியம் என்பதே அவர்கள் எண்ணமாயிருந்தது. என்னுடைய கீழ்நிலையை எனக்கு நினைவுறுத்தியபடியே இருந்தனர். நியாமற்ற அளவில் வேலைகள் எனது மேசையில் குவிந்தன. விடுமுறைகள் மறுக்கப்பட்டன். ஒரு பதவி உயர்வு கூட காரணமின்றி தாமதப்படுத்தப்பட்டது.

ஆனால் எனது புத்தகம் வெளிவந்ததால் சமூகத்தில் எந்த மாற்றமும் நிகழவில்லை என்கிற உண்மையைத் தாங்கிக்

கொள்வதுதான் இந்த தினசரி துன்புறுத்தல்களையும், அவமானங்களையும் தாங்கிக் கொள்வதை விடச் சிரமமாக இருந்தது. உலக நடப்புகளையும் இயல்புகளையும் முழுக்க அறிந்தவன் என என்னைப் பற்றிக் கருதிக் கொண்டாலும், ஊழல் எப்படி நம் ஆட்சிபீடங்களைச் சிதைத்துக் கொண்டிருக்கிறதென்பதை எனது புத்தகத்தில் வெளிப்படுத்தியதும் அது சமூகத்தில் புரட்சியை உண்டாக்கிவிடும் என உள்ளுக்குள் ரகசியமாய் நம்பிக்கொண்டிருந்திருக்கிறேன். என்னுடைய அலுவலகம் மாதிரியான அலுவலகங்களின் ரகசியங்களனைத்தும் வெளிப்படுத்தபட்டவுடன் ஆட்சியாளர்களும் அவர்களின் அரசன் என நம்பப்படுகிற மக்களும் கிளர்ந்தெழுந்து மாற்றத்தை விதைப்பார்கள் என நம்புகிற அளவிற்கு அப்பாவியாய் இருந்திருக்கிறேன். நம் தேசம் குறித்து மகாத்மா கொண்டிருந்த உயர்ந்த லட்சியங்களை நம்பியபடி வளர்ந்தவன் நான். வெள்ளையர்கள் வெளியேறியதும் நேரு அந்த லட்சியங்களை நடைமுறைப்படுத்துகிறார் என்றும் நம்பினேன். என்னைப் போலவே பல குடிமகன்களும் அப்படி நம்பியதாகவே கருதினேன். எனவே அந்த லட்சியங்களனைத்தும் எந்த அளவிற்கு விலை போயிருக்கின்றன என்பதை அறியும் போது, அன்பும் பாதுகாப்பும் நிறைந்த ஒரு தேசத்தை உருவாக்கும் பொருட்டு தன் இன்னுயிரை ஈந்த தியாகிகளையும் தன் குழந்தைகளின் எதிர்காலத்திற்காக சிறைச் சாலைகளில் வாழ்வை தொலைத்த எண்ணற்ற ஆண்களையும் பெண்களையும் எண்ணி, அக்குடிமகன்கள் விழித்தெழுவார்கள் என நம்பினேன். அப்படி விழித்தெழும் அவர்கள் மாவோவின் முதியவன் போல ஒரு லட்சிய சமூகத்திலிருந்து நம்மை விலக்கி வைக்கும் காரணிகளை கோடரி கொண்டு தகர்ப்பார்கள்,

ஆனால் அது போன்ற எதுவும் நடக்கவில்லை. சில கூட்டங்களில் நம் சமூகத்தின் நிலை குறித்த விவாதங்கள் நிகழ்த்தப்பட்டதன் மூலம் எனது வெற்றி கொண்டாடப்பட்டது. என்னுடைய நாவல் ஒரு புதிய இந்தியாவின் பிறப்பிற்கான அடையாளம் என ஹிந்தி பத்திரிக்கைகளில் நீண்ட கட்டுரைகள் எழுதப்பட்டன. ஆனால் போகப் போக, என்னை அதிர்ச்சிக்குள்ளாக்கும்படி, அக்கட்டுரைகளின் தொனி மாறத் துவங்கியது. என்னுடைய

படைப்பு ஒரு பகடியாக அடையாளப்படுத்தப்பட்டது, என்னுடைய அட்டகாசமான மொழிக்காகவும் அதிலிருந்த நகைச்சுவைக்காகவும் சமூகத்தின் மீதான கடுமையான விமர்சனத்திற்காகவும் நான் அதிகம் பாராட்டப்பட்டேன். இது ஆரம்பத்தில் என்னுள் குழப்பத்தை உண்டாக்கி பிறகு எரிச்சலூட்டி இறுதியில் கடும் கோபத்தை ஏற்படுத்தியது. என் கதை அதன் அழகியலுக்காகப் பாராட்டப்பட்டு, நகைச்சுவை என முத்திரை குத்தப்பட்ட பெட்டியில் இடப்பட்டு இலக்கியத்தின் ஓர் இருண்ட பரணிற்குள் தள்ளப்பட்டது, அதே சமயத்தில் தீவிர இலக்கியம் என அறியப்பட்ட வேறு சில புத்தகங்கள் முன்னறையில் எல்லோரது கவனத்தையும் பெற்றுக் கொண்டிருந்தன, இந்த எதிர்வினைகளால் உள்ளுக்குள் கொதித்துக் கொதித்து எரிந்த நான் அதைச் சமாதானப்படுத்தும் பொருட்டு இன்னும் உக்கிரமாக இன்னொரு புத்தகத்தை எழுதினேன். ஆனால் ஏற்கனவே எல்லாமும் கைவிட்டுப் போயிருந்தது. பகடி எழுத்தாளர் என்கிற முத்திரைக்குப் பின் நான் புழுங்கிக்கொண்டிருக்க, இவ்வுலகம் தன் போக்கில் சுழல ஆரம்பித்தது.

நான் எதிர்நோக்கியிருந்த புதிய சகாப்தமும் ஒரு சமயம் பிறந்ததுதான். 1970களின் நவீன இந்திய வரலாற்றை விளக்கிக் கொண்டிருக்க இது இடம் அல்ல. நாடு முழுவதுமே கிளர்ச்சிகள் தோன்றின. என்னுடைய புத்தகத்தால் அவை நேரடியாகத் தூண்டப்படவில்லை. எனினும் என்னை அப்புத்தகத்தை எழுதத்தூண்டிய அதே உணர்வால்தான் அவர்களும் ஆத்திரமடைந்திருந்தனர். அந்த தசாப்தத்தின் இறுதிலேயே அவை எல்லாம் நிறைவிற்கு வந்துவிட இலக்கியத்தால் எதையும் மாற்ற முடியாதென்கிற உண்மையை ஒப்புக் கொள்ள நான் போராடிக் கொண்டிருந்தேன். குறைந்தபட்சம் அந்த எழுத்தாளர் விரும்புகிறபடியான ஒரு மாற்றத்தை சமுதாயத்திலோ அவரது வாழ்க்கையிலோ அது நிகழ்த்துவதில்லை என்பதையேனும் ஒப்புக்கொள்ள வேண்டியிருந்தது, இதனை ஒப்புக்கொள்ள விரும்பாத நான் புத்தகங்கள் மேல் புத்தகங்களாக எழுதிக் குவிக்க அவை ஒவ்வொன்றும் முன்னதை விட அதிகம் தோல்வியடைந்தன. இழந்து விட்ட ஒரு போரை மீட்க, முன்பு தோல்வியைப் பரிசளித்த அதே ஆயுதங்களுடன் போராடிக் கொண்டிருந்தேன். ஸ்டீவன்ஸன் எங்கோ சொல்லியிருப்பது

போல, "பயணத்தின் எல்லையை அடைவதை விட அதை நோக்கிய நம்பிக்கை மிகுந்த பயணமே சிறப்பானது." எல்லையை அடைந்து விட்ட ஒருவனாக நான் என்னில் தனிமையையும் கோபத்தையுமே கண்டடைந்தேன். என்னுடைய வாழ்வும் உலகத்தின் வாழ்வும் மாறும் என்கின்ற நம்பிகையுடன் பயணித்த அந்த நாட்களே இன்னும் நீடித்திருக்க கூடாதா என்கிற ஏக்கம் மட்டுமே எஞ்சியது. இதற்கிடையே என் மனைவி விருப்பு வெறுப்புகளின்றி குழந்தையையும் வீட்டையும் பார்த்துக் கொண்டதோடு நான் எழுத வேண்டும் என்பதற்காக கோடைகளிலான எனது மலைப்பயணங்களுக்கு வேண்டியவற்றைத் தயார் செய்து தந்து கொண்டிருந்தாள்.

குர்ஸிகா சுயம்வர் தந்த வெற்றிகளைத் தாண்டிய எதையோ அடைய நான் போராடிக் கொண்டிருக்கையில் 1975ல் எனது தந்தை வாழ்வின் இறுதி முறையாக உடல்நிலை சரியின்றி ஆனார். அவருக்கு அப்போது அறுபது வயதுதான் ஆகியிருந்தது, நான் அரசுப் பணியில் சேர்ந்து 13 ஆண்டுகள் ஆகியிருந்த போதும், டெல்லியில் அரசு ஒதுக்கிய வீடு எனக்கிருந்த போதும் அவர் பழைய டவுனில் ஒரு பெரிய வணிகர் வீட்டில் செய்து வந்த சமையல் வேலையை விடவே இல்லை. "இந்தக் கைகளில் வலு இருக்கிற வரை வேறு எவருடைய தயையும் எனக்குத் தேவையில்லை" என்பார். இதைக் கேட்கிற போது அந்த 'வேறு எவர்'க்கு எப்படி இருக்கும் என்பதைப் பற்றி அவர் கவலை கொள்ளவே மாட்டார். குறிப்பாக அந்த 'வேறு எவர்' அவரது மகனாக இருக்கிற பட்சத்தில்! உடல் நிலை சரியில்லாதாகி அப்பா எங்களுடன் இருக்க வந்தபோது சுஷாந்திற்கு ஐந்து வயதுதான் ஆகியிருந்தது, என் வீட்டில் அந்த இரண்டு ஆண்டுகளை அவர் பெரும்பாலும் படுக்கையில்தான் கழித்தார். கொஞ்சம் கொஞ்சமாக அவரது உடல் நலிந்து கொண்டே சென்று அந்தக் கடைசி ஆண்டில் பெரும்பாலும் கோமாவில்தான் இருந்தார். அதனால் சுஷாந்திற்கு உன்னிடம் அவனது தாத்தாவைப் பற்றிச் சொல்ல அதிகமாய் ஒன்றும் இருந்திருக்காது, ஆனால் என் வீட்டிற்கு வரும் வரை எப்போதுமே ஒரு உற்சாகமான மனிதராகத்தான் அவர் இருந்திருக்கிறார். அவருக்கு உணவருந்தப் பிடிக்கும், சமைக்கப் பிடிக்கும், இசை பிடிக்கும், பெண்களையும் பிடிக்கும். அதே போல் அவர் அவரது குழந்தைகளான என்னையும் எனது

தம்பி ஜெகந்நாத்தையும் கூட நேசித்தார். ஜெகந்நாத்தை நீ சந்திருக்கிறாய்தானே?. அவன் அவரது அன்பை முழுமையாகத் திருப்பிச் செலுத்தியதாகவும் நான் அவ்வாறு செய்யாமல் விட்டு விட்டதாகவும் எனக்குத் தோன்றுகிறது.

ஒரு தந்தையாக தனது பொறுப்புகளிலிருந்து ஒருபோதும் விலகவில்லை என்றாலும், நான் குழந்தையாக இருந்தபோது அவரால் வேறு பெண்களுடன் தொடர்பில் இருக்க முடிந்தது என்பதை என்னால் ஏற்றுக் கொள்ளவே முடியவில்லை. அவர் ஒரு போதும் அப்பெண்களை வீட்டிற்கு அழைத்து வந்தது இல்லை. பல ஆண்டுகள் கழித்து அவரது மரணத்திற்குப் பிறகே அந்த உறவுகள் அவருக்கு ஏன் தேவையாய் இருந்திருக்கும் என்பதை என்னால் புரிந்து கொள்ள முடிந்தது. அவரைக் குறித்துத் தவறாக எண்ணியது குற்றம் என்கிற உணர்வு அவரிடம் மன்னிப்பு கேட்க முடியாத அளவிற்குத் தாமதமான பிறகு தோன்றியதால் நான் என்னைக் கடுமையாகச் சபித்துக் கொண்டேன். வீட்டு வேலையாளாக வாழ்ந்த அவரது கீழ்த்தரமான அந்தஸ்து குறித்தும் நான் அவரை வெறுத்தேன். மேல்தட்டு வர்க்கத்தைச் சேர்ந்த எழுத்தாளர்கள் தேசத்தின் ஏழைகள் குறித்தும் எளியவர்கள் குறித்தும் விவாதிக்கின்ற காஃபி ஹவுஸ்களில் நுழைவதற்கு எனக்கும் வாய்ப்புக் கிடைத்த போது என் அப்பாவை அவர்கள் சந்திப்பதை நான் விரும்பவில்லை. என்றாலும் நான் அவரைக் குறித்து அவமானமாய் எண்ணுகிறேன் என்பதைத் தெரிந்து கொண்ட அவர், தவிர்க்க முடியாமல் அவர்களைச் சந்திக்க நேரும்போது வேண்டுமென்றே ஒரு வேலைக்காரனின் பாவனைகளை வெளிப்படுத்துவார். எப்போதும் தோளில் அணிந்திருக்கிற வேலைக்காரனின் துண்டைக் கொண்டு அவர் வியர்வையைத் துடைத்துக் கொள்கையில் நான் எனது நவநாகரீக ஆடையில் தர்மசங்கடத்துடன் நிற்பதைக் கண்டு என் நண்பர்கள் தங்களுக்குள் சிரித்துக் கொள்வார்கள். இப்போது இதை எழுதுகிறபோது சொல்கிறேன். நான் என் தந்தையைக் குறித்து மிகுந்த பெருமிதம் கொள்கிறேன். போலித்தனம் மிகுந்த தன் மகனிடம் சரிக்கு சரி நிற்கும் அளவிற்கு அவர் கர்வம் கொண்டிருந்தது குறித்து மிக்க மகிழ்ச்சி கொள்கிறேன்.

எல்லாவற்றையும் தாண்டி அவர் என் தந்தை. எனவே அவருக்கு உடல் நலக் குறைவு ஏற்பட்டதும் அக்கறையுடன் அவரை எனது வீட்டிற்கு வரவழைத்துக் கொண்டேன். அதைச் செய்வதில் நான் காட்டிய ஆர்வமும் வேகமும் என் தம்பி ஜெகன்நாத்தைப் பழி வாங்குகிற முனைப்பாகவே இருந்திருக்க வேண்டும். அமெரிக்காவில் ஒரு சமையல்காரனாய் வேலை செய்யும் பொருட்டு அவன் இந்தியாவை விட்டுச் சென்றதை என்னால் மன்னிக்கவே முடியவில்லை. அப்பாவின் சிகிச்சைக்காக அவன் பணம் அனுப்ப முன் வந்த போதும் நான் அதை மறுத்து விட்டேன். என் சம்பளம் அதிகமில்லை என்றாலும் போதுமானதாய் இருந்தது. அதோடு அப்பாவின் முதலாளியான சேத்ஜியும் அவரது குடும்பமும் கூட ரொம்பவும் உதவியாக இருந்தார்கள். முதல் ஆறு எட்டு மாதங்களுக்கு அப்பாவின் நலன் குறித்து தொடர்ந்து விசாரித்தபடி இருந்தார்கள். இடையில் இரண்டு முறை மிகப் பிரபலமான தனியார் மருத்துவர்களுடான சந்திப்பிற்கும் ஏற்பாடு செய்தவர்கள் அதற்காக என்னிடமிருந்து பணம் பெற்றுக் கொள்ள மறுத்து விட்டார்கள். “பணம் குடுக்கறதைப் பற்றி மறுபடி பேசினாயோ! நீ இரண்டு வயதாய் இருக்கையில் உன் பாதத்தைப் பிடித்துத் தலைகீழாகத் தொங்கவிட்டு உன் பின்புறத்தில் அடித்ததைப் போல இப்போதும் செய்ய வேண்டியிருக்கும்” என்பார் சேத்ஜி. அவர் உயிரோடு இருந்த போது நான் அவரை நேசித்ததே இல்லை. ஆனால் தொழிலில் நேர்மையற்றவராய் இருந்தாலும் கூட பணியாளர்களை மிகச் சிறப்பாகக் கவனித்துக் கொண்டார் என்பதை நான் காலப்போக்கில் ஒப்புக் கொள்ளத்தான் வேண்டியிருந்தது, என்னுடைய எதிர்பார்ப்புகளின் படி இல்லாவிட்டாலும், அவரிடமும் நற்குணங்கள் இருக்கத்தான் செய்தன. எப்படியோ, சேத்ஜியும் அவரது குடும்பமும் மருத்துவம் மற்றும் மருந்துகள் சார்ந்த செலவுகளில் எனக்கு உதவி செய்து விட்டதால் பணம் ஒரு பிரச்சினையாக இருக்கவில்லை. என்னுடைய பிரச்சனை வேறாக இருந்தது.

வீட்டில் என் தந்தை இருந்ததால் எனக்கு எழுத நேரம் கிடைக்கவில்லை என்பதே முதலில் எழுந்த சிறிய பிரச்சினையாக இருந்தது. முன்பெல்லாம் இரவு உணவிற்குப் பிறகு இரண்டு மணி நேரம் அமர்ந்து எழுதிவிட்டுத் தூங்கச் செல்வேன். வேறு சிலரைப் போல பின்னிரவு வரை அமர்ந்து

எழுதுகிற பழக்கம் எனக்கு எப்போதும் இருந்ததில்லை. அதோடு, பகலில் எனக்கு இருக்கிற வேலைப்பழுவிற்கு இரவு உணவிற்குப் பின் எழுதுவது கூடப் பல நாட்களில் சோர்வாய்த்தான் இருக்கும். ஆனால் அப்பா எங்கள் வீட்டிற்கு வந்த பிறகு பகலில் வேலைப்பளு இல்லாத நாட்களின் இரவுகளைக் கூட நான் எனக்காகப் பயன்படுத்திக் கொள்ள முடியவில்லை. ஆரம்பத்தில் அவர் உடல்நிலை அதிகம் மோசமாகாமல் இருந்த போது தினந்தோறும் இரவு உணவிற்குப் பின் நான் அவருடன் அமர்ந்து எதையாவது பேசிக் கொண்டிருக்க வேண்டும் என விரும்புவார். எப்போதாவது சில சமயம், எழுதியே ஆக வேண்டிய கட்டாயம் இருந்த தருணங்களில் அதைக் கூறி நான் எழுந்து கொள்ள முயன்றால் அவர் மிகவும் காயம்பட்டது போலாகிவிடுவார். அது என்னை மேலும் வருத்தப்படுத்தியது. சமீப காலம் வரை ஒரு பெரிய வீட்டின் சமையலறை முழுவதையும் மேலாண்மை செய்து வந்த ஒருவருக்கு இப்படி நாள் முழுவதும் ஒன்றும் செய்யாமல் வெறுமனே படுத்துக் கொண்டிருப்பது சித்ரவதையாகத்தான் இருந்திருக்கும். எனவே நான் இரவு உணவிற்குப் பிறகான எனது நேரத்தை அவருடன் செலவிட ஆரம்பித்தேன். சிலநாட்களுக்குப் பிறகு உடல் நிலை மேலும் மோசமாகி படுத்த படுக்கையாகிவிட்டார்.

கொஞ்சம் கொஞ்சமாக எனது வீட்டின் ஒட்டு மொத்த செயல்பாடுகளிலும் அவரது நோய்மை ஆதிக்கம் செலுத்த ஆரம்பித்திருந்தது. நியாயப்படி வீட்டின் ஒட்டு மொத்த கவனத்தையும் பெற்றிருக்க வேண்டிய ஐந்து வயது சிறுவனின் தேவைகள் கூட பின்னுக்குத் தள்ளப்பட்டன. அவனது பெற்றோர்கள் இருவரும் அப்பாவிற்கு ரத்தப் பரிசோதனை செய்வதிலோ, கழிவுக் கோப்பைகளை சுத்தம் செய்வதிலோ, பார்வையிட வந்த மருத்துவரிடம் பேசுவதிலோ, மாத்திரைகள், கையுறைகள், புண்ணுக்கு கட்டும் துணிகள் வாங்கச் செல்வதிலோ மும்முரமாக இருந்தனர். சமையலையும் தூய்மைப்படுத்துவதையும் சுஷாந்தின் அம்மா கவனித்துக் கொள்ள அவனது அப்பா மருந்துகள் வாங்குவதிலும் ட்ரிப் ஸ்டாண்டில் சலைன் பாட்டில்களை மாற்றுவதிலும், வருகிற மருத்துவர்களிடம் பேசுவதிலும் ஈடுபட்டிருந்தார், இப்படியான நாட்கள் வாரங்களாகித் தொடரத்துவங்கியவுடன் சுஷாந்த்

கூடுதலாக நச்சரிக்கவும் பிடிவாதம் செய்யவும் துவங்கினான். பக்கத்து வீட்டுக் குழந்தைகளிடம் பிரச்சினை கிளப்பத் துவங்கினான். பள்ளி ஆசிரியர்களும் அவனது நடவடிக்கை குறித்து வீட்டிற்குப் புகார் அனுப்பத் தொடங்கியிருந்தனர்.

எனது தந்தையின் நோய்மை என்மீது ஏற்றிய இடைவிடாத வெவ்வேறு சுமைகளால் எதுவும் எழுதக் கூட முடியாதபடி என் மனம் மரத்துப் போயிருந்தது. பிரச்சினைகளற்ற மாலைகளில் நான் அமர்ந்து செய்தித்தாள் வாசித்துக் கொண்டிருந்தால் சுஷாந்த் விதவிதமாகச் சேட்டைகள் செய்து என் கவனத்தைக் கவர முயல்வான். ஆரம்பத்தில் விமலாவை அழைத்து அவனை கவனிக்க சொல்லிக் கொண்டிருந்தேன். பிறகு ஒரு வாரத்திற்கும் மேலாக கடும் காய்ச்சலால் அவள் பாதிக்கப்பட்ட போதுதான், வேலைகளின் பளுவால் சக்தியனைத்தையும் அவள் இழந்து விட்டாள் என்பதைப் புரிந்து கொண்டேன். எனவே அலுவலகத்திலிருந்து வந்த பிறகு அவனை எனதருகில் அமர வைத்து வீட்டுப்பாடம் செய்ய வைத்தேன். அவன் என்னிடம் என்ன எதிர்பார்க்கிறான் என நான் புரிந்து கொண்டிருந்ததும் நிஜமாக அவன் என்னிடம் எதிர்பார்த்த விசயங்களும் வேறானவையாக இருந்தன. அவன் வீட்டுப் பாடங்களில் வேண்டுமென்றே தவறு செய்தான். நான்கு நாட்களுக்கு முன்பு மிகச் சரியாகச் செய்த ஒரு கணக்கை இன்று தவறாகச் செய்வான், ஏன்? எனக்கும் புரியவேயில்லை. என்னவோ நான் கோவப்பட்டுத் திட்டுவதையும் ஆத்திரமடைந்து அவனது புத்தகங்களைத் தூக்கி எறிவதையும் விரும்பி வேண்டுமென்றே அவ்வாறு செய்வது போல் தோன்றும். எல்லாக் குழந்தைகளுக்கும் இந்த பழக்கம் இருக்கிறதா? தந்தைக்கு மருந்துகள் வாங்குவதற்கு வெளியே செல்ல வேண்டிய தருணங்களை ஆவலுடன் எதிர்பார்க்க ஆரம்பித்தேன். வீட்டை விட்டு வெளியே செல்ல ஒரு நியாயமான காரணம் கிடைக்குமே, தந்தையின் நீண்ட கால நோய்மை ஒருபுறமும் குழந்தையின் பிடிவாதம் மறுபுறமுமாய் அந்த வீடே எனக்கு சிறை போல் தோன்ற ஆரம்பித்தது. ஆனால் வெளியிலும் எனக்கான மகிழ்ச்சிகள் எதுவும் காத்திருக்கவில்லை. என் சிறுவயதில் உடன் வளர்ந்த நண்பர்கள் பெரும்பாலும் வேலைக்காரர்களின் பிள்ளைகளாய் இருந்ததால் நான் அவர்களுடனான தொடர்பை எப்போதோ

கத்தரித்து விட்டிருந்தேன். அலுவலகத்தில் என்னுடன் இருப்பவர்களை அலுவலகத்திற்கு வெளியே சந்திப்பதை நான் ஒரு போதும் விரும்பியதில்லை. என்னைத் திமிர் பிடித்தவன் என அவர்களும் கருதியதால்- அது உண்மைதான் - அதற்கேற்றபடியே நடந்து கொண்டார்கள். என்னை வெறும் ஒரு பகடி எழுத்தாளராகத் தரம் தாழ்த்தியதில் ஏற்பட்ட கோவத்தால் இலக்கிய உலகத்துடனான எனது தொடர்புகளும் அறுந்து போயிருந்தன. இப்படி நான் சிக்கிக் கொண்ட சிறையானது எனது தந்தையோ மகனோ ஏற்படுத்தியதில்லை, நானே உருவாக்கி கொண்டதுதான். திடீரென அந்தச் சிறையின் கதவு திறந்து கொள்ள நான் அங்கிருந்து வெளியேறினேன். ஆனால் அந்தப் பாதை ஒளி நிறைந்த ஓர் உலகிற்குள் அல்லாமல் நீண்ட இருண்ட குகை ஒன்றிற்குள் என்னைக் கொண்டு சேர்த்தது. மாரடைப்பு ஏற்பட்டதால் தந்தையை மருத்துவமனையில் அனுமதிக்க வேண்டியிருந்தது.

நானும் என் அப்பாவும் மூன்று மாதங்கள் மருத்துவமனையில் கழித்த அந்த நாட்கள் கடந்து இப்போது முப்பது வருடங்களுக்கும் மேலாகிவிட்டது. ஆனால் அந்நாட்களின் ஒவ்வொரு நிகழ்வும் எனக்கு மிகத் தெளிவாக நினைவிருக்கிறது. நினைவாற்றலுக்குத் தொடர்பில்லாத ஒரு வித விநோதமான தெளிவு அது. அதன் ஒவ்வொரு நொடியைப் பற்றியும் என்னால் இப்போது கூற முடியும்: மூன்றாவது நாள் அவர் முழுவதுமாக நினைவிழந்தது போல் இருந்தார், பிறகு சற்றுத் தேறினார், அவ்வப்போது பேசுவது - சில சமயங்களில் நகைச்சுவையாகக் கூட, பிறகு மீண்டும் ஒரு வகையான கோமாவிற்குச் செல்வது, நினைவற்ற நிலையில் தலையை இருபுறமும் அசைப்பது, பத்தாண்டுகளுக்கும் முன்பாகவே இறந்து விட்டவர்களின் பெயர்களைச் சத்தமாகச் சொல்லி உளறுவது, பிறகு மறுபடியும் மணிக்கணக்கில் தூங்குவது - இரண்டு முறைகள் நாட்கணக்கில் கூட.

ஒவ்வொரு மாலையிலும் அலுவலகத்திலிருந்து நேராக மருத்துவமனைக்கு வந்து விடுகிற நான் ஆடை மாற்றி, இரவு தூங்கச் செல்லும் வரை அவரது படுக்கைக்கு அருகிலேயே அமர்ந்திருப்பேன். கிட்டதட்ட நான்கு மாதங்கள் அவர் அருகில் இருந்த நாற்காலியில் அமர்ந்தபடியே உறங்கினேன்

நான். அவர் நன்றாகத் தூங்கிவிடுகிற நாட்களில் கூட நான் அடிக்கடி விழித்துக் கொள்வேன். பிரச்சனைகளின் தன்மை வேறாயிருந்தாலும் என்னைப் போன்றே துரதிர்ஷ்டம் பிடித்த பலர் பகிர்ந்து கொண்ட பொதுக் குளியலறையில் குளித்து விட்டு காலை எட்டு முப்பது மணியளவில் வேலைக்கு கிளம்பிச் செல்வேன். அவ்வப்போது மருந்துகள் வாங்கி வர மருந்தகத்திற்கும், கழிவுக் கோப்பைகளை சுத்தம் செய்யும்படியும் ட்ரிப் ஸ்டாண்டில் சலைன் பாட்டில் மாற்றும்படியும் கூற செவிலியர்களிடமும் சென்று வந்ததைத் தவிர இரவு முழுக்க வெறுமனே அமர்ந்து உறங்கிக் கொண்டுதான் இருந்திருப்பேன். என்றாலும் காலைச் சூரியன் பிரகாசிக்கிற பொழுதில் துக்கம் பீடித்த மருத்துவமனை நடைபாதையிலிருந்து வெளியேறி பேருந்து நிறுத்தத்தை நோக்கி நடக்கும் போது அளவிடமுடியாத சோர்வும் அழுத்தமும் என் மேல் கவிழ்வது போல் தோன்றும். வார இறுதி நாட்களில் என்னுடைய பையை எடுத்துக் கொண்டு வீட்டிற்குச் செல்வேன். விமலா எப்போதும் அந்தத் துணிகளை மற்ற துணிகளோடு கலக்காமல் கவனமாகத் துவைத்துப் போடுவாள். பிறகு யோசிக்கையில், நான் உதவிக்கு ஓர் ஆளை அமர்த்தியிருக்கலாம் எனத் தோன்றியது. இப்படியே தொடர்ந்தால் எனது உடல்நிலையும் பாதிக்கப்படக்கூடும் எனக் கருதிய மருத்துவர்கள் உட்பட பலரும் அப்போதே அந்த யோசனையைக் கூறினார்கள்தான். சேத்ஜியும் கூட செலவு பற்றி யோசிக்க வேண்டாம் எனச் சொல்லியிருந்தார். ஆனால் தந்தை மருத்துவமனையில் சிரமப்பட்டுக் கொண்டிருக்கையில் என்னால் வீட்டில் நிம்மதியாக உறங்க முடியும் எனத் தோன்றவில்லை அப்போது.

ஒரு எழுத்தாளனாக, கடந்து வருபவற்றையோ கண்ணில் காண்பவற்றையோ ஒரு கதையாக மாற்ற எப்போதுமே என் மனம் முனைந்து கொண்டே இருக்கும். இது எழுத்தாளர்களிடம் உள்ள ஒரு பலவீனம் எனத் தோன்றுகிறது இப்போது: 'சில விசயங்கள் வெறுமனே தன் போக்கில் நிகழ்கின்றன, கதைகளுக்கு வாழ்வில் முதன்மையான இடம் ஒன்றும் கிடையாது, அவை சில சமயங்களில் நேர்மையாக இருந்தாலும் பல சமயங்களில் தன் முதலாளியைத் துரோகித்து விடக் கூடிய வேலையாள் மட்டுமே' போன்ற நிஜங்களை ஒப்புக் கொள்ள

முடியாத பலவீனம். ஆனால் இந்த பலவீனத்திலிருந்து என்னால் ஒரு போதும் விடுபடவே முடிந்ததில்லை. இப்போதுவரை அதிலிருந்து விடுபட ஒருமுறை கூட நான் முயன்றதே இல்லை. அதற்குப் பதிலாக அந்த நான்கு மாதங்களைக் குறித்துப் புரிந்து கொள்ள இத்தனை ஆண்டுகளாக முயன்று கொண்டே இருக்கிறேன். எதையேனும் கற்றுக் கொண்டேனா என வினவிக் கொண்டேன். குறைந்தபட்சம் என்னைப் பற்றியும் அப்பாவுடனான எனது உறவு பற்றியும் பிறப்பு மற்றும் இறப்பின் தன்மை பற்றியுமாவது? அப்படி எதையேனும் கற்றுக் கொண்டிருந்தால், நான் அனுபவித்த துயரங்கள் குறித்த நினைவினைச் சற்று சுமையற்றதாகவாவது அது ஆக்கித் தருமா? இறுதியாக இந்தக் கேள்விகளிலெல்லாம் கவனம் செலுத்தும் முன்பு, நான் கேட்டுக் கொள்ள வேண்டிய ஒன்று இருக்கிறது: அதீத வலியும் வேதனையுமாக மரணத்தை நோக்கிய தன் பாதையில் தந்தை துயருற்றுக் கொண்டிருக்கும் போது, தன்னைப் பற்றிய கழிவிரக்கத்தில் உழல்கிற ஒருவன் எப்படிப்பட்ட மனிதனாய் இருப்பான்?

எல்லாவற்றையும் மீறி சில விசயங்களைக் கற்றுக் கொண்டேன். முதலாவதாக, என் தந்தை குறித்து நான் கொண்டிருந்த அவமான உணர்வனைத்தும் மேலோட்டமானது. தாயற்ற குழந்தையாகவும் வறுமையின் கொடுமைகளிலிருந்து தப்பிக்க முயல்பவனாகவும் எதிர் கொண்ட உண்மையான துயரங்களை மறைக்கும் பொருட்டு நான் தரித்துக் கொண்ட ஆடையே என் தந்தை மீதான அவ்வெறுப்பு. புரிந்து கொள்ளப்படாத தீர்க்கப்படாத இத்துயரங்கள் வெறுப்புருக்கொண்டு என் தந்தையின் மீது திரும்பி விட்டன. இது புரிந்த போது அவர் எனதருகில் பூத உடலாகக் கிடந்தார். அவரது உடலை பிணவறைக்கு எடுத்துச் செல்வதற்காக செவிலியர் உதவியாட்களை அழைத்து வருவதற்காகக் காத்திருந்த அச்சமயத்தில் தனிமையில் அவரது உடலிடம் மன்னிப்புக் கோரினேன்.

எனது பதின்பருவத்தின் ஒரு கட்டத்தில் என் தந்தை இறந்து விடப் போகிறார் என்கிற அச்சம் எனக்கு அடிக்கடி தோன்றும். அச்சமயத்தில், இன்னும் இருபது வருடங்களுக்குப் பிறகு அப்படி ஒர் அதிர்ச்சி ஏற்பட்டால் அதைத் தாங்கிக் கொள்ளத் தயாராகி இருப்பேன் என எண்ணிக் கொள்வேன்.

தந்தை இறந்த போது எனக்கு முப்பது எட்டு வயதாகியது. பெற்றோர்களின் மரணத்தைத் தாங்கிக் கொள்ளும் அளாவிற்குப் பெரியவர்களாய் நாம் ஒரு போதும் ஆவதில்லை என்பது அப்போதுதான் தெரிந்தது. வளர்ந்து வேலைக்குச் சென்று திருமணமாகி தனக்கென குழந்தைகளும் வாழ்க்கையும் உண்டாகி விட்ட பிறகும் கூட ஒருவர் அவரின் பெற்றோரை குழந்தை மனநிலையில் தான் எதிர்கொள்கிறார் என்பதையும், பெற்றோரும் எப்போதும் பெற்றோர் மட்டுமே என்பதையும் புரிந்து கொண்டேன். இந்தப்புரிதலை, தந்தையின் மரணத்திற்குப் பின் துவங்கிய என் வாழ்வின் இரண்டாம் கட்டத்திற்கு நான் உபயோகப்படுத்திக் கொள்ளவே இல்லை என்பதுதான் இன்றைய தினத்தில் என்னை அரித்துக் கொண்டிருக்கும் முக்கியமான வருத்தம்.

துயரத்திலிருக்கும் ஒரு மகனை தன் வருவாய்க்கான வழியாய்ப் பார்க்கும் பேராசை பிடித்த பூசாரிகளைத் துரத்துவதும் இறப்புச் சான்றிதழ் பெறுவதும் அஸ்தியைக் கரைப்பதுமாய்க் கழிந்த அந்த நாட்கள் புகை மூட்டமாய் நினைவில் நிற்கின்றன. பிரச்சனைகளும் வருத்தமும் ஏற்படும் சமயங்களிலெல்லாம் ‘அப்பா, அப்பா, அப்பா’ என திரும்பத் திரும்பச் சொல்கிற பழக்கத்தை சுஷாந்த் அந்தச் சமயத்தில்தான் வளர்த்துக் கொண்டான் என நினைக்கின்றேன். அது எனக்கு மிகுந்த கோபத்தை உண்டாக்கியது. எனது கவனத்தைப் பெறுவதற்ககாக அவன் கூச்சலிடுவதைக் கேட்டு எரிச்சலால் ஏற்பட்ட கோபம் அல்ல அது, மாறாக, வளர்ந்து விட்ட மனிதனாக என்னால் அவனைப் போல் உரக்கக் கூவ முடியவில்லையே என்கிற வருத்தம் ஏற்படுத்திய கோபம் அது. ‘அப்பா, அப்பா, அப்பா’ என உரக்கக் கூற முடிகிற ஒரு வாய்ப்பிற்காக என்ன வேண்டுமானாலும் செய்திருப்பேன் நான்! அப்படிக் கூவும் போது அவனது தந்தையின் கவனத்தைப் பெறுவதற்கான குறைந்தபட்ச சாத்தியமேனும் அவனுக்கு இருந்தது, ஆனால் எனக்கோ? இவ்வுண்மை அவன் மேல் பொறாமையைத் தூண்டியது.

வெல்ல முடியாத இளமையிலிருந்து தவிர்க்க முடியாத இறப்பைப் பிரிக்கிற நதியின் மறுகரையில், எனது தந்தையின் இறப்பு என்னை நிர்கதியாய் இறக்கி விட்டது. அவரது

இறப்பு தோற்றுவித்த அடியற்ற பள்ளத்திற்குள் விழுகையில் அன்னையின் வயிற்றிலிருந்து இவ்வுலகிற்குள் நுழைந்த போது உணர்ந்திருக்கக் கூடிய பாதுகாப்பின்மையையும் நிச்சயமின்மையையும் உணர்ந்தேன். எல்லையை விட நம்பிக்கை மிகுந்த பயணமே மேலானதெனக் கூறிய அதே கட்டுரையின் வேறொரு இடத்தில் ஸ்டீவன்ஸன் கூறியபடி இவ்வாழ்வில் நமக்கு விதிக்கப்பட்டிருக்கிற நிச்சயமான ஒரு விசயம் மரணம் மட்டுமே. அந்த மரணத்தை நோக்கிய பயணத்தை தன் பகுதியாகக் கொண்ட வாழ்வின் இரண்டாம் பாகத்தை கழிக்கத் தேவையான மன உறுதி தரும் விசயங்களைச் சேகரிப்பதில் வாழ்வின் முதல் பருவமான இளமைப்பருவத்தை நான் கழித்திருக்க வேண்டுமென திடீரென எனக்குப் புரிந்தது, ஆனால் மரணத்திற்காகத் தயாராகிற ஒரு இளமைப் பருவம் எப்படி இருக்கும்? இந்த எல்லாக் குழப்பங்களுக்குமிடையில், தந்தையின் மரணத்திற்கு பின் வந்த ஆண்டுகளில் ஒரு விசயத்தைப் புரிந்து கொண்டேன்: ஏதோ தவறு நிகழ்ந்து விட்டது. மிகவும் தெளிவான சிந்தனை உடையவர்களுக்குக் கூட சுயமதிப்பீட்டின் போது பார்வை மங்கி விடுவது போல நானும் அந்த தவறு என்னுடையது அல்ல என்கிற முடிவிற்கு வந்தேன்: இந்த உலகம் தான் எனக்குத் தவறிழைத்து விட்டது, இந்தத் தவறான புரிதலுடன் வாழ்க்கை நடத்திய நான் யார் மீதெல்லாம் ஆத்திரப்பட முடியுமோ அவர்கள் மீதெல்லாம் ஆத்திரத்தை வெளிக் காட்டினேன். இப்போது, எனது மகனை, உனது சுஷாந்தை விலையாகக் கொடுத்த பிறகுதான் என்னுடைய சக்திக்கு அப்பாற்பட்டவற்றிற்கு எதிராகப் போராடி வந்ததற்குப் பதிலாக என்னுடைய வீட்டின் நான்கு சுவர்களுக்குள் இருந்தவற்றிலும் எனது சிந்தனையிலும் நான் கவனம் செலுத்தியிருக்கலாமோ எனத் தோன்றியது. அதோடு, எனக்குள் திரும்பி, "உன்னுடைய தரப்புதான் சரியானதென நீ எப்படி அவ்வளவு உறுதியாக நம்புகிறாய்?" என்கிற ஒரு கேள்வியைக் கேட்டிருந்தேனானால் வாழ்க்கை ஒருவேளை வேறு மாதிரியாக இருந்திருக்கும்.

சுஷாந்தின் இருப்பை நான் முழுமையாக உணர்ந்த போது அவன் பதின் பருவத்தை அடைந்திருந்தான். மானுடவியல் மற்றும் இலக்கிய பாடங்களை மறுதலித்து கணிதத்திலும் அறிவியலிலும் தன்னை மூழ்கடித்துக் கொள்வதன் வாயிலாக தன் எதிர்ப்பை

வெளிப்படுத்தினான். தன் குழந்தை பொறியாளராக வேண்டுமென பெற்றோர்கள் கனவு கண்டு கொண்டிருந்த அக்காலத்தில் அது ஒரு வரவேற்கத்தக்க எதிர்ப்பாகவே இருந்தது. பொறுப்புணர்வின் காரணமாகவும், குர்ஸிகா சுயம்வரைத் தழுவி எடுக்கப்பட்ட ஒரு தொலைக்காட்சித் தொடரின் வெற்றி மற்றும் தேசிய அளவிலான விருது தந்த புதிய மகிழ்ச்சியினால் என்னுள் ஏற்பட்ட ஆசுவாசத்தினாலும், அவனது பள்ளிப் படிப்பின் கடைசி இரண்டு ஆண்டுகளில் அவனது படிப்பைப் பற்றியும் எதிர்காலம் குறித்தும் அவனிடம் பேச முயன்றேன். ஆனால் நான் அவனிடம் பேச முயன்ற ஒவ்வொரு முறையும் என்னைக் கடுமையாக மறுதலித்தான். ஐஐடி நுழைவுத் தேர்வில் மிக உயர்ந்த தரத்தில் அவன் தேர்ச்சியுற்ற விஷயத்தையே அடுத்த நாள் அவனது புகைப்படத்தை செய்தித்தாளில் பார்த்த ஒரு பக்கத்து வீட்டுக்காரர் மூலம்தான் நான் தெரிந்து கொள்கிற அளவிற்கு அவன் என்னிடமிருந்து விலகிப்போயிருந்தான். மும்பைக்குச் சென்ற பிறகு – டெல்லி ஐஐடியிலேயே கூட அவன் படித்திருக்கலாம், வீட்டை விட்டு விலகி இருப்பதற்காகவே அவன் மும்பையைத் தேர்ந்தெடுத்தான் என எண்ணுகிறேன் - அவன் இனி ஒரு போதும் அவனது தந்தையுடைய இல்லத்தின் உறுப்பினன் அல்ல என்பதாக ஆகி விட்டது நிலைமை. விடுமுறைகளுக்கு வீட்டிற்கு வந்த போதிலும் அவனது படிப்பைப் பற்றியெல்லாம் எதுவும் கூறிக்கொள்ள மாட்டான். கலிஃபோர்னியா பல்கலைக்கழகத்திற்கான முழு உதவித் தொகையும் அவனுக்குக் கிடைத்ததிலிருந்து அவன் நன்றாகப் படித்து வருகிறான் என்பதை நான் புரிந்து கொண்டேன். ஆனால் வகுப்பின் முன்னணி மாணவர்களில் ஒருவனாய் இருந்ததற்காக மட்டுமின்றி, அவனது பணிவிற்காகவும் பின் தங்கிய மாணவர்களுக்கு படிப்பில் உதவுகிற பெருந்தன்மைக்காகவும் கூட மதிக்கப்பட்டான் என்கிற உண்மை அவனது ஐஐடி நண்பன் ஒருவனை யதேச்சையாகச் சந்திக்க நேர்ந்த போதுதான் தெரிந்தது.

அவன் முதன் முறையாக அமெரிக்கா சென்ற போது வழியனுப்புவதற்காக நானும் விமலாவும் விமான நிலையம் சென்றிருந்தோம். விமலா என்னிடம் கோபமாகப் பேசிய தருணங்களை என்னுடைய ஒரு கையின் விரல்களுக்குள் எண்ணி விடலாம். அவனை வழியனுப்பி விட்டுத் திரும்புகிற போது

டாக்ஸியில் அவள் என்னிடம் பேசியது அவற்றுள் ஒரு தருணம்; “உங்க பையன இந்த உலகத்தோட மறுபகுதிக்குக் துரத்திட்டீங்க. இப்ப உங்களுக்கு சந்தோஷம்னு நினைக்கிறேன்” என்றாள். அவள் சொன்ன அந்த வாக்கியம் என்னை அதிர்ச்சியடையச் செய்தது. ஆனால் அதற்கு பதில் சொல்ல நான் முயற்ச்சித்த போது போதுமான நியாயங்கள் என் தரப்பில் இல்லை என்பதைக் கண்டேன்.

ஒரு போதும் திரும்பி வரமுடியாதபடிக்கு ‘புறப்பாட்’டிற்கான கதவின் மறுபுறம் வழியாக அவன் அமெரிக்கா வந்த பிறகு அங்கு என்ன நடந்தது? அதையெல்லாம் என்னை விட நன்றாக நீயே அறிவாய். 1997ல் ஒரு முறை நான் அவனைக் காண்பதற்காக அங்கு வந்திருந்த போதும் தனது ராணுவ பலத்தைக் கொண்டு உலகையே ஆட்டிப்படைத்து வந்த அமெரிக்காவைக் கண்டு கொள்வதிலேயே எனது முழுநேரத்தையும் செலவழித்தேன். நாம் எதையேனும் தேடி ஒரு இடத்திற்கு செல்லும் போது அதை மட்டுமே காண்கிறோம், வேறு எதுவுமே நம் கண்களுக்கு தென்படுவதில்லை. எனவே, அங்கு அவன் அனுபவித்து வந்த தனிமையையும், வாரங்களும் மாதங்களும் ஆண்டுகளுமாக ஏதோ ஒரு புதிய நிலத்தில் தன் வீட்டைக் குறித்து அவன் உணர்ந்த ஏக்கத்தையும் கவனிக்க தவறி விட்டேன். இங்கே இருந்த போது ஒரு போதும் போயிருக்காத இந்தியப் பாரம்பரிய இசை நிகழ்ச்சிகளுக்கு செல்வது, இந்தியாவில் இருந்த போது சற்றும் ஆர்வம் காட்டியிராத ஒரு உணவின் சுமாரான சுவையை நாடி மணிக்கணக்கில் உணவகங்களைத் தேடிச் செல்வது போன்றவற்றையெல்லாம், வீட்டில் இருப்பது போன்ற ஓர் உணர்வை ஏற்படுத்திக் கொள்வதற்காக மட்டுமே அவன் செய்திருக்கிறான்.

அவன் எவ்வாறு சிரமபட்டிருந்திருப்பான் என்பதை என்னை விட நன்றாக நீ அறிந்திருப்பாய். ஒரு போதும் திரும்பி வர வாய்ப்பில்லாத குழந்தைப் பருவத்தையும் தன்னுடைய சொந்த ஊரையும் எண்ணி அவன் வருந்திய சமயங்களில் நீதான் அவனுக்கு ஆறுதலாய் இருந்திருப்பாய். நான் உன்னைச் சந்தித்த போது நீ அவனைக் குறித்து அத்தனை அன்புடனும் வியப்புடனும் பேசியதைக் கேட்டு மிகுந்த ஆறுதலடைந்தேன்: எனக்கிருந்ததைப் போலவே அவனுக்கும் உணர்வு ரீதியான

தேவைகள் இருந்திருக்கும் என்பதையும் அவற்றைக் குறித்து நான் கவலைப்பட்டதே இல்லை என்பதையும் உணர்ந்த போது கடும் மன வேதனைக்கு ஆளானேன். மிகுந்த பொறுமையும் அமைதியும் அளவிட முடியா அன்பும் கண்ணியமும் கொண்ட உன்னை அவன் சந்தித்தது குறித்து எனக்கு மிகுந்த மகிழ்ச்சி ஏற்பட்டது. இதே குணநலன்களைக் கொண்ட விமலாவிடமிருந்து என் வாழ்க்கையை எதிர் கொள்வதற்குத் தேவையான வலிமையை நான் பெற்றுக் கொண்டது போல அவனும் உன்னிடமிருந்து வலிமை பெற்றிருப்பான் என எனக்குத் தெரியும். அவனுக்கு தேவையான ஆறுதலை வழங்கி அவனுக்குத் துணையாக நீ இருக்க முடிந்தது குறித்துப் பொறாமை கூடத் தோன்றுகிறது.

விமலாவின் சார்பாகப் பேசும் உரிமை இன்னும் எனக்கு இருக்கிறதெனவே நம்புகிறேன். எனவே அவளது சார்பாகவும் என் சார்பாகவும் உனக்கு நன்றி கூறிக் கொள்கிறேன். ஒருவர் இன்னொருவருக்கு தரக் கூடிய உயர்ந்த பட்ச பரிசாகிய அன்பினை நீ அவனுக்குத் தந்திருக்கிறாய். உன் வாழ்வை அவனுடன் பகிர்ந்திருக்கிறாய். அவனும் உனக்குத் தேவையான அன்பை நல்கி, நீ வேண்டுகிற வகையில் உனக்குத் துணையாய் இருந்திருப்பான் என நம்புகிறேன், உன் வாழ்வின் வெறுமைகளை நிரப்பவும் அவன் உதவியிருக்க கூடும். இதையெல்லாம் சொல்கிற உரிமையை அவன் எனக்கு தருவானா தெரியவில்லை என்றாலும், நீ அவன் மீது அன்பு கொண்டிருந்தது போலவே அவனும் உன் மீது அன்பு கொண்டிருந்திருப்பான் என நம்புகிறேன்.

இறுதியாக, எங்கள் உயிர் இருக்கிற வரை நாங்கள் இங்கு உனக்காக இருக்கிறோம். விமலாவிற்கும் சேர்த்து எழுதுவதற்கு இந்த விசயத்தில் அவள் எனக்கு மறுப்புத் தெரிவிக்க மாட்டாள். மகிழ்ச்சியான நீண்ட எதிர்காலத்தினைப் பெற வேண்டுமென நானும் விமலாவும் உன்னை ஆசீர்வதிக்கிறோம். இவை எல்லாவற்றையும் விட, மீதமிருக்கிற வாழ்க்கைக்காக நீ இன்னொரு துணையை அவசியம் தேர்ந்தெடுக்க வேண்டும். இன்னொருவருடன் உன்னால் மகிழ்ச்சியான வாழ்க்கையைத் தொடர முடியும் எனவும் அழகான குழந்தைகளையும் கூடப் பெற்றுக் கொள்ள முடியும் என நான் நம்புகிறேன். அவர்

யாராக இருந்தாலும் அந்தக் குழந்தைகள் எப்போது பிறந்தாலும் எங்களது அன்பும் ஆசியும் அவர்களுக்கு எப்போதும் இருக்கும்.

இந்தக் கடிதத்தை எழுதுவதன் மூலமாக உன்னுடனான ஒரு தொடர்பையும் அதன் மூலம் சுஷாந்த்துடனான தொடர்பையும் ஏதோ ஒரு வகையில் பற்றிக் கொண்டிருக்க முடிவது போல தோன்றுவதால் இதை முடிக்கவே மனம் வரவில்லை. ஆனால் இதோ இக்கடிதத்தை நான் முடித்து விடுவேன், ஏனென்றால் நீ இதை வாசிக்க வேண்டும். கூடவே எல்லா விசயங்களுக்கும் ஒரு முடிவு உண்டு என்பதை ஒப்புக்கொள்ள நான் கற்க வேண்டும். நீ இதற்கு பதில் எழுதியாக வேண்டிய கட்டாயம் ஏதுமில்லை எனக் கூறிக் கொள்கிற அதே நேரத்தில் நான் உனது பதிலிற்காகக் காத்திருக்கவும் செய்வேன்.

பென்ஸில் வேனியாவின் ஹாரிஸ்பாகில் வசித்து வருகிற உனது பெற்றோர் திருமதி கட்யா மற்றும் திரு ஜான் ஹெண்டர்ஸன்ற்கு எங்கள் இருவரது அன்பையும் வாழ்த்துகளையும் தெரிவித்து விடு. அவர்கள் டெல்லிக்கு வருவதாயிருந்தால் நாங்கள் அவர்களை வரவேற்க மிகுந்த ஆர்வமுடன் காத்திருக்கிறோம் என்பதையும் தெரிவி. அவர்கள் என்னைச் சந்தித்ததே இல்லை, ஒரு வேளை என்னைப் பற்றிக் கேள்விப்பட்டிருக்கவும் கூட மாட்டார்கள். என்றாலும் ஒருபோதும் திரும்பச் செலுத்த முடியாத அளவிற்கு நான் அவர்களுக்கு நன்றிக் கடன்பட்டுள்ளேன்.

என்றும் அன்புடன், அப்பா.

III

'உடனே வந்து உன் மனைவியை உன்னோடு அழைத்துச் செல்' என்கிற அவசர செய்தியுடன் அண்ணனிடமிருந்து கடிதம் வந்ததும், தன் மனைவிக்கும் அண்ணிக்கும் ஏதேனும் ஒத்துப் போகவில்லையோ என யோசித்தான் பர்சாதி. ஆனால் அவன் அறிந்தவரை ராதாராணி மிகவும் நல்லவரும் விவேகமானவரும் ஆதலால் அதற்குரிய வாய்ப்புகள் குறைவு. ஒருவேளை அண்ணனுடனோ சதைப்பிண்டம் போல படுத்த படுக்கையாய்க் கிடக்கும் அப்பாவுடனோ அவளுக்கு ஏதேனும் பிரச்சனை ஏற்பட்டிருக்கலாம். அவனுக்கு வெகுசில நாட்களே விடுமுறை கிடைத்தது. அந்த நாட்களிலும் அண்ணனோ, எப்போதும் ஒரு தம்பியைப் போல் எண்ணி தன்னுடன் இயல்பாக உரையாடும் அண்ணியோ விளக்கமாக எதையும் சொல்லவில்லை. அப்பாவிற்கும் ஓம்வதிக்கும் ஒத்துப் போவதில்லை என்றும் அதனால் அவளை இவன் டெல்லிக்குத் தன்னோடு அழைத்துக் கொண்டு செல்வதுதான் சரியானது எனக் கருதியதாகவும் மட்டும் சொன்னார்கள். அப்பா ஓம்வதிக்கு சாபம் இட்டபடியே இருந்தார். அவள் ஒரு வேசி என்றும் விபச்சாரி என்றும் அவரது உணவில் எச்சில் துப்புகிறாள் என்றும் அறையில் சிறுநீர் கழிக்கிறாள் என்றும் ஆதாரமற்ற குற்றச்சாட்டுகளை அடுக்கிக் கொண்டிருந்தார். ஒருநாள் அவரே தனது அறையில் சிறுநீர் கழித்துக் கொண்டிருப்பதைப் பார்த்த பிறகுதான், இத்தனை நாட்களாக அண்ணன் ஒரே ஒரு சைகை மூலம் அமைதியாக தனக்கு உணர்த்த முயன்றதை பர்சாதி புரிந்து கொண்டான்: அவர்களது அப்பாவிற்கு புத்தி பிசகி விட்டது.

ஓம்வதி எதுவும் பேசவில்லை. அடித்தும் கூட அவள் வாயைத் திறக்காததால், கொஞ்சம் கொஞ்சமாக புத்திபிசகிக் கொண்டிருக்கும் அப்பாவின் நடவடிக்கைகளை அவளால் சமாளிக்க முடியவில்லை எனப் புரிந்து கொண்டவன்,

தன்னோடு அவளை அழைத்துச் சென்றான். டெல்லிக்குத் திரும்பிச் செல்கிற வழியில், தான் வேலை செய்கிற அந்தப் பெரிய வீடு குறித்த விவரங்களையும், அந்த வீட்டில் தன் தந்தை வாழ்ந்த சிறப்பான வாழ்க்கை குறித்தும் சொல்லிக் கொண்டே இருந்தான். அவன் சொல்வது எதையும் அவள் கவனிக்கவோ ஒப்புக் கொள்ளவோ இல்லை என்பதையும் எதையோ சொல்ல விரும்புவது போல் அவன் முகத்தையே பார்த்துக் கொண்டிருக்கிறாள் என்பதையும் கூட அவன் கவனிக்கவில்லை. மனைவியைப் புதிய இடத்தில் குடியேற்றிய சில நாட்களில் கணவனாகத் தன் உரிமையை நிலைநாட்டும் முயற்சியில் அவளது ஆடைகளை அவன் களைந்த போது சிலை போல் அசையாமல் அமர்ந்திருந்தாள். ஆனால் அவன் அவளது முலைகளைத் தொட்டவுடன் வெறிகொண்டாற்போல் குதித்து எழுந்தவள் அறையின் மூலைக்குச் சென்று ஓங்கரிக்கத் தொடங்கியதைக் கண்டு அதிர்ச்சி அடைந்தான். அவனது அப்பா சொன்னது நினைவிற்கு வர, ஒருவேளை இவள் கர்ப்பமாக இருக்கிறாளோ என யோசித்தான். ஆனால் இது அதிகாலை இல்லையே, இரவாயிற்றே! மீண்டும் அவன் அவளைத் தொட முயற்சித்த இன்னொரு தினம் வரை இடையில் எந்தப் பிரச்சனையும் இல்லாதிருந்தது. அடுத்த சில மாதங்களுக்கு அவன் எவ்வளவு முயற்சித்த போதும் - கெஞ்சுவது, அடிப்பது, பரிசளிப்பது - இதே நிலையே தொடர்ந்தது. தனது கணவனின் தொடுகையை இந்த அளவிற்கு வன்மையாக எதிர்க்கும்படி அவளது உடலைத் தூண்டுவது எது என்பது குறித்து அவளும் எதுவும் சொல்லவில்லை.

இத்தகைய அந்தரங்கமான ஒரு பிரச்சனை குறித்து யாரிடம் தீர்வு கோர்வது எனத் தெரியாமல் வெறுப்படைந்த பர்சாதி தனது தேவையைத் தீர்த்துக்கொள்ள விபச்சாரிகளிடம் செல்லத் தொடங்கினான். ஆசையைத் தூண்டவும் பின் மறுக்கவும் இப்படி ஒரு அழகான மனைவி வீட்டில் இருந்திராத நாட்களில் அவன் உடல் இத்தனை தூரம் பரிதவிப்படைந்ததில்லை. இதனால் மிகவும் வேதனையடைந்த ஓம்வதி, விபச்சாரிகளின் வீட்டிற்குச் செல்ல வேண்டாம் என பர்சாதியைத் தடுக்கையில், "தன்னுடைய வீட்டில் சாப்பாடு கிடைக்காதவன், வெளியேதான் சாப்பிடுவான்" என்று கூறிவிட்ட பிறகு அவளால் ஒன்றும் செய்யமுடியவில்லை. ஒரு நாள் பர்சாதிக்கு அவனது தந்தை

இறந்துவிட்டார் என்கிற சேதியும் வந்தது. மரணத்தை முன்னறிவிப்பது போல மனநலமும் உடல் நலமும் சிதைந்து கொண்டிருந்த தந்தையை சில நாட்களுக்கு முன் சென்று காணாமல் இருந்திருந்தால் இப்போது அவரது மரணம் குறித்த சேதி அவனை மிகவும் துயர்ப்படுத்தியிருக்கும்.

லாலா மோதிசந்த் அவனுக்கு விடுமுறை அளித்தார். ஆனால் அவனது மனைவியோ, தானும் தன் கணவனும் இதற்காக கிராமத்திற்குச் செல்லக்கூடாது என்பதில் பிடிவாதமாக இருந்தாள். அவளது மறுப்பின் தீவீரத்தை மீற முடியாத பர்சாதி, பெரிய வீட்டில் ஒரு பிரம்மாண்டமான விஷேசம் வரவிருப்பதால் வேலைக்காரர்கள் எவருக்கும் விடுமுறை கிடைக்கவில்லை என அண்ணனுக்குக் கடிதம் எழுதினான். துக்கம் அனுஷ்டித்தலின் இறுதி நாள் இரவில் பர்சாதி படுக்கையில் உறங்கிக் கொண்டிருக்கையில், தொடையில் ஏதோ மென்மையாகப் படர்வது போல் உணர்ந்தான். இந்த எலிகள் திரும்பவும் வந்துவிட்டனவா என எண்ணியபடியே கண்முழித்தவன், மனைவி இவன் தொடைகளில் கரம்வைத்து முன்னேறுவதைக் கண்டுகொண்டான். இவன் உணர்ச்சிகள் உச்சம் அடைந்து தணிந்து ஓம்வதி உறங்கியபின், அவளது நடவடிக்கையில் ஏற்பட்டிருக்கும் இந்த மாற்றத்திற்கும் தனது தந்தையின் மரணத்திற்கும் ஏதேனும் தொடர்பு இருக்குமோ என ஒரு கணம் யோசித்தான். அப்படியெல்லாம் எதுவும் இருக்காது என எண்ணியபடியே திரும்பிப் படுத்தவன், அப்படியே ஏதேனும் தொடர்பு இருந்தாலும்கூட, பிரச்சனை சரியாகிவிட்ட பிறகு அதைக் குறித்து எதற்காக எண்ண வேண்டும் என நினைத்தபடி உறங்கிப் போனான். அதன்பிறகு அவன் அதைப்பற்றிச் சிந்திக்கவேயில்லை.

பத்து மாதங்கள் கழித்து அவர்களுக்குக் குழந்தை பிறந்த போது, அதற்கு ராம்தாஸ் எனப் பெயர் சூட்ட முடிவு செய்தான் பர்சாதி. ராமன் மீதான அனுமனின் பக்தியே, லாலா மோதிசந்தின் மீதான தனது விசுவாசத்திற்கு முன்னுதாரணமென மாங்கே ராம் பர்சாதியின் சிறுவயதில் சொல்லிய கதைகளின் அடிப்படையில் அனுமனின் மீது ஏற்பட்ட மரியாதையின் காரணமாகவே அவன் அப்பெயரைத் தேர்ந்தெடுத்தான். சூழ்நிலைகளும் அவனது திறமையின்மையும் தடுத்திராவிட்டால் அவனே கூட

தினாநாத்தின் சேவகனாக வாழ்வைக் கழித்து "ராமனுக்கான சேவைகள் இன்னும் தீராமல் இருக்கும்போது எப்படி நான் ஓய்வெடுக்க முடியும்?" என்கிற பிரபல வாக்கியத்தை தனக்குச் சொந்தமாக்கியிருப்பான். தனது இந்த ஏமாற்றத்தையும், தன் மகன் ஒருநாள் கேஷோலாலின் சேவகனாய்ப் பரிமளிப்பான் என்கிற எதிர்பார்ப்பையும், ஒவ்வொரு செவ்வாய்க்கிழமையும் ராமபக்தனான அனுமனின் கோவிலுக்குச் செல்லும்போதும் அவரது காலடியில் சமர்ப்பித்து ஆரத்தியும் பாடலும் உச்சத்தை எட்டுகையில் மெய்மறந்த நிலைக்கு ஆட்படுவான். அத்தருணத்தில் அவன் தனது மகனை முற்றிலும் மறந்து தன்னை அனுமனாகக் கற்பனை செய்து கொள்வான்: வலிமையும் ஞானமும் திறமையும் விசுவாசமும் நிறைந்த அனுமன். அவன் தன்னைப் பற்றிக் கருதிக்கொண்டிருந்த இப்பிம்பமானது- பலரது தற்பிம்பம் போலவே – பிறர் அவனைப் பார்த்த விதத்திலிருந்து பெரிதும் வேறுபட்டிருந்தது. உண்மையில் அவன், மாங்கே ராம் இளம் வயதில் உடல் உழைப்பின் மீது கொண்டிருந்த காதலின் சாயல் துளியும் இல்லாமல், உணவின் மீதான விருப்பத்தை மட்டும் கைவரப்பெற்றிருந்தான். உறங்குவதில் பெருவிருப்புக் கொண்டிருந்தான். துரதிர்ஷ்டவசமாக, எல்லா பருமனானவர்களையும் போல இவனும் உறங்கும் போது சத்தமாய்க் குறட்டை விடும் பழக்கம் கொண்டிருந்தது வீட்டின் முதலாளியையும் பிற வேலைக்காரர்களையும் அதிருப்தி கொள்ளச் செய்தது. இவனது சோம்பேறித்தனத்தையும் எந்த வேலையையும் அரைகுறையாய் மட்டுமே செய்கிற பழக்கத்தையும் ஆரம்பத்திலேயே கண்டுகொண்ட முதலாளிக்கு, எப்போதைக்குமாக அவரது பள்ளி ஒன்றின் உதவியாளராக அவனை நியமிக்கும் முடிவு மட்டுமே எஞ்சியிருந்தது. எல்லோரையும் போல அவனும் அவனது குறைபாடுகளை மறைக்க முயன்றாலும், எல்லாவற்றையும் மீறி, தன்னுடைய விசுவாசம் மட்டுமே தன் ஒரே நற்குணம் என்பதை அவன் உணர்ந்திருந்தான். எனவே அந்நற்குணத்தை கெட்டியாகப் பற்றிக் கொள்வதிலும் வாய்ப்புக் கிடைக்கும் போதெல்லாம் அதை வெளிப்படுத்துவதிலும் கவனமாக இருந்தான்.

லாலா மோதிசந்த் குடும்பத்தின் விசுவாசமிக்க வேலைக்காரனாக ராம்தாஸ் வளரவேண்டுமாயின் அவனுக்கு சேவகத்தின் சிறப்பை உணர்த்துவது அவசியம் என உணர்ந்த பர்சாதி வாய்ப்புக்

கிடைக்கையிலெல்லாம் ஹனுமன் சாலிஸாவை அவனுக்குப் பாடிக் காட்டுவான். சுற்றி இருப்பவர்களிடமெல்லாம், ஹனுமன் சாலிஸா பாடியவுடன் தன் மகன் அழுகையை நிறுத்தி விடுவதாக அவன் கூறும்போது, சில சமயங்களில் சில நொடிகளிலேயே அதைப் பொய்யாக்கி விடுவான் ராம்தாஸ். *'கற்றவனும், திறமைசாலியும், புத்திக்கூர்மையுடையவனும், ராமனின் சேவகனுமான'* என்கிற வாக்கியம் வரும்போது மெதுவாகவும் திரும்பத்திரும்பவும் அதைச் சொல்லிவிட்டுத்தான் அடுத்த வரிக்குச் செல்வான். அப்படிச் சொல்வதன் மூலம் தனது மகனும் அக்குணங்களைப் பெறுமாறு செய்ய முடியும் என நம்பினான். தங்களது சைகைகள் மூலம் புரிந்துகொள்ளப்படுகிற விஷயங்களைக் குறித்து மறுப்புத் தெரிவிக்க முடியாதென்கிற ஒரே காரணத்தினால் குழந்தைகளின் முகபாவங்கள்தான் அவர்களது பெற்றோரின் அதீத ஆர்வத்தால் எப்படியெல்லாம் மொழிபெயர்க்கப்பட்டு விடுகின்றன! "'*கற்றவன்*' என்கிற வார்த்தையைச் சொல்லும்போது அவன் கண்கள் எப்படி ஒளியுறுகின்றன பார்" என்பான் பர்சாதி ஓம்வதியிடம். அப்படி எதுவும் நிகழ்வதாக அவளுக்குத் தெரிந்ததில்லை. கர்ப்பம் தரித்த பிறகு, திருமணமான புதிதில் தனக்கிருந்த மகிழ்ச்சியை மீட்டுக் கொண்டு வேறொரு மனுஷியாய் மாறிப்போன ஓம்வதி, பர்சாதி இப்படிச் சொல்லுகையில் அவனைக் கேலி செய்வாள். அவன் அவளது கேலியைக் கண்டு கொள்ளாமல், குழந்தைக்கு இச்செய்யுள் மீது அதிகப் பிரியம் உண்டு என்பான்.

ராம்தாஸிற்கு மூன்று வயதானதும் அவனை லாலா மோதிசந்தின் வீட்டிற்கு அழைத்துச் செல்ல ஆரம்பித்தான் பர்சாதி. பள்ளி விட்டு வந்த பிறகு கேஷோலால் விளையாடும் அறைகளுக்குள் சென்று விளையாடுமாறு இவனையும் அனுப்பிவைப்பான். ஆனால் கேஷோலாலை விடச் சில மாதங்கள் வயதில் மூத்தவனான மாதோவின் மகன் பின்ஸிக்கு வேறு திட்டங்கள் இருந்தன. அத்தோடு, வசதியான வீட்டிற்குள் தனிமையாக இருக்கும் ஏழுவயது கேஷோலாலிற்கு, எட்டுவயதான பின்ஸி வேலைக்காரர்கள் குடியிருப்பில் கற்றுத்தேர்ந்திருந்த திறன்கள் – பம்பரம் சுற்றுதல், பட்டம் விடுதல், தெருநாய்கள் மீது கல்லெறிதல் – மீதுதான் ஆர்வம் தோன்றியது. மூன்று வயது ராம்தாஸிடம் அவனுக்கு ஆர்வமூட்டும் எதுவும் இல்லை. முதலாளியின் பேரனுடன் ராம்தாஸைப் பார்க்கும் போதெல்லாம்

மாதோவும் பின்ஸியும் அவனைக் கிள்ளியோ குத்தியோ கால்தடுக்கி கீழே விழ வைத்தோ சண்டை போட வைத்து அங்கிருந்து அகற்றி விடுவார்கள். இதேபோலவே தொடர்ந்து நடப்பதைப் பார்த்த பர்சாதி, தன் குழந்தை அழுவதைக் காணச் சகியாமல் தோல்வியை ஒப்புக்கொண்டு முயற்சிகளைக் கைவிட்டான். பதிலாக அவன் ஹனுமன் சாலிஸாவிற்குத் திரும்பினான். ஏற்கனவே ராம்தாஸிற்கு ஹனுமன் சாலிஸாவின் மீது ஒட்டுதல் இருக்கிறதென்கிற தன் நம்பிக்கையின் அடிப்படையில் அதன் செய்யுள்களை குழந்தைக்குக் கற்பிக்கத் தொடங்கினான். குழந்தை அதை நன்கு கற்றுத் தேறும்பட்சத்தில் ஒரு இளம் துறவியாகவோ அதீதபக்திக்கு எடுத்துக்காட்டானவனாகவோ அவனை மோதிசந்தின் முன் நிறுத்த முடியும் என நம்பினான். ஆனால், குறைந்த நேரம் மட்டுமே கவனம் செலுத்த முடிகிற, எழுத்துக்களையும் ஒலிகளையும் சமயங்களில் வார்த்தைகளையும் மாற்றிக் குழப்பிவிடுகிற, ஒரு சராசரி மூன்றுவயதுக் குழந்தையாகவே ராம்தாஸ் திகழ்ந்தான்.

இதனால் மனம்தளராத பர்சாதி, ராம்தாஸை ஹனுமனின் சாதனைகளில் ஒன்றையேனும் செய்துவிட வைக்கும் பல முயற்சிகளில் ஈடுபட்டான். இதோ இன்னும் ஒரு தாவலில் அந்தச் சாதனையை அடைந்து விடலாம் என்கிற தருணத்தில் சரியாகத் தனக்கு குழந்தை அனுமனாகத் திகழ்வதில் ஆர்வம் இல்லை என குழந்தை ராம்தாஸ் முடிவு செய்து விடுவான். அசோக வனத்தில் சீதையைத் தன்வயப்படுத்தும் பொருட்டு ராவணன் கையாண்ட நான்கு வகை தூண்டல்களையும் – அன்பான அறிவுரை, ஆசை ஊட்டுதல், அச்சுறுத்துதல், துரோகமிழைத்தல் – பர்சாதி ராம்தாஸிடம் முயற்சித்துப் பார்த்தான். ஆனால் உலகம் முழுக்க பெயர் பெற்றிருந்த இந்த நான்கு வகை தூண்டல்களும் அசோக மரத்தின் கீழ் அமர்ந்திருந்த சீதையிடம் என்ன விளைவுகளை ஏற்படுத்தினவோ அதே விளைவுகளைத்தான் ராம்தாஸிடமும் ஏற்படுத்தின. இறுதியாக தனது திட்டங்களையும் போராட்டங்களையும் கைவிட்ட பர்சாதி, “இவன் அனுமனின் அவதாரமாகப் பரிமளிப்பதை ராமபிரான் விரும்பவில்லை.”, “இப்போதைக்கு இல்லை” என்பான் ஓம்வதியிடம்.

ஆனால் அதிசயங்கள் வெவ்வேறு வடிவங்களில் நிகழ்கின்றன. ஒருநாள் மதிய உறக்கத்திலிருந்து முன்னதாகவே முழித்துக்கொண்ட ராம்தாஸ், தனது வழக்கமான பாணியில் குதித்துக் குதித்து நடந்தபடி பள்ளி வளாகத்திற்குள் நுழைந்து மாஸ்டர்ஜியின் அலுவலகத்திற்குள் சென்றுவிட்டான். மாணவர்களைத் தவிர வேறு யாரிடமோ பர்சாதியிடமோ தேவையற்று உரையாடும் பழக்கம் இல்லாத மாஸ்டர்ஜிக்கு தந்தை செய்த தவறின் மீதான கோபத்தை மகன் மீது காட்டும் உந்துதல் ஏற்படுவதுண்டு. ஆனால் குழந்தைகளை நேசிக்கிற அவரது இயல்பான பழக்கத்தால் ராமதாஸைக் காண்கையில் அவன்மீது இரக்கம் தோன்றிவிடும். தந்தையின் தவறுகளுக்கு மகனைத் தண்டிக்க விரும்பாத அவர் அவனை அதிகம் கண்டுகொள்ள மாட்டார். ஆனால் அந்த மதியத்தில் அந்தச் சிறிய தீவிரமான முகத்தில் இருந்த பெரிய ஒளிமிகுந்த கண்களைக் கண்டவர் பர்சாதியை அழைத்தபோது அவனிடமிருந்து பதிலோ அவனோ வரவில்லை என்பதால் தன் பார்வையைத் திருப்பிக் கொண்டார். புத்தகத்தின் மீது தலையைக் குனிந்து விட்ட இடத்திலிருந்து தொடர்ந்து வாசிக்கத் துவங்கிய போது தனது கரத்தின்மீது ஒரு சிறிய கரத்தின் தொடுகையை உணர்ந்தார். நாற்காலியிலிருந்து திரும்பிப் பார்த்தால் பெருவிரலை வாயில் வைத்தபடி இன்னும் அவரையே பார்த்துக் கொண்டிருந்தான் ராம்தாஸ். "என்ன வேணும் உனக்கு?" என அவனிடம் வினவினார்.

வாயிலிருந்து விரலை எடுத்த ராம்தாஸ் தெளிவாகப் புரியும்படி தன் இரு கரங்களையும் அவரை நோக்கி நீட்டினான். தன்னையறியாமல் குனிந்து குழந்தையைத் தூக்கிக்கொண்ட மாஸ்டர்ஜி மடியில் அவனை இருத்திக் கொண்டார். நன்றாக அமர்ந்து கொண்ட ராம்தாஸ் மீண்டும் ஒரு விரலை எடுத்து வாயில் வைத்துக் கொண்டு, இன்னொரு கரத்தால் மாஸ்டர்ஜியின் முன்கரத்தை எடுத்து வருடத் தொடங்கினான். பர்சாதி வரும்வரை அவர்கள் இருவரும் அப்படியே அமர்ந்திருந்தனர். அவன் வந்ததும், "குழந்தையை ஒழுங்கா பார்த்துக்க முடியாதா உன்னால?" என கடுகடுப்புடன் வினவியபடியே ராம்தாஸை கவனமாக அவன் கரங்களில் தந்தார்.

சிரிப்பை மறைத்தபடி, “இனிமேல் இப்படி நடக்காது மாஸ்டர்ஜி” என்றான் பர்சாதி.

தொடர்ந்து வந்த வாரங்களிலும் பல மதியங்களில் ஒரு விரலை வாயில்வைத்து இன்னொரு கையால் மாஸ்டர்ஜியின் முன்கையை வருடியபடி அவரது மடியில் ராம்தாஸ் அமர்ந்திருக்க அவர் நாற்காலியில் அமர்ந்து ஏதேனும் புத்தகம் வாசித்துக் கொண்டிருப்பதைக் காண முடிந்தது. அத்தகைய நாட்களில் குழந்தை அவனே வெளியில் வரும் வரையிலோ மாஸ்டர்ஜி அவனைத் தூக்கிக் கொணர்ந்து முகத்தை நிமிர்ந்து நோக்காமல் தன் அருகில் விடும் வரையிலோ அந்தப் பக்கம் போகாமல் தவிர்ப்பதில் கவனமாய் இருப்பான் பர்சாதி.

◆◆◆

ஒரு பின்மதியத்தின் மெல்லிய உறக்கத்திற்கும் ஆழ்ந்த உறக்கத்திற்கும் இடையில் ஊடாடிக்கொண்டிருந்த மாஸ்டர்ஜியின் நினைவோட்டத்தினூடாக, ஜன்னலுக்கு வெளியே இடையறாமல் ஒலித்த காகத்தின் குரல் ஊடறுத்து நுழைந்தது. இதயம் துடிப்பது செவிகளில் சப்தமாக ஒலிக்க, அதிர்ந்து எழுந்தவர், ஜன்னலுக்கு வெளியே பார்த்தபோது மாலை வரை உறங்கிவிட்டதை உணர்ந்தார். படுக்கையிலிருந்து எழுந்து கொண்டவர் முகம் கழுவி வந்து தன் அறையைச் சுற்றிலும் பார்த்தார். இந்த அறையும் பள்ளியும் இதைச் சுற்றி இருக்கக்கூடிய நகரத்தின் குறுகிய தெருக்களும் நெருக்கமான கட்டிடங்களும் இதை ஒரு கூண்டைப் போல் உணரச்செய்தன. இதன் எல்லைகளிலிருந்து தப்பித்து, நான்கு புறமும் செங்கல் சுவர்களால் சட்டமிடப்படாத வானம் தென்படும் ஓர் இடத்திற்குச் செல்ல வேண்டுமெனத் தோன்றியது. கிளம்பி செங்கோட்டைக்குச் சென்றால் ஒருவேளை ஆறுதல் கிடைக்கலாம். அங்கிருக்கும் நதியைத்தழுவி வரும் மாலைத்தென்றலும் சலவைக்கற்களால் இழைக்கப்பட்ட மணற்சுவர்களும் தருகிற ஆறுதல் தற்காலிகமானதுதான் என்றாலும், அது ஆறுதல் என்பதை மறுக்க இயலாது. அத்தோடு, லாலா மோதிசந்தின் கீழ் டெல்லியில் பணியாற்றி வருகிற இத்தனை ஆண்டுகளில், அவன் வாழ்க்கையில் அனுபவித்து வரும் தொடர் பிரச்சனைகளிலிருந்து நிரந்தர

விடுதலை கிடைக்கவேண்டுமானால், அதற்கு ஒரே ஒரு தீர்வுதான் இருக்கிறது என எண்ணத் தொடங்கியிருந்தான். ஆனால் அதைச் சந்திப்பதற்கு அவன் இன்னும் தயாராகவில்லை.

பள்ளியிலிருந்து வெளியே காலை எடுத்து வைத்த நொடியில், ஆறுதலைத் தேடிக் கிளம்பிய தன் முயற்சியைக் குலைக்கும் விதமாக லாலாமோதிசந்தின் பேரனுக்கு உருது கற்பிக்கிற ஹஸன் மியான் எதிரில் வருவதைக் கண்டான். கன்னாட் ப்ளேஸிற்கு அருகில், நகரின் பெரிய மனிதர்களின் பிள்ளைகள் பயில்கிற ஒரு விலையுயர்ந்த பள்ளியில் பயின்று வந்த தன் பேரனுக்கு அங்கே கற்பிக்கப்பட்ட உருது போதுமானதாக இல்லை என்று மோதிசந்த் கருதியதால் வீட்டில் வைத்து அவனுக்கு உருது கற்பிக்க ஹஸன் மியான் நியமிக்கப்பட்டிருந்தார். பேத்திகளுக்கு உருது வகுப்புகள் தேவையில்லை, ஹிந்தி மட்டுமே போதும் எனக் கருதப்பட்டதால் கேஷோலால் என்கிற ஒற்றை மாணவனுக்கு மட்டும் அவர் கற்பித்து வந்தார். ஆஷாதேவி நினைவுப் பள்ளிக்கு உருது ஆசிரியர் நியமிப்பது செலவினத்தை அதிகரிக்கும் எனக் கருதப்பட்டதால், சம்பளம் வாங்குகிற தினத்தில் மாதம் ஒருமுறை மட்டுமே ஹஸன் மியான் மாஸ்டர்ஜியைச் சந்திப்பார். ஹஸன் மியானுக்கு அளவற்றுப் பேசுகிற பழக்கம் உண்டென்றாலும் அவரது கண்ணியமான குணம் மாஸ்டர்ஜிக்கு பிடித்திருந்தது. உருது பேசுகிறவர்களிடம் வழக்கமாக இருக்கக்கூடிய செயற்கையான, போலித்தனம் நிறைந்த கண்ணியமாக அது இருந்ததில்லை.

சம்பளம் பெறுவது தொடர்பான நடைமுறைகளை முடித்துக் கொள்ள இயல்பாகத் தேவைப்படும் நேரத்தை விடக் கூடுதலாகவே ஹஸன்மியான் எடுத்துக் கொள்வதைக் கவனித்தாலே, அவருக்கு மாஸ்டர்ஜியுடன் நேரம் செலவழிப்பதில் விருப்பம் இருப்பதைப் புரிந்து கொள்ளலாம். புகழ்மிக்க ஒரு கவிதையில் சொல்லப்பட்டுள்ளதைப் போல, வாழ்க்கை என்கிற பாலைவனத்தில் பலரோடு இணைந்து பேரீச்சம் பழங்களையும் தண்ணீர்க்குடுவைகளையும் தங்களுக்குள் பகிர்ந்து கொண்டு பயணிக்கிற சிலர் இருக்கிறார்கள்; தனியாகப் பயணத்தைத் துவங்கினாலும் பாதையில் சந்திப்பவர்களுடன் இடையில் இணைந்து கொள்கிறவர்கள் சிலர் இருக்கிறார்கள்;

ஆனால் வேறு சிலருக்கோ தூரத்தில் ஒரு வழிகாட்டியின் தென்படலோ சில அடிகள் இணைந்து பயணிக்கிற ஒரு துணைக்கான வாய்ப்போ கூட வெறும் கானல் நீராகப் போய்விடுகிறது. மாஸ்டர்ஜி தன்னை இந்தக் கடைசி வகையினருள் ஒருவராகக் கருதிக் கொண்டார். அதனால்தானோ என்னவோ ஹஸன் மியான் அவரது இல்லத்திற்கு அழைத்ததும் உடனே ஒப்புக்கொண்டார்: அப்படி ஒரு அழைப்பு வரும் என எதிர்பார்த்திராததால், அதை மறுப்பதற்கான காரணத்தை யோசிப்பதற்கான நேரமும் அவருக்குக் கிடைக்கவில்லை.

ஹஸன் மியானின் வீட்டில் கழிந்த அந்த மாலை மறக்க முடியாத ஒன்றாக இருந்தது. கேட்பதற்கு மிகச் சாதாரணமானது போல் தோன்றக்கூடிய, "உங்களுக்கு கவிதைகள் பிடிக்குமா?" என்கிற கேள்வியோடு உரையாடலை அவர் துவக்கியதும், தனக்கு மிகப்பிடித்த இரண்டு வரிகளை அதற்கான பதிலாக மாஸ்டர்ஜி அளித்ததும் அதற்குக் காரணமாய் இருந்திருக்கலாம். ஹஸன் மியான் உடனே மறுப்பாகத் தலையசைத்தார். "ராம்ப்ரசாத் பிஸ்மில்லிற்கு அந்த வரிகள் பிடிக்கும் என்பதால் உங்களுக்கும் அவற்றைப் பிடிக்கின்றன என்பது எனக்குத் தெரியும். ஒருவேளை அவருக்கு அது அவரது இதயத்தின் மொழியைப் பேசியதால் பிடித்திருந்திருக்கலாம் அல்லது தனது பெயரைப்போலவே பெயர் கொண்ட பிஸ்மில் அஸீம்பதியால் அது எழுதப்பட்டதால் பிடித்திருந்திருக்கலாம். அவர்கள் இருவரும் மிகச்சிறந்த மனிதர்கள் என்பதில் எந்தச் சந்தேகமும் இல்லை மாஸ்டர்ஜி. ஆனால் அவர்களது கவிதைகள்? அவை கவிதைகளே அல்ல. தன்னை எப்படியும் நசுக்கிவிடக்கூடும் எனத் தெரிந்த ஒரு வலிமைமிகு எதிரியை நோக்கி போருக்குச் செல்கிற அறிவாற்றலும் வாசிப்பும் நிறைந்த இளைஞனின் சந்தங்கள் நிறைந்த போர்முழக்கங்களே அவை."

"எனக்குக் கவிதைகள் பற்றி அதிகம் தெரியாது" என சங்கடத்துடன் மக்கன்லால் முணுமுணுத்ததும், இடிமுழக்கத்துடன் தனது லாயத்திற்குள் நுழையும் சிறிய குதிரையைப் போல அவர் கவிதைகள் பற்றி பொழியத் தொடங்கினார்.

"கவிதை என்று வந்துவிட்டால் அங்கு மூளைக்கு வேலையில்லை. ஆன்மாவின் மூலமாகவே ஒருவர் அதை

அறிந்து கொள்ள முடியும்" என்ற ஹஸன் மியான் உடனடியாக ஒரு சொற்பொழிவினைத் தொடங்கினார். கவிதை சார்ந்த எல்லா சொற்பொழிவுகளையும் போலவே இதுவும் வால்மீகி ராமாயணத்தில் ஆரம்பித்து காளிதாசர், ஜெயதேவின் கீதா கோவிந்தம் வழியாகக் கடந்து ஸாதியின் பலமேற்கோள்களால் பின்னப்பட்டு அமீர் குஷ்ரோவின் புதிர்களில் வந்து நின்றது - வெறும் பெர்சிய மொழியில் மட்டும் எழுதாமல் மக்களின் மொழியிலும் எழுதும்படி அமீர் குஷ்ரோவைத் தூண்டியது ஸாதிதான் என்பது உங்களுக்குத் தெரியுமா? அப்படி அவர் செய்யாமல் விட்டிருந்தால் என்னவாகியிருக்கும்? இன்றைக்கு உருது என்கிற மொழியே இருந்திருக்காது. பிறகு ஜெயஸியும் துளசியும் - ஜெயஸியின் அவதியை நீங்கள் கேட்க வேண்டும் மாஸ்டர்ஜி, அதைச் சத்தமாக வாசித்துக் கேட்டுப்பார்க்க வேண்டும். வறண்ட நிலத்தின் மண் கட்டிகள் மீது பருவகாலத்தின் முதல் மழைத்துளி விழும்போது எழுகிற வாசனையை நீங்கள் அதில் உணர முடியும். பிறகு துளசி! கிணற்றிலிருந்து நீரை வாரி எடுக்கிற ஒரு இளம்பெண்ணின் மோகத்துடன் ஜெயஸியின் அவதியை எடுத்துக் கொள்கிற துளசி தனது ஆசான்களிடமிருந்து கற்றுக் கொண்ட சமஸ்கிருதத்தால் தங்கமும் வெள்ளியும் கொண்டு அவளை அலங்கரிக்கிறார். ஒரு கிராமத்துப் பெண் மகாராணியாய் மாறி நிற்பதைப் பாருங்கள்! ராதாவும் ருக்மணியும் ஒன்றாகியது போல! அவளது ஒளி உங்கள் கண்களைக் குருடாக்காமல் உங்களால் அவளைக் காண முடியுமா பாருங்கள்! அடுத்ததாக, தானொரு ஷியா வாக இல்லாத போதிலும் அனிஸ் மற்றும் தபீர்-ன் மரணச்சிந்துகள் குறித்து தனக்கிருந்த அறிதலைப் பற்றிக் குறிப்பிட்டுவிட்டு, இறுதியாக மீர், தா தெல்வி மற்றும் கலீப்-ன் கஸல் கவிதைகளில் வந்து நங்கூரமிட்டார்.

இரண்டு மணி நேரங்கள் கடந்து விட்டதென மாஸ்டர்ஜி உணரும் முன்பே அடுத்தடுத்து பல கோப்பைத் தேநீர்கள் உட்சென்றிருந்தன. இதற்கு முன் எப்போதும் இருந்திராத வகையில் இச்சந்திப்பில் மிக மகிழ்ச்சியாக உணர்ந்தவர், ஒரு நீண்ட தேர்வெழுதி முடித்தது போல தலை பாரமாக இருப்பதையும் உணர்ந்தார்.

மாஸ்டர்ஜிக்கு விடை கொடுக்கையில், "இன்னும் இரண்டு வாரத்தில் ஒரு பெரிய கவியரங்கம் இருக்கிறது" என்ற ஹஸன் மியான் "அதற்கு நீங்கள் அவசியம் வரவேண்டும்" என்றார். முடியாது என்று சொல்ல முடியாத அளவிற்கு திகைத்துப் போயிருந்த மாஸ்டர்ஜி சரி என்று ஒப்புக் கொண்டார்.

காகத்தின் ஒலியால் விழிக்க நேர்ந்த அந்த பின்மதிய உறக்கத்தினைத் தொடர்ந்து வந்த மாலைதான் ஹஸன் மியான் அழைப்பு விடுத்த கவியரங்கம் நிகழவிருக்கிற மாலை என்பதை அவர் அடியோடு மறந்து போயிருந்தார்.

"மாஸ்டர் மக்கன் லால்" என்றழைத்த ஹஸன் மியான், "எங்க கிளம்பிட்டீங்க?" என்றார்.

மாஸ்டர்ஜி அதே கேள்வியைத் திரும்ப அவரிடம் கேட்டபோதுதான், ஹஸன் மியான் இரண்டு வாரங்களுக்கு முன்பு குறிப்பிட்ட கவியரங்கம் நிகழவிருக்கும் அருகிலிருக்கிற சினிமா அரங்கத்தை நோக்கிச் சென்று கொண்டிருக்கிறார் என்பதைத் தெரிந்து கொண்டார். "இந்தியா முழுவதுமிருந்து கவிஞர்கள் வந்துள்ளார்கள் மாஸ்டர்ஜி" என்றார் ஹஸன் மியான். "போர் தொடங்கியபிறகு நடக்கிற மிகப்பெரிய கவியரங்கம் இது. யாருக்குத் தெரியும்! இப்படியே போர் தொடர்ந்து கொண்டிருந்தால், இதுதான் இன்னும் நெடுங்காலத்திற்கு ஒரு மிகப்பெரிய கவியரங்கமாக நிலைக்கக் கூடும்."

தலையை ஆட்டிய மாஸ்டர்ஜி இந்த உரையாடலை முடித்துக் கொண்டு தன் பாதையில் தொடர விரும்புகிற விதமாக, ஹஸன் மியானின் தோள்களைத் தாண்டி பார்வையைச் செலுத்தினார். ஆனால் ஹஸன் மியான் விடுவதாக இல்லை. "இப்படிப்பட்ட வாய்ப்புகள் அடிக்கடி கிடைக்காது." என்றவர், "உங்களுக்கு கவிதையில் ஆர்வம் இருப்பதாகச் சொன்னீர்கள். நீங்கள் ஏன் என்னுடன் வரக்கூடாது? உங்களைக் கூட்டிக் கொண்டு செல்வதற்காகத்தான் நான் வந்தேன்" என்றார்.

"ஆனால் ஹஸன் மியான், நான்…"

"நீங்கதான அன்னிக்கு வாக்குக் குடுத்தீங்க" குழம்பிய மனநிலையில் மக்கன்லால் தலையை ஆட்டிய

அத்தருணத்தை மிகைப்படுத்தி நினைவூட்டினார் ஹஸன் மியான். "...ரகுவம்சத்தின் கலாச்சாரமானது அதன் பழைய பாரம்பரியத்திலிருந்து..."

"நான் ஒன்றும் ரகுவம்சத்தைச் சேர்ந்தவனல்ல" என்றார் மாஸ்டர்ஜி.

"அதனால் என்ன? நீங்களும் ஒரு நல்ல குடும்பத்தைச் சேர்ந்தவர்தானே?" எனக்கேட்ட ஹஸன் மியான், மாஸ்டர்ஜி லாலாமோதிசந்திற்கு முறைதவறிப் பிறந்த மகன் என்பதாக உலவுகிற வதந்திகள் நினைவிற்கு வந்ததும், தான் தவறிழைத்து விட்டதை உணர்ந்தார்.

முகம் இருண்டு போன மாஸ்டர்ஜி பதில் எதுவும் சொல்லும் முன் முந்திக்கொண்ட ஹஸன் மியான், "நீங்க யாரையாவது பார்க்கறதுக்காகப் போறீங்களா?" என்றார்.

"இல்லை."

"எதையாவது வாங்கறதுக்காகப் போறீங்களா?"

"இல்லை."

"வேற எதாவது வேலைக்காக வெளிய கிளம்பினீங்களா?"

"இல்லை."

"அப்புறம் ஏன் நீங்க என் கூட வரக்கூடாது?" என்றார் ஹஸன் மியான்.

அவரது பெற்றோரைக் குறித்து எழுப்பப்பட்ட ஒரு இயல்பான கேள்வியினால் அடியாழத்திற்குச் சரிந்திருந்த மாஸ்டர்ஜியின் மனநிலையை அதிவேகத்தில் நிகழ்ந்த இந்த அக்கறையுள்ள விசாரிப்பு இயல்பு நிலைக்கு மீட்டுக் கொணர்ந்தது. ஆர்வமிகுதியால் தனது வழக்கமான கண்ணியத் தன்மையிலிருந்து அவர் வழுவி விட்டார் என்பதைப் புரிந்து கொண்ட மாஸ்டர்ஜி, பிரம்மாண்டமான கோட்டைச்சுவர்களருகே தான் தனிமையில் கழிக்கத் திட்டமிட்டிருந்த அமைதியான மாலையை இவருக்காக தியாகம் செய்ய முடிவு செய்தார். ஒரு நண்பனால் மட்டுமே

கோரப்படுகிற வகையில் தனது நேரத்தில் உரிமையுடன் பங்கு கேட்கிற அவர் மேல் இவருக்கு எந்த வெறுப்பும் தோன்றவில்லை. மிக மிகக் குறைவான நண்பர்களை உடையவர்களால் இத்தகைய வேண்டுதல்களை மறுதலிப்பது சிரமம் என்பதால், செங்கோட்டையை நோக்கி முன்னேறும்விதமாக முன்னங்கால்களை அழுத்தி ஊன்றியிருந்த மாஸ்டர்ஜி ஹஸன் மியானுடன் வருவதற்குத் தான் தயார் என உணர்த்தும்படியாக உடலைத் தளர்த்திக் கொண்டார். வேறெதற்கும் காத்திராத ஹஸன் மியான் தனது நடை தடைபடவேயில்லை என்பது போன்ற வேகத்தில் மாஸ்டர்ஜியின் முழங்கையைப் பற்றியபடி அவர் சில நிமிடங்களுக்கு முன்பு வரை செல்ல நினைத்திருந்த திசைக்கு எதிர்த்திசையில் அழைத்துச் சென்றார். "நபன் மியான் நமக்காக அங்க காத்துக்கிட்டிருப்பார்." என்றார் ஹஸன் மியான். "நாம் சீக்கிரம் போகவேண்டும். எனக்காக ஒரு டிக்கெட் வாங்கி வைக்கச் சொல்லி இருந்தேன். ஆனா இப்போ நாம ரெண்டு பேர் இருக்கோம்."

"நபன் மியான்னா? அந்தத் தையல்காரரா?" எனக் கேட்டார் மாஸ்டர்ஜி.

"ஆமா. உங்களுக்கு அவரைத் தெரியும்தானே?" என வினவினார் ஹஸன் மியான்.

"ஒரு தடவையோ என்னவோ அவரைச் சந்தித்திருக்கிறேன்" என்றார் மாஸ்டர்ஜி.

"ம், இனி நீங்கள் அவரை அடிக்கடி பார்ப்பீர்கள்" என்ற ஹஸன் மியான், "லாலா மோதிசந்தின் மகன் லாலா தினாநாத் அவருடன் ஒரு மிகப்பெரிய வியாபார ஒப்பந்தம் செய்து கொள்ளப்போகிறார்" என்றார்.

இதுவரை 'தினா அண்ணா' என்றோ 'பெரிய அண்ணா' என்றோ மட்டுமே தினாநாத் அழைக்கப்படுவதைக் கேள்விப்பட்டிருக்கிற மக்கன்லாலுக்கு, மோதிசந்திடமிருந்து வம்சாவளியாக தினாநாத்திற்கு கடத்தப்படுகிற அதிகாரத்தை உணர்த்தும்விதமாக லாலா தினாநாத் என்று தற்போது அழைக்கப்பட்டதைக் கேட்டதும் அது ஒருநொடி அவரது கவனத்தைக் கலைத்தது.

உடனடியாக தற்போதைய விவாதத்திற்கு தன்னை மீட்டுக் கொண்டவர், "அதெல்லாம் சரி. ஆனால் ஒரு கவியரங்கத்தில்..."

"ஏன்", என்றார் ஹஸன் மியான். "ஒரு தையல்காரர் கவியரங்கத்துக்கு வரக்கூடாதா?"

"இல்லை இல்லை. நான் அந்த அர்த்தத்தில் கேட்கவில்லை..."

மாஸ்டர்ஜி உண்மையில் அந்த அர்த்தத்தில்தான் அதைக் கேட்டார். ஆனால் எந்தச் சமயத்தில் எதைப் பெரிதாக எடுத்துக் கொள்ள வேண்டும், எந்த சமயத்தில் சில விஷயங்களைக் கண்டு கொள்ளாமல் கடக்க வேண்டும் என்பதைத் தெளிவாக அறிந்திருப்பதோடு அதன்படி கவனமாகச் செயல்படுவதிலும் கெட்டிக்காரர் ஹஸன் மியான்.

"மாஸ்டர்ஜி, உங்களைச் சந்தித்த சில தருணங்களில் ஏற்பட்ட பழக்கத்தின் மூலம் சொல்கிறேன், என்னதான் நீங்கள் இவ்வுலக வாழ்வில் ஈடுபட்டு வேலை செய்து சம்பாதித்து வாழ்வை நடத்துகிற போதிலும், அடிப்படையில் நீங்கள் ஒரு பக்கிரியின் குணநலன்களைக் கொண்டவர்" என்றார் ஹஸன் மியான். "அதோடு, உங்களுக்கு செங்கொடியின் மீது நம்பிக்கை உண்டு என்பதையும் அறிவேன். உங்களைக் குறித்து ஊகிக்க அனுமதிப்பீர்களானால், உங்களுக்கு விருப்பமான கவிஞர் பிஸ்மில்-இறைவன் அவருக்கு சொர்க்கத்தில் இடம் நல்கட்டும் – உட்பட நம்பிக்கைகளின் பொருட்டு செயலில் இறங்கிய பல்வேறு இளைஞர்களைப் போல நீங்களும் இறங்க இயலாதவாறு உங்களது வாழ்வின் துயரங்களே உங்களைத் தடுப்பதாகக் கருதுகிறீர்கள். ஏற்கனவே உங்களைக் காயப்படுத்தும்படியாக இந்த அளவிற்கு நான் பேசிவிட்டதால், இன்னும் ஒரு விஷயத்தையும் சொல்லி விடுகிறேன். எல்லா மனிதர்களுமே செயல்வீரர்களாய் இருக்க முடியாது என்பதைக் காலம் செல்லச் செல்ல நீங்கள் புரிந்து கொள்வீரகள். உண்மையில், செயலே பல சமயங்களில் சிந்தனைக்கும் உணர்வுகளுக்கும் எதிரியாக இருக்கிறது. செயலில் இறங்க விரும்புகிற ஒரு மனிதன் அதற்கு முன்னதாக தனது மூளையை அமைதிப்படுத்த வேண்டும். இல்லையா? படகிலிருந்தபடி பீரங்கியைச் செலுத்த முடியுமா? சிந்திக்கிற மனிதன் ஒரு படகைப் போன்றவன். இல்லையா? உறுதியாக நின்று

பீரங்கியின் அதிர்வைத் தாங்க முடியாதபடி எப்போதும் அசைந்து கொண்டே இருக்கின்ற ஒரு படகு. செயல் வீரர்கள் செயலில் இறங்கும்முன் தன்னைத்தான் கேள்வி கேட்டுக் கொள்வதை நிறுத்தியே ஆக வேண்டும். ஆனால் எண்ணங்களின் மனிதன், நிச்சயங்களின் ஆபத்து குறித்த அறிதலும் அச்சமும் உடைவயனாய் இருப்பதால் அவனால் கேள்வி கேட்பதை நிறுத்த முடிவதில்லை. ஆனால், செயல் வீரனாய் இருக்க முடியவில்லை என்பதற்காக உங்களை நீங்கள் நிந்தித்துக் கொள்ளத் தேவையில்லை: இவ்வுலகிற்கு இரண்டு விதமான மனிதர்களும் தேவைப்படுகிறார்கள். நாம் வாழுகிற காலம் செயல்வீரர்களைக் கோருவதாக இருப்பதாலோ, ஒவ்வொரு மனிதனையும் ஏதேனும் ஒரு செயலில் ஈடுபட வற்புறுத்துவதாக இருப்பதாலோ சிந்திக்கிறவர்களுக்கு இங்கே தேவை இல்லை என எண்ண வேண்டாம். ஒருவகையில், எப்போதையும் விட இப்போதுதான் அவர்கள் அதிக முக்கியத்துவம் வாய்ந்தவர்களாகிறார்கள்.”

தொண்டையைக் கனைத்துக் கொள்வதற்காக அவர் எடுத்துக் கொண்ட இந்த சிறிய இடைவெளியைப் பயன்படுத்தி, “ம்... ஹஸன் மியான்” என மாஸ்டர்ஜி பேசத் தொடங்கினார்.

அதற்குள் தொண்டையைக் கனைத்து குரலை மீட்டுக் கொண்ட ஹஸன் மியான், “என்னை மன்னித்து விடுங்கள் மாஸ்டர்ஜி” என்றார். “இவ்வளவு நேரம் நான் பேசியதற்கும் நபன் மியானுக்கும் என்ன சம்பந்தம் என நீங்கள் நினைக்கலாம். நீங்கள் உடுத்திக்கொள்வதையும் உங்கள் வாழ்க்கை முறையையும் பார்க்கிற போது நீங்கள் ஒரு பக்கிரியின் குணநலன்களைக் கொண்டவர் என எனக்குத் தோன்றியது. அரசியல் பக்கிரி எனச் சொல்லலாம், என்றாலும் பக்கிரிதான். அதைத்தான் நான் சொல்ல வந்தேன். ஆகவேதான் நபன் மியானின் கலைத்தன்மைக்கான சான்றுகளை தினந்தோறும் நீங்கள் காண நேர்ந்தாலும் அதை உங்கள் மனம் உள்வாங்கிக்கொள்ளவில்லை.”

“ஓ!” தாங்கள் பேசிக்கொண்டிருந்த விஷயத்திற்கும் தன்னைப் பற்றி ஹஸன் மியான் அவதானித்த துல்லியமான-தன்னை வருத்தி வருகின்றதென தானே அறியாத ஒரு பிரச்சனை குறித்த-

கணிப்பிற்கும் இடையிலான தொடர்பை அறிந்து கொண்டதில் ஆசுவாசமடைந்தார் மாஸ்டர்ஜி. ஹஸன் மியான் சொன்னது போல அவர் மனம் புண்பட்டிருக்க வேண்டும்தான் என்றாலும் தன்னுடைய சொந்த வாழ்வு குறித்த இந்த எதிர்பாராத இடையீட்டைத் தான் விரும்பவில்லை எனத் தனக்குள் ஒலிக்கிற எதிர்க்குரலைப் புரிந்து கொள்கிற முயற்சியில் அவர் இருந்தார்.

"எல்லாவற்றிற்கும் மேலாக, துணிகளில் மிகவும் நேர்த்தியான ஒரு நேர்கோட்டையோ வசீகரம்மிக்க வளைகோட்டையோ வரைய முடிகிறவர் அவர்; ஆடையை அணிவதற்குப் பதில் அதை உள்புறம் திருப்பி அங்கே அழகாகவும் சீராகவும் இடப்பட்டிருக்கிற தையலை ரசிக்கத் தூண்டுகிற விதம் தைக்கக் கூடியவரும் கூட; ஒரு பூவேலைப்பாட்டின் அழகை அதைச் சுற்றியுள்ள வெற்றுப்பரப்பே அதிகப்படுத்துகிறது என்பதைப் புரிந்திருக்கக்கூடியவரான அவர் ஓர் உயர்ந்த கலையில் ஈடுபடுபவர் அல்லவா? அல்லது எத்தனையோ பேரைப்போல நீங்களும், வயிற்றுப்பாட்டிற்காகக் கைகளால் செய்யப்படுகிற வேலைகள் சிந்தனை சார்ந்த வேலைகளை விடக் கீழானவை எனக் கருதுகிறீர்களா?" எனக் கேட்டார் ஹஸன் மியான்.

நிஜத்தில் தான் அவ்வாறுதான் எண்ணிவிட்டோம் என்பதை உணர்ந்த மாஸ்டர்ஜி, "இல்லையில்லை. நான் அப்படிக் கருதவில்லை" என்றார்.

மாஸ்டர்ஜி வெற்றிபெற விரும்பியிருக்காத இந்த வாதத்தை வெற்றி கொண்டுவிட்ட உற்சாகத்தில் தொடர்ந்து பேசிய ஹஸன் மியான், "ஆனால் நபன் மியானுக்கு கவிதையில் அத்தனை தேர்ந்த ரசனை ஒன்றும் கிடையாது. மொழியின் நுணுக்கங்களை அறிந்துகொள்ளும் அளவிற்கு அவருக்கு அறிவுமில்லை. ஒரே ஒரு இணைப்புச்சொல் கொண்ட செய்யுளை வேண்டுமானால் அவரால் கவனித்துப் புரிந்து கொள்ள முடியும். கூடுதலாக ஒன்றைச் சேர்த்துவிட்டால் கூட, "இது என்ன கவிதையா இல்லை தையலா" எனக் கேட்டபடி கைகளை விரித்துவிடுவார்" எனச் சொல்லி வெடித்துச் சிரித்தார்.

பல இணைப்புச் சொற்களால் பிணைக்கப்பட்ட தொடர் செய்யுள்களை பலமுறை வாசித்திருப்பதால் இதில் உள்ள நகைச்சுவையை மாஸ்டர்ஜியால் புரிந்து கொள்ள முடிந்தாலும்,

ஹஸன் மியான் இப்படி விழுந்து விழுந்து சிரிப்பதற்கு இதில் என்ன இருக்கிறது எனப் புரியாததால் மரியாதையின் பொருட்டு பலகீனமான ஒரு புன்னகையை உதிர்த்து வைத்தார்.

மூச்சுவாங்கியபடி நிதானித்து கைகளை உயர்த்திய ஹஸன் மியான் தான் சொல்லியதைத் திருத்த முயல்வது போல் "இருந்தாலும்" எனத் தொடர்ந்தார். "துணிகளுக்கோ அவை கொண்டு உருவாக்க முடிகிறவற்றிற்கோ தொடர்பில்லாத ஒரு இடத்தினைச் சார்ந்த வசீகரமிக்க கோடுகளை ரசிக்கும் திறன் நபன் மியானிற்கு நன்றாகவே வாய்த்திருக்கிறது என்பதையும் நான் சொல்லித்தான் ஆக வேண்டும்."

"அவர் ஒரு கையெழுத்து வல்லுநரா?" என வினவினார் மாஸ்டர்ஜி.

"கையெழுத்து வல்லுநர்!" மீண்டும் ஆரம்பித்த ஹஸன் மியான், இம்முறை நடப்பதை நிறுத்தித் தன்னை நிதானித்துக்கொள்ளும் அளவிற்கு அடக்கமாட்டாமல் சிரித்தார். "மாஸ்டர்ஜி, நான் நினைத்ததை விட வெகுளியா இருக்கீங்களே நீங்க!" என்றார்.

"ஓ! அந்த அர்த்தத்தில சொல்றீங்க!" ஹஸன் மியான் சொன்னதன் பொருளை உணர்ந்து கொண்ட மாஸ்டர்ஜியின் கன்னம் வெட்கத்தில் சிவந்தது.

"புரிந்ததுதானே?" என்றபடி வலது ஆட்காட்டி விரலை வலது மூக்கின் மேல் வைத்து சைகை செய்து நிஜமாகவே மாஸ்டர்ஜி தான் சொன்னதைப் புரிந்து கொண்டார் என்பதை உறுதிசெய்து கொண்டார் ஹஸன் மியான்.

"நீங்கள் கவனித்திருக்கக்கூடும் மாஸ்டர்ஜி, செல்வமும் புகழும் வாய்க்கப்பெற்றிருப்பவர்கள் வெவ்வேறு வழிகளில் இன்பம் துய்க்க முயல்கிறார்கள். சிலர் பட்டம் விடுகிறார்கள், சிலர் குதிரைச்சவாரி செய்கிறார்கள், சிலர் தங்களது மாலைகளை பாடும் பறவைகளோடு கழிக்கின்றனர். இவர்கள் வளர்த்துக் கொள்ளும் இத்தகைய பழக்கங்கள் அவர்களது பொழுதுபோக்கிற்காக மட்டும் பயன்படுவதில்லை; மேல்தட்டுக் குடும்பங்களில் பிறக்கிறவர்கள் தங்களது நேரத்தின் சிறுபகுதியைக் கூட பயனுள்ள வகையில் கழிக்க வேண்டிய

அவசியம் ஒருபோதும் ஏற்படாது என்பதாக நிலவி வருகிற நம்பிக்கைகளை வலுப்படுத்துவதற்கும் கூட இவர்களது இப்பழக்கங்கள் உதவுகின்றன. ஆனால் பாவம் நபன் மியான்! தங்களது குடும்பப் பெயரின் புகழை கடைவீதியின் அதிகம் விரும்பப்படுகிற விலைமாதுவின் அன்பைச் சம்பாதிப்பதன் மூலம் அதிகப்படுத்துகிற வாய்ப்பை தன் குழந்தைகளுக்கு நல்குகிற பெற்றோருக்கு அவர் பிறக்கவில்லையே! பெண்களின் மீது விருப்பமுடையவர்கள் இப்படிப்பட்ட குடும்பங்களில் பிறந்து விடுகிற போது அவர்களுக்கு ஒரே ஒரு வழிதான் எஞ்சுகிறது."

இம்மாலையில் இன்னொரு தவறான அனுமானத்தை முன்வைக்க விரும்பாத மாஸ்டர்ஜி, "அது என்ன வழிமுறை ஹஸன் மியான்?" என வினவினார்.

"வேறென்ன! திருமணம்தான்" என்றார் ஹஸன் மியான். "ஒரு மனைவியுடனும் கலீமுல்லாவின் சீடன் என்கிற அடையாளத்துடனும் இருபதாண்டுகளுக்கு முன்பு அவர் லக்னோவிலிருந்து டெல்லிக்கு வந்தார். காலப்போக்கில் நிறைய வாடிக்கையாளர்களையும் இன்னும் இரண்டு மனைவிகளையும் சம்பாதித்தார். அதன்பிறகு லக்னோவிலிருந்து அவருடன் வந்த மனைவி இறந்து விடவே, இன்னொரு பெண்ணைத் திருமணம் செய்து கொண்டார். பழைய மனைவிகளில் ஒருவர் வீட்டை விட்டு ஓடிப் போய் விட்டபிறகு கொஞ்ச காலத்திற்கு இரண்டு மனைவிகளுடன் இருந்தார். தற்போது தனது வீட்டிற்கு சில வீடுகள் தள்ளி வசிக்கிற பதினாறு வயது கூட ஆகாத நிலவைப் போன்ற வதனம் கொண்ட ஒரு பெண்ணுடன் அவர் காதலில் இருக்கிறார். எனக்கு மட்டுமல்ல, அந்த நல்ல மனிதருடன் பல காலங்கள் நெருங்கிப் பழகுகிற பலருக்கும் 'அவருக்கு அந்தப் பெண்ணின் மீதல்ல காதல், அவருடைய காதலெல்லாம் காதல் என்கிற உணர்வின் மீதுதான்' எனத் தோன்றத் தொடங்கிவிட்டது. கடவுள் சாட்சியாகவும் அவரது சாட்சியாகவும் சொல்கிறேன். தன்னுடைய ஒவ்வொரு மனைவியின் மீதும் அவர் உண்மையான, அழியாத காதலைக் கொண்டிருந்தார். ஒருவேளை, ஒரே சமயத்தில் ஒன்றிற்கு மேற்பட்ட முகங்கள் மீது தீராக் காதலை உணர்வது எப்படி சாத்தியம் என்பது எனக்குப் புரியாமல் இருக்கலாம். ஸாதி சொல்வதைப் போல,

"ஒருபோதும் தேனீக்களால் கொட்டப்படாத ஒருவரிடம் தேனீயைப் பற்றிப் பேசுவது பயனற்றது." ஒரே ஒருமுறை மட்டுமே தேனீயினால் கொட்டப்பட்டவன் என்கிற வகையில் – நிஜமாய்த்தான் சொல்கிறேன் – அந்த ஒன்றே வாழ்நாள் முழுவதும் நீடிக்கப் போதுமானது எனக் கருதுகிறவன் என்கிற வகையில் என்னால் நபன் மியானின் இதயம் செயல்படும் நுட்பமான விதம் குறித்துப் புரிந்து கொள்ள முடியாமல் போகலாம். ஆனால் அதற்காக நான் அதைத் தவறென்று சொல்லக்கூடாது. ஆனால், உண்மையைச் சொல்கிறேன் மாஸ்டர்ஜி, நபன் மியான் எனது நீண்ட கால நண்பர்தான், எனினும் அவர் வருகிறபோதெல்லாம் எனது மகளை அறையை விட்டு வெளியே வர நான் அனுமதித்ததில்லை."

"ஆனால் அவர் அப்படிச் செய்யமாட்டார்..."

"நீங்கள் சொல்வது சரிதான்." என்றார் அவர். "அவர் அப்படிச் செய்யாமல் போகலாம்தான். ஏற்கனவே குடும்பத்தை நடத்துவதற்கு மிகச் சிரமப்படுகிறார். காலப்போக்கில் அவரது வருமானம் அதிகரித்ததைப் போலவே தேவைகளும் அதிகரித்திருக்கின்றன. மனைவிகளின் எண்ணிக்கை அதிகரிக்கையில் என்னவெல்லாம் நடக்கும் என உங்களுக்கே தெரியும்."

"என்ன நடக்கும் ஹஸன் மியான்?"

"குழந்தைகளின் எண்ணிக்கை அதைவிட அதிகரிக்கும். பிறகு டெல்லியின் அதிகம் நாடப்படுகிற தையல்காரர் தனது பைசாக்களையும் அனாக்களையும் எண்ணி எண்ணிச் செலவளிக்க வேண்டியிருக்கும். நபன் மியான் தனது நீண்ட வாழ்வில் ஏற்றி வைத்த காதல் தீபங்கள் அவரது பணப்பையில் இருந்த விட்டிற்பூச்சிகளை எல்லாம் கருக்கியதில், இப்போது அவரை விட ஒரு கஞ்சனை ஷாஜஹான்பாத்தில் நீங்கள் காண முடியாதென்கிற நிலைமைக்கு வந்துவிட்டார். அதனால்தான் லாலா தினாநாத்துடன் போடவிருக்கிற ஒப்பந்தம் குறித்து அவர் மிக மகிழ்ச்சியாக இருக்கிறார். அதில் வருகிற பணத்தைக் கொண்டு தனது மகள்களில் இருவரது திருமணத்தை முடித்துவிடலாம் என எண்ணியிருக்கிறார். ஷ்..ஷ்... இதோ

இருக்கிறார் அவர். நபன் மியான், வணக்கம். எப்படி இருக்கீங்க?"

நபன் மியான் குறித்து மாஸ்டர்ஜி தன் கற்பனையில் கட்டமைந்திருந்த கம்பீரமான பிம்பத்தை ஒப்பிடுகையில் அவரது குள்ளமான மெலிந்த தேகமும் இரண்டு அங்குல நீள தாடியுடனிருந்த நீள்வட்ட முகமும் ஏமாற்றத்தையே அளித்தது. மிகவும் எரிச்சலடைந்தவராக ஹஸன் மியானை நோக்கி வந்தவர். "ஏன் இவ்வளவு நேரம்? நிகழ்ச்சி துவங்கப் போகிறது" என்றார். "இந்தாங்க உங்க டிக்கெட். மூணு பைசா."

"நாம ஒரு அணா டிக்கெட் வாங்கப் போறோம்னுல்ல நான் நினைச்சேன்" என்றபடி டிக்கெட்டை வாங்கி ஒரு அடி தூரத்தில் நீட்டிப்பிடித்து அதில் என்ன எழுதியிருக்கிறதென வாசிக்க முயன்றார் ஹஸன் மியான்.

"நீங்க வேணா பணக்காரராக இருக்கலாம். ஆனால் நான் ஏழையாச்சே" என ஹஸன் மியானிடம் சொன்னவர், மாஸ்டர்ஜியின் பக்கம் திரும்பி, "வணக்கம் மாஸ்டர் மக்கன் லால். நீங்களும் கவியரங்கத்துக்குதான் வந்திருக்கீங்களா? ரொம்ப நல்லது. நாம ரெண்டு பேரும் கொஞ்சம் அறிமுகமாகிக்கறதுக்கு இது ஒரு நல்ல வாய்ப்பு" என்றார்.

"முதல்ல டிக்கெட் வாங்கட்டும் அவர்" என்றார் ஹஸன் மியான். "நாம இந்த பொதுஜனங்களோடதான் உட்கார்றதுன்னு நீங்க முடிவு பண்ணிட்டதால் இப்போ இவர் பாவம் இந்த மந்தையோட சண்டை போட்டு டிக்கெட் வாங்கணும்."

ஹஸன் மியான் சரியாகக் குறிப்பிட்டது போல, அந்த கும்பலுக்கிடையே சண்டையிட்டு டிக்கெட் தரப்படும் இடத்திற்குச் சென்று பதினைந்து நிமிடங்களில் திரும்பினார் மாஸ்டர்ஜி. முழங்கால்களில் இடித்தபடியும் அதற்கு மன்னிப்புக் கோரியபடியும் ஹஸன்மியானைப் பின்தொடர்ந்து பின்னாலிருக்கிற ஒரு வரிசைக்குச் சென்றனர். பொதுமக்கள் அமர்வதற்கென அரங்கத்தில் ஒதுக்கப்பட்டிருக்கிற இடம் அது. முன் வரிசையானது காவல்துறையின் மூத்த அதிகாரிகள், நீதிபதிகள், ஆட்சியர்கள், பிரபல தொழிலதிபர்கள், கல்லூரிப் பேராசிரியர்கள் போன்ற முக்கியமான

மனிதர்கள் அமர்வதற்கென ஒதுக்கப்பட்டிருந்தது. ஆனால் பிற பார்வையாளார்கள் தங்களை கவனிக்கவும் தங்களது முக்கியத்துவம் குறித்து விவாதிக்கவும் வாய்ப்பளிக்கும்படி அவர்கள் அனைவரும் இருக்கைகளில் அமராமல் ஆங்காங்கே நின்று தங்களுக்குள் உரையாடியபடி இருந்தனர். லாலா மோதிசந்தும் அங்கே இருந்தார் – தங்க ஜரிகையுடைய வேட்டியும், தந்தத்தின் நிறத்திலான -அதே நிறத்தில் பூ வேலைப்பாடு செய்யப்பட்டிருந்த- குர்தாவும் அணிந்தபடி கருப்பு நிற ஷெர்வானி அணிந்த ஒரு மனிதருடன் பேசிக் கொண்டிருந்தார். பின் வரிசையிலிருந்து பார்த்தால் கூட தெரியக்கூடிய வகையில் மின்னுகிற ஒரு வெள்ளிச் சங்கிலியானது அந்த கருப்பு ஷெர்வானியின் பாக்கெட்டிற்குள் - அதற்குள் இருக்கிற ஒரு பாக்கெட் கடிகாரத்துடன் அது பிணைக்கப்பட்டிருக்க வேண்டும் - சென்று முடிந்து அதன் கம்பீரத்தை மேலும் அதிகப்படுத்தியது.

“லாலாஜி கூடப் பேசிட்டிருக்கிறவர்தான் ரஃபே சாஹேப்” என்றார் நபன் மியான்.

நபன்மியான் எதையோ குறிப்பால் உணர்த்த விரும்புகிறார் என்பதைப் புரிந்து கொண்ட ஹஸன் மியான், “அவர் அணிந்திருக்கிற ஷெர்வானியோட நேர்த்தியைப் பாருங்க. கச்சிதம்! ரஃபே ஸாஹேப் இயல்பிலேயே வசீகரமான ஆள் என்பது உண்மைதான். ஆனால், நபன் மியானோட தையல்கலையின் பங்கு இல்லைனா அவரோட வசீகரமெல்லாம் ஒண்ணுமே இல்ல” என்றார்.

மாஸ்டர்ஜி இதுவரை ரஃபே ஸாஹேப்பைப் பார்த்ததில்லையாதலால் நபன்மியானின் திறமையால் மெருகூட்டப் படாத அவரது அழகு எத்தகையது என்பது குறித்து அவருக்குத் தெரியவில்லை. ஹஸன் மியானும் கூட இதற்கு முன் ரஃபே ஸாஹேப்பைப் பார்த்திருக்க மாட்டார் என்றே தோன்றியது. இதுவரை வாழ்வில் ஒருமுறை கூட ஷெர்வானி அணிந்திராத மாஸ்டர்ஜி “உண்மைதான். அற்புதமாக இருக்கிறது” என்றார். பிறர் அணிகிற போதும் கூட தையலின் பொருட்டோ வேறெதன்பொருட்டோ அவர் அதை உற்றுக் கவனித்ததும் இல்லை.

திடீரென அவருக்குள் ஓர் எண்ணம் ஓடியது. இந்த ரஃபே ஸாஹேப்பும் கூட அறக்கட்டளை மூலம் பள்ளியொன்றை நடத்திவரலாம். அங்கே தன்னைப் போலவே ஒரு முஸ்லீம் இளைஞன் பணி செய்து வரலாம். இளைஞனும், நேர்மையாளனும், லட்சியவாதியும், தன் கல்வி தந்த நம்பிக்கையினைப் பற்றிக் கொண்டு நன்மையும் தீமையும் விதவிதமான சிந்தனாமுறைகளும் நிறைந்த இவ்வுலகிற்குள் நுழைந்தவனுமாகிய ஓர் இளைஞன். செல்வமோ பெரிய மனிதர்களின் தொடர்போ இல்லாவிட்டாலும் கூட தன்னளவில் உயர்ந்த குணங்களான தனது அறிவையும் அர்ப்பணிப்பையும் கொண்டே உலகினை வெற்றி கொள்ள முடியும் என நம்பி ஏமாற்றமடைந்த ஒரு இளைஞன். ஒருவேளை ரஃபே ஸாஹேப்ற்கு முறைதவறிப் பிறந்த அந்த இளைஞனுக்கு மாஸ்டர்ஜிக்கு வழங்கப்பட்டதைப் போல அதிகாரம் வழங்கப்பட்டாலும், பணமும் பெரிய மனிதர் தொடர்பும் மட்டுமே ஒருவரை வெற்றிபெறச் செய்யும் என்கிற நிலைமையில் இருக்கிற இந்த உலகம் நிஜமாகவே வெற்றி கொள்ளத் தகுதியானதுதானா என்கிற கேள்வி எழவே செய்யும். தூக்கிலிடப்பட்டோ சுட்டுக் கொல்லப்பட்டோ உயிரிழந்த மதிப்புமிக்க இளைஞர்களை விட்டு விடலாம். தற்போது தலைவர்களாய் உயர்ந்த இடத்திலிருக்கும் எவரேனும் கீழ்மட்டத்திலிருந்து வந்ததவர்களாய் இருக்கிறார்களா? அவர்கள் அனைவருமே பணக்காரர்களின் வாரிசுகளாகவும், வக்கீலாகவோ மருத்துவராகவோ, இது போன்ற வேறு துறைகளில் நுழையும் அளவிற்கு கல்வி கற்கும் வாய்ப்பு பெற்றவர்களாகவோதான் இருக்கிறார்கள். அவர்களது அறிவாற்றல் குறித்தோ திறமை குறித்தோ மேம்பட்ட நற்குணங்கள் குறித்தோ சந்தேகம் எதுவும் இல்லையென்றாலும், இன்று அவர்கள் அடைந்திருக்கிற தலைமைப் பதவிகளுக்கு அவர்களது பிறப்பு ஓர் அடிப்படைக் காரணமல்லவா? பல்வேறு காரணங்களால் தூண்டப்படுகிற இம்மாதிரியான சிந்தனைகள் வழக்கமாக ஏற்படுத்துகிற மன அழுத்தத்தையே மாஸ்டர்ஜியின் இச்சிந்தனையும் ஏற்படுத்தியது. இவ்வுணர்வினைக் கட்டுப்படுத்த பலகீனமாக அவர் முயன்று கொண்டிருந்த போது, விழா ஒருங்கிணைப்பாளரான ரஃபே ஸாஹேப் கவிஞர்கள் அனைவரையும் மேடையில் வந்து

தமது இருக்கைகளில் அமருமாறு ஒலிபெருக்கியில் கேட்டுக் கொண்டார்.

சூறையாடப்பட்ட தோட்டம் போலாகிவிட்ட டெல்லியில் இந்தியா முழுவதிலுமிருந்து நைட்டிங்கேல் பறவைகள் வந்து குழுமியுள்ளன என்றும் அப்பறவைகளின் பாடல்கள் இவ்வறண்ட நிலத்தை மீண்டும் பூத்துக்குலுங்கச் செய்யவிருக்கிறது எனவும் அவர் பார்வையாளர்களிடம் தெரிவித்தார். கவியரங்கத்தைக் காண வந்திருக்கிற பிரமுகர்கள் பற்றிக் கூறுகையில் தனது உருவகத்தைச் சற்றே மாற்றி, "இன்று இரவு வானில் பல நிலவுகள் தோன்றியிருக்கின்றன" என்றார்.

"ஆனால் அவை எதுவும் ரஃபே ஸாஹேப்பைப் போல ஒளிரவில்லை" என மேடையை நோக்கிச் சப்தமிட்டார் ஹஸன் மியான்.

"எல்லாம் நபன் மியானின் தையற்கலை செய்த மாயம்" தொடர்ந்தார் மாஸ்டர்ஜி.

"என்ன?" என ஒரு நொடி குழம்பிய ஹஸன் மியான் சில நிமிடங்களுக்கு முன் தான் கூறியதை நினைவுகூர்ந்து "ஆமா ஆமா, கண்டிப்பா" என்றார்.

உதட்டைச் சுருக்கிப் புன்னகைத்தபடி கையை உயர்த்தி நபன் மியான் வெளிப்படுத்திய அடக்கம் ஒருவரும் நம்பும்படியாக இல்லை. "லாலா மோதிசந்தின் குர்தாவைப் பார்த்தீர்களா? சீனப்பட்டு. ஒரு அடி பன்னிரெண்டு ரூபாய்."

லாலா மோதிசந்தின் குர்தாவில் நபன் மியானின் கைவேலை குறித்து மாஸ்டர்ஜி புகழ்வதற்கோ தன்னுடைய வேலை குறித்து தானே கவன ஈர்ப்பு செய்வது குறித்து நபன் மியானை ஹஸன் மியான் நிந்திப்பதற்கோ முன்பு, அவர்களுக்கு முன்வரிசையில் அமர்ந்திருந்த – மந்தை எனக் குறிப்பிடப்பட்டவர்களில் – ஒருவர் திரும்பி, "நீங்க ஏன் தயைகூர்ந்து மேடைக்குச் சென்று அங்கிருக்கிற பிரபலங்களுடன் அமரக்கூடாது. உங்களுடைய அறிவுபூர்வமான் உரையாடலால் நாங்கள் மட்டும் பயன்பெற்றால் அது அநீதியாகி விடாதா" என்றார்.

தலையைப் படிய வாரி வருகைபுரிந்திருந்த இளங்கவிஞர்கள் முதலில் கவிதை வாசித்தார்கள். ரொம்பவும் சோகையாகவோ நம்பமுடியாத அளவிற்கு உரத்தோ ஒலித்த அவர்களது கவிதைகளுக்கு நாகரீகத்தின் அடிப்படையில் சிரத்தையின்றி கைதட்டிய பார்வையாளர்கள், அவ்வப்போது குறிப்பிட்ட சில வரிகளுக்கு மட்டும் உற்சாகமாய் பாராட்டுத் தெரிவித்தனர். அவ்வரிகள் தன்னளவில் சிறந்தவை என்பதற்காக அன்றி, எதிர்காலத்தில் நல்ல படைப்புகளைத் தருவதற்கான சாத்தியங்களைக் கொண்டிருந்தன என்பதற்காக இருந்தது அந்தப் பாராட்டு. அடுத்ததாக மத்திம வயதைச் சேர்ந்த கவிஞர்கள் வந்தார்கள். தவறுகள் செய்து அதைத் திருத்திக்கொண்ட அனுபவத்தால் வந்த மெருகு அவர்களது கவிதைகளில் தெரிந்தது. பார்வையாளர்களின் உணர்வுகளை எழுச்சியுறச் செய்யும்படி கவிதையை வடிவமைக்கவும் ஒலிபெருக்கியில் கவிதை அதன் உச்சத்தை நோக்கி நகரும்போது தேவையான இடங்களில் இடைவெளியை அனுமதிக்கவும் இத்தனை ஆண்டு அனுபவத்தில் அவர்கள் கற்றிருந்தார்கள். இந்தப் பகுதியில் கவியரங்கம் சூடுபிடிக்கத் தொடங்கியது. கச்சிதமாய்த் திரண்டிருந்த கவிதைகளின் நுட்பமான மொழிநடை பார்வையாளர்களை உற்சாகப்படுத்தியது. தங்களுக்கு விருப்பமான பழைய கஸல்களைப் பாடும்படியான கோரிக்கைகளும் எழுந்தன. அவர்கள் விரும்பிக்கோரிய கஸல்கள் பாடப்பட்டபோது பாடியவரும் கோரியவரும் காலத்தால் பின்சென்று கடந்தகாலத்தின் வாசத்தை நுகர்ந்தபடி நிகழ்காலத்திற்குப் பயணிப்பது போல் உணர்ந்தனர். எதிர்பாராமல் வந்துவிழும் வார்த்தைத் தெறிப்புகள் தரும் கிளர்ச்சியையும், மொழியின் லயத்தால் தட்டாமாலை சுற்றப்படுகிற பரவசத்தையும் எதிர்நோக்கி காத்திருந்த பார்வையாளர்கள் தங்களது எதிர்பார்ப்பு நிறைவேறிய தருணங்களில் இருக்கைகளை விட்டு எழுந்து கரகோஷம் எழுப்பினர், கைகளை விரித்து விரித்து பாராட்டுதலை வெளிப்படுத்தியவர்கள் அருகிலிருப்பவர்களிடம் திரும்பி தங்களை நெகிழ்த்திய வரிகளை மறுபடி உச்சரித்து மகிழ்ந்தனர்.

அதீஷ் ஜலந்தரியின் முறை வந்தபோது கிட்டத்தட்ட நள்ளிரவு ஆகியிருந்தது. மெதுவாக எழுந்து நிமிர்ந்து நின்று கொண்டவர் ஒரு காலை இழுத்து இழுத்து நடந்தபடி

சிரமப்பட்டு ஒலிபெருக்கியை நோக்கிச் சென்றார். முழுவதும் வெண்மையாகியிருந்தது அவரது தாடி; நீண்ட நேரம் அமர்ந்திருந்ததில் அவரது கருப்பு மேலங்கி கசங்கிவிட்டிருந்தது. மாலை முழுவதும் காட்சிக்கு விருந்தாகிய இரண்டு மடிப்பு தொப்பிகளோடும் கம்பீரமாக நின்ற தலைப்பாகைகளோடும் ஒப்பிடுகையில் இவர் அணிந்திருந்த தலைப்பாகையனது தளர்வாகக் கட்டப்பட்டு பரிதாபமாகக் காட்சியளித்தது.

"அதீஷ் ஜலந்தரி!" என உற்சாகத்துடன் கூவிய ஹஸன் மியான் "இவரைப் பார்த்தா பள்ளி ஆசிரியர் மாதிரியே இருக்கு. இல்ல?" என்றார்.

"இவர் பள்ளி ஆசிரியரா?" என வினவினார் மாஸ்டர்ஜி.

"ஆமாம்."

இடையில் நிகழ்ந்த இந்தச் சிறிய உரையாடலால் ஏற்பட்ட கவனச்சிதறலிலிருந்து மாஸ்டர்ஜி மீண்டு கொண்டிருக்கையில் அதீஷ் ஜலந்தரி பேச ஆரம்பித்தார். சலனமற்ற மெல்லிய குரலில் நிகழ்ச்சி ஒருங்கிணைப்பாளருக்கும் தன் ஆதரவாளர்களுக்கும் நன்றி தெரிவித்தவர், மேடையில் அவருக்குப் பின் அமர்ந்திருந்த மற்றும் இவ்வுலகத்தை நீங்கிவிட்ட மூத்த கவிஞர்களுக்கும் தன் மரியாதையைத் தெரிவித்தார். "கொஞ்சமும் பெறுமதியற்ற எனது கவிதைகளின் சில வரிகளை இங்கே வாசிக்கும் முன்பு இந்த நாற்பது ஆண்டு காலமாக நான் கவிதைக்கும் வார்த்தை விளையாட்டிற்குமான வேறுபாட்டை அறிந்து கொள்ளவே முயன்று கொண்டிருக்கிறேன் என்பதை ஒப்புக் கொள்கிறேன். இந்த நாளில் கூட அந்த வேறுபாட்டை நான் கற்றுக் கொண்டேனா என்பதும் தெரியவில்லை. இப்படிப்பட்ட அறியாமையுடன் வரிகளுக்கு மேல் வரிகளாக எழுதித்தள்ளுவது குற்றம் என்பதையும் பாவம் என்பதையும் நான் உணர்கிறேன். என்றாலும், அல்லாவின் விருப்பத்தின் பேரில், என்றேனும் ஒருநாள் எது கவிதை எது கவிதை அல்ல என்பதை நான் கற்றுக்கொண்டு விடுவேன் என்கிற நம்பிக்கையாலேயே நான் இந்தத் தவறினைச் செய்கிறேன்.

மாலை முழுவதும் கவிஞர்கள் வெளிப்படுத்திய போலியான அடக்கத்தைக் கண்டு அவ்வப்போது எரிச்சலுற்றிருந்த

மாஸ்டர்ஜிக்கு அதீஷ் ஜலந்தரியின் குரலில் இருந்த களைப்பு முக்கியத்துவம் வாய்ந்ததாகவும் அதன் சலனமற்ற வெளிப்பாடு வித்தியாசம் நிறைந்ததாகவும் தோன்றியது. "ஸாஹேப்ஜிக்கு நிஜமாவே பணிவு அதிகம்தான்" ஹஸன் மியான் காதுகளில் கிசுகிசுத்தார் மாஸ்டர்ஜி. புரியாததுபோல் அவரைப் பார்த்தார் ஹஸன் மியான். அதை மறுக்கும் விதமாக எதையோ சொல்ல விரும்புவதைப் போல வளைந்த அவரது உதடுகள் பின்பு எதையும் சொல்லாமல் அமைதியாகின.

ஒலிபெருக்கியை நோக்கி நீண்டிருந்த தன் இரு கரங்களையும் அப்படியே வைத்தவாறு ஆதிஷ் சற்று இடைவெளி விட்டார். அந்தத் தொனியே அவர் அடுத்ததாகச் சொல்லப்போவது கவிதைதான் என்பதை அனைவருக்கும் அறிவித்தது. *"ரோஜாவைப் போன்ற அந்த முகங்களுக்காக அல்ல,"* வரிகளிலிருக்கும் தாளத்தை மட்டுப்படுத்துகிற ஒரதட்டையான குரலில் தொடங்கினார். *"ரோஜாவைப் போன்ற அந்த உடல்களுக்காக அல்ல."*

இந்த வரிகளில் குறிப்பிடத்தக்க சிறப்பு ஏதும் இல்லை. ரோஜாவை முகங்களுக்கும் உடல்களுக்கும் உருவகமாகக் கூறுவது மிகவும் வழக்கமானதும் சாதாரணமானதும் ஆகும். ஆனால் ரோஜாவை உவமையாகச் சுட்ட முடியாத ஏதோ ஒரு புதிய விஷயத்தை அடுத்த வரி கொண்டு வரப் போகிறதென்கிற எதிர்பார்ப்பு எல்லோரையும் பரவசத்தில் ஆழ்த்த, ஆஹா ஆஹா என மெய்சிலிர்த்தனர். வேறு யாரும் அந்த வரிகளைத் திரும்பச் சொல்லவில்லை என்பதைக் கவனித்த ரஃபே ஸாஹேப் நிகழ்ச்சி ஒருங்கிணைப்பாளராக தனது கடமையை நிறைவேற்றும் வகையில் அந்த இரண்டு வரிகளையும் ஒலிபெருக்கியில் மறுவாசிப்பு செய்தார். ரஃபே ஸாஹேப் முடித்த பின்பு ஒரு நொடி தாமதித்த கவிஞர், *"எனது உடலின் ஒவ்வொரு துளி ரத்தமும் தாய்நாட்டிற்காகவே"* என்றார்.

அமைதியும் அவநம்பிக்கையும் சரிபாதியாய்க் கழிந்த ஒரு நொடிக்குப் பின்பு அவையின் உற்சாகம் விண்ணைப் பிளந்தது. மேடையையே பார்க்க முடியாத அளவிற்கு மாஸ்டர்ஜிக்கு முன் வரிசையில் உட்கார்ந்திருந்த அத்தனை பேரும் தங்களின் இருக்கைகளில் எழுந்து நின்று பார்வையாளர்களை நோக்கித்

தங்கள் வலது கையை நீட்டியபடி பரவசமுற்றனர். "அபாரம்!" "எத்தனை சிறப்பான வரிகள்!" "மறுபடியும் வாசியுங்கள், மறுபடியும் வாசியுங்கள்" பலரும் அந்த இரண்டாவது வரியை ஒருமுறை சொல்லிப் பார்த்தனர், சிலர் திரும்பத் திரும்பக் கூறியபடி இருந்தனர். மாஸ்டர்ஜியும் எழுந்து நின்று பார்த்தபோது, அதீஷ் ஜலந்தரி இன்னமும் அதே போல் அசைவின்றி உணர்ச்சியற்ற முகத்துடன் ஒலிபெருக்கி அருகே நின்று கொண்டிருப்பதைக் காண முடிந்தது. அவருக்குப் பின்னால் அவரது சக இளம் மற்றும் மூத்த கவிஞர்கள் ஒருவருக்கொருவர் ஆஹா ஆஹா என்றபடி மரியாதையும் ஆச்சரியமும் நிரம்பி வழியும் முகங்களுடன் அமர்ந்திருந்தனர். அவர்களில் சிலரும் அந்த இரண்டாவது வரியைத் திரும்பச் சொல்லிப்பார்த்தார்கள். இவை எல்லாமும் முடியும் வரை அமைதியாக காத்துக் கொண்டிருந்தார் ஆதிஷ்ஜி. ஆனால் அவர் அதை மறுபடி வாசிக்கவில்லை. மாஸ்டர்ஜி தனது முன்னங்கால்களை ஊன்றி முன்வரிசையில் இருப்போரின் முகபாவனைகளை எட்டிப் பார்த்தார். ஆட்சியர்கள் காவலர்கள் உட்பட அவர்களில் பெரும்பாலானோர் அரசாங்கத்துடன் சுமூக உறவைப் பேணுகிறவர்களாக இருந்த போதும் அவர்களது தலைகளும் கவிதையை ஆமோதித்து அசைந்தன. என்றாலும் பின்வரிசையில் இருந்தவர்கள் வெளிப்படுத்திய கட்டற்ற ஆரவாரத்தை ஒப்பிடுகையில் அவர்களது உற்சாகம் கவனமாக வெளிப்பட்டது.

கவிஞர் வாசித்த கஸல் அரசியல் பேசியது. இதுவரை கவிஞர் எழுதியவற்றுள் இது மிகச்சிறந்ததும் அல்ல. என்றாலும் அதன் முதல் ஈரடிச்சீர் ஒட்டுமொத்த சபையையும் பரவசத்தில் ஆழ்த்தியதால் அடுத்து வந்த அத்தனை வரிகளையும் அவர்கள் ஆரவாரத்துடன் வரவேற்றனர். முதல் வரியின் தாளத்தையும் சந்தத்தையும் நினைவூட்டுகிறபடி பிந்தைய வரிகள் அமைந்ததும் அதற்கான காரணமாக இருக்கலாம். வகுப்பறையில் மாணவர் வருகையைப் பதிவு செய்கிற அதே தொனியில் எந்த ஏற்ற இறக்கமும் இன்றி அடுத்தடுத்த வரிகளை வாசித்த அவர் ஆரம்பத்தில் இருந்த அதே களைப்பான பாவனையுடனே சபையை எதிர்கொண்டார். அந்த கஸல் முடிந்ததும், எந்த அறிமுகமுமின்றி அடுத்த கஸலை ஆரம்பித்தார்.

"அவரது கவிதைகள் அபாரமாய் இருக்கின்றன" என்ற ஹஸன் மியான், "ஆனால் அவற்றை அவர் வாசிக்கிற விதம்தான் சரியில்லை" என்றார்.

"மீர் மற்றும் கலீபைப் பின்பற்றுகிறவர்கள் பருவகால மயில்களைப் போல எல்லோர் முன்னும் ஆடிக்கொண்டு திரியத் தேவையில்லை என அவர் கருதியிருக்கலாம்" என்றார் மாஸ்டர்ஜி.

ஒரு நொடி திகைத்துப் போன ஹஸன் மியான், மாஸ்டர் ஜியின் கண்களை நேருக்கு நேர் பார்த்து "உங்களுக்குள் நிறைய கோபம் இருக்கிறது" என்றார்.

"ஏன் ஹஸன் மியான்? அவர் சொன்னதில் என்ன தப்பு இருக்கிறது?" இடையில் புகுந்தார் நபன் மியான். "நீங்கள் சரியாகச் சொன்னீர்கள் மாஸ்டர்ஜி. பணிவு மட்டுமே நன்மையைக் கொண்டு வரும் என நபிகள் சொல்லியிருக்கிறார்-ஆனால் பலகவிஞர்கள் இந்த நல்வாக்கை மறந்துவிட்டார்கள்."

இன்றைய தினத்திற்கான தனது கடைசி கஸலை வாசிக்கப் போவதாக மேடையில் அதீஷ் ஜலந்தரி அறிவித்தார். ஹஸன் மியான் மாஸ்டர்ஜி இருவரும் நிமிர்ந்து கவனிக்க ஆரம்பித்தனர். "எப்போதும் என் இதயம் கலகமூட்டும் மனநிலையிலேயே இருக்கிறது. அதன் நோக்கங்கள் மட்டுமே மாறிக் கொண்டிருக்கின்றன" என்றார். அவருக்குப் பின்னால் அமர்ந்திருந்த யாரோ அந்த வரிகளைத் திரும்ப உச்சரித்தனர். ஒரு நொடி தாமதித்து ரஃபே ஸாஹேப்பைப் பார்த்த ஆதிஷ் தயங்கி அந்த மாலையில் முதன்முறையாக தன் ஈரடிச் சீரைத் திரும்ப உச்சரித்தார் "எப்போதும் என் இதயம் கலகமூட்டும் மனநிலையிலேயே இருக்கிறது. அதன் நோக்கங்கள் மட்டுமே மாறிக் கொண்டிருக்கின்றன." ஒரு நொடி ஒரு தாள இடைவெளியை அனுமதித்தவர் "சிறைச்சாலைகள் அப்படியே இருக்கின்றன. அதன் காவலர்கள் மட்டுமே மாறிக்கொண்டிருக்கிறார்கள்" என்றார்.

குதித்து எழுந்த ஹஸன் மியான் ஆரவாரமாய்க் கூச்சலிட்டார். அவரைச் சுற்றி அத்தனை பேரும் கரவோசை எழுப்பி ஆஹா ஆஹா என வியந்தனர். நிபன் மியானும் கூட எழுந்துவிட்டார்.

"என்னவொரு கவிதை! அட்டகாசம்" எனக் கூச்சலிட்ட ஹஸன் மியான் திரும்பி மாஸ்டர்ஜியைப் பார்த்தார். அவரது முகத்தைக் கண்டதும் அவசரமாக அமர்ந்தவர், "என்ன ஆச்சு மாஸ்டர்ஜி? ஒன்றும் பிரச்சனை இல்லையே?" என வினவினார்.

மாஸ்டர்ஜியின் கண்கள் உணர்ச்சியற்று வெறித்தன. தனக்கு முன்னாலிருக்கும் நாற்காலியைப் பார்த்துக் கொண்டிருப்பது போல் குனிந்து அமர்ந்திருந்தார் மாஸ்டர்ஜி. ஆனால் கண்கள் பார்க்கிற பொருளை அவர் மனம் கவனிக்கவில்லை என்பது தெளிவாகத் தெரிந்தது.

"மாஸ்டர்ஜி, ஏதாவது பேசுங்கள். உங்களுக்கு ஒன்றும் பிரச்சனை இல்லையே?" என வினவினார் ஹஸன் மியான்.

மெதுவாகத் திரும்பி ஹஸன் மியானைப் பார்த்த மாஸ்டர்ஜி, "எனக்கு ஒன்றும் பிரச்சனை இல்லை. நான் நன்றாகத்தான் இருக்கிறேன். என்னுடைய வாழ்க்கையில் மட்டும் சிறையும் மாறுவதில்லை காவலரும் மாறுவதில்லை. அதைத்தான் யோசித்துக் கொண்டிருந்தேன்" என்றார்.

மாஸ்டர்ஜியையும் இன்னமும் கூக்குரல் எழுப்பியபடி இருக்கிற முன்வரிசைக்காரர்களையும் பார்த்த ஹஸன்மியான், பின்பு மாஸ்டர்ஜியை நோக்கிக் குனிந்து யாருக்கும் தெரியாத ஒரு ரகசியத்தை அவருக்குச் சொல்வது போல, "இறப்பே இல்லாத காவலர் என்று யாரும் இல்லை. நீங்கள் நம்பிக்கையை இழக்காதீர்கள்" என்றார். விளைவு குறித்த அச்சமின்றி, தனக்குத் தெரிந்த ஒரு ரகசியத்தை குறிப்புணர்த்துவது போல் ஹஸன் மியான் உதிர்த்த இவ்வார்த்தைகள் மாஸ்டர்ஜியை ஆறுதல் படுத்துவதற்குப் பதிலாக மேலும் திகைப்பூட்டி ஏனென்று தெரியாத சிறிய பய உணர்விற்கு உள்ளாக்கியது.

வீட்டிற்குத் திரும்பி நடக்கிற வழியில் நபன் மியானுக்கும் ஹஸன் மியானுக்குமிடையில் விவாதம் வெடித்தது. ஒட்டுமொத்த கவியரங்கத்திலுமே, தேசத்திற்காகத் தன் ரத்தத்தைச் சிந்துவது பற்றிய அதீஷ் ஜலந்தரியின் கவிதை மட்டுமே உருப்படியானது எனத் துவங்கினார் நபன் மியான். எழுந்து நின்று கரகோஷம் எழுப்பும்படி தூண்டிய வேறு எத்தனையோ வரிகளும் கவியரங்கத்தில்

இருந்தன எனக் குறிப்பிட்டு ஹஸன் மியான் அதற்குப் பதில் சொல்லியிருக்கலாம். மாறாக, ஒரு கவிதைக்கு கருப்பொருள் எவ்வளவு முக்கியமோ அதே அளவிற்கு மொழிப் பிரயோகமும் முக்கியம் என்பதை நபன் மியான் ஒருபோதும் ஒத்துக்கொள்வதில்லை எனப் பதிலடி தந்தார் அவர். நிஜமாகவே நபன் மியானுக்கு அந்தக் கருத்தில் உடன்பாடில்லை என்பதால் இருவரும் மாறி மாறி தங்களுக்குப் பிடித்த கவிஞர்களின் வரிகளை மேற்கோள் காட்டியபடி ஒருவரை ஒருவர் கடுமையாகத் தாக்கிக் கொள்ளத் தொடங்கினர். தான் மறுக்க விரும்புகிற கவிஞரின் வாழ்விலிருந்து விரும்பத்தகாத ஏதேனும் நிகழ்வைக் குறிப்பிடுவதன் மூலமோ, அதே கருப்பொருளில் தனக்குப் பிடித்த கவிஞர் எழுதியிருக்கும் அதைவிடச் சிறந்த கவிதைகளை மேற்கோள் காட்டுவதன் மூலமோ விவாதத்தைத் தொடர்ந்து கொண்டிருந்தனர். இந்த விவாதத்தை சற்று உற்றுக் கவனித்திருந்தாலோ, உருது கவிதைகள் பற்றி கூடுதலாக அறிந்திருந்தாலோ, இவர்கள் இருவருக்கிடையிலான இந்த விவாதம் ஏற்கனவே நடந்த பல விவாதங்களின் சற்றே மாறுபட்ட வடிவம் மட்டுமே என்பதை மாஸ்டர்ஜி புரிந்து கொண்டிருந்திருப்பார். திரும்பத்திரும்பச் சொல்லுவதால் மகிழ்ச்சி கிடைக்கிறதென்பதற்காகவும், தனது தரப்பை வெற்றியை நோக்கி நகர்த்தும் சாத்தியக்கூறு கொண்டிருக்கிறதென்பதற்காகவும் மட்டுமே அவர்கள் இருவரும் பல வரிகளை மேற்கோள் காட்டி விவாதித்துக் கொண்டிருந்தனர். ரொம்பவும் நுட்பமாகச் சென்று கொண்டிருந்த மேற்கோள்களைப் புரிந்து கொள்ள சிரமமாக இருந்ததால் இவ்விவாதமே வெறும் ஒரு விளையாட்டு என்பதையும் மாஸ்டர்ஜியால் புரிந்து கொள்ள முடியவில்லை. விளையாட்டு தொடர்ந்து கொண்டே செல்ல கவியரங்கத்தின் உணர்வெழுச்சி தந்த மயக்கத்தால் தங்களது வழக்கமான நாகரிகத்தை மறந்து குரலுயர்த்திப் பேச ஆரம்பித்தனர் இருவரும். இது அவருக்கு மேலும் எரிச்சலூட்டியது.

"போதும்" என்றார் இறுதியாக. "தயவு செய்து இதுபோல சண்டையிடாதீர்கள். நீங்க எதைப் பற்றிப் பேசறீங்கன்னு எனக்கு எதுவுமே புரியலை. கதைக்கரு, மொழிப்பிரயோகம் - இரண்டுமே முக்கியம்தானே கவிதைக்கு? இவற்றில் ஏதோ ஒன்று குறைந்தாலும் அது மோசமான கவிதைதானே?

பிறகு, எது நல்ல மொழி என்றும் முக்கியமான கரு என்றும் யார் முடிவு செய்வது? எதன் அடிப்படையில் இதெல்லாம் நிர்ணயிக்கப்படுகிறது? இதையெல்லாம் முடிவு செய்கிற அதிகாரம் யாரிடம் இருக்கிறது?” என்றார்.

அதிர்ச்சியடைந்த முதியவர்கள் இருவரும் அமைதியானார்கள். பிறகு மெதுவாக, “நாமதான் முடிவு செய்யணும் மாஸ்டர்ஜி. ஏனென்றால் நாம் நமது நேரத்தையும் விருப்பத்தையும் இதற்காக செலவழிக்கிறோம்” என்றார் ஹஸன் மியான்.

“உங்களுக்கு இதையெல்லாம் கற்பித்தவர் உங்களைத் தவறாக வழிநடத்தி இருந்தால் என்ன செய்வது? என வினவினார் மாஸ்டர்ஜி. “தர்க்க ரீதியான விவாதத்தின் மூலம் தங்களது கருத்தை நிலைநாட்டுவதற்குப் பதிலாக குர்தா தைப்பதற்கு அவர்களால் வாங்க முடிகிற விலையுயர்ந்த பட்டுத்துணியின் செல்வாக்கு கொண்டு உங்களை அவர்கள் சம்மதிக்க வைத்திருந்தால் என்ன செய்வது?”

“சரியாகச் சொன்னீர்கள் மாஸ்டர்ஜி” என்றார் நபன் மியான். ரொம்பவும் சூடாகிவிட்ட இந்த விவாதத்தை மட்டுப்படுத்துவதற்காக மட்டுமே அவர் இப்படிச் சொல்லுகிறார் என்பது ஹஸன் மியானுக்குப் புரிந்தது. மற்ற இருவரது கல்வித்தரத்தைக் குறித்து இழிவாகவும் அறிவாற்றலில் அவர்கள் தன்னை விடக் கீழானவர்கள் எனப் பொருள்படும் படியும் தான் கூறிய வார்த்தைகளால் மோசமாகக் காயப்பட்டிருக்கக்கூடிய வாய்ப்பு இருந்தும் பெருந்தன்மையுடன் சூழலை அமைதிப்படுத்தியது மட்டுமல்லாமல் அந்த மொழிப் ப்ரயோகத்தை பாராட்டியும் அவர் பேசுகிறார் என்பதை மாஸ்டர்ஜி புரிந்து கொண்டார். மாஸ்டர்ஜி சொன்ன கருத்தை அல்ல, அது சொல்லப்பட்ட மொழியின் அழகை மட்டுமே நபான் மியான் பாராட்டுகிறார் என்பதை மற்ற இருவரும் புரிந்து கொண்டதால் வேறு எதுவும் பேசாமல் அமைதியாகினர்.

நபன் மியான் தனது பாதையில் பிரிந்து சென்றபிறகு மாஸ்டர்ஜியும் ஹஸன் மியானும் சற்று நேரம் அமைதியாக நடந்தனர். பிறகு, “இறப்பு நேராத காவலாளி எவரும் இல்லை என்று அப்போது சொன்னீர்களே, அதற்கு என்ன பொருள்?” என வினவினார் மாஸ்டர்ஜி.

நகர் முழுக்க பழக்கங்களும் தொடர்புகளும் உடைய ஹஸன் மியானுக்குப் பரிச்சயமுடைய ஒருவர் டாக்டர் ஹக்கிம் சாதே கானிடம் தொழிற்பயிற்சி பெற்று வருகிறவர். ஹக்கீம் சாதே கானின் நண்பர்களில் ஒருவரான லாலா மோதிசந்த் சமீபமாக மருத்துவமனை வந்து செல்கையில் வருத்தம் தோய்ந்த முகத்துடனே அவருக்கு மருத்துவர் விடை கொடுத்துள்ளார். வழக்கமாகத் தன்னிடம் வருகிற நோயாளிகளைப் பற்றி இவரிடம் உரையாடக் கூடிய மருத்துவர் லாலா மோதிசந்தைப் பற்றிக் கேட்கையில் மட்டும் பேச்சை மாற்றியிருக்கிறார். ஆனால் இவையெல்லாவற்றையும்விட ஆபத்தான தகவல் ஒன்றையும் அவர் பரிமாறிக்கொண்டார். வழக்கமாக மேடைகளில் நவீன மருத்துவம் குறித்து எதிர்க்குரல் எழுப்பும் ஹக்கிம் அவர்கள் லாலாவை மட்டும் சாந்தினி சௌக்கில் மருத்துவமனை வைத்திருக்கும் வங்காளத்தைச் சேர்ந்த ஒரு ஆங்கில மருத்துவரிடம் செல்லப் பரிந்துரைத்திருக்கின்றார்.

ஆனால் தனித்த சாலையில் ஒளிர்ந்துகொண்டிருக்கும் தெருவிளக்கின் ஒளியில் பாதி ஒளிர்கிற, பதட்டமும் கேள்வியும் நிறைந்த மாஸ்டர்ஜியின் முகத்தைப் பார்த்ததும் - ஒருவேளை இவர் லாலாமோதிசந்திற்கு முறைதவறிப் பிறந்தவர் என்பது உண்மையானால் - நெருங்கிக் கொண்டிருக்கிற தந்தையின் இறப்பைப் பற்றிய செய்தியை மகனுக்கு அறிவிப்பவராக இருக்க அவர் தயாராயில்லை. ஒருவேளை அப்படி இவர் அவரது மகனாக இல்லாவிட்டாலும் கூட லாலா மோதிசந்தின் உடல் பிரச்சனைகள் குறித்து எந்த விபரமும் தெரியாத நிலையில் எதற்காக இன்னொரு மனிதனின் நல்வாழ்வு பற்றி புறம் பேச வேண்டும்? அதுவும் தனக்கு வேலை தந்தவரும் எந்தத் தீங்கும் இழைக்காதவருமான ஒருவரைப்பற்றி! வழக்கம் போல உணர்ச்சிவசப்பட்டு சொல்லக் கூடாததைச் சொல்லி விட்டாயே ஹஸன் மியான்! இப்போது என்ன செய்யப் போகிறாய்? என தனக்குள் வினவிக்கொண்டார்.

“சொல்லுங்க ஹஸன் மியான். அதற்கு என்ன அர்த்தம்?” கட்டாயப்படுத்தினார் மாஸ்டர்ஜி.

“மாஸ்டர்ஜி, நாம் எல்லோரும் ஒரு நாள் சாகத்தான் போகிறோம். இல்லையா? உங்கள் வாழ்க்கையின் காவல்காரராக

நீங்கள் நினைக்கிறவர் - உங்களை சித்திரவதை செய்த அவர் - அவர் யாராக இருந்தாலும், அவரும் ஒருநாள் இறக்கத்தானே வேண்டும். நான் உங்களுக்கு நம்பிக்கையளிக்கவே விரும்பினேன்.”

“என்னால் நம்ப முடியவில்லை ஹஸன்மியான்” என்றார் மாஸ்டர்ஜி.

“உங்களுக்கு எதை நம்பப் பிடிக்கிறதோ அதை நம்பிக் கொள்ளுங்கள்” எனக்கூறிவிட்டு விலகி நடக்கத் தொடங்கினார் ஹஸன் மியான். தன்னை மரியாதை இல்லாதவன் என மாஸ்டர்ஜி கருதினாலும் பரவாயில்லை ஆனால் ஒரு மகனிடம் அவனது தந்தை இவ்வுலகில் அதிக நாட்கள் இருக்கப் போவதில்லை எனச் சொன்னவராக தான் இருக்கக் கூடாது என எண்ணினார். ஏனென்றால் மாஸ்டர்ஜியின் நடவடிக்கையில் ஏதோ ஒன்று அவரது பிறப்பைப் பற்றி இதுவரை கேள்விப்பட்டதெல்லாம் உண்மைதான் என இவருக்குத் தோன்றச் செய்தது.

ஹஸன் மியான் நடந்து செல்வதைப் பார்த்தவாறே நின்றிருந்தார் மாஸ்டர்ஜி. என்னுடைய தந்தை லாலா மோதிசந்த் என்பது அவருக்குத் தெரிந்திருக்கிறது. மோதி சந்தைப் பற்றி நான் அறியாத ஏதோ ஒன்றும் கூட அவருக்குத் தெரிந்திருக்கிறது. ஆனால் அவர் அதை என்னிடம் சொல்ல விரும்பவில்லை. தனக்குத் தெரிந்ததைச் சொல்வதை விட விலகி நடப்பதே மேல் என அவர் நினைக்கிறார். இவ்வாறெல்லாம் எண்ணிக் கொண்டிருக்கையிலேயே, நினைவு தெரிந்த நாளிலிருந்தே தந்தை மீது இதயத்தின் ஆழத்திலிருந்து வெறுப்பு மட்டுமே கொண்டிருந்தபோதும், அவர் இறக்கப் போகிறார் என்கிற செய்தி தன்னை நிலைகுலையச் செய்கிறது என்பதையும் கவனித்தார் மாஸ்டர்ஜி.

◆◆◆

ராம்தாஸிற்கு நான்கு வயதாகிய சில தினங்களுக்குப் பின் அவனது கையைப் பிடித்து முற்றத்தைத் தாண்டி அழைத்துச்சென்ற ஓம்வதி, தனது வகுப்பினைத் துவங்க இருந்த மாஸ்டர்ஜியின் முன் அவனை நிறுத்தினாள். வேலைக்காரனின்

மகன் ஒருபோதும் கணக்குப்பிள்ளை ஆக முடியாது எனக் கூறிய பர்சாதியின் எதிர்ப்புகளை அவள் பொருட்படுத்தவில்லை. வகுப்பறையின் ஒருபுறம் இருந்த அலமாரியில் இருந்து சிலேட் ஒன்றை எடுத்த மாஸ்டர்ஜி அதில் குழந்தையின் பெயரை எழுதி அவனிடம் கொடுத்து வகுப்பறையின் முன்பகுதியில் அமருமாறு பணித்தார். அடுத்ததாக கரும்பலகைக்குத் திரும்பி அன்று தான் கற்பிக்கவிருந்த எழுத்துக்களை எழுதத் தொடங்கியவர் ராம்தாஸின் அம்மா இன்னும் வகுப்பறை வாசலிலேயே நிற்பதைக் கண்டார். என்ன வேண்டுமென இவர் வினவும் முன்பாக வகுப்பறைக்குள் நுழைந்து அலமாரியில் இருந்து ஒரு சிலேட்டை எடுத்த ஓம்வதி அதை மாஸ்டர்ஜியின் முன்னால் கொணர்ந்து நீட்டினாள். முகத்தை மறைக்கும் படி அணிந்திருந்த பர்தாவிற்குப் பின்னிருந்து "என் பெயர் ஓம்வதி" என்கிற மென்மையான ஆனால் உறுதியான குரல் ஒலித்தது. அவளது இந்த எதிர்பாராத கோரிக்கைக்கான காரணத்தைத் தெரிந்து கொள்ளும் பொருட்டு அவர் தொடர்ந்து பர்தாவால் மூடப்பட்ட அந்த முகத்தையே பார்க்க, அது அமைதியாகவே இருந்தது. சிலேட்டுடன் நீண்டிருந்த கரமும் தொடர்ந்து அவ்வாறே இருந்தது.

பின்னாலிருந்து பழைய மாணவன் ஒருவன் "எழுதுங்க மாஸ்டர்ஜி" என குரல் எழுப்பும்வரை வகுப்பறை முழு அமைதியில் இருந்தது. தொடர்ந்து வேறு பல மாணவர்களும் "எழுதுங்க மாஸ்டர்ஜி" "எழுதுங்க மாஸ்டர்ஜி" எனக் குரல் கொடுக்க, அவர்களில் சிலர் எழுந்து நின்று "எழுதுங்க மாஸ்டர்ஜி" "எழுதுங்க மாஸ்டர்ஜி" எனப் பாடியபடி கைதட்டி நடனமாடத் தொடங்கினர். தனது சக்தி அனைத்தையும் திரட்டி, "அமைதி" என மாஸ்டர்ஜி சப்தமிட்ட பிறகே அது நின்றது. என்றாலும் எதிர்கால இந்தியாவின் குடிமகன்கள் என தான் கருதுகிற மாணவர்கள் கோரிக்கை விடுத்த பிறகு, அவர்களின் பார்வைக்குட்பட்ட இவ்வெளியில், ஓம்வதியிடமிருந்து சிலேட்டை வாங்கி அதில் அப்பெயரை எழுதுவதைத் தவிர அவருக்கு வேறெதுவும் வழி இருக்கவில்லை. அப்படிச் செய்வதால் ஏற்படக்கூடிய பல விளைவுகள் குறித்த அச்சத்தையும் அவர் புறக்கணிக்க வேண்டியிருந்தது: குறிப்பாக நேரடியாக சண்டை போட்டுக்கொள்ளாவிட்டாலும் எப்போதும் உரசலிலேயே இருக்கக்கூடிய பர்சாதி குறித்த

பயம். சிலேட்டை வாங்கி அதில் பெயரை எழுதிய மாஸ்டர்ஜி அவள் வகுப்பில் சேர்க்கப்பட்டு விட்டாள் என உணர்த்தும் விதமாக வகுப்பறையை நோக்கிக் கைகாட்டினார். உற்சாகக் கூக்குரல்களுக்கிடையே வகுப்பறையின் பின்புறம் சென்று அமர்ந்த ஓம்வதி கரும்பலகையைப் பார்க்க வசதியாக தனது பர்தாவைத் தளர்த்திக் கொண்டாள். காட்சிக்குள் வந்த அவளது பாதி முகத்தைக் கண்டு ஒரு கணம் பதைத்த மாஸ்டர்ஜி, கரும்பலகைக்குத் திரும்பி, இதுவரை பலமுறை செய்து பழக்கப்பட்டிருக்கிற, எழுத்துக்களை ஒப்புவிக்கச் செய்யும் செயல்பாட்டில் சரணடைந்தார்.

அடுத்து வந்த சில வாரங்களிலேயே இந்த அன்னையும் மகனும் எந்த ஒரு ஆசிரியரையும் ஆவலுடன் கற்பிக்கத் தூண்டுகிற இருவேறுபட்ட திறன்களை உடையவர்கள் என்பதை மாஸ்டர்ஜி புரிந்து கொண்டார். ராம்தாஸ் சந்தேகத்திற்கிடமில்லாத ஒரு புத்திசாலியாகத் திகழ்ந்தான். இயல்பிலேயே பேச்சாற்றல் மிக்கவனாகவும், திறம்பட குரல்நகல் செய்பவனாகவும், சிரமமான உச்சரிப்புடைய தனக்குப் பொருள் தெரியாத கவிதைகளைக்கூட மிக லகுவாக உச்சரிப்பவனாகவும் இருந்தான். உதாரணத்திற்கு "சிம்மாசனங்கள் ஆட்டம் கண்டன, ராஜ வம்சத்தினரின் புருவங்கள் முடிச்சிட்டுக் கொண்டன" என்கிற வரிகள். மிக ஆழமான உணர்வெழுச்சியை தன்னகத்தே கொண்ட இந்த வரிகளை அவனது இனிமையான குரலில் கேட்பதில் நெகிழ்ச்சியுற்றாலும், பொருள் தெரியாத ஒருவரின் வாயில் அவை எத்தனை எளிய சத்தத் தொகுப்பாக மாறிவிடுகிறதென்கிற உண்மை அவரைச் சங்கடப்படுத்தியது. வகுப்பறையில் வெகு அரிதாகவே பேசக்கூடிய ஓம்வதி எழுதுவதிலும் வாசிப்பதிலும் கவனம் செலுத்தினாள். என்றாலும் அதைக் கற்றுக் கொள்வது அவளுக்கு மிகச் சிரமமாக இருந்தது. ஏதேனும் வேலை இருப்பதாகச் சொல்லி பர்சாதி வந்து அழைக்கிற தருணங்களில் அவள் அடிக்கடி வகுப்பறையை விட்டுச் செல்ல வேண்டியிருந்தது. "பர்சாதி பொண்டாட்டி டாக்டராகப் போறா" என்கிற கேலிச்சொற்கள் அவரது காதுகளை வந்து சேர்ந்த அடுத்த தினத்திலிருந்துதான் இந்த இடையூறு அதிகம் நிகழத் தொடங்கியது. என்றாலும் அவளது விடாமுயற்சி ஒப்பிட முடியாததாய் இருந்தது. வாழ்க்கையில் தான் ஒருமுறை அனுபவித்த துயரம் மறுபடியும் தன்னை நெருங்கிவிடாத

இடத்திற்குச் செல்ல முயலும் வயதுவந்த ஒருவரால் மட்டுமே செய்யமுடிகிற முயற்சி.

எழுத்துக்களின் வடிவங்களைக் கற்றுக் கொள்வதில் அவளுக்கிருந்த திறமையின்மையையும் அதையும்மீறி விடாமல் முயற்சிக்கிற அவளது அர்ப்பணிப்பு உணர்வையும் கண்டு ஆச்சரியமடைந்த மாஸ்டர்ஜி, அரிதாகவே அவளுடன் நேரடியாக உரையாடுகிற பழக்கத்தை மீறி, ஏன் அவள் கற்றுக்கொள்ள விரும்புகிறாள் என வினவினார். “எப்போதாவது உதவும்” என்பதே அவருக்குக் கிடைத்த பதில். இவ்வளவு பொதுப்படையானதாக அந்த பதில் இருந்த போதிலும் அது சொல்லப்பட்ட விதமானது நிச்சயம் இந்தப் பெண்ணின் கடந்த காலத்தில் ஏற்பட்ட ஏதோ ஒரு நிகழ்வுதான் இந்த அசாதாரண முடிவை நோக்கி அவளைத் தள்ளியிருக்க வேண்டும் என அவருக்கு உணர்த்தியது. ஒரு மாணவனின் நேர்மையான விண்ணப்பமானது எந்த ஒரு ஆசிரியருக்குள்ளும் இருக்கும் அதீத திறமையை வெளிக்கொணரும் வல்லமை வாய்ந்தது. ஓம்வதிக்கு கற்றுக் கொடுப்பதற்கான வெவ்வேறு வழிகள் – உதாரணமாக தனி வகுப்பு, அது நிச்சயம் பர்சாதியை மேலும் சினங்கொள்ளச் செய்யும் – குறித்து தீவீரமாக யோசித்த மாஸ்டர்ஜி இளம் மாணவர்களிலேயே மிகவும் திறமை மிக்கவனாக ஏற்கனவே உருவாகியிருந்த ராம்தாஸிடம் அந்தப் பொறுப்பை ஒப்படைத்தார்.

இந்த முடிவானது திட்டமிடப்படாத விளைவுகளுக்கு வழிவகுத்தது: தனக்குக் கற்றுக் கொடுக்கத் தேர்ந்தெடுக்கப்படும் அளவிற்கு சிறந்தவனாக தன் மகன் இருப்பதைக் கண்டு மகிழ்ந்த ஓம்வதி அவனுடனான வகுப்புகளில் மிகவும் மகிழ்ச்சியாகக் கற்றாள். மட்டுமல்லாது, தனது முன்னோர்களால் செய்ய முடியாத ஒன்றை செய்கிற தகுதி தன் மகனுக்கு இருக்கிறதென்பதையும் கொஞ்சம் கொஞ்சமாகக் கண்டுகொண்டாள். இதனை உணர்ந்து அவள் மனம் ஆற்றுப்படத் துவங்கியதில் எழுதுவதன் மேலும் வாசிப்பதன் மேலும் அவளுக்கிருந்த பயம்கலந்த முனைப்பு சட்டெனக் குறைந்தது. பதட்டம் குறைவதே பல சமயங்களில் கற்றலைச் சுலபப்படுத்திவிடுவதால், இத்தனை நாட்கள் பாடுபட்டு எழுத்துக்களை முயற்சித்துக் கொண்டிருந்த அவளது விரல்கள்

அதன்பிறகு வெகு சுலபமாக அவற்றைக் கைக்கொண்டு விட்டன. மாஸ்டர்ஜி பல மாதங்கள் முயன்றும் முடியாத இக்காரியத்தை வெறும் இரண்டே வாரங்களில் முடித்துவிட்ட ராம்தாஸிற்கு எல்லோரும் பாராட்டுத் தெரிவித்தனர். ஓம்வதி கற்றுக் கொள்ளச் சிரமப்பட்ட சமயங்களில் கல்வியறிவில்லாத பர்சாதி அவளை மிகவும் இகழ்ச்சியாகப் பேசியிருக்கிறான். ஆனால் திடீரென அவள் அவற்றைக் கற்றுக் கொண்டதைக் கண்டும், அப்படிக் கற்றுக் கொண்ட பிறகு பள்ளிக்குச் செல்வதை நிறுத்திவிட முடிவு செய்ததைக் கண்டும் பெரிதும் குழம்பினான் பர்சாதி. வாழ்வில் இரண்டாம் முறையாக அவளது நடவடிக்கைகளை அவனால் புரிந்து கொள்ள முடியாமல் போனது. "எனக்குத் தேவையானது கிடைச்சிருச்சு" என்றாள் அவள். ஆனால் அவள் வகுப்பை விட்டு நின்றதை மாஸ்டர்ஜி தடுக்கவில்லை. விரும்பினால் வீட்டிலிருந்தபடியே அவளால் தன் மகன் அடுத்தடுத்த வகுப்புகளுக்குச் செல்லுகையில் அவனிடமிருந்து கற்றுக் கொள்ள முடியும் என அவர் நம்பினார். அவள் கற்றுக் கொள்வாள் என்றும் அவருக்குத் தோன்றியது.

மாஸ்டர்ஜிக்கு விருப்பமான தேசபக்திப் பாடல்கள் மீது தன் மகனது ஆர்வம் செல்வதைக் கவனித்த பர்சாதி அருகிலிருக்கும் கோயிலுக்கு அவனை அடிக்கடி அழைத்துச் சென்று அங்கே பஜனை பாடுபவர்களுக்கு அருகே அமரவைத்தான். சாதாரண மக்கள் பேசுகிற மொழியோடு மோதிக் கொள்கிறாற்போல் இருந்தன மாஸ்டர்ஜியின் பாடல்களில் இருந்த வார்த்தைகள். 'புருவங்கள் முடிச்சிட்டுக்கொண்டன' என்பதன் சரியான பொருள்தான் என்ன? வெவ்வேறு வகை கவிதைகளுக்கிடையேயான வேறுபாடுகளை அறிந்து விருப்பு வெறுப்புகளை முடிவு செய்யும் அளவிற்கு ராம்தாஸிற்கு வயதாகி இருக்காததால் துளசிதாசரின் அமைதி நல்குகிற பாடல்களையும் சுபத்ரா குமாரி சௌஹானின் எழுச்சிமிக்க பாடல்களையும் ஒரே மாதிரியான உற்சாகத்துடன் அவன் கற்றான். கோயிலில் ஒருநாள் பஜனை முடிந்ததும் பர்சாதியை நோக்கி வந்த சதேயி ராம்தாஸின் தலையைத் தடவியபடி "நீடு வாழ்வாய் மகனே. "*தசரதனின் முற்றத்தில் விளையாடுகிறவனே, என் மீது இரக்கம் கொள்*" என நீ பாடியபோது ராமபிரானே வந்து துளசியின் பாடலைப் பாடியது போல் இருந்தது" என்றார்.

கைகளைக் கட்டி கண்களை மூடியபடி "இவன் ஒரு மிகப்பெரிய ராமபக்தன் அம்மா" என்றான் பர்சாதி. தான் சீக்கிரம் கற்றுக்கொள்ள வேண்டிய ஒரு உடல்மொழி இது என்பதை அது ராம்தாஸிற்கு சரியாக உணர்த்தியது.

"நீ ஒருநாள் லாலாஜி முன்னாடி இவனைப் பாட வைக்கணும்." என்றார் சதேயி. "அவரும் கூட பெரிய ராமபக்தர்தான். துளசியின் ராமசரிதமனாஸ் பாடப்படுவதைக் கேட்க அவருக்கும் பிடிக்கும்."

லாலாமோதிசந்திற்கு ராமபக்தி எதுவும் இருப்பதாக அவன் அறிந்திருக்காவிட்டாலும், ஒரு வயதான பெண்மணி அக்குணத்தை அவருக்கு நல்குவதை நாம் ஏன் தடுக்க வேண்டும் என விட்டுவிட்டான். மேலும் அது அந்தப் பெரிய வீட்டிற்குள் ராம்தாஸ் நுழைவதற்கு ஒரு வழியை ஏற்படுத்தப் போகிறது. "அம்மா, இவன் பாடுவதை லாலாஜி கேட்கணும்னு நான் ரொம்ப விரும்பறேன். ஆனா மாதோ இவனை ஒரு நிமிஷம் கூட அங்க விளையாட விடமாட்டேங்கிறான்."

சதேயி பெருமூச்சு விட்டார். வீட்டிற்குள் நடக்கும் அரசியல் பற்றி வேறெவரையும்விட அவர் நன்கு அறிவார். லாலாமோதிசந்தின் பார்வைக்கப்பால் வெகு தொலைவிற்கு விரட்டப்பட்டு விட்ட பர்சாதியை திரும்ப வீட்டிற்குள் கொண்டு வருவதற்கு மாதோ ஒருநாளும் அனுமதிக்க மாட்டான். எனவே எதுவும் செய்ய இயலாத தருணங்களில் மனிதர்கள் வழக்கமாகச் சொல்கிறபடி "சரி. என்னால் என்ன செய்ய முடியும்னு பார்க்கிறேன்" எனப் பதிலளித்தார் சதேயி.

லாலாமோதிசந்தின் உதவியாளனாக இருந்த காலங்களில் சதேயியால் தனக்கு எந்த ஒரு உதவியையும் செய்ய முடியவில்லை என்பது பர்சாதிக்கு நினைவில் இருந்தாலும், அவரது இந்தச் சொற்கள் அவனைப் பரவசப்படுத்தின. தன் மனைவிக்கெதிரான ஒரு சிறிய வெற்றியாக இதைக் கருதியவன் சமைத்துக் கொண்டிருந்த அவளிடம் சென்று நடந்து முடிந்ததைப் பற்றி தன்னுடைய மொழியில் கூறினான். "இன்று அம்மா பஜனைக்கு வந்திருந்தாங்க. ராம்தாஸின் இனிமையான குரலையும் பக்தியையும் பார்த்து ரொம்ப சந்தோஷப்பட்டாங்க. துளசி, நரத் மாதிரியான எல்லாத் துறவிகளும் இவன் குரலின்

வழியாகத்தான் பாடுகிறதாகவும் இது ஒரு தெய்வீகமான பரிசுன்னும் சொன்னாங்க. எந்த ஒரு உண்மையான பக்தனும் இவனுடைய குரலைக் கேட்டால் உடனடியாக ராமபிரானின் சந்நிதிக்குள் இருப்பது போல் உணரத் தொடங்கி விடுவான் என்றும் சொன்னார். இவன் பாடுவதைக் கேட்டால் லாலாஜி மிகவும் குதூகலம் கொள்வார் என்றும் தானே அதற்கு வேண்டியவற்றைச் செய்வதாகவும் கூட அம்மா கூறினார்" என்றான்.

"அவர் முன்னாடி இவன் பாடினா மட்டும் என்ன ஆகும்?" சதேயியின் வயதிற்கு மரியாதை தரும் பொருட்டே எல்லோரும் அவரை 'அம்மா' என்று அழைக்கிறார்கள் என்பது தெரிந்தாலும் தன் தந்தையின் வைப்பாட்டியை பர்சாதி அம்மா என்று அழைத்ததை அவளால் ஏற்றுக் கொள்ள முடியவில்லை. "இவனுக்கு அப்படி என்ன வரம் தருவார் அவர்?"

"என்ன வரமா? பெரிய வீட்டின் முதலாளிக்கு உதவியாளனா ஆகறத விட வேற பெரிய வரம் என்ன இருக்க முடியும்?"

"என் மகன் அவனே ஒரு முதலாளியா வருவான்," என்றாள் ஓம்வதி. "அவன் நல்லாப் படிச்சு அறிவாளியாத் திகழ்வான்."

பர்சாதியின் ரத்தம் அனைத்தும் தலைக்குப் பாய்ந்தது. கையைப் பிடித்து இழுக்கிற மகனை விலக்கிவிட்டு மனைவியின் அருகே சென்றவன், "வாயை மூடிக்கிட்டு இருக்காட்டி உன்னோட இந்த மாஸ்டராகிற கனவையெல்லாம் தூள்தூளாக்கிடுவேன் நான்" என்றான்.

பயத்தில் நடுங்கினாலும் விட்டுக்கொடுக்க விரும்பாத ஓம்வதி, "ஹ்க்கும்" என்றாள்.

"என் பையன் கேஷோலாலின் உதவியாளனாக வருவான்" எனப் பெருமிதத்துடன் சொன்னான் பர்சாதி. "என்னால் அப்படி ஒரு உயர்ந்த இடத்தை அடைய முடியாமல் போயிருக்கலாம். ஆனால் எனது மகன் அவனது பெருமை மிகு தாத்தா மாங்கே ராமைப் போல சிறப்பான இடத்தை அடைவான்."

வேறெங்கும் திரும்பாமல் நேரடியாக தன் கணவனின் காலிலேயே "தூ" எனத் துப்பினாள் ஓம்வதி.

“என் அப்பா பேரைச் சொன்னா காறித் துப்பற அளவுக்கு தைரியமாடி உனக்கு தேவடியா? ரெண்டு பைசா விபச்சாரிடி நீ.” தன் இரண்டு கைகளாலும் அவளை அறைந்தும் அடித்தும் தரையில் தள்ளியவன், திரும்பத்திரும்ப உதைத்தபடி கெட்ட வார்த்தைகளால் அர்ச்சித்தான். அவனது தந்தை தன்னிடம் என்ன செய்ய முயன்றார் என்பதைச் சொல்லுவதை விட தலைவிதியே என இந்த அடிகளைப் பெற்றுக் கொள்வதே மேல் எனக் கருதிய ஓம்வதி எதிர்ப்பு எதுவும் தெரிவிக்காமல் அமைதியாக அடிகளைப் பொறுத்துக் கொண்டாள்.

இடையில் மூச்சுவிடுவதற்காக அவன் ஒரு நொடி அமைதியான போது, “பார்த்துக்கிட்டே இருங்க. என் பையன் நிச்சயமா ஒரு முதலாளியா ஆவான்” என முனகினாள் ஓம்வதி.

அருகில் நின்று இந்த விவாதங்களையெல்லாம் தொண்டை வறளக் கத்தி அழுதபடியே பார்த்துக் கொண்டிருந்த ராம்தாஸைத் தூக்கி அவர்களது படுக்கையில் அமரவைத்து ஆறுதல் வார்த்தைகள் கூறி சமாதானம் செய்தான் பர்சாதி. பிறகு தன் மனைவி எழுந்து அமர உதவி செய்தவன், தனது வேட்டியின் ஒரு நுனியை நனைத்து அவளது காயங்களைச் சரிசெய்யத் துவங்கினான்.

◆◆◆

கிளம்பும் முன் கடைசியாக ஒருமுறை தன்னைக் கண்ணாடியில் பார்த்துக் கொண்டான் தினாநாத். தலை சரியாக வாரப்பட்டிருகிறதா – ஆம், மீசையின் இரு முனைகளும் ஒரே மாதிரி நீவப்பட்டிருக்கின்றனவா- ஆம், முகச்சவரம் செய்து கொண்டதில் எந்தப் பிசிறும் இல்லையே – இல்லை, மேல்சட்டை கச்சிதமாக தோளில் பொருந்தியிருக்கிறதா – இருக்கிறது, கழுத்துப்பட்டையுடன் சரியான நேர்கோட்டில் டை பிணைந்திருக்கிறதா- இருக்கிறது, கால் சட்டை மடிப்புகள் குலையாமல் இருக்கிறதா- இருக்கிறது, இப்போதுதான் செய்யப்பட்டது போல ஷூக்கள் மின்னுகின்றனவா- ஆம். திருப்தியடைந்த தினாநாத் கண்ணாடியுடன் பிணைக்கப்பட்டிருந்த மேஜையிலிருந்து தனது காகிதக் கட்டினை எடுத்துக் கொண்டான். அவனது இந்த குறையற்ற மிளிர்விற்கு தானே பொறுப்பு என்பது போல அருகில் நின்றிருந்த

மனைவியிடம் அவசரமாய் விடை பெற்றுக் கொண்டவன் தந்தையின் ஆசியைப் பெறும் பொருட்டு அவரது அலுவல் அறைக்கு சென்றான். ஒரு ராணுவ அலுவலருடன் இன்று முக்கியமான ஒப்பந்தத்தை முடிவு செய்ய வேண்டியிருக்கிறது.

முற்றத்தை கடந்து அவரது அறைக்குள் நுழைந்தவன், கணக்குப் பிள்ளை வழக்கம் போல தன் இருக்கையில் அமராமல் தந்தையின் முன் நின்று கொண்டிருப்பதை கண்டான். தந்தையுமே தனது படுக்கையில் சாய்ந்து கொண்டிருப்பதற்குப் பதிலாக எழுந்து அமர்ந்திருந்தார்.

"அப்பா" என்றபடி அருகில் சென்றவன் அவரது காலைத் தொடுவதற்காகக் குனிந்தான். "இன்று நான் பரிகேடியர் ஜேம்ஸைச் சந்திக்கச் செல்கிறேன். என்னை ஆசிர்வதியுங்கள்" என்றான்.

பதில் எதுவும் பேசாத மோதிசந்த் தனது இரண்டு கரங்களையும் அவனது தலைமேல் வைத்தார். எழுந்து கொள்ள முயன்றவனை மீண்டும் கீழே அழுத்தும் விதமாக அவனது தலைமேல் கனமாக தொய்ந்து அழுந்தின அவரது கரங்கள்.

"அப்பா?"

கண்கள் எங்கோ வெறித்துக் கொண்டிருக்க, தடுமாறி எழுந்த லாலா மோதிசந்த், தினாநாத் சுதாரிப்பதற்கு முன்பாக, கச்சிதமாக மெருகூட்டப்பட்டிருந்த அவனது முகத்தின் மீதும் விலையுயர்ந்த ஆடையின் மீதும் கட்டுப்படுத்த முடியாமல் வெள்ளமென வாந்தி செய்தார். நிற்க முடியாமல் பிரக்ஞையின்றி கீழே விழப்போன அவரை இடுப்போடு அணைத்துப் பிடித்தபடி பிணம் போல் கனத்த அவரது உடலின் எடையோடு போராடினான் தினாநாத். பாதி செரித்த உணவின் பகுதிகள் அவனது மேல்சட்டைக்கும் தந்தையின் வெள்ளை பட்டுக் குர்தாவிற்கும் இடையில் நசுங்கி துர்நாற்றத்தை அறை முழுக்க நிறைத்த போதிலும் வழக்கமாக இது போன்ற சமயங்களில் அவனுக்கு ஏற்படுகின்ற குமட்டல் உணர்வையோ அருவருப்பு உணர்வையோ அவை ஏற்படுத்தவில்லை. தந்தையின் எடையோடு சேர்ந்து நிமிர்ந்து திடமாக நின்று கொள்ள தினாநாத் முயன்ற அந்த நொடி

அறையில் அமைதி நிலவியது. வழக்கத்தை விட விரிந்த கண்களுடன் நடப்பதைப் பார்த்துக் கொண்டிருந்த கணக்குப் பிள்ளையின் வாய் பேச்சற்று ஆ எனத் திறந்திருந்தது. “யாராவது இருக்கீங்களா?.. காரைத் தயார்படுத்துங்க” என தினாநாத் குரல் கொடுத்ததும் முதலாளியால் இடப்படுகிற கட்டளைகளை விரைந்து நிறைவேற்றும் வழக்கமான சுலபமான பணியினை மேற்கொள்ளும் பொருட்டு, அந்த சமயத்தில் வேலைக்காரர்கள் இருக்கும் இடத்தை நோக்கி அவரது வயது அனுமதிக்கிற அதிக பட்ச வேகத்தில் ஓடினார்.

கார் மெதுவாகத் தனது பயணத்தைத் துவக்கிய போது சுற்றி நிற்கிற கூட்டத்தில் தனக்குத் தெரிந்த பல முகங்கள் இருப்பதைக் கண்டான் தினாநாத். வேலைக்காரகள், கடைக்காரர்கள், பிச்சைக்காரர்கள் என எல்லோரது முகங்களிலும் கவலை நிரம்பியிருக்க சில பெண்கள் அழுது கொண்டிருந்தனர். ஜன்னல்கள் ஏற்றப்பட்டிருக்கிற காருக்குள் இவன் தனியாக அமர்ந்திருந்தான் - முன் இருக்கையில் ஓட்டுநரும், பின் இருக்கையில் மல்லாந்திருக்கும் மோதிசந்தின் உடலுமாக அடுத்து என்ன நடக்கப் போகிறதென்கிற அச்சத்துடன் அவன் காருக்குள் தனித்திருந்தான். திடீரென இது இப்படி நேர்ந்து விட்டதே! இல்லை. திடீரென்று இல்லை. பல வாரங்களுக்குத் தொடர்ச்சியாக இருந்து வந்த லேசான காய்ச்சலும், தணியாமல் தொடர்ந்த இருமலும், வெளிறிய உடலும், அடிக்கடி ஏற்பட்ட உடற்சோர்வும் நல்ல அறிகுறிகள் அல்ல என்று ஒரு நாள் மாலை இவனை தனியாக அழைத்துச் சென்று ஹக்கிம்ஜி சொன்னார்தானே?. இவன் எதற்கும் தயாராக இருக்க வேண்டும் என்றும்கூட சொன்னார் அவர். ஆனால் அவன் எந்த மோசமான நிகழ்விற்கும் தன்னை தயார்படுத்திக் கொள்ளவில்லை. அது எப்படி ஒரு குழந்தைக்குச் சாத்தியம்?. அதுவும் தன் தந்தை கண் முன்னாலே நடந்து கொண்டும் சாப்பிட்டுக் கொண்டும் பேசிக் கொண்டும் இருக்கும் போது?. அவரது இதயம் தொடர்ந்து துடிப்பதையும் மார்பு மேலெழுந்து தாழ்வதையும் உறுதி செய்யும் பொருட்டு அவனது கண்கள் அங்கேயே நிலைத்திருந்தன. இத்தனை சதாப்பதங்களாக அது அப்படித்தான் துடித்துக் கொண்டிருக்கின்ற போதிலும் நிதானித்து அதைக் கவனிக்க வேண்டுமென அவனுக்குத் தோன்றியதில்லை. பிரச்சினைகளின்றி இடைவிடாமல்

துடித்துக் கொண்டிருந்தாலேயே கவனம் பெறாமல் போயிருந்த அந்த இயக்கம் இப்போது இருப்பதிலேயே மிக முக்கியமான இயக்கமாக ஆகி விட்டது அவனுக்கு. செயலற்ற வெறும் ஒரு பொருள் போலாகிவிட்டாலும் கூட இன்னமும் தன்னுடன் இருக்கக் கூடிய பெற்றோரின் மரணத்தையோ திரும்பவே இயலாத விடைபெறலையோ கற்பனை செய்வதென்பது அவர்களது குழந்தைகளால் இயலாத காரியமாகவே இருக்கிறது.

காருக்கு வெளியே நிற்பவர்களில் ஒருவராக தான் இருக்க முடிந்தால் எவ்வளவு நன்றாக இருக்கும்! தனது தந்தையின் மரணத்தை எதிர்நோக்கி கொண்டிருக்கிற துயரத்தால் தாக்கப்படாத அவர்களில் ஒருவராக இருக்க முடிந்தால்! அவன் மனதில் தோன்றிய வெறுமை இந்த ஏக்கத்தைத் தோற்றுவித்தது. தொடர்ந்து அன்னையை பற்றிய நினைவுகள் எழுந்தன. இயல்பான, பலவீனமான, அழகிய, வெளிறிய, அன்பு மிகுந்த, தனது மெலிந்த கரத்தினால் அவனது தலையைக் கோதி ஆறுதல் தருகிற, "என் அன்பு தினு, என் செல்ல தினு, என் ராஜா தினு" எனச் சொல்கிற அம்மா. இந்த நினைவுகள் அவன் எண்ணத்தில் திரளத் திரள இதயம் வேகமாகத் துடித்துக் கொள்ள ஆரம்பித்து வயிறு இறுக்கிக் கொண்டது. இப்படிப்பட்ட நொடியில் ஒரு உடலால் என்ன செய்ய முடியும்? அவன் அறிவதற்கு முன்பாகவே தேம்பலில் துவங்கி அழுகையாக மாறி சப்தமாகக் கதறி அழ ஆரம்பித்திருந்தான் தினாநாத். அதற்கிடையிலும் கூட, சரியாக அன்னை இறந்த சமயத்தில் ஏற்பட்ட அதே உணர்வுதான் இப்போதும் ஏற்பட்டிருப்பதும் என அவன் மனம் அடையாளம் கண்டது. இத்தனை ஆண்டுகளாக மீண்டும் ஒருமுறை அழைக்கப்படுவதற்காக பொறுமையாகக் காத்திருந்தது போல உள்ளுக்குள்ளேயே கொஞ்சமும் மாறாமல் அடைந்து கிடந்திருக்கிறது அவ்வுணர்வு எனத் தோன்றியது. நாசூக்கும் தோரணையும் நிறைந்த தன் முதலாளி ஒரு குழந்தையைப் போல கதறி அழுவது கேட்டு அதிர்ந்து கிட்டத்தட்ட காரையே நிறுத்தி விட்ட ஓட்டுநர் பிறகுதான் தன் தந்தையின் இறப்பினை அஞ்சும் ஒரு குழந்தையின் அழுகை அது என்பதை உணர்ந்து கொண்டான்.

இதற்கு முன் பல்வேறு சமூகக் கூடுகைகளில் தினாநாத் சந்தித்திருக்கிற மருத்துவர் க்ரிகரி இவர்களது கார்

மருத்துவமனைக்குச் சென்ற போது அதன் வாயிலில் காத்துக் கொண்டிருந்தார். அவர் பிரிகேடியர் ஜேம்ஸின் நண்பரும் கூட. சமூகக் கூடுகைகள் சார்ந்த அந்த வாழ்க்கை இந்த நொடியில் வேறு யாருடைய வாழ்க்கையோ போல வெகு தொலைவில் தெரிந்தது. கன்னாட் ப்ளேஸிற்கு அருகிலிருக்கும் பாங்கான உணவு விடுதிகளுக்கு நேர்த்தியான விலை உயர்ந்த பட்டுப் புடவை அணிந்திருக்கும் தன் மனைவியுடன் மாலை வேலைகளில் சென்று மதிப்புமிக்க ஆங்கிலேயர்கள் மற்றும் அமெரிக்க அதிகாரிகளுடன் நடனமாடி நெருக்கத்தை ஏற்படுத்தி கொள்ள முயலுவான் தினாநாத். "ஆங்கிலேயர்களை விட அதிகமாக ஆங்கிலத்தன்மை பெற முயற்சிக்கிற இன்னொரு கறுப்பன்" என அவனது முதுகிற்குப் பின்னால் கிண்டல் செய்கிற அவர்கள் தனது வேலையை முடித்துக் கொள்ளும் பொருட்டு அவன் தருகிற லஞ்சத்தையும் தாராளமாக இவர்களுக்குச் செய்கிற செலவையும் மகிழ்ச்சியுடன் ஏற்றுக் கொள்கிறவர்களாக இருந்தார்கள். மதிப்புமிக்க வேறு பல ஆங்கிலேயர்களைப் போலவே க்ரிகரியும் கூட தீனாநாத்தின் சமூக அந்தஸ்திற்கு பங்கம் விளைவிக்கிற குறைபாடுகளைக் குறித்து புறம் பேசியிருக்கிறார் – ஒரு வார்த்தை கூட ஆங்கிலத்தல் பேசத் தெரியாத தந்தை, இங்கிலாந்தில் வைத்து ஒரு ஏர்லின் கழுத்துப்பட்டையில் கைவைத்த தம்பி- ஒரு விதவையுடன் தொடர்பில் இருந்ததாக வதந்தி பரப்பபட்டு, பின் தன் மனைவியையும் குழந்தையையும் தவிக்க விட்டு விட்டு ஓடிப்போய் சாதுவாக மாறிவிட்ட தம்பி. இவை எல்லாவற்றையும் விட மோசமான குறைபாடு பெரிய மனிதர்களுடன் தொடர்பில் இருப்பதற்கான தினாநாத்தின் ஆர்வமும் அதன் பொருட்டு அவன் வலிந்து மேற்கொண்ட செயல்பாடுகளும். குறிப்பிட்ட நபருக்குப் பொருத்தமாக இருக்கும் என்பதற்காக இங்கிலாந்திலிருந்து தினாநாத் ப்ரத்யேகமாக வரவழைத்த துணியில் தைக்கப்பட்ட ஆடையை அணிந்து கொண்டு அதில் தினாநாத் பரிசாக அளித்த தங்கக் கடிகாரத்தைப் பொருத்திக் கொள்வதற்கு சற்றும் தயங்காத மனிதர்கள்தான் இப்படியாக அவனைப் பற்றி புறம் பேசினார்கள்.

மருத்துவர் க்ரிகரி ஒரு காமுகன் என்கிற பெயர் நிலவியது. குறிப்பாக இந்தியப் பெண்கள். சமூக அந்தஸ்து குறித்த

பாகுபாடுகளின்றி பல்வேறு பெண்களை அவர் குறி வைத்திருக்கிறார் என்பதாகப் பேசிக்கொள்ளப்பட்டது. தினாநாத்தும் கூட ஸ்வர்ணலதாவை அவரிடமிருந்து பலமுறை காத்துக் கொள்ள வேண்டியிருந்தது. இதன்பொருட்டு இன ரீதியிலான பல அவமானங்களை அவன் சந்திக்க நேர்ந்தது. ஆனால் அவர் ஒரு தேர்ந்த மருத்துவர் எனப் பெயர் பெற்றிருந்தார். மருத்துவர் க்ரிகரியின் அறிவுரையின் படி அவரது பணியாளர்கள் உயிர்வாயுக் குடுவைகளும், ட்ரிப் ஸ்டாண்டுகளும், தேவைக்கேற்றவாறு ஏற்றி இறக்க முடிகிற படுக்கையும் வைக்கப்பட்டிருந்த அறைக்குள் லாலா மோதி சந்தை கொண்டு சென்றனர். இதற்கு முன் எத்தனையோ பேர் இறந்து போயிருக்கக்கூடிய அந்த அறையைக் கிருமி நாசினியின் மனம் நிறைத்திருந்தது. தினாநாத்தை நோக்கித் திரும்பிய மருத்துவர் அவனது கரங்களைப் பற்றிக் கொண்டார். மருத்துவமனைக்கு வெளியில் அவர்கள் வாழும் வாழ்க்கைக்கு மிக முக்கியமானதாகத் தோன்றிய இனம் மற்றும் அந்தஸ்த்தின் அடிப்படையில் இருவருக்கிடையே நிலவிய ஏற்றத்தாழ்வுகளும் அதன் பொருட்டு எழுந்த பிரச்சினைகளும் அந்நொடியில் மறைந்து போயின. அதைவிட உண்மையான முக்கியமான ஒரு விஷயத்தை அறிவிப்பது போல் இருந்தது அவர் தினாநாத்தின் கரங்களை குலுக்கிய விதம்.

இதற்கு முன் அவருடனான எந்த சமூகக்கூடுகைகளிலும் தினாநாத் கேட்டிருக்காத ஒரு குரலில் “திரு. நாத்” என்றழைத்த க்ரிகரி, “நான் பொய் சொல்ல விரும்பவில்லை. நிலைமை சரியாக இல்லை” என்றார். “நான் உங்கள் மேல் அதீத நம்பிக்கை வைத்துள்ளேன். உங்களால் என்ன செய்ய முடியுமோ அதைச் செய்யுங்கள்” என்றான் தினாநாத்.

காலைகள் தோன்றி மதியங்கள் கடந்து இரவுகளும் நகர்ந்து கொண்டிருந்தன. டிரிப் ஸ்டான்டில் ஒரு புதிய பாட்டில் தொங்க விடப்படுதல், ஏதோ ஒரு வகை ஊசி போடப்படுதல், மூச்சுத்திணறல் சரி செய்யப்படுதல், திடீரென ஒரு வாந்தி – அதைத் தொடர்ந்து வலிமிக்க நீரேற்றம் என அலைமோதிக் கொண்டிருந்த அந்த அறை லாலா மோதி சந்தின் நிலைமை சற்றுச் சீரடைந்ததும் அமைதி கண்டது. வீட்டிலிருந்து அனுப்பபட்ட ஆடைகளை மாற்றிக் கொண்டும் ஸ்வர்ணலதா

கொடுத்தனுப்பிய உணவினை உண்டு கொண்டும் இவை அனைத்தையும் கவனித்தபடி அங்கேயே தங்கியிருந்தான் தினாநாத். பத்து மணிக்கு வந்த மாதோ, “பெரிய மருமகள் உங்களை வீட்டிற்கு வரச் சொன்னார்கள். இன்றிரவு நான் இங்கே தங்கிக் கொள்கிறேன்” என்றான்.

வேண்டாம் என்றான் தினாநாத். “காலையில் வேறு ஆடைகளும் உணவும் கொண்டு வந்தால் போதும்” என்றான்.

நள்ளிரவில் மருத்துவமனை அமைதி ஆனது. ஒரே ஒரு சிறிய விளக்கைத் தவிர அறையில் இருந்த மற்ற எல்லா விளக்குகளும் அணைக்கப்பட்டிருந்தன. நோயாளியின் உதவியாளுக்கென ஒரு சிறிய படுக்கை, அறையின் ஒரு புறம் போடப்பட்டிருந்தது என்றாலும் தினாநாத்திற்கு அதில் படுக்கத் தோன்றவில்லை. அந்தப் படுக்கையை பார்த்தவாறே நாற்காலியில் அமர்ந்திருந்தான். அவனது கண்கள் அறையின் மையத்திலிருந்த பெரிய படுக்கைக்கே திரும்பிக் கொண்டிருந்தன. அந்தப் படுக்கையைச் சுற்றி வைக்கப்பட்டிருந்த விதவிதமான உபகரணங்கள் அவர் வழக்கமாக வீட்டில் படுத்துறங்கும் நான்கு புறமும் தூண்கள் உள்ள படுக்கையைப் போன்ற தோற்றத்தை ஏற்படுத்தின, என்றாலும் செவ்வக வடிவில் அலங்கோலமாகத் தொங்க விடப்பட்டிருந்த உலோகங்களான அந்தத் திரையானது, நடுவில் மல்லாந்திருக்கும் மோதிசந்தின் உடலை பல விலங்குகள் ஒன்று சேர்ந்து வெறித்துக் கொண்டிருப்பதைப் போன்ற விநோதமான சித்திரத்தை தந்தது. மெதுவாக எழுந்து அடங்கியபடி இருந்த மோதிசந்தின் மார்பின் மீதே தினாநாத்தின் கவனம் முழுவதும் இருந்தது. அவ்வப்போது ஏற்பட்ட சிறிய திணறல் ஒலி ஆரம்பத்தில் அவனைப் பயப்படுத்தி செவிலியரை அழைக்கத் தூண்டினாலும் போகப் போக அது குறித்த அவனது பயம் குறைந்தது. என்றாலும் அவ்வொலி கேட்ட போதெல்லாம் அவன் விழித்துக் கொள்ளவே செய்தான்.

மருத்துவமனையின் பகற்பொழுதுகள் மிகவும் வெறுமையாகக் கழிந்தன. எங்கோ தூரத்தில் ஒலிக்கிற பரபரப்பான வெளியுலகின் சப்தங்களை வடிகட்டி உள்ளனுப்புகிற மருத்துவமனை சுவர்களுக்குள், எழுந்தடங்குகிற தந்தையின் மார்பு மட்டுமே அங்கு நிகழ்கிற ஒரே அசைவாக இருந்தது.

அவரது சக்தி முழுவதையும் எடுத்துக் கொண்டு அவ்வப்போது திணறி அதிர்ந்தபடி கர்கர்ரென சீராக ஒலித்த சுவாசத்தின் ஓசை மட்டுமே அந்த அறைக்குள் ஒலித்த ஒரே சப்தமாக இருந்தது. இப்போது, வெளியுலகின் சப்தங்கள் அனைத்தும் அடங்கிவிட்ட இந்த இரவில், அவனது தலைக்குள் அடியாழத்தில் தினசரிகளின் அவசர நிகழ்வுகள் குறித்து, பல்வேறு குரல்கள் ஒன்றுக்கொன்று நெருக்கியடித்தன. 'அப்பா கண்டிப்பா உயில் எழுதியிருப்பாரு, கண்டிப்பா. அது எங்க இருக்கும்? முன்னாடியே இது பற்றி அவர்கிட்ட கேட்டிருந்திருக்கலாம்; என் வெள்ளிக் கைப்பட்டையை ஏன் இன்னும் மெருகூட்டாம வச்சிருக்காங்க, போன வாரமே சொல்லியிருந்தேன்; அப்பாவுக்கு வந்திருக்கிறது என்ன வகையான தொற்றுன்னு மருத்துவர் க்ரிகரி சொன்னாரு; ஃபரக்ஷனா பக்கத்தில் வசிக்கிற ஒரு பொண்ணு கூட இவர் தொடர்பு வச்சிருந்ததா சொன்னாங்களே, அந்தப் பொண்ணு பேரு என்ன, ஏதோ முஸ்லீம் பேரு; திவான்சந்த், அவனுக்கு இதைப்பற்றி தெரியப்படுத்தனும். பெரிய முட்டாள் அவன், திவான்சந்த், இருந்தாலும் அவனுக்கு இதைப்பற்றிச் சொல்லி ஆகனும், உயில் திறக்கப்படறப்போ அவனும் இங்க இருக்கனும்; குதுப்மினார், அங்க ஒரு தடவை போகணும். சுற்றுலா போகணும் சுற்றுலா போகணும்னு பிள்ளைங்க கேட்டுக்கிட்டே இருந்தாங்க, லதா கூட கோவிச்சுக்கிட்டா, அப்பாவை வீட்டுக்குக் கூட்டிட்டுப் போனதுக்கப்புறம் ஒரு தடவை போயிட்டு வரனும்.' இறுதியாக மருத்துவமனை வாயிலில் காரிலிருந்து இறங்குகிற தன் கரங்களைப் பற்றி மருத்துவர் க்ரிகரி குலுக்குகிற கனவைத் திரும்பத் திரும்பக் கண்டபடி அவன் உறங்கிப் போனான். அக்கறை நிறைந்த முகத்துடன் இருந்த அவருக்கு அருகில் இஸ்லாமிய முறைப்படி உடையணிந்து முகத்தை மெல்லிய துப்பட்டாவால் மறைத்த ஒரு பெண்ணும் நின்றிருந்தாள்.

தானே குளித்துக் கொள்ளத் தெம்பிருக்கிற நோயாளிகளுக்காகவும் உடனிருப்பவர்களுக்காகவுமென ஒதுக்கப்பட்டிருந்த பொதுக் குளியலறையில் குளித்து, நாளுக்கு இரண்டு முறை ஸ்வர்ணலதா கொடுத்தனுப்பிய உணவுகளை உண்டபடி மூன்று நாட்களுக்கு மருத்துவமனையில் தங்கியிருந்தான் தினாநாத்.

வீட்டிற்கு வரும்படியும் மாதோவை மருத்துவமனையில் தங்கச் சொல்லும்படியும் ஸ்வர்ணலதா சொல்லி அனுப்பிய யோசனைகளை திடமாக மறுத்து விட்டான். ஒருமுறை முடிவு செய்து விட்டால் ஒருபோதும் தன் கணவன் அதிலிருந்து பின் வாங்க மாட்டான் என்பதும் இக்குணமே பரம்பரை பரம்பரையாக தொழிலும் வாழ்க்கையிலும் அவர்கள் சிறந்து விளங்க உதவுகிறது என்பதையும் அவள் நன்கு அறிவாள். என்றாலும், அவன் மீதான அக்கறையை வெளிப்படுத்தும் பொருட்டு இந்த யோசனையை அவள் அடிக்கடி தெரிவித்து அனுப்பினாள். இந்த மூன்று நாட்களின் நிகழ்வுகள் தினாநாத்தை அவநம்பிக்கையின் உச்சத்திற்கே அழைத்துச் சென்றன. திடீரென ஏற்படுகிற படபடப்பும் மூச்சுத்திணறலும் பரபரப்பை உண்டாக்கி மருத்துவர்களையும் செவிலியர்களையும் அறையை நோக்கி விரைந்து ஓடிவரச் செய்யும். பிறகு ஊசிகளாலும், மார்பிலும் கால்களிலும் அவர்கள் செய்கிற விநோத செயல்பாடுகளாலும் நிலைமை சீரடைந்து அமைதிக்கு திரும்பும். என்றாலும் நம்பிக்கை உண்டாக்கும்படி நிலைமையில் முன்னேற்றம் ஏற்படவே செய்தது. “இன்று அவர் நன்றாகச் சாப்பிட்டார். ஒரு கிண்ணம் முழுக்க இருந்த பருப்பினை அவரால் சாப்பிட முடிந்தது.” அல்லது “இன்று மதியத்திற்குப் பிறகு அவரது இரத்த அழுத்தம் சீராக இருக்கிறது.”

பெரும்பாலும் உணர்வற்ற நிலையில் இருந்தாலும் கூட, லாலா மோதிசந்தை வீட்டிற்கு அழைத்துச் செல்லலாம் என நான்காம் நாள் காலையில் மருத்துவர் க்ரிகரி பரிந்துரை செய்தார். “திரு. நாத், அவரது நிலைமை சீராக இருக்கிறது. இதே போல பல வாரங்களுக்கோ நாட்களுக்கோ தொடரலாம். அல்லது அவர் நன்கு மீண்டு வரவும் செய்யலாம். எப்படி இருந்தாலும் நீங்கள் அவரை வீட்டிற்கு அழைத்துச் செல்வதுதான் நல்லது. ஒரு நல்ல செவிலியரை மட்டும் ஏற்பாடு செய்து கொள்ளுங்கள், வேறு என்னவெல்லாம் தேவைப்படும் என்பதை நான் எழுதித் தருகிறேன்” என்றார்.

விடைபெறும் பொருட்டு மருத்துவர் க்ரிகரியிடம் தினாநாத் கைகுலுக்கிய போது, இயல்பு வாழக்கைக்கு திரும்பி மீண்டும் இவரை சந்திக்கிற போது இவரைக் குறித்த தன் எண்ணங்கள்

முன்பு போல் இருக்கப் போவதில்லை என்பதை உணர்ந்தான். மருத்துவத்துறையில் அவருக்கிருந்த அறிவாற்றலின் காரணமாக முக்கிய நிகழ்ச்சிகளுக்கு வரவேற்கப்பட்டாலும், சொந்த வாழ்வில் அவரது ஒழுக்கம் குறித்து நிலவிய பல சந்தேகங்களின் பொருட்டு தகுதிக்குரிய சமூக அந்தஸ்து மறுக்கப்பட்டிருக்கிற ஒருவர் என்கிற பிம்பமே இதற்கு முன் அவரைப் பற்றி அவன் மனதில் பதிந்திருந்தது. காரை நோக்கி நடந்து சென்ற தினாநாத் மருத்துவர் க்ரிகரி மட்டுமல்ல, மூன்று நாட்கள் முன்பு வரை தான் அனுபவித்த கொண்டாட்டம் நிறைந்த உலகம் முழுவதுமே தன் கண்களில் வேறாகத் தோன்றுவதாகக் கருதினான். தன்னுடைய நிகழ்ச்சி நிரலில் என்னென்ன நிகழ்வுகள் திட்டமிடப்பட்டிருந்தன என்பதை அவனால் நினைவிற்குக் கொண்டு வர முடியவில்லை, என்றாலும் வரும் வாரத்தில் ஏதோவொரு முக்கிய நிகழ்வு குறிக்கப்பட்டிருக்கிறது என்பது மட்டும் உறுதியாகத் தெரிந்தது. காரில் வீட்டிற்கு திரும்பி வருகிற வழியில் அந்த ஒட்டு மொத்த நகரின் தோற்றமே கூட மாறியிருப்பது போல தோன்றியது- ஒரு மழையால் ஏற்படும் மாற்றம் போல. எல்லாமே முன்பிருந்தவைதான்- கடை வாசல்கள், கடைகளின் முகப்பில் இருந்த விரிசல்கள், பால்கனிகள், பாங்கோசை, கோட்டையின் சிவப்பு, குதிரைகளின் குளம்பொலிகள், தெரு வியாபாரிகளின் உரத்த குரல்கள், கடைகளுக்கு வெளியே சத்தமாகப் பேரம் பேசிக் கொண்டோ விவாதித்துக் கொண்டோ இருக்கும் மனிதர்கள்- ஆனால் அவை இப்போது வேறாகத் தெரிந்தன. ஜில்லென்றிருக்கும் மென்மையான தயிர்வடையை அதன் இனிப்பும் புளிப்புமான சுவைகளுடன் உண்ண விரும்பி வாயிலிட்ட பிறகு அது சுடு சாம்பலில் செய்யப்பட்டிருக்கிறதென அறிய நேர்வது போல அவனுக்கு இவ்வுலகம் வேறு சுவையில் தெரிந்தது. ஏதோ ஒரு பருப் பொருளின் எடையைப் போல அளவற்ற களைப்பு அவன் தோளில் அழுந்தி அழுந்தி அவன் முழு உடலையும் இருக்கையில் சாய்த்தது. பெரிய வீட்டிற்குச் சென்றடைந்ததும் காரிலிருந்து இறங்கிப் பின் கதவைத் திறந்த ஒட்டுநருக்கு, தந்தையின் கால்களைப் இறுகப்பற்றியபடி தலைசாய்த்து உறங்கிக் கொண்டிருக்கிற தினாநாத் காட்சிக்குக் கிட்டினான்.

தினாநாத் எழுந்து கொண்டபோது அது மாலையாகி இருந்தது. அவனது தந்தை அவரது அறையில் கிடத்தப்பட்டு அவருக்காக செவிலியர் ஒருவர் ஏற்பாடு செய்யப்பட்டிருந்தது மட்டுமன்றி அச்செவிலியர் தனது பணிகளையும் தொடங்கியிருந்தார். மருத்துவமனையில் போல் அல்லாது, தயங்கி நிற்கிற அழையா விருந்தாளியென அவரது அறைக்குள் தொங்கிக்கொண்டிருந்தன டிரிப்ஸ்டான்டுகளும், கழிவுக் கோப்பைகளும். மருத்துவர் க்ரிகரியின் குறிப்பை தனது கணவனின் பாக்கெட்டில் கண்ட ஸ்வர்ணலதா அதில் குறிப்பிட்டிருந்த அனைத்தையும் ஏற்பாடு செய்திருந்தாள். மருத்துவர் ஹக்கீமிற்கும் அவள் தகவல் அனுப்பியதால், தினாநாத் எழுந்து கொள்வதற்கு சற்று முன்பே அவர் அங்கே வந்திருந்தார். இவருக்குத் தகவல் தெரிவிக்காமல் வேறொரு மருத்துவமனைக்கு தந்தையை அழைத்துச் சென்றது குறித்து சங்கடமாய் உணர்ந்தவன் அவரிடம் மன்னிப்புக் கோர முயன்றான். நான் எனது ஒட்டு மொத்த வாழ்வையும் ஒரு குறிப்பிட்ட மருத்துவ முறைக்காக அர்ப்பணித்துள்ளேன் என்றாலும், இருவேறு மருத்துவ முறைகள் குறித்த உன்னுடைய கருத்தைக் காட்டிலும் என் நண்பன் எனக்கு முக்கியம் எனக் கூறுவது போல, தோள்களையும் தலையையும் குலுக்கிக் கொண்டவர் அருகில் இருந்த ஸ்வர்ணலதாவுடன் தனது பேச்சைத் தொடர்ந்தார். வணிகத்தைத் தொந்தரவின்றி அவன் கவனிக்கும் விதமாக ஸ்வர்ணலதா தன்னுடைய கட்டுப்பாட்டிற்குள் கொண்டு சென்றிருந்த அந்த அறைக்குள் அவ்வாறு நிற்பது மருத்துவமனையில் தந்தையுடன் தான் உணர்ந்த நெருக்கத்தைக் குறைத்து அவனை மேலும் தனிமையாக உணரச் செய்தது.

“கணக்குப் பிள்ளை உங்களுக்காகக் காத்துக் கொண்டிருக்கிறார்” என யாரோ சொன்னதும், தன் தந்தையின் அலுவல் அறை எனத் தான் இன்னும் எண்ணுகிற அந்த அறையை நோக்கி நடக்கத் துவங்கினான். யார் அப்படிச் சொன்னது என்பதையோ கணக்குப்பிள்ளையின் வழக்கமான வேலை நேரம் முடிந்து வெகுநேரம் ஆகிவிட்டதென்பதையோ அவன் மனம் கவனிக்கவில்லை. லாலாமோதி சந்தின் உடல்நிலை குறித்து விசாரித்து அதற்கு அவன் கூறிய குழப்பமான பதில்களை கவனமாகக் கேட்டுக்கொண்ட பின் ஒரு பேரேட்டினை எடுத்த

கணக்குப்பிள்ளை அதில் தான் குறித்து வைத்திருந்த பக்கத்தை திறந்தார்.

❖❖❖

"தயவு செய்து எல்லாம் சரியாக இருக்கிறதா என்று பாருங்கள். நான்கு நாட்களாக இது சரிபார்க்கப்படவேயில்லை" என்றார்.

தினாநாத் குனிந்து பார்த்தான், குடும்பத்தின் ஒவ்வொரு பைசா வரவு செலவும் குறித்து வைக்கப்படுகிற முக்கியமான பேரேடு அது. ஒவ்வொரு தஸராவின் போதும் பழைய கணக்குகள் முடிக்கப்பட்டு புதிதாக ஒரு நோட்டில் கணக்கெழுத ஆரம்பிக்கிற வழக்கத்தின்படி இந்த ஆண்டிற்கான கணக்குகள் துவங்கப்பட்டு எழுதப்பட்டு வருகிற ஏடு அது - அவனது தந்தையின் இடத்தை அவன் நிரப்ப விதிக்கப்பட்டிருப்பது போல. வெளியூர்களுக்கு செல்கிற சமயங்கள் அல்லாது மற்ற எல்லாக் காலங்களிலும் ஒவ்வொரு மாலையும் லாலா மோதிசந்த் சரிபார்த்து கணக்கு முடிக்கிற பேரேடு அது. சமீப காலங்களில் அவர் அப்படி அடிக்கடி வெளியே செல்லவும் இல்லை. கண்ணீர் வழிய பின் நகர்ந்தான் தினாநாத்.

"உங்களிடம் காட்டாமல் நான் இதைக் கணக்கு முடிக்க முடியாது" என்றார் கணக்குப்பிள்ளை. "நீங்கள் வீட்டில் இல்லாவிட்டால் பரவாயில்லை. நீங்கள் இருக்கும் போது உங்களிடம் காட்டாமல் இதைக் கணக்கு முடிக்க முடியாது."

முன்னகர்ந்த தினாநாத் பேரேட்டைக் கையில் எடுத்துக் கொண்டான். தந்தையின் மெத்தையில் கவனமாக அமர்ந்தவன் கண்ணீர் விழுந்து மை அழிந்து விடாதபடி தலையை கவனமாகப் பின் நகர்த்தி அதனை மடியில் வைத்து கணக்குகளை ஒரு முறை பார்த்தான்.

அடுத்த நாள் காலை தமையனின் நினைவுகளோடு எழுந்தான் தினாநாத். அவனுக்குச் சொல்லி அனுப்ப வேண்டும் என நினைத்துக் கொண்டான். எப்போதும் குடும்பத்தின் நலத்திற்காக உழைக்கும் பொறுப்பானவனாக அல்ல, தந்தையின் வாழ்வு முடிவை நெருங்கிக் கொண்டிருக்கிறதென தமையனுக்கும் தங்கைக்கும் தகவல் அனுப்ப வேண்டிய கடமையை

நிறைவேற்றும் பொருட்டும் அல்ல, மாறாக முன்னெப்போதும் இல்லாத வகையில் திவான்சந்தின் அருகாமையை மனம் வேண்டுவதாலேயே இந்தக் காலையில் இப்படியான எண்ணம் தோன்றியதென்பதை அவனால் உணர முடிந்தது. ஆனால் அவன் வருவானா? தினாநாத்திற்குத் தெரியவில்லை. அவனைத் தமையனாக எண்ணுவது கூட எப்போதோ நின்று போயிருந்தது. தன்னைத் தந்தையாகவும் தன் மனைவி ஸ்வர்ணலதாவை இரண்டாம் அன்னையாகவும் தனது மகள்களை உடன் பிறந்த சகோதரிகளாகவும் எண்ணப் பழகி அவர்களிடமிருந்து அளவற்ற அன்பைப் பெற்று வாழ்ந்து வருகிற சிறுவன் கேஷோலாலைத் தவிக்கவிட்டு ஓடிப்போன ஒரு தந்தையாக, அவனது அன்னையைப் பிரிந்து சென்று விட்ட ஒரு கணவனாகத்தான் அவன் நினைவில் நிற்கிறான். ஒரு வேளை தன் தம்பி அப்பெண்ணைப் பிரிந்து சென்றிருக்காவிட்டால் அவள் மீது தாங்கள் அனைவரும்- தினாநாத், அவனது மனைவி, அவனது தந்தை- காட்டி இருக்கக்கூடியதை விட பலமடங்கு அன்போடும் கருணையோடும் அவளைப் பார்த்துக் கொண்டார்கள். தன் குழந்தையை வளர்க்கத் தேவைப்படும் எல்லா உதவிகளையும் தயங்காமல் கோருவதன் வழியாக அவளும் அவர்களது அன்பின் கதகதப்பை ஏற்றுக் கொண்டாள்.

மகனையும் மனைவியையும் கைவிட வேண்டாம் என பலமுறை பனாரஸிற்கு நேரிலேயே சென்று திவான்சந்தை கெஞ்சிக் கேட்டுக் கொண்டான் தினாநாத். ஓரிரு ஆண்டுகளுக்கு தினாநாத்தும் அவனது மனைவியும் அப்பாவும், வீட்டிற்குத் திரும்பி வரும்படி திவான்சந்திடம் பலமுறை வேண்டுகோள் விடுத்தும் அது தோல்வியில் முடிந்தது. அதன்பிறகு கொஞ்சம் கொஞ்சமாக தினாநாத்தின் மனதில் திவான்சந்த் ஒரு நபராக அன்றி வணிகத்தில் ஏற்பட்டுவிடுகிற ஒரு தீராத பிரச்சனையைப் போலப் பதிந்து விட்டான். சந்தையில் தங்களுக்கிருக்கும் செல்வாக்கைக் குலைக்கும் விதமாக ஒரு சரக்குக் கிட்டங்கியில் எதிரிகள் நடத்திய கொள்ளையானது வணிகத்தை வேரோடு சிதைத்திராவிட்டாலும் அதன் பாதிப்புகள் இன்றளவும் நீங்காமல் தொடர்ந்து கொண்டேதான் இருக்கின்றன. மனதின் ஆழத்தில் அரித்துக் கொண்டே இருக்கும் அப்படிப்பட்ட ஒரு பிரச்சனை அது. ஆனால் இன்று காலையில் எழுந்தபோது தினாநாத்தின் மனதில் திவான்சந்த்

தமையனாகத்தான் தோன்றினான். இதுவரை என்னவெல்லாம் நடந்துவிட்டது, அவன் என்னவெல்லாம் செய்துவிட்டான் அல்லது செய்யத்தவறிவிட்டான் என்பது போன்ற எந்த யோசனைகளும் இல்லை. ஆண்களின் விளையாட்டுகளில் ஈடுபட ரத்னமாலாவிற்கு அனுமதி மறுக்கப்பட்டிருந்ததால் வேறு வழியின்றி தாங்கள் இருவரும் ஒருவருக்கொருவர் விளையாட்டுத் தோழர்களாய்க் கழிக்க நேர்ந்த குழந்தைப் பருவம் கூட நினைவில் எழவில்லை. இருவருக்கிடையிலும் நிலவிய எத்தனையோ முரண்களையும் கசப்புகளையும் தாண்டி தம்பியின் ரத்தமும் சதையுமான அருகாமையை மனம் வேண்டுவதை அவன் உணர்ந்து கொண்டான். தான் வளர்ந்த அதே வீட்டில் அதே பெற்றோருடன் வளர்ந்ததன் காரணமாய் தனக்குத் தெரிந்த தன்னை நேரடியாகப் பாதிக்கிற- ஸ்வர்ணலதா கூட அறியாத- பல விஷயங்களை அறிந்த அந்த ஒரே ஒருவனை தன் மனம் தேடுகிறதை அவனால் உணர முடிந்தது. தங்கள் இருவருக்கும் மட்டுமே தெரிந்த அந்த வாழ்வும், அந்த இருவரில் ஒருவரால் மட்டுமே ஆற்றுப்படுத்த முடிகிற வேதனைகளுமாய்ச் சேர்ந்து முந்தைய இரவு உறக்கத்திலேயே திவான்சந்தின் அருகாமையை வேண்டி அவன் மனம் ஏங்கத் தொடங்கியிருந்தது. ஆனால் இவனது வலிகளைப் போக்கும் வழியை திவான்சந்த் அறிந்திருப்பானா அல்லது அதைப் போக்க அவன் விரும்புவானா என்பதும் கூட தினாநாத்திற்குத் தெரியவில்லை.

அன்று காலை சற்று நேரத்திற்குப் பிறகு தினாநாத் மாடியிலிருந்து இறங்கி வந்தபோது கலங்கிய முகத்துடன் நிற்கிற மாஸ்டர் மக்கன்லாலுடன் கணக்குப்பிள்ளை பேசிக்கொண்டிருப்பதைக் கண்டான். தன்னுடைய பொதுவுடைமைச் சாய்வுகளை கடுமையாக மறுத்த லாலாமோதிசந்தின் மீது அவருக்கு பெரும் வெறுப்பு இருந்த போதிலும் இந்த வேலை தனக்கு அத்தியாவசியம் என்பதால் மட்டுமே அங்கு நீடிப்பதாக மாஸ்டர் மக்கன்லாலைக் குறித்து தினாநாத் அறிந்து வைத்திருந்ததால் அவருடைய கலங்கிய முகம் அவனுக்கு ஆச்சரியத்தை அளித்தது. மாஸ்டர்ஜி கைகளைக்கூப்பி வணக்கம் தெரிவித்தபோது தினாநாத்தும் தன்னிச்சையாக பதில் வணக்கம் தெரிவித்தான். பிறகு கணக்குப்பிள்ளையை நோக்கி அவன் திரும்பும்முன், அடிபட்ட குழந்தை தன் பெற்றோரைப்

பார்ப்பது போன்ற ஆறுதல் தேடும் பாவத்துடன் ஒருநொடி தினாநாத்தைப் பார்த்த மக்கன்லால் அதற்கு அவன் எதிர்வினை புரியும் முன்பாக முகபாவத்தை மாற்றிக்கொண்டு, தடுமாறியபடி அங்கிருந்து அவசரமாய் வெளியேறினார்.

“இவர் இங்க என்ன செய்துக்கிட்டிருக்கார்?” என வினவினான் தினாநாத்.

“லாலாஜியைப் பார்க்க வந்திருந்தார்” என பதிலளித்தார் கணக்குப்பிள்ளை.

“பள்ளியைப் பற்றி நாம் அவருக்குச் சொல்ல வேண்டும்” என்றான் தினாநாத்.

“பள்ளியைப் பற்றி என்ன, முதலாளி?”

“ப்ரிகேடியர் ஜேம்ஸை நான் அன்று சந்திக்க முடியாவிட்டாலும், அவருடனான அந்த ஒப்பந்தம் கண்டிப்பாக சீக்கிரமே நிறைவேறி விடும். நாம உடனடியா பள்ளியை மூடினால்தான் நபன்மியானால் அங்கு வேலையைத் துவங்க முடியும்.”

“ஆனா, மாஸ்டர்ஜி...”

“மூணுமாசத்திற்குரிய சம்பளத்தை அவருக்கு குடுத்திருங்க. நான் அவருக்கு ஒரு நல்ல பரிந்துரைக் கடிதம் தர்றேன்னும் சொல்லுங்க. அன்னிக்கு நான் நகைவியாபாரி குந்தனைப் பார்த்த போது அவர் சீக்கிரமே ஒரு பள்ளியை ஆரம்பிக்கப் போவதாகச் சொன்னார். நான் அவர்கிட்ட மக்கன்லாலைப் பற்றிப் பேசறேன்” என்றான் தினாநாத்.

கணக்குப்பிள்ளை இதற்கு பதில் ஒன்றும் பேசவில்லை. இப்படி அமைதியாக இருப்பது அவரது வழக்கமில்லை என்பதால் அவரைத் திரும்பவும் நோக்கினான் தினாநாத்.

“என்ன ஆச்சு கணக்குப்பிள்ளை?”

“லாலாஜி பள்ளியை மாஸ்டர்ஜி பேருக்கு உயில் எழுதி இருக்கிறார்” என்றார் கணக்குப்பிள்ளை.

“பள்ளியை உயில் எழுதியிருக்கிறாரா? மாஸ்டர்ஜிக்கா? ஆனா ஏன்?”

உயில் எழுதுகையில் தன்னை அதற்கு சாட்சியாக இருக்கும்படி ரகசியமாக அழைத்துச் சென்ற முதலாளியின் மீதான விசுவாசம் காரணமாக ஒருநொடி அமைதியாக இருந்தார் கணக்குப்பிள்ளை. தனது இத்தனை ஆண்டுகால வாழ்வில் எத்தனையோ மரணங்களைக் கண்கொண்டு கண்டிருப்பதாலும், தன் முதலாளியின் உடல்நிலை கொஞ்சம் கொஞ்சமாகச் சீர்குலைந்து இந்த நிலைக்கு வந்ததை அருகிருந்து கண்டதாலும் லாலா மோதிசந்த் இந்தப் படுக்கையிலிருந்து மீண்டு வருவது சிரமம் என்பதை அவர் நன்கு அறிந்திருந்தார். அவருடைய விசுவாசத்தை தினாநாத்தை நோக்கி மடைமாற்ற வேண்டிய நேரம் வந்துவிட்டிருந்தது. கணக்குப்பிள்ளையின் மனதில் துயரமும் குற்ற உணர்வும் அழுந்தின. இந்தக் குற்ற உணர்வு தேவையற்றதென்பதும், இவ்விஷயம் குறித்து தினாநாத்திடம் சொல்லிவிடுவதே சூழலைக் கையாள்வதற்கும் பிரச்சனைகளின்றி குடும்பத்தை வழிநடத்துவதற்கும் அவனுக்கு உதவிகரமானதாக இருக்கும் என்பதுமே இவ்விஷயத்தில் லாலாமோதிசந்தின் கருத்தாக இருக்கும் என்பதை உணர்ந்தார். லாலா மோதிசந்த் ஆக்ராவில் கழித்த நாட்கள், அங்கு லஜ்வந்தியுடன் ஏற்பட்ட தொடர்பு மற்றும் அதன் விளைவாக மக்கன்லால் பிறந்தது உள்ளிட்ட விஷயங்கள் அனைத்தையும் ஒன்று விடாமல் தினாநாத்திடம் விளக்கினார். முடிவில் கரங்களைக் கூப்பிக் கொண்டவர் “முதலாளி, உங்கப்பா உயிரோடு இருக்கும் போதே அவரது நம்பிக்கைக்கு துரோகம் இழைத்து இந்தக் கதையை உங்களிடம் சொன்னதற்கு என்னை மன்னித்து விடுங்கள். ராமன் மீது சத்தியமாகச் சொல்கிறேன், உங்கள் குடும்பத்தின் நலன் பொருட்டே நான் இதைச் செய்தேன்” என்றார்.

தன் குடும்பத்தைப் பற்றி இத்தனை ரகசியங்களைத் தெரிந்து வைத்திருக்கின்ற இந்த முதியவரை கூடிய சீக்கிரமே இங்கிருந்து அகற்ற வேண்டும் என மனதிற்குள் எண்ணிக்கொண்டவன், “நான் உங்களை மன்னிக்கின்றேன். உயிலைக் காட்டுங்கள்” என்றான்.

கூப்பிய கரங்களை விலக்காமலேயே, “அது வழக்கறிஞரிடம் இருக்கிறது” என்றார். காலங்காலமாக ஒரு மேஜையின் பின் கால்களை மடித்து குனிந்து அமர்ந்து இந்த வீட்டிற்காக ஆற்றிய சேவையின் காரணமாய் ஏற்கனவே கூனியிருந்த முதுகு, இந்த வீட்டில் தன் காலம் முடிவிற்கு வரப்போகிறதென்கிற அறிதலின் கனத்தால் மேலும் கூடுதலாகக் குனிந்திருந்தது.

தந்தையின் அறையை நோக்கி நடந்து சென்ற தினாநாத், அவருக்கு அருகில் அமர்ந்து கொண்டான். இரண்டு தலையணைகளால் தாங்கப்பட்டிருந்த தலை, திறந்த வாய், பிராணவாயுவை நாசிக்குள் செலுத்தும் குழாய்களைத் தாங்கியபடி கவிழ்ந்திருக்கும் வெளிறிய மேலுதடு, இருபுறமும் தொய்ந்து கிடக்கிற கைகள், நோயினால் உருக்குலைந்திருந்தாலும் இளமையில் தான் கொண்டிருந்த- ஒரு ஆரம்பகட்ட மல்யுத்த வீரனின் - கட்டுடலின் சாயல்கள் இன்னும் மீதமிருக்கிற உடல், மஞ்சள் நகங்களுடன் போர்வைக்கு வெளியே நீட்டிக்கொண்டிருக்கும் வெளிறிய கால் என மெத்தையில் மல்லாந்திருக்கும் லாலாமோதிசந்த் தொடர்பற்ற சொற்களை முனகியபடி இருந்தார். அப்பா! என்ன செய்துவிட்டீர்கள் நீங்கள்! எப்படிப்பட்ட இக்கட்டில் எங்கள் அனைவரையும் கொணர்ந்து நிறுத்திவிட்டீர்கள்! என்றாலும் அவன் மனதில் கசப்புணர்வு எதுவும் தோன்றவில்லை. கண்ணால் பார்க்காமலேயே உயிலில் தன் அப்பா என்ன எழுதியிருப்பார் என அவனால் அனுமானிக்க முடிந்தது: தினாநாத்தும் ஸ்வர்ணலதாவும் அதற்கான ஏற்பாடுகளை செய்து வருகின்றனர் என்றபோதிலும், தன் ஒவ்வொரு பேத்திக்கும் அவர்களது திருமணத்திற்குத் தேவையான ஏற்பாடுகள், பணம் மற்றும் குறிப்பிடத்தக்க ஒரு சொத்து என ஒதுக்கியிருப்பார்; தனது விசுவாசமிக்க ஊழியர்களுக்கு பரிசுப்பொருட்கள்; தினாநாத்தின் பெயரில் ஓரிரு நிலங்கள்; பிறகு தனது ஒட்டுமொத்த சொத்துக்களையும் கேஷோலாலின் பெயரில் எழுதி அவன் உரிய வயதை எட்டும்வரை அவற்றிற்குப் பாதுகாவலராக தினாநாத்தை நியமித்திருப்பார். அவற்றை கவனித்துக்கொள்ளும் வயதை கேஷோலால் அடைந்த பிறகும் அதிலிருந்து ஒரு குறிப்பிட்ட தொகை எப்போதும் தினாநாத்தைச் சேரும்படி செய்திருப்பார்.

அதோடு மாஸ்டர்ஜியும் லாலாமோதிசந்தின் மகன்தான் எனத் தெரிந்துவிட்ட பிறகு, சொத்துக்களில் ஒரு பகுதி- அந்த ஒரே ஒரு பகுதி மட்டுமாகத்தான் இருக்க வேண்டும்- ஏன் அவர் பெயருக்கு எழுதப்பட்டது என்பதும் தெரிந்துவிட்டது. தான் இந்த நிலைமையில் இருந்திருந்தாலும் – இங்கிலாந்தில் இருக்கும் ஏதோ ஒரு குழந்தை தன்னைத் தந்தையென உரிமை கோரினால்- இதையேதான் செய்திருப்போம் என எண்ணிக் கொண்டான் தினாநாத். நல்லவேளையாக திருமணத்திற்குப் பிறகு தனது வசீகரமிக்க மனைவியைத் தவிர வேறொருவரையும் தான் நாடவில்லை எனத் தன்னையே மெச்சிக் கொண்டான். மாஸ்டர்ஜிக்கு உயில் எழுதப்படுகிற ஒன்றோ அல்லது இரண்டோ சொத்துக்கள் ஒட்டுமொத்த சொத்துக்களில் பெரிய அங்கமாக ஒன்றும் இருக்கப்போவதில்லை. அது அல்ல பிரச்சனை. நிஜமான பிரச்சனை என்னவென்றால், உயிலில் அவரது பெயரைச் சேர்ப்பதன் மூலம் அவரோ அவரது வாரிசுகளோ எதிர்காலத்தில் எப்போது வேண்டுமானாலும் லாலா மோதிசந்தின் உண்மையான வாரிசுகளுக்கு எதிராக சட்டரீதியான பிரச்சனைகளைக் கிளப்ப வாய்ப்பு ஏற்பட்டு விடும். இல்லை, மக்கன்லாலின் பெற்றோர் குறித்த ஆவணம் எதுவும் ஆதாரமாய்க் காட்டுவதற்கு இருக்காது. அப்படி ஒன்றை விட்டுவைக்க அவன் தந்தை அனுமதித்திருக்க மாட்டார். தன்னுடைய மகன்களில் ஒருவன் தனியே இவ்வுலகில் போராடுவதை அனுமதிக்க அவருக்கு மனம் வந்திருக்காது. அதனால் மட்டும்தான் இப்படிச் செய்திருப்பார். தன் தந்தையின் செயல் குறித்து இப்படி ஒரு தர்க்க ரீதியிலான புரிதல் ஏற்பட்டதும் அவனுக்கு அவரை எண்ணிப் பெருமிதம் ஏற்பட்டது. அந்தப் பெருமித உணர்வு இனி அவர் அவனோடு இருக்கப் போவதில்லை என்கிற துக்கத்தையும் உடன் அழைத்து வந்தது. அவரது மதிநுட்பமும் ஞானமும், குடும்பத்தினர் மீதான நிபந்தனையற்ற அன்பும் இவை எல்லாவற்றையும் விட அவரது ஸ்தூலமான இருப்பும் இனி இல்லாமல் போகப் போகிறது. இனி அவன் யாரிடம் போவான்? பதட்டத்தாலும் பயத்தாலும் அவன் தவிக்கும் படியாக, தக்க நேரத்தில் இவனை அசைத்துச் சாய்க்கக் காத்திருக்கும் பிரச்சனைகளின் போது - கையாளக் கடினமான அப்பிரச்சனைகளின் போது - இவன் இனி யாரிடம் போவான்?

நிதானித்துக் கொண்ட தினாநாத், படுக்கையிலிருந்து எழுந்து அறையை விட்டு வெளியேற எத்தனிக்கையில் அவனது தந்தை எதுவோ சொல்வது போலக் கேட்டது. குனிந்து அவரது வாயிலிருந்து வரும் சப்தங்களைப் புரிந்து கொள்ள முயற்சித்தான். தொண்டைக்குழிக்குள் வார்த்தைகளாக உருவெடுத்தாலும் உதட்டிற்கு வெளியே வருகையில் அவை பொருளற்ற சப்தங்களாகவே உருக்கொண்டன. அவர் என்ன சொன்னார்? அவர் என்ன சொல்ல முயன்றார்? ரொம்பவும் முயன்று கவனித்த போது அவர் சொல்வது புரிவது போல் இருந்தது: "உனது சகோதரர்களை கவனித்துக் கொள்." சட்டென நிமிர்ந்து எதிரில் இருந்த செவிலியைப் பார்த்ததும் அவர் புரியாததுபோல் இவரை நோக்கினார். அவர் செவிகளில் எதுவும் எட்டவில்லை. உனது சகோதரர்களை கவனித்துக் கொள். சகோதரர்கள். திரும்ப கவனிக்க முயற்சித்த போது அடுத்து வந்த சப்தங்களிலிருந்து இவனால் எதையும் புரிந்து கொள்ள முடியவில்லை. உண்மையிலேயே இவன் கேட்டது அதுதானா? உனது சகோதரர்களை கவனித்துக் கொள்.

அன்று நள்ளிரவில் படுக்கையில் இருந்து எழுந்து கொண்ட தினாநாத் மாடியில் இருந்த மிர்ஸாகாசிமின் அறைக்குச் சென்றான். ஜமா மசூதியின் தந்தத் தூண்களுக்கு மேல் நேர்க்கோட்டில் ஒளிர்ந்து கொண்டிருந்த பிறை நிலவின் பளீர் ஒளியோடு தெளிந்து கிடந்த வானத்தின் கீழ் நகரம் உறங்கிக் கொண்டிருந்தது. இரண்டு வாய்ப்புகள் உள்ளன: உயிலை மாற்றி எழுதுவது – மீண்டும் கையெழுத்திடும் நிலையில் தந்தை இல்லாததால், அது ஒரு பித்தலாட்டமாகவே கருதப்படும் - அல்லது அதை அப்படியே ஏற்றுக் கொள்வது. வக்கீலும் அவ்வளவு எளிதாக உயிலை மாற்றச் சம்மதிக்கக் கூடியவர் அல்ல. என்றாலும் மாஸ்டர்ஜியின் பெயரை உயிலில் சேர்ப்பதால் ஏற்பட வாய்ப்புள்ள விளைவுகளைப் புரிந்துகொண்டு, இக்குடும்பம் விரும்பினால், இக்குடும்பத்தின் நன்மையின் பொருட்டு அவர் அதற்கு சம்மதிக்கக் கூடும். ஆனால் உயிலை மாற்றி எழுதுவதென்பது தந்தையின் விருப்பத்தை அவமதிப்பது போலாகும். அதுமட்டுமல்லாது தனக்கும் திவான்சந்திற்கும் சகோதரன் என சந்தேகத்திற்கிடமின்றி அறியப்பட்ட ஒருவனைக் கைவிடுவது அதை விட மோசமான செயலாகிவிடும். அது எப்படி

முழுமனதாக ஒரு தமையனிடமிருந்து அவனது உரிமையைப் பறிக்க முடியும்? ஒரு தமையனை எப்படிக் கைவிட முடியும்? ஒருவேளை, மனசாட்சியின்றி சகோதரர்களைக் கைவிடுவது குறித்து திவான்சந்தைக் கேட்க வேண்டும். அவனுக்கு அதுபற்றித் தெரிந்திருக்கக் கூடும். எல்லாமும் போக, தினாநாத் எதற்காக அந்த முடிவை எடுக்க வேண்டும்? அவனது மகள்களின் எதிர்காலத்திற்கு எந்தப் பிரச்சனையும் ஏற்படாது. அது உறுதி. கேஷோலாலிற்குத்தான் பிரச்சனை. அவனும் இவனது மகனைப் போலத்தான், ஆனால் உண்மையான மகன் இல்லையே. தந்தையின் விருப்பத்தை அவமதிப்பதா கேஷோலாலின் எதிர்காலத்தைக் கேள்விக்குள்ளாக்குவதா என ஏதேனும் ஒரு முடிவு எடுக்கப்பட வேண்டுமெனில் அதை தினாநாத் ஏன் தனியாக எடுக்க வேண்டும்? திவான்சந்த் தன் கனவுகளைத் துரத்திக் கொண்டு ஓடியபின் ஒரு மகனாய் இருப்பதன் அத்தனை சுமைகளையும் இதுவரை இவன் தனியாகத்தானே சுமந்து வந்திருக்கிறான்? தந்தையின் ஆற்றல் நலிவடையத்துவங்கியதும் வணிகத்தைக் கையில் எடுத்து அதைப் புதிய திசைகளில் நகர்த்தியது இவன்தானே? தந்தை நினைவிழந்து கீழே சாய்ந்தபோது அவரைத் தாங்கிப் பிடித்தவன் இவன்தானே? அப்போதெல்லாம் திவான்சந்த் எங்கே போய்விட்டான்? தந்தையின் மீது மரணம் தன் நிழலை விரிக்கத் துவங்கியதை அருகமர்ந்து இவன் பார்த்துக்கொண்டிருக்கையில் எங்கோ பனாரஸில் கங்கைக் கரையில், நடப்பதொன்றும் அறியாமல் ராமனின் புகழ்பாடுவதில் மகிழ்ந்திருக்கிறவன்தானே திவான்சந்த்? அவனது மகன், அவனது முடிவு, தனக்குள் சொல்லிக் கொண்டான் தினாநாத். திவான்சந்தே திரும்பி வந்து இந்த முடிவை எடுக்கட்டும் என எண்ணியதும் தன் மீதிருந்த சுமையெல்லாம் நீங்கியதுபோல் தோன்றியது. வாழ்நாளெல்லாம் தான் அடையக் காத்திருந்த, சூழல்களால் தன்னிடமிருந்து பறிக்கப்பட்டு விட்ட 'குடும்பத்தின் தலைவன்' என்கிற சுமை. இப்போது இவன் சுதந்திரமானவன். ஒரு மகனாக அன்றி வேறு எதுவாகவும் இருக்கத் தேவையில்லாத சுதந்திரம் பெற்றுவிட்டவன்.

இந்தச் சுதந்திர உணர்வுடன், பிறைநிலவின் ஒளியின் கீழ், மாடிப்படியின் சிறிய தூண்களை அலங்கரிக்கும் பொருட்டு மிர்ஸா காசிம் தானே வடிவமைத்த, மணற்கற்களால் ஆன

குமிழ்களைப் பற்றியவாறு, மரணித்துக் கொண்டிருக்கும் தன் தந்தையை எண்ணிக் கண்ணீர் உகுத்தான் தினாநாத்.

❖❖❖

பெரிய வீட்டில் ராம்தாஸிற்கு ஒரு நிலையான இடத்தை உறுதி செய்ய வேண்டுமென்கிற பர்சாதியின் நீண்ட நாள் கனவு இதோ சில நாட்களில் நனவாகப் போகிறதென்கிற நம்பிக்கையின் மீது ஒரு பேரிடியைப் போல் வந்திறங்கியது லாலாமோதிசந்தின் உடல் நலக் குறைவும் மருத்துவமனையில் அவர் அனுமதிக்கப்பட்ட சேதியும்: அதற்கு முன்னதாகவே எப்படியோ ராம்தாஸ் பெரிய வீட்டிற்குள் நுழைந்தது மட்டுமல்லாமல், அதற்காகத் தண்டிக்கப்படுவதற்குப் பதிலாக அவரை மகிழ்ச்சிப்படுத்தவும் செய்திருக்கிறான். எப்படி லாலாஜியின் முன்னால் இவனால் தைரியமாகச் செல்ல முடிந்தது? அன்று அங்கு சென்றுவந்தது குறித்த எந்தத் தகவலையும் அவனிடமிருந்து பர்சாதியால் பெறமுடியவில்லை. அவனுக்காக வீட்டிற்கு இரண்டு புதிய கால்சட்டைகளைக் கொடுத்தனுப்பியதோடு மட்டுமல்லாமல் பர்சாதியை நேரிலும் வரவைத்த லாலா மோதிசந்த், "உனது மகன் நல்ல புத்திசாலியாய் இருக்கிறான். கேஷோலாலுடன் விளையாடுவதற்கு அவனை அவ்வப்போது இங்கு அழைத்துவா" என்றும் கூறினார்.

பரவசத்தைக் கட்டுப்படுத்த முடியாத பர்சாதி, நான்கு நாட்களுக்குப் பிறகு, இருப்பதிலேயே நல்ல ஆடையை ராம்தாஸிற்கு அணிவித்து அவனது குரல் திறனை வெளிப்படுத்தத் தோதான கீர்த்தனைகளிலும் கவிதைகளிலும் பயிற்சியளித்து தலையை திரும்பத்திரும்ப வாரிவிட்டு பெரிய வீட்டிற்கு அழைத்துவந்த போது வீடே கலவரமாய் இருந்தது. எங்கெங்கும் கூச்சலும் குழப்பமும் நிரம்பியிருக்க, வேலையாட்கள் அங்குமிங்கும் ஓடிக்கொண்டிருந்தனர். குழம்பிய குழந்தையை கையில் இழுத்தபடி, திடீரென கூட்டத்தினூடாக வெளிக்கிளம்பிய மோதிசந்தின் மோட்டார் காரை அவன் பார்த்தபோது அதன் கண்ணாடிச் சட்டத்தினுள் தினாநாத்தின் முகம் தெரிந்தது, லாலா மோதிசந்த் எங்கிருக்கிறார் என்று கூட அவனால் காண முடியவில்லை.

லாலா மோதிசந்தின் உடற்கோளாறு பர்சாதிக்குப் பெரிய ஏமாற்றமாய் வந்துசேர்ந்தது. முதலாளியின் வீட்டில் வெள்ளமெனப் புகுந்த இந்தப் பிரச்சனையால் அடித்துச் செல்லப்பட்ட எத்தனையோ சிறிய படகுகளில் ஒன்றுதான் இவனது பிரச்சனையும். இதுநாள் வரை வீட்டின் இரண்டு முதலாளிகளுடைய தேவைகளின் அடிப்படையில் முறையாக இயங்கிக் கொண்டிருந்த வீடானது இப்போது அவர்கள் இருவரும் முழுநேரமாக மருத்துவமனையில் தங்க நேர்ந்ததில் ஒழுங்கில்லாமல் ஆனது. சாப்பாட்டு நேரங்கள் தாறுமாறாகின, இதுவரை கடுமையாகப் பின்பற்றப்பட்ட வழக்கத்திற்கு மாறாக சரக்குகள் அவற்றின் வழக்கமான இடத்தில் வைக்கப்படாமல் ஆங்காங்கே கிடந்தன. உடனடியாக முடிக்கப்பட வேண்டுமென தினாநாத் அல்லது அவனது தந்தையால் வலியுறுத்தப்படுகிற பல காரியங்கள் அவர்களது கண்காணிப்பு இல்லாததால் முக்கியமற்றவையாகவும் அவசரமற்றவையாகவும் மாறிப் போயின. இருக்கிற ஒரே முதலாளியான ஸ்வர்ணலதாவும் ஏதோ சிந்தனை வயப்பட்டவராகவே எப்போதும் இருந்ததில், வேலைக்காரர்களிடையே இதுவரை நிலவி வந்த பதவிப் படிநிலைகள் வேறுமாதிரியாக மாறத் துவங்கின. இதுவரை மாதோ அதிகாரம் செலுத்தி வந்த விஷயங்களில் இப்போது பிந்தேஷ்வர் அதிகாரம் செலுத்தத் துவங்கியிருந்தான்.

சோம்பலும் பதற்றமும், அவற்றின் வழக்கப்படி, வதந்திகளைப் பிரசவித்தன. அவற்றில் சில வீட்டு முதலாளியின் உடல்நிலை பற்றியதாய் இருந்தன: லாலா மோதிசந்த் இறந்து விட்டார், லாலா மோதிசந்த் பேசினார் என்பனவாக.. வேறு சில வதந்திகள் வீட்டில் நடக்கவுள்ள மாற்றங்கள் பற்றியனவாய் இருந்தன. அதைப்பற்றி வெளிப்படையாய் ஒருவரும் பேச விரும்பாவிட்டாலும் மாற்றம் துவங்கிவிட்டதென அனைவரும் நம்பத் தொடங்கியிருந்தனர். பல அனுமானங்கள் உலவின: தனது தம்பி திவான்சந்தின் பெயர் உயிலில் இல்லாதபடிக்கு தினாநாத் தந்தையை சம்மதிக்க வைத்துவிட்டான்; லாலாஜி தனது அத்தனை பணத்தையும் அவரது இளைய மகன் பனாரஸில் நடத்திவரும் கோயிலுக்கு தானமளித்து விட்டார். ஆனால் இன்னொரு வதந்தி கேட்பதற்கு நம்பமுடியாதபடி இருந்தாலும் அது கணக்குப்பிள்ளையின் வாயிலிருந்து வந்ததாகக் கூறப்பட்டதால் அதிக முக்கியத்துவத்தைப் பெற்றது:

இறுதியாக லாலா மோதிசந்த் மக்கன்லாலைத் தன் மகனாக ஏற்றுக் கொண்டுவிட்டார் – "எனக்கு இது எப்போதோ தெரியும். லாலாஜி ஒருநாள் இதை வெளிப்படையாக்குவார்னு நான் சொல்லியிருக்கிறேன்தானே?" – அதோடு, தனது சொத்தின் பெரும்பகுதியை அந்த ஆசிரியர் பெயருக்கு எழுதிவிட்டார்.

மாஸ்டர்ஜி லாலா மோதிசந்திற்கு முறைதவறிப் பிறந்தவர் என்கிற நீண்ட நாள் கிசுகிசுவை உண்மையாக்கியதால் இந்த வதந்தி எல்லோரையும் வசீகரித்தது மட்டுமல்லாமல் வீட்டில் வேலை செய்தவர்களின் நிம்மதியைத் தொந்தரவிற்குள்ளாக்கியது. இதுவரை எல்லோரும் நம்பியிருந்த, இன்னாருக்குப் பின் இன்னார்தான் என்கிற படிநிலையில் குழப்பம் நேருமோ என்கிற அச்சத்தை இவ்வதந்தி தோற்றுவித்தது. லாலா மோதிசந்த் உடல்நிலை தேறி மீண்டு வரவேண்டும் என எல்லோரும் வேண்டினர்தான், என்றாலும் அவரது வாழ்வு முடிந்துவிட்டதென்கிற கணிப்புடன் செயல்படத் துவங்கினார்கள். இதுவரை தன்னிடம் புறக்கணிப்பும் விலக்கமும் காட்டியவர்கள் இப்போது மரியாதையாகவும் அணுக்கமாகவும் நடந்து கொள்ள முயற்சிப்பதையும் அம்மாதிரியானவர்களே இத்தகைய வதந்திகளைப் பரப்புவதையும் புரிந்து கொண்டார் மாஸ்டர்ஜி. இந்த வதந்திகள் குறித்து தன்னிடம் தைரியமாகச் சொல்பவர்களை பதில் எதுவும் பேசாமல் கடந்து சென்றார் மாஸ்டர்ஜி. என்ற போதிலும் துயர் அப்பி களையிழந்து கிடந்த அவரது முகத்தை அவரால் பிறரிடமிருந்து மறைத்து வைக்க முடியவில்லை. ஒவ்வொருவரும் அவரவர் விருப்பப்படி அதைப் புரிந்து கொண்டனர்.

இறுதியாக, இரண்டு செய்திகள் கிட்டத்தட்ட ஒரே சமயத்தில் வந்து சேர்ந்தன: மேற்கொண்டு செய்ய எதுவுமில்லை என்பதால் லாலா மோதிசந்தை வீட்டிற்கு அழைத்துச் செல்லும்படி மருத்துவர் கூறிவிட்டார் – "மரணம் நெருங்குகிற போது தானே அப்படிச் சொல்வார்கள்?" மற்றும் டெல்லிக்கு வரும்படி திவான்சந்திற்கு அழைப்பு விடுக்கப்பட்டிருக்கிறது – லாலா மோதிசந்த் இன்னும் இவ்வுலகில் அதிக நாட்கள் நீடிக்கப்போவதில்லை என்பதற்கு இதைவிட என்ன ஆதாரம் வேண்டும்? சதேயியைப் பொறுத்தவரை, இதுவரை

குழந்தைகளே பெற்றிருக்காவிட்டாலும் 'அம்மா' என அனைவரும் அழைப்பதை இதயப்பூர்வமாக ஏற்றுக் கொண்டு தன்னை ஒரு அன்னையின் உருவாகவே பாவித்துக் கொள்ளத் துவங்கியிருந்தாள். எனவே, இந்த இரண்டாவது செய்தி அவளது முன்னாள் காதலனின் உடல்நிலை சார்ந்து உணர்த்திய குறிப்புகளைத் தாண்டி, தனக்கு மிகப்பிரியமான வளர்ப்புக் குழந்தை திவான்சந்த் மீண்டும் வருகிறான் என்கிற விஷயத்தால் அவளுள் அதீத மகிழ்ச்சியை ஏற்படுத்தியது.

கேஷோலாலிற்கு மூன்று வயது நிரம்பி அவனது அம்மா மற்றும் செவிலியின் தீவீர கண்காணிப்பு சற்றுக் குறைந்த போது வீட்டிற்கு வெளியில் விளையாட அவன் அனுமதிக்கப் பட்டான். அதன்பிறகு சதேயி அவனை அடிக்கடி தேடிச் செல்லத் துவங்கினாள். ஆரம்பத்தில் அவன் அவனது தந்தையை நினைவுறுத்தினான் என்பதற்காகத்தான் இந்தச் சந்திப்பு துவங்கியது. ஆனால் நாட்கள் செல்லச் செல்ல அவர்கள் இருவரது நட்பையும் வலுப்படுத்துவதற்கான பொதுக் காரணி ஒன்றை இருவரும் கண்டுகொண்டனர்: திவான்சந்தின் சிறுவயது குறித்த கதைகளே அக்காரணி. சதேயி அவற்றைச் சொல்லிக் கொண்டிருக்க கேஷோலால் ஆர்வமுடன் கேட்டுக் கொண்டிருப்பான். அவனது அன்னை தன் கணவனைப் பற்றி அரிதாகவே பேசினாள். சதேயியிடம் அவனைப்பற்றி இவன் கேட்கிற கதைகளை அன்னையிடம் சென்று கூறுகிறபோது அது அவளைச் சங்கடப்படுத்துகிறதென்பதைக் கண்டுகொண்ட அவன் இனி அவளிடம் இது பற்றிப் பேசக்கூடாதெனப் புரிந்து கொண்டான். ஆனால் அவன் சதேயியைச் சந்திப்பதற்கு அவள் தடை எதுவும் விதிக்கவில்லை. ஒரு குழந்தையைத் தன் தந்தையின் குழந்தைப் பருவம் பற்றிய கதைகளிலிருந்து விலக்கி வைக்கும் அளவிற்கு அவள் கொடூரமானவள் அல்ல. அவளால் செய்ய முடியாத ஒரு விஷயம் சதேயியினால் செய்யப்படுவது குறித்து அவளுக்கு மகிழ்ச்சியே. விலகிச் சென்றுவிட்ட தந்தையின் இடத்தை அவர் குறித்த கதைகளைக் கொண்டு நிரப்புவது போல.

காலப்போக்கில் கேஷோலாலும் சதேயியும் மிகச்சிறந்த நண்பர்களாக மாறினர். தற்போது அவனுக்கு ஏழுவயதாகிவிட்ட போதிலும் கூட, கேஷோலால் அவளைத்தேடிச் செல்வதுண்டு.

ஆனால் திவான்சந்த் திரும்பி வரப்போகிற செய்தி கிட்டியதும் சதேயி அவனைத் தேடிச் சென்றாள். யாரும் கேட்டுக்கொள்ளாத போதிலும் சதேயி ஒரு திட்டம் வகுத்திருந்தாள். அவளது சக்திக்கு அப்பாற்பட்ட ஒரு மிகப்பெரிய பிரச்சனை அது. ஆனால் அதைத் தன்னால் தீர்க்க முடியும் என அவள் தவறாக நம்பினாள். “உனது தந்தை ஒரு தீவீர ராம பக்தர்” என்றாள் அவள் கேஷோலாலிடம். “அவர் ஒரு கதைசொல்லி, துளசிதாசரின் ராமாயணத்தைப் பரப்புகிறவர். ராமனின் மூலமாகவே நீ அவரது இதயத்தைத் தொட முடியும். நீ மட்டும் ராமனாக வேடமிட்டு அவர் முன்னால் நின்றாய் என்றால் உன்னை அவர் வாரி எடுத்துக் கொள்வார். பிறகு உன்னை விட்டு எங்கும் போகமாட்டார்.” தங்களிடம் வாக்களிக்கிற பெரியவர்களுக்கு அதை நிறைவேற்றுகிற சக்தி இருக்கிறதா என்பது பற்றியெல்லாம் கொஞ்சமும் யோசிக்காமல் அவர்களை நம்பிவிடுவதுதான் குழந்தைகளின் இயல்பு என்பதால் கேஷோலாலும் சதேயி கூறியதை அப்படியே நம்பினான். அப்பா திரும்பி வருவதாகக் கேள்விப்பட்டதால் அவனுக்குள் கிளர்ந்த மாறுபட்ட உணர்ச்சிகளையெல்லாம் சதேயி தனக்காகத் தேர்ந்தெடுத்திருந்த ராமாயணக்காட்சியை பயிற்சி செய்வதில் ஒளித்துக் கொண்டான். இந்தப் பயிற்சியினூடாக நன்றாகப் பாடவும் பேசவும் தெரிந்த ராம்தாஸ் என்கிற சிறுவன் அவனுக்கு அறிமுகப்படுத்தப் பட்டான். கேஷோலால் ராமனது வேடத்தையும் அச்சிறுவன் லட்சுமணது வேடத்தையும் இடுவதாக சதேயி முடிவு செய்திருந்தாள். ஒட்டுமொத்த வீடும் உச்சகட்ட பரபரப்பில் இருக்க, சதேயியின் சிறிய அறைக்கு முன்பு அவளது வழிகாட்டுதலில் சிறுவர்கள் இருவரும் திரும்பத்திரும்ப சகோதரர்களது கதாபாத்திரத்தை பயிற்சி செய்து கொண்டிருந்தனர். எல்லா உறவுகளுமே நாம் வகிக்கிற கதாபாத்திரங்கள்தான் என்பதால் சில சமயங்களில் நாம் நடிக்கிற கதாபாத்திரங்களைக் கூட நிஜமான உறவு போல எண்ணத் தொடங்கிவிடுகிறோம். பயிற்சியின் போக்கில், அவனுக்கு ஒருபோதும் இருந்திராத தமையனாக கேஷோலால் ராம்தாஸை உணரத் தொடங்கியிருக்க, ஒவ்வொரு தமையனும் தன் அண்ணனை வணங்குவது போல ராம்தாஸ் கேஷோலாலை நேசிக்கத் தொடங்கியிருந்தான்.

◆◆◆

திறந்தவெளி அரங்கத்தைப் பார்த்தபடி அமர்ந்திருந்த மக்கள் கூட்டத்தால் நிரம்பியிருந்தது முற்றம். அங்கே, லாலாமோதிசந்தின் ஆசனத்தில் ஒளிரும் கண்களும் தாடியுமாய் அமர்ந்திருந்த மனிதர் தன் முன்னே தடித்த புத்தகம் ஒன்றைத் திறந்து வைத்திருந்தார். தாங்கள் பலமுறை கேள்வியுற்றிருக்கிற, புகழ்பெற்ற, ராம கதை சொல்லி துள்சிப்ரேம்ஜி தில்லிவாலே காலட்சேபத்தைத் துவங்கவிருக்கிறார் என சேதி பரவியிருந்தது. ஆனால் ஒரு தசாப்தத்திற்கு முன்பு மனைவியையும் பச்சிளம்குழந்தையையும் விட்டுவிட்டு பனாரஸில் உள்ள குருவின் காலடியில் சரணடையச் சென்ற, லாலாமோதிசந்தின் இளைய மகன் திவான்சந்த்தான் அந்த புகழ்மிக்க கதைசொல்லி என்பதை இப்போதுதான் அவர்கள் உணரத் தொடங்கி இருந்தனர். அவரது தந்தையின் இன்னொரு உலகத்திற்கான பயணத்தை எளிமைப்படுத்தும் பொருட்டே இப்போது இங்கே இக்கதா காலட்சேபம் ஏற்பாடு செய்யப்பட்டிருக்கிறது.

தன்னுடைய மெத்தையிலிருந்து இடம் மாற்றப்பட்டு மருத்துவமனை மெத்தை ஒன்றில் ஒருபுறம் கிடத்தப்பட்டிருந்தார் லாலா மோதிசந்த். சுற்றியிருக்கிற கூட்டம் குறித்தோ வெகு காலத்திற்குப் பின் திரும்பி வந்திருக்கிற தன் மகன் குறித்தோ அவர் உணர்ந்தது போல் தெரியவில்லை. நேர் முன்பாக தினாநாத் அமர்ந்திருந்தான். காலையில் திவான்சந்த் வருகை புரிந்தபோது அன்போடு வரவேற்ற தினாநாத், வனவாசம் முடித்து வந்த ராமனைச் சந்தித்த போது பரதன் கண்ணீர் உகுத்தது போல, திவான்சந்தை கட்டியணைத்து கண்ணீர் உகுத்தான். வேறுபாடு என்னவென்றால், பரதன் ராமனை விட இளையவன், ஆனால் தினாநாத் மூத்தவன். மற்றும் பரதனும் ராமனும் சந்தித்துக் கொண்ட போது அவர்கள் தந்தை உயிருடன் இல்லை. தினாநாத்திற்கேனும், நம்பிக்கையின் கீற்றாக, அவனை திவான்சந்துடன் பிணைக்கிற சங்கிலியான தந்தை இன்னும் அறுபடாமல் உயிரோடு இருக்கிறார். துயரத்தில் ஆறுதல் தேடும் மனிதர்கள் பலரை ஏற்கனவே பலமுறை சந்தித்திருக்கிற துள்சிப்ரேம்ஜியால், தன் தந்தையை இழக்கப்போகிற அச்சத்துடன் அழுகிற தினாநாத்தைச் சந்தித்தபோது தனக்குள்ளும் அதே தந்தையை இழக்கவிருக்கிற மகன் – திவான்சந்த் ஒருவன் இருக்கிறான் என்னும் உண்மையை சற்றுத் தள்ளி நிறுத்த

முடிந்தது. அதிகாரத்திற்கும் வலுவிற்கும் அடையாளமான தினாநாத் தளர்ந்து ஒடிந்திருந்தான்.

தினாநாத்தை அடுத்து ஸ்வர்ணலதா அமர்ந்திருந்தாள். காலையில் துள்சிப்ரேம்ஜி அவள் பாதங்களைத் தொட்டபோது அமைதியாக ஆசீர்வதித்த அவள் கண்களில் வெறுப்பு மண்டியிருந்தது. அப்பார்வை அவருக்குள் அணைந்து போயிருந்த துயர்நெருப்பை ஒரு நொடி பற்றி எரியச் செய்தது. அவரை ஏமாற்றியது அவள், பிறகு அவரை வெறுப்பதற்கு அவளுக்கு என்ன தகுதி இருக்கிறது? குற்ற உணர்வின் சுமையை நீண்ட நாட்களுக்குத் தாங்க முடியாத போது அதை இன்னொருவர் மீது ஏற்றி வைப்பது மனிதர்களுக்குள்ள இயல்பான தீக்குணம் தானே என நினைவுறுத்திக் கொண்டதன் மூலம் தனக்குள் பற்றியெரியத் துவங்கிய நெருப்பின் தணலை அவர் தணித்துக் கொண்டார். அதற்கடுத்ததாக, இளமையின் மலர்ச்சி அனைத்தும் வற்றிப்போய் எடை கூடிய உடலுடன் சகுந்தலா அமர்ந்திருந்தாள். நீண்ட காலம் அடக்கி வைக்கப்பட்டிருக்கிற துள்சிப்ரேம்ஜியின் ஓர் நொடி கிளர்ந்தெழச் செய்தது அவள் உடல். வழக்கத்தை விட மிகக் கவனமாக சேலை உடலை மூடியிருக்க நீண்டகாலத்துயரின் அடையாளமாக நெற்றியில் பட்டை இட்டிருந்தாள். யோசனையும் குழப்பமுமாய் இருந்தது அவள் முகம்- அவள் நம்பிக்கையுடன் எதிர்நோக்க வேண்டுமா இல்லை கூடாதா, கெஞ்ச வேண்டுமா அல்லது ஆட்சேபிக்க வேண்டுமா? டெல்லிக்கு வரும் சமயங்களில் இவ்வீட்டில் தங்கக் கூடாதென தான் எடுத்திருக்கிற முடிவு மிகச் சரியானதுதானென அந்த முகத்தைக் கண்ட ஓர் நொடியில் அவர் உறுதி செய்து கொண்டார். யாரும் தவறாக எண்ணிவிடக் கூடாதென்பதற்காகத் தான் எடுத்திருக்கிற இம்முடிவைப் பற்றி அவர் தினாநாத்திடம் இன்னும் தெரிவித்திருக்கவில்லை.

சகுந்தலாவிற்கு அடுத்து அமர்ந்திருந்த சிறுவனை நோக்கிச் சென்றன துள்சிப்ரேம்ஜியின் கண்கள். அகன்ற நெற்றியும் தன் தந்தையைக் காணும் ஆர்வம் கொப்பளிக்கிற கண்களும் அவர் தன்னைக் கண்டவுடன் விரியக் காத்திருக்கிற புன்னகையுமாய் அமர்ந்திருக்கிற சிறுவன். அப்படி விரிந்த அப்புன்னகை அவருக்குள் எண்ணற்ற கேள்விகளைத் தோற்றுவித்தது: அவன் பேசுவது எப்படி இருக்கும்? நடப்பது எப்படி இருக்கும்?

என்ன சாப்பிடப் பிடிக்கும்? என்ன விளையாட்டுகளெல்லாம் விளையாடுவான்? நடக்கும்போது வாய்க்குள் பாடிக்கொள்கிற பழக்கம் உண்டா? நீச்சல் பிடிக்குமா? ஒவ்வொரு கேள்வியும் சிறிய அம்பு போல் அவரது இதயத்தைத் தைத்தன. தான் பிறந்து வளர்ந்த இந்த வீட்டிற்கு இன்று காலையில் வந்ததிலிருந்து முதன்முறையாக அவரது இதயத்தைக் குற்ற உணர்வெனும் பெருத்த வேதனை தாக்கியது.

“அன்பிற்குரியோரே, ஸ்ரீ ராம பிரான் இப்புவியில் அவதரித்தது குறித்த கோஸ்வாமி துளசிதாசரின் கதையாகிய தெய்வீக நதியினைச் சுற்றி மாமரங்களெனக் குழுமியுள்ளீர்கள் நீங்கள். உங்களது பக்தியின் வலிமையாலும் அப்பழுக்கற்ற அன்பாலுமே இம்மேன்மைமிக்க நதியின் கரைகள் எப்போதும் செழித்திருக்கின்றன. நம் அன்பிற்குரியவர் இப்பிறவியினை விடுத்து வீடுபேறு அடையும் பயணத்தை எளிதாக்குவதே இன்றைய கதாகாலட்சேபத்தின் முக்கிய நோக்கமாகும். “ராம நாமம் பிறவி என்னும் பெருங்கடலை வற்றிடச் செய்யும்” அதாவது, ஞானிகள் கூற்றுப்படி, நம்மை இறைவனடி சேரவிடாமற் செய்வது இப்பிறவி என்னும் பெருங்கடலே, ராமநாமம் ஜெபிப்பதன் மூலம் நம்மால் அதைக் கடக்க முடியும். நம் அன்பிற்குரிய திரு. லாலா மோதிசந்த் அவர்களை இப்புவி வாழ்வுடன் பிணைத்திருக்கும் உடலானது நலிந்து வருவதால், நான் திரு. தினாநாத் அவர்களிடம் இக்கதாகாலட்சேபத்தைப் பரிந்துரைத்தேன். நிஜமாகவே அவரது இறுதிக்காலம் நெருங்கியிருந்தால், ராமநாமமானது வீடுபேற்றிற்கான அவரது பயணத்தை எளிதாக்கித் தரும், அன்றி இது அவர் வாழ்வின் இக்கட்டான காலம் எனில் ராமநாமம் அதிலிருந்து அவரை மீட்டு இன்னும் சில காலம் நாம் அவருடன் மகிழ்ந்திருக்க வழிவகுக்கும்.

ராமசரித மானஸ் குறித்து நான் அடைந்த சிறுதுளி ஞானத்தை இத்தனை ஆண்டுகளாக பல்வேறு கூட்டங்களில் பகிர்ந்து கொண்டு வருகிறேன், இதற்கு என் குருவிற்குத்தான் நான் நன்றி கூற வேண்டும். ஆனால் இதுவரை நான் பேசிய கூட்டங்களுக்கும் இன்றைய கூட்டத்திற்கும் ஒரு முக்கியமான வேறுபாடு உண்டு. அது என்ன என்பதை நீங்களும் அறிவீர்கள். வழக்கமாக, நான் எனது காலட்சேபத்தைத் துவங்கும் போது

நான் எதற்காக எவ்வாறு இந்த ராமசேவைக்கு என்னை அர்ப்பணித்துக் கொண்டேன் என்பதைக் கூறுவேன். அது குறித்து நீங்களே அறிவீர்கள்: சொர்க்கம் சேர்ந்துவிட்ட என் குரு மாருதி ஷரன் அவர்களுக்கு, பல நூற்றாண்டுகளாக பலரது மனங்களில் மானஸ் பிரசவித்திருக்கிற கருத்துக்களைத் தொகுக்கும் பணியில் உதவும் பொருட்டும் அதுகுறித்துக் கற்றுக் கொள்ளும் பொருட்டும் வசதியான இவ்வீட்டின் சொகுசு வாழ்க்கையைத் துறந்து நான் அவர் காலடியில் சென்று சரணடைந்தேன். "சுவையும் நறுமணமும் அன்பின் ஈரமும் நிறைந்த என் குருவின் மலரடி சரணம்." ஆனால் இந்த ஒரு காரணம் மட்டுமே இன்றைய கதையைத் துவங்குவதற்குப் போதுமானதாக இருந்திருந்தால், நீங்கள் இதைக் கேள்விகளின்றி ஏற்றுக் கொண்டிருந்திருப்பீர்கள். ஆனால் உங்களிடம் இன்னொரு கேள்வி இருக்கிறது, உங்கள் கண்களில் என்னால் அதைக் காண முடிகிறது: மனைவியையும் மகனையும் விட்டு விட்டு இப்படிச் செல்வது சரியாகுமா?

கபிலவஸ்துவின் அரண்மனை அளவிற்குப் பெரியதாக என் வீடு இல்லாமல் இருக்கலாம், அவர் முன் நான் வெறும் ஒரு எறும்பு மட்டுமே. ஆனால் மகாத்மா புத்தரும் கூட தன் மனைவியையும் மகனையும் விட்டுவிட்டுத்தான் சென்றார். அவரிடம் இக்கேள்வியை யாரும் கேட்கவில்லை. ஏனென்றால் எல்லோருக்கும் அதன் விடை தெரிந்திருந்தது: தான் இவ்வுலகிற்குத் தரவேண்டியது ஏதோ இருக்கிறதென அவர் கருதியதால் அவர் தனது குடும்பத்தைத் துறந்தார். ஆனால் என்னிடமோ, தருவதற்கு ஏதுமில்லை. நண்பர்களே, ராமாயணத்தை முதன்முதலில் எழுதி சமஸ்கிருத மொழியின் கவிதை மரபைத் தோற்றுவித்த வால்மிகியின் கதை குறித்து நீங்கள் அனைவரும் அறிவீர்கள். அவர் ஒரு வழிப்பறிக் கொள்ளைக்காரனாகவும் வேடனாகவும் இருந்தான் எனவும் கேட்டிருப்பீர்கள். ஒருநாள் ஒரு சாதுவை அவன் வழிப்பறி செய்ய முயன்ற போது, பயமோ கோபமோ இன்றி அவனை மிகவும் நிதானத்துடன் எதிர்கொண்டார் அவர்: தன்னை எடுக்கும் எல்லாக் கரங்களிலும் பேதமின்றி மணம் பரப்பும் மலர்களைப் போல, உண்மையான சாதுக்கள் அனைவரையும் சமமாகவே காண்கின்றனர். அவனை எதிர்கொண்ட அவர், "யார் பொருட்டு நீ இப்படி பாவங்களைக் குவித்துக் கொண்டே

செல்கிறாய்?' என வினவினார். அதற்கு வால்மீகி, "எனது குடும்பத்தின் பொருட்டு. என் மனைவி மற்றும் மகனுக்காக" என்றார். "சரி, நான் இங்கேயே காத்திருக்கிறேன். நீ வீட்டிற்குச் சென்று உன்னுடைய பாவங்களையும் அவர்கள் பங்கிட்டுக் கொள்வார்களா என அறிந்து வா" என்றார். சந்தேகம் பீடித்து வீட்டிற்கு ஓடிய வால்மீகி, உங்களுக்கு உணவும் உடையும் அளிக்கும் பொருட்டு நான் செய்து வருகிற பாவங்களின் பலன்களை நீங்களும் பங்கிட்டுக் கொள்வீர்களா என மனைவி மற்றும் மகனிடம் வினவுகிறார். "இல்லை. அவையெல்லாம் உன்னுடைய பாவங்கள் மட்டுமே" என அவர்கள் பதிலளிக்கிறார்கள். திரும்ப சாதுவிடம் ஓடிவந்த வால்மீகி தனது பாவங்களைப் போக்கும் வழியினை அருளுமாறு பாதம் பணிந்து வேண்டினான். "ம" மற்றும் "ரா" என்கிற இரு எழுத்துக்களைத் திரும்பத் திரும்ப உச்சரிக்குமாறும் (இனிமையும் வசீகரமும் நிறைந்த இரண்டு எழுத்துக்கள்- எழுத்துக்களின் கண்களும் மக்களின் வாழ்வுமானவை.) அதன்மூலம் அவன் நற்கதி அடைய முடியும் என்றும் அவர் வழிகூறினார். ஒரு மரத்தினடியில் அமர்ந்து அந்த இரண்டு எழுத்துக்களையும் தொடர்ந்து உச்சரித்துக் கொண்டிருந்தவர் தான் இதுகாறும் 'ரா-ம' 'ரா- ம' எனச் சொல்லி வந்திருக்கிறோம் என்பதை ஒருநாள் உணர்ந்து கொண்டார். நானும் வால்மீகியைப் போலவே அந்த இரண்டு எழுத்துக்களைப் பின் தொடர்வதற்காகத்தான் வீட்டை விட்டு வெளியேறினேன். ஆனால் அவர் ராமாயணத்தைப் படைத்ததால் அவரது மனைவியும் மகனும் அவரை மன்னித்திருப்பார்கள் என நாம் நம்பலாம். ஆனால் மன்னிப்பைப் பெறும் அளவிற்கு நான் என்ன செய்திருக்கிறேன்?

மகாத்மா புத்தர் செய்ததையோ மகாகவி வால்மீகி செய்ததையோ செய்யும் அளவிற்கு நான் திறமையானவன் அல்ல. எனவே நான் பக்தியுடன் வழிபடும் திரு கோஸ்வாமி துளசிதாசரின் வாழ்வில் நடந்ததாகக் கூறப்படுகிற ஒரு கதையை உங்களுக்குச் சொல்கிறேன். பல நாட்கள் வெளியூர் சென்று விட்டு வீடு திரும்பிய துறவி துளசிதாசர் தன் மனைவி அவரது அண்ணனுடன் யமுனைக் கரைக்கு அப்பால் உள்ள தந்தை வீட்டிற்குச் சென்று விட்டதை அறிகிறார். இரவு நேரமாகி எல்லாப்புறமும் இருள் சூழ்ந்திருக்கிறது. ஆனால் அவருக்குத் தன் மனைவியை உடனே பார்த்தாக வேண்டும் என்றிருக்கிறது-

இன்னொரு இரவை அவளின்றிக் கழிக்க வேண்டும் என்பதை அவரால் தாங்கிக் கொள்ளவே முடியவில்லை. எனவே நதியை நீந்திக் கடக்க முயற்சிக்கிறார். ஆனால் ஐம்பது அறுபது கெஜ தூரம் கடந்த பிறகுதான் நீரோட்டம் மிகவும் வலுவானதாகவும் சுழல்கள் நிறைந்ததாகவும் இருப்பதைக் கவனிக்கிறார். கரையில் இருந்து பார்க்கையில் இருள் அதை மறைத்துவிட்டது. நதியைக் கடப்பது மிகச் சிரமமானதாகத் தோன்றுகிறது, திரும்பிச் செல்வதையோ நினைத்துப் பார்க்கவும் முடியவில்லை. சுழல்களுக்கிடையே சிக்கி அவர் நிதானமிழந்து கொண்டிருக்கையில் திடீரென அவரது கையில் ஒரு பொருள் சிக்குகிறது. ஏதேனும் மரக்கட்டையாக இருக்கலாம். நன்றி பெருக அதைப் பற்றிக் கொள்கிறவர் நீந்தி நீந்திக் கரை சேர்ந்த பிறகுதான் தான் இத்தனை நேரம் பற்றிக் கொண்டிருந்தது ஒரு பிணம் என்பதைக் கவனிக்கிறார்.

எல்லாவற்றையும் தாண்டி தன் மாமனாரின் கிராமத்திற்குச் செல்கிறவர், நடந்ததை தன் மனைவியிடம் கூறுகிறார். அதற்கு அவர், “வெறும் சதையாலும் எலும்பாலும் ஆன என் உடல் மீது நீங்கள் கொண்டிருக்கும் அன்பில் பாதியை ஸ்ரீராமர் மீது கொண்டிருந்தீர்களானால், வாழ்வு குறித்தும் மரணம் குறித்தும் உங்களுக்கிருக்கிற அச்சங்கள் என்றோ உங்களை விட்டு நீங்கியிருக்கும்” எனப் பதில் அளிக்கிறார். உடனடியாகத் தன் இல்லற வாழ்வைத் துறக்கிற கோஸ்வாமிஜி ப்ரயாக்ற்கு பயணப்படுகிறார். தன் கணவன் இறைவனைச் சென்று அடைவதற்கு அனுமதி நல்கிய அந்த மனைவி எத்தனை போற்றுதலுக்குரியவரோ, அதே அளவு போற்றுதலுக்குரியவர்தான் அன்னை சீதையும். அரச குடும்பத்தில் பிறந்து வளர்ந்திருந்தாலும், தன் கணவன் அவரது தந்தையின் சத்தியத்தை மதிக்கும் விதமாக பதினான்கு ஆண்டுகள் அடர்வனத்திற்குள் செல்ல முடிவெடுக்கிற போது அவனைப் பிரியாமல் உடன் செல்ல முடிவெடுத்த அந்த சீதையும் போற்றுதலுக்குரியவரே. சற்றுக் கவனமாக நோக்கினால், தன் மனைவியை உடன் அழைத்துச் சென்றதால் ராமனும் தவறிழைக்கவில்லை, மனைவியை விட்டுச் சென்றதால் துளசியும் தவறிழைக்கவில்லை என்பதைப் புரிந்து கொள்வோம். அவர்கள் இருவருமே ஏதோ ஒரு வடிவிலான

கடமையைச் செய்திருக்கிறார்கள், ஏதோ ஒரு வகையில் அன்பின் வடிவமாகவும் இருக்கக்கூடிய ஒரு கடமை.

எப்படியோ, "நல்லவர் தொடர்பிருந்தால் துன்மார்க்கன் கூட நன்மைகளைச் செய்ய முடியும்" என்கிற கோஸ்வாமிஜியின் வார்த்தைகளை நம்பிக்கையின் நூலெனப் பற்றிக் கொண்டு என் குருவின் வழியைப் பின் தொடர்கிறேன். என்னைப் பற்றி இன்னும் ஏதேனும் கூறினேனானால் அதனைத்தும் என் குருவின் விருப்பத்தின் பேரிலேயே என்பதை நீங்களே அறிந்து கொள்வீர்கள். நான் பிறந்த போது இவ்வீட்டில் எனக்கொரு பெயர் வைக்கப்பட்டது. பனாரஸில் நான் மறுபிறப்பெடுத்த போது எனக்கு வேறொரு பெயர் சூட்டப்பட்டது. அப்பெயராலேயே நான் இன்று அறியப் படுகிறேன். எனது குருவிடம் நான் பாடம் கற்கத் தொடங்கிய ஓராண்டிற்குப் பிறகோ என்னவோ இது நிகழ்ந்தது. கோஸ்வாமிஜியின் மொழிநடையின் நுட்பங்களை குரு என்னிடம் விளக்கும் சமயங்களிலும், துளசிதாசரின் மொழியின் அழகை வியக்கும் ஏதேனும் ஒரு உரையை வாசிக்கும் சமயங்களிலும் நான் என்னை மறந்து பரவசத்தில் ஆழ்ந்துவிடுகிறேன் என்பதை நான் அறிந்திருக்கவில்லை. அன்பும் வியப்புமாக கைகளைக்கூப்பியபடி "மகான் துளசிதாசர் போற்றி" என உரத்துக் கூவியிருக்கிறேன். இது என்னுடைய ஒரு இயல்பாகவே மாறியிருந்ததால் நான் அதைக் கவனிக்கவே இல்லை, என்னுடைய இடத்தில் இருக்கும் எந்த ஒரு மாணவனும் இப்படித்தான் நடந்து கொள்வான் எனக் கருதியதாலோ என்னவோ நான் அதைப் பற்றி அதிகம் சிந்திக்கவும் இல்லை. ஆனால் என்னுடைய குரு இதைக் கவனித்திருக்கிறார். ஆனால் என்னிடம் அவர் எதுவும் சொல்லவில்லை. எனக்கு இரண்டாம் தந்தை போன்ற மாருதி ஷரன்ஜி மஹராஜ் ஒரு உண்மையான குரு. அவரை வணங்கிக் கொள்கிறேன், ஒவ்வொரு நாளும் நான் அவரது இன்மையை எண்ணி வருந்துகிறேன். என்னை அவர் கூர்ந்து கவனித்து வந்த போதும் உறுதியாகத்தெரியும் வரை தன் முடிவுகளை ஒத்திப் போட்டிருந்திருக்கிறார்.

"பிறகு ஒருநாள் காலை ஒரு சிந்தனையுடன் எழுந்தேன். அன்று நாங்கள் தொகுத்துக் கொண்டிருந்த சில குறிப்பிட்ட பகுதிகள் குறித்து அவருடன் உரையாடியபடி இருந்த என்னை

திடீரென நிறுத்தி “நீ மனதில் நினைப்பதைச் சொல்” என்று அவர் சொல்கிற கணம் வரை அதை மனதிற்குள்ளேயே வைத்திருந்தேன். கோஸ்வாமி அவர்கள், தீவிர ராமபக்தன் அனுமனைச் சந்தித்த கதை குறித்து சிந்தித்துக் கொண்டிருந்தேன் என அவரிடம் தயக்கத்துடன் கூறினேன். கோஸ்வாமிஜியால் தாகம் தணிந்த ஆத்மா ஒன்று அவருக்கு என்ன வரம் வேண்டும் எனக் கேட்டிருக்கிறது. பகவான் ஸ்ரீராமரை நேரில் காணவேண்டும் எனக் கேட்டிருக்கிறார் அவர். நீ ஹனுமனைத்தான் கேட்க வேண்டும் எனக் கூறிய பிரேதம், “தன் பகவானின் கதையைக் கேட்பதற்காக ஒரு வயதான தொழுநோயாளியின் வடிவில் அவர் தினமும் உன் கதாகாலட்சேபத்திற்கு வருகிறார். முதல் ஆளாக வந்துவிடுகிறவர் எல்லாருக்கும் பிறகு கடைசியாகத்தான் கிளம்புவார்” என்றும் சொல்லியிருக்கிறது. அடுத்தநாள் நிஜமாகவே அப்படி ஒரு மனிதர் தன் கதையைக் கேட்பதற்கு வந்திருப்பதைக் கவனித்த துளசிதாசர் நிகழ்வு முடிந்ததும் வனத்தினுள் அவரைப் பின் தொடர்ந்து சென்றிருக்கிறார். தான் ஹனுமன் என்பதை ஒப்புக்கொள்ள மறுத்தவரின் காலில் விழுந்த கோஸ்வாமி துளசிதாசர், அவர் தன் சுயரூபத்தைக் காட்டி சித்ரகுதாவிற்குச் சென்றால் ஸ்ரீராமரை மனித உருவில் காணலாம் என வழிகாட்டிய பின்பே அங்கிருந்து விலகியிருக்கிறார்.

“சரி, இந்தச் சந்திப்பு குறித்து நீ நினைப்பது என்ன?” என குரு வினவினார். ஹனுமனிடம் நிறைய நற்குணங்கள் இருக்கின்றன- அவர் வலிமையானவர், ஞானி, பல்வேறு திறன்களில் தேர்ச்சி பெற்றவர் மற்றும் இதையெல்லாவற்றையும் விட, ராமனின் மீதான அவரது பக்தி எல்லையற்றது. அப்படி இருக்கும்போது, ராமரின் பூவுலக வாழ்வின் ஒரு முக்கியமான காலத்தில் தானே உடனிருந்த பின்பும், அவர் ஏன் ராமகதையை ஒரு சாதாரண பிராமணனின் வாயிலிருந்து கேட்க விரும்ப வேண்டும்? நான் என்ன சொல்லப் போகிறேன் என்பது தெரிந்தபோதும், “நீயே தொடர்ந்து சொல்” என்றார் என் குரு. கவித்திறனும் ஸ்ரீ ராமர் மீதான அன்பும் ஒருங்கிணைந்து ஒன்று மற்றொன்றை மேலுயர்த்துகிற உன்னதமான பண்பு துளசிதாசரின் மானஸில் பொதிந்திருப்பதனை சிறப்பிக்கும்விதமாகவும் அதை ஊக்கப்படுத்துவதற்காகவுமே ஹனுமன் தனது உண்மையான ரூபத்தை அவருக்குக் காட்டியிருக்கிறார் எனச் சொன்னேன்.

புன்னகைத்தபடி குரு என்னிடம் சொன்னார், "ராமனின் மீதான ஹனுமனின் அன்பு எப்படி எல்லையற்றதோ அவ்வாறே துளசிதாசரின் மீதான உனது அன்பும் எல்லையற்றது. இன்றிலிருந்து நீ துள்சிப்ரேமி என அழைக்கப்படுவாய். நீயே கதாகாலட்சேபம் செய்கிற காலம் வரும்போது, எப்படி ஊதுபத்தியின் நறுமணம் பூஜையறையை நிறைக்கிறதோ அதுபோல உனது ஒவ்வொரு கதையும் துளசிதாசர் மீதான உன் அன்பினால் நிறைந்திருக்க வேண்டும்" என்றார். இன்றுவரை அதைத்தான் பின்பற்ற முயற்சி செய்கிறேன்.

ராமகதையைப் பாராயாணம் செய்வதாலும் அதைக் கேட்பதாலும் ஏற்படுகிற நன்மைகள் குறித்து கோஸ்வாமிஜி அவர்களே நிறைய விளக்கியிருக்கிறார் என்ற போதிலும் அதைப்பற்றிப் பேசுவதற்கு முன்பாக நான் துளசிதாசரைப் பற்றி சில விஷயங்கள் கூற விரும்புகிறேன். புதிதாகத் தோன்றுகிற எல்லா விஷயங்களுமே ஏற்கனவே இருக்கிற ஏதோ ஒன்றின் தொடர்ச்சிதான் என்பதால் துளசிதாசருக்கு முன்பிருந்த ஒருவரைப்பற்றி இப்போது நான் கூறுகிறேன். ராணி பத்மினி மற்றும் ஹிராமன் கிளி பற்றிய கதையை நீங்கள் எல்லாரும் கேட்டிருக்கக் கூடும். புகழ்வாய்ந்த அந்தக் கதைக்கு மேலும் புகழ் சேர்த்த திரு மாலிக் முகம்மது ஜெயஸியின் *பத்மாவத்* கதையிலுள்ள சில தோஹாக்களையும் சௌபாய்களையும் கூட உங்களில் சிலர் கேட்டிருக்கக் கூடும். நீங்களோ நானோ அவதி மொழி பேசப்படுகிற உலகிலிருந்து வந்தவர்களல்ல, ஆனால் அங்கிருந்து வந்தவர்களுக்கு தங்கள் கிராமத்து மண்ணின் மீது விழுகிற பருவ மழையின் முதல்துளி உண்டாக்குகிற வாசனையை நினைவுறுத்தவல்லது ஜெயஸியின் *பத்மாவத்*.

"எதிரியின் வருகை குறித்த செய்தி எனை எட்டியதும் உன் இன்மை குறித்து பதைக்கத் துவங்கிவிடுகிறது இதயம். குயிலைப் போல அது "என் அன்பே என் அன்பே" என விடாமல் பிதற்றுகிறது."

எத்தனை மேன்மை மிக்கது உம் ஆன்மா, என் குருவே ஜெயஸி! தாய்மொழி எனும் துந்தனாவை நீங்கள் மீட்டுகிற விதம் சொந்த நிலத்திலிருந்து விலகியிருப்பவர்களை சொந்த நிலத்தில் இருப்பது போல் உணரவைக்கவும், சொந்த நிலத்தில்

இருந்தும் அதன் நதிகள் வயல்கள் மரங்களிடமிருந்தும் விலகி இருப்பவர்களுக்கு அவ்வாறு விலக்கி வைக்கிற இருமைகள் அழிந்து அவர்கள் இயற்கைச்சூழலோடு ஒன்றிணைந்துவிட்டது போல் உணரவைக்கவும் செய்கின்றன. இப்போது அதே மொழியில் எழுதிய நமது துளசிக்கு வருவோம். ஆச்சார்யா ராமச்சந்திரா சுக்லாவின் கூற்றுப்படி, துளசிதாசரும் ஜெயஸியின் அதே அவதி மொழியை உபயோகித்து அதே போன்ற தோஹாக்களையும் சௌபாய்களையும் எழுதிய போதும் அவர்கள் இருவருக்குமிடையே பெரிய வேறுபாடு இருந்தது. பின்வருகிற சௌபாயை அதற்கு எடுத்துக்காட்டாகக் கூறுகிறார் சுக்லாஜி: *"என் குருவின் பாதங்களிலிருக்கிற தூசானது சிவபெருமானை அலங்கரிக்கிற சாம்பலைப் போன்றது. அது அழகையும் மங்கலத்தையும் மகிழ்ச்சியையும் தருகிறது."* அவதி மொழியின் இலக்கணத்தையும் வடிவத்தையும் எடுத்துக் கொண்டு அதில் சமஸ்கிருதத்தின் ரத்தினங்களை துளசிதாசர் பதிக்கிற விதத்திற்கு இச்செய்யுள் ஒரு சிறந்த எடுத்துக்காட்டு. இதிலிருக்கிற ஒவ்வொரு முக்கிய வார்த்தையுமே சமஸ்கிருதத்திலிருந்து எடுக்கப்பட்டது. இதற்கடுத்து இரண்டாவதாக வருகிற சௌபாயில் துளசிதாசரின் மறு உருவாக்கத் திறனிற்கான ஒரு அற்புத எடுத்துக்காட்டை நம்மால் காண முடியும்.

பின்வரும் செய்யுளைப் பாருங்கள்: *"dalan moh tam so suprakasu, bade bhag ur aavayi jasu - ஒருவனது மாயைகளெல்லாம் உண்மையான பேரொளியின் முன்பு பொசுங்கி விடக் கூடியவை. குருவின் பாதங்களில் மின்னுகிற நகங்கள் வாசம் செய்கிற இதயமே புண்ணியம் செய்தது."* - அவதி மொழியின் வார்த்தைகளான suprakasu மற்றும் jasuவினிடையே சமஸ்கிருதத்தின் tamஐப் பொருத்தியிருக்கிறார் துளசிதார். அதுமட்டுமின்றி அந்த tamற்கு அவதியின் so மூலம் வலு சேர்த்து அதை tam so ஆக்கியிருப்பதனைக் கேட்கும் போது உபநிடதத்தின் tamaso ma jyotirgamaya- தமஸோமா ஜ்யோதிர்கமய *(இருளிலிருந்து ஒளியை நோக்கி நகர்த்துகிற)* என்கிற வரி மக்களது மொழியின் செழித்த பசும் நிலத்தின் ஆழத்திலிருந்து நம்மை நோக்கி எதிரொலிப்பதை உணர முடிகிறது. ஜெயஸியின் எளிமையான துந்ததனாவை எடுத்துக் கொண்டு அதில் நமது முன்னோர்களின் நாண்களான

சமஸ்கிருதத்தின் நாண்களைப் பிணைப்பதன் மூலம் எளிய மக்களின் கையிலிருக்கும் சரஸ்வதியின் வீணையாக அதை மாற்றுகிறார். ஒவ்வொரு முறை அதை அவர் மீட்டும் போதும் நாம் முழுமையாக அதிர்கிறோம். நமக்குள் இருக்கக் கூடிய இருமைகளான சுயநலம் மற்றும் காருண்யம், அன்பு மற்றும் வெறுப்பு, துயரங்கள் மற்றும் கொண்டாட்டங்கள் எல்லாவற்றையும் நம்மை ஒருவர் மற்றொருவரோடும் பகவான் ஸ்ரீராமரோடும் பிணைக்கும்படியாக விண்வெளியில் அதிர்கிற ஓர் இசையாக மாற்றுகிறார். என்னுடைய துளசி என்னை அறிவார்- என்னுடைய துயரங்களையும் மகிழ்ச்சியையும் அறிவார், வாழ்க்கை எனக்கு எவ்வெவற்றை வழங்கியிருக்கிறது என்றும் மறுத்திருக்கிறது என்றும் அறிவார் என்கிற உணர்வை அது ஏற்படுத்துகிறது. அவர் என்னை அவ்வளவு முழுமையாக அறிந்திருக்கிறார்! அவருடைய கவிதைகளைக் கேட்கும்போது அவரது விரல்கள் என் இதயத்தின் நாண்களை மீட்டுவது போல் உணர்கிறேன். ஓ துளசி! என்னை மயிர்க்கூச்செரியச் செய்கிற, என் இதயம் முழுவதும் நிரம்பித் திமிறுகிற இந்தப் புனிதமான இசையைப் படைத்த உன்னை நான் எப்படிப் புகழ்வேன்! ஒருபோதும் உன்னை முழுமையாகப் புகழ்ந்து முடிக்க முடியாதெனத் தெரிந்தும் நான் உன் புகழ் பாடுவேன். ஒருபோதும் உனக்கு முழுமையாக நன்றி கூறிவிட முடியாதென்பது தெரிந்தும் நான் உனக்கு நன்றி கூறுவேன்.

துளசி போற்றுதலுக்குரியவர்தான், சந்தேகமில்லை. ஆனால் அவரது தெய்வம் அதையும்விட போற்றுதலுக்குரியவர் ஆவார். யார் இந்த ராமர்? சிவபெருமான் கூட திரும்பத்திரும்ப உச்சரிக்கிற அளவு சக்திவாய்ந்த நாமத்தைக் கொண்டிருக்கிற இந்த ராமர் யார் என பரத்வாஜா யஜனவல்க்யாவை வினவுகிறார். அயோத்தியின் மன்னனும் ரகுவம்சத்தைச் சேர்ந்தவனும் வனவாசம் விதிக்கப்பட்டு தன் மனைவியைக் கடத்திய ராவணனை குரங்குகளோடும் கரடிகளோடும் சேர்ந்து போரிட்டு வென்றதாகச் சொல்லப்படுகிற அந்த ராமனா இவன்?.

சக்தி சிவனை வினவுகிறார்:

ஐயங்களின்றித் தன்னை முழுமையாய் அறிந்த, இன்னும் பிறக்காத, கண்களுக்குப் புலப்படாத, விருப்புகள் அற்ற, எந்த வடிவத்திலும் தன்னை அடையாளப்படுத்திக் கொள்ளாத, வேதங்களாலும் அறியப்படாத, எங்கும் வியாபித்திருக்கிற ப்ரம்மம் எப்படி மனித உருவில் தோன்ற முடியும்?

இந்தக் கேள்வி நியாயமானதே. ஆனால் சிவபெருமான் அதற்கு தர்க்கபூர்வமாகவோ விவாதங்கள் மூலமாகவோ பதிலளிக்க விரும்பவில்லை. பதிலாக, தொலைந்து போன அன்பு மனைவியைத்தேடி வனத்தில் அலைந்து கொண்டிருக்கும் மனித உருக்கொண்ட ராமனின் முன் அவனது மனைவியின் வேடமிட்டுச் சென்று பரிசோதிக்கும்படி கூறுகிறார். அப்படி முயற்சிக்கிற சக்தியை ராமன் உடனடியாகவே கண்டுபிடித்துவிடுகிறார். ஆனால் அதுவல்ல விஷயம், எல்லாம் தெரிந்த சிவபெருமானே உருவமற்ற ப்ரம்மம் எப்படி மனித உருக்கொண்டது என்கிற கேள்விக்கு பதிலளிக்க முயற்சிக்கவில்லை.

துளசிமகராஜர் கூட ராமன் என்கிற பெயர் எவ்வாறு மானுடன் ராமனை விட சக்திவாய்ந்ததாக இருக்கிறது என்பது பற்றி விரிவாக விளக்குகிறார். மானுடன் ராமன் சுக்ரீவன் மற்றும் விபிஷ்ணன் என்கிற இரண்டு சீடர்களை மட்டுமே தனது பாதுகாப்பில் வைத்திருந்தார். ஆனால் ராமா என்கிற பெயரோ துளசி உள்ளிட்ட எண்ணற்ற துரதிர்ஷ்டசாலிகளுக்கு தன் ஆசியைப் பொழிந்திருக்கிறது. தெய்வத்தின் நாமத்தைத் திரும்பத்திரும்பச் சொன்னதன் மூலம், போதைச் செடியைப் போல் இருந்த துளசி புனிதமான துளசிச்செடியாக மாறிவிட்டார். ஆனால் உலகின் முக்கியமான மதங்களின் அடிப்படையில் மட்டுமல்லாமல் நமது புனிதர்களான கபீர் மற்றும் நாணக்கின் கருத்துப் படியும் கூட தெய்வமானது காணமுடியாததும் அறிந்து கொள்ள முடியாததுமாயின், சூரியன் எனப் பொருள்படுகின்ற 'ரா' மற்றும் சந்திரன் எனப் பொருள்படுகின்ற 'மா' ஆகிய இரு ஓசைகளையும் இணைத்து உருவாக்கப்பட்ட ராமா என்கிற நாமம் மனித உருவிலிருக்கிற பகவான் ராமரை விட சக்தி வாய்ந்ததெனில், ராமனின் மனித அவதாரம் பற்றிய கதை துளசிக்கு ஏன் அத்தனை முக்கியத்துவம் வாய்ந்ததாக இருந்தது? அதைச் சொல்வதும் கேட்பதும் ஏன் சிறப்பிற்குரியதாகிறது?

புனித நூல்களைப் படிக்கிற ஒவ்வொரு புதிய மாணவனையும் போல நானும் இந்தக் கேள்வி குறித்து தீவிரமாகச் சிந்தித்தேன். மேம்பட்ட கவிதை ஒன்றின் மேம்பட்ட வெளிப்பாடு மட்டுமே உயர்ந்த தெய்வத்தின் இருப்பினை நமக்கு உணர்த்த முடியும் என்பதாக ஒரு சிந்தை ஒருநாள் எனக்குத் தோன்றியது. ஆனால் நம்மிடம் இருப்பதெல்லாம் நிலையற்ற மனிதர்களால் வழங்கப்பட்ட கவிதைகள் மட்டுமே. கவிதை சார்ந்த தனது மேம்பட்ட வெளிப்பாட்டினுடனான துளசியின் உறவானது, மானுடன் ராமன் உயர்தெய்வ சக்தியுடன் கொண்டிருந்த உறவிற்கு இணையானது என்கிற சிந்தை நோக்கி இது என்னை எடுத்துச் சென்றது. துளசியின் கவிதைகளால் நாம் பரவசமுறுகிற போது தெய்வத்திற்கு மிகஅருகில் இருப்பதாய் உணர்கிறோம், நம்மைப்போலவே அன்பின் வாதைகளும் பற்றுக்களும் துயரங்களும் அடைகிறவனாக இருந்த போதிலும் நம் ஒருவராலும் ஒருபோதும் ஆக முடியாதபடிக்கு தெய்வத்திற்கு இணையான பரிபூரணம் கொண்டிருக்கிற மானுடன் ராமன் நமக்கு தெய்வத்தைக் கண்டடைவதற்கான பாதையாக இருக்கிறான். மற்ற எல்லாக் கவிதைகளையும் போலவே நம் புரிதலுக்கு உகந்த காட்சிகளையும் வார்த்தைகளையும் கொண்டிருந்தாலும் துளசியின் கவிதைகள் மாறுபட்டவை. நிலையற்ற வாழ்வினைக் கொண்ட நம் போன்ற மானுடர்கள் என்றேனும் ஒருநாள் அடைந்து விட விரும்புகிற தெய்வம் பற்றிய புரிதலை அளிக்கிற சாத்தியத்தினை துளசியின் மேம்பட்ட கவிதைகள் கொண்டிருக்கின்றன.

நம் எல்லோரையும் போலவே, நமக்கு நெருக்கமானவர்களை நாம் நேசிப்பது போலவே, அயோத்தி இளவரசன் ராமனும் குழந்தைப் பருவத்தில் எல்லையற்ற அன்பை அன்னையர், தந்தை, சகோதரர்கள், மனைவி மற்றும் நண்பர்களிடமிருந்து பெறவும் வழங்கவும் செய்கிறான். நம்மைப்போலவே அவனுக்கும் கடும் மனக்குழப்பங்கள் எற்படுகின்றன. எது சரி எது தவறு என்கிற அவனது நம்பிக்கைகளுக்கு சோதனைகள் ஏற்படுகின்றன – தன் மனைவி தூய்மையானவள் என அறிந்த போதும், இன்னொருவன் வீட்டில் இருந்துவிட்டாள் என்பதற்காக அவளை வெளியே அனுப்ப வேண்டுமா?, தமையனின் நாட்டையும் மனைவியையும் நியாயமின்றி அபகரித்துவிட்டான் என்பதற்காக வாலியை மரத்தின்

பின்னாலிருந்து தாக்க வேண்டுமா? - நம்மைப்போலவே, என்ன முடிவு எடுத்தாலும் அது தவறாகத்தான் சித்தரிக்கப்படும் எனத் தெரிந்தும், ஒரு முடிவை எடுக்கிறான். நம்மில் ஒவ்வொருவரையும் போலவே மனைவி கடத்தப்படுகிறபோது வேதனையடைகிறான், தனது தமையன் இறந்துவிட்டான் எனக் கருதி துயரத்தில் ஆழ்கிறான். இதன் மூலமாக இவை அத்தனையும் எல்லாம்வல்ல ராமனின் லீலைகள் என துளசிதாசர் நமக்கு நினைவுறுத்திக் கொண்டே இருக்கிறார். மனித வாழ்வை நிகழ்த்திக்காட்டுவதன் மூலமாக தான் எந்த அளவிற்கு இந்த மனித உணர்வுகளுக்கு ஆட்படுகிறேனோ அதே அளவிற்கு அவற்றிலிருந்து விலகியும் இருக்கிறேன் என நமக்கு உணர்த்துகிறார்.

துளசி என்ன சொல்ல முயல்கிறார்? ஒருவேளை, இந்த உலக வாழ்வின் பற்றுதல்களிலிருந்து நீங்களும் விலகி இருக்கலாம் எனச் சொல்லலாம். ஆனால் அது அத்தனை சுலபமில்லை. என்னைப் பொருத்தவரை, இவ்வுலகத்தின் மகிழ்ச்சியும் துயரமும் தரக்கூடிய பற்றுதல்களிலிருந்து விடுபடுவதற்கான ஒரே வழி அவற்றுள் முழுமையாக மூழ்கி அவற்றை ஆத்மார்த்தமாக அனுபவித்து நம்முடன் பிணைக்கப்பட்டிருக்கிற மனிதர்களுக்கும் விஷயங்களுக்கும் நன்மை தரும் வகையில் நடந்து கொள்வதுதான் - எது அந்த நன்மை என்பதை முடிவு செய்வது எத்தனை சிரமமாக இருந்த போதிலும் - அதற்கான வழி என துளசிதாசர் சொல்வது போல் தோன்றுகிறது. தெய்வம் மனிதனாக முடிகிற போது மனிதனில் ஏன் தெய்வத்தின் ஓர் அம்சம் இருக்கக்கூடாது. உபநிடதங்களும் இதைத்தானே சொல்கின்றன. ஆனால் உபநிடதங்களும் வேதங்களும் - அவற்றை நான் பெரிதும் வணங்குகிறேன் - எனக்கும் என்னைப் போன்ற பலருக்கும் புரிந்துகொள்ள முடியாத வகையில் உள்ளன. நம்முடைய மற்றும் நம்மைச் சார்ந்தவர்களுடைய உடலின் தேவைகளைத் தீர்க்க வேண்டியிருக்கிற, ஒவ்வொரு நாளும் இங்கிருக்கிற பருப்பொருள்களிலிருந்து நமக்கான பாதுகாப்பைப் பெற்றுக் கொள்ள வேண்டியிருக்கிற இந்த உலக வாழ்விலிருந்து அளவிடமுடியாததும் அறியமுடியாததுமான பரம்பொருளோடு நம்மைப் பிணைக்கிற ஒரு நூலாக துளசியின் வரிகள் செயல்படுகின்றன. நம் ஒவ்வொருவருக்குள்ளும் இருக்கிற

உணர்வின் வலிமையைப் பொறுத்தே ("ஒவ்வொருவரின் ஆழ்மன எண்ணங்களே அவர்கள் காணுகிற தெய்வத்தின் வடிவத்தைத் தீர்மானிக்கின்றன") அந்த நூலின் வலிமையும் அமைகிறது. அந்த நூலை இறுக்கமாகப் பற்றிக்கொள்வதன் மூலம் உலக வாழ்வெனும் கொந்தளிப்பு மிக்க இக்கடலை நம்மால் சுலபமாகக் கடக்க முடியும்.

என் நண்பர்களே, துளசிதாசரின் தெய்வீக நதியை நான்கு மலைகளிலிருருந்து நாம் அணுக முடியும் எனச் சொல்லப்படுகிறது. ஞானத்தின் மலை, பக்தியின் மலை, பணிவின் மலை மற்றும் கடமையின் மலை. திரு லாலாமோதிசந்த் ராமனின் நாமத்தை உச்சரிக்கவோ ராமகதையைக் கேட்கவோ இயலாத நிலையில் உள்ளதனால் இன்று நான் இதை கடமையின் மலையிலிருந்து அணுகுகிறேன். வழக்கம்போல இன்றும் நான் அவருக்காகவும் உங்களுக்காகவும் இதை பாராயணம் செய்யவிருக்கிறேன். ஆனால் அது அவரின் சார்பாக உங்களின் மூலமாக திரும்ப உச்சரிக்கப்படுவதையும் நான் கேட்க வேண்டும். குழந்தைகள் பெற்றோரை மதிக்க வேண்டும் எனவும் பெற்றோருக்கும் முன்னோருக்கும் நாம் கடன்பட்டுள்ளது குறித்தும் நமது முன்னோர்கள் கூறியிருக்கிறார்கள். ஆனால் நம் அனைவராலும் அந்தக் கடன்களைத் திருப்பிச் செலுத்த முடிவதில்லை என்பதை நீங்கள் அனைவரும் ஒப்புக் கொள்வீர்கள். சிலர் இப்படி ஒரு கடமை இருப்பதைக்கூட ஒப்புக்கொள்ள மாட்டார்கள். இன்னும் சிலரோ ஒரு தந்தை மகனுக்குச் செய்ய வேண்டிய கடமையைத்தானே பெற்றோர்கள் செய்கிறார்கள். அதை ஏன் நான் திருப்பிச் செலுத்த வேண்டும்? எனக் கேட்பார்கள். அப்படி அது தந்தையின் கடமை என்றால் அதை அவர் முழுமையாக எனக்குச் செய்யவில்லை என்றால் நான் ஏன் நீதிமன்றத்தை நாடக்கூடாது என்பார்கள் சிலர்? அப்படிப்பட்ட சூழலில், தன் தந்தையின் சத்தியத்தைக் காப்பாற்றுவதற்காக மாளிகையின் சுகபோகங்களை விட்டுவிட்டு கடுமையான வனவாசத்தினை மனமகிழ்வுடன் ஏற்றுக் கொண்டவரும், மன்னன் மக்களுக்களிக்கும் வாக்கினைக் காப்பதற்காக தன் அன்பு மனைவியை வெளியே அனுப்பியவரும், பரிசுத்தமான தங்களது அன்னையை ஒரு வண்ணானின் சந்தேகத்தின் பொருட்டு வெளியே அனுப்பியும் அவர்களால் மதிக்கப்பட்டவருமாகிய ஒரு மகனை நாம்

நினைத்துக் கொள்ள வேண்டும். எனவே என் தந்தைக்கு மரியாதை செய்வதற்காகவும் இவ்வுலகிலும் அடுத்த உலகிலும் அவரது நன்மைக்காகவும் நான் இப்போது உன்னதமான மகனும் உன்னதமான மனிதனுமாகிய ராமனின் மேலான கதையை வாசிக்க ஆரம்பிக்கிறேன்."

பகல் முழுவதும் நடந்த கதாகாலட்சேபம் இரவிலும் தொடர்ந்தது. இடைவெளியின்றி நிகழ்ந்து மறுநாள் மாலை முடியும்படியாகத் திட்டமிடப்பட்டிருந்த அந்தப் பாராயணத்தின் பெரும்பகுதியை துள்சிப்ரேம்ஜியின் இரண்டு சீடர்கள் வாசிக்க அவ்வப்போது இடையிட்ட குரு குறிப்பிட்ட செய்யுள்களின் முக்கியத்துவத்தை சுருக்கமாக எடுத்துரைத்தார். நள்ளிரவு ஆனபோது அங்கே பார்வையாளர்கள் யாரும் இல்லை; லாலா மோதிசந்தின் அறை உள்ளே வரை கதை எட்ட வேண்டும் என்பதால் கதவு திறந்து வைக்கப்பட வேண்டும் என்ற அறிவுறுத்தலோடு அவரும் அறைக்குக் கொண்டு செல்லப்பட்டிருந்தார். உறங்கச் சென்று விட்டு திரும்ப எழுந்து வந்தது போல் ஆடையணிந்திருந்த தினாநாத் சுமார் ஒரு மணியின் போது துள்சிப்ரேம்ஜிக்கு சைகை காட்டி அழைத்தான். அறைக்குள் அவரை அழைத்துச் சென்று அவன் கதவை மூடியதும் அதுவரை சத்தமாக உள்ளேவரை ஒலித்துக்கொண்டிருந்த சந்தம் மிக்க பாராயணம் மெல்லிய முணுமுணுப்பு போலக் கேட்க ஆரம்பித்தது.

"எல்லா ஏற்பாடுகளும் உங்களுக்குத் திருப்தியாக இருக்கின்றனதானே?" இதுவரை சகஜமாக "நீ" என்று மட்டுமே அழைத்து வந்திருக்கிற தமையனை, குழந்தைப்பருவத்தில் "டா" போட்டு அழைத்து அதற்காக ஒருமுறை தந்தையிடமிருந்து அறை வாங்கியிருக்கிற தினாநாத் இப்போது மரியாதையாக "நீங்கள்" எனக் குறிப்பிட்டான்.

"எல்லாம் மிகச் சிறப்பாக இருக்கிறது லாலாஜி" என்றார் மிகவும் களைப்புற்றிருந்த ஆனால் சாந்தமாயிருந்த துள்சிப்ரேம்ஜி. "உங்களைப் போன்ற புரவலர்களைக் காண்பது மிக அரிது."

அந்தப் புகழ்ச்சியில் இருந்த மென்மை தினாநாத்தின் மனதில் ஒருகணம் லேசான எரிச்சலை ஏற்படுத்த, "நீ எப்போது வரை

இங்கிருக்கப் போகிறாய்?" என்றான் சட்டென 'நீங்களி'லிருந்து 'நீ'க்கு தாவியபடி.

அழைப்பில் இருந்த மாற்றத்தைக் கவனித்த திவான்சந்திற்குள்ளிருந்த தமையன் சட்டென விழித்துக் கொள்ள, அதைக் கட்டுப்படுத்தியபடி, "கதாகாலட்சேபம் நாளை மாலை நிறைவுறும்" என்றான்.

"ஓ" என்ற தினாநாத், தனக்குத்தானே சொல்லிக்கொள்வது போலத் தலையை ஆட்டியபடி "நிச்சயமாக" என்றான்.

"நான் சில நாட்களுக்கு இங்கே தங்கலாம் என நினைத்தேன்" என்றான் திவான்சந்த். "ஒருவேளை..."

எவ்வளவு முயன்றும் தவிர்க்க முடியாமல் போன இதைக் கேட்டதும் இதயம் சுருங்குவது போல் உணர்ந்த தினாநாத், ஆழமாக மூச்சை இழுத்து விட்டபடி அமர்ந்தான்.

"கேஷோலால் நன்றாக வளர்ந்து விட்டான்" என்றான் திவான்சந்த் பேச்சை மாற்றுவது போல.

"ஆமாம்" என்றான் தினாநாத் முகம் ஒளிர. "அவன் அறிவும் அன்பும் உடையவன். சகோதரிகளிடமும் பெரியம்மாவிடமும் மிக அன்பாய் இருக்கிறான், அவனது அம்மாவைக் கவனித்துக் கொள்கிறான், என்னை ஒரு..."

"தந்தையைப் போலக் கருதுகிறான்" என்றான் திவான்சந்த். "நீங்கள் தாராளமாக அதைச் சொல்லலாம். அது வேறு மாதிரியாக இருக்கும் என நான் ஒருபோதும் நினைத்ததில்லை. நீங்கள் அவனை முழுமனதுடன் நேசிப்பீர்கள் என்றும் எதையுமே அவன் இழந்துவிட்டதாக உணராதபடி பார்த்துக் கொள்வீர்கள் என்றும் நான் அறிவேன்."

உள்ளுக்குள் தன் தமையன் மேல் அன்பு திரள்வதை உணர்ந்தான் தினாநாத், வலியைப் போன்ற ஒரு உணர்வு. "உன்னிடம் மன்னிப்புக் கேட்க வேண்டுமென நினைத்தேன்" என்றான்.

"எதற்காக உன்னை மன்னிக்க வேண்டும்?" என்றான் திவான்சந்த்.

“அன்று உன்னை அடித்ததற்காக.”

தினாநாத் எந்த தினத்தைப் பற்றிப் பேசுகிறான் எனத் தெரிந்த போதும், “என்று?” என வினவினான் திவான்சந்த்.

அவனது கேள்வியைக் கண்டுகொள்ளாத தினாநாத், “அப்போது நான் மிகச் சிறியவன். எனது அன்னையையும் இழந்திருந்தேன். யாரையேனும் அல்லது எதையேனும் குற்றப்படுத்த வேண்டும் என்பதற்காகத்தான் நான் உன்னைக் குற்றப்படுத்தினேன். என்னுடைய கோபத்தை யார் மீதாவது காட்ட வேண்டியிருந்தது எனக்கு.”

“எனக்குப் புரிகிறது” என்றான் திவான்சந்த். அந்த நாள் அவனுக்குத் தெளிவாக நினைவிருந்த போதும் அன்று அவன் எவ்வாறு உணர்ந்தான் என்பதையெல்லாம் இப்போது நினைத்துப் பார்க்க அவன் விரும்பவில்லை. “உன் தமையனது மன்னிப்பு உனக்குத் தேவையில்லை. ஆனால், நான் சொல்ல வேண்டுமென நீ விரும்பினால் சொல்கிறேன்: நான் உன்னை மன்னிக்கிறேன்.”

தினாநாத்தின் கண்களில் திரண்டிருந்த கண்ணீர் மீண்டும் உட்சென்று விட்டது. அந்தச் சம்பவம் திவான்சந்திற்கு இப்போது ஒரு பொருட்டேயில்லாமல் போய்விட்டதால் அவன் வழங்கிய மன்னிப்பும் காயத்தை ஆற்றும் வலிமையல்லாத மேலோட்டமான ஒன்றாகிவிட்டது என்பதை தினாநாத் உணர்ந்தான்.

“அதை மறந்துவிடுங்கள் அண்ணா” என்றான் திவான்சந்த்.

“நான் உன்னிடம் இன்னொரு விஷயம் குறித்துப் பேச வேண்டும்.” நீண்ட காலமாக தான் மன்னிப்பு வேண்டிக் காத்திருந்த சிறுவயதில் செய்த தவறானது ஒருபோதும் மன்னிக்கப்படப் போவதில்லை என்கிற எண்ணத்தை மனதில் இருந்து விரட்டும் பொருட்டு இவ்வளவு நேரமாக சுற்றி வளைத்துக் கொண்டிருந்த விஷயத்தை நோக்கி அவசரமாகத் தாவினான். “நீ இங்கிருந்து செல்வதற்கு முன்பாக எடுக்க வேண்டிய ஒரு முடிவு பற்றியது அவ்விஷயம். கேஷோலால் தொடர்பானது.”

இதயம் வேகமாக அதிர, "என்ன அது?" என வினவினான் திவான்சந்த்.

"இன்று காலை நான் உன்னை மாஸ்டர் மக்கன்லாலிற்கு அறிமுகப்படுத்தினேன். நினைவிருக்கிறதா?"

"ஆமாம்" என்றான் திவான்சந்த். ஓய்வில்லாத அந்த நாளின் கதாகாலட்சேபத்திற்குப்பிறகு, அன்றைய காலை குறித்து அவனுக்கு நினைவிருப்பதெல்லாம், குடும்ப உறுப்பினர்களுடனான சந்திப்பினை அடுத்து நிறைய வேலைக்காரர்கள் அவனைச் சந்தித்தார்கள் என்பதுதான். அவன் வீட்டை விட்டு வெளியேறியதற்கு முன்பிருந்தே வேலை செய்து வருகிறவர்கள் இவனது வருகை குறித்து அதிக ஆர்ப்பாட்டமாய் நடந்து கொண்டார்கள்- அவன் வீட்டை விட்டு வெளியேறியதற்குப் பின் வந்தவர்களுக்கு தங்களது முக்கியத்துவம் குறித்து உணர்த்துவதற்காய் இருக்கலாம். பற்களெல்லாம் உதிர்ந்து கையில் ஊன்றுகோலுடன் இருந்த சதேயியைப் பார்த்த போது தனக்கு எவ்வித உணர்ச்சியும் தோன்றவில்லை என்பதையும் நினைவு கூர்ந்தான்.

"அவர் நமது சகோதரன் என்பது எனக்குத் தெரியவந்தது. நமது அப்பா ஆக்ராவில் வைத்திருந்த இன்னொரு மனைவிக்குப் பிறந்தவர் அவர்."

லாலா மோதிசந்தின் உயிலைப் பற்றியும் அதன் விளைவுகளைப் பற்றியும் தமையனுக்கு விளக்கி, அது தொடர்பான இரண்டு தெரிவுகளை – கேஷோலாலின் எதிர்காலத்திற்காக முறைகேடு செய்வது அல்லது எதிர்காலத்தில் முடிவேயில்லாது தொடர வாய்ப்புள்ள சட்டச்சிக்கல்களுக்கு வழிவகுத்தாலும் பரவாயில்லை என உயிலை அப்படியே ஏற்றுக் கொள்வது – முன்வைத்து விட்டு தினாநாத் கிளம்பிய போது திவான்சந்திற்கு மிகக் களைப்பாகவும் மயக்கம் வருவது போலும் இருந்தது. மைதானத்தில் இருக்கும் மேடைக்குத் திரும்பியவன், கதையைத் தொடரும்படி சீடர்களுக்குச் சைகை காட்டிவிட்டு சற்றுத் தள்ளி தரையில் படுத்துக் கொண்டான். போர்வையைக் கொண்டு தன்னை மூடியபடி கண்களை மூடி அவன் உறங்க முயற்சித்தும், மாடியில் இருந்த தினாநாத்தையும் சில வீடுகள் தள்ளி பள்ளியில் இருந்த மக்கன்லாலையும் போலவே, திவான்சந்தாலும்

உறங்க முடியவில்லை. அவனது தலை முழுவதும் துடிக்க ஆரம்பித்ததில் எந்தப்புறம் திரும்பினாலும் அந்தப் புறம் நெற்றியில் கூர்மையான வலி உண்டானது. அவன் அறிந்தவரை, முதன் முறையாக, பிண்ணனியில் கேட்கிற கதாகாலட்சேபத்தின் ஒலி அவனைத் தொந்தரவுக்குள்ளாக்கியது. அவன் உடல் அமைதியை வேண்டித் தேம்பியது. கண்களைத் தொடர்ந்து மூடியபடி, "ராம்,, ஸ்ரீ ராம், ஸ்ரீ ராம்" என திரும்பத்திரும்ப சொல்லத் தொடங்கினான். கொஞ்சம் கொஞ்சமாக அப்பெயர் தன் சக்தியை அவன் மேல் செலுத்தத் தொடங்கியது: அவனது இதயத்துடிப்பு சற்று நிதானமடைந்து தலைவலியும் கொஞ்சம் குறைந்தது போல் தோன்றியது.

கேஷோ மிகவும் அழகான சிறுவன் - திவான்சந்தின் மனம் நினைவுகூர்ந்தது - கம்பீரமானவன், இனிய புன்னகை உடையவனும் கூட. பெருமிதத்தால் நிறைந்தது திவான்சந்தின் மனம்: தன் குழந்தைகளின் தனித்தன்மை குறித்து ஒவ்வொரு பெற்றோருக்கும் இயல்பாக எழக்கூடிய வரம்பற்ற பெருமிதம், அப்படித்தனிப்பட்ட குணநலன்கள் எதுவும் இல்லாவிட்டாலும் கூட எழக்கூடிய பெருமிதம். ஒருவர் தன்னைப்பற்றிக் கொள்ளக்கூடிய பெருமிதங்களிலிருந்து மாறுபட்ட, சுயநலமற்ற இந்தப் பெருமிதம் ஒருவகையில் பணிவின் வடிவமும் கூட. அது ஏன் பணிவின் வடிவம் போல் தோன்றுகிறது? ஏனென்றால் உங்கள் குழந்தையைப் பற்றிப் பெருமிதம் கொள்ளும்போது இவ்வுலகில் உங்களது இருப்பானது உங்களது உடலை மட்டும் சார்ந்ததல்ல என்பதையும் உங்கள் உடல் நலிந்து அழியக்கூடியது என்பதையும் நீங்கள் ஒப்புக் கொள்வதால் உங்களது அகங்காரமும் கர்வமும் அதோடு அழிந்துவிடுகிறது. இது ஒரு சிறந்த கருத்து, காலையில் இதைக் குறித்து வைக்க வேண்டும். எங்கேனும் உபயோகப்படும். ராமனது பெற்றோர்கள் அவரைப் பற்றி எண்ணியபோது கொண்ட பெருமிதம் எவ்வாறு ராவணன் தன் சாதனைகள் குறித்து கொண்டிருந்த பெருமிதத்தை விட மேலானதென விளக்க இதை இவன் பயன்படுத்திக் கொள்ளலாம்.

கேஷோ ஒரு சிறந்த குடும்பஸ்தனாக இருப்பான் என திவான்சந்திற்குத் தோன்றியது, தினா அண்ணாவும் அப்படித்தான் நினைக்கிறார். குடும்பத்தை அவன் முன்னோக்கி எடுத்துச்

சென்று அதன் மதிப்புகளைப் பெருக்குவான். தன் மகனது எதிர்காலம் இப்படி இருக்க வேண்டும் என்றுதான் இவன் விரும்புகிறானா? அவன் தன் தாத்தாவின் ஆசனத்தில் அமர்ந்து மரம், தானியம் மற்றும் துணி வியாபரம் செய்ய வேண்டுமென்றுதான் இவன் விரும்புகிறானா? ஆனால் யாரேனும் ஒருவர் இதைச் செய்யத்தான் வேண்டும். ஏன்? ஏன் யாரேனும் இதைச் செய்ய வேண்டும்? நீண்டு கொண்டே செல்கிற போரில் சண்டையிட்டு நூற்றுக் கணக்கான ஆயிரக்கணக்கான இளைஞர்கள் மடிந்து கொண்டிருக்கையில் இவர்கள் குடும்பம் மட்டும் ஏன் தன்னைப்பற்றி மட்டுமே கவலை கொண்டு தொடர்ந்து ஜீவித்திருக்க வேண்டும்? ஆனால், கேஷோ இறக்க வேண்டாம். இல்லை, இல்லை.. கேஷோ எப்போதும் நலமாக இருக்க வேண்டும். அவனை நன்றாக கவனித்துக் கொள்ள வேண்டும். அவனது தாத்தாவைப் போல ஒரு முதுபெரும் கிழவனாகிறவரை வாழவேண்டும். நூறு ஆண்டுகள். அப்பாவிற்கு இன்னும் நூறு வயது ஆகவில்லை. ஆனால் அவர் நீண்ட காலம் மிகச்சிறப்பாக வாழ்ந்திருக்கிறார், இவ்வுலகம் ஒருவருக்குத் தரக்கூடிய இன்பங்கள் அனைத்தையும் - நிஜமாகவே ஒழுக்கமாய் இருக்கக்கூடிய ஒருவர் அனுபவிக்காமல் தவிர்க்கிற இன்பங்களையும் கூட - அனுபவித்துவிட்டார்.

அந்த மனிதரின் பெயர் மாஸ்டர் மக்கன்லால் என்று சொன்னான் தினாநாத். ஒருவழிச் சகோதரன். அதன் பொருள் என்ன?, ஒரு வழிச் சகோதரன். பாதி சகோதரத்துவம் ஒரே பெற்றோரிடமிருந்தும் மீதி வெவ்வேறு பெற்றோரிடமிருந்தும் வந்திருக்கிறதென்பதா? ஒருவேளை திவான்சந்த் அவர்களில் ஒரே ஒரு பெற்றோரை மட்டுமே அறிந்திருக்கிறான் என்றும் மற்றொருவனான மக்கன்லால் இரண்டு பெற்றோரையுமே அறிந்திருக்கிறான் என்றும் வைத்துக்கொண்டால் அவன் எனக்கு முழுமையான சகோதரனாகிவிடுவானா? அவனுக்கு நான் ஒருவழிச் சகோதரனாக இருப்பேனா? எதற்காக அப்பா அவனை என்னிடமிருந்து மறைத்தார்? குழந்தையிலேயே எனக்கு அவனைத் தெரிந்திருந்தால் நாங்கள் இருவரும் சேர்ந்து விளையாடியிருந்திருப்போம். இளமையில் எனக்கு ஒருபோதும் இருந்திராத விளையாட்டுத் தோழனாக, உற்ற நண்பனாக, கோபத்தினால் என்னிடமிருந்து விலகிச்

சென்றிருக்காத, தன் அம்மாவின் மரணத்திற்காக என் மீது பழிபோடாத ஒருவனாக அவன் எனக்கு இருந்திருப்பான். அப்படி நடந்துகொண்டதற்காக மன்னித்துவிடும்படி அண்ணன் என்னிடம் கேட்டுக் கொண்டான். அவனை மன்னிக்கிறேன். அப்போது அவன் வெறும் சிறுவன், தன் அன்னையை வேறு இழந்திருந்தான். ஆனால் அவனை விட இளம்வயதிலேயே நான் என் அன்னையை இழந்தேனே, எனக்கு அவளைப் பற்றி எதுவுமே தெரியாது. அவன் மட்டும்தான் கோவப்படலாமா? நான் படக்கூடாதா? நான் அன்பை ஏங்கிய போதெல்லாம் வெறுப்பை மட்டுமே தந்த அந்த வருடங்களை அவனால் திருப்பித்தர முடியுமா? அவை என்னை என்னவெல்லாம் செய்துவிட்டன? என்னை எப்படியெல்லாம் ஆக்கிவிட்டன? ராம், ஸ்ரீராம், ராம், ஸ்ரீராம். பரவாயில்லை, இதெல்லாம் எப்போதோ முடிந்துவிட்டது. அவை பற்றியெல்லாம் இப்போது எனக்கு எந்தக் குறையும் இல்லை, துளசியின் பாடல்கள் செவிகளில் ஒலிக்க நான் ராமனது பாதங்களில் சரணடைந்து விட்டேன். ஜெயம் உண்டாகட்டும், ஸ்ரீராம், உனக்கு ஜெயம் உண்டாகட்டும், ஸ்வாமி துளசி, உங்களது இசை அன்னையின் அமுதத்தை விட இனிமையானது.

எழுந்துகொண்ட திவான்சந்த் தனது சீடர்கள் மானஸை வாசித்துக் கொண்டிருக்கும் இடத்தை நோக்கிச் சென்றான். அவர்கள் சொல்லிக்கொண்டிருந்த ஒரு சௌபாயின் இடையில் அங்கு சென்றவன் அடுத்ததிலிருந்து அவர்களுடன் சேர்ந்து பாராயணம் செய்ய ஆரம்பித்தான், பல ஆண்டுகளாக அவனது வாழ்வின் அடிப்படையாகிவிட்ட இந்த செய்யுள் தொடரைச் சொல்வதற்காக புத்தகத்தைப் பார்க்க வேண்டிய தேவையிருக்கவில்லை. நான் எந்த முடிவையும் எடுக்கப்போவதில்லை, பாராயணம் செய்த படியே திவான்சந்த் நினைத்துக் கொண்டான். இது தினாநாத்தின் குடும்பம். தந்தையின் உயிலைத் திருத்துகிற தவறையும் அதைவிட மோசமாக சாகும் தருவாயில் இருக்கிற அப்பாவின் ஆசைகளை அவமதிக்கிற தவறையும் செய்வதா வேண்டாமா என அவன்தான் முடிவு எடுக்க வேண்டும்.

மறுநாள் பிற்பகல், கதை தனது ஆறாவது அத்தியாயத்தை எட்டியிருந்தது. ராமனும் ராவணனும் தீவிரமாகப் போர்

புரிந்து கொண்டிருக்க கொண்டாட்ட மனநிலையில் இருந்தது லாலா மோதிசந்தின் முற்றம். மக்கள் வந்துகொண்டும் சென்று கொண்டும் இருந்தார்கள். கதை கேட்பதற்காகவோ, இலவசமாக உணவருந்தவோ, அன்னதானத்தில் பங்கெடுக்கவோ, லாலா மோதிசந்தின் பகட்டான மாளிகையை உள்ளிருந்து காண்பதற்கோ, நெடுங்காலத்திற்கு முன்பு வீட்டைவிட்டுச் சென்று இப்போது அப்பாவிற்காக கதாகாலட்சேபம் செய்ய வந்திருக்கிற மகனை ஆர்வமுடன் காண்பதற்கோ அல்லது இவை எல்லாவற்றின் பொருட்டோ திரள்திரளாய் வந்துகொண்டிருந்த நூற்றுக்கணக்கான மக்களுக்காக சமைப்பதில் சமையல்காரர்கள் ஓயாமல் ஈடுபட்டிருந்தனர். சூரிய அஸ்தமனத்திற்கு முன்பாக ராமன் மற்றும் மான்ஸ் குறித்த புகழ் கீர்த்தனைகள் பாடி கதாவிலாசத்தை சிறப்பாக முடிக்க வேண்டும் எனத் திட்டமிட்டிருந்ததால் துள்சிப்ரேம்ஜியும் அவரது இரு சீடர்களும் வேக வேகமாகக் கதை கூறிக்கொண்டிருந்தனர்.

திடீரென கூட்டத்திலிருந்து ஜெய் ஸ்ரீராம் என்ற கோஷம் எழுந்ததும் நிமிர்ந்து பார்த்த துள்சி ப்ரேம்ஜி, முற்றத்திற்கு வருகிற ஒரு குறிப்பிட்ட வாயிலை நோக்கி எல்லோரும் திரும்பியிருப்பதைக் கண்டார். குழப்பத்திற்கு என்ன காரணம் எனத் தெரிந்துகொள்வதற்காக எழுந்து நின்று கொண்டிருந்தவர்களின் முதுதுதான் அவருக்கு முதலில் தெரிந்தது, பிறகு கூட்டத்தினூடாக சதேயி தடுமாறியபடி அவரை நோக்கி வருவதைக் காண முடிந்தது. அவளுக்குப் பின் இரண்டு சிறுவர்கள் இருந்தார்கள்: மூத்தவன் கேஷோ ராமனைப் போல உடையணிந்திருந்தான் – முகத்தில் நீலவண்ணம் தீட்டப்பட்டு, தலையில் அட்டையால் செய்யப்பட்ட தங்கநிற க்ரீடம் அணிந்து, வலது கையில் பொம்மை வில்லும் இடது தோள்பட்டையில் தொங்கும் அம்பராத்தூணியுமாக காட்சிதந்தான். முகத்தில் வண்ணம் மட்டும் பூசப்படாமல் அதேபோன்ற உடையணிந்து வந்த இன்னொரு சிறுவனையும் அவன் நேற்றே பார்த்திருந்தான், எதேனும் வேலைக்காரனின் குழந்தையாக இருக்கலாம். கதாகாலட்சேபம் நடந்துகொண்டிருந்த மேடையை நோக்கி இரண்டு சிறுவர்களும் முன்னேறி வர "ஜெய் ஸ்ரீராம்!" என்ற கோஷம் விண்ணைப்பிளந்தது.

இதயம் வேகமாகத்துடிக்க பாராயணத்தை நிறுத்தாமல் எழுந்துநின்ற திவான்சந்த் சிறுவர்கள் இருவரையும் கைகூப்பி வணங்கினான். “ஜெய் ஸ்ரீராம்!” என்னும் கோஷம் இன்னும் சப்தமாக எழுந்தது. கூட்டத்தை அமைதிப்படுத்திய சதேயி இரண்டு சிறுவர்களையும் தனக்கருகில் அழைத்து அவர்களது காதில் ஏதோ சொன்னாள். தரையில் படுத்த இளையவன் கண்களை மூடிக் கொண்டான். முழங்காலிட்டு தரையில் அமர்ந்த மூத்தவன் குனிந்து இளையவனை தன் கைகளில் ஏந்திக் கொண்டான். ராமனாக வேடமிட்டிருந்த சிறுவன் லட்சுமணாக வேடமிட்டிருந்த சிறுவனை கைகளில் ஏந்திக் கொண்டதும் திவான்சந்தின் காதுகளில்

நள்ளிரவு ஆகிவிட்டது, வானரம் இன்னும் வரவில்லை

காயம்பட்டிருந்த லட்சுமணின் உடலை கையில் ஏந்தி நெஞ்சோடு சேர்த்துக்கொண்டான் ராமன்

என்கிற சௌபாய் சப்தமாகவும் தெளிவாகவும் ஒலிக்க அதைச் சொல்லிக்கொண்டிருப்பதே தான்தான் என்பதைக் கண்டு கொண்டான். கண் முன் நடக்கிற காட்சியைக் கண்டு இதயம் கனத்து கண்களில் நீர்பெருகிவழிந்தபடி திகைத்து நின்றவன், தொண்டை அடைத்து குரலற்றுப்போகும்வரை பாராயணத்தைத் தொடர்ந்து சொல்லிக் கொண்டிருந்தான்.

மார்ச் 5, 2009

என் ப்ரிய விமலா,

ஒருவேளை இந்தக் கடிதத்தை நீ திறக்க நேர்ந்தால் - என்னுடைய கையெழுத்தைப் பார்த்து அதை எழுதியது நான்தான் என்பதை அறிந்து நீ இதைத் திறக்காமலே விட்டாலும் அதற்காக உன்னைக் குறை கூற முடியாதே - உன்னுடன் ஒரே படுக்கையைப் பகிர்ந்து கொள்கிற நான் உனக்குக் கடிதம் எழுதியிருப்பது குறித்து நீ ஆச்சரியப்பட மாட்டாய் என்பதை அறிவேன். இப்போதெல்லாம் உணவு, மருந்து மற்றும் வீட்டு விஷயங்கள் தவிர்த்து வேறெதையும் நாம் பேசிக் கொள்வதேயில்லை. நான் உன்னிடம் சொல்ல விரும்பிய எதையும் சொல்லவிடாமல் நீ தடுக்கவில்லை என்றாலும், 'ஃப்ரிட்ஜ் ஒழுகுவது' போன்றவை தாண்டி வேறெந்த விஷயத்தையும் உன்னிடம் பேசுவதற்கான உரிமைகள் அனைத்தையும் நீ பறித்துக்கொண்டு விட்டாய். என்றால், நான் சொல்ல விரும்புகிற விஷயங்கள் எதையும் நீ கேட்கத் தயாராயில்லை என்பதை நான் அறிவேனாயின், பின் எதற்காக இக்கடிதத்தை எழுதுகிறேன்? நாம் சேர்ந்து வாழ்ந்த இத்தனை நாட்களில் நான் பேசியதை எல்லாம் நீ கேட்டுக் கொண்டேதானே இருந்திருக்கிறாய்? எனக்கு முக்கியமான விஷயங்களை - அவை உனக்கும் முக்கியம்தானா என்பது குறித்தெல்லாம் கவலையே கொள்ளாமல் - ஓயாமல் திரும்பத் திரும்ப நான் பேசிக்கொண்டே இருக்கையில் நீ அவற்றையெல்லாம் கவனமாகக் கேட்டு எனக்கு ஆலோசனைகள் வழங்கியிருக்கிறாய்? ஒருவர் நமது வாழ்க்கைத் துணையேயாயினும், அவரிடம் நாம் கேட்டுப் பெறக்கூடிய விஷயங்களுக்கென்று ஒரு எல்லை இருக்குமாயின், நான் ஏற்கனவே எனது பங்கை எல்லாம் உன்னிடமிருந்து பெற்றுவிட்டேன்தானே. அப்படியிருக்கையில் நீ என்

மேல் சுமத்தியிருக்கும் இந்த மௌனத்தை உடைக்கும்படி கோருவதற்கு எனக்கு என்ன உரிமை இருக்கிறது? எனக்கு எந்த உரிமையும் இல்லைதான். இருந்தும் இக்கடிதத்தை எழுதுகிறேன்.

என் பிம்லி, இந்தக் கடிதத்தைப் படிக்கும்படி, தெருவில் செல்லும் ஒரு பிச்சைக்காரனைப்போல் உன்னிடம் கெஞ்சிக்கேட்டுக் கொள்கிறேன். பிச்சைக்காரர்களைப் பற்றி ஒரு முழு நாவல் எழுதியவன் என்கிற வகையில், தான் அளிக்க விரும்பாத ஒரு தானத்தினைக் கோரும் குரலை காதுகளில் கேட்பதே ஒருவகையில் தண்டனைதான் என்பதை அறிவேன். என்றாலும் இரண்டு காரணங்களுக்காக அந்தத் தண்டனையை உனக்களிக்கிறேன். 'அத்தகவல்' என்பதாகவன்றி வேறெப்படியும் என்னால் குறிப்பிட முடியாத (குறிப்பாக உனக்கு எழுதுகிற ஒரு கடிதத்தில்) அத்தகவல் எனக்குக் கிடைத்தது முதல் என் வாழ்வில் அன்பும் அக்கறையும் கொண்டிருந்த பலருக்கும் நான் தவறிழைத்துவிட்டேன் என்கிற குற்ற உணர்வு என்னைக் கடுமையாக முடக்கிப் போட்டுவிட்டது. அவர்களில் சிலர் தபால்காரர்களால் கடிதத்தைக் கொண்டு சேர்க்க முடியாத ஒரு இடத்திற்குச் சென்றுவிட்டனர். ஜெகன்நாத்திற்கு மின்னஞ்சல் இருக்கிறது. மட்டுமல்லாது என்னால் அவனுக்கு ஏற்பட்ட காயங்களையெல்லாம் அவன் ஆற்றிக்கொண்டு விட்டான். இத்தனை காலங்களுக்குப் பிறகு அத்தனை பழைய காயங்களுக்காக அவன் எனக்கு வழங்கும் மன்னிப்பானது என் குற்ற உணர்வைத் தணிக்கும்படியானதாக இருக்க முடியாது. நான் நிஜமாகவே மன்னிப்புக் கோர முடிகிற ஒரே நபராக நீதான் எஞ்சி இருக்கிறாய். மற்ற எல்லோருடைய பிரதிநிதியாகவும் உன்னை ஆக்குவதற்கு - மீண்டும் ஒருமுறை உன்னுடைய தனித்தன்மையை உன்னிடமிருந்து பறிப்பதற்கு - என்னை மன்னித்துவிடு. நான் உன்னிடம் மன்னிப்புக் கோர வேண்டியிருக்கும் பல தவறுகளில் சமீபத்திய தவறு இது. இக்கடிதம் உண்மைகளைத் தவிர வேறெதையும் சுமந்து வரவில்லை என்பதாலேயே இதையும் உன்னிடம் மறைக்காமல் விடுகிறேன்.

இரண்டாவது காரணம், கடந்த ஒரு வருடமாக நான் என்னை ஒருவிதமான தண்டனைக்கு உட்படுத்திக்கொண்டுள்ளேன். நான்

ஒரு கிழட்டு நாய். புதிய தந்திரங்கள் எதையும் கற்றுக்கொள்ள இயலாத அளவிற்குக் கிழடாகி விட்டதால், இந்த ஓராண்டு தண்டனையை ஒரு நாவல் எழுதுவதன் மூலம் கழித்தேன். சில நாட்களுக்கு முன்பு அதன் முதல் வரைவை முடித்துள்ளேன். நான் எழுதிக்கொண்டிருக்கிறேன் என நீ அறிவாய், நான் எழுதுவதை நீ பார்த்தாய். ஆனால் ஒரே ஒருதடவை கூட அது குறித்து நீ எதுவும் என்னைக் கேட்கவில்லை. எப்படி மாறிவிட்டது வாழ்க்கை! முன்பெல்லாம் நான் நாவல் எழுதினால் என்னைத் தொந்தரவு செய்யாதபடிக்கு இந்த உலகமே தன் அச்சில் மென்மையாகச் சுழல வேண்டும் என நினைப்பேன்: சுஷாந்த் அடுத்த அறையிலோ வெளியிலோதான் விளையாட வேண்டும், விருந்தினர் யாரும் அழைக்கப்படக் கூடாது, வேலைக்காரப் பெண்மணிகூட அழைப்பு மணியை ஒலிக்கக் கூடாது. முக்கியமான வீட்டுப்பிரச்சனைகள் கூட நான் அவற்றைப்பற்றிப் பேசத் தயாராகும் வரை ஒத்திப்போடப்பட வேண்டும். ஒருமுறை சுஷாந்த் ஊஞ்சலிலிருந்து கீழே விழுந்து அடிபட்ட போது கூட, நான் ஒரு முக்கியமான காட்சியை எழுதிக்கொண்டிருந்தேன் என்பதால், பக்கத்துவீட்டு வர்மாவிடம்தான் உங்கள் இருவரையும் மருத்துவமனைக்கு அழைத்துச் செல்லச் சொன்னேன். இதற்காக எவ்வளவு அதிகமாக வருத்தப்பட்டேன் என்பதை நான் உன்னிடம் சொன்னதில்லை. இவை எல்லாவற்றையும் விட, உனக்கு முதுகில் காயம் ஏற்பட்டு நீ ஏழு மாதங்கள் படுத்த படுக்கையாய் இருந்த போது நான் நடந்துகொண்ட விதம்தான் என்னை அதிகம் சங்கடப்படுத்துகிறது. வேலையாளின் உதவியுடன் வீட்டையும் குழந்தையையும் கவனித்துக் கொண்டு சுஷாந்த் உறங்கச் சென்ற பிறகுதான் எனது எழுத்து வேலைகளைக் கவனித்தேன். என்றாலும், என் மனைவியைத் திரும்ப இயல்பு நிலைக்குக் கொண்டுவருவதற்காக நான் என்னவெல்லாம் தியாகம் செய்தேன் என்பதை கேட்கிறவர்களிடமெல்லாம் சொல்லிச் சொல்லி மாய்ந்தேன். என் வாழ்க்கையில் அந்த ஏழு மாதங்களுக்கு நான் செய்து கொண்ட சிறிய மாற்றங்களும் வேலைக்காரிக்கு வழங்கிய கூடுதல் சம்பளமும், வாழ்க்கை முழுவதும் நீ செய்த தியாகங்களோடு ஒப்பிடுகையில் வெறும் துளிதான் என்பதை நீ ஏன் எனக்கு அப்போது சொல்லவில்லை. அது ஏன் எனக்கே தோன்றவில்லை.

எப்படியோ, நான் என்ன சொல்ல வந்தேன் என்றால், நான் ஏதேனும் எழுதி அது குறித்து உனது பார்வையை எதிர்நோக்கினால் அதை நீ உடனே கூற வேண்டும் என எதிர்பார்ப்பேன். சுஷாந்திற்கு உடல் நிலை இல்லாமல் இருந்தாலும் நீ உன் அம்மாவுடன் தொலைபேச வேண்டியிருந்தாலும் கூட நான் அதைப்பற்றிக் கவலை கொள்ள மாட்டேன். வேறு எல்லாவற்றிற்கும் முதலாக நீ எனது தேவைகளை நிறைவேற்ற வேண்டும் என எதிர்பார்த்தேன். மிகவும் மோசமாக நடந்து கொண்டேன். ஆனால் நீ அவற்றை வாசித்து சிறப்பான – இல்லையில்லை – மிகச் சிறப்பான பார்வைகளை முன்வைத்தாய். உன்னால்தான் எவ்வளவு சுலபமாக போலியையும் கயமையையும் கண்டறிய முடிந்தது! நேராக எழுத்தின் இதயத்தையே சென்றடைய முடிந்தது! பிம்லி, நான் உன்னை என் மனைவியாகவும் என் குழந்தையின் அன்னையாகவும் மட்டுமே நேசிக்கவில்லை என்பது உனக்கே தெரியும். உனது அறிவாற்றலையும் எப்போதும் நேசித்திருக்கிறேன். நான் எழுத எழுத நீ அவ்வப்போதே அவற்றை வாசித்த சமயங்களில் அவற்றை நீ விமர்சித்து என் கர்வம் காயமடைந்தால் கோபமுற்று வாதங்களின் மூலம் உன்னை வெற்றி கொள்ள முயன்றிருக்கிறேன். நான் ஒரு புகழ்பெற்ற எழுத்தாளன், ஆனால் நீயோ அகஸ்மாத்தாக இலக்கியத்தில் பட்டம் பெற்றுவிட்ட வெறும் ஒரு குடும்பத்தலைவி என்கிற மோசமான தொனி அதில் இழையோடியிருக்கிறது. மாறாக நீ அவற்றைப் புகழ்கிற சமயங்களில் உற்சாகமடைந்திருக்கிறேன். அவை மட்டும்தான் என் ஒட்டுமொத்த வாழ்விலும் நான் மேற்கொண்ட அர்த்தமுள்ள இலக்கிய உரையாடல்களாயிருந்தன. ஏன் வகைப்படுத்த வேண்டும்! அவை மட்டுமே என் வாழ்வின் அர்த்தமுள்ள உரையாடல்கள். நான் எழுதுவதை நிறுத்தி விட்ட இந்தப் பதிமூன்று பதினான்கு ஆண்டுகளில் இந்த உரையாடல்கள் இல்லாமல் போய் நம்மிடையே பெரிய இடைவெளி தோன்றிவிட்டது.

அல்லது, சுஷாந்த் இந்தியாவிலிருந்து சென்றதிலிருந்தே நாம் பிரிய ஆரம்பித்துவிட்டோமா? அந்தப் பிரிவுதான் என்னை எழுதவிடாமல் செய்துவிட்டதா? கடந்த ஓராண்டாக நான் எழுதிக் கொண்டிருக்கிறேன் எனத் தெரிந்தும் நீ

அதைக் கண்டுகொள்ளாமல் இருந்தபோது நமது பழைய உரையாடல்களை எண்ணி நான் மிகவும் ஏங்கினேன். அது மட்டுமின்றி, என்னையும் என் எழுத்தையும் சார்ந்த விஷயங்கள் என்பதற்காக அந்த உரையாடல்களுக்கு நான் உன்னை வலுக்கட்டாயமாக அழைத்திருக்கிறேன் என்பது குறித்து மிகவும் வருத்தப்பட்டேன். மேலும் நீ எனக்கு அளித்தவற்றையெல்லாம் உனக்குத் திருப்பி அளிக்கும்படியான உரையாடல்களும் நம் வாழ்வில் வெகு குறைவாகவே இருந்திருக்கின்றன.

முதலில் நான் என்னைக் கேட்டுக் கொண்டேன்: நான் அவளிடம் எனக்குத்தேவையானவற்றைக் கேட்டுப் பெற்றுக் கொண்டது போல அவள் ஏன் எதையும் என்னிடம் கேட்டுப் பெறவில்லை. என்னிடம் நீ எதையும் கேட்காமலேயே நான் உனக்குத் தேவையானவற்றைத் தரவேண்டும் என நீ எதிர்பார்க்கக்கூடாது எனச் சொல்வது எத்தனை பெரிய சுயநலம் என்று பிறகுதான் உணர்ந்தேன். தனக்குத் தேவையானவற்றை இன்னொருவரிடம் யாசிப்பது சில சமயம் மிகக் கடினமானதுதான். தன்னுடைய உரிமைக்காக இன்னொருவரிடம் கையேந்தி நிற்பதென்பது அதையும் விடக் கடினமானதுதான் பிம்லி.

சொல்ல வந்த விஷயத்திற்கு வருகிறேன். கடந்த ஓராண்டாக நாவல் எழுதுகிற தண்டனை ஒன்றை எனக்களித்து அதில் என்னை ஈடுபடுத்திக் கொண்டேன். அந்த நாவலில் என்ன இருக்கிறது அல்லது என்ன இல்லை என்பதற்கு இப்போது எந்த சம்பந்தமும் இல்லை. இல்லை, சம்பந்தம் இருக்கிறது. எனது கடந்த கால நடவடிக்கைகள் குறித்து நான் மிகவும் வெட்கம் கொள்வதால், மீண்டும் என்னுடைய ஒரு நீண்ட நாவல் குறித்த சிறு குறிப்பினைக் கூட உன்னிடம் சொல்லாமல் தவிர்க்க நினைக்கிறேன். எனவே அதை விட்டு விடுவோம். பதிலாக, அந்தச் செய்தியைக் கேட்ட சில வாரங்களுக்கும் மாதங்களுக்கும் எனக்கு என்ன நேர்ந்தது என்பது குறித்துச் சொல்கிறேன். முதலில் நான் அதிர்ச்சியடைந்தேன், அது ஒரு இயல்பான எதிர்வினைதான். ஆனால் உன்னை ஆறுதல் படுத்தவும் தேற்றவும் நான் மேற்கொண்ட முயற்சிகள் எதுவும் எந்தப் பலனையும் அளிக்கவில்லை என்பதோடு நீ என்னைக் கடுமையாக மறுதலிக்கவும் செய்தாய் என்பது என்னை மேலும் அதிர்ச்சிக்குள்ளாக்கிச் செயலிழக்கச் செய்தது. முதலில் இது

என்னைக் காயப்படுத்தியது. பிறகுதான், முதன்முறையாக சுஷாந்த் அமெரிக்காவிற்குச் சென்றபோது நாம் அவனை விமானநிலையத்தில் வழியனுப்பி விட்டுத் திரும்புகையில், நான் நமது மகனை நம்மிடமிருந்து பிரித்து தூரதேசம் ஒன்றிற்குத் துரத்துகிறேன் என நீ என்னைக் குற்றம் சாட்டியதை நினைத்துப் பார்த்தேன்.

நீ என்னை நியாயமற்று விமர்சிப்பதாக அப்போது எனக்குத் தோன்றியது. ஒருபோதும் இல்லாத வகையில் நீ என்னை எதிர்த்தும் கடிந்தும் பேசியது கண்டு நான் அதிர்ச்சிக்குள்ளானேன். யோசிக்கையில், ஒருவகையில் உன் குற்றச்சாட்டு நியாயமற்றது என்று எனக்குத் தோன்றியது: சுஷாந்த் மட்டுமல்ல, மும்பை ஐஐடியில் படித்த அவனது பல வகுப்புத் தோழர்களும், வேறு நல்ல கல்லூரி மாணவர்களும் கூட, அவர்களுக்கு அறிவியலிலும் பொறியியலிலும் திறமை இருக்கும்பட்சத்தில், மேற்படிப்பிற்காக அமெரிக்காவிற்குச் செல்லத்தான் செய்தனர். ஆனால் இன்னொரு வகையில், எப்போதும் சுற்றி இருக்கும் எல்லோர் மீதும் கடுமையாகவே நடந்து கொள்ளும் எனது குணத்தைத்தான் நமது மகனை நான் நம்மிடமிருந்து துரத்திவிட்டேன் என்பதற்கான காரணமாக நீ கூறுகிறாய் என்பதை நான் புரிந்துகொண்டேன். சுஷாந்தின் வகுப்புத் தோழர்களும் கல்லூரியின் மூத்த மாணவர்களும் கூட அமெரிக்காவில்தான் இருக்கிறார்கள், அது ஒரு ஒப்புக்கொள்ளப்பட்ட, வரவேற்கப்படுகிற வாழ்க்கைப்பாதையும் கூட என்பதெல்லாம் உனக்குத் தெரிந்தும் அவன் வெளிநாடு சென்றதற்கும், அங்கே எதிர்பாராமல் அவனுக்கு நேர்ந்துவிட்ட மரணத்திற்கும் நீ ஏன் என்னைக் குற்றப்படுத்துகிறாய் என நான் எனக்குள்ளே கேட்டுக் கொண்டேன். சுஷாந்தின் மரணத்திற்காக மட்டும் நீ என் சுயநலத்தையும் கோபத்தையும் குற்றப்படுத்தவில்லை, சுஷாந்தை நீ கவனமாகப் பராமரித்தது போல, தனக்குத் தவறிழைக்கப்பட்டதான எண்ணத்தை வாழ்நாள் முழுவதும் தனக்குள் போஷித்துக் கொண்டிருந்த, புரிதலே இல்லாத, பிடிவாதம் மிக்க ஒரு மனிதனுடன் நீ கழிக்க நேர்ந்துவிட்ட உனது துயர்மிகுந்த சிரமமான வாழ்க்கைக்காகவும் சேர்த்துத்தான் என்னை நீ குற்றப்படுத்துகிறாய் என்பதையும் உடனடியாக நான் புரிந்து கொண்டேன்.

ஆனால் என் விமலா, பெண்மையின் குணங்களென உன் அன்னை உனக்குக் கற்பித்த விழுமியங்களை நீ மிகவும் தீவிரமாகக் கடைப்பிடித்ததால், உனது கணவனும் உடைமையாளனுமான நான், வாழ்கின்ற ஒவ்வொரு உயிருக்கும் உரிமையுடைய சுதந்திரத்தையும் மகிழ்ச்சியையும் உன்னிடமிருந்து பறித்தது குறித்து நேரடியாக உன்னால் குறை கூற முடியவில்லை. ஒருபோதும் குற்றம் சாட்டாமல் எல்லாவற்றிற்கும் ஒத்துபோகின்ற அந்த கடமையுணர்ச்சியுடைய மனைவியை உனக்குள் இருந்த தவறிழைக்கப்பட்டுவிட்ட அன்னையால் மட்டுமே மீற முடிந்திருக்கிறது. சுஷாந்தை வழியனுப்பிவிட்டுத் திரும்புகிற வழியில் டாக்ஸியில் உயிர்பெற்ற அந்த தவறிழைக்கப்பட்ட அன்னை, உணர்வுகளும் அன்பும் அற்ற ஒரு மனிதனோடு பிணைக்கப்பட்டிருந்த மனைவியை கொஞ்சம் கொஞ்சமாக சத்தமேயில்லாமல் வெற்றிகொண்டு தனது இருப்பை உறுதி செய்துகொண்டு விட்டாள். இறுதியாக தன் மகன் குறித்த அந்தத் தகவல் வந்தபோது அந்த கடமைமிக்க மனைவி தனது கடைசி மூச்சையும் நிறுத்திக்கொண்டு விட்டாள். தயவுசெய்து தவறாக எண்ணாதே: அந்தக் கடமையுணர்ச்சி மிக்க மனைவி தற்போது உயிரோடு இல்லை என்பது குறித்து மிகவும் மகிழ்கிறேன். முதல் காரணம், நான் தொடர்ந்து ஒரு இழிவான சிறுமைமிக்க மனிதனாக மாறுவதிலிருந்து அவள் என்னைத் தடுக்கவில்லை. எனது எழுத்துக்களிலிருந்த பிழைகளை நீ சுட்டிக்காட்டியது போல இந்த உலகத்தின் மீதான எனது பார்வைகளின் பிழையையும் அவள் சுட்டிக்காட்டியிருந்தால் நான் ஒரு சிறந்த மனிதனாகப் பரிமளித்திருக்க முடியும். நான் மகிழ்வதற்கான இரண்டாவது காரணம் என்னவென்றால், சொல்லத்தயக்கமாகத்தான் இருக்கிறது, நான் உன்னைக் காதலிக்கிறேன்.

வாழ்க்கை முழுவதும் எனது புத்தகங்களை எழுதுவதற்காக நான் வாக்கியங்களைச் சிந்தித்துக் கொண்டிருந்தது போல, இந்தக் கடிதத்தை எழுதும்போதும் இதை எழுதலாமா அதை எழுதலாமா என நான் திரும்பத்திரும்பச் சிந்தித்துக் கொண்டிருந்தேன். ஆனால் நான் இதுவரை எழுதியவற்றிலும் இனி எழுதப் போகிறவற்றிலும் இதுதான் அதிமுக்கியமானது என்பது உறுதி. இக்கடிதத்தை நான் செய்துவிட்ட பாவங்களை

ஒப்புக்கொள்கிற கருவியாக முதலிலும், அதனைத்தொடர்ந்து நான் மேற்கொண்ட தவம் குறித்த ஒரு விளக்கமாகவும், இறுதியாக இவற்றிற்கெல்லாம் நீ ஒரு தண்டனை வழங்கவேண்டும் என வேண்டுவதாகவும் அமைத்துக் கொள்ள நினைத்தேன். அந்தத் தண்டனை நமது திருமண வாழ்வை முடிவுக்குக் கொண்டு வருகிற தண்டனையாக இருந்தாலும் பரவாயில்லை. ஆனால் இது மீண்டும் ஒரு குழந்தைத்தனமான செயலாகவும், உன்னை உணர்வுரீதியாக மேலும் அதிகத் துயர்படுத்துவதாகவும், எனது கடமையிலிருந்து நான் தப்பித்துக்கொள்கிற ஒரு செயலாகவும் அமையும் என்பதை நான் உணர்ந்துகொண்டேன். ஒருவேளை நீ எனது வேண்டுகோளை ஏற்று எனக்கு ஏதேனும் தண்டனை அளித்தால், அது எத்தனை கடினமானதாக இருந்தாலும், அதை நான் அனுபவிக்கத் தொடங்கியதுமே குற்ற உணர்விலிருந்து மீண்டுவிடுவேன். இது எனக்கு மிகச் சுலபமான வழி என்பதாலேயே நான் அதைத் தேர்ந்தெடுத்திருக்கிறேன் என்பதையும் புரிந்துகொண்டேன். தங்கள் வாழ்வின் பெண்களுக்குத் தவறிழைத்துவிட்ட பிறகு பல ஆண்களும் இந்த வழியைத்தானே தேர்ந்தெடுக்கிறார்கள். எனவே நான் அதைக் கைவிட்டுவிட்டேன். அந்த வழியையும் கைவிட்டுவிட்ட பிறகு இவ்விஷயத்தின் பொருட்டு உன்னையோ வேறு எவரையோ அணுகுவதற்கான பாதைகள் அனைத்தும் அடைபட்டுவிட்டன எனக்கு. அதாவது, அதாவது நானே வாதியாகவும் வக்கீலாகவும் நீதிபதியாகவும் தண்டனையை நிறைவேற்றுபவனாகவும் எல்லாமாகவும் இருக்க வேண்டிய சூழல். இதை நான் ஏற்றுக்கொண்ட பிறகு இதுதான் அடிப்படை நியதி என்றும் தோன்றுகிறது.

ஜெக்தித்தும் சித்ரா சிங்கும் பாடிய அந்தக் கீர்த்தனை உனக்கு நினைவிருக்கிறதா? (*“என்னைக் கொல்ல விரும்புபவனே எனக்கு நீதிமானாக இருக்கையில் அவன் எவ்வாறு எனக்கு ஆதரவாகத் தீர்ப்பளிப்பான்”)* நான் இதை ஏற்றுக்கொண்ட போது இப்பாடல் எனக்கு புதிய அர்த்தங்களைத் தந்தது. (ஓ பிம்லி! இந்தக் கீர்த்தனையை இங்கே எழுதியதும், இந்தப் பாடலை ஒலிப்பதிவு செய்தபோதுதான் ஜெக்தித்தும் சித்ரா சிங்கும் தங்கள் மகனை இழந்தார்கள் என்பதும் சட்டென நினைவிற்கு வந்தது). எப்படியோ, இந்தக் குழப்பமான வழக்கை நான் இடையிலேயே முடிவிற்குக்

கொண்டுவந்துவிட்டு, இப்போது எழுதியிருக்கிற அந்த நாவலை எழுத வேண்டும் என்கிற முடிவிற்கு வந்துசேர்ந்தேன். இது உனக்கோ எனக்கோ நன்மை விளைவிப்பதா என்பதை நான் அறியேன். நான் மிகவும் குழம்பிப்போயிருக்கிறேன். எனவே நான் என்னவெல்லாம் நினைத்துக்கொண்டேன், அந்த நினைவோடையின் பாதையில் நான் எதிர்க்கொண்ட திருப்பங்கள் என்ன என்பவை பற்றியெல்லாம் உனக்கு எழுதவிருக்கிறேன். உனது கவனத்திற்கு நான் தகுதியானவன் என்பதால் அல்ல இம்முடிவு, மாறாக இதையெல்லாம் உள்ளேயே அடைத்து வைத்துக்கொள்ள முடியாத அளவிற்கு நான் பலவீனமாக இருக்கிறேன் என்பதாலேயே இதைச் செய்கிறேன்.

கடந்த ஒன்றரை ஆண்டுகளாக என் வாழ்க்கை குறித்து மிகத்தீவிரமாக யோசித்து, அதனை ஏன் நான் இத்தனை கோபமுடையவனாக எதிர்கொண்டிருக்கிறேன் எனப்புரிந்து கொள்ள முயன்றேன். எனது தம்பியைப் பிரசவித்தபோதுதான் என் அன்னை இறந்தார் என்பதை அறிந்ததிலிருந்து எனக்குள்ளிருந்த தாயற்ற பிள்ளையின் துயரமானது கோபமாக மாறியதால் சிறுவயதிலிருந்தே அவனிடம் கோபமாகவேதான் இருந்திருக்கிறேன். இதயத்தின் ஆழத்திலிருந்து வெளிப்படுகிற ஒரு தந்தையின் அன்பாலும் கூடப் பூர்த்திசெய்ய முடியாத தாயின் அன்பை இழந்த துயரம்தான் கோபமாக மாறியது என்பதை இப்போதாவது நான் புரிந்துகொள்கிறேன். ஒரு வேளை என் அன்னையோடேயே ஜெகன்நாத்தும் இறந்து இல்லாமல் போயிருந்தால் எனது கோபம் தோன்றாமலேயே இருந்திருக்கும். ஆனால் ஒரு முறை அந்தக் கோபத்தின் போதையை - ஆம், கோபம் எனும் போதை உங்கள் உடலும் மனமும் ஒருபோதும் செய்திருக்காத செயல்களைக்கூடச் செய்ய வைத்து விடுகிறது - அனுபவித்துவிட்ட பிறகு என்னால் அதிலிருந்து திரும்பிச் செல்லவே முடியவில்லை. என்னிடம் ஒரு அண்ணனின் அன்பைத்தவிர வேறெதையும் எதிர்பார்த்திராத அந்தச் சிறுவனை எங்களது குழந்தைப்பருவம் முழுவதுமே நான் துன்புறுத்தித்தான் வந்திருக்கிறேன்.

நான் நன்றாகப் படித்தேன். சேத்ஜியின் குடும்பம் நடத்திவந்த அந்தச் சிறிய பள்ளியில் பயிற்றுவித்த எனது ஆசிரியரை

நான் மிகவும் மதித்தேன் என்பதை நீயும் அறிவாய். நான் எப்போதுமே நன்றியுடன் குறிப்பிடுகிறபடி இலக்கியத்தின் மீதான எனது காதலும் சமூக விழிப்புணர்வும் மட்டுமல்ல அவரிடமிருந்து நான் கற்றுக்கொண்டது. நேர்வழியில் நடப்பவர்களுக்கு இவ்வுலகத்தின் தீமைகள் அனைத்தின் மீதும் ஆத்திரம் கொள்ளும் உரிமை இருக்கிறது என்கிற குணத்தையும் கூட நான் அவரிடமிருந்துதான் பெற்றேன். சேத்ஜி ஒரு முதலாளி என்பதற்காகவே ஆசிரியர் அவரை வெறுத்தார். அவரைப்பொறுத்தவரை முதலாளிகள்தான் எதிரிகள். ரஷ்யப்புரட்சியைத்தொடர்ந்து முதலாளித்துவம் கொஞ்சம் கொஞ்சமாக மறைந்துவிடும் என்றும், ஆங்கிலேயர்கள் தோற்கடிக்கப்பட்டபின் இந்தியா பொதுவுடைமை மற்றும் கூட்டாட்சித் தத்துவங்களைப் பின்பற்றுகிற ஒரு தேசமாக மாறும் என்றும் அவர் நம்பியிருப்பார் என எண்ணுகிறேன். அவரது முதுமைக்காலத்தில், இந்தியா சுயாட்சி பெற்று மேலும்மேலும் ஊழல்மயமாகிக்கொண்டிருந்த காங்கிரசின் கைகளுக்கு வந்ததைக் கண்டதும் பகத்சிங்கின் வார்த்தைகளிலிருந்த நிதர்சனத்தை அவர் புரிந்துகொண்டார். அதாவது, காங்கிரஸ் விரும்புகிறபடியான சுதந்திரத்தை இந்தியா அடையுமானால், ஆட்சியாளர்களின் நிறத்தைத் தவிர வேறெந்த மாற்றமும் இந்தியாவில் ஏற்படப்போவதில்லை என்பதே அது. பகத்சிங்கும் இறந்து, இவரது வாழ்க்கையும் ஒரு முதலாளியின் – தன்னுடைய வேலையை முடித்துக்கொள்ளும் பொருட்டு ஒரு இந்தியனுக்குக் கையூட்டு அளிக்கிற அதே மகிழ்ச்சியுடன் ஒரு ஆங்கிலேயனுக்கும் கையூட்டு அளிக்கிற குணத்தைக் கொண்டிருக்கிற – கருணையை எதிர்நோக்கியிருக்கிற நிலைமையை எட்டியதும் அவருக்கு எல்லாவற்றின் மீதும் கசப்பு தோன்றி அக்கசப்பு வகுப்பறைகளிலும் பிரதிபலிக்கத் துவங்கியது. என்னுடனான அவருடைய உரையாடல்கள் மட்டுமே அதற்கு விதிவிலக்கு. தன்னுடைய ஏதோ ஓர் பண்பை அவர் என்னில் கண்டார். மிகவும் எளிய பிண்ணனியிலிருந்து வந்திருக்கக் கூடிய அறிவாற்றல் மிக்க மாணவன் என்கிற பண்பாயிருக்கலாம் அது. அவர் எனக்களித்த உயர்குணங்களை மட்டுமின்றி அவரது கசப்பையும் கோபத்தையும் சேர்த்தே நான் அவரிடமிருந்து பெற்றுக் கொண்டேன் என்பதை இப்போது உணர்கிறேன்.

அநீதியின் பொருட்டு விளைந்ததே அவரது கோபம். அதை எங்களிடமிருந்து மறைக்கத் தவறியதன் மூலம், நாம் சரியாக இருக்கிறோம் என உறுதியாகத் தெரிகிற பட்சத்தில் நாம் கோபப்படுவதில் எந்தத் தவறுமில்லை என எங்களுக்குப் பாடம் புகட்டியிருக்கிறார் என்பதையும் இப்போது புரிந்துகொள்கிறேன். ஒழுக்கவாதத்தினடிப்படையிலான கோபங்கள் ஒருவகையில் நியாயமற்றவை; உண்மையிலேயே நீங்கள் சரியான பக்கத்தில்தான் நிற்கிறீர்களா என உங்களை நீங்களே கேட்டுக்கொள்வதிலிருந்தும் ஒரு விஷயத்தில் ஒன்றிற்கும் மேற்பட்ட நியாயங்கள் இருக்கக்கூடும் என நீங்கள் உணர்வதிலிருந்தும் அவை உங்களைத் தடுத்துவிடுகின்றன. என்னைக் காப்பாற்று பிம்லி, இதை எழுதுகையிலேயே தான் கற்றுக் கொடுத்த அத்தனையின் மேன்மையையும் இந்தக் கோபத்தின் மூலம் என்னுள் விளையவைத்த நியாயச்செருக்கினால் (ஸ்ரீலால்ஜி அதை ஒருமுறை அப்படித்தான் குறிப்பிட்டார்) இல்லாமல் செய்துவிட்ட ஆசிரியர் மீது எனக்குக் கோபம் கொப்பளிக்கிறது.

எனது நியாயச் செருக்கினால் நான் செய்த முதல் மிகப்பெரிய தவறு ஆய்வியல் நிறைஞர் படிப்பிலிருந்து பாதியில் விலகியதுதான். முன்னதாக, சுதந்திரத்திற்குப் பிறகு டெல்லி பல்கலைக்கழகத்தில் துவங்கப்பட்டிருந்த இளங்கலை படிப்பில் மிகுந்த ஆர்வத்துடனும் தீவிர தேசபக்தியுடனும் ஹிந்தி கற்க முடிவு செய்திருந்தேன் நான். அந்த மூன்று ஆண்டுகளைத்தான் என் வாழ்வின் மிகச்சிறப்பான காலம் என்று சொல்வேன். தொல்லியளாலர்களைப் போல நமது நாகரிகத்தின் ஆகச்சிறந்த இலக்கியப் படைப்புகளை மீளக்கண்டறிகிறதாகத் தோன்றின அந்நாட்கள்: ஜெயஸி, துளசிதாசர், அமீர் குஷ்ரோவிலிருந்து சமகால ஜாம்பவான்களான தின்கர், நிரலா, மஹாதேவி வெர்மா வரை அத்தனை பேரையும் அதுவரை வாழ்வில் உணர்ந்திராத ஒருவகை வேட்கையுடனும் உற்சாகத்துடனும் கற்றேன். உதவித்தொகையின் மூலம் அவர்களை மேலும் மேலும் படித்து ஆய்வு செய்து நம் கலாச்சாரத்தின் மிகச்சிறந்த படைப்புகளை மக்களுக்கு எளிதாகக் கொண்டு சேர்ப்பதென்பது எனக்கு இயல்பாக வரக்கூடியதாகவும் நான் செய்ய முடிகிற மிகச் சிறந்த செயலாகவும் எனக்குத் தோன்றியது. அது ஒரு உண்மையான பங்களிப்பாக இருக்குமெனக் கருதி நான்

என்னை அதற்கு அர்ப்பணித்துக் கொண்டேன். எனக்குச் சிறகுகள் இருப்பதாகவும் இந்தத் திறந்த வானம் நான் பறப்பதற்கானதெனவும் எண்ணிக்கொண்டேன். ஆனால் மனோஹர்லால்ஜியின் ஆரம்பகாலப் படைப்புகள் குறித்து நான் எழுதி பிரசுரிக்கப்படாமல் இருந்த ஆய்வுக்கட்டுரையைத் திருடிக்கொண்ட, நான் பெரும் மரியாதை கொண்டிருந்த, பேராசிரியர் மிஷ்ராவின் செயலானது என்னை ஓங்கி அடித்துத் தரையில் வீழ்த்தி விட்டது.

அதற்கு எதிர்வினையாக நான் செய்தது சரியென்றே நான் எப்போதும் நம்பியிருக்கிறேன். பல்கலைக்கழகத்திலிருந்து விலகி ஒரு அரசு வேலைக்கு விண்ணப்பித்துவிட்டு, இந்தப் புதிய இந்தியாவில் கூட பகிரங்கமான சந்தர்ப்பவாதமும் வர்க்கவேறுபாடுகளும் எளிய பின்னணியிலிருந்து வருகிற திறமையானவர்களை லட்சியவாதத்தின் பெயரால் முன்னேறவிடாமல் செய்கின்றன என்பது குறித்த ஒரு கடுமையான நாவலை எழுதினேன். பேராசிரியர் மிஷ்ரா, மற்றும் தேசத்தின் கண்களை மறைத்துக்கொண்டிருக்கிற அமைப்புகளை அது முகத்தில் அறைந்ததுபோல் இருந்தது. இதை நான் உன்னிடம் அடிக்கடி, மீண்டும் மீண்டும் சொல்லியிருக்கிறேன். ஆனால் பின்னர்தான் புரிகிறது நான் அறைந்துகொண்டது என் முகத்தில் மட்டுமே என்று. எல்லாம் நன்மைக்கே எனச் சொல்லலாம்தான், நான் அங்கேயே தொடர்ந்து ஆய்வு மேற்கொண்டு துறைசார் வல்லுநராகியிருந்தால், ஒரு நாவலாசிரியனாகப் பெயர் பெற்றிருக்க மாட்டேன்தான். என்றாலும் ஹிந்தி இலக்கியத்தின் வளர்ச்சிக்கு என்னால் எந்தப் பங்களிப்பும் செய்ய முடியாமல் போய்விட்டதே.

ஹிந்தி மொழிக்கு அது ஒரு பெரிய இழப்பாக இல்லாமலிருக்கலாம், ஆனால் நான் நிறைய இழந்துவிட்டேன். சிறந்த அந்தப் படைப்புகளை வாசிப்பதுவும் அவற்றைப் பற்றிச் சிந்திப்பதுவும் அவற்றின் பல்வேறு பொருள்கள் குறித்தும் ஆழ்ந்த கருத்துக்கள் குறித்தும் எடுத்துக் கூறுவதும் எவ்வளவு இனிமை தருபவை என்பதை நான் அறிந்திருந்தேன். ஜெயஸியின் பத்மாவத்தை வாசிக்கையில் நான் எத்தனை மகிழ்ச்சியடைந்தேன் என்பதை நீ அறிவாயா பிம்லி!

ஜெயதேவின் இசை என்னை நடனமாடத் தூண்டியது! சாகித்ய அகாடமி பரிசு பெற்ற, இறுக்கமும் கடுமையும் நிறைந்த உன் கணவன், ப்ரஜ்ல் கோபியருடன் களிப்புறும் கண்ணனுக்கான ஜெயதேவின் இசைக்கு நடனமாடுவதாக உன்னால் கற்பனை செய்ய முடிகிறதா? என்னைப்போலவே இறுக்கமாக இருக்கக்கூடிய புகழ்பெற்ற அறிஞர்கள் இருக்கிறார்கள்தான். தங்களுடைய அறிவினை மாநிலங்களவையின் ஒரு பதவிக்காகவோ சர்வதேச அளவிலான ஒரு புத்தகக்கண்காட்சிக்கு விமானத்தில் செல்வதற்கான பயணச்சீட்டிற்காகவோ பணயம் வைக்கிறவர்களாகவும் அவர்கள் இருக்கிறார்கள்தான். என்றாலும் ஒரு தோஹாவைப் பற்றிச் சொல்லுகையில் கண்கள் மின்னுகிற, கலீப்-ன் கீர்த்தனையிலிருக்கக்கூடிய தாளத்தைப் பற்றி விளக்குகையில் உற்சாகத்தில் குரல் மிகுகிற அறிஞர்களும் இருக்கத்தானே செய்கிறார்கள். இன்று நான் அவர்கள் மீது அதீதமாகப் பொறாமை கொள்கிறேன். அவர்களில் ஒருவனாக நான் இருந்திருக்கமுடியும் என்பதை உணராமல் போனதற்காக என்னைச் சபித்துக் கொள்கிறேன். மொழிமீதான காதலைச் சுற்றி, கவிதைகளின் இசையினைச் சுற்றி நான் எனது வாழ்வை அமைத்துக் கொண்டிருந்திருக்கலாம். மனித இதயத்தின் தாளலயமென ஒலிக்கிற இலக்கியத்தின் இசைக்கு நடனமாடியிருந்திருக்கலாம்.

ஆனால் கல்விப்புலத்திலேயே தொடர்ந்து இருந்திருப்பதன் மூலம் நான் என்னவாகியிருந்திருப்பேன் என்பதாலோ என்னவாகாமல் இருந்திருப்பேன் என்பதாலோ ஏற்பட்டிருக்கக்கூடிய துயரம் ஒன்றும், தற்போது நான் கடந்துவந்த பாதையைத் தேர்ந்தெடுத்ததால் எனக்கு நேர்ந்துவிட்ட துயரத்திற்கு இணையானதல்ல. பேராசிரியர் மிஷ்ராவைச் சங்கடப்படுத்தும் விதமாக பழிவாங்கும் நோக்கத்துடன் நான் எழுதிய அந்த முதல் நாவல்தான் எனது முதல் தவறு. கைலாஷ் பாண்டேவின் பாராட்டைப் பெற்றதன் மூலம் அந்நோக்கம் ஓரளவிற்கு நிறைவேறியதுதான். "பேராசிரியர் மிஷ்ரா மட்டும் பேராசைப்படாமல் இருந்திருந்தால் ஹிந்தி எழுத்துக்களுக்கு நீதான் அவரது சிறந்த பங்களிப்பாக இருந்திருப்பாய். இப்போது பார், வாலைச் சுருட்டிக்கொண்டு பதுங்கித் திரிகிறார்" என பாண்டேஜி சொன்னபோது நான் எத்தனை இறுமாப்பாக

உணர்ந்தேன். ஆனால் அவ்வப்போது எனைக் கிளர்த்திய அந்த இறுமாப்புணர்வையும், ஒரு துரோகியை துரோகி என தைரியமாக அழைத்ததாகப் பிறர் என்னைப் புகழ்ந்தபோது நான் உணர்ந்த நீதியுணர்வையும் தாண்டி எனக்கு என்ன கிடைத்துவிட்டது? எழுத்தை தொழிலாகக் கொள்ளவும் அதில் புகழ் பெறவும் முடிந்திருக்கிறதே என யாரேனும் சொல்லக்கூடும். ஆனால் மக்களின் இதயத்தைச் சென்று சேர்வதால் கிடைக்கிற அந்த திருப்தியை அல்லவா நான் இழந்துவிட்டேன்.

அந்தி காலி கா முஷஃபர் நாவலை முடித்த அந்த தினத்திலும் கூட நான் இதை யோசித்தேன் என்பதை, அதை உறுதியாக நம்புகிற இப்போது நான் உணர்கிறேன்: வெறுப்பின் பிரதிகள் ஒருபோதும் மக்களின் இதயத்தைத் தொடமுடியாது, அன்பின் பிரதிகளால் மட்டும்தானே அதைச் செய்ய முடியும் என்கிற அந்த யோசனை அந்தப் புத்தகத்தின் வெற்றியை முழுமையாகக் கொண்டாட என்னை அனுமதிக்கவேயில்லை. துளசிதாசரைப் பருகிய ஒருவரால், ஜெயஸியின் இசைக்கு நடனமாடிய ஒருவரால், குஷ்ரோவின் முன்பு மடித்துக்கட்டிய கைகளுடன் தலைகுனிந்த ஒருவரால், கலீபின் ஞானத்தைக்கண்டு மெய்மறந்த ஒருவரால் – 'இதயத்தைப் போலத் துடிக்கிற ஒரு மூளை' *(தனது ஆன்மீகத் தேட்டத்தில், மூளையும் இதயம் போலத்துடிக்கிற ஓர் இடத்தை அவன் அடைந்து விட்டான்)* இவ்வுலகின் நன்மைகளால் கொஞ்சமும் தீண்டப்படாமல், உலகின் தீமைகளை வெளிப்படுத்துவதுதான் இலக்கியம் என எவ்வாறு நம்ப முடிந்தது? நான் எப்படி அப்படி ஒரு குருடாக இருந்தேன்?

எனது முதல் புத்தகத்திற்குப் பிறகேனும் நான் எனது பாதையின் தவறுகளை உணர்ந்திருக்கலாமே எனத் தோன்றலாம். முதல் புத்தகம் என்பது வெறும் முதல் புத்தகம் மட்டுமே. எனது பாதை தவறாகிவிட்டது என ஒத்துக்கொண்டு மீண்டு வருவதில் ஒரு பிழையும் இல்லை – குறிப்பாக ஒரு நாவலாசிரியருக்கு. ஆனால், அந்த முதல் வெற்றி என்னை வந்து சேர்ந்த போதே நான் எனது இரண்டாவது தவறையும் செய்து விட்டேன்: அரசு வேலையில்- அதிலும் குறிப்பாக ஒரு எழுத்தர் வேலையில் – சேர்ந்து விட்டேன். தனது தந்தையின்

சமையல் தொழில் குறித்து வெட்கம் கொள்ளுகிற ஒரு மகன், இலக்கியம் குறித்த வண்ணமயமான சிந்தனைகளுடனுடனும் முதல் நாவல் தந்த வெற்றியின் மிதப்புடனும், பேராசிரியர் மிஷ்ரா செய்த ஏமாற்றையும் தாண்டி, இந்தப் புதிய இந்தியாவில் செல்வாக்குகளைப் பொருட்படுத்தாமல் தனது அறிவாற்றலினடிப்படையில் தனக்கான இடம் வசப்படும் என்கிற நம்பிக்கையுடன் ஒரு அதிகாரியின் கட்டளைக்காகக் காத்திருக்க வேண்டிய வேலைக்குள் நுழைகிறான். எப்பேர்ப்பட்ட ஒரு பிழை! தங்களை ஆங்கில வழியில் படிக்கவைக்க தங்கள் பெற்றோரால் முடிந்து விட்ட ஒரே காரணத்திற்காக தங்களை மேலானவர்களாகக் கருதிக்கொள்கிற அரைகுறை அதிகாரிகளுக்குக் கீழே வேலை பார்ப்பதும், அரசாங்க வேலையும் அது சார்ந்த விஷயங்களும் தரக்கூடிய வருவாயைக் கொண்டு தாங்கள் அமைத்துக்கொள்ள முடிந்திருக்கிற சற்றே வசதியான லௌகீக வாழ்க்கைதான் இவ்வுலகிலேயே மிக முக்கியமான அம்சம் எனக்கருதுகிற சக பணியாளர்களுடன் வேலை செய்வதும் எல்லாம் என்னை சரிக்குச்சரி அதிர்ச்சிக்குள்ளாக்கின.

தத்தம் இதயத்தையும் மூளையையும் முழுவதுமாக ஆக்கிரமித்திருக்கும் வீடுதான் தனது ஆசுவாசம் எனக் கருதுகிற எனது சக பணியாளர்கள் எவரையேனும் மணமுடித்திருக்கலாமே என எப்போதேனும் நீ ரகசியமாக விரும்பியிருக்கிறாயா? அவர்களது நேர்மையற்ற குணங்கள் குறித்து நான் சீற்றம் கொண்ட சமயங்களில், தங்களின் மனைவி மற்றும் குழந்தைகள் மீது கொண்டிருந்த அன்பின் பொருட்டு அவர்களை மகிழ்விக்கும் பொருட்களை வாங்குவதற்காக தன் நேர்மையைப் பணயம் வைக்கத்துணிந்த அவர்களை நீ ரகசியமாக மன்னித்திருக்கிறாயா? ஒருவேளை நீ அப்படிச் செய்திருந்தால், அதை நீ ஏன் செய்தாய் என்பதை இப்போது என்னால் புரிந்துகொள்ள முடிகிறது. நான் மிகவும் மதித்த எனது பெருவிருப்பத்திற்குரிய உன்னைப்போன்ற ஒரு அற்புதமான மனைவியைப் பெற்றிருந்தும், அலுவலகத்தில் உடனிருந்தவர்களைக் குற்றம் சாட்டுவதிலும், அவர்களை விட நான் மேலானவன் என நிரூபிப்பதிலுமே முழுக்கவனம் கொண்டிருந்த என்னுடன் வாழ்கையில் உனக்கு அப்படித் தோன்றத்தானே செய்யும்! நீ எனக்காக வீட்டில்

காத்துக்கொண்டிருக்கையில், நான் அந்த மாலைகளை காஃபி க்ளப்புகளில் எழுத்தாள மற்றும் அறிவுஜீவி நண்பர்களுடன் உரையாடுவதில் செலவழித்துக் கொண்டிருந்தேன். அதிகாரிகள் சொல்வது தவறெனத் தெரிந்தாலும் அதை ஏற்றுக்கொள்ள வேண்டியிருக்கும் எனது இரண்டாம்தர நாளின் கீழ்மையை நமது புதிய தேசத்தில் இலக்கியமானது எப்படியெல்லாம் இருக்க வேண்டும், எப்படியெல்லாம் இருக்கக் கூடாது என்பது போன்ற தலைப்புகளில் எனது முதல்தர மூளையின் தரத்தினைக்கொண்டு மாலைகளில் வாதிட்டு வெற்றிகொள்ள முயற்சித்தேன். வேறு எழுத்தாள நண்பர்களுடன் வரும் பெண் தோழிகளை எனது பேச்சாற்றலின் மூலமும் கருத்துத் தெறிப்புகளின் மூலமும் கவர்ந்து கண்சிமிட்டச் செய்கையில் அந்த எழுத்தாளர்கள் தங்களின் இருக்கையில் நெளிவார்கள். களைப்பூட்டும் பகல்களும், உற்சாகமும் ஆண்மையும் பொங்கிய மாலைகளுமாய் நிரம்பிய அந்த நாட்கள் எனக்குள் கிளர்த்திய தீய விருப்பங்களே குர்ஷி கா சுயம்வர் நாவலை எழுத என்னைத் தூண்டின. அந்த சமயத்தில்தான் நமக்குக் குழந்தையே உண்டாகவில்லையே என்கிற வருத்தத்தில் உழன்று, பின் கர்ப்பமானபோது அதன் பெரும்பகுதி படுக்கையிலேயே இருக்கும்படியாக நேர்ந்தது உனக்கு.

அடுத்துவந்த 1970ஆம் ஆண்டில்தான் சுஷாந்த் பிறந்ததும் நான் சாகித்ய அகாடமி விருது வென்றதும் நிகழ்ந்தது. உனக்குத்தெரியுமா பிம்லி, நாவலாசிரியர்கள் ஒரு கட்டத்திற்குமேல் எல்லாவற்றையுமே கதையாக்கும் பழக்கத்திற்கு ஆட்பட்டுவிடுகிறார்கள். இந்த வாழ்வைப்பற்றி நான் சிந்தித்த இந்தக் கடந்த ஓராண்டில் 1970தான் இரண்டு வெவ்வேறு பாதைகளை தெளிவாக என் கண்முன்னே காட்டி பாலிலிருந்து தண்ணீரைப் பிரித்துக்கொள்ளக் கூறிய ஆண்டாகத் தோன்றுகிறது. நான் அதில் மிக மோசமாகத் தோல்வியுற்றுவிட்டேன். அதற்கு என்னைக் குற்றம் சொல்ல முடியாதோ? எனக்கு அப்போது வெறும் முப்பத்தி இரண்டு வயது. சாகித்ய அகாடமி விருதை அவ்வளவு குறைந்த வயதில் பெற்றவன் என்கிற சாதனை- இப்போது வரையிலும் கூட - என்னுடையதுதான். அத்தனை புகழ்பெற்ற அந்த நாவலுக்கு எப்படி சாகித்திய அகாதமி கொடுக்க முடியாமல் இருக்க முடியும் என யோசித்து முடிவு செய்து இந்நாவலைப்

பரிசுக்குத் தேர்ந்தெடுக்க மொத்தமாக ஐந்து நிமிடங்கள் தேவைப்பட்டதென ஒரு தேர்வுக்குழு உறுப்பினர் கூறியதாகச் சொல்லப்பட்டது. அதன் பின்னான பாராட்டுகளும் கொண்டாட்டங்களும் எத்தனை எத்தனை! அலுவலகத்தில் அதன் பிறகு ஏற்பட்ட அத்தனை பிரச்சனைகளுக்கும் காரணமாயிருந்த, பிரதம மந்திரியுடனான அந்த துரதிர்ஷ்டவசமான சந்திப்பு உட்பட! ஆனால் இப்போது யோசித்தால் அந்தச் சந்திப்பில் அவர் அவ்வாறு கூறியிருக்காவிட்டாலுமே எனக்குப் பிரச்சனைகள் தோன்றத்தான் செய்திருக்கும். அந்தப் பிரச்சனையின் வடிவம் மட்டுமே வேறாய் இருந்திருக்கும்.

என்னைத் தனித்துவமானவனாக முன்னிறுத்திய அந்தச் சாதனைகள் ஒருபுறமும் நமது குழந்தை மறுபுறமும். இந்த உலகின் ஆரோக்கியமான பெரும்பாலான தம்பதிகளுக்கு குழந்தைகள் இருக்கிறார்கள். இதில் பெருமைப்பட என்ன இருக்கிறது? விருது புகழைக்கொண்டு வருகிறது. குழந்தையோ மூத்திரத்துணிகளையும் தூக்கமற்ற இரவுகளையும் கொண்டு வருகிறது. நான் தவறான முடிவைத் தேர்ந்தெடுத்து விட்டேன் என் பிம்லி. எனக்கு அவ்வளவுதான் தெரிந்திருந்தது, நான் தவறான முடிவை எடுத்துவிட்டேன். அந்த நாட்களையும் இரவுகளையும் குறித்தும், குட்டிக்குழந்தை குறித்தும் மற்றும் தூக்கமும் சோர்வும் நிறைந்த உனது முகம் குறித்தும் யோசிக்கையில் நான் மிகமிகத் தவறான ஒரு பார்வையைக் கொண்டுவிட்டேன் என்பது புரிகிறது. ஒரு தந்தையாக என் கடமைகளைச் சரிவரச் செய்யாமல் இருந்ததற்காகவும், நீ விழித்துக்கிடந்து குழந்தைக்குப் பாலூட்டிய இரவுகளில் கண்டுகொள்ளாமல் உறங்கியதற்காகவும் நீ என்னை மன்னிக்கக்கூடும்; ஏனென்றால் இவையனைத்தும் ஒரு பெண்ணின் கடமை என்றுதான் சமுதாயத்தில் நிறுவப்பட்டுள்ளது. ஆனால் இப்போது, நமது மகன் இவ்வுலகிலிருந்தே சென்று விட்ட இக்காலத்தில், அதை யோசிக்கையில், ஒரு தகப்பன் தன் வாழ்வில் பெற்றிருக்கக்கூடிய அற்புதமான தருணங்களை எல்லாம் நான் இழந்து விட்டேன் எனத் தோன்றுகிறது. தந்தைமை ஒரு மனிதனை ஆழமாகப்பாதிக்கிறது என்பதை வெறும் ஒரு கருத்தாகவும், அது பற்றி நான் ஒருபோதும் அறிந்துகொள்ள முடியாதென்பதை அனுபவபூர்வமாகவும் உணர்கிறேன். ஒருவேளை நான்

தந்தைமையைத் தேர்ந்தெடுத்திருந்தால், இப்போது கடந்துவந்த சுயஅழிவுப் பாதையிலிருந்து தப்பியிருப்பேனா என்பதும் நிச்சயமாகத் தெரியவில்லை.

ஒருபோதும் திரும்பிச்செல்ல முடியாத, இரண்டாம் முறைக்கு வாய்ப்பே இல்லாத அளவிற்குத் தாமதமான பிறகுதான் நான் இதைப்புரிந்து கொள்கிறேன். அச்சமயத்தில் நான் யோசித்ததெல்லாம் விருதுபெற்ற ஒரு எழுத்தாளனாக என்னுடைய சமூகஅந்தஸ்து குறித்தும் அலுவலகத்தில் என்னைச்சுற்றி இருப்பவர்களின் கொடூர குணங்கள் குறித்தும்தான். போலவே என் வெற்றியின் மீதான பொறாமையினாலோ, நான் வழங்கிய கர்வமும் குற்றச்சாட்டுகளும் நிறைந்த நேர்காணல்களுக்குப் பழிவாங்கும் நோக்கத்தினாலோ என் சக எழுத்தாளர்களும் என் வெற்றியைக் குறைத்து மதிப்பிட முயன்றார்கள். இதையெல்லாம் எதிர்கொள்ளும் பொருட்டே நான் கோப்னியாதா கி ஷபத் நாவலை எழுதினேன். அப்புத்தகத்தின் வெற்றி எத்தகையதொரு பேரழிவாய் அமைந்தது எனக்கு! நான் ஒரு நாவலாசிரியனாகப் பெயர் பெற விரும்பியபோது, அது எனக்கு பகடி எழுத்தாளன் எனவும் நகைச்சுவை எழுத்தாளன் எனவும் பெயர்களை ஈட்டித்தந்தது. அந்தத் தரக்குறைவிலிருந்து நான் மீண்டு வருவதற்கு முன்பாகவே எனது தந்தைக்கு உடல்நலமில்லாமல் போய்விட்டது. சுஷாந்த் சிறுவனாக இருந்ததால் அவரைப் பார்த்துக்கொள்ளும் பொறுப்பை உன்னிடமும் ஒப்படைக்க முடியாமல், மருத்துவர்களும் செவிலியர்களும் மருந்துகளும் நிறைந்த ஒரு சுரங்கத்திற்குள்ளும் அநாதையாகிவிடுவோமோ என்கிற நிரந்தர அச்சத்திற்குள்ளும் நான் நுழைய நேர்ந்தது.

1970ல்தான் நான் தவறான பாதையைத் தேர்ந்தெடுத்து விட்டேன் என்றால், எனது தந்தையின் இறப்பையேனும் எனது கடந்த காலத்தை ஆராய்ந்து மீள்வதற்கான ஒரு வாய்ப்பாக நான் பயன்படுத்தியிருந்திருக்கலாம். ஆனால் எனது தந்தையின் இறப்பு, வேறு பல ஆண்களுக்கும் போலவே, வழிகாட்டி எதுவும் இல்லாமல் இருண்ட காட்டிற்குள் விட்டது போல் என்னை ஆக்கிவிட்டது. அந்தக் காட்டினைக் கடந்து மறுபுறமுள்ள தெளிவான பகுதிக்குள் நுழைய வேண்டுமென்றால் உறுதியான சுயசிந்தனையும், எது முக்கியம்

எது முக்கியமல்ல என்பது குறித்த தெளிவான அறிவும் தேவை. ஆனால் எனது சுயமானது புற மதிப்பீடுகளுக்கே முக்கியத்துவம் கொடுத்துக் கொண்டிருந்ததால் நான் அங்கேயே தொலைந்து போய்விட்டேன். எனது தந்தையின் இறப்பு எனக்குத்தந்த பாடங்களை ஒருங்கிணைத்து நான் எழுத முயற்சித்த, ஒரு பிச்சைக்காரியின் மீது காதல்வயப்படும் காவல் அதிகாரி குறித்த நாவலானது விமர்சனரீதியாகவும் வணிகரீதியாகவும் படுதோல்வியடைந்தது. அந்தக் காலத்தில், அன்பின் பாதையை நோக்கித்திரும்பும் அறிகுறி ஏதுமின்றி நான் அதீதமாக கோபம் மற்றும் வெறுப்பினால் ஆட்பட்டிருந்தேன் என்பதே அதற்குக் காரணமாயிருந்திருக்கும். முழுவதும் எனது இளமை முடிந்துவிட்டது, எனக்கென விதிக்கப்பட்டிருப்பதாக நாம் நம்பிய பெருமையும் புகழும் ஒருபோதும் எனை வந்து சேரப்போவதில்லை போன்கிற எண்ணங்களால் சூழப்பட்டு கிட்டத்தட்ட ஒரு தசாப்தத்திற்கு நான் வெறுமனே சுற்றிக் கொண்டிருந்தேன். அதேசமயத்தில் எனது சமூக தரமானது மேலும் மேலும் உயர்ந்து கொண்டிருந்தது. ஆனால் என்னை எவரேனும் ஒரு சிறந்த பகடி எழுத்தாளன் எனக் குறிப்பிடுகையிலெல்லாம் எனக்குள் ஓர் எரிமலைக்குழம்பு கொதிப்பதை உணர்ந்தேன். அதன்பிறகுதான் *குர்ஷி கா சுயம்வர்* தொலைக்காட்சித் தொடரும் அது தொடர்பான அத்தனை நிகழ்வுகளும் நடந்தேறின. அந்த நாடகத்திற்குப் பிறகு எனது புகழ் மேலும் மேலும் அதிகரித்து ஒவ்வொரு வீட்டிலும் ஓர் உறுப்பினன் போல் ஆகிப்போனேன் நான். பத்ம ஸ்ரீ விருதும் கூட அளிக்கப்பட்டது. ஆனால் அந்த நாடகத்தின் தயாரிப்பாளரான ஷர்மிளாவுடன் நான் இழைத்த பிழையால் அங்கேயும் நான் தோற்றுத்தான் போனேன் என்பதை நீ அறிவாய். நான் உன்னிடம் எல்லாவற்றையும் ஒப்புக்கொண்ட பிறகு சிறிது காலத்திற்கு நீ என்னுடன் பேசாமல் இருந்துவிட்டு பிறகு என்னை மன்னித்துவிட்டாய். ஆனால், பூர்த்தி செய்யப்படாத உடல் தேவைகளொன்றும் அவ்வுறவிற்கான காரணமாயிருந்திருக்கவில்லை, மாறாக ஒடுக்கப்பட்ட ஆண்மையின் வெளிப்பாடே அவ்வுறவிற்கான காரணமாய் இருந்தது என்பதை நீயோ நானோ கவனிக்கத் தவறிவிட்டோம். இதைப்பற்றி யோசிக்கையில் உனக்கு விசித்திரமாக இருக்கலாம்: விருது பெற்ற, தன் புத்தகத்தினடிப்படையில் ஒலிபரப்பப்பட்ட

வெற்றிகரமான நாடகத்தின் புகழால் ஒவ்வொரு வீட்டினுள்ளும் நுழைந்துவிட்ட, பலராலும் விரும்பப்பட்ட, சீக்கிரமே பத்ம ஶ்ரீ விருது வாங்கப் போகிற ஒரு மனிதன் இன்னமும் தனக்குத் திருப்தியில்லை எனக் கருதுவது விசித்திரமானதுதானே. சில தாகங்கள் ஒருபோதும் அடங்குவதில்லை. இதை வாசிக்கையில், அந்த சமயத்தில்தான் நான் புக் மிடாடி நஹின்(பசி தணியவில்லை) என்கிற புத்தகத்தை எழுதினேன் என்பது நினைவுக்கு வந்து நீ புன்னகைத்திருக்கலாம். வழக்கம்போல, தனக்குள் நோக்கிக் கொள்வதைத் தவிர்த்துவிட்டு யாரோ ஒருவரை- ஒரு அரசியல்வாதியையும் அவரது ஊழல் மகனையும் குற்றம் சாட்டி நான் எழுதிய அந்தப்புத்தகம்!

பிறகு, 1980களின் இரண்டாம் பகுதியில் நான் ஐம்பதை நெருங்கிக் கொண்டிருந்தேன். சுஷாந்தும் பள்ளிப்படிப்பின் இறுதியை நெருங்கிக்கொண்டிருந்தான். தசாப்தங்களாக அரசியல்வாதிகள் அதிகாரவர்க்கத்தினர் பிற எழுத்தாளர்கள் மீது நான் கொண்டிருந்த எந்தப் பயனையும் விளைவிக்காத கோபங்கள் என்னிடமிருந்து இல்லாமல் போய்க்கொண்டிருந்த அக்காலகட்டத்தில், எனது கோபத்திற்கு மீண்டும் உயிரளிக்க நான் ஒரு புதிய வழியைக் கண்டுகொண்டேன். உணவகம் ஒன்றில் பணியாளாக இருந்த ஜெகன்நாத் ஒரு கோயிலின் பூசாரியாகப் பணியில் சேர்ந்தான். அவனைப் பொறுத்தவரை அது அவன் வாழ்வின் ஒரு முன்னேற்றப்படி. ஆனால் எனக்கோ அது ஒரு சீரழிவெனத் தோன்றியது. ஏனென்றால் நாற்பது ஆண்டுகளாக நமக்கு வாய்த்திருந்த மூன்றாம் தர மதச்சார்பற்ற ஜனநாயகம் தன்னை அழித்துக்கொள்ளும் தருணத்திற்காக காத்துக்கொண்டிருந்தவர்களெல்லாம் அப்போதுதான் மீண்டும் வெளிச்சத்திற்கு வந்திருந்தனர். எப்படிப்பட்ட காலமாயிருந்தது அது பிம்லி! மதநம்பிக்கைகள் நம் மக்களின் உணர்வுகளை எவ்வளவு ஆழமாகத் தூண்டக்கூடியவை என்பது குறித்த புரிதலும் அதை அரசியல் ஆதாயங்களுக்காகப் பயன்படுத்திக் கொள்கிற வழிமுறைகள் குறித்த அறிதலும் இன்றி சிரமப்பட்டுக் கொண்டிருந்த ஆங்கிலம் பேசுகிற நாத்திகர்கள் நம்மை ஆண்டு கொண்டிருந்த அந்தக் காலம்.

எல்லா ஜனநாயகமும் பெரும்பான்மையினருடையதாய் இருக்கத் தேவையில்லை என நம்பிய ஹிந்தி பேசும்

மக்களாகிய நம்மிடம் அவர்கள் உதவி கோரியிருக்கலாம்- இப்போது அந்த நம்பிக்கை மீது எனக்குச் சந்தேகம் தோன்றத் தொடங்கியிருக்கிறதென்றாலும். குறைந்தபட்சம் நமக்கு துளசிதாசர் யாரெனத் தெரிந்திருந்தது, அவரது படைப்புகளை நாம் வாசித்திருந்தோம். ஆனால் அவர்களுக்கு நாம் அதை வாசித்துக் காண்பித்திருந்தால் கூடப் புரிந்து கொள்ள முடிந்திருக்காது. ஒருவேளை இருவரும் இணைந்து நாம் ஒரு மாறுபட்ட கதையாடலை உருவாக்கியிருந்திருக்கலாம். மக்களின் நம்பிக்கையை கூச்சலிடும் சொற்பொழிவாளர்கள் குறித்த புகாராகச் சுருங்காமலாவது நாம் அதன்மூலம் காத்திருக்கலாம். ஆனால், முடிவுகளை அவர்கள் எடுக்கையில் கையில் கோப்புகளோடு காத்துக்கொண்டிருக்கிற இரண்டாம்தர அறிவாளிகளாகத்தான் எப்போதுமே அவர்கள் நம்மைக் கருதியிருக்கிறார்கள். எப்பேர்ப்பட்ட முடிவுகளையெல்லாம் அவர்கள் எடுத்தார்கள்! எப்படியோ, இக்கடிதத்திற்கும் அதற்கும் பெரிய சம்பந்தம் ஒன்றுமில்லை. அதைத் தொடர்ந்து, மகாத்மா காந்தியும் நேருவும் கண்ட கனவுகளின் எஞ்சியிருக்கும் சுவடுகளைக்கூட அழிக்கத் துணிந்துவிட்ட ஜெகன்நாத் போன்றோரைக் கடுமையாகத் தாக்கி நான் எனது அடுத்த இரண்டு நாவல்களையும் எழுதினேன் என்பதற்காகவே இதைக் கூறினேன். எனது முந்தைய புத்தகங்களைப் போலவே இவையும் வரலாற்றின் போக்கில் எந்தப் பாதிப்பையும் ஏற்படுத்தவில்லை, எனது முந்தைய புத்தகங்கள் போலவே எனது இதயத்தின் சீற்றத்தை எந்த வகையிலும் குறைக்கவும் அவற்றால் முடியவில்லை.

இறுதியாக எனது பேனா வற்றிப்போனது. கிட்டத்தட்ட பத்தாண்டுகளுக்கும் மேலாக வற்றிப்போயிருந்த அது சொல்லொனா அத்துயரம் குறித்த சேதியைக் கேட்டதும் அதிர்ச்சியடைந்து மேலும் சில துளிகளைச் சிதறியிருக்கிறது. கடந்த ஒன்றரை ஆண்டுகளில் ஏற்கனவே பலமுறை நான் வாசித்த பல புத்தகங்களைத் திரும்பவும் வாசித்தேன். அந்தச் செயல்பாட்டில் நான் சில விஷயங்களைக் கற்றுக் கொண்டேன். முதலாவது, இலக்கியம் வரலாற்றின் போக்கில் தாக்கங்கள் எதையும் ஏற்படுத்துவதில்லை- ஏனெனில் வரலாறானது ஆயிரக்கணக்கான கோடிக்கணக்கான மக்களினூடாக செயல்படுகையில் இலக்கியமானது ஒரு சமயத்தில் ஒரு மனித

மனத்தினுள்ளேயே செயல்படுகிறது. இலக்கியம் நம்மை மேம்படுத்துவதில்லை என்பது இதன் பொருளா? இருபதாம் நூற்றாண்டின் வரலாற்றை மேலோட்டமாக மனதினுள் ஓட்டிப் பார்த்தாலே, அதற்கு முந்தைய காலங்களிலிருந்து எந்தவகையிலும் மேம்பட்ட அக்கறை மிகுந்த இனமாக மனித இனம் மாறியிருப்பதாக நாம் பெருமிதம் கொள்ளவே முடியாது. நம்பிக்கை ஏற்படுத்துகிறவிதமாக சின்னதும் பெரியதுமாக நிகழ்ந்திருக்கிற முன்னேற்றங்களை மறுக்க முடியாதுதான்; அவற்றுக்கும் காலம் காலமாக நாம் எழுதி வந்திருக்கிற இலக்கியங்களுக்கும் எந்தத் தொடர்புமில்லை எனச் சொல்ல முடியாதுதான். எனில், இலக்கியத்தால் மாற்றத்தை கொண்டுவர முடிகிறதென்றால், எந்த வகையான இலக்கியத்தால் அந்த மாற்றம் நிகழ்கிறது? அத்தோடு எவ்வளவு கால இட வெளிகளை அந்த மாற்றத்தின் பொருட்டு அது கோருகிறது? இது ஒரு கடினமான கேள்வி, அதற்குப் பதிலளிக்க முயற்சிக்கிற அளவிற்குக் கூட நான் திறமையானவன் அல்ல. அதோடு ஒரு கேள்வியானது- அது எத்தனை பெரியதாக எத்தனை உலகளாவியதாக இருந்தாலும்- ஒரு தனிப்பட்ட மனிதனுள்ளிருந்தே தோன்றுகிறது என்பதையும் அதற்கான ஒவ்வொரு பதிலும் ஒவ்வொரு தனிப்பட்ட மனிதர்களாலேயே அளிக்கப்படுகிறது என்கிற உண்மையையும் நாம் புறக்கணிக்க முடியாது. இந்தப் புரிதலானது என்னை ஒரே ஒரு முடிவை நோக்கியே நகர்த்தியது- அதை நான் இன்று உறுதியாக நம்புகிறேன். அதாவது, ஒரு சிறந்த எழுத்தாளராக இருக்க வேண்டுமெனில் அடிப்படையில் நான் ஒரு சிறந்த மனிதனாக இருக்க வேண்டும்.

கற்றுக்கொண்ட இந்தப் பாடத்தை நான் எதற்கேனும் பயன்படுத்துவேனா, புதிதாக நான் எழுதியிருக்கும் இந்த நாவலை வாசிக்கிறவர்கள் மனதில் அது ஏதேனும் பாதிப்பை ஏற்படுத்துமா என்பதெல்லாம் எனக்கு இப்போது முக்கியமற்றதாகத் தோன்றுகிறது. மாறாக கடந்து போய்விட்ட நமது வாழ்க்கையில் நான் எப்படி நடந்து கொண்டிருந்தால், நம் வாழ்க்கையின் மிகப்பெரிய துயர் நேர்ந்துவிட்ட இக்காலத்தில் நீ என்னிடமிருந்து விலகிச் செல்லாமல் என்னை நோக்கி வந்திருப்பாய் என யோசிப்பதே முக்கியமானதாகத் தோன்றுகிறது. கல்லூரிக் காலத்தில் நான் பெரும் காதல்

கொண்டு வாசித்த மாபெரும் எழுத்தாளர்களிடம் இப்போது மீண்டும் திரும்பியபோது அவர்கள் இவ்வுலகில் உயிரோடு இல்லை என்கிற உண்மை என்னை மிகவும் வருத்தியது பிம்லி. ஏனென்றால் எத்தனையோ காலத்திற்குப் பிறகு பிறந்திருக்கும் எனது இருப்பை அவர்கள் அறிந்திருக்க வாய்ப்பே இல்லை என்றபோதும் எனக்குள்ளிருக்கும் ஏதோ ஒன்று சொல்கிறது- அவர்கள் என்னை அறிந்திருந்தார்கள், எனக்குள்ளிருக்கும் வலியை அறிந்திருந்தார்கள், மொழியின் குளுமையைக் கொண்டு என்னை எப்படி ஆற்றுப்படுத்துவது என அறிந்திருந்தார்கள் எனச் சொல்கிறது. ஓ பிம்லி- கலீபின் கரங்களை முத்தமிடமுடியாதா, ஜெய்ஸி உறங்குகையில் அவரது கால்களை அழுத்திவிட முடியாதா, சுர்தாஸை எனது தோளில் அமர்த்திக்கொண்டு திரிய முடியாதா, துளசியின் பாதங்களில் விழுந்து நன்றியுடன் கண்ணீர் விட முடியாதா என்றெல்லாம் நான் எப்படி ஏங்குகிறேன் என நீ அறிவாயா?

சிரமம்தான் என்றாலும், என்னை என்னிடமிருந்து பிரித்து உன்னை நோக்கி நகர்த்த இறுதியாக ஒருமுறை நான் முயற்சிக்கிறேன். சில மாதங்களுக்கு முன்பு ஜெய்தேவின் கீத கோவிந்தம் வாசித்தபோது எனக்கு மிகவும் பிடித்த கீழ்கண்ட ஸ்லோகத்தை வாசிக்க நேர்ந்தது.

"வனப்பூக்களால் செய்த மாலையும் பாதரசம் போன்ற கரங்களுமாய், பால்கனக்கும் மார்புகளையுடைய இடைச்சிகளை எப்போதும் தழுவிக்கொள்ளத் தயாராயிருக்கும் அவன் இங்குதான் - தென்றல் தவழும் இந்த யமுனைக்கரையிலுள்ள ஒரு வனத்தில்தான் வசிக்கிறான்."

ஏனோ, இந்த வரிகளிலிருந்து என்னால் வெளியில் வரவே முடியவில்லை. ஒரு ஆணுக்கும் பெண்ணுக்குமிடையிலான அன்பென்பது ஒரு எளிய அமைதியான புள்ளியில் உடலும் மனமும் சந்திக்கிற தருணத்தை அடிப்படையாகக் கொண்டது என்பதை நான் உணர்கிறவரை அது என் தலைக்குள்ளேயே சுழன்று கொண்டிருந்தது. அதை நான் தற்போது புரிந்துகொண்டுவிட்டேன் என்பதை மிகப்பெரிய விஷயமாகச் சொல்கிறேன். ஆனால், முன்பு உன்னைப்பற்றி நான் எதையுமே அறிந்திருக்கவில்லை – சிறிய விடுப்புகளையெல்லாம் சேர்த்து

வைத்து மொத்தமாக மலைக்குச் சென்று நாவல் எழுதுவதற்காக பயன்படுத்தும் நோக்கில் எந்த விடுமுறைகளிலும் நான் உன்னை எங்கேயுமே அழைத்துச் சென்றதில்லை என்பது குறித்து நீ குற்றம் சாட்டியதேயில்லை. குழந்தையின் தீரவே தீராத தேவைகளை என்னைக் கொஞ்சமும் எதிர்பார்க்காமல் நீயே பூர்த்தி செய்திருக்கிறாய். முடிவே இல்லாத எனது குற்றச்சாட்டுகளையெல்லாம் தொடர்ந்து கேட்டு ஆறுதல் வார்த்தைகளைச் சொல்லியிருக்கிறாய். நாள் முழுதும் எனக்குள் துளிர்த்த கோபங்களை எல்லாம் இறக்கி வைத்தால்தான் தெளிவான மனதுடன் நான் இரவில் எழுதமுடியும் என்பதற்காக, பாற்கடலைக் கடைந்த போது வெளிப்பட்ட விஷத்தையெல்லாம் சிவன் உட்கொண்டது போல, நான் வெளிப்படுத்திய விஷத்தையெல்லாம் நீ விழுங்கிக் கொண்டாய். நான் மட்டும் இன்னும் கொஞ்சம் கூடுதலாகப் புன்னகைத்திருந்தால், கசப்பின்றி இலகுவாகச் சிரித்திருந்தால், நம் மகனின் விளையாட்டுகளைக் கண்டு சற்று மகிழ்ச்சியை வெளிப்படுத்தியிருந்தால், எனது தந்தை இறந்தபோது அன்பால் உருகி அழுதிருந்தால், எனது தம்பியின் பிரிவால் வருந்துகிறேன் எனக்கூறி ஆறுதல் கோரியிருந்தால், டெல்லியின் நூற்றுக்கணக்கான கொன்றை மரங்களில் பூக்கும் ஏதேனும் ஒரு பூவைக் கவனித்திருந்தால், அவை அழகூட்டிக்கொண்டிருந்த கட்டிடங்களில் நிகழும் ஊழலையும் சிறுமைகளையும் கண்டுகொள்ளாமல் இருந்திருந்தால், நான் மட்டும் உருவகமாகவோ அல்லது நிஜமாகவோ தென்றல் தவழும் யமுனையின் கரையில் உன்னை மார்போடு சேர்த்து அணைத்திருந்தால், இப்போது வரவேற்பறையில் அமர்ந்து தொலைக்காட்சியை வெறித்துக்கொண்டிருப்பதற்குப் பதிலாக- நீ அதில் எவற்றையும் கவனித்துப் பார்க்கவில்லை என்பதை நான் அறிவேன் - எனது எல்லாத் தவறுகளையும் மன்னித்து நீ எனது கரங்களுக்குள் இருந்திருப்பாய்.

கடந்த ஆண்டு எனக்கு எழுபது வயதாகிவிட்டது பிம்லி, இன்னும் இந்த வாழ்க்கையில் எவ்வளவு மிச்சம் இருக்கிறது எனத் தெரியவில்லை. உனக்கும் கூட அறுபத்தைந்து ஆகப்போகிறதே. மிச்சமிருக்கும் வாழ்க்கை எவ்வளவு சிறியதாக இருந்தாலும் அது முன்பிருந்தது போல் இருக்கக்கூடாது என நான் விரும்புகிறேன். எத்தனையோ பேரிடம் நான்

இரண்டாவது வாய்ப்பு கேட்க வேண்டியிருந்தாலும் நான் அந்த வாய்ப்புகளையெல்லாம் தவறவிட்டுவிட்டதால் இப்போது உன்னிடம் மட்டுமே அதைக் கேட்கிறேன் என்பது சுயநலம்தான். நீ, ஏன் நீ மட்டும் இந்த சுயநலவாதியின் சுமைகளைச் சுமக்க வேண்டும்? தவறிழைத்த ஒரு குழந்தையைப் போல - ஏன் ஆண்கள் எப்போதும் தங்களது பெண்கள் முன் தவறிழைத்த ஒரு குழந்தையாகவே நிற்க நேர்கிறது - நான் உனக்கு சத்தியம் செய்கிறேன். இதுவே கடைசி முறை, இனி ஒருபோதும் நான் உன்னிடம் சுயநலமாக இருக்க மாட்டேன். உனது மன்னிப்பிற்கு நான் தகுதியானவனில்லை எனினும் நான் உன்னிடம் மன்னிப்புக் கோருகிறேன் என் பிம்லி. வாழ்நாள் முழுவதும் சுயநலமற்று நீ என்னிடம் பொழிந்த அன்பைப்போல இந்த மன்னிப்பையும் எனக்கு அருள்வாயாக. சொல்வதற்கோ செய்வதற்கோ என்னிடம் வேறொன்றுமில்லை. எனது போலி கௌரவமெல்லாம் சாம்பலாகிவிட்டது. நான் செய்யமுடிந்ததெல்லாம் இன்னொரு முறை என்னை மன்னிக்கும்படி உன்னைக் கைகூப்பி வேண்டுவதுதான்.

விஸ்வநாத்.

முடிவுரை

திரையிசைப் பாடலொன்றின் மெல்லொலி கைராதி மல்லின் ராகமற்ற குரலில் காற்றில் மிதந்து வருவதைக் கவனித்ததும், அந்தப் புறமாக நடந்து கொண்டிருந்த ராம்தாஸ் குரல் வந்த திசையிலிருக்கும் தெருவிற்குள்ளாக குதித்துக் குதித்துச் சென்றான்.

"கைராதி மாமா" என்றழைத்தவன், "இந்த வயிற்றுக்கு ஒரு பேடா இனாமிடுங்கள். நூற்றுக்கணக்கான ஆயிரக்கணக்கான பிரார்த்தனைகளின் பலன்களைப் பெறுங்கள்" என்றான்.

தான் முணுமுணுத்துக் கொண்டிருந்த பாடலின் சேர்ந்திசை(கோரஸ்) பகுதியை நோக்கி ஆர்வமுடன் ராகமிழுத்துக் கொண்டிருந்த கைராதி மல் அதிர்ச்சியாகி, "யாரது?" என்றார். "அட.. மறுபடியும் இந்த ராம்தாஸ்! நான் இப்போதான் கடையையே திறந்திருக்கேன். நீ அதுக்குள்ள இனாம் கேட்டுட்டு நிக்கற."

"கைராதிகிட்ட நா இனாம் கேட்காட்டி வேற யார் கேட்பாங்க" என திரும்பப் பாடினான் ராம்தாஸ்.

"பிடிவாதக்காரப் பையன்" என நொந்தபடியே அவர் தனது நீண்ட கழியை எடுத்து அடிக்க முற்படுவதற்குள் தெருவில் இறங்கி ஓடிவிட்டான்.

கைராதிமல் பாடிய அதே பாடலின் ஒலியை முணுமுணுத்தவாறே தெருவில் ராம்தாஸ் குதித்துக் குதித்துச் சென்ற போது, காலைச் சூரியனின் ஒளி சாலையில் கிடந்த ஒரு உலோகத்தின் மீது பட்டு அவன் கண்ணில் தெறித்தது. அது ஒரு ஒரு பைசா நாணயம்! யாரும் அதைக் காணவோ எடுக்கவோ முனையவில்லை என்பதைச் சுற்றிலும் திரும்பிப் பார்த்து

உறுதி செய்து கொள்கிறான். ஒரு பைசா! இப்போது அவன் ஒரு பணக்காரன்! இதை வைத்து என்ன செய்யலாம்? வீட்டிற்கு எடுத்துச் செல்ல வேண்டுமா? பசுவிற்குப் புல் வாங்கித் தரச் சொல்லிவிடுவாள் அம்மா. "உனக்குச் சொந்தமில்லாத எதையும் உன்னோடு வைத்துக் கொள்ளாதே" என்பாள் எப்போதும். அப்பாவோ? அவருக்குத் தெரிந்தால் இதை எடுத்துக் கொண்டுவிடுவார். "நான் உனக்காக இதை பத்திரமா வச்சிருக்கேன்" என்பார். அத்தோடு இவன் அதை மறந்துவிட வேண்டியதுதான். அதை அவன் தனது அரைக்கால்சட்டையின் பாக்கெட்டில் போட்டுக் கொள்கிறான். உடனடியாக அது நழுவி தரையில் விழுகிறது. பெரியவர்கள் யாரும் இல்லாத போது தன்னை கேஷோ அண்ணா என அழைக்க அனுமதித்திருக்கிற சின்ன முதலாளி நான்கு வயதாக இருந்த போது போட்டுக் கொண்ட பழைய கால்சட்டைகள் இவை. ராம்தாஸிற்கு இப்போது ஐந்து வயதாகிறது, என்றாலும் அளவு சரியாகத்தான் இருக்கிறது. ராம்தாஸ் அந்த நாணயத்தை மறுபடி எடுத்துக் கொள்கிறான். இப்போது இதை செலவழித்தாக வேண்டும்.

"எனக்கு ஒரு பேடா கிடைக்குமா?"

நிமிர்ந்து பார்த்த கைராதி மல், "திரும்பவும் வந்திட்டயா. இன்றைக்குரிய முதல் போணி ஆகாம இனாம் கிடையாதுனு நான்தான் முதல்லயே சொன்னேனே" என்றார்.

கையிலிருந்த நாணயத்தை உயர்த்திக்காட்டியபடி கைராதியை நோக்கிப் புன்னகைக்கிறான் ராம்தாஸ்.

"நீ ஒன்னும் இதைத் திருடலயே?" மென்மையான குரலில் வினவுகிறார் கைராதி. அவனது புன்னகை எப்போதுமே அவரது மனதை உருக்கிவிடுகிறது.

"இது கீழ கிடந்துச்சு கைராதி மாமா" என அவரிடம் கிசுகிசுத்தவன், திடீரென நினைத்துக் கொண்டாற்போல், "இது உங்களுடையது இல்லையே?" என விசாரித்தான்.

"இப்போ இது என்னுடையது" என்றபடி அவனது கையிலிருந்து அதைப் பறித்துக் கொள்கிறார். தான் அமரும் இருக்கைக்கு அருகில் இருக்கும் அலமாரியில் வைக்கப்பட்டுள்ள

தெய்வச்சிலையின் கால்களில் அதை ஒற்றி எடுத்து மேசையின் இழுப்பறையைத் திறந்து உள்ளே போடுகிறார். ஒரு பேடாவை எடுத்து ராம்தாஸின் கரத்தில் தருபவர், "போ.. போய் சந்தோஷமா சாப்பிடு" என்கிறார்.

பேடாவை வாயில் போட்டுக் கொண்டு அதன் தித்திப்பை நாவில் அனுபவித்தவாறே மீண்டும் தன் பாதையில் நடக்கிறான் ராம்தாஸ். கைராதி மாமா கடை பேடாக்கள் என்றால் கொள்ளைப் பிரியம் அவனுக்கு. அம்மாவிடம் இதைச் சொல்லுகிற போதெல்லாம், "வேலைக்காரன் பையனா இருந்துகிட்டு இவன் தேடற ருசியைப் பாரு" என்பாள்.

பேடா வயிற்றுக்குள் சென்று ஒரு நிமிடம் கூட இருக்காது. அவனது வயிறு கடமுடவென கலக்கத் தொடங்கி விட்டது. ஐயையோ! என்ன ஆச்சு இப்போ! இது ஒரு அகலமான தெரு. இங்கே உட்கார்ந்து மலம் கழிப்பதை யாராவது பார்த்தால் நிச்சயம் வசவு கிடைக்கும். பக்கத்தில் இருந்த சிறிய சந்திற்கு நழுவுகிறவன், கால்சட்டையை இறக்கி சுவருக்கு முதுகைக்காட்டியபடி, அந்த ஓரத்தில் ஓடிக்கொண்டிருக்கிற குறுகிய சாக்கடையின்மீது தோராயமாக இலக்கு வைத்து அமர்ந்து கொள்கிறான். அப்பாடி! இப்போ பரவாயில்லை! எழுந்துகொள்ள முயலும்போது மறுபடி வயிறு கலக்கவே மீண்டும் அமர்ந்து கொள்கிறான்.

"டேய் தேவடியா மகனே! இங்க என்ன செஞ்சிக்கிட்டிருக்க?"

அது மாதோ மாமாவின் குரல். நடந்து நடந்து பெரிய வீட்டிற்கு பின்புறத்தின் வழியாக வேலைக்காரர்கள் செல்லும் வீதிக்கே தான் வந்துவிட்டதை ராம்தாஸ் கவனிக்கவே இல்லை.

"ராம், ராம் மாமா" மெதுவாக எழுந்தபடி தனது கால்சட்டையை மேலே தூக்குகிறான் ராம்தாஸ்.

"போக்கிரி" என்றபடி அவன் தலையில் ஓங்கி அறைகிறவர், "காலைக் கழுவவாவது செய்" என்கிறார்.

"என்கிட்ட தண்ணி இல்லையே" எனச் சிரித்தபடி உள்ளங்கையை விரிக்கிறான் ராம்தாஸ். எல்லோரையும் திரும்பப்

புன்னகைக்க வைக்கிற அந்தச் சிரிப்பு மாதோவின் முகத்தில் இப்போது சிரிப்பைத் தூண்டவில்லை.

"இங்கேயே இரு. நான் உனக்கு தண்ணி குடுத்தனுப்பறேன்" என்கிறார் இன்னும் எரிச்சல் நீங்காத குரலில்.

சில நிமிடங்களுக்குப் பிறகு போலே ஒரு சிறிய பாத்திரத்தில் நீர் கொண்டு வருகிறார்.

"இந்த இடத்துலதான் இதைச் செய்யணுமா?" விரிந்த புன்னகையுடன் "சரியாக பெரிய வீட்டுக்குப் பக்கத்துல! மாதோ அண்ணா கண்ணு முன்னாடி!" என்கிறார் அவர்.

தாக்க வரும் எதிரிகளிடமிருந்து தனது மன்னன் ரானா ப்ரதாப்பைக் காக்கும் பொருட்டு, சீறிச்செல்லும் நதியைத் தாண்டப்போகிற வீரக்குதிரை சேதக்கைப் போல, வலிமைமிக்க போலே சில சமயங்களில் ராம்தாஸைத் தன் தோளில் ஏற்றிக் கொண்டு "டக்பக் டக்பக் டக்பக்" என்றபடி குதித்து முற்றத்தைச் சுற்றி வருவார்.

ஒரு சதியாலோசனையின் தொனியுடன், "உள்ள வர்றியா?" என ராம்தாஸின் காதுகளில் கிசுகிசுக்கிறார் போலே.

ராம்தாஸின் கண்கள் விரிகின்றன. அப்பாவின் துணையின்றி அவன் ஒரு போதும் பெரிய வீட்டின் உள்ளே சென்றதில்லை. அவன் உள்ளே செல்லலாமா? அப்பா இல்லாம உள்ள போகக்கூடாதுன்னு அவர் எப்பவாவது சொல்லியிருக்காரா? இல்லையே. போலேவை நோக்கி மெதுவாக ஆமோதிப்பாகத் தலையசைக்கிறான் ராம்தாஸ். போலே கையை நீட்ட, இவன் அதைப் பற்றிக் கொள்கிறான்.

இருபுறமும் கதவுகள் கொண்ட ஒரு குறுகிய தாழ்வாரத்தின் (அங்கேதான் மூட்டை மூட்டையாக பருப்புகளும் தானியங்களும் வைக்கப்பட்டுள்ளதாக ராம்தாஸின் அப்பா சொல்லியுள்ளார்) வழியாக அவனைச் சமையலறைக்குள் அழைத்துச் செல்கிறார். கூரையும் சுவர்களும் புகையினால் கரிப்பிடித்துப் போயிருக்கிற, ஒரு பெரிய குகை போன்ற அறை அது. அதன் ஒருபுறம் பெரிய மண் அடுப்பின் மேல் ஒரு கொப்பரையில் ஏதோ வெந்து கொண்டிருக்க அதிலிருந்து

புகைமூட்டமென ஆவி மேலெழும்பிச் செல்கிறது. அதன் மறுபுறம் வகை வகையான காய்கறிகள் குவிக்கப்பட்டிருக்க, வயதாகி பல்விழுந்த சேத்தி மாமா பெரிய அரிவாள்மனையைக் கால்களுக்கிடையில் இடுக்கியபடி அவற்றை நறுக்கிக் கொண்டிருந்தார். "யாரு? ராமதாஸா? எப்படி இருக்க குட்டிப்பையா? ஒரு கேரட் சாப்பிடறயா?" என்கிறார்.

அவர் நீட்டிய கேரட்டை ராம்தாஸ் வாங்கிக்கொள்ள அவனது கூந்தலுக்குள் விரல்விட்டுக் கோதியபடி, "உங்க தாத்தா பார்க்க அருமையா இருப்பாரு." என்கிறார். ராம்தாஸைப் பார்க்கிறபோதெல்லாம் அவர் இதைச் சொல்லிவிடுவார். "முறுக்கின மீசையோட லாலாஜிக்குப் பின்னாடி உட்கார்ந்து குதிரை வண்டில அவர் போறப்போ திரும்பிப் பார்க்காத ஆளே கிடையாது."

ராம்தாஸ் தலையை ஆட்டுகிறான். அந்த முதிய மனிதர் என்ன சொல்கிறார் என்பதோ, ஒரு பழைய தோழன் மீதான அன்பு தலைமுறை தாண்டி கடத்தப்பட்டு இவனை வந்து சேர்கிறதென்பதோ அவனுக்குப் புரியவில்லை. ஆனால் சேத்தி மாமா ஏதோ நல்லவிதமாகச் சொல்கிறார் என்பது மட்டும் புரிகிறது.

"யார் வந்திருக்கா பாரு இங்க" என்கிறது பின்னாலிருந்து ஒரு குரல். சிறுமிகளின் பாட்டி சுந்தரி அத்தையுடைய குரல் அது. "அவங்க அப்பா மாதிரியே! எப்போ பார்த்தாலும் பெரிய வீட்டையே சுத்திச்சுத்தி வர வேண்டியது."

ராம்தாஸ் தயங்கி நிற்கிறான். ஆனால் போலே அவனுக்குத் துணை வருகிறார். "இருக்கட்டும் அத்தை. நான்தான் அவனை வெளில பார்த்து உள்ள கூட்டிட்டு வந்தேன். மஹராஜ் இன்னிக்குத் தயாரிச்சிருக்கிற ஒரு தயிர்வடையை அவன் ருசி பார்க்கட்டுமேனு நினைச்சேன்."

"அதை அவன் அப்புறமா சாப்பிட்டுக்கட்டும். எப்படியும் அவங்க அப்பா இங்க இருந்து திருடிக் கொண்டு போகத்தானே போறான்" என்கிறார் சுந்தரி அத்தை.

ராம்தாஸ் சிரிக்கிறான். சுந்தரி அத்தை சொல்வது சரிதான். அவனது அப்பா அடிக்கடி பெரிய வீட்டிலிருந்து சாப்பாடு கொண்டு வருவார். அம்மாவிற்கு அது பிடிப்பதேயில்லை. அதனால் சில சமயங்களில் அவனை ஜாடை காட்டி வீட்டிற்கு வெளியே வரச்சொல்லி அமரவைத்து தான் கொண்டுவந்த சமோசாவையோ கச்சோரியையோ பூரிக்கிழங்கையோ சிலாவையோ பெட்மியையோ பராத்தாவையோ அவனுடன் பகிர்ந்து கொள்வார்.

சுந்தரி அத்தை சொல்வதை போலே சட்டை செய்யவில்லை. எதையோ எடுப்பதற்காக அந்த அறைக்கு வந்த சுந்தரி அத்தை அதை எடுத்துக்கொண்டு அறையை விட்டு வெளியேறியதும், தயிர்வடையை எடுத்து வந்து ஒரு இலையில் வைத்து அதை ராமதாஸிற்குத் தருகிறார்.

"போலே, ஏய் போலே. நீ என்ன இருக்கியா இல்ல செத்துப்போயிட்டியா?" வீட்டிற்குள்ளிருந்து ஒலிக்கிறது ஒரு குரல்.

"சீக்கிரம் சாப்பிட்டுட்டுப் போயிடு" என அவனிடம் கிசுகிசுத்துவிட்டு வீட்டிற்குள் ஓடுகிறார் போலே.

நன்கு குளிர்விக்கப்பட்ட தயிருக்குள் போடப்பட்டிருக்கும் வடையானது மென்மையாகவும் சுவையாகவும் அவனது வாயில் இட்டதும் கரைந்து போகிறது. இனிப்பும் புளிப்புமான சட்னி நாவில் சுர்ரென்கிறது. என்னவொரு சொர்க்கம்!

ராம்தாஸிற்கு மிகப்பிடித்த அவ்வளவு சுவையான தயிர்வடை சீக்கிரம் தீர்ந்துவிடுகிறது. அதற்கென்ன செய்ய முடியும்! சேத்தி மாமா பீடி குடிப்பதற்காக வெளியே சென்று விட்டதால், சமையலறையில் அவன் மட்டும் தனியாக இருக்கிறான். போலே சொன்னது போல அவன் இங்கிருந்து இப்போது கிளம்ப வேண்டும். ஆனால் அவனுக்கு மறுவாசல் வழியாக வீட்டிற்குள் செல்ல வேண்டுமென ஆசை தோன்றுகிறது. சேத்தி மாமா திரும்ப வருகிறாரா என திரும்பிப் பார்க்கிறான். இன்னும் இல்லை. நுனிப்பாதத்தில் அடி மேல் அடி வைத்து இன்னொரு கதவின் வழியாக பெரிய வீட்டின் முற்றத்திற்குள் நுழைகிறான்.

முற்றத்திற்கு எதிர்ப்புறம் லாலா மோதிசந்த் அமர்கிற வராண்டா தெரிகிறது. யாரோடோ பேசியபடி அங்கிருக்கிறார் லாலாஜி.

கணக்குப்பிள்ளையும் அவரது வழக்கமான இடத்தில் அருகில் அமர்ந்திருக்கிறார். அவர்கள் தன்னைப் பார்த்துவிடுவார்களோ என அஞ்சி, தன்னைப் பின்னே இழுத்துக் கொள்கிறவன் முதல் மாடிக்குச் செல்கிற படியினடியில் வந்துவிடுகிறான். ஏன் மேலே போகக் கூடாது? மெதுவாகப் படியில் ஏறுகிறவன் முதல் மாடிக்கு வந்து விடுகிறான். உள்ளே என்ன இருக்கும்? இவனுக்கு அதைத் தெரிந்து கொள்ள வேண்டுமே. ஆனா கீழருந்து யாராவது பார்த்துட்டா என்ன செய்யறது? குனிந்து கைகளைத் தரையில் ஊன்றிக் கொள்கிறவன், கம்பிகளை ஒட்டி ஊர்ந்து செல்கிறான்.

“யாரது? ராம்கலியா?” பாதி திறந்த கதவின் வழியாக ஒரு மென்மையான குரல் ஒலிக்கிறது. ராம்தாஸ் உறைந்து போகிறான்.

“எங்க போயிட்ட ராம்கலி?” என மீண்டும் வினவியபடி கதவு முழுதாகத் திறந்து கொள்கிறது. பெரிய மருமகள் நிற்கிறார் அங்கே.

பெரிய மருமகளை ராம்தாஸ் இதற்கு முன்பே சில தடவை பார்த்திருக்கிறான். இந்த உலகிலேயே அழகான பெண் அவர்தான். நல்ல உயரமும் சிவப்புமான அவருக்கு நீண்ட கருமையான கூந்தலும் உண்டு. சொர்க்கத்திலிருந்து பொழிகிற கங்கையைப் போல அவரது கூந்தல் முகத்தின் வலதுபுறம் மார்பின் மீது சரிந்திருக்கிறது. அவர் அதனூடாக ஒரு சீப்பை விட்டு வாருகிறார். அவரது வாய் நிறைந்து உதடுகள் சிவந்திருக்கின்றன. அவர் மென்று கொண்டிருக்கிற வெற்றிலையிலிருந்து வருகிற ஈரச்சிவப்பு அது. உருண்ட பெரிய கண்கள் அவருடையவை. எப்போதும் மின்னுகிறவை. ஆனால் அவனது தந்தை மகிழ்ச்சியாயிருக்கையில் அவர் கண்கள் மின்னுவதைப் போன்றதல்ல அது. அவனது அன்னை தனது குழந்தைப் பருவத்தையும் வீட்டையும் பற்றிப் பேசுகையில் அவரது கண்கள் மின்னுமே, அது போன்ற மினுக்கம் அது.

“யார் நீ? ராம்கலி எங்க?” கோபமற்ற குரலில் வினவுகிறார் பெரிய மருமகள்.

“என் பெயர் ராம்தாஸ்” என்கிறான் ராம்தாஸ். ராம்கலி அத்தை எங்கே என்று அவனுக்குத் தெரியவில்லை.

"அது உன் பெயர்," என்றபடி கீழே குனிந்து முழங்காலில் கைகளை ஊன்றிக் கொண்டதும் அவரது வட்ட முகம் ராம்தாஸின் முகத்திற்கு ஒரு அடி சமீபத்திற்கு வந்துவிடுகிறது. "ஆனா நீ யாரு?"

"எங்க அப்பா பெயர் பர்சாதி, மாங்கே ராமுடைய பையன்" என்கிறான் ராம்தாஸ்.

பெரிதாக, நிறைந்து சிரிக்கிறார் பெரிய மருமகள். ராம்தாஸின் இதயத்தை அது சற்றே வேகமாகத் துடிக்கச் செய்தாலும் அவர்மீது அவன் இன்னும் அதிக அன்பாக உணர்கிறான்.

"உங்க பரம்பரைக் கதையெல்லாம் சொல்லத் தேவையில்லை," என்றபடி நிமிர்கிறவர் கையை அவனை நோக்கி நீட்டுகிறார். ராம்தாஸ் தயக்கத்துடன் தனது கரங்களை அதனுள் வைக்கிறான். என்னவொரு வெண்மையும் மென்மையுமான கை அது! போலேவுடைய தடித்த கரங்களுக்கும் இதற்கும் எவ்வளவு வேறுபாடு!

நான்கு புறமும் திரை தொங்குகிற ஒரு பிரம்மாண்டமான கட்டில் நடுநாயகமாக வீற்றிருக்கிற பெரிய சொகுசான அறை பெரிய மருமகளுடையது. அறையின் ஒரு புறத்தில் நிற்கிற ஒரு பெரிய கண்ணாடிச் சட்டத்தின் முன் வைக்கப்பட்டுள்ள சிறிய மேஜை மீது சின்னச்சின்னக் குப்பிகளும் ஒரு வெள்ளிப்பெட்டியும் இருக்கின்றன.

"இங்க வா. நா உனக்கு ஒரு வெற்றிலை மடிச்சுத் தர்றேன்," என்கிறார் அவர்.

வேண்டாம் எனத் தலையசைக்கிறான் ராம்தாஸ். சிறுவர்கள் வெற்றிலை சாப்பிடக்கூடாதென அவனது தந்தை சொல்லியிருக்கிறார்.

"பயப்படாத," எனச் சிரிக்கிறவர் "நா உனக்கு இனிப்பு பீடா செஞ்சு தர்றேன்" என்கிறார்.

பெட்டியைத் திறக்கிறார். நுனிக்காலில் நின்று உள்ளே என்ன இருக்கிறதென எட்டிப் பார்க்கிறான் ராம்தாஸ்: ஒவ்வொன்றின் உள்ளும் ஏதோ ஒன்று நிரப்பப்பட்ட ஏழு அல்லது எட்டு

சின்னச் சின்ன அறைகள் – புள்ளிப்புள்ளியாக ஒன்று, பாகு போல ஏதோ, பசை போல ஏதோ- என நிறைய. ஒரு இலையை எடுத்துக் கொள்கிறவர் அதன்மீது ஒவ்வொன்றாக கவனமாகத் தடவுகிறார். பிறகு அதை மடித்து அவனை நோக்கி நீட்டுகிறார்.

ராம்தாஸ் தனது கைகளை நீட்டுகிறான். தலையசைத்து மறுப்பவர் தனது வாயைத் திறந்து காட்டுகிறார். கவனமாக முன்னே சென்று வாயைத் திறக்கிறான் ராம்தாஸ். அவர் அதை அவனது வாய்க்குள் வைக்கிறார். அதை மென்றதும் எண்ணற்ற வண்ணங்களில் சுவைகள் அவன் நாவெங்கும் பரவுகின்றன.

"இப்போ போ," அவனது தலைமுடியைக் கோதியவாறே, "நீ இங்க இருக்கக்கூடாது" என்கிறார்.

வாய் முழுவதும் பீடாவின் சுவை பரவ அறையை விட்டு வெளியே ஓடுகிறான் ராம்தாஸ். தரைத்தளத்திற்குச் செல்கிற அவன் சமையலறையை நோக்கித் திரும்புகையில் சரியாக மாதோ வந்துவிடுகிறார் அங்கே.

"டேய் போக்கிரி, இங்க என்ன செஞ்சுக்கிட்டிருக்க நீ" என அவனை நோக்கிக் கத்துகிறார்.

"என்ன நடக்குது அங்க?" முற்றத்திலிருந்து ஒலிக்கிறது ஒரு குரல்.

அவனது காதைப் பற்றிக் கொள்கிற மாதோ, அதைத் திருகியபடியே முற்றத்திற்கு இழுத்துச் செல்கிறார். "பர்சாதியுடைய பையன் முதலாளி இவன். எப்படியோ வீட்டுக்குள்ள நுழைஞ்சிட்டான். கண்டிப்பா எதையாவது திருடி இருப்பான்."

இங்கே வா என்பது போல லாலா மோதிசந்த் சைகை செய்ததும் அவனது இதயம் பதைபதைக்கிறது. அவர்கள் இருவரும் வராண்டாவிற்குள் நுழைகிறார்கள். அவனது காதிலிருந்து கையை எடுக்கும் மாதோ லாலாவை நோக்கித் தள்ளுகிறார். தலையணை மேல் சாய்ந்தபடி ஒருபுறமாகத் திரும்பிப் படுத்திருக்கிறார் லாலா மோதிசந்த். அவரது வட்ட முகத்தின் மேல் வெண்தலைமுடிகள் நன்றாக வாரப்பட்டிருக்கின்றன. இரு காதுகளுக்குள்ளிருந்தும் நீட்டிக் கொண்டிருக்கும் கற்றைக் கூந்தல் சிறிய கொம்புகள் போல் தோற்றமளிக்கின்றன. ஆனால்

பாதி முகத்தை மறைத்துக் கொண்டிருக்கிற அவரது தட்டையான பெரிய மூக்குதான் ராம்தாஸின் கவனத்தை ஈர்க்கிறது.

“உன் பெயர் என்ன பையா?” என வினவுகிறார் லாலா மோதிசந்த். நிமிர்ந்து பார்க்கிற கணக்குப்பிள்ளை, கண்ணாடியுனூடாகத் தெளிவாகப் பார்க்க வேண்டுமென்பதற்காக தலையைச் சற்றே சாய்த்துக் கொள்கிறார்.

“ராம்தாஸ். மாங்கே ராமின் மகன் பர்சாதியின் பையன்” திணறியபடி பதில் சொல்கிறான் ராம்தாஸ்.

வெடித்துச் சிரிக்கிறார் லாலா மோதிசந்த். “ரொம்ப நல்லது”, “ரொம்ப நல்லது.”

லாலாஜியின் சிரிப்பைக் கண்டு தைரியமுறுகிறவன், “நான் எதையும் திருடலை முதலாளி” என்கிறான்.

“நீ திருடி இருந்தாலும் பரவாயில்லை. உங்க தாத்தாவும் அப்பாவும் அதற்கு ஈடு சொல்கிற அளவுக்கு இந்த வீட்டுக்கு நிறையவே செஞ்சிருக்காங்க” என்கிறார் மோதிசந்த்.

“நான் போகட்டுமா முதலாளி?” என வினவுகிறான் ராம்தாஸ்.

“இரு” என்கிறவர் தனக்கு அருகிலிருக்கும் கிண்ணத்திலிருந்து ஒரு பைசா நாணயம் ஒன்றை எடுத்து அவனிடம் தருகிறார். “வச்சிக்கோ.”

தன்னுடைய அதிர்ஷ்டத்தை ராம்தாஸால் நம்பவே முடியவில்லை. ஒரே நாளில் இரண்டு ஒரு பைசா நாணயங்கள்!

“நீ சின்னப்பையனா இருந்தப்போ, இந்த முற்றத்தில மூத்திரம் கழிச்சிட்டங்கறதுக்காக, உன் காலைப் பிடிச்சு தலைகீழா தொங்கவிட்ருக்கேன் நான்,” என்கிறார் மோதிசந்த். “ஆனா இப்போ நீ வளர்ந்திட்ட. இந்த வயசானவன் உன் காலைப்பிடிச்சுத் தூக்க பயப்படற அளவுக்கு பெரியாளாகிட்ட நீ.”

“என்னை மன்னிச்சிடுங்க முதலாளி,” என்கிறான் ராம்தாஸ்.

“எதுக்கு? இன்னிக்கு வீட்டுக்குள்ள நுழைஞ்சதுக்கா இல்ல அன்னிக்கு இந்த முற்றத்தில மூத்திரம் போனதுக்கா?”,

மீண்டும் வெடித்துச்சிரிக்கிறார் மோதிசந்த். இப்போது கணக்குப்பிள்ளையும் கூடச் சேர்ந்து சிரிக்கிறார்.

மெதுவாகப் பின்னாடியே நகர்கிற ராம்தாஸ் அந்த நாணயத்தைத் தன் அரைக்கால்சட்டை பாக்கட்டிற்குள் இடுகிறான். அது உடனடியாக நழுவி தரையில் விழுகிறது.

“பணம் குறித்து நீ கவனமா இருக்கணும் ராம்தாஸ். மாங்கே ராமின் மகன் பர்சாதியின் மகனே,” என்கிற மோதிசந்த். “உன் பாக்கெட்ல ஓட்டை இருக்கு பாரு.” என்கிறார்.

நாணயத்தைக் கையில் எடுத்துக் கொள்கிற ராம்தாஸ் தொடர்ந்து பின்னாடியே நகர்கிறான்.

“கணக்குப் பிள்ளை,” என அழைக்கிற லாலா மோதிசந்த், “இந்தப் பையனோட அளவுல ரெண்டு சட்டையும் கால்சட்டையும் பர்சாதி வீட்டுக்கு அனுப்பி வைங்க” என்கிறார்.

“ரொம்ப நல்லது முதலாளி,” என்கிறார் கணக்குப் பிள்ளை.

“இப்போ போ” என்கிறார் மோதிசந்த். “அனுமதி வாங்காம நீ இந்த வீட்டுக்குள வரக்கூடாதுங்கறதயும் ஞாபகம் வச்சிக்கோ.”

“சரிங்க முதலாளி,” என்கிறவன் முற்றத்தை அடையும் வரை பின்னாடியே நகர்ந்து பின் சமையறையை நோக்கி ஓடுகிறான். “ஏய், இங்க வா” என்கிற சேத்தி மாமாவின் குரலையும் புறக்கணித்து விட்டு பொருட்கள் வைக்கிற தாழ்வாரத்தைத் தாண்டி கதவின் வழியாகத் தெருவிற்குள் ஓடுகிறான். சந்தின் முடிவில் இருக்கிற பெரிய தெருவை அடைகிறவரை தொடர்ந்து ஓடுகிறவன் தரையில் அமர்ந்து மூச்சிரைக்கிறான். பின் நிதானமாக மூச்சுவிடத் தொடங்குகிறான்.

ஒரே நாளில் கிடைத்த இரண்டு ஒரு ரூபாய் நாணயங்கள்! இளந்தென்றலொன்று அத்தெருவினூடாகப் பரவ, இறுக மூடிய கைகளுக்குள் நாணயத்தை வைத்தவாறு, கைராதி மல்லின் கடையில் காத்திருக்கும் தனக்கான இன்றைய இரண்டாவது பேடாவை எண்ணியபடி தான் வந்த வழியே குதித்துக்குதித்து நடக்கத் தொடங்குகிறான் ராம்தாஸ்.

★★★

குறிப்புகள்

நாவல் முழுவதும் உள்ள மேற்கோள்கள் துளசிதாசரால் எழுதப்பட்ட ராமசரிதமானஸ் (RCM) மற்றும் ஹனுமன் சாலிஸா (HC)விலிருந்து எடுத்தாளப்பட்டவை ஆகும்.

'*The lake of deeds and life of Shri Ram*' என்னும் பெயரில் வழக்கமாக மொழிப்பெயர்க்கப்படும் ராமசரிதமானஸ் ஆனது அயோத்தி மன்னன் ராமன் குறித்து பதினாறாம் நூற்றாண்டில் எழுதப்பட்ட கதையாகும். வட இந்திய வட்டார மொழியான அவதியில் எழுதப்பட்டிருக்கும் இந்நூலானது அடிப்படையில் தோஹா (*doha*) மற்றும் சௌபாய் (*chaupai*) எனப்படும் இரண்டு வகை செய்யுள்களாலும் ஆங்காங்கே சந்த் (*chhand*) என்கிற செய்யுளிலும் எழுதப்பட்டுள்ளது. இந்நூல் குறித்து பல அற்புதமான ஆய்வுகள் இருந்த போதிலும் ஃபிலிப் லட்கண்டார்ஃப் எழுதிய *The Life of a Text: Performing the Ramacaritmanas of Tulsidas (University of California Press, Berkley,* 1991*)* முழுமையானதும் வாசிக்க இலகுவானதும் ஆகும்.

ஹனுமன்ப்ரசாத் போடர் என்பவரது *Sriramcharitmanas, Satik Majhla Size, Hindi translation and annotation, Gita Press, Gorakhpur, 100th reprinting,* 2012 என்னும் நூலில் உள்ளபடி இந்நாவலில் ராமசரிதமானஸ் உபயோகப்படுத்தப்பட்டுள்ளது.

கீதா அச்சகத்தின் இந்த ராமசரிதமானஸ் ஏழு புத்தகங்களாகப் பிரிக்கப்பட்டுள்ளது. ஒவ்வொரு புத்தகமும் ஒரு தோஹாவுடன் துவங்கி அதையடுத்து பல சௌபாய்களைக் கொண்டுள்ளன. ஒவ்வொரு புத்தகமும் தோஹா எண் 1ல் துவங்கி அதை அடுத்து வரும் சௌபாய்களுக்கு துணை எண் தரப்பட்டுள்ளது. ஒவ்வொரு சௌபாயும் அதற்கு முந்தைய தோஹாவுடன் இணைக்கப்பட்டுள்ளது. அதாவது 6.60.1 என்பது ஆறாவது புத்தகத்தில் அறுபதாவது தோஹாவின் கீழுள்ள முதல் சௌபாயைக் குறிக்கும். வேறு சில அச்சகங்களின் பிரதிகளில் சௌபாயின் ஒவ்வொரு வரிக்கும்

எண்ணிடப்பட்டுள்ளதையும் சில பதிப்பாசிரியர்கள் அடுத்து வரக்கூடிய தோஹாவின் அடிப்படையில் சௌபாய்களுக்கு எண் இட்டுள்ளதையும் நினைவில் கொள்ள வேண்டும்.

ஹனுமன் சாலிஸாவானது ராமனது தீவிர பக்தர் அனுமனைப் புகழ்ந்து எழுதப்பட்ட நாற்பது தோஹாக்களை உள்ளடக்கியது ஆகும். 2016-17இல் விக்கிபீடியாவிலிருந்து எடுக்கப்பட்ட ஹனுமன் சாலிஸாவும் அதன் எண்முறையும் இந்நூலுக்காக பயன்படுத்தப்பட்டுள்ளன.

முன்னுரை

1. பக்கம் 22

நான் அறியாமையில் இருக்கிறேன், வாயு பகவானே, வலிமையும் அறிவும் ஞானமும் அருளி துயரங்களிலிருந்தும் தீமைகளிலிருந்தும் என்னைக் காப்பாயாக

ஹனுமன் சாலிஸா தோஹா 2

2. பக்கம் 29

இன்சுவையும் நறுமணமும் அன்பு நிறைந்ததுமான எனது குருவின் கால் தூசியை வணங்குகிறேன் நான்

ராம சரித மானஸ் 1.5.1

பகுதி 1

1. பக்கம் 49

வெறுமனே பரபரப்பை உண்டாக்குவதல்ல நோக்கம்

உண்மையான மாற்றமே என் லட்சியம்

'Hui hai peer parvat si', துஷ்யந்த் குமார்,

தொகுப்பு விவரம் – *Saaye Mein Dhoop*, Radhakrishnan Prakashan, 2008, first published 1973

2. பக்கம் 52

தனது ஆன்மிகப் பயணத்தில் அவன் அப்படி ஒரு
  இடத்தை அடைந்து விட்டான்,
மூளையும் இதயம் போல் துடிக்கிற ஒரு இடம்
'Ghalib ko bura kyon kaho', திலாவர் ஃபிகர்

கவிதையின் மூல மற்றும் முழு வடிவத்திற்கு rekhta.org தளத்தைப் பார்வையிடவும்.

3. பக்கம் 71

பக்தியின் பாதைகள் எளிதானவை, விகல்பமற்ற மனம் மாத்திரமே அதற்குத் தேவை

ராம சரித மானஸ் 7.45.1

4. பக்கம் 72

வேறு யாருமல்ல ராமா, நீதான் உண்மையான பாடங்களைக் கற்பிக்கிறாய். பெற்றோரும் கூட தற்பெருமைகளில் சிக்கிக் கொள்கிறார்கள்

ராம சரித மானஸ் 7.46.2

5. பக்கம் 80

சிரசினை தியாகம் செய்யத் தயாராகிவிட்டன எம் இதயங்கள், கொலைவாள் கொண்டோரின் கரங்களின் சக்தி எத்தகையதெனப் பார்த்து விடுவோம் இப்போது

'Sarfaroshi ki tamanna', Bismil Azimabadi

கவிதையின் மூல மற்றும் முழு வடிவத்திற்கு rekhta.org தளத்தைப் பார்வையிடவும்.

6. பக்கம் 95

நீயும் உன் எதிரிகளும் எல்லோரும் வருக

இங்கே தினமும் ஒரு திறந்த நீதி சபை நிகழ்கிறது

Daag Dehlvi

கவிதையின் மூல மற்றும் வடிவத்திற்கு rekhta.org தளத்தைப் பார்வையிடவும்.

7. பக்கம் 116

பரதனைப் போலப் பரிசுத்தமான ஒரு தமையன் உலகில் எங்கேயும் இல்லை

ராம சரித மானஸ் 2.231.2

8. பக்கம் 131

இக்பால், இவ்வுலகில் நம் நம்பிக்கைக்குரியவர் யாருமில்லை

நாம் சுமக்கின்ற துயரங்கள் குறித்து யார் அறிவார்?

'Tarana–e–Hindi', Allama Iqbal

1904ல் என்னும் வார இதழில் வெளியாகி அதன்பின் தொடர்ந்து மறுவெளியீடு செய்யப்பட்டது

கவிதைத் தொகுப்பு விவரம்: Bang–e–dara

9. பக்கம் 132

ராமரது ஆட்சியில் மூவுலகங்களும் மகிழ்ச்சியில் திளைத்தன. அவர்களது துயரங்களெல்லாம் இல்லாமல் போயின.

யாருக்கும் எவர் மீதும் பகைமை இல்லை. ராமரது அருள் எல்லா வேறுபாடுகளையும் இல்லாமல் செய்தது

ராம சரித மானஸ் 7.19.4

10. பக்கம் 135,136

நான் எல்லாவற்றையும் மிகத் தாமதமாகச் செய்கிறேன்...

'Hamesha dair kar deta hoon', முனீர் நியாஜி

கவிதையின் மூல மற்றும் முழு வடிவத்திற்கு rekhta.org தளத்தைப் பார்வையிடவும்.

பகுதி II

1. பக்கம் 142

தசரதனின் முற்றத்தில்

ராம சரித மானஸ் 1.111.2

2. பக்கம் 143

ராமன் தனது சகோதரனின் காயமுற்ற உடலை தரையிலிருந்து உயர்த்தித் தன் நெஞ்சோடு சேர்த்துக்கொண்டான்

ராம சரித மானஸ் 6.60.1

3. பக்கம் 143

நள்ளிரவும் கடந்துவிட்டது ஆனால் அனுமன் இன்னும் வரவில்லை

ராமன் தனது தமையனது உடலைக் கைகளில் ஏந்தி நெஞ்சோடு சேர்த்துக் கொண்டான்

ராம சரித மானஸ் 6.30.1

4. பக்கம் 151

இது ஓர் இதயத்தின் துயரம்

அதைத் தொந்தரவு செய்யாதீர், இது மகிழ்ச்சியின் ஒரு துகள்

அதைப் பாய்ந்தோடத் தூண்டாதீர்

இது கருணையின் அமைதியான ஒரு கதிர்

'விஷாத்', ஜெய்ஷங்கர் ப்ரசாத்

கவிதைத் தொகுப்பு விவரம்: Jharna, Vani Prakashan (2014), first published 1918.

5. பக்கம் 152

நீங்களே என் எல்லாமும் என் ஆசானே. துயருற்றோரின் தோழன் நீர்

எல்லோர் இதயத்தில் இருப்பவரும் நீரே

ராம சரித மானஸ் 2.71.3

6. பக்கம் 167

உன் அன்னையின் ஒற்றைப் புதல்வன் நீ. அவள் வாழ்வின் அச்சாரமும் நீயே. எனது கரங்களில் உன்னை ஒப்படைத்தபோது நான் உனக்கு எல்லா மகிழ்ச்சியையும் உலகின் எல்லா நலன்களையும் வழங்குவேன் என அவள் நம்பினாள். இப்போது நான் அவளுக்கு என்ன பதில் சொல்வேன். எழுந்திரு தமையனே, எழுந்து என்னிடம் பேசு

ராம சரித மானஸ் 6.60.7–8

7. பக்கம் 172

விநாயகனே, மக்களின் முதல்வனே

நற்குணங்களின் ஆலயமே, நாமம் எண்ணி வேண்டுவோர்க்கு வெற்றியை ஈபவனே

ராம சரித மானஸ் 1.1

8. பக்கம் 190

கவிஞர் சொன்னபடி, பெண்களின் குணம் ஒருவருக்கும் பிடிகொடுக்காதது

அது ஆழமானதும் அறிய முடியாததும் ஆகும்

ராம சரித மானஸ் 2.46.4

9. பக்கம் 192

நெருப்பில் எரியாதது எது? கடலில் மூழ்காதது எது?

வலிமையும் அதிகாரமும் மிக்க ஒரு பெண்ணால் செய்யமுடியாதது எது? இறப்பின் கையில் அகப்படாத எது இவ்வுலகில் இருக்கிறது?

ராம சரித மானஸ் 2.47

10. பக்கம் 204

இறைவன் எல்லையற்றவன், அவனது லீலைகளும் முடிவற்றவை

ஞானமுடையவர்கள் அதன் பல்வேறு அர்த்தங்களையும் புரிந்து கொண்டு எண்ணற்ற வகைகளில் அதை எல்லோரிடமும் கொண்டு சேர்க்கின்றனர்

ராம சரித மானஸ் 1.139.3

11. பக்கம் 207

தன்னை மாய்த்துக் கொண்டு நீரோட்டத்தில் கரைந்து போவதிலேயே துளியின் மகிமை குடிகொண்டிருக்கிறது

மிர்ஸா கலிப்

கவிதையின் மூல மற்றும் முழு வடிவத்திற்கு rekhta.org தளத்தைப் பார்வையிடவும்.

12. பக்கம் 232

சீதையின் முகம் நிலவினைப் போன்றிருக்க , ராமனின் கண்கள் நிலவின் ஒளியை அருந்தி உயிர்வாழும் சக்கரவாகப் பறவையைப் போல் இருந்தன

ராம சரித மானஸ் 1.229.2

13. பக்கம் 232

அழகிற்கே அழகு சேர்ப்பது அவளுடைய அழகு

ராம சரித மானஸ் 1.229.4

14. பக்கம் 245

ரகுவம்சத்தினர் ஒரு போதும் தவறான பாதையில் செல்வதில்லை. அதுவே அவர்களின் அடிப்படைக் குணம்

ராம சரித மானஸ் 1.230.3

15. பக்கம் 247

வலியும் தேனும் மதுவும் ஆறாய்ப் பெருகும்

ஓர் அற்புதமான புதிய உலகம்

'ச்சாஹ்', மஹாதேவி வெர்மா

கவிதைத் தொகுப்பு விவரம்: Nihaar, Sahitya Bhawan Publications, first published 1930

16. பக்கம் 248

கவிஞர் சொன்னபடி, பெண்களின் மனது ஒருவருக்கும் பிடி கொடுக்காதது, அது அளவிட முடியாததும் அறிய முடியாததும் ஆகும்

ராம சரித மானஸ் 2.46.4

17. பக்கம் 251

எத்தனையோ ஆண்டுகளுக்குப் பிறகு இன்று அவள் என்னிடம் புகார் அளித்திருக்கிறாள், மீண்டும் அவள் என்னைத் தன் காதலனாக ஏற்றுக் கொண்டுவிட்டாளா?

Parveen Shakir

கவிதையின் மூல மற்றும் முழு வடிவத்திற்கு rekhta.org தளத்தைப் பார்வையிடவும்.

18. பக்கம் 255

நம்மிடையே ஹூனர்களும், சாக்கியர்களும், மங்கோலியர்களும் இருக்கத்தான் செய்கிறார்கள். புதைக்கப்பட்ட இவ்வுண்மைகளை அவற்றின் கல்லறைகளிலேயே ஓய்வெடுக்க விடுங்கள்.

Adam Gondvi

கவிதையின் மூல மற்றும் முழு வடிவத்திற்கு kavitakosh.org தளத்தைப் பார்வையிடவும்.

பகுதி III

1. பக்கம் 280

ராமனுக்கான சேவைகள் இன்னும் தீராமல் இருக்கும்போது எப்படி நான் ஓய்வெடுக்க முடியும்?

ராம சரித மானஸ் 5.1

2. பக்கம் 281

கற்றவனும், திறமைசாலியும், புத்திக்கூர்மையுடையவனும், ராமனின் சேவகனுமான

ஹனுமன் சாலிஸா தோஹா 7

3. பக்கம் 289

...ரகுவம்சத்தின் கலாச்சாரமானது அதன் பழைய பாரம்பரியத்திலிருந்து ...

The full சௌபாய் is raghukul reet sada chali aayi, pran jahun baru bachan na jai: The Raghu (Ram's clan) family's tradition has come down from old, the word must be kept even if it means giving up your life.

ராம சரித மானஸ் 2.27.2

4. பக்கம் 303

ரோஜாவைப் போன்ற அந்த முகங்களுக்காக அல்ல,

ரோஜாவைப் போன்ற அந்த உடல்களுக்காக அல்ல

எனது உடலின் ஒவ்வொரு துளி ரத்தமும் தாய்நாட்டிற்காகவே

Wafa Rampuri

(கவிதை மற்றும் கவிஞரின் பெயரானது, 2002 ஆம் ஆண்டு ஐவன் – இ கலிப்(Aiwan-eGhalib) – புதுதில்லியில் நடைபெற்ற கலிப் நினைவுக் கவியரங்கத்தில் கேட்டதாக ஆசிரியரின் நினைவில் உள்ளபடி குறிப்பிடப்பட்டுள்ளது.

5. பக்கம் 305

எப்போதும் என் இதயம் கலகமூட்டும் மனநிலையிலேயே இருக்கிறது. அதன் நோக்கங்கள் மட்டுமே மாறிக் கொண்டிருக்கின்றன,

சிறைச்சாலைகள் அப்படியே இருக்கின்றன. அதன் காவலர்கள் மட்டுமே மாறிக்கொண்டிருக்கிறார்கள்

சந்த் நாராயண் ரெய்னா

இந்தக் கீர்த்தனையானது மே2, 2000ல் alt.languages.urdu.poetry என்கிற தளத்தில் ராஜ்குமார் பத்ரியவால் குறிப்பிடப்பட்டது. 1949ல் அம்ரிஸ்டரில் உள்ள சித்ரா டாக்கீஸில் தான் கலந்துகொண்ட கவியரங்கம் ஒன்றில் நடைபெற்றவை பற்றி பத்ரியா எழுதிய ஐந்து கட்டுரைகளில் இக்கட்டுரை இரண்டாவது ஆகும். groups.google.com தளத்தில் இக்கவிதைகள் காணக் கிடைக்கின்றன.

6. பக்கம் 312

சிம்மாசனங்கள் ஆட்டம் கண்டன, ராஜ வம்சத்தினரின் புருவங்கள் முடிச்சிட்டுக் கொண்டன.

'Khoob ladi mardani who toh Jhansi wali rani thi', சுபத்ரா குமாரி சௌஹான் கவிதையின் மூல மற்றும் முழு வடிவத்திற்கு kavitakosh.org தளத்தைப் பார்வையிடவும்.

7. பக்கம் 314

தசரதனின் முற்றத்தில் விளையாடுகிறவனே, என் மீது இரக்கம் கொள்

ராம சரித மானஸ் 1.111.2

8. பக்கம் 344

ராம நாமம் பிறவி என்னும் பெருங்கடலை வற்றிடச் செய்யும்

ராம சரித மானஸ் 1.24.2

9. பக்கம் 345

சுவையும் நறுமணமும் அன்பின் ஈரமும் நிறைந்த என் குருவின் மலரடி சரணம்.

ராம சரித மானஸ் 1.5.1

10. பக்கம் 345

தன்னை எடுக்கும் எல்லாக் கரங்களிலும் பேதமின்றி மணம் பரப்பும் மலர்களைப் போல, உண்மையான சாதுக்கள் அனைவரையும் சமமாகவே காண்கின்றனர்.

ராம சரித மானஸ் 1.3 (a)

11. பக்கம் 346

இனிமையும் வசீகரமும் நிறைந்த இரண்டு எழுத்துக்கள்– எழுத்துக்களின் கண்களும் மக்களின் வாழ்வுமானவை

ராம சரித மானஸ் 1.19.1

12. பக்கம் 348

நல்லவர் தொடர்பிருந்தால் துன்மார்க்கன் கூட நன்மைகளைச் செய்ய முடியும்

ராம சரித மானஸ் 1.6.2

13. பக்கம் 350

எதிரியின் வருகை குறித்த செய்தி எனை எட்டியதும் உன் இன்மை குறித்து பதைக்கத் துவங்கிவிடுகிறது இதயம். குயிலைப் போல அது "என் அன்பே என் அன்பே" என விடாமல் பிதற்றுகிறது.

Padmavati Ratnasen Bhent Khand, தோஹா 28 ஐ அடுத்து வருகிற 4–5 வது வரிகள்

பத்மாவத்

14. பக்கம் 351

என் குருவின் பாதங்களிலிருக்கிற தூசானது சிவபெருமானை அலங்கரிக்கிற சாம்பலைப் போன்றது. அது அழகையும் மங்கலத்தையும் மகிழ்ச்சியையும் தருகிறது

ராம சரித மானஸ் 1.5.2

15. பக்கம் 351

குருவின் பாதங்களில் மின்னுகிற நகங்கள் வாசம் செய்கிற இதயமே புண்ணியம் செய்தது

ராம சரித மானஸ் 1.5.3

16. பக்கம் 351

இருளிலிருந்து ஒளியை நோக்கி நகர்த்துகிற

ப்ருஹதரன்யக உபநிடதம் 1.3.28

17. பக்கம் 353

ஐயங்களின்றித் தன்னை முழுமையாய் அறிந்த, இன்னும் பிறக்காத, கண்களுக்குப் புலப்படாத, விருப்புகள் அற்ற, எந்த வடிவத்திலும் தன்னை அடையாளப்படுத்திக் கொள்ளாத, வேதங்களாலும் அறியப்படாத, எங்கும் வியாபித்திருக்கிற ப்ரம்மம் எப்படி மனித உருவில் தோன்ற முடியும்?

ராம சரித மானஸ் 1.50

18. பக்கம் 353

தெய்வத்தின் நாமத்தைத் திரும்பத்திரும்பச் சொன்னதன் மூலம், போதைச் செடியைப் போல் இருந்த துளசி புனிதமான துளசிச்செடியாக மாறிவிட்டார்.

ராம சரித மானஸ் 1.26

19. பக்கம் 356

ஒவ்வொருவரின் ஆழ்மன எண்ணங்களே அவர்கள் காணுகிற தெய்வத்தின் வடிவத்தைத் தீர்மானிக்கின்றன

ராம சரித மானஸ் 1.260.2

20. பக்கம் 365

நள்ளிரவு ஆகிவிட்டது, வானரம் இன்னும் வரவில்லை

காயம்பட்டிருந்த லட்சுமணின் உடலை கையில் ஏந்தி நெஞ்சோடு சேர்த்துக்கொண்டான் ராமன்

ராம சரித மானஸ் 6.60.1

21. பக்கம் 373

என்னைக் கொல்ல விரும்புபவனே எனக்கு நீதிமானாக இருக்கையில் அவன் எவ்வாறு எனக்கு ஆதரவாகத் தீர்ப்பளிப்பான்

சுதர்ஷன் ஃபாகிர்

கவிதையின் மூல மற்றும் முழு வடிவத்திற்கு rekhta.org தளத்தைப் பார்வையிடவும்.

22. பக்கம் 379

தனது ஆன்மீகத் தேட்டத்தில், மூளையும் இதயம் போலத்துடிக்கிற ஓர் இடத்தை அவன் அடைந்து விட்டான்

'Ghalib ko bura kyon kaho', திலாவர் ஃபிகார்

கவிதையின் மூல மற்றும் முழு வடிவத்திற்கு rekhta.org தளத்தைப் பார்வையிடவும்.

23. பக்கம் 388

வனப்பூக்களால் செய்த மாலையும் பாதரசம் போன்ற கரங்களுமாய், பால்கனக்கும் மார்புகளையுடைய இடைச்சிகளை எப்போதும் தழுவிக்கொள்ளத் தயாராயிருக்கும் அவன் இங்குதான் – தென்றல் தவழும் இந்த யமுனைக்கரையிலுள்ள ஒரு வனத்தில்தான் வசிக்கிறான்

கீதா கோவிந்தம், பாடல் 11, காண்டம் 5

Gita Govinda: Love Songs of Radha and Krsna, Jayadeva, tr. Lee Siegel, Clay Sanskrit Library, NYU Press, 2009.

நன்றி

அலோக் ராஜ், அனிஸ் சித்திக், ஹர்டோஷ் சிங் பால், ஹிம்மட் ஆனந்த், க்ரிஷ்ணா ஸோப்தி, மிலிண்ட் வகன்கர், முகுல் கேசவன், ப்ரட்யுஷ் சந்திரா, ஆர். வி. ஸ்மித், ஜக்கர்னட் குழு, மற்றும் எப்போதும் போல ரத்திகா கபூர் - ஆகியோருக்கு ஆசிரியர் தனது நன்றிகளை உரித்தாக்குகிறார்.